Litlar konur

Louisa May Alcott

Útgáfur frá Autri Books eru fáanlegar til fræðslu-, viðskipta- eða kynningarnota.

Fyrir frekari upplýsingar hafðu samband:

autribooks.com | support@autribooks.com

ISBN: 979-8-3485-5869-7

Fyrsta útgáfa gefin út af Autri Books árið 2026.

Efnisyfirlit

1. hluti

Fyrsti kafli	*Að leika pílagríma*	**1–13**
Annar kafli	*Gleðileg jól*	**14–26**
Þriðji kafli	*Drengurinn Laurence*	**27–40**
Fjórði kafli	*Byrðar*	**41–54**
Fimmti kafli	*Að vera góður nágranni*	**55–70**
Sjötti kafli	*Beth finnst höllin falleg*	**71–78**
Sjöundi kafli	*Niðurlægingardalur Amy*	**79–87**
Áttundi kafli	*Jo mætir Apollyon*	**88–101**
Níundi kafli	*Meg fer á markað hégómans*	**102–122**
Tíundi kafli	*P.C. og P.O.*	**123–137**
Ellefti kafli	*Tilraunir*	**138–151**
Tólfti kafli	*Laurence-búðirnar*	**152–176**
Þrettándi kafli	*Loftkastalar*	**177–188**
Fjórtándi kafli	*Leyndarmál*	**189–201**
Fimmtándi kafli	*Skeyti*	**202–212**
Sextándi kafli	*Bréf*	**213–223**
Sautjándi kafli	*Litla trúfasta*	**224–233**
Átjándi kafli	*Dimmir dagar*	**234–242**
Nítjándi kafli	*Erfðaskrá Amy*	**243–253**
Tuttugasti kafli	*Trúnaðarmál*	**254–261**

Tuttugasti og fyrsti kafli	*Laurie veldur vandræðum og Jo semur frið*	262–276
Tuttugasti og annar kafli	*Yndislegt engi*	277–284
Tuttugasti og þriðji kafli	*Frænka March útkljáir málið*	285–298

2. hluti

Tuttugasti og fjórði kafli	*Slúður*	299–312
Tuttugasti og fimmti kafli	*Fyrsta brúðkaupið*	313–320
Tuttugasti og sjötti kafli	*Listrænar tilraunir*	321–332
Tuttugasti og sjöundi kafli	*Bókmenntakennslustundir*	333–340
Tuttugasti og áttundi kafli	*Heimilislíf*	341–358
Tuttugasti og níundi kafli	*Heimsóknir*	359–374
Þrítugasti kafli	*Afleiðingar*	375–388
Þrítugasti og fyrsti kafli	*Erlendi fréttaritari okkar*	389–405
Þrítugasti og annar kafli	*Viðkvæm vandræði*	406–420
Þrítugasti og þriðji kafli	*Dagbók Jo*	421–442

Þrítugasti og fjórði kafli	*Vinur*	**443–459**
Þrítugasti og fimmti kafli	*Hjartasorg*	**460–472**
Þrítugasti og sjötti kafli	*Leyndarmál Beth*	**473–478**
Þrítugasti og sjöundi kafli	*Ný áhrif*	**479–491**
Þrítugasti og áttundi kafli	*Sett á hilluna*	**492–506**
Þrítugasti og níundi kafli	*Leti Laurences*	**507–524**
Fertugasti kafli	*Dalur skuggans*	**525–531**
Fertugasti og fyrsti kafli	*Að læra að gleyma*	**532–544**
Fertugasti og annar kafli	*Alveg ein*	**545–553**
Fertugasti og þriðji kafli	*Óvæntar uppákomur*	**554–572**
Fertugasti og fjórði kafli	*Herra og frú*	**573–578**
Fertugasti og fimmti kafli	*Daisy og Demi*	**579–586**
Fertugasti og sjötti kafli	*Undir regnhlífinni*	**587–604**
Fertugasti og sjöundi kafli	*Uppskerutími*	**605–616**

1. hluti

FYRSTI KAFLI
AÐ LEIKA PÍLAGRÍMA

„Jólin verða engin jól án gjafa," tautaði Jo, þar sem hún lá á mottunni.

„Það er svo hræðilegt að vera fátækur!" andvarpaði Meg og horfði niður á gamla kjólinn sinn.

„Mér finnst það ekki sanngjarnt, að sumar stúlkur hafi fullt af fallegum hlutum en aðrar alls ekkert," bætti litla Amy við og snökti móðguð.

„Við eigum pabba og mömmu, og hvert annað," sagði Beth ánægð úr horninu sínu.

Andlit fjórmenninganna, sem eldbirtan lýsti upp, ljómuðu við þessi glaðlegu orð, en dökknuðu á ný, þegar Jo sagði dapurlega: „Við eigum ekki pabba og munum ekki hafa hann lengi." Hún sagði ekki „kannski aldrei", en hver og ein bætti því hljóðlega við í huganum og hugsaði til pabba langt í burtu, þar sem barist var.

Enginn sagði orð um stund; síðan mælti Meg í breyttum tón: „Þið vitið, að ástæðan fyrir því, að mamma lagði til, að við hefðum enga gjöf þessi jól, er sú, að veturinn verður erfiður fyrir alla; og hún telur, að við eigum ekki að eyða peningum í skemmtanir, þegar mennirnir okkar þjást svo í hernum. Við getum ekki gert mikið, en við getum fært litlar fórnir og ættum að gera það með gleði. En ég óttast, að ég geri það ekki," og Meg hristi höfuðið, þegar hún hugsaði með eftirsjá til allra fallegu hlutanna, sem hún þráði.

„En ég held ekki, að það litla, sem við myndum eyða, geri nokkurt gagn. Við höfum hver um sig einn dal, og hernum yrði lítið hjálpað, þótt við gæfum hann. Ég er sammála því, að vænta einskis frá mömmu eða ykkur, en mig langar að kaupa Undine og Sintran handa sjálfri mér. Mig hefur langað í hana svo lengi," sagði Jo, sem var sannkallaður bókaormur.

„Ég ætlaði að verja mínum í ný nótnahefti," sagði Beth með lágum andvarpi, sem enginn heyrði nema eldstæðissópurinn og ketilkrókurinn.

„Ég ætla að kaupa fallegt sett af teikniblýöntum frá Faber; ég þarf þær sannarlega," sagði Amy ákveðin.

„Mamma sagði ekkert um peningana okkar, og hún vill ekki, að við afsölum okkur öllu. Látum hverja kaupa það, sem hana langar í, og hafa dálitla gleði; ég er viss um, að við vinnum nógu hart til að eiga það skilið," hrópaði Jo og skoðaði hælana á skónum sínum með herralegum tilburðum.

„Ég veit, að ég geri það - að kenna þessum leiðinlegu börnum næstum allan daginn, þegar mig langar að njóta mín heima," hóf Meg aftur í kvörtunartón.

„Þú hefur ekki nærri því eins erfitt og ég," sagði Jo. „Hvernig myndi þér líka að vera lokuð inni tímunum saman með taugaóstyrkri og nöldrandi gamalli konu, sem lætur þig hlaupa út og suður, er aldrei ánægð og angrar þig, þar til þú ert komin á það stig að vilja annaðhvort stökkva út um gluggann eða gráta?"

„Það er rangt að kvarta, en mér finnst samt uppvask og að halda öllu snyrtilegu vera versta vinna í heimi. Það gerir mig skapvonda, og hendurnar verða svo stirðar, að ég get alls ekki æft mig vel." Og Beth horfði á hrjúfar hendur sínar með andvarpi, sem allir heyrðu að þessu sinni.

„Ég trúi ekki, að neinn ykkar þjáist eins og ég," hrópaði Amy, „því þið þurfið ekki að fara í skóla með ókurteisum stúlkum, sem angra ykkur, ef þið kunnið ekki lexíurnar, hlæja að kjólunum ykkar, rægja föður ykkar, ef hann er ekki ríkur, og móðga ykkur, þegar nefið á ykkur er ekki fallegt."

„Ef þú átt við rægja, þá skaltu segja það, en ekki tala um merkimiða, eins og pabbi væri sultukrukka," ráðlagði Jo og hló.

„Ég veit vel, hvað ég meina, og þú þarft ekki að vera háðsleg yfir því. Það er rétt að nota góð orð og bæta orðaforðann," svaraði Amy með reisn.

„Nú skuluð þið ekki gogga hver í aðra, börnin góð. Væruð þið ekki til í að eiga peningana, sem pabbi tapaði, þegar við vorum litlar, Jo? Æ, hvað við værum hamingjusamar og góðar, ef við hefðum engar áhyggjur!" sagði Meg, sem mundi betri tíma.

„Þú sagðir um daginn, að þér þætti við miklu hamingjusamari en King-börnin, því þau væru sífellt að rífast og ergja sig, þrátt fyrir peningana sína."

„Það sagði ég, Beth. Og ég held, að það sé rétt. Þótt við þurfum að vinna, gerum við grín að sjálfum okkur og erum bara ansi hress hópur, eins og Jo myndi segja."

„Jo notar svo mikinn slangur!" tók Amy fram og horfði ávítandi á langa líkamann, sem lá á mottunni.

Jo settist samstundis upp, stakk höndunum í vasana og fór að flauta.

„Ekki, Jo. Það er svo strákalegt!"

„Einmitt þess vegna geri ég það."

„Ég þoli ekki dónalegar, ókvenlegar stúlkur!"

„Ég þoli ekki tilgerðarlegar, pjattaðar stelpur!"

„Fuglar í sínum litlu hreiðrum eru sammála," söng Beth, sáttasemjarinn, með svo fyndnum svip, að hvassar raddirnar mýktust í hlátri og „goggunin" lauk að sinni.

„Í alvöru, stelpur, þið eigið báðar sök á þessu," sagði Meg og tók upp eldri-systurlega predikun. „Þú ert orðin nógu gömul til að hætta strákabrögðum og haga þér betur, Josephine. Það skipti minna máli, þegar þú varst lítil stúlka, en nú ert þú orðin svo hávaxin og ferð að setja upp hárið; þú ættir að muna, að þú ert ung dama."

„Ég er það ekki! Og ef það að setja upp hárið gerir mig að slíkri, þá skal ég bera það í tveimur fléttum þar til ég verð tvítug," hrópaði Jo, reif af sér hárnetið og hristi niður kastaníubrúnan faxið. „Ég þoli ekki að hugsa til þess, að ég verði að vaxa úr grasi og verða ungfrú March og ganga í síðum kjólum og líta út eins og stíf kínversk stjarna! Það er nógu slæmt að vera stúlka, þegar mér líkar við leiki, störf og siði drengja! Ég kemst ekki yfir vonbrigðin yfir því að vera ekki drengur. Og það er enn verra nú, því mig langar svo að fara og berjast með pabba. En ég get aðeins setið heima og prjónað eins og hægfara gömul kona!"

Og Jo hristi bláa hermannasokkinn, svo prjónarnir skrjáfuðu eins og kastanettur og hnykillinn skaust yfir gólfið.

„Aumingja Jo! Það er leitt, en því verður ekki breytt. Þú verður þá að reyna að láta þér nægja að bera drengjalegt nafn og vera bróðir okkar stelpnanna," sagði Beth og strauk hrjúfa höfuðið með hendi, sem allt uppvask og rykhreinsun heimsins gátu ekki gert ómjúka í snertingu.

„En þú, Amy," hélt Meg áfram, „ert allt of vandlát og prúð. Tilgerðin er fyndin núna, en þú verður að tilgerðarlegri litilli gæs, ef þú gætir þín ekki. Mér líkar falleg framkoma þín og fágaður málmáti, þegar þú reynir ekki að vera fín. En fáránlegu orðin þín eru ekki betri en slangur Jo."

„Ef Jo er strákastelpa og Amy gæs, hvað er ég þá, ef ég má spyrja?" spurði Beth, reiðubúin að taka á móti áminningunni.

„Þú ert elskuleg og ekkert annað," svaraði Meg hlýlega, og engin andmælti henni, því „músin" var eftirlæti fjölskyldunnar.

Þar sem ungir lesendur vilja gjarnan vita, hvernig fólk lítur út, skulum við nota þetta tækifæri til að draga upp litla mynd af systrunum fjórum, sem sátu og prjónuðu í rökkrinu, meðan desember snjórinn féll hljóðlega úti og eldurinn brakaði glaðlega inni. Herbergið var notalegt, þótt teppið væri upplitast og húsgögnin mjög einföld, því eitt eða tvö góð málverk héngu á veggjunum, bækur fylltu skot og glugga, krysantemur og jólarósir blómstruðu í gluggunum, og yfir öllu hvíldi notalegur andi heimilisfriðar.

Margaret, elst systranna, var sextán ára og mjög falleg, þéttvaxin og ljóshærð, með stór augu, mikinn mjúkan brúnan hárflaum, sætan munn og hvítar hendur, sem hún var dálítið stolt af. Jo, fimmtán ára, var mjög hávaxin, grönn og sólbrún og minnti helst á folald, því hún virtist aldrei vita, hvað hún ætti að gera við langa útlimina, sem voru henni sífellt fyrir. Hún hafði ákveðinn munn, skoplegt nef og hvöss, grá augu, sem virtust sjá allt og gátu verið til skiptis hörð, kímileg eða hugsandi. Langt og þykkt hárið var hennar eina fegurð, en það var yfirleitt bundið upp í net, svo það væri ekki fyrir henni. Jo var herðasiginn, með stórar hendur og fætur, fötin sátu lauslega á henni, og hún bar með sér óþægilegt yfirbragð stúlku, sem var óðum að vaxa úr grasi í konu og líkaði það illa. Elizabeth, eða Beth, eins og allir kölluðu hana, var þrettán ára, rjóð og slétthærð, bjartleituð í augum, með feimnislegt fas, lága rödd og friðsælan svip, sem sjaldan raskaðist. Faðir hennar kallaði hana „Litlu ungfrú Kyrrð", og nafnið átti vel við hana, því hún virtist lifa í sínum eigin hamingjuheimi og fór aðeins út úr honum til að mæta fáeinum, sem hún treysti og elskaði. Amy, þótt hún væri yngst, taldi sig afar mikilvæga persónu, að minnsta kosti að eigin mati. Hún var eins og snjómey, með blá augu og ljóst hár, sem liðaðist niður á axlirnar, föl og grönn og bar sig ætíð eins og ung dama, sem var meðvituð um góða siði sína. Hvernig skapgerðir systranna fjögurra voru, látum við lesendur sjálfa komast að.

Klukkan sló sex, og eftir að hafa sópað upp við arininn lagði Beth par af inniskóm til að hlýna. Einhvern veginn hafði sjónin af gömlu skónum góð áhrif á stúlkurnar, því mamma var að koma heim, og allar hresstust við til að taka á móti henni. Meg hætti að predika og kveikti á lampanum, Amy reis úr hægindastólnum án þess að vera beðin um það, og Jo gleymdi þreytunni, þegar hún settist upp til að halda inniskónum nær loganum.

„Þeir eru alveg orðnir úr sér. Marmee þarf nýtt par."

„Ég hugsaði mér að kaupa henni slíka fyrir dalinn minn," sagði Beth.

„Nei, það geri ég!" hrópaði Amy.

„Ég er elst," byrjaði Meg, en Jo greip fram í með ákveðnu: „Ég er maðurinn á heimilinu núna, þar sem pabbi er í burtu, og ég mun sjá um inniskóna, því hann bað mig sérstaklega að annast mömmu, meðan hann væri fjarverandi."

„Ég skal segja ykkur, hvað við gerum," sagði Beth. „Kaupum hver og ein eitthvað handa henni í jólagjöf og kaupum ekkert handa okkur sjálfum."

„Það er einmitt eins og þú, elskan! Hvað eigum við að kaupa?" hrópaði Jo.

Allar hugsuðu alvarlega um stund, síðan tilkynnti Meg, eins og hugmyndin hefði kviknað við að horfa á fallegu hendurnar hennar: „Ég gef henni fallegt par af hanskum."

„Herstígvél, þau bestu sem fást!" hrópaði Jo.

„Vasaþurrkur, allar faldsaumaðar," sagði Beth.

„Ég kaupi litla flösku af ilmvatni. Hún hefur gaman af því, og það kostar ekki mikið, svo ég á afgang til að kaupa blýantana," bætti Amy við.

„Hvernig ætlum við að afhenda gjafirnar?" spurði Meg.

„Leggjum þær á borðið og leiðum hana inn til að sjá hana opna pakkana. Munið þið ekki, hvernig við gerðum á afmælunum okkar?“ svaraði Jo.

„Ég var alltaf svo hrædd, þegar kom að mér að sitja í stólnum með kórónuna og sjá ykkur allar ganga í skrúðgöngu í kringum mig með gjafirnar og koss. Mér líkaði gjafirnar og kossarnir, en það var hræðilegt að sitja og hafa ykkur horfa á mig, meðan ég opnaði pakkana,“ sagði Beth, sem var í senn að rista brauð og ylja sér við arininn.

„Látum Marmee halda, að við séum að kaupa handa okkur sjálfum, og komum henni svo á óvart. Við verðum að fara að versla á morgun síðdegis, Meg. Það er svo margt að undirbúa fyrir leikritið á jólanótt,“ sagði Jo og gekk fram og aftur með hendur fyrir aftan bak og nefið upp í loftið.

„Ég ætla ekki að leika meira eftir þetta. Ég er orðin of gömul fyrir svona,“ sagði Meg, sem var þó jafnmikið barn og fyrr, þegar kom að „uppklæðnaði“ og gleðskap.

„Þú hættir ekki, það veit ég, svo lengi sem þú mátt svífa um í hvítum kjól með hárið niðri og bera gullpappírsskart. Þú ert besta leikkonan, sem við eigum, og allt fer út um þúfur, ef þú stígur af sviðinu,“ sagði Jo. „Við ættum að æfa í kvöld. Komdu hingað, Amy, og gerðu yfirliðssenið, því þú ert eins og stöng í því.“

„Ég get ekki að því gert. Ég hef aldrei séð neinn falla í yfirlið og kýs ekki að meiða mig alla með því að falla flöt á gólfið eins og þú. Ef ég get hnigið lipurlega, þá geri ég það. Ef ekki, fell ég í stól og verð tignarleg. Mér er sama, þótt Hugo ráðist að mér með byssu,“ svaraði Amy, sem hafði ekki sérstaka leikræna hæfileika, en var valin, því hún var nógu smávaxin til að illmennið gæti borið hana út öskrandi.

„Gerðu það svona. Krepptu hendurnar svona og staulaðu yfir gólfið, hrópandi í örvæntingu: ‚Roderigo! Bjargaðu mér! Bjargaðu mér!‘“ Og Jo þaut af stað með melódramatísku ópi, sem var sannarlega áhrifamikið.

Amy fylgdi á eftir, en hún rétti hendurnar stirðlega fram fyrir sig og kippti sér áfram eins og vél væri að draga hana, og „Ó!“ hennar minnti fremur á nálastungur en ótta og kvalir. Jo stundi í örvæntingu, Meg hló upphátt, og Beth lét brauðið brenna, meðan hún fylgdist áhugasöm með skemmtuninni. „Það er gagnslaust! Gerðu eins vel og þú getur, þegar þar að kemur, og ef áhorfendur hlæja, þá skaltu ekki kenna mér um. Komdu, Meg.“

Þá gekk allt snurðulaust, því Don Pedro skoraði heiminn á hólm í tveggja blaðsíðna ræðu án þess að hiksta. Hagar, nornin, söng ógurlega galdraþulu yfir pottinum sínum með kraumandi pöddum, með dularfullum áhrifum. Roderigo sleit fjötra sína hetjulega, og Hugo dó í kvölum samviskubits og arsens, með villtu: „Ha! Ha!“

„Þetta er það besta, sem við höfum haft hingað til,“ sagði Meg, þegar hinn dauði illmenni settist upp og nuddaði olnbogana.

„Ég skil ekki, hvernig þú getur bæði skrifað og leikið svona stórkostlega hluti, Jo. Þú ert hreinasti Shakespeare!“ hrópaði Beth, sem trúði því staðfastlega, að systur hennar væru gæddar undursamlegri snilligáfu í öllu.

„Ekki alveg,“ svaraði Jo hógværlega. „Mér finnst Galdrabölvun nornanna, óperutrag-edía, nokkuð góð, en mig langar að reyna Macbeth, ef við hefðum bara lúgu fyrir Banquo. Mig hefur alltaf langað að leika morðsenuna. ‚Er þetta rýtingur, sem ég sé hér fyrir mér?‘“ tautaði Jo, velti augunum og greip í loftið, eins og hún hafði séð frægan harmleikjaleikara gera.

„Nei, það er ristipinninn með skó mömmu á í stað brauðsins. Beth er orðin sviðssjúk!“ hrópaði Meg, og æfingin endaði í almennum hlátri.

„Gaman að finna ykkur svona kátar, stelpur mínar,“ sagði glaðleg rödd við dyrnar, og leikarar og áhorfendur sneru sér að því að taka á móti hávaxinni, móðurlegri konu með „má ég aðstoða?“ svip, sem var sannarlega heillandi. Hún var ekki fínklædd, en göfug í ásýnd, og stúlkurnar töldu, að gráa kápan og ótískulegi hatturinn huldu glæsilegustu móður í heimi.

„Jæja, elskurnar mínar, hvernig hefur gengið í dag? Það var svo margt að gera við að undirbúa kassana, sem fara á morgun, að ég kom ekki heim í mat. Hefur einhver komið, Beth? Hvernig er kvefið, Meg? Jo, þú lítur út fyrir að vera dauðþreytt. Komdu og kysstu mig, barnið mitt."

Meðan frú March spurði þessara móðurlegu spurninga fór hún úr votum fötum, fór í hlýju inniskóna og settist í hægindastólinn, dró Amy í fangið og bjó sig undir að njóta hamingjuríkustu stundar dagsins. Stúlkurnar þutu um og reyndu að gera notalegt, hver á sinn hátt. Meg raðaði teborðinu, Jo bar inn við og stillti stólum, missti, velti og glamraði með allt, sem hún snerti. Beth hljóp á milli stofu og eldhúss, hljóðlát og iðin, meðan Amy sat með samanlagðar hendur og gaf öllum fyrirmæli.

Þegar þær söfnuðust kringum borðið, sagði frú March með sérstaklega glaðlegum svip: „Ég er með nokkuð handa ykkur eftir kvöldverðinn."

Snöggt og bjart bros fór um hópinn eins og sólskinsskeið. Beth klappaði saman höndunum, án þess að hirða um kexið, sem hún hélt á, og Jo kastaði servíettunni upp og hrópaði: „Bréf! Bréf! Þrefalt húrra fyrir pabba!"

„Já, langt og fallegt bréf. Hann er við góða heilsu og telur sig muni komast betur í gegnum kuldatímann en við óttuðumst. Hann sendir ykkur alls konar kærar jólakveðjur og sérstök skilaboð til ykkar, stelpur mínar," sagði frú March og klappaði á vasann eins og þar leyndist fjársjóður.

„Flýtið ykkur að klára! Ekki sitja og setja upp smáfingur og glotta yfir disknum þínum, Amy," hrópaði Jo, kafnaði í teinu og missti brauðið sitt, smjörhliðinni niður á teppið, í flýtinum að komast að góðgætinu.

Beth borðaði ekki meira, heldur laumaðist í dimma hornið sitt og lét hugann dvelja við gleðina, sem beið, þar til hinar voru tilbúnar.

„Mér finnst svo göfugt af pabba að fara sem herprestur, þegar hann var of gamall til að vera kvaddur í herinn og ekki nógu hraustur til að vera hermaður," sagði Meg innilega.

„Ó, hvað ég vildi, að ég gæti farið sem trommari, eða hvað heitir það - eða hjúkrunarkona, svo ég gæti verið nálægt honum og hjálpað honum," hrópaði Jo með stunu.

„Það hlýtur að vera óþægilegt að sofa í tjaldi og borða alls konar vondan mat og drekka úr blikkbolla," andvarpaði Amy.

„Hvenær kemur hann heim, Marmee?" spurði Beth og röddin titraði lítillega.

„Ekki fyrr en eftir marga mánuði, elskan mín, nema hann veikist. Hann verður og vinnur verk sitt samviskusamlega svo lengi sem hann getur, og við biðjum ekki um hann heim einni mínútu fyrr en hægt er að missa hann. Nú komið og hlustið á bréfið."

Allar drógu sig nær eldinum, móðirin í stóra stólnum með Beth við fætur sér, Meg og Amy sitjandi á hvorum armi stólsins og Jo hallandi sér að baki hans, þar sem enginn sæi merki tilfinninga, ef bréfið reyndist snerta hana. Fá bréf voru skrifuð á þessum erfiðu tímum, sem ekki voru hrífandi, einkum þau, sem feður sendu heim. Í þessu var lítið sagt um erfiðleikana, sem þolaðir voru, hætturnar, sem mætt var, eða heimþrána, sem sigrast hafði verið á. Það var glaðlegt og vonríkt bréf, fullt af lifandi lýsingum á herbúðalífi, göngum og herfréttum, og aðeins í lokin flæddi hjarta höfundarins yfir af föðurlegri ást og söknuði til litlu stúlknanna heima.

„Sendið þeim öllum mínar kærustu kveðjur og koss. Segið þeim, að ég hugsi til þeirra á daginn, biðji fyrir þeim á nóttunni og finni mína bestu huggun í ást þeirra á öllum stundum. Ár virðist mjög langt að bíða, áður en ég sé þær, en minnið þær á, að meðan við bíðum getum við öll unnið, svo þessir erfiðu dagar fari ekki til spillis. Ég veit, að þær muna allt, sem ég sagði þeim, að þær verða ykkur kærleiksrík börn, muni rækja skyldur sínar trúfastlega, berjast hugrakkar við sína innri óvini og sigrast svo fagurlega á sjálfum sér, að þegar ég kem aftur til þeirra megi ég elska þær enn heitar og vera enn stoltari af litlu konunum mínum.“

Allir snöktu, þegar að þessum kafla kom. Jo skammaðist sín ekki fyrir stóra tárdropann, sem féll af nefbroddinum, og Amy hugsaði ekki um liðað hárið, þegar hún faldi andlitið á öxl móður sinnar og hágrét: „Ég er eigingjörn stúlka! En ég ætla sannarlega að reyna að verða betri, svo hann verði ekki fyrir vonbrigðum með mig síðar.“

„Við munum það allar,“ hrópaði Meg. „Ég hugsa of mikið um útlitið á mér og hata að vinna, en ég skal ekki gera það framar, ef ég get ráðið við mig.“

„Ég skal reyna að vera það, sem hann kallar mig svo gjarnan, ‚litla konu‘, og vera ekki hrjúf og villt, heldur rækja skyldu mína hér í stað þess að þrá að vera einhvers staðar annars staðar,“ sagði Jo og hugsaði með sér, að það væri miklu erfiðara að hemja skapið heima en að mæta einum eða tveimur uppreisnarmönnum suður frá.

Beth sagði ekkert, heldur þurrkaði tárin með bláa hermannasokknum og tók að prjóna af alefli, tafði ekki andartak við að rækja þá skyldu, sem næst henni lá, og einsetti sér í hljóðlátri, litilli sálu sinni að verða allt það, sem faðir hennar vonaði að hún yrði, þegar árið liði og hin gleðilega heimkoma rynni upp.

Frú March rauf þögnina, sem fylgdi orðum Jo, og sagði í glaðlegum tón: „Munið þið, hvernig þið lékuð För pílagrímsins, þegar þið voruð litlar? Ekkert gladdi ykkur meira en að ég batt á ykkur litla poka sem byrðar, gaf ykkur hatta og staf og pappírsrúllur og lét ykkur ferðast um húsið frá kjallaranum, sem var Tortímingarborgin, upp, upp á háaloftið, þar sem þið höfðuð allt það fallega, sem þið gátuð safnað saman til að gera ykkur Himnaborg.“

„Það var svo gaman, sérstaklega að fara fram hjá ljónunum, berjast við Apollyon og ganga í gegnum dalinn, þar sem skrímslin voru," sagði Jo.

„Mér líkaði best staðurinn, þar sem byrðarnar féllu af og ultu niður stigann," sagði Meg.

„Ég man ekki mikið eftir þessu, nema að ég var hrædd við kjallarann og dimma ganginn og fannst alltaf best kökurnar og mjólkin, sem við fengum uppi. Ef ég væri ekki of gömul fyrir svona, langaði mig næstum til að leika þetta aftur," sagði Amy, sem fór að tala um að leggja barnaskap af við hinn þroskaða aldur tólf ára.

„Við verðum aldrei of gamlar fyrir þetta, elskan mín, því þetta er leikur, sem við leikum stöðugt á einn eða annan hátt. Byrðar okkar eru hér, vegurinn er fram undan, og þráin eftir gæsku og hamingju er leiðsögnin, sem leiðir okkur í gegnum marga erfiðleika og mistök til friðarins, sem er hin sanna Himnaborg. Nú, litlu pílagrímarnir mínir, segjum sem svo, að þið byrjið aftur, ekki í leik, heldur af alvöru, og sjáið, hve langt þið komist áður en pabbi kemur heim."

„Í alvöru, mamma? Hvar eru byrðarnar okkar?" spurði Amy, sem tók hlutina bókstaflega.

„Þið sögðuð hver og ein, hver byrði ykkar væri, rétt áðan, nema Beth. Ég held næstum, að hún hafi enga," sagði móðirin.

„Jú, ég hef. Mín er uppvask og rykklútar og að öfunda stúlkur með falleg píanó og að vera hrædd við fólk."

Byrði Beth var svo skondin, að öllum langaði til að hlæja, en engin gerði það, því það hefði sært hana mjög.

„Gerum þetta," sagði Meg hugsandi. „Þetta er bara annað orð yfir að reyna að vera góð, og sagan gæti hjálpað okkur, því þótt okkur langi til að vera góðar, er það erfitt verk, og við gleymum og gerum ekki okkar besta."

„Við vorum í Vonleysismýri í kvöld, og mamma kom og dró okkur upp, eins og Hjálp gerði í bókinni. Við ættum að hafa leiðbeiningarúllu, eins og Christian. Hvað eigum við að gera í því?“ spurði Jo, ánægð með hugmyndina, sem gaf hversdagslegri skylduræktinni dálítinn ævintýrablæ.

„Lítið undir koddann ykkar á jólamorgun, og þar finnið þið leiðarvísinn,“ svaraði frú March.

Þær ræddu nýju áætlunina, meðan gamla Hannah gekk frá borðinu. Síðan komu fram litlu handavinnukörfurnar fjórar, og nálarnar flugu, þegar stúlkurnar saumuðu rúmföt handa frænku March. Saumaskapurinn var ekki spennandi, en í kvöld kvartaði engin. Þær tóku upp tillögu Jo um að skipta löngu saumunum í fjóra hluta og kalla þá Evrópu, Asíu, Afríku og Ameríku og komust þannig prýðilega áfram, einkum þegar þær töluðu um löndin, sem þær „ferðust“ um með hverju spori nálarinnar.

Klukkan níu hættu þær vinnu og sungu, eins og venja var, áður en þær fóru að sofa. Engin nema Beth gat fengið mikla tónlist úr gamla píanóinu, en hún hafði þann hátt á að snerta mjúkt gulnuðu nótna-lyklana og skapa notalegan undirleik við einföld lögin, sem þær sungu. Meg hafði rödd eins og flauta, og hún og móðir hennar leiddu litla kórinn. Amy tísti eins og krikket, og Jo flakkaði um laglínurnar að eigin geðþótta og endaði jafnan á röngum stað með skræk eða titringi, sem spillti jafnvel hinni hugljúfustu laglínu. Þær höfðu alltaf gert þetta, allt frá því að þær gátu stamað:

„Kríli, kríli, litla stjarna,“

og það var orðið að föstum heimilissíð, því móðirin var fædd söngkona. Fyrsta hljóðið á morgnana var rödd hennar, þegar hún gekk um húsið og söng eins og lævirki, og síðasta hljóðið á kvöldin var hinn sami glaðlegi tónn, því stúlkurnar urðu aldrei of gamlar fyrir þá kunnuglegu vögguvísu.

ANNAR KAFLI
GLEÐILEG JÓL

Jo vaknaði fyrst í gráu dögunarljósi jólamorgunsins. Engir sokkar héngu við arininn, og um stund varð hún jafn vonsvikin og forðum, þegar litli sokkurinn hennar féll niður, af því að hann var troðfullur af góðgæti. Þá minntist hún loforðs móður sinnar og, þegar hún stakk hendinni undir koddann, dró hún fram litla bók með purpurarauðu bandi. Hún þekkti hana vel, því þetta var hin fagra, gamla saga um hið besta líf, sem nokkru sinni hafði verið lifað, og Jo fann, að hún var sannur leiðarvísir hverjum pílagrími á langri ferð. Hún vakti Meg með „Gleðileg jól" og bað hana að athuga, hvað væri undir koddanum. Þar kom fram bók með grænu bandi, með sömu mynd innan á, og nokkur orð skrifuð af móður þeirra, sem gerðu eina gjöfina afar dýrmæta í augum þeirra. Brátt vöknuðu Beth og Amy einnig, til að gramsa og finna sínar litlu bækur, aðra dúfulita, hina bláa, og allar sátu og horfðu á þær og ræddu um þær, meðan austrið roðnaði við komu dagsins.

Þrátt fyrir smávægilega hégóma sína hafði Margaret ljúfa og guðrækilega lund, sem hafði ósjálfrátt áhrif á systur hennar, einkum Jo, sem elskaði hana innilega og hlýddi henni, af því að ráð hennar voru svo mildilega gefin.

„Stelpur," sagði Meg alvarlega og leit frá úfnu höfðinu við hlið sér til hinna tveggja litlu næturhettuklæddu í herberginu handan við, „mamma vill, að við lesum þessar bækur, elskum þær og fylgjum þeim, og við verðum að byrja strax. Við vorum einu sinni samviskusamar í þessu, en síðan pabbi fór og öll þessi stríðsvandræði raskuðu ró okkar, höfum við vanrækt margt. Þið megið gera eins og ykkur sýnist, en ég ætla að hafa bókina mína hér á borðinu og lesa dálítið á hverjum morgni, um leið og ég vakna, því ég veit, að það mun gera mér gott og hjálpa mér í gegnum daginn."

Síðan opnaði hún nýju bókina sína og fór að lesa. Jo lagði handlegginn um hana og, kinn við kinn, las einnig, með rólegum svip, sem sjaldan sást á órólegu andliti hennar.

„Hvað Meg er góð! Komdu, Amy, gerum eins og þær. Ég skal hjálpa þér með erfiðu orðin, og þær útskýra, ef við skiljum ekki," hvíslaði Beth, mjög snortin af fallegu bókunum og fordæmi systranna.

„Ég er fegin, að mín er blá," sagði Amy.

Síðan var kyrrt í herbergjunum, meðan blöðunum var flett mjúklega, og vetrarsólin læddist inn til að snerta björtu höfuðin og alvörugefnu andlitin með jólakveðju.

„Hvar er mamma?" spurði Meg, þegar hún og Jo hlupu niður hálftíma síðar til að þakka henni fyrir gjafirnar.

„Guð einn veit það. Einhver fátæk skepna kom betlandi, og móðir ykkar fór samstundis að athuga, hvað þyrfti. Það hefur aldrei verið til önnur eins kona í að gefa frá sér mat og drykk, föt og eldivið," svaraði Hannah, sem hafði búið hjá fjölskyldunni síðan Meg fæddist og var talin fremur vinur en þjónn.

„Hún kemur bráðum aftur, held ég, svo steiktu kökurnar og hafðu allt tilbúið," sagði Meg og leit yfir gjafirnar, sem safnað hafði verið í körfu og geymdar undir sófanum, tilbúnar til að koma fram á réttum tíma. „En hvar er ilmvatnsflaskan hennar Amy?" bætti hún við, þegar litla flaskan sást ekki.

„Hún tók hana fyrir andartaki og fór með hana til að setja á hana slaufu eða eitthvað þess háttar," svaraði Jo og dansaði um herbergið til að mýkja stífleikann í nýju hermannainniskónum.

„Hvað vasaklútarnir mínir eru fallegir, er það ekki? Hannah þvoði þá og straujaði fyrir mig, og ég merkti þá alla sjálf," sagði Beth og horfði stolt á dálítið ójafnar bókstafina, sem höfðu kostað hana svo mikla fyrirhöfn.

„Guð blessi barnið! Hún hefur merkt ‚Móðir' á þá í stað ‚M. March'. Hvað það er fyndið!" hrópaði Jo og tók einn upp.

„Er það ekki rétt? Mér fannst betra að gera það svona, því upphafsstafir Meg eru M.M., og ég vil ekki, að neinn annar noti þessa en Marmee," sagði Beth áhyggjufull.

„Það er alveg rétt, elskan, og mjög falleg hugmynd, afar skynsamleg líka, því nú getur enginn misskilið. Hún verður mjög glöð, það veit ég," sagði Meg, með hnykk á Jo og bros til Beth.

„Þarna er mamma. Felið körfuna, fljótt!" hrópaði Jo, þegar hurð skall og fótatak heyrðist í ganginum.

Amy kom fljótt inn og leit dálítið vandræðalega út, þegar hún sá systur sínar allar bíða hennar.

„Hvar hefur þú verið, og hvað ertu að fela á bak við þig?" spurði Meg undrandi, þegar hún sá á hettunni og kápunni, að leti-Amy hafði farið út svona snemma.

„Ekki hlæja að mér, Jo! Ég ætlaði ekki, að neinn vissi þetta fyrr en þar að kæmi. Ég ætlaði bara að skipta litlu flöskunni út fyrir stóra, og ég gaf alla peningana mína fyrir hana, og ég er sannarlega að reyna að vera ekki svona eigingjörn lengur."

Meðan hún talaði sýndi Amy fallegu flöskuna, sem kom í stað hinnar ódýru, og leit svo einlæg og lítillát út í þessari litlu tilraun til að gleyma sjálfri sér, að Meg faðmaði hana samstundis, Jo kallaði hana „perlu", og Beth hljóp að glugganum og tíndi fallegustu rósina sína til að prýða hina virðulegu flösku.

„Sjáið, mér fannst gjöfin mín svo lítils virði eftir að hafa lesið og talað um að vera góð í morgun, svo ég hljóp út fyrir hornið og skipti henni strax, og ég er svo glöð, því mín er nú sú fallegasta."

Annað hurðarskell sendi körfuna undir sófann og stúlkurnar að borðinu, spenntar fyrir morgunverði.

„Gleðileg jól, Marmee! Mörg slík! Takk fyrir bækurnar okkar. Við lásum dálítið og ætlum að gera það á hverjum degi," hrópuðu þær í kór.

„Gleðileg jól, litlu dætur mínar! Ég er glöð, að þið byrjuðuð strax, og vona, að þið haldið áfram. En ég vil segja eitt orð, áður en við setjumst. Ekki langt héðan liggur fátæk kona með nýfætt barn. Sex börn liggja saman í einu rúmi til að frjósa ekki, því þau hafa engan eld. Þar er ekkert að borða, og elsti drengurinn kom til mín og sagði, að þau liðu hungur og kulda. Stelpur mínar, viljið þið gefa þeim morgunverðinn ykkar sem jólagjöf?"

Þær voru allar óvenju svangar, því þær höfðu beðið nærri klukkustund, og um stund sagði engin neitt, aðeins augnablik, því Jo hrópaði skyndilega: „Ég er svo glöð, að þú komst áður en við byrjuðum!"

„Má ég fara og hjálpa til við að bera hlutina til fátæku barnanna?" spurði Beth ákaflega.

„Ég tek rjómann og muffinskökur," bætti Amy við og gaf hetjulega eftir það, sem henni þótti best.

Meg var þegar farin að leggja lok á bókhveitipönnukökurnar og stafla brauðinu á einn stóran disk.

„Ég vissi, að þið mynduð gera það," sagði frú March og brosti ánægð. „Þið skuluð allar fara með mér að hjálpa, og þegar við komum aftur fáum við brauð og mjólk í morgunmat og bætum það upp í hádeginu."

Brátt voru þær tilbúnar, og skrúðgangan lagði af stað. Sem betur fer var enn snemma, og þær fóru um bakgötur, svo fáir sáu þær, og enginn hló að hinum einkennilega hópi.

Það var fátæklegt, nakið og aumkunarvert herbergi, með brotnum rúðum, engan eld, rifin sængurföt, veika móður, grátandi barn og hóp af fölum, hungruðum börnum, sem kúruðu saman undir einni gamalli ábreiðu og reyndu að halda á sér hita.

Hvernig stóru augun störðu og bláu varirnar brostu, þegar stúlkurnar gengu inn.

„Ach, mein Gott! Það eru góðir englar, sem koma til okkar!“ sagði fátæka konan og grét af gleði.

„Fyndnir englar í hettum og vettlingum,“ sagði Jo og fékk þau til að hlæja.

Á fáeinum mínútum var eins og góðir andar hefðu verið að verki þar inni. Hannah, sem hafði borið með sér eldivið, kveikti eld og byrgði brotnu rúðurnar með gömlum hattum og eigin kápu. Frú March gaf móðurinni te og graut og hughreysti hana með loforðum um hjálp, meðan hún klæddi litla barnið jafn blíðlega og væri það hennar eigið. Stúlkurnar breiddu meantime á borðið, settu börnin kringum eldinn og mötuðu þau eins og hungruð smáfugla, hlógu og töluðu og reyndu að skilja skrýtið, brotakennt ensku þeirra.

„Das ist gut!“ „Die Engelkinder!“ hrópuðu aumingjarnir, meðan þau átu og ylti fjólubláum höndum sínum við notalegan eldinn. Stúlkurnar höfðu aldrei áður verið kallaðar englabörn og þótti það afar ánægjulegt, einkum Jo, sem hafði verið talin „Sancho“ allt frá fæðingu. Það var sannarlega gleðilegur morgunverður, þótt þær fengju ekkert af honum sjálfar. Og þegar þær fóru burt og skildu eftir sig hlýju og huggun, held ég, að hvergi í borginni hafi verið fjórar glaðari manneskjur en hinar hungruðu litlu stúlkur, sem gáfu morgunverðinn sinn og létu sér nægja brauð og mjólk á jólamorgni.

„Þetta er að elska náungann meira en sjálfan sig, og mér líkar það,“ sagði Meg, þegar þær röðuðu gjöfunum sínum upp, meðan móðir þeirra var uppi að safna fötum handa fátæku Hummel-fjölskyldunni.

Ekki var það glæsileg sýning, en mikill kærleikur fylgdi litlu bögglunum fáu, og hái vasinn með rauðum rósum, hvítum krysantemum og liðandi grænum greinum í miðjunni gaf borðinu einkar fágað yfirbragð.

„Hún kemur! Spilaðu, Beth! Opnaðu dyrnar, Amy! Þrefalt húrra fyrir Marmee!“ hrópaði Jo og hoppaði um, meðan Meg fór að leiða móður sína til heiðurssætisins.

Beth lék glaðlegasta mars sinn, Amy reif upp dyrnar, og Meg gegndi fylgdarkonuhlutverkinu með mikilli reisn. Frú March varð bæði undrandi og snortin og brosti með tár í augum, þegar hún skoðaði gjafirnar og las litlu orðsendingarnar, sem fylgdu þeim. Inniskórnir fóru strax á, nýr vasaklútur var renndur í vasann, ilmandi af ilmvatni Amy, rósin var fest við barm hennar, og fallegu hanskarnir reyndust passa fullkomlega.

Það var mikið hlegið og kysst og útskýrt á hinn einfalda og kærleiksríka hátt, sem gerir slíkar heimilishátíðir svo notalegar í augnablikinu og svo ljúfar að minnast síðar, og síðan tóku allar til starfa.

Góðverk morgunsins og litlu athafnirnar tóku svo langan tíma, að afgangur dagsins fór í undirbúning kvöldskemmtunarinnar. Þar sem þær voru enn of ungar til að fara oft í leikhús og ekki nógu efnaðar til að kosta miklu til einkasýninga, lögðu stúlkurnar hugann í bryn og, þar sem neyðin er móðir uppfinningarinnar, bjuggu til allt, sem þær þurftu. Sumt var afar snjallt gert: pappagítarar, fornlögulegir lampar úr gömlum smjörbátum, klæddum silfurpappír, skrautleg klæði úr gömlu bómullarefni, glitrandi af tinspöngum úr súrkrukkugerð, og brynjur þaktar sömu gagnlegu tígulaga málmbútunum, sem skilin voru eftir í plötum, þegar lok voru skorin úr sultukrukkum. Stóra svefnherbergið var vettvangur margra saklausra gleðistunda.

Engum herramönnum var hleypt að, svo Jo lék karlhlutverk að hjartans lyst og hafði ómælda ánægju af pari af rauðbrúnum leðurstígvélum, sem hún hafði fengið frá vini, sem þekkti konu, sem þekkti leikara. Þessi stígvél, gamalt skylmingasverð og skorin tvíhneppt peysa, sem listamaður hafði eitt sinn notað við málverk, voru helstu dýrgripir Jo og komu fram við öll tækifæri. Smæð leikhópsins gerði það að verkum, að tveir aðalleikarar urðu að taka að sér fleiri en eitt hlutverk hvor, og þeir áttu vissulega hrós skilið fyrir mikla vinnu við að læra þrjú eða fjögur mismunandi hlutverk, skjótast inn og út úr ýmsum búningum og jafnframt stjórna sviðinu. Það var ágæt æfing fyrir minni þeirra, saklaus skemmtun og fyllti margar stundir, sem annars hefðu verið auðar, einmana eða varið í síður gagnlegum félagsskap.

Á jólanótt hrúguðust tólf stúlkur upp í rúmið, sem var stúkan, og sátu fyrir framan blá- og gulröndóttu tjöldin í mestu tilhlökkun. Nokkuð var um skrjáf og hvíslingar bak við tjöldin, örlítið lampareyk og stöku fliss frá Amy, sem átti það til að verða hálfærð af spenningi augnabliksins. Loks hringdi bjalla, tjöldin þutu til hliðar, og óperutrag-edían hófst.

„Dimmur skógur", samkvæmt einu leikskránni, var táknaður með nokkrum pottaplöntum, grænu dúkefni á gólfinu og helli í fjarska. Hellirinn var gerður með fatahesti sem þaki, kommóðum sem veggjum, og inni í honum var lítill ofn, logandi heitur, með svartan pott ofan á og gömul norn bograndi yfir honum. Sviðið var dimmt, og ljóminn frá ofninum hafði góð áhrif, einkum þegar raunveruleg gufa steig upp úr katlinum, þegar nornin tók lokið af. Augnablik var gefið til að fyrsti titringurinn lægði, þá gekk Hugo, illmennið, inn með klingjandi sverð við hlið sér, lafandi hatt, svart skegg, dularfulla kápu og stígvélin frægu. Eftir að hafa gengið fram og aftur í mikilli geðshræringu sló hann sér á ennið og braust út í villtan söng um hatur sitt á Roderigo, ást sína á Zöru og ánægjulega áætlun sína um að drepa annan og vinna hina. Hrjúfir tónar röddar Hugos, með stöku hrópi, þegar tilfinningarnar tóku völdin, voru afar áhrifamiklir, og áhorfendur klöppuðu, um leið og hann nam staðar til að draga andann. Með bugun, eins og sá sem vanur er lofi almennings, laumaðist hann að hellinum og skipaði Hagar að koma fram með skipandi hrópi: „Hvað nú, ambátt! Ég þarfnast þín!"

Meg kom fram með grátt hrosshár um andlitið, rauðsvartan kyrtil, staf í hendi og dularfull tákn á kápunni. Hugo krafðist drykkjar, sem gæti látið Zöru elska sig, og annars, sem gæti eytt Roderigo. Hagar lofaði hvoru tveggja í fínu dramatísku lagi og tók að kalla fram andann, sem skyldi færa henni ástardrykkinn.

„Hingað, hingað, frá heimkynnum þínum,
loftandi andi, ég býð þér að koma!
Fæddur af rósum, nærdur af dögg,
geturðu bruggað töfra og lög?
Færðu mér hér með álfhraða fljótt
ilmþrunginn drykkinn, sem ég þarf svo brátt.
Gerðu hann sætan og skjótan og sterkan,
andi, svaraðu söng mínum nú!“

Mjúkur tónn hljómaði, og aftast í hellinum birtist lítil vera í skýjahvítu klæði, með glitrandi vængi, gullið hár og rósakrans á höfði. Hún veifaði sprota og söng:

„Hingað ég kem
frá himneskum heim,
langt í silfurbjörtum tunglsal.
Taktu töfraseiðinn,
notaðu hann vel,
ella dvínar máttur hans skjótt á svipstundu.“

Og að því loknu lét hún falla litla, gyllta flösku við fætur nornarinnar og hvarf. Önnur þula frá Hagar kallaði fram aðra veru, ekki jafn fagra, því með hvelli birtist ljótur, svartur púki og, eftir að hafa krunkað svar sitt, kastaði dökkri flösku til Hugos og hvarf með háðsglæti. Eftir að hafa kvakað þakkir sínar og stungið drykkjunum í stígvélin fór Hugo, og Hagar tilkynnti áhorfendum, að þar sem hann hefði áður drepið nokkra af vinum hennar, hefði hún lagt bölvun á hann og hygðist spilla áætlunum hans og hefna sín. Þá féll tjaldið, og áhorfendur hvíldu sig og snæddu sælgæti, meðan þeir ræddu kosti leikritsins.

Talsvert var hamrað, áður en tjaldið reis á ný, en þegar ljóst varð, hvílíkt meistaraverk sviðssmíðinnar hafði verið reist, kvartaði enginn yfir töfinni.

Það var sannarlega stórbrotið. Turn reis upp að lofti; um miðbik hans sást gluggi með logandi lampa, og bak við hvítt fortjaldið birtist Zara í yndislegum bláum og silfurlitum klæðnaði og beið Roderigos. Hann kom í glæsilegum skrúða, með fiðraðan hatt, rauða kápu, kastaníubrúnar lokka, gítar og - að sjálfsögðu - stígvélin. Hann kraup við rætur turnsins og söng ástarlag með hjartnæmum rómi. Zara svaraði, og eftir sönglegt orðaskipti samþykkti hún að flýja. Þá kom hið mikla áhrifaatriði leikritsins. Roderigo dró fram reipisstiga með fimm þrepum, kastaði öðrum endanum upp og bauð Zöru að síga niður. Hikandi skreið hún út um gluggann, lagði hönd á öxl Roderigos og ætlaði að stökkva tignarlega niður, þegar - „Æ, æ, Zara!" - hún gleymdi slóða kjólsins. Hann festist í glugganum, turninn bifaðist, hallaði fram og féll með brakandi dynk og gróf óhamingjusömu elskendurna undir rústunum.

Almenn óp kváðu við, þegar rauðbrúnu stígvélin veifuðust villt upp úr brakinu og gullið höfuð reis upp og hrópaði: „Ég sagði það! Ég sagði það!" Með undraverðri nærveru hugans þaut Don Pedro, hinn grimmi faðir, inn, dró dóttur sína út og hvíslaði í flýti: „Ekki hlæja! Leikið eins og allt sé í lagi!" Síðan skipaði hann Roderigo að rísa og rak hann úr ríkinu með reiði og fyrirlitningu. Þótt Roderigo væri allur hrærður eftir fallið úr turninum á sig, skoraði hann hinn aldna herra á hólm og neitaði að víkja. Þetta óbilandi hugrekki kveikti eld í Zöru. Hún skoraði einnig á föður sinn, og hann lét varpa þeim báðum í dýpstu dýflissur kastalans. Lítill og digur þjónn kom inn með fjötra og leiddi þau burt, greinilega hræddur og augljóslega búinn að gleyma ræðunni, sem hann átti að flytja.

Þriðji þáttur gerðist í sal kastalans, og þar birtist Hagar, komin til að frelsa elskendurna og ljúka við Hugo. Hún heyrir hann nálgast og felur sig, sér hann hella seiðunum í tvo vínstaupa og segja við hinn feimna litla þjón: „Berðu þá til fanganna í klefum þeirra og segðu þeim, að ég muni koma brátt." Þjónninn tekur Hugo afsíðis til að segja honum eitthvað, og Hagar skiptir um staupana og setur í staðinn tvo, sem eru meinlausir. Ferdinando, „ambáttin", ber þá burt, og Hagar setur aftur þann bikar, sem geymir eitrið, ætlað Roderigo. Hugo, orðinn þyrstur eftir langa sönglotu, drekkur úr honum, missir vitið og, eftir nokkurt krampakennt grip og stamp, fellur flatur og deyr, meðan Hagar segir honum í söng af mikilli fegurð og krafti, hvað hún hefur gert.

Þetta var sannarlega spennandi atriði, þótt sumir hefðu kannski talið, að skyndilegt fall mikils magns af löngu, rauðu hári hefði dregið nokkuð úr áhrifum dauða illmennisins. Hann var kallaður fram fyrir tjaldið og birtist með mikilli viðeigandi reisn, leiðandi Hagar, en söngur hennar var talinn undraverðari en allt annað í sýningunni samanlagt.

Fjórði þáttur sýndi örvæntingarfullan Roderigo í þann veginn að reka rýting í brjóst sér, því honum hafði verið sagt, að Zara hefði yfirgefið hann. Rétt þegar rýtingurinn var við hjarta hans, heyrðist fagur söngur undir glugganum, sem sagði honum, að Zara væri trú en í hættu og að hann gæti bjargað henni, ef hann vildi. Lykli var kastað inn, sem opnaði dyrnar, og í hrifningarkasti sleit hann fjötra sína og þaut burt til að finna og frelsa ástmey sína.

Fimmti þáttur hófst með stormasenu milli Zöru og Don Pedro. Hann vill, að hún gangi í klaustur, en hún neitar, og eftir snortna bón er hún að því komin að falla í yfirlið, þegar Roderigo ryðst inn og krefst handar hennar. Don Pedro neitar, því hann er ekki ríkur. Þeir hrópa og handapatið er gríðarlegt, en þeir ná ekki samkomulagi, og Roderigo er í þann mund að bera hina örmagna Zöru á brott, þegar feimni þjónninn kemur inn með bréf og poka frá Hagar, sem hefur horfið með dularfullum hætti. Í bréfinu tilkynnir hún, að hún arfleiði unga parið að ómældum auði og leggi hræðilega bölvun á Don Pedro, ef hann geri þau ekki hamingjusöm. Pokinn er opnaður, og margir lítrar af tinpeningum streyma yfir sviðið, þar til það glitrar allt. Þetta mýkir að fullu hinn harðneskjulega föður. Hann samþykkir án mótmæla, allir taka undir í gleðikór, og tjaldið fellur, þegar elskendurnir krjúpa til að taka á móti blessun Don Pedro í hinum rómantískustu stellingum.

Mikil fagnaðarlæti fylgdu, en þau fengu óvæntan endi, því barnarúmið, sem stúkan var reist á, féll skyndilega saman og kæfði hinn ákafa áhorfendahóp. Roderigo og Don Pedro þutu til bjargar, og allir voru dregnir út ómeiddir, þótt margir væru orðlausir af hlátri. Spennan hafði varla lægt sig, þegar Hannah birtist með „kveðju frú March og boð um, að frúrnar vildu gjöra svo vel að ganga niður til kvöldverðar."

Þetta kom jafnvel leikurunum á óvart, og þegar þeir sáu borðið, litu þeir hver á annan í himinlifandi undrun. Það var dæmigert fyrir Marmee að útbúa smágleði handa þeim, en slíkt veisluborð hafði ekki sést síðan á dögum gnægðarinnar. Þar var ís - heil tvö föt, bleikt og hvítt - kökur og ávextir og heillandi franskt sælgæti og, í miðju borðinu, fjórir stórir vendir af gróðurhúsablómum.

Þær misstu næstum andann og störðu fyrst á borðið og síðan á móður sína, sem leit út fyrir að njóta þess innilega.

„Eru það álfar?" spurði Amy.

„Jólasveinninn," sagði Beth.

„Mamma gerði þetta." Og Meg brosti sínu blíðasta, þrátt fyrir gráa skeggið og hvítu augabrúnirnar.

„Frænka March fékk samviskubit og sendi kvöldverðinn," hrópaði Jo með skyndilegri hugljómun.

„Allt rangt. Gamli herra Laurence sendi hann," svaraði frú March.

„Afi Laurence-drengsins! Hvað í ósköpunum datt honum í hug? Við þekkjum hann ekki!" hrópaði Meg.

„Hannah sagði einum þjóna hans frá morgunverðarveislu ykkar. Hann er dálítið sérvitur gamall maður, en þetta gladdi hann. Hann þekkti föður minn fyrir mörgum árum og sendi mér kurteisislegt bréf í dag og sagðist vona, að ég leyfði honum að láta í ljós vinsemd sína í garð barna minna með því að senda þeim nokkra smámuni í tilefni dagsins. Ég gat ekki neitað, og því hafið þið smá veislu í kvöld til að bæta upp brauð-og-mjólkur-morgunverðinn."

„Drengurinn kom þessu í höfuðið á honum, það veit ég! Hann er ágætur náungi, og ég vildi, að við gætum kynnst honum. Hann lítur út fyrir að vilja kynnast okkur, en hann er feiminn, og Meg er svo prúð, að hún leyfir mér ekki að tala við hann, þegar við mætum honum," sagði Jo, meðan diskarnir gengu á milli og ísinn hvarf með ópum ánægju.

„Þú meinar fólkið, sem býr í stóra húsinu við hliðina, er það ekki?" spurði ein stúlkan. „Mamma mín þekkir gamla herra Laurence, en segir, að hann sé mjög stoltur og vilji ekki umgangast nágranna sína. Hann heldur barnabarni sínu inni, þegar hann er ekki á hestbaki eða í gönguferð með kennaranum sínum, og lætur hann læra mjög mikið. Við buðum honum í veisluna okkar, en hann kom ekki. Mamma segir samt, að hann sé mjög prúður, þótt hann tali aldrei við okkur stúlkurnar."

„Kötturinn okkar hljóp einu sinni í burtu, og hann færði okkur hana aftur, og við töluðum saman yfir girðinguna og komumst vel af stað, um krikket og fleira, þegar hann sá Meg koma og gekk í burtu. Ég ætla að kynnast honum einhvern daginn, því hann þarfnast skemmtunar, það er ég viss um," sagði Jo ákveðin.

„Mér líkar framkoma hans, og hann lítur út eins og lítill herramaður, svo ég hef ekkert á móti því, að þú kynnist honum, ef viðeigandi tækifæri gefst. Hann kom sjálfur með blómin, og ég hefði boðið honum inn, ef ég hefði vitað, hvað var í gangi uppi. Hann leit svo þráandi út, þegar hann fór, heyrði gleðina og átti augljóslega enga sína eigin."

„Það var heppni, að þú gerðir það ekki, mamma!" hló Jo og horfði á stígvélin. „En við setjum upp annað leikrit einhvern tíma, sem hann getur séð. Kannski hjálpar hann til við að leika. Væri það ekki skemmtilegt?"

„Ég hef aldrei fengið svona fallegan blómvönd áður! Hvað hann er fallegur!" Og Meg skoðaði blómin sín af miklum áhuga.

„Þau eru yndisleg. En rósirnar hennar Beth eru mér kærari," sagði frú March og andaði að sér hálfvisnuðum blómvendi í belti sínu.

Beth kúraði að henni og hvíslaði mjúklega: „Ég vildi, að ég gæti sent pabba minn vöndinn minn. Ég er hrædd um, að hann eigi ekki jafn gleðileg jól og við."

ÞRIÐJI KAFLI
DRENGURINN LAURENCE

„Jo! Jo! Hvar ertu?“ kallaði Meg við rætur háaloftsstigans.

„Hér!“ svaraði hás rödd ofan frá, og þegar Meg hljóp upp, fann hún systur sína sitjandi við sólríkan gluggann, vafin í teppi á gömlum þrífættum legubekk, að borða epli og gráta yfir *Erfingja Redclyffe*. Þetta var uppáhaldsathvarf Jo, og þar dró hún sig gjarnan í hlé með hálftólf russeteplum og góðri bók, til að njóta kyrrðarinnar og félagsskapar taminnar rottu, sem bjó þar nærri og lét hana í friði. Þegar Meg birtist, skaust Skrabb inn í holu sína. Jo þurrkaði tárin af kinnunum og beið fregna.

„Þvílík gleði! Sjáðu bara! Alvöru boðsbréf frá frú Gardiner fyrir annað kvöld!“ hrópaði Meg og veifaði dýrmæta blaðinu, áður en hún las það upp með barnslegri ánægju.

„‚Frú Gardiner hefði mikla ánægju af að sjá ungfrú March og ungfrú Josephine í litlu dansboði á gamlárskvöld.‘ Marmee leyfir okkur að fara. En hvað eigum við að klæðast?“

„Hvers vegna spyrðu að því, þegar þú veist, að við klæðumst poplínkjólunum okkar, því við eigum ekkert annað?“ svaraði Jo með fullan munn.

„Ó, ef ég ætti bara silkikjól!“ andvarpaði Meg. „Mamma segir, að ég megi kannski fá einn, þegar ég verð átján ára, en tvö ár eru eilífð.“

„Poplínin okkar líta næstum út eins og silki og eru alveg nógu góð fyrir okkur. Þinn er eins og nýr, en ég gleymdi brunasárinu og rifunni í mínum. Hvað á ég að gera? Brunabletturinn sést illa, og ég get ekki breytt honum.“

„Þú verður að sitja sem kyrrust og halda bakinu úr augsýn. Framhlutinn er í lagi. Ég fæ nýtt hárband, og Marmee lánar mér litla perlunæluna sína, og nýju skórnir mínir eru yndislegir, og hanskarnir ganga, þótt þeir séu ekki eins fínir og ég vildi.“

„Mínir eru eyðilagðir af límonaði, og ég get ekki fengið nýja, svo ég verð að fara án þeirra,“ sagði Jo, sem hafði aldrei miklar áhyggjur af klæðnaði.

„Þú verður að hafa hanska, annars fer ég ekki,“ sagði Meg ákveðin. „Hanskar eru mikilvægari en nokkuð annað. Þú getur ekki dansað án þeirra, og ef þú gerir það ekki, verð ég svo niðurlægð.“

„Þá sit ég kyrr. Mér er sama um svona danssamkvæmi. Það er ekkert gaman að svífa í hring. Mér finnst skemmtilegra að þeytast og taka spretti.“

„Þú getur ekki beðið mömmu um nýja, þeir eru svo dýrir, og þú ert svo kærulaus. Hún sagði, þegar þú eyðilagðir hina, að hún keypti þér enga fleiri í vetur. Geturðu ekki látið þá duga?“

„Ég get haft þá krumpaða í hendinni, svo enginn sjái blettina. Það er allt, sem ég get gert. Nei! Ég veit hvernig við getum gert þetta: hvor okkar klæðist einum góðum og ber hinn slæma í hendinni. Skilurðu?“

„Hendur þínar eru stærri en mínar, og þú teygir hanskann minn alveg hræðilega,“ byrjaði Meg, sem var viðkvæm fyrir hanskunum sínum.

„Þá fer ég án þeirra. Mér er sama, hvað fólk segir!“ hrópaði Jo og greip bókina.

„Þú mátt hafa hann, þú mátt! En blettaðu hann ekki, og hagaðu þér fallega. Ekki hafa hendur fyrir aftan bak, eða glápa, eða segja ‚Kristófer Kólumbus!‘ lofarðu?“

„Ekki hafa áhyggjur af mér. Ég verð eins prúð og ég get og lendi ekki í vandræðum, ef ég get komist hjá því. Farðu nú og svaraðu bréfinu og leyfðu mér að klára þessa stórkostlegu sögu.“

Meg fór því að „þiggja með þökkum“, skoða kjólinn sinn og syngja glaðlega, meðan hún festi eina alvöru blúndukragann sinn, og Jo lauk sögunni, fjórum eplum og lék sér ærslafullan leik við Skrabb.

Á gamlárskvöld var stofan yfirgefin, því yngri stúlkurnar léku klæðskeraþernur, en þær eldri voru niðursokknar í hið afar mikilvæga verk að „gera sig til fyrir boðið“. Þótt búningarnir væru einfaldir, var mikið hlaupið upp og niður, hlegið og spjallað, og um tíma lagði sterka brunalykt um húsið. Meg vildi fá nokkra lokka um andlitið, og Jo tók að sér að krulla pappírsrúllaða hárið með heitum töngum.

„Á það að reykja svona?“ spurði Beth af rúminu.

„Það er rakinn að þorna,“ svaraði Jo.

„Hvaða undarlega lykt! Hún minnir á brenndar fjaðrir,“ sagði Amy og sléttaði eigin fallegu lokka með yfirburðasvip.

„Nú tek ég pappírinn af, og þá sérðu ský af litlum hringlokkum,“ sagði Jo og lagði töngina frá sér.

Hún tók pappírinn af, en ekkert ský birtist, því hárið fylgdi með, og skelfd hárgreiðslukonan lagði röð lítilla, sviðinna hárflóka á kommóðuna fyrir framan fórnarlambið.

„Ó, ó, ó! Hvað hefurðu gert? Ég er eyðilögð! Ég get ekki farið! Hárið mitt, ó, hárið mitt!“ kveinaði Meg og horfði örvæntingarfull á ójafna krullu á enninu.

„Alltaf sama ógæfan! Þú áttir ekki að biðja mig um þetta. Ég eyðilegg alltaf allt. Mér þykir svo leitt, en töngin var of heit, og ég klúðraði þessu,“ stundi Jo og horfði tárvot á litlu, svörtu „pönnukökurnar“.

„Þetta er ekki eyðilagt. Krullaðu það bara og bindðu borðann svo endarnir falli aðeins á ennið, og þá lítur það út eins og nýjasta tískan. Ég hef séð margar stúlkur hafa það svona," sagði Amy hughreystandi.

„Mér er mátulegt fyrir að reyna að vera fín. Ég vildi, að ég hefði látið hárið í friði," sagði Meg ólundarlega.

„Ég líka, það var svo slétt og fallegt. En það vex brátt aftur," sagði Beth og kom til að kyssa og hugga „snyrtaða kindina".

Eftir ýmis smávægileg óhöpp var Meg loks tilbúin, og með sameiginlegu átaki allrar fjölskyldunnar tókst að greiða hár Jo og klæða hana. Þær litu mjög vel út í einföldum búningum sínum: Meg í silfurgráu, með bláum flauelsnetti, blúndukrögum og perlunælunni, Jo í vínrauðu, með stífum, herralegum hörkraga og einni eða tveimur hvítum krysantemum sem eina skrautið. Hvor um sig klæddist einum fallegum ljósum hanska og bar hinn blettaða, og allar töldu áhrifin „glaðleg og fín".

Háhæluðu skór Meg voru mjög þröngir og særðu hana, þótt hún játaði það ekki, og nítján hárnælur Jo virtust allar vera stungnar beint í höfuðið á henni, sem var ekki sérlega þægilegt, en - elsku drottinn - annaðhvort er maður glæsilegur eða deyr.

„Skemmtið ykkur vel, elskurnar mínar!" sagði frú March, þegar systurnar gengu fínlega niður stíginn. „Borðið ekki of mikið og komið heim klukkan ellefu, þegar ég sendi Hannah eftir ykkur." Þegar hliðið skelltist á eftir þeim kallaði rödd úr glugga:

„Stelpur, stelpur! Hafið þið báðar fallega vasaklúta?"

„Já, já, alveg fínir, og Meg hefur ilmvatn á sínum!" hrópaði Jo og bætti hlæjandi við, þegar þær héldu áfram: „Ég trúi, að Marmee myndi spyrja að því, þótt við værum að flýja jarðskjálfta."

„Það er eitt af hennar aðalslegu smekkefnum, og alveg rétt, því sönn dama þekkist á snyrtilegum skóm, hönskum og vasaklút,“ svaraði Meg, sem átti sjálf nokkur „aðalsleg smekkefni“.

„Nú skaltu ekki gleyma að halda slæma hanskanum úr augsýn, Jo. Er slaufan mín rétt? Og lítur hárið mjög illa út?“ spurði Meg, þegar hún sneri sér frá speglinum í búningsherbergi frú Gardiner eftir langa snyrtingu.

„Ég veit, að ég gleymi því. Ef þú sérð mig gera eitthvað rangt, gefðu mér þá merki með blikki, viltu?“ svaraði Jo og kippti í kragann og strauk fljótt yfir hárið.

„Nei, að blikka er ekki kvenlegt. Ég lyfti augabrúnunum, ef eitthvað er að, og kinkaði kolli, ef allt er í lagi. Haltu nú öxlinni beinni og taktu stutt skref, og ekki taka í hendur, ef þú ert kynnt fyrir einhverjum. Það er ekki siður.“

„Hvernig lærirðu allar þessar réttu venjur? Ég næ því aldrei. Er tónlistin ekki glaðleg?“

Þær gengu niður, dálítið hikandi, því þær fóru sjaldan í samkvæmi, og þótt þessi litla samkoma væri óformleg, var hún þeim viðburður. Frú Gardiner, virðuleg eldri kona, tók þeim vingjarnlega og fól þær elstu dóttur sinni af sex. Meg þekkti Sallie og var brátt orðin örugg, en Jo, sem hafði lítinn áhuga á stúlkum eða stúlknaþvaðri, stóð álút við vegginn með bakið vandlega að honum og fannst hún jafnóviðeigandi og folald í blómagarði. Í öðrum enda herbergisins ræddu hálftólf kátir piltar um skauta, og hana langaði ósegjanlega til að slást í hópinn, því skautahlaup var ein af lífsins gleðium hennar. Hún sendi Meg skeyti með augnaráði, en augabrýrnar risu svo ógnvekjandi hátt, að hún þorði ekki að hreyfa sig. Enginn kom til að tala við hana, og smám saman tvístraðist hópurinn, uns hún stóð ein eftir. Hún gat ekki ráfað um og skemmt sér, því brunasárið myndi sjást, svo hún starði heldur vonlítið á fólkið, uns dansinn hófst. Meg var þegar beðin upp, og þröngu skórnir hennar liðu svo létt yfir gólfið, að enginn hefði getað giskað á sársaukann, sem hún bar brosandi. Jo sá stóran, rauðhærðan pilt nálgast hornið sitt, og þar sem hún óttaðist, að hann ætlaði að biðja hana, laumaðist hún inn í tjaldhengt skot, í þeim tilgangi að kíkja þaðan og njóta friðarins. Því miður hafði annar feiminn aðili valið sama athvarf, því þegar tjaldið féll á bak við hana, stóð hún augliti til auglitis við „Laurence-piltinn".

„Æ, ég vissi ekki, að hér væri nokkur!" stamaði Jo og bjó sig undir að hörfa jafnhratt og hún hafði stokkið inn.

En pilturinn hló og sagði vingjarnlega, þótt hann virtist dálítið undrandi: „Láttu þig það ekki skipta, vertu hér, ef þú vilt."

„Trufla ég þig ekki?"

„Ekki hið minnsta. Ég kom hingað aðeins vegna þess, að ég þekki fáa og leið dálítið undarlega í fyrstu, skilurðu."

„Mér leið eins. Farðu ekki, vinsamlegast, nema þú viljir það frekar."

Pilturinn settist aftur og horfði á dansskóna sína, uns Jo mælti, í þeirri viðleitni að vera kurteis og áhyggjulaus: „Mér finnst ég hafa séð þig áður. Þú býrð nálægt okkur, er það ekki?"

„Við hliðina á ykkur." Og hann leit upp og hló hreint út, því hátíðleg framkoma Jo var dálítið spaugileg, þegar hann rifjaði upp, hvernig þau höfðu spjallað um krikket, er hann færði kettinum heim.

Það leysti Jo úr læðingi, og hún hló einnig og sagði af heilum hug: „Við skemmtum okkur svo vel yfir fallegu jólagjöfinni þinni."

„Afi sendi hana."

„En þú komst honum á þá hugmynd, er það ekki?"

„Hvernig hefur kötturinn þinn það, ungfrú March?" spurði pilturinn og reyndi að vera alvarlegur, þótt dökk augun ljómuðu af kátínu.

„Mjög vel, þakka þér, herra Laurence. En ég er ekki ungfrú March, ég er bara Jo," svaraði unga konan.

„Ég er ekki herra Laurence, ég er bara Laurie."

„Laurie Laurence, hvílíkt einkennilegt nafn."

„Fornafnið mitt er Theodore, en mér líkar það ekki, því strákarnir kölluðu mig Dora, svo ég lét þá segja Laurie í staðinn."

„Ég hata nafnið mitt líka, svo tilfinningasamt! Ég vildi, að allir segðu Jo í stað Josephine. Hvernig fékkstu strákana til að hætta að kalla þig Dora?"

„Ég barði þá."

„Ég get ekki barið frænku March, svo ég verð víst að láta mér það lynda." Og Jo sætti sig við það með andvarpi.

„Finnst þér ekki gaman að dansa, ungfrú Jo?" spurði Laurie og leit út fyrir að halda, að nafnið ætti vel við hana.

„Mér finnst það ágætt, ef nóg er pláss og allir eru hressir. Á stað sem þessum er ég viss um að velta einhverju um koll, stíga á tær fólks eða gera eitthvert voðaverk, svo ég held mig frá vandræðum og leyfi Meg að svífa um. Dansar þú ekki?"

„Stundum. Sjáðu til, ég hef verið erlendis í mörg ár og hef ekki enn komið nógu oft í samkvæmi til að vita, hvernig menn haga sér hér."

„Erlendis!" hrópaði Jo. „Ó, segðu mér frá því! Mér þykir svo vænt um að heyra fólk lýsa ferðum sínum."

Laurie virtist ekki vita, hvar hann ætti að byrja, en ákafar spurningar Jo komu honum fljótt af stað, og hann sagði henni frá skólagöngu sinni í Vevay, þar sem drengirnir gengu aldrei með hatt og áttu flota báta á vatninu og fóru í gönguferðir um Sviss með kennurum sínum í fríum.

„Ó, hvað ég vildi, að ég hefði verið þar!" hrópaði Jo. „Fórstu til Parísar?"

„Við dvöldum þar síðastliðinn vetur."

„Geturðu talað frönsku?"

„Okkur var ekki leyft að tala annað mál í Vevay."

„Segðu eitthvað! Ég get lesið hana, en ekki borið fram."

„Quel nom a cette jeune demoiselle en les pantoufles jolis?"

„Hve fallega þú berð það fram! Leyfðu mér að sjá ... þú sagðir: ‚Hver er unga stúlkan í fallegu inniskónum?', er það ekki?"

„Oui, mademoiselle."

„Það er systir mín, Margaret, og þú vissir það! Finnst þér hún falleg?"

„Já, hún minnir mig á þýskar stúlkur; hún er svo fersk og kyrrlát og dansar eins og dama."

Jo ljómaði af ánægju yfir þessari drengilegu lofræðu um systur sína og geymdi hana til að endurtaka fyrir Meg. Þau kíktu og gagnrýndu og spjölluðu, uns þeim leið sem gömlum kunningjum. Feimni Laurie hvarf brátt, því herramannsleg framkoma Jo skemmti honum og gerði hann öruggan, og Jo varð aftur hin glaða sjálf sín, þar sem kjóllinn var gleymdur og enginn lyfti augabrúnunum yfir henni. Henni líkaði „Laurence-pilturinn" betur en nokkru sinni og tók nokkur góð augnatillit af honum, svo hún gæti lýst honum fyrir systrunum, því þær áttu enga bræður, örfáa karlkyns frændur og piltar voru þeim nær óþekktar verur.

„Hrokkið svart hár, dökk húð, stór dökk augu, fallegt nef, hvítar tennur, litlar hendur og fætur, hærri en ég, afar kurteis - miðað við pilt - og yfirleitt hinn kátasti. Skyldi hann vera gamall?"

Það var á tungu Jo að spyrja, en hún hemmdi sig í tæka tíð og reyndi, með óvenjulegri lagni, að komast að því með krókaleið.

„Ætli þú farir ekki brátt í háskóla? Ég sé þig sitja sveittan yfir bókunum - nei, ég meina læra af kappi." Og Jo roðnaði yfir þessu hræðilega „sitja sveittur", sem hafði sloppið út.

Laurie brosti en virtist ekki hneykslaður og svaraði með ögn axlarykki: „Ekki fyrr en eftir eitt eða tvö ár. Ég fer ekki áður en ég verð sautján ára."

„Ertu ekki bara fimmtán?" spurði Jo og horfði á hávaxna piltinn, sem hún hafði ímyndað sér þegar orðinn sautján.

„Sextán, næsta mánuð."

„Hvað ég vildi, að ég færi í háskóla! Þú lítur ekki út fyrir að hlakka til þess."

„Ég hata það! Ekkert nema þrældómur eða ærslagangur. Og mér líkar heldur ekki, hvernig piltarnir eru hér í landi."

„Hvað líkar þér þá?"

„Að búa á Ítalíu og njóta lífsins á minn eigin hátt."

Jo langaði mjög að spyrja, hver sá háttur væri, en dökku augabrýrnar virtust nokkuð ógnandi, þegar hann gretti þær, svo hún skipti um umræðuefni og sagði, meðan fótur hennar hélt takti: „Þetta er glæsileg polka! Hvers vegna ferðu ekki og reynir hana?"

„Ef þú kemur líka," svaraði hann og hneigði sig lítillega og kurteislega.

„Ég get það ekki, því ég lofaði Meg, að ég myndi ekki, af því að ..." Þar þagnaði Jo og leit óákveðin út, hvort hún ætti að segja frá eða hlæja.

„Af því að hvað?"

„Þú segir það ekki?“

„Aldrei!“

„Jæja, ég hef þann leiða ávana að standa of nærri eldinum, og því brenni ég kjólana mína, og ég sviðaði þennan. Þótt hann sé laglega bættur, sést það, og Meg sagði mér að sitja kyrr, svo enginn tæki eftir því. Þú mátt hlæja, ef þú vilt. Ég veit, að þetta er spaugilegt.“

En Laurie hló ekki. Hann leit aðeins niður andartak, og svipur hans vakti undrun Jo, þegar hann sagði mjög blíðlega: „Gerðu ekki veður úr því. Ég skal segja þér, hvernig við getum ráðið fram úr þessu. Þarna úti er langur gangur, og þar getum við dansað af kappi, og enginn sér til okkar. Komdu, vinsamlegast.“

Jo þakkaði honum og fór fúslega með, en óskaði þess, að hún ætti tvo snyrtilega hanska, þegar hún sá fallegu perlugráu hanskana, sem dansherra hennar bar. Gangurinn var auður, og þau dönsuðu glæsilega polku, því Laurie dansaði vel og kenndi henni þýska spor-ið, sem gladdi Jo mjög, enda fullt af sveiflu og léttleika. Þegar tónlistin þagnaði, settust þau á stigann til að ná andanum, og Laurie var mitt í frásögn af stúdentahátíð í Heidelberg, þegar Meg birtist í leit að systur sinni. Hún gaf merki, og Jo fylgdi henni treglega inn í hliðarsal, þar sem hún fann hana liggjandi í sófa, haldandi um fótinn og föl í andliti.

„Ég hef tognun á ökklanum. Þessi heimskulegi hái hæll snerist og gaf mér illt snúning. Það verkjar svo, að ég get varla staðið, og ég veit ekki, hvernig ég á að komast heim,“ sagði hún og vaggaði sér af sársauka.

„Ég vissi, að þú myndir meiða fæturna í þessum kjánalegu skóm. Mér þykir það leitt. En ég sé ekki, hvað þú getur gert, nema fá vagn eða vera hér alla nóttina,“ svaraði Jo og nuddaði auma ökklann varlega, meðan hún talaði.

„Ég get ekki fengið vagn, því það kostar óhemju. Ég efast jafnvel um, að nokkur sé fáanlegur, því flestir koma í eigin vagni, og langt er í hesthúsið og engan að senda.“

„Ég fer.“

„Nei, aldeilis ekki! Klukkan er orðin yfir níu og myrkrið kolsvart. Ég get ekki verið hér, því húsið er fullt. Sallie er með nokkrar stúlkur í heimsókn. Ég hvíli mig, þar til Hannah kemur, og geri svo það besta úr því.“

„Ég skal biðja Laurie. Hann fer,“ sagði Jo og léttist í bragði við hugmyndina.

„Guð minn góður, nei! Ekki spyrja eða segja neinum. Náðu í gúmmískóna mína og settu þessa skó með dótinu okkar. Ég get ekki dansað framar, en um leið og kvöldverði lýkur, skaltu fylgjast með Hannah og láta mig vita, þegar hún kemur.“

„Þau eru að fara inn í kvöldverð núna. Ég verð hjá þér. Mig langar það frekar.“

„Nei, elskan mín, farðu og færðu mér kaffi. Ég er svo þreytt, að ég get ekki hreyft mig.“

Meg lá því aftur í sófanum með gúmmískóna vandlega falda, og Jo fór klaufalega af stað til borðstofunnar, sem hún fann eftir að hafa fyrst gengið inn í postulínsskáp og opnað dyr að herbergi, þar sem gamli herra Gardiner naut lítillar einkaveislu. Hún gerði skyndiárás á borðið og náði í kaffi, sem hún hellti þegar niður og gerði þar með framhlið kjóls síns jafnilla á sig komna og bakhliðina.

„Æ, hvað ég er mikill klaufi!“ hrópaði Jo og lauk við að eyðileggja hanska Meg með því að skrúbba kjólinn með honum.

„Get ég hjálpað þér?“ sagði vingjarnleg rödd. Þar var Laurie með fullan bolla í annarri hendi og disk með ís í hinni.

„Ég var að reyna að ná í eitthvað handa Meg, sem er mjög þreytt, og einhver hristi mig, og hér stend ég í hinu mesta ólagi,“ svaraði Jo og leit örvæntingarfull frá blettótta pilsinu að kaffibrúna hanskanum.

„Leitt að heyra! Ég var að leita að einhverjum til að gefa þetta. Má ég færa systur þinni það?“

„Ó, þakka þér fyrir! Ég skal sýna þér, hvar hún er. Ég býðst ekki til að bera það sjálf, því þá lenti ég vafalaust í nýju klúðri.“

Jo vísaði veginn, og eins og hann væri vanur að þjóna dömum dró Laurie að lítið borð, kom með aðra umferð af kaffi og ís handa Jo og var svo hjálpsamur, að jafnvel vandlát Meg kallaði hann „prýðisdreng“. Þau skemmtu sér vel yfir molakonfekti og spakmælum, og voru mitt í kyrrlátum leik, sem kallaður var Buzz, með tveimur eða þremur ungmennum, sem höfðu villst þar inn, þegar Hannah birtist. Meg gleymdi fætinum og reis svo snöggt á fætur, að hún varð að grípa í Jo með sársaukakveini.

„Þegiðu! Segðu ekkert,“ hvíslaði hún og bætti síðan upphátt við: „Það er ekkert. Ég sneri aðeins fætinum,“ og haltraði upp stigann til að klæðast yfirhöfn sinni.

Hannah skammaði, Meg grét, og Jo vissi hvorki út né inn, uns hún ákvað að taka málin í sínar hendur. Hún læddist út, hljóp niður og spurði þjón, hvort hann gæti útvegað henni vagn. Sá reyndist vera leigður þjónn, sem þekkti ekkert til nágrennisins, og Jo var að leita sér aðstoðar, þegar Laurie, sem hafði heyrt orð hennar, kom og bauð vagn afa síns, sem var nýkominn til að sækja hann.

„Það er svo snemma! Þú getur ekki ætlað að fara nú þegar?“ byrjaði Jo, létt í bragði en hikandi við að þiggja boðið.

„Ég fer alltaf snemma, það geri ég sannarlega! Viltu ekki leyfa mér að aka ykkur heim? Það er á leið minni, og sagt er, að fari að rigna.“

Það réði úrslitum, og Jo sagði honum frá óhappinu og tók þakksamlega við boðinu, hljóp upp og sótti hinar. Hannah hataði rigningu eins og köttur, svo hún mótmælti ekki, og þær óku af stað í hinum þægilega lokaða vagni, fullar af hátíðleika og tilgerðarlegri reisn. Laurie settist á bekkinn við hlið vagnstjórans, svo Meg gæti haft fótinn uppi, og stúlkurnar ræddu samkvæmið óhindrað.

„Ég skemmti mér ágætlega. Gerðir þú það?“ spurði Jo, hrærði í hárinu og gerði sér þægilegt.

„Já, þar til ég meiddi mig. Vinkona Sallie, Annie Moffat, fékk mætur á mér og bauð mér að koma og vera hjá sér í viku, þegar Sallie fer. Hún ætlar í vor, þegar óperan kemur, og það yrði dásamlegt, ef mamma leyfir mér að fara,“ svaraði Meg og hresstist við tilhugsunina.

„Ég sá þig dansa við rauðhærða manninn, sem ég flúði frá. Var hann skemmtilegur?“

„Ó, mjög! Hárið hans er kastaníubrúnt, ekki rautt, og hann var afar kurteis, og ég dansaði yndislega redowa við hann.“

„Hann leit út eins og engispretta í krampa, þegar hann tók nýja sporið. Við Laurie gátum ekki annað en hlegið. Heýrðirðu okkur?“

„Nei, en það var mjög ókurteisi. Hvað varstu að gera allan þann tíma, falin þarna?“

Jo sagði frá ævintýrum sínum, og þegar hún hafði lokið máli sínu, voru þær komnar heim. Með mörgum þökkum kvöddu þær og læddust inn, í þeirri von að vekja engan, en um leið og hurðin skrjáfaði, skutu tvær litlar næturhúfur upp kollinum, og tvær syfjaðar en ákafar raddir hrópuðu:

„Segið frá samkvæminu! Segið frá samkvæminu!“

Með því, sem Meg kallaði „mikinn skort á kurteisi“, hafði Jo geymt nokkra molakonfektbita handa litlu systrunum, og þær róuðust brátt, eftir að hafa heyrt spennandi frásögn kvöldsins.

„Ég segi satt, það er eins og maður sé fín ung dama, að koma heim úr samkvæmi í vagni og sitja í sloppnum mínum með þjónustustúlku til að sinna mér,“ sagði Meg, meðan Jo batt um fót hennar með arnikusmyrsli og burstaði hár hennar.

„Ég trúi ekki, að fínar ungar dömur skemmti sér neitt betur en við, þrátt fyrir sviðið hár, gamla kjóla, einn hanska á mann og þrönga skó, sem toga ökklana, þegar við erum svo heimskar að ganga í þeim.“ Og ég held, að Jo hafi haft rétt fyrir sér.

FJÓRÐI KAFLI
BYRÐAR

„Ó, hvað það virðist erfitt að taka upp byrðar sínar og halda áfram," andvarpaði Meg morguninn eftir samkvæmið, því nú voru hátíðirnar á enda, og vika gleðskapar hafði ekki gert henni auðvelt fyrir að hefja að nýju það starf, sem henni þótti aldrei vænt um.

„Ég óska þess, að það væru jól eða nýár allan ársins hring. Væri það ekki skemmtilegt?" svaraði Jo og geispaði dapurlega.

„Við nytum þess ekki hálft eins og við gerum nú. En það er svo yndislegt að fá litlar kvöldveislur og blómvendi, fara í samkvæmi, aka heim, lesa og hvílast og ekki vinna. Það er eins og hjá öðrum, skilurðu, og ég öfunda alltaf stúlkur, sem lifa svona. Mér þykir svo vænt um munað," sagði Meg og reyndi að ákveða, hvor af tveimur slitnum kjólum væri síður slitinn.

„Jæja, við getum það ekki, svo látum okkur ekki kvarta, heldur taka byrðar okkar á herðar og arka áfram eins glaðlega og Marmee gerir. Ég er viss um, að frænka March er mér eins og hinn gamli maður hafsins, en ég geri ráð fyrir, að þegar ég hef lært að bera hana án þess að kvarta, þá detti hún af, eða verði svo létt, að mér verði sama um hana."

Þessi hugmynd kitlaði ímyndunarafl Jo og kom henni í gott skap, en Meg hýrnaði ekki, því byrði hennar, sem samanstóð af fjórum spilltum börnum, virtist þyngri en nokkru sinni fyrr. Hún hafði ekki einu sinni dug til að gera sig fallega eins og venjulega með því að setja á sig blátt hálsband og greiða hár sitt á sem smekklegastan hátt.

„Hvers vegna að líta vel út, þegar enginn sér mig nema þessir geðvondir dvergar, og engum er annt um, hvort ég er falleg eða ekki?" tautaði hún og skellti skúffunni aftur. „Ég mun þurfa að strita alla mína ævi, með aðeins smágleðistundir öðru hverju, og eldast og verða ljót og súr, af því að ég er fátæk og get ekki notið lífsins eins og aðrar stúlkur. Það er hneyksli!“

Þannig gekk Meg niður með móðgaðan svip og var alls ekki geðfelld við morgunverðarborðið. Allir virtust heldur úrillir og hneigðir til að mögla.

Beth var með höfuðverk og lá á sófanum og reyndi að hugga sig við köttinn og kettlingana þrjá. Amy var að ergja sig, af því að hún hafði ekki lært lexíurnar sínar og fann ekki gúmmískóna sína. Jo flautaði og hafði uppi mikinn hávaða, meðan hún var að búa sig.

Frú March var önnum kafin við að ljúka bréfi, sem varð að fara tafarlaust, og Hannah var fýluleg, því það hentaði henni illa að vaka lengi.

„Það hefur aldrei verið til jafn geðvond fjölskylda!“ hrópaði Jo og missti stjórn á skapi sínu, þegar hún hafði velt um blekflösku, slitið bæði skóreimin og sest ofan á hattinn sinn.

„Þú ert geðvondust allra!“ svaraði Amy og þurrkaði út dæmið, sem var allt rangt, með tárunum, sem höfðu fallið á töfluna.

„Beth, ef þú heldur ekki þessum hræðilegu köttum niðri í kjallara, þá læt ég drekkja þeim!“ hrópaði Meg reiðilega, meðan hún reyndi að losa sig við kettlinginn, sem hafði klifrað upp á bak hennar og fest sig eins og hrísla rétt utan seilingar.

Jo hló, Meg skammaði, Beth bað, og Amy kveinaði, af því að hún mundi ekki, hvað níu sinnum tólf var.

„Stelpur, stelpur, verið þið hljóðar eina mínútu! Ég verð að koma þessu í póst með morgunsendingunni, og þið gerið mig frá mér með áhyggjum ykkar,“ hrópaði frú March og strikaði yfir þriðju skemmdu setninguna í bréfinu.

Stutt þögn varð, rofin af Hannah, sem gekk inn, lagði tvær heitar bökur á borðið og gekk svo út aftur. Þessar bökur voru föst venja, og stúlkurnar kölluðu þær „múffur", því þær áttu engar aðrar og þótti gott að hlýja höndunum við heitu bökurnar á köldum morgnum.

Hannah gleymdi aldrei að baka þær, hversu önnum kafin eða fýluleg sem hún var, því leiðin var löng og hráslagaleg. Aumingjarnir fengu engan annan nestisbita og voru sjaldan komin heim fyrir kl. 14.00.

„Knúsaðu kettina þína og láttu höfuðverkinn líða hjá, Beth mín. Vertu sæl, Marmee. Við erum óþekktar stelpur í morgun, en við komum heim sem sannir englar. Nú, Meg!" Og Jo tróð af stað og fannst pílagrímarnir ekki leggja af stað eins og vera skyldi.

Þær litu ætíð til baka, áður en þær beygðu fyrir hornið, því móðir þeirra stóð alltaf við gluggann til að kinka kolli, brosa og veifa þeim. Einhvern veginn var það svo, að þær hefðu ekki komist í gegnum daginn án þess, því hvernig sem skap þeirra var, hafði síðasta svipur hins móðurlega andlits ávallt áhrif á þær eins og sólskin.

„Ef Marmee hristi hnefann að okkur í stað þess að senda okkur koss, þá værum við þess maklegar, því meiri vanþakklátar vesalingar en við eru vart til," hrópaði Jo og fann til samviskubits í snævi þöktum gangstígnum og beisku vindkviðu.

„Notaðu ekki svona hræðileg orð," svaraði Meg úr djúpum slæðunnar, sem hún hafði vafið um sig eins og nunna, sem væri þreytt á heiminum.

„Mér þykja góð og sterk orð, sem merkja eitthvað, best," svaraði Jo og greip hattinn sinn, þegar hann tók stökk af höfði hennar í því skyni að fjúka á brott.

„Kallaðu sjálfa þig hvaða nöfnum sem þú vilt, en ég er hvorki óþekkt stelpa né vesalingur og vil ekki láta kalla mig það."

„Þú ert hnignuð vera og alveg sérlega geðvond í dag, af því að þú getur ekki setið í faðmi munaðarins allan tímann. Aumingja mín, bíddu bara, þar til ég afla mér auðs, og þá skalt þú velta þér upp úr vögnum og ís og háhæluðum skóm og blómvöndum og rauðhærðum piltum til að dansa við.“

„Hvað þú ert hlægileg, Jo!“ En Meg hló að þessari vitleysu og leið betur, þótt hún vildi það varla viðurkenna.

„Sem betur fer er ég það, því ef ég tæki upp hryggðarsvip og reyndi að vera dapur, eins og þú gerir, þá værum við illa stödd. Guði sé lof, ég finn alltaf eitthvað spaugilegt til að halda mér uppi. Möglaðu ekki framar, heldur komdu heim í góðu skapi, elskan mín.“

Jo klappaði systur sinni hvetjandi á öxlina, þegar þær skildu að fyrir daginn, hvor í sína átt, hvor með sína litlu heitu „múffu“ í fanginu, og hvor að reyna að vera glöð, þrátt fyrir vetrarveður, erfiði og óuppfylltar óskir unaðsgjarns æskualdurs.

Þegar herra March missti eigur sínar í viðleitni til að hjálpa ólánssömum vini, báðu tvær elstu stúlkurnar um að fá að leggja eitthvað af mörkum til eigin framfærslu að minnsta kosti. Foreldrarnir töldu, að ekki yrði of snemma hafist handa við að rækta dugnað, iðni og sjálfstæði, og samþykktu það, og báðar tóku til starfa af heilum hug og einlægum vilja, sem þrátt fyrir allar hindranir leiðir að lokum til árangurs.

Margaret fékk stöðu sem barnfóstra og fannst hún rík með litla kaupið sitt. Eins og hún sagði sjálf, var hún „hrifin af munaði“, og helsta raun hennar var fátæktin. Henni reyndist erfiðara að bera hana en hinum, því hún mundi þá tíð, er heimilið var fagurt, lífið fullt af vellíðan og ánægju og skortur af engu tagi þekktist. Hún reyndi að vera hvorki öfundsjúk né óánægð, en það var eðlilegt, að ung stúlka þráði fallega muni, glaða vini, menntun og hamingjusamt líf. Hjá King-fjölskyldunni sá hún daglega allt það, sem hana langaði í, því eldri systur barnanna voru nýkomnar út í samkvæmislífið, og Meg fékk tíðum að líta fína ballkjóla og blómvendi, heyra líflegt slúður um leikhús, hljómleika, sleðaferðir og alls konar gleðskap og sjá fé ausið í smámuni, sem hefðu verið henni ómetanlegir. Aumingja Meg kvartaði sjaldan, en tilfinning um ranglæti gerði hana stundum beiska í garð allra, því hún hafði enn ekki lært að skilja, hve rík hún var af þeim blessunum einum, sem geta gert lífið hamingjuríkt.

Jo féll frænku March í geð, sem var halt og þurfti röskan aðstoðarmann til að sinna sér. Barnlausa gamla konan hafði boðist til að ættleiða eina stúlknanna, þegar erfiðleikarnir dundu yfir, og varð mjög móðguð, er boði hennar var hafnað. Aðrir vinir sögðu March-fjölskyldunni, að hún hefði glatað öllum líkum á að vera minnst í erfðaskrá hinnar ríku gömlu konu, en hin veraldlegu March-hjón sögðu aðeins:

„Við getum ekki gefið dætur okkar fyrir tugi auðsæva. Ríkar eða fátækar munum við halda saman og vera hamingjusamar hver í annarri."

Gamla konan vildi um tíma ekki tala við þær, en þegar hún hitti Jo hjá vini, vakti eitthvað í kómískum svip hennar og hreinskilnum háttum athygli gömlu konunnar, og hún bauð henni að gerast fylgdarkona sín. Það líkaði Jo alls ekki, en hún tók við stöðunni, þar sem ekkert betra bauðst, og öllum til undrunar komst hún afar vel af með hinn skapstóra ættingja sinn. Stundum skall á stormur, og einu sinni marséraði Jo heim og lýsti því yfir, að hún gæti ekki þolað þetta lengur, en frænka March jafnaði sig ætíð fljótt og sendi eftir henni aftur með slíkri ákefð, að hún gat ekki neitað, því í hjarta sínu hafði hún dálæti á hinni piparsterku gömlu konu.

Mig grunar, að hinn sanni aðdráttarafl hafi verið stórt bókasafn góðra bóka, sem lá í ryki og köngulóarvefjum frá því herra March lést. Jo mundi hinn góða gamla mann, sem leyfði henni að byggja járnbrautir og brýr úr stórum orðabókum sínum, sagði henni sögur um undarlegar myndir í latnesku bókunum sínum og keypti handa henni piparkökuspjöld, þegar hann hitti hana á götunni. Hið dimma, rykuga herbergi, þar sem brjóstmyndir störðu niður úr háum bókaskápunum, notalegir stólar, hnattlíkin og – umfram allt – óbyggðin bóka, þar sem hún mátti ráfa, hvert sem hún vildi, gerðu bókasafnið að sæluríki hennar.

Um leið og frænka March lagði sig eða var upptekin af gestum, flýtti Jo sér á þennan kyrrláta stað og, hnipraði sig saman í hægindastólnum, gleypti ljóð, sögur, sagnfræði, ferðalýsingar og myndir eins og sannur bókaormur. En eins og öll hamingja entist það ekki lengi, því jafnharðan og hún hafði náð að kjarna sögunnar, fegursta erindi ljóðsins eða hættulegasta ævintýri ferðalangsins, kallaði hvell rödd: „Josy-phine! Josy-phine!" og hún varð að yfirgefa paradís sína til að vinda garn, þvo kjölturakkann eða lesa Ritgerðir Belshams klukkustundum saman.

Metnaður Jo var að vinna eitthvað hið glæsilegasta. Hvað það væri, hafði hún enn enga hugmynd um, en lét tímann leiða það í ljós og fann á meðan mesta raun sína í því, að hún gat ekki lesið, hlaupið og riðið eins mikið og hún vildi. Bráðlyndi, beitt tunga og eirðarlaus lund komu henni sífellt í vandræði, og líf hennar var röð hæða og lægða, sem voru bæði spaugilegar og átakanlegar. En sú þjálfun, sem hún hlaut hjá frænku March, var einmitt það, sem hún þurfti, og sú hugsun, að hún legði eitthvað af mörkum til eigin framfærslu, gerði hana glaða, þrátt fyrir hið sífellda „Josy-phine!"

Beth var of feimin til að fara í skóla. Það hafði verið reynt, en hún þjáðist svo mjög, að því var hætt, og hún lærði heima hjá föður sínum. Jafnvel þegar hann fór burt og móðir hennar var kölluð til að helga kunnáttu sína og krafta Hjálparfélögum hermanna, hélt Beth trúfastlega áfram ein og gerði sitt besta. Hún var heimilisleg lítil vera og hjálpaði Hannah að halda heimilinu snyrtilegu og notalegu fyrir vinnandi fólkið og hugsaði aldrei um aðra umbun en að vera elskuð. Langa, kyrrláta daga dvaldi hún, hvorki einmana né iðjulaus, því litli heimur hennar var byggður ímynduðum vinum, og að eðlisfari var hún iðin býfluga.

Sex dúkkur þurfti að taka upp og klæða á hverjum morgni, því Beth var enn barn og elskaði gæludýrin sín eins og fyrr. Engin þeirra var heil eða fögur; allar voru þær útskúfaðar, uns Beth tók þær að sér, því þegar systur hennar uxu upp úr þessum skurðgoðum, féllu þær í hennar hlut, þar sem Amy vildi hvorki neitt gamalt né ljótt. Beth elskaði þær þeim mun heitar einmitt af þeirri ástæðu og stofnaði sjúkrahús fyrir sjúkar dúkkur. Aldrei var nál stungið í bómullarhjörtu þeirra, aldrei fengu þær hörð orð eða högg, aldrei varð sú ljótasta fyrir vanrækslu, heldur voru allar mataðar og klæddar, hjúkrað og strjúkt með ást, sem brást aldrei.

Einn aumlegur leifardúkkubútur hafði tilheyrt Jo og, eftir stormasamt líf, endað sem flak í tuskupokanum, en þaðan var hann bjargað af Beth og fluttur í athvarf hennar. Þar sem hann hafði enga höfuðkúpu, batt hún á hann snyrtilega litla húfu, og þar sem bæði handleggir og fætur vantaði, faldi hún þann skort með því að vefja hann í teppi og helga honum besta rúmið sitt sem langveikum sjúklingi. Hefði nokkur vitað, hve mikilli umhyggju var ausið yfir þá dúkku, hygg ég, að það hefði snert hjörtu þeirra, jafnvel þótt þau hefðu hlegið. Hún færði henni brot úr blómvendi, las fyrir hana, tók hana út til að anda að sér fersku lofti, falda undir kápunni sinni, söng henni vögguvísur og fór aldrei að sofa án þess að kyssa óhreint andlit hennar og hvísla blíðlega: „Ég vona, að þú eigir góða nótt, elsku auminginn minn."

Beth átti sínar raunir eins og hinar, og þar sem hún var ekki engill heldur mjög mannleg lítil stúlka, „grét hún stundum lítið grát", eins og Jo orðaði það, af því að hún gat ekki tekið tónlistartíma og eignast gott píanó. Hún elskaði tónlist af öllu hjarta, lagði sig af kappi fram við að læra og æfði þolinmóð við hið glamrandi gamla hljóðfæri, svo að manni hefði þótt, að einhver - án þess að gefa í skyn frænku March - ætti að hjálpa henni. Enginn gerði það þó, og enginn sá Beth þurrka tárin af gulnuðum nótnalyklunum, sem vildu ekki halda stillingu, þegar hún var ein. Hún söng eins og lítil lævirkja yfir störfum sínum, var aldrei of þreytt fyrir Marmee og systurnar og sagði dag eftir dag vonandi við sjálfa sig: „Ég veit, að ég fæ tónlistina mína einhvern tíma, ef ég er góð."

Það eru margar Beth í heiminum, feimnar og hljóðar, sitjandi í hornum uns þeirra er þörf og lifandi fyrir aðra svo glaðlega, að enginn sér fórnirnar fyrr en litla krikketið á arninum hættir að syngja og hin ljúfa, sólbjarta nærvera hverfur og skilur eftir þögn og skugga.

Ef einhver hefði spurt Amy, hver væri mesta raun lífs hennar, hefði hún þegar svarað: „Nefið mitt." Þegar hún var barn hafði Jo óvart látið hana detta ofan í kolafötuna, og Amy hélt því fram, að fallið hefði eyðilagt nefið hennar um aldur og ævi. Það var hvorki stórt né rautt, eins og hjá aumingja „Petreu", heldur aðeins dálítið flatt, og allt klíp í heiminum gat ekki gefið því aðalslegan odd. Enginn skipti sér af því nema hún sjálf, og það reyndi eftir megni að vaxa, en Amy fann sárt til skorts á grísku nefi og teiknaði heilar arkir af fögrum nefjum sér til huggunar.

„Litli Rafael", eins og systurnar kölluðu hana, hafði ótvíræða teiknihæfileika og var aldrei hamingjusamari en þegar hún afritaði blóm, hannaði álfar eða myndskreytti sögur með einkennilegum listaverkum. Kennarar hennar kvörtuðu yfir því, að í stað þess að reikna dæmin sín þakti hún töfluna dýramyndum, auðar blaðsíður í landafræðibókinni voru notaðar til að afrita kort, og skopmyndir af hinum hlægilegasta toga flögruðu út úr bókum hennar á óheppilegum augnablikum. Hún komst í gegnum námið eftir bestu getu og slapp við áminningar með því að vera fyrirmynd í framkomu. Hún var vinsæl meðal skólafélaga sinna, enda góðlynd og gædd þeirri hamingjusömu list að þóknast án fyrirhafnar. Litlu tilburðir hennar og þokkabrögð voru dáð, svo og kunnátta hennar, því auk teikninnar gat hún leikið tólf lög, heklað og lesið frönsku án þess að rangmæla meira en tvo þriðju hluta orðanna. Hún hafði angurblíða leið til að segja: „Þegar pabbi var ríkur gerðum við svona og svona", sem þótti mjög hrífandi, og löngu orðin hennar voru talin „alveg stórglæsileg" af stúlkunum.

Amy var á góðri leið með að spillast, því allir dekruðu við hana, og litlar hégómagirndir hennar og sjálfselska uxu prýðilega. Eitt þó kæfði dálítið hégómann. Hún varð að ganga í fötum frænku sinnar. Nú hafði mamma Florence ekki snefil af smekkvísi, og Amy þjáðist sárlega af því að þurfa að bera rauðan í stað bláan hatt, óhagstæðan kjól og ofskreyttar svuntur, sem pössuðu ekki. Allt var vandað, vel saumað og lítið notað, en listræn augu Amy urðu mjög fyrir barðinu á þessu, einkum þennan vetur, þegar skólakjóll hennar var daufur fjólublár með gulum doppum og án nokkurs skrauts.

„Eina huggun mín", sagði hún við Meg með tár í augum, „er sú, að mamma tekur ekki upp falda í kjólana mína, þegar ég er óþekk, eins og móðir Maríu Parks gerir. Elsku mín, það er sannarlega hræðilegt, því stundum er hún svo slæm, að kjóllinn hennar er kominn upp að hnjám og hún má ekki koma í skólann. Þegar ég hugsa um þessa niðurlægingu, finnst mér ég geta borið jafnvel flata nefið mitt og fjólubláa kjólinn með gulu eldflaugunum á.“

Meg var trúnaðarvinur og leiðbeinandi Amy, og með einhverju undarlegu aðdráttarafli andstæðna var Jo það fyrir hina mildilegu Beth. Aðeins Jo sagði feimna barnið hugsanir sínar, og yfir hinni hávaðasömu, taumlausu systur sinni hafði Beth óafvitandi meiri áhrif en nokkur annar í fjölskyldunni. Tvær elstu stúlkurnar voru hvor annarri mikið, en hvor um sig tók eina af yngri systrunum undir sína vernd og gætti hennar á sinn hátt; „að leika móður“ kölluðu þær það og settu systur sínar í stað útslitinna dúkka með móðurlegu eðlishvöt litlu kvennanna.

„Hefur einhver eitthvað að segja? Þetta hefur verið svo daufur dagur, að ég er beinlínis að drepast úr leiðindum,“ sagði Meg, þegar þær sátu saman við saumaskap um kvöldið.

„Ég átti einkennilega stund með frænku í dag, og þar sem ég hafði betur, skal ég segja ykkur frá því,“ hóf Jo, sem elskaði að segja sögur. „Ég var að lesa þessa eilífu Belsham og raula áfram eins og ég geri alltaf, því frænka dotta fljótt, og þá tek ég fram góða bók og les af kappi þar til hún vaknar. Ég gerði mig sjálfa hálfsyfjaða, og áður en hún fór að halla höfði, geispaði ég svo gífurlega, að hún spurði mig, hvað ég ætti við með því að opna munninn nógu vítt til að gleypa alla bókina í einu.“

„Ég vildi óska, að ég gæti það og verið laus við hana,“ sagði ég og reyndi að vera ekki ósvífin.

„Þá hélt hún langa ræðu um syndir mínar og sagði mér að sitja og hugleiða þær, meðan hún ‚týndi‘ sjálfri sér um stund. Hún finnur sig aldrei fljótt, svo um leið og húfan hennar fór að dilla sér eins og toppþung dahlía, dró ég Prestinn í Wakefield úr vasanum og las áfram, með annað augað á honum og hitt á frænku. Ég var nýkomin að þeim stað, þar sem þau féllu öll í vatnið, þegar ég gleymdi mér og hló upphátt. Frænka vaknaði og, þar sem hún var betri í skapi eftir blundinn, sagði mér að lesa dálítið og sýna, hvaða léttúðugt verk ég kysi fremur en hinn verðuga og fræðandi Belsham. Ég gerði mitt besta, og henni líkaði það, þótt hún segði aðeins: ‚Ég skil ekki, hvað þetta snýst um. Byrjaðu aftur, barn.'"

„Aftur fór ég og gerði Primrose-fjölskylduna eins áhugaverða og ég gat. Einu sinni var ég svo ósvífin að nema staðar á spennandi augnabliki og segja hógværlega: ‚Ég er hrædd um, að þetta þreyti yður, frú. Ætti ég ekki að hætta nú?'"

„Hún greip í prjónana sína, sem höfðu fallið úr höndum hennar, leit hvasslega á mig yfir gleraugun og sagði stuttlega: ‚Ljúktu kaflanum og vertu ekki frek, ungfrú.'"

„Játaði hún, að henni líkaði það?" spurði Meg.

„Ó, blessuð vertu, nei! En hún lét gamla Belsham hvíla, og þegar ég hljóp aftur eftir hönskunum mínum síðdegis, sat hún þar, svo niðursokkin í Prestinn, að hún heyrði mig ekki hlæja, þegar ég dansaði kátan hoppdans í forstofunni af tilhlökkun yfir góðu stundinni, sem beið. Hversu ánægjulegt líf hún gæti átt, ef hún aðeins vildi! Ég öfunda hana ekki mikið, þrátt fyrir peningana hennar, því að lokum hafa ríkir menn jafnmargar áhyggjur og fátækir, hygg ég," bætti Jo við.

„Það minnir mig á," sagði Meg, „að ég hef nokkuð að segja. Það er ekki fyndið eins og saga Jo, en ég hugsaði mikið um það á leiðinni heim. Hjá King-fólkinu í dag sá ég alla í uppnámi, og eitt barnanna sagði, að elsti bróðir hennar hefði gert eitthvað hræðilegt og pabbi sent hann burt. Ég heyrði frú King gráta og herra King tala mjög hátt, og Grace og Ellen sneru andlitunum frá, þegar þær gengu fram hjá mér, svo ég sæi ekki, hve rauð og bólgin augu þeirra voru. Ég spurði auðvitað einskis, en mér þótti svo leitt fyrir þeirra hönd og var fremur fegin, að ég ætti enga óstýriláta bræður til að fremja ódæði og smána fjölskylduna."

„Mér finnst það miklu erfiðara að verða fyrir smán í skóla en nokkuð, sem vondir drengir geta gert," sagði Amy og hristi höfuðið, eins og lífsreynsla hennar væri djúp. „Susie Perkins kom í skólann í dag með yndislegan rauðan karneólhring. Mig langaði óskaplega í hann og óskaði af öllum mætti, að ég væri hún. Jæja, hún teiknaði mynd af herra Davis með geysistóru nefi og hnúð á bakinu og orðunum: ‚Ungfrúr mínar, auga mitt er á yður!', sem komu út úr munni hans í eins konar blöðru. Við hlógum að þessu, þegar allt í einu var auga hans á okkur, og hann skipaði Susie að koma með töfluna sína. Hún lamaðist af hræðslu, en hún fór, og ó, hvað haldið þið, að hann hafi gert? Hann tók í eyrað á henni - eyrað! Hugsið ykkur, hve hræðilegt! - og leiddi hana upp á palli, þar sem lesið var upp, og lét hana standa þar hálfa klukkustund með töfluna, svo allir sæju."

„Hlógu stúlkurnar ekki að myndinni?" spurði Jo, sem naut svona uppákomu.

„Hlógu? Ekki ein einasta! Þær sátu grafkyrrar eins og mýs, og Susie grét heilu tárflóðin, það veit ég. Ég öfundaði hana ekki þá, því mér fannst milljónir karneólhringa ekki geta gert mig hamingjusama eftir slíka kvöl og niðurlægingu. Ég hefði aldrei, aldrei náð mér eftir svo sáran hneisu." Og Amy hélt áfram vinnu sinni með þeirri stoltu vitund dyggðar og að hafa borið fram tvö löng orð í einni andrá.

„Ég sá nokkuð í morgun, sem mér líkaði, og ætlaði að segja frá því við kvöldverðinn, en gleymdi," sagði Beth og lagaði óreiðukörfu Jo um leið og hún talaði. „Þegar ég fór að kaupa ostrur handa Hönnu, var herra Laurence í fiskbúðinni, en hann sá mig ekki, því ég hélt mig bak við fiskikassa, og hann var önnum kafinn með herra Cutter, fiskmanninum. Fátæk kona kom inn með fötu og skúringarmoppu og spurði herra Cutter, hvort hún mætti skúra fyrir dálítinn fisk, því hún ætti engan mat handa börnum sínum og hefði misst af dagsverki. Herra Cutter var í flýti og sagði ‚Nei', fremur styggilega, svo hún var að fara, svöng og hrygg, þegar herra Laurence krækti stóran fisk upp með bogna enda staf síns og rétti henni. Hún varð svo glöð og undrandi, að hún tók hann beint í fang sér og þakkaði honum aftur og aftur. Hann sagði henni að ‚fara heim og elda hann', og hún hraðaði sér burt, svo hamingjusöm! Var það ekki fallegt af honum? Ó, hún var svo fyndin, þar sem hún faðmaði stóra, sleipa fiskinn og óskaði, að rúm herra Laurence á himnum yrði ‚þægilegt'."

Þegar þær höfðu hlegið að sögu Beth, báðu þær móður sína um sögu, og eftir stutta umhugsun sagði hún alvarlega: „Þegar ég sat í dag og klippti út blá flanneljökka í vinnustofunni, fann ég mikinn kvíða um föður ykkar og hugsaði, hve einar og hjálparvana við yrðum, ef eitthvað kæmi fyrir hann. Það var ekki skynsamlegt, en ég hélt áfram að hafa áhyggjur, þar til gamall maður kom inn með pöntun á fatnaði. Hann settist hjá mér, og ég tók að tala við hann, því hann leit út fyrir að vera fátækur, þreyttur og áhyggjufullur.

‚Eruð þér með syni í hernum?' spurði ég, því miði, sem hann færði, var ekki til mín.

‚Já, frú. Ég átti fjóra, en tveir féllu, einn er fangi, og til hins er ég á leiðinni, því hann er mjög veikur á sjúkrahúsi í Washington,' svaraði hann hljóðlega.

‚Þér hafið gert mikið fyrir land yðar, herra minn,' sagði ég og fann nú virðingu fremur en meðaumkun.

‚Ekki hár meira en ég bar skylda til, frú. Ég færi sjálfur, ef ég væri nokkurs nýtur. Þar sem ég er það ekki, gef ég syni mína – og gef þá af fúsum og frjálsum vilja.'

Hann talaði svo glaðlega, leit svo einlægur út og virtist svo fús að fórna öllu, að ég skammaðist mín. Ég hafði gefið einn mann og talið það of mikið, en hann gaf fjóra án þess að harma það. Ég hafði allar dætur mínar heima til að hugga mig, en síðasti sonur hans beið, mörgum mílum í burtu, til að kveðja hann – ef til vill í síðasta sinn. Ég fann mig svo ríka, svo hamingjusama, þegar ég hugsaði um blessanir mínar, að ég bjó honum vænan böggul, gaf honum peninga og þakkaði honum af heilum hug fyrir þá lexíu, sem hann hafði kennt mér."

„Segðu aðra sögu, mamma, eina með siðferðislegri ályktun eins og þessari. Mér finnst gott að hugsa um slíkt á eftir, ef það er raunverulegt og ekki of prédikandi,“ sagði Jo eftir stundarþögn.

Frú March brosti og hóf þegar mál sitt, því hún hafði sagt þessari litlu hlustendahóp sögu í mörg ár og vissi, hvernig hún ætti að gleðja þær.

„Einu sinni voru fjórar stúlkur, sem höfðu nóg að eta og drekka og klæðast, margvísleg þægindi og ánægju, góða vini og foreldra, sem elskuðu þær heitt, og þó voru þær ekki sáttar.“ (Hér skiptust hlustendurnar á lævísum augnaráðum og tóku að sauma af kostgæfni.) „Þessar stúlkur vildu vera góðar og tóku sér margar ágætar fyrirætlanir, en þær héldu þeim ekki vel og sögðu stöðugt: ‚Ef við hefðum þetta‘ eða ‚Ef við gætum aðeins gert hitt‘, og gleymdu með öllu, hve mikið þær áttu og hve margt þær gátu í raun gert. Þær spurðu því gamla konu, hvaða galdrabragð þær gætu notað til að verða hamingjusamar, og hún sagði: ‚Þegar þið finnið til óánægju, hugsið þá um blessanir ykkar og verið þakklátar.‘“ (Hér leit Jo snöggt upp, eins og hún ætlaði að segja eitthvað, en skipti um skoðun, þar sem sagan var ekki enn á enda.)

„Þar sem þær voru skynsamar stúlkur, ákváðu þær að reyna ráðið, og brátt undruðust þær, hve vel settar þær voru. Ein uppgötvaði, að auður gat ekki haldið smán og sorg frá húsum hinna ríku; önnur, að þótt hún væri fátæk, væri hún miklu hamingjusamari með æsku sína, heilsu og glaðværð en tiltekin nöldrandi og máttvana gömul kona, sem gat ekki notið þæginda sinna; sú þriðja, að þótt það væri leiðinlegt að hjálpa til við að útbúa kvöldverð, væri erfiðara að þurfa að biðja um hann; og sú fjórða, að jafnvel karneólhringir væru ekki eins mikils virði og góð framkoma. Þær sömdu því við sjálfar sig að hætta að kvarta, njóta þeirra gæða, sem þær þegar áttu, og leitast við að vera þeirra verðar, svo þau yrðu ekki tekin frá þeim með öllu í stað þess að aukast. Og ég trúi, að þær hafi aldrei iðrast þess né orðið fyrir vonbrigðum, að þær fylgdu ráði gömlu konunnar.“

„Nú, Marmee, þetta er býsna slóttugt af þér að snúa eigin sögum okkar gegn okkur og gefa okkur prédikun í stað rómantíkur!“ hrópaði Meg.

„Mér líkar slík prédikun. Hún er af því tagi, sem faðir okkar sagði okkur," mælti Beth hugsi og lagði nálarnar beint á púða Jo.

„Ég kvarta miklu minna en hinar, og ég skal vera enn varkárari héðan í frá, því ég hef fengið aðvörun af falli Susie," sagði Amy siðprýðilega.

„Við þurftum þessa lexíu og gleymum henni ekki. Og ef við gerum það, þá segðu okkur eins og gamla Chloe í Uncl Tom: ‚Hugsið um miskunnir ykkar, börnin mín! Hugsið um miskunnir ykkar!'" bætti Jo við, sem gat fyrir sitt litla líf ekki stillt sig um að krydda litlu prédikunina með örlitlu gamni, þótt hún tæki hana jafnalvarlega og hinar.

FIMMTI KAFLI
AÐ VERA GÓÐUR NÁGRANNI

„Hvað í ósköpunum ætlarðu að gera núna, Jo?“ spurði Meg eitt snjóþungt síðdegi, þegar systir hennar trampaði inn forstofuna í gúmmístígvélum, gömlum sekk og með hettu, með sóp í annarri hendi og skóflu í hinni.

„Fara út að hreyfa mig,“ svaraði Jo og glampaði glettnislega í augum.

„Mér sýnist tvær langar göngur í morgun hefðu átt að nægja! Það er kalt og dimmt úti, og ég ráðlegg þér að halda þér hlýrri og þurri við eldinn, eins og ég geri,“ sagði Meg og skalf.

„Ég tek aldrei ráðum! Ég get ekki setið kyrr allan daginn, og þar sem ég er ekki kettlingur, finnst mér ekki gott að blunda við eldinn. Ég elska ævintýri og ætla að finna mér eitthvað slíkt.“

Meg sneri aftur að því að ylja sér á fótunum og lesa Ivanhoe, en Jo tók til við að moka stíga af mikilli orku. Snjórinn var léttur, og með sópnum sópaði hún brátt stíg allt í kringum garðinn, svo Beth gæti gengið þar, þegar sólin kæmi fram og sjúku dúkkurnar þyrftu loft.

Garðurinn skildi hús March-fjölskyldunnar frá húsi herra Laurence. Bæði stóðu í útjaðri borgarinnar, sem var enn sveitalegur, með trjálundum og grasflötum, stórum görðum og kyrrlátum götum. Lág limgerði skildu lóðirnar að. Öðru megin var gamalt, brúnt hús, sem leit fremur bert og snjáð út, svipt vínviðnum, sem á sumrin huldi veggi þess, og blómunum, sem þá umkringdu það. Hinu megin var tignarlegt steinhús, sem augljóslega bar með sér öll merki þæginda og munaðar, allt frá stóru vagnhúsi og vel hirtum lóðum til gróðurhússins og þess glitta, sem sáust milli þungra gluggatjalda af fögrum hlutum.

Samt virtist það einmana og líflaust hús, því engin börn léku sér á grasflötinni, engin móðurleg ásýnd brosti við gluggana, og fáir gengu þar um dyr, nema gamli herrann og dóttursonur hans.

Í líflegu ímyndunarafli Jo var þetta fagra hús eins konar töfrakastali, fullur af dýrð og unaði, sem enginn naut. Hún hafði lengi þráð að sjá þessa leyndu dýrð og kynnast Laurence-drengnum, sem leit út fyrir að vilja vera kynntur, ef hann vissi aðeins, hvernig ætti að hefja það. Síðan veislan var haldin hafði löngun hennar aukist, og hún hafði hugsað sér margvíslegar leiðir til að vingast við hann, en hann hafði ekki sést undanfarið, og Jo fór að halda, að hann væri farinn burt, þegar hún kom auga á brúnleitt andlit í efri glugga, sem horfði með söknuði niður í garð þeirra, þar sem Beth og Amy köstuðu snjóboltum hvor að annarri.

„Drengurinn þjáist af félagsskaparleysi og skemmtunarskorti," sagði hún við sjálfa sig. „Afi hans veit ekki, hvað honum er fyrir bestu, og heldur honum lokuðum inni, einum og yfirgefnum. Hann þarf glaðværan hóp drengja til að leika sér við, eða einhvern ungan og líflegan félaga. Mig langar stórum til að fara yfir og segja gamla herranum það!"

Hugmyndin skemmti Jo, sem hafði yndi af því að gera dirfskufullar tilraunir og hneyksla Meg jafnan með einkennilegum uppátækjum sínum. Áætlunin um að „fara yfir" gleymdist ekki. Og þegar snjóþungt síðdegið rann upp, ákvað Jo að reyna, hvað gera mætti. Hún sá herra Laurence aka burt og gekk þá út og mokaði sér leið að limgerðinu, þar sem hún nam staðar og virti fyrir sér umhverfið. Allt var kyrrt, gluggatjöld dregin fyrir neðri gluggum, þjónar hvergi sjáanlegir og ekkert mannlegt að sjá nema hrokkið svart hár, sem hvíldi á grönnum hendi í efri glugga.

„Þarna er hann," hugsaði Jo. „Aumingja drengur! Allur einn og veikur á þessu dapra degi. Það er skammarlegt! Ég skal kasta snjóbolta og fá hann til að líta út og segja honum síðan vingjarnlegt orð."

Hnefafylli af mjúkum snjó þaut upp, og höfuðið snerist samstundis við, og andlit, sem hafði verið dapurt, lýstist upp, þegar stóru augun ljómuðu og munnurinn tók að brosa. Jo kinkaði kolli og hló og sveiflaði sópnum, um leið og hún kallaði:

„Hvernig líður þér? Ertu veikur?“

Laurie opnaði gluggann og svaraði rámri rödd, líkt og hrafn:

„Betur, þakka þér. Ég hef verið slæmur af kvefi og lokaður inni í viku.“

„Mér þykir það leitt. Hvað gerirðu þér til skemmtunar?“

„Ekkert. Hér er jafn dauft og í gröf.“

„Lesirðu ekki?“

„Ekki mikið. Þeir leyfa mér það ekki.“

„Getur enginn lesið fyrir þig?“

„Afi gerir það stundum, en bækurnar mínar höfða ekki til hans, og mér finnst leiðinlegt að biðja Brooke alltaf.“

„Láttu þá einhvern koma og heimsækja þig.“

„Það er enginn, sem mig langar að sjá. Drengir gera svo mikinn hávaða, og höfuðið á mér er veikburða.“

„Er þá engin góð stúlka, sem gæti lesið fyrir þig og skemmt þér? Stúlkur eru rólegar og kunna vel að leika hjúkrunarkonur.“

„Ég þekki enga.“

„Þú þekkir okkur,“ byrjaði Jo, en hló og þagnaði.

„Það geri ég vissulega! Viltu koma, vinsamlegast?“ kallaði Laurie.

„Ég er hvorki róleg né sérlega prúð, en ég kem, ef mamma leyfir mér. Ég fer og spyr hana. Lokaðu glugganum, eins og góður drengur, og bíddu, þar til ég kem.“

Að svo mæltu tók Jo sópinn á öxl sér og gekk inn í húsið og velti því fyrir sér, hvað allar myndu segja. Laurie varð ákafur af tilhlökkun við tilhugsunina um gest og flýtti sér að gera sig til, því eins og frú March sagði var hann „lítill herramaður“ og sýndi komandi gesti virðingu með því að greiða hrokkið hárið, fá sér ferskari svip og reyna að taka til í herberginu, sem þrátt fyrir hálfan tug þjóna var allt annað en snyrtilegt.

Brátt heyrðist hátt bjölluhljóð, síðan ákveðin rödd, sem spurði eftir „herra Laurie“, og undrandi þjónn hljóp upp og tilkynnti unga stúlku.

„Allt í lagi, vísaðu henni upp, það er ungfrú Jo,“ sagði Laurie og gekk að dyrum litlu setustofunnar til að taka á móti Jo, sem birtist rjóð í kinnum og algerlega áhyggjulaus, með hulið fat í annarri hendi og þrjá kettlinga Beth í hinni.

„Hér er ég, með pjönkur mínar og allt,“ sagði hún rösklega. „Mamma sendir kveðju og var fegin, ef ég gæti gert eitthvað fyrir þig. Meg vildi, að ég bæri þér hvítan búðing, hún gerir hann mjög vel, og Beth taldi kettina sína geta veitt þér huggun. Ég vissi, að þú myndir hlæja að þeim, en ég gat ekki neitað, hún var svo ákaflega fús til að gera eitthvað.“

Svo bar til, að þessi skoplega sending Beth var einmitt það, sem þurfti, því þegar Laurie hló að kettlingunum gleymdi hann feimni sinni og varð samræðuglaður á augabragði.

„Þetta er of fallegt til að eta,“ sagði hann og brosti af ánægju, þegar Jo tók lokið af fatinu og sýndi hvítan búðing, umluktan kransi grænna laufa og skarlatsrauðum blómum úr ástkæru pelargóníunni Amy.

„Það er ekkert merkilegt, en þær fundu allar til hlýju og vildu sýna það. Segðu þjónustustúlkunni að geyma þetta til te. Það er svo létt, að þú getur auðveldlega étið það, og þar sem það er mjúkt, rennur það niður án þess að erta hálsinn. Hve notalegt herbergi þetta er!“

„Það gæti verið það, ef því væri haldið snyrtilegu, en þjónustustúlkurnar eru latar, og ég kann ekki að láta þær hlýða mér. Það veldur mér þó ama.“

„Ég skal laga það á tveimur mínútum, því það þarf aðeins að sópa arininn svona - og raða hlutunum á arinhillunni svona - og setja bækurnar hér og flöskurnar þar - og snúa sófanum frá birtunni og hrista púðana lítið eitt. Nú er þetta í lagi.“

„Og svo var,“ því á meðan hún hló og talaði hafði Jo raðað öllu í röð og reglu og gefið herberginu allt annan svip. Laurie horfði á hana í virðingarfullri þögn, og þegar hún gaf honum bendingu að setjast í sófann, settist hann niður með ánægjusvip og sagði þakklátur:

„Hve góð þú ert! Já, þetta var einmitt það, sem þurfti. Taktu nú stóra stólinn og leyfðu mér að gera eitthvað til að skemmta gesti mínum.“

„Nei, ég kom til að skemmta þér. Á ég að lesa upphátt?“ og Jo leit með hlýju til nokkurra aðlaðandi bóka þar hjá.

„Þakka þér fyrir! Ég hef lesið þær allar, og ef þér er sama, vil ég heldur spjalla,“ svaraði Laurie.

„Ekki vitund. Ég get talað allan daginn, ef þú kemur mér aðeins af stað. Beth segir, að ég viti aldrei, hvenær ég eigi að hætta.“

„Er Beth sú rjóðlitaða, sem er mest heima og fer stundum út með litla körfu?“ spurði Laurie af áhuga.

„Já, það er Beth. Hún er mín stúlka, og sannarlega góð er hún.“

„Hin fallega er þá Meg, og sú hrokkinhærða Amy, hygg ég?“

„Hvernig komst þú að því?“

Laurie roðnaði, en svaraði hreinskilnislega: „Sjáðu til, ég heyri ykkur oft kalla hvor til annarrar, og þegar ég er hér einn uppi, get ég ekki annað en litið yfir til húss ykkar. Það virðist alltaf vera svo glatt hjá ykkur. Fyrirgefðu mér, að ég skuli vera svona ókurteis, en stundum gleymið þið að draga fyrir gluggann hjá blómunum. Og þegar ljósin eru tendruð, er eins og maður horfi á mynd að sjá eldinn og ykkur allar sitja kringum borðið með móður ykkar. Andlit hennar er beint á móti, og það lítur svo blítt út á bak við blómin, að ég get ekki stillt mig um að horfa. Ég á enga móður, þú veist.“ Og Laurie hrærði í eldinum til að dylja titring í vörum, sem hann réð ekki við.

Einmana og þráandi svipurinn í augum hans fór beint að hlýju hjarta Jo. Hún hafði verið svo einfaldlega alin upp, að engin tilgerð var í huga hennar, og fimmtán ára gömul var hún jafn saklaus og hreinskilin og barn. Laurie var veikur og einmana, og þar sem hún fann, hve rík hún var að heimili og hamingju, reyndi hún með glöðu geði að deila því með honum. Andlit hennar var hlýlegt og rödd hennar óvenju mild, þegar hún sagði:

„Við munum aldrei framar draga fyrir þann glugga, og ég gef þér leyfi til að líta yfir eins mikið og þú vilt. Ég vildi þó óska, að þú kæmir heldur yfir og sæir okkur í stað þess að gægjast. Mamma er svo frábær, að hún myndi gera þér ómældan greiða, og Beth myndi syngja fyrir þig, ef ég bæri það undir hana, og Amy dansa. Meg og ég myndum fá þig til að hlæja að skrýtnum leikmunum okkar, og við hefðum sannarlega glaðar stundir. Myndi afi þinn ekki leyfa það?“

„Ég held, að hann myndi gera það, ef móðir þín bæði hann. Hann er mjög góður, þótt hann líti ekki svo út, og hann leyfir mér að gera flest það, sem ég vil, nema hann óttast, að ég kunni að vera byrði fyrir ókunnuga,“ sagði Laurie og birti yfir honum.

„Við erum ekki ókunnug, heldur nágrannar, og þú þarft ekki að halda, að þú yrðir byrði. Okkur langar að kynnast þér, og ég hef lengi reynt það. Við höfum ekki búið hér lengi, þú veist, en við höfum kynnst öllum nágrönnum okkar nema þér.“

„Sjáðu til, afi lifir meðal bóka sinna og lætur sig lítið varða, hvað gerist utan húss. Herra Brooke, kennari minn, dvelur ekki hér, og ég hef engan, sem gengur með mér, svo ég held mig heima og læt það duga."

„Það er slæmt. Þú ættir að taka þig á og fara í heimsóknir, hvar sem þér er boðið, þá eignast þú marga vini og notalega staði að sækja. Láttu feimni ekki standa í vegi. Hún hverfur brátt, ef þú heldur áfram að fara."

Laurie roðnaði á ný, en móðgaðist ekki, þótt hann væri sakaður um feimni, því svo mikill velvilji bjó í Jo, að ekki var unnt annað en taka orð hennar eins og þau voru ætluð.

„Líkar þér skólinn þinn?" spurði drengurinn eftir stutta þögn og horfði í eldinn, meðan Jo leit um sig ánægð.

„Ég geng ekki í skóla, ég er viðskiptamaður - stúlka, meina ég. Ég fer og sit yfir hjá móðursystur minni, og kær gömul og nöldrandi sál er hún," svaraði Jo.

Laurie opnaði munninn til að spyrja frekar, en minntist þess í tæka tíð, að ekki væri siðlegt að spyrja of margra spurninga um einkamál annarra, og lokaði honum aftur og varð dálítið vandræðalegur.

Jo kunni að meta kurteisi hans og sá ekkert að því að gera dálítið góðlátlegt grín að frænku March, svo hún lýsti með fjöri hinni órólegu gömlu konu, feitum kjölturakkanum hennar, páfagauknum, sem talaði spænsku, og bókasafninu, þar sem hún naut sín.

Laurie hafði af þessu mikla ánægju, og þegar hún sagði frá hinum virðulega gamla herramanni, sem eitt sinn kom til að biðja frænku March, og hvernig Poll kippti hárkollu hans af í miðri fínni ræðu honum til mikillar skelfingar, lagðist drengurinn aftur á bak og hló, þar til tár runnu niður kinnarnar, og þjónustustúlka stakk höfðinu inn til að vita, hvað um væri að vera.

„Ó! Þetta gerir mér óumræðilega gott. Segðu meira, vinsamlegast," sagði hann og lyfti andlitinu úr sófapúðanum, roðandi og ljómandi af kátínu.

Jo, sem var uppnumin af árangri sínum, hélt áfram og sagði frá leikritum þeirra og áformum, vonum og kvíða um föður þeirra og helstu atburðum í litla heimi systranna. Síðan barst talið að bókum, og Jo til mikillar gleði komst að því, að Laurie elskaði þær eins og hún og hafði lesið jafnvel meira en hún.

„Ef þér þykja þær svona vænar, komdu þá niður og sjáðu okkar. Afi er ekki heima, svo þú þarft ekki að óttast," sagði Laurie og reis á fætur.

„Ég óttast ekkert," svaraði Jo og kastaði höfðinu.

„Ég trúi því sannarlega!" hrópaði drengurinn og horfði á hana með aðdáun, þótt hann hugsaði með sér, að hún hefði ef til vill ástæðu til að vera dálítið var um sig, ef hún hitti gamla herrann í einhverju skapi hans.

Þar sem allt húsið var hlýtt eins og sumar, leiddi Laurie hana frá herbergi til herbergis og leyfði henni að staldra við og skoða það, sem vakti athygli hennar. Loks komu þau í bókasafnið, þar sem hún klappaði saman höndum og stökk af kæti, eins og hún gerði ætíð, þegar henni líkaði sérstaklega vel.

Veggjarnir voru þaktir bókum, þar voru málverk og styttur og heillandi lítil skápar fullir af mynt og forngripum, djúpir hægindastólar og einkennileg borð, bronshlutir og - best af öllu - stór opinn arinn með sérkennilegum flísum allt í kring.

„Hvílík auðlegð!" andvarpaði Jo og sökk niður í djúpan flauelsstól og leit um sig með innilegri ánægju. „Theodore Laurence, þú ættir að vera hamingjusamasti drengur í heimi," bætti hún við alvarlega.

„Maður lifir ekki á bókum einum," sagði Laurie og hristi höfuðið, þar sem hann settist á borð á móti henni.

Áður en hann gat sagt meira hringdi bjalla, og Jo spratt upp og hrópaði skelfd: „Guð minn góður! Það er afi þinn!“

„Jæja, hvað svo? Þú óttast ekkert, þú veist það,“ svaraði drengurinn og brosti hrekkjótt.

„Ég held, að ég sé dálítið hrædd við hann, en ég veit ekki, hvers vegna ég ætti að vera það. Marmee sagði, að ég mætti koma, og ég held ekki, að þér hafi orðið neitt meint af því,“ sagði Jo og stillti sig, þótt hún héldi augunum á dyrunum.

„Mér hefur orðið mikið gagn af því og ég er þér afar þakklátur. Ég óttast aðeins, að þú sért orðin leið á að tala við mig. Það var svo ánægjulegt, að ég vildi ekki hætta,“ sagði Laurie með einlægri þökk.

„Læknirinn til að sjá yður, herra,“ sagði þjónustustúlkan og gaf bendingu.

„Myndirðu taka því illa, ef ég yfirgæfi þig augnablik? Ég verð víst að hitta hann,“ sagði Laurie.

„Láttu mig ekki angra þig. Ég er hamingjusöm eins og krikket hér,“ svaraði Jo.

Laurie fór, og gestur hans skemmti sér á sinn hátt. Hún stóð fyrir framan fallegt málverk af gamla herranum, þegar dyrnar opnuðust á ný, og án þess að snúa sér við sagði hún ákveðið: „Nú er ég sannfærð um, að ég ætti ekki að vera hrædd við hann, því hann hefur góð augu, þótt munnurinn sé strangur, og hann lítur út fyrir að hafa óbilandi vilja. Hann er ekki jafnmyndarlegur og afi minn, en mér líkar vel við hann.“

„Þakka yður, ungfrú,“ sagði hrjúf rödd fyrir aftan hana, og þar stóð, henni til mikillar skelfingar, gamli herra Laurence.

Aumingja Jo roðnaði svo, að hún gat ekki orðið rauðari, og hjartað tók að slá óþægilega hratt, þegar hún hugsaði til orða sinna. Um stund greip hana löngun til að hlaupa burt, en það væri hugleysi, og stúlkurnar myndu hlæja að henni, svo hún ákvað að halda kyrru fyrir og komast út úr vandanum, hvernig sem færi. Önnur athugun sýndi henni, að lifandi augun undir þéttum augabrúnum voru enn blíðari en þau máluðu, og í þeim glitti hrekkjótt blik, sem dró úr ótta hennar. Hrjúfa röddin varð enn hrjúfari, þegar gamli herrann sagði snögglega eftir óþægilega þögn: „Svo þú ert ekki hrædd við mig, ha?"

„Ekki mikið, herra."

„Og þér þykir ég ekki jafnmyndarlegur og afi þinn?"

„Ekki alveg, herra."

„Og ég hef óbilandi vilja, hef ég?"

„Ég sagði aðeins, að mér þætti það líklegt."

„En þér líkar samt við mig, þrátt fyrir það?"

„Já, það gerir mér, herra."

Það svar gladdi gamla herrann. Hann hló stuttlega, tók í hönd hennar og lyfti andliti hennar með fingri undir höku, virti það alvarlegur fyrir sér og sleppti, og sagði með kinkun: „Þú hefur skap föðurafa þíns, þótt þú hafir ekki andlit hans. Hann var ágætur maður, stúlka mín, en það sem meira var, hann var hugrakkur og heiðarlegur, og ég var stoltur af að vera vinur hans."

„Þakka yður, herra." Og Jo varð alveg róleg eftir það, því þetta hentaði henni prýðilega.

„Hvað hefurðu verið að gera við þennan dreng minn, ha?" var næsta spurning, hvasslega borin fram.

„Aðeins reynt að vera góð nágrannakona, herra." Og Jo sagði frá því, hvernig heimsóknin hefði komið til.

„Þér finnst hann þurfa dálitla uppörvun, er það ekki?"

„Jú, herra, hann virðist dálítið einmana, og ungt fólk gæti ef til vill gert honum gott. Við erum aðeins stúlkur, en okkur væri ánægja að hjálpa, ef við gætum, því við gleymum ekki hinni rausnarlegu jólagjöf, sem þér senduð okkur," sagði Jo ákaflega.

„Æ, æ, æ! Það var verk drengsins. Hvernig líður aumingja konunni?"

„Henni batnar vel, herra." Og Jo hélt áfram og talaði hratt, þegar hún sagði frá Hummel-fjölskyldunni, sem móðir hennar hafði vakið áhuga ríkari vina á.

„Það er alveg í anda föður hennar að gera gott. Ég skal koma og heimsækja móður yðar einhvern góðan dag. Segðu henni það. Þarna hringir te-bjallan, við drekkum snemma vegna drengsins. Komdu niður og haltu áfram að vera góð nágrannakona."

„Ef yður er það að skapi, herra."

„Ég byði þér ekki, ef svo væri ekki." Og herra Laurence bauð henni arm sinn með gamaldags kurteisi.

„Hvað skyldi Meg segja við þessu?" hugsaði Jo, þegar hún var leidd burt, og augun glömpuðu af kátínu, er hún ímyndaði sér að segja söguna heima.

„Ha! Hvað í veröldinni hefur hlaupið í drenginn?" sagði gamli herrann, þegar Laurie kom hlaupandi niður stigann og nam staðar, forviða við að sjá Jo arm í arm við hinn ógnvænlega afa sinn.

„Ég vissi ekki, að þér væruð kominn, herra," byrjaði hann, um leið og Jo kastaði til hans sigursælu augnaráði.

„Það sést af látunum, sem þú gerir niður stigann. Komdu nú til te, herra minn, og hagaðu þér eins og herramaður." Og eftir að hafa togað í hár drengsins til ástarmerkis gekk herra Laurence áfram, en Laurie gerði á bak við þau röð af skoplegum hreyfingum, sem næstum ollu því, að Jo sprakk úr hlátri.

Gamli herrann sagði lítið, meðan hann drakk fjóra tebolla sína, en hann fylgdist með unga fólkinu, sem brátt talaði saman eins og gamlir vinir, og breytingin á dóttursyni hans fór ekki fram hjá honum. Nú var litur, ljós og líf í andliti drengsins, fjör í framkomu hans og ósvikin gleði í hlátri hans.

„Hún hefur rétt fyrir sér, drengurinn er einmana. Ég skal sjá, hvað þessar litlu stúlkur geta gert fyrir hann," hugsaði herra Laurence, meðan hann horfði og hlustaði. Honum líkaði Jo, því sérkennileg og hreinskilin framkoma hennar féll honum í geð, og hún virtist skilja drenginn næstum eins vel og hefði hún sjálf verið einn af þeim.

Ef Laurence-fólkið hefði verið það, sem Jo kallaði „stíf og stirð", hefði henni alls ekki gengið vel, því slíkir menn gerðu hana alltaf feimna og vandræðalega. En þar sem hún fann þau frjálsleg og látlaus, varð hún það sjálf og gerði góða mynd. Þegar þau stóðu upp ætlaði hún að fara, en Laurie sagði, að hann hefði enn eitthvað að sýna henni, og leiddi hana í gróðurhúsið, sem hafði verið lýst upp henni til heiðurs. Það virtist Jo næstum ævintýralegt, þar sem hún gekk um stígana og naut blómstrandi veggjanna sitt hvoru megin, mjúks ljóssins, rakrar og sætlegrar ilmsins og undraverðra vínviða og trjáa, sem sveigðust yfir hana, meðan nýi vinur hennar skar fegurstu blómin, uns hendur hans voru fullar. Síðan batt hann þau saman og sagði með þeim glaða svip, sem Jo unni að sjá: „Vinsamlegast færðu móður þinni þessi og segðu henni, að mér hafi líkað mjög vel lyfið, sem hún sendi mér."

Þau fundu herra Laurence standa fyrir framan arininn í stóru stofunni, en athygli Jo var algerlega bundin við glæsilegt flygil, sem stóð opinn.

„Leikurðu?" spurði hún og sneri sér til Laurie með virðingarfullum svip.

„Stundum," svaraði hann hógværlega.

„Gerðu það nú, vinsamlegast. Mig langar að heyra, svo ég geti sagt Beth frá því."

„Viltu ekki fyrst?"

„Ég kann það ekki. Ég er of heimsk til að læra, en ég elska tónlist af öllu hjarta."

Þá lék Laurie, og Jo hlustaði með nefið sællátt grafið í heliotrop og terósir. Virðing hennar og álit á „Laurence"-drengnum jókst mjög, því hann lék einkar vel og bar sig ekki að neinu leyti með tilgerð. Hún óskaði, að Beth gæti heyrt hann, en sagði það ekki, heldur hrósaði honum þar til hann varð næstum vandræðalegur, og afi hans kom honum til bjargar.

„Það dugar, það dugar, ungfrú. Of margir sykurmolar eru honum ekki hollir. Tónlist hans er ekki slæm, en ég vona, að hann geri jafnvel enn betur í mikilvægari hlutum. Farið þér nú? Jæja, ég er yður þakklátur og vona, að þér komið aftur. Virðingarkveðjur til móður yðar. Góða nótt, læknir Jo."

Hann tók vingjarnlega í hönd hennar, en leit út fyrir, að eitthvað amaði að honum. Þegar þau komu út í forstofuna spurði Jo Laurie, hvort hún hefði sagt eitthvað óviðeigandi. Hann hristi höfuðið.

„Nei, það var ég. Honum líkar ekki að heyra mig leika."

„Hvers vegna ekki?"

„Ég skal segja þér það einhvern dag. John fylgir þér heim, þar sem ég get það ekki."

„Engin þörf á því. Ég er ekki ungfrú, og það er aðeins spölur. Farðu vel með þig, heyrirðu?"

„Já, en þú kemur aftur, vona ég?"

„Ef þú lofar að koma og heimsækja okkur, þegar þú ert orðinn heill heilsu."

„Ég lofa því."

„Góða nótt, Laurie!"

„Góða nótt, Jo, góða nótt!"

Þegar ævintýri síðdegisins höfðu verið sögð, var fjölskyldan fús til að fara öll saman í heimsókn, því hver og ein fann eitthvað aðlaðandi við stóra húsið hinum megin við limgerðið. Frú March langaði að ræða um föður sinn við gamla manninn, sem hafði ekki gleymt honum, Meg þráði að ganga um gróðurhúsið, Beth andvarpaði eftir glæsilegum flyglinum, og Amy var óþolinmóð að sjá fínu málverkin og stytturnar.

„Mamma, hvers vegna líkaði herra Laurence ekki að Laurie léki?" spurði Jo, sem var spyrjandi að eðlisfari.

„Ég er ekki viss, en ég held, að það sé vegna þess, að sonur hans, faðir Laurie, kvæntist ítalskri konu, tónlistarkonu, sem gamla manninum mislíkaði, því hann er mjög stoltur. Konan var góð, fögur og hæfileikarík, en honum líkaði ekki við hana og sá son sinn aldrei eftir hjónabandið. Þau dóu bæði, þegar Laurie var lítið barn, og þá tók afi hans hann heim til sín. Ég hygg, að drengurinn, sem fæddist á Ítalíu, sé ekki mjög hraustur, og gamli maðurinn óttist að missa hann, sem geri hann svo varfærinn. Ást Laurie á tónlist er honum eðlislæg, því hann er líkur móður sinni, og mér þykir líklegt, að afi hans óttist, að hann vilji verða tónlistarmaður. Hvað sem öðru líður, minnir kunnátta hans hann á konuna, sem honum líkaði ekki, og því ‚glápti' hann, eins og Jo sagði."

„Ó, hvílíkt rómantík!" hrópaði Meg.

„Hvílík vitleysa!“ sagði Jo. „Látið hann verða tónlistarmann, ef hann vill, og ekki pína hann með því að senda hann í háskóla, þegar hann hatar að fara.“

„Þess vegna hefur hann svo falleg svört augu og fágaða framkomu, held ég. Ítalir eru alltaf heillandi,“ sagði Meg, dálítið rómantísk.

„Hvað veist þú um augu hans og framkomu? Þú hefur varla talað við hann,“ kallaði Jo, sem var ekki rómantísk.

„Ég sá hann í veislunni, og það, sem þú segir, sýnir, að hann kann að haga sér. Það var falleg lítil ræða um lyfið, sem mamma sendi honum.“

„Hann átti líklega við hvítan búðinginn.“

„Hve barnaleg þú ert! Hann átti auðvitað við þig.“

„Gerði hann það?“ Og Jo opnaði augun, eins og það hefði aldrei hvarflað að henni.

„Ég hef aldrei séð annað eins! Þú þekkir ekki hrós, þegar þér er það borið,“ sagði Meg með yfirbragði ungrar konu, sem taldi sig skilja slíkt.

„Mér finnst slíkt hin mesta vitleysa, og ég bið þig að vera ekki svona heimsk og spilla gleði minni. Laurie er góður drengur, og mér líkar við hann, og ég vil ekkert tilfinningatal um hrós og annað slíkt bull. Við skulum vera góðar við hann, því hann á enga móður, og hann má koma yfir og heimsækja okkur, má það ekki, Marmee?“

„Jú, Jo, litli vinur þinn er velkominn, og ég vona, að Meg muni muna, að börn eigi að vera börn svo lengi sem þau geta.“

„Ég kalla mig ekki barn, og ég er ekki einu sinni komin á unglingsár,“ sagði Amy. „Hvað segir þú, Beth?“

„Ég var að hugsa um För pílagrímsins okkar,“ svaraði Beth, sem hafði ekki heyrt orð. „Hvernig við komumst úr Vonleysismýrinni og gegnum Hliðið með því að einsetja okkur að vera góðar, og upp bröttu brekkuna með því að reyna, og að kannski húsið þarna hinum megin, fullt af dýrðlegum hlutum, verði okkar Fagra höll.“

„Við verðum að komast fram hjá ljónunum fyrst,“ sagði Jo, eins og henni þætti það fremur spennandi.

SJÖTTI KAFLI

BETH FINNST HÖLLIN FALLEG

Stóra húsið reyndist sannarlega Fagra höllin, þótt nokkurn tíma tæki fyrir allar að komast inn, og Beth átti erfitt með að fara fram hjá ljónunum. Gamli herra Laurence var hið stærsta þeirra, en eftir að hann hafði kallað til þeirra, sagt eitthvað fyndið eða vingjarnlegt við hverja stúlkuna og rætt liðna tíma við móður þeirra, fannst engri þeirra mikið að óttast hann, nema feimnu Beth. Hitt ljónið var sú staðreynd, að þær voru fátækar en Laurie ríkur, og gerði það þær hikandi við að þiggja greiða, sem þær gátu ekki endurgoldið. En eftir nokkurn tíma komust þær að því, að hann taldi þær velgjörðarmenn sína og gat ekki gert nóg til að sýna, hve þakklátur hann var fyrir móðurlega móttöku frú March, glaðværa samfylgd þeirra og þá huggun, sem hann naut í hinu látlausa heimili þeirra. Þær gleymdu því brátt stolti sínu og skiptu á vinsemdum án þess að velta því fyrir sér, hvor aðilinn væri hinn meiri gefandi.

Alls konar ánægjulegir atburðir áttu sér stað um þetta leyti, því hin nýja vinátta dafnaði eins og gras á vori. Öllum líkaði vel við Laurie, og hann lét kennara sinn vita í trúnaði, að „March-stúlkurnar væru hreint út sagt stórkostlegar“. Með hinum unaðslega æskuáhuga tóku þær einmana drenginn í sinn hóp og gerðu mikið úr honum, og hann fann eitthvað heillandi í hinni saklausu samveru þessara einlægu stúlkna. Þar sem hann hafði aldrei átt móður né systur, var hann fljótur að nema þau áhrif, sem þær höfðu á hann, og iðin og lífleg framkoma þeirra gerði hann skömmustulegan yfir hinu iðjuleysi lífi, sem hann lifði. Hann var orðinn þreyttur á bókum og fann fólk nú svo áhugavert, að herra Brooke varð að skila fremur ófullnægjandi skýrslum, því Laurie skrópaði sífellt og hljóp yfir til March-fjölskyldunnar.

„Látið hann vera í fríi um sinn og bæta það upp síðar,“ sagði gamli herrann. „Góða konan við hliðina segir, að hann læri of mikið og þurfi ungt félagsskap, skemmtun og hreyfingu. Mig grunar, að hún hafi rétt fyrir sér og að ég hafi dekrað við piltinn eins og ég væri amma hans. Leyfið honum að gera það, sem honum líkar, svo lengi sem hann er hamingjusamur. Hann kemst ekki í óknytti í þessu litla klaustri barna, og frú March gerir meira fyrir hann en við getum.“

Hvílíkir góðir tímar liðu! Þvílík leikrit og lifandi myndir, þvílíkar sleðaferðir og skautagleði, þvílík notaleg kvöld í gömlu stofunni og öðru hverju glaðlegar litlar veislur í stóra húsinu. Meg mátti ganga um gróðurhúsið að vild og gleðjast yfir blómvöndum, Jo sökkti sér ákaft í hið nýja bókasafn og vakti hjá gamla herranum krampakenndan hlátur með gagnrýni sinni, Amy afritaði myndir og naut fegurðar af öllu hjarta, og Laurie lék hlutverk „herra jarðarinnar“ með hinum yndislegasta hætti.

En Beth, þótt hún þráði hinn glæsilega flygil, gat ekki safnað kjarki til að fara í „Sæluhöllina“, eins og Meg kallaði hana. Hún fór þangað einu sinni með Jo, en gamli herrann, sem var ókunnugur veikleika hennar, starði svo fast á hana undan þykkum augabrúnunum og sagði „Hey!“ svo hátt, að hann hræddi hana svo mjög, að „fæturnir skrjáfuðu á gólfinu“, að hún sagði móður sinni aldrei frá því, heldur hljóp burt og lýsti því yfir, að hún færi aldrei þangað framar, ekki einu sinni vegna hins dýrmæta píanós. Engar fortölur né freistingar gátu yfirunnið ótta hennar, fyrr en málið barst herra Laurence með dularfullum hætti, og hann tók að bæta úr því. Í einni af stuttu heimsóknum sínum leiddi hann samtalið listilega að tónlist og ræddi um mikla söngvara, sem hann hafði séð, stórfengleg orgel, sem hann hafði heyrt, og sagði svo heillandi sögur, að Beth gat ekki setið áfram í fjarlægu horninu sínu, heldur færðist æ nær, eins og heilluð. Aftan við stól hans nam hún staðar og stóð og hlustaði, með stór augun galopin og kinnarnar rauðar af óvenjulegri eftirvæntingu. Án þess að veita henni frekari athygli en hún væri fluga hélt herra Laurence áfram að tala um kennslustundir og kennara Laurie. Og skyndilega, eins og hugmyndin hefði nýlega kviknað, sagði hann við frú March:

„Drengurinn sinnir tónlistinni lítt nú orðið, og það gleður mig, því hann var orðinn of hugfanginn af henni. En píanóið líður fyrir notkunarleysi.

Væri ekki einhver af stúlkunum yðar til í að skjótast yfir og æfa sig á því öðru hverju, svona til að halda því í lagi, skiljið þér, frú?“

Beth tók skref fram og kreisti saman hendurnar til að hindra sig í að klappa þeim, því þetta var ómótstæðileg freisting, og hugsunin um að æfa á því dásamlega hljóðfæri tók næstum andann frá henni. Áður en frú March náði að svara hélt herra Laurence áfram með undarlegu kollhnikki og brosi:

„Þær þurfa hvorki að sjá né tala við nokkurn mann, heldur koma og fara að vild. Ég sit lokaður inni í vinnuherberginu í hinum enda hússins, Laurie er oft fjarverandi, og þjónustufólkið kemur aldrei nærri stofunni eftir klukkan níu.“

Hér reis hann á fætur, eins og hann ætlaði að fara, og Beth tók sér kjark til að tala, því þessi síðasta ráðstöfun lét engu eftir að óska. „Vinsamlegast segið ungu dömunum það, sem ég segi, og ef þær vilja ekki koma, þá er það í lagi.“ Hér smaug lítil hönd í hans, og Beth leit upp til hans með þakklátan svip, þegar hún sagði í einlægni og feimni:

„Ó, herra, þær vilja það, mjög, mjög mikið!“

„Ert þú tónlistarstúlkan?“ spurði hann, án nokkurs óvænts „Hey!“, og leit til hennar með hlýju.

„Ég heiti Beth. Ég elska hana af öllu hjarta og kem, ef þér eruð alveg viss um, að enginn heyri mig og verði fyrir ónæði,“ bætti hún við, hrædd um að vera ókurteis og skjálfandi yfir eigin dirfsku.

„Ekki nokkur sála, elskan mín. Húsið er tómt hálfan daginn, svo komdu og sláðu á hljóðfærið eins og þér lystir, og ég skal vera yður þakklátur.“

„Hve góðviljaður þér eruð, herra!“

Beth roðnaði eins og rós undir vingjarnlegu augnaráði hans, en hún var ekki lengur hrædd og kreisti hönd hans þakklátlega, því hún átti engin orð til að þakka honum hina dýrmætu gjöf. Gamli herrann strauk mjúklega hárið frá enni hennar og laut niður og kyssti hana og sagði í röddu, sem fáir höfðu heyrt:

„Ég átti einu sinni litla stúlku með augu eins og þessi. Guð blessi þig, elskan mín! Góða daginn, frú.“ Og síðan fór hann á brott í miklum flýti.

Beth naut sælustundar með móður sinni og hljóp síðan upp til að færa hinum sjúklingunum í fjölskyldunni hina dýrðlegu frétt, því stúlkurnar voru ekki heima. Hve létt hún söng þetta kvöld og hve þær hlógu að henni, þegar hún vakti Amy um nóttina með því að leika á píanó á andliti hennar í svefni. Daginn eftir, þegar hún hafði séð bæði gamla og unga herrann fara að heiman, komst Beth, eftir tvær eða þrjár undanfarir, loks inn um hliðardyrnar og læddist eins hljóðlega og mús inn í stofuna, þar sem átrúnaðargoð hennar stóð. Fyrir hreina tilviljun lágu falleg og auðveld nótublöð á píanóinu, og með skjálfandi fingrum og tíðum hléum til að hlusta og líta í kringum sig snerti Beth loks hið mikla hljóðfæri og gleymdi samstundis ótta sínum, sjálfri sér og öllu öðru nema þeirri ósegjanlegu gleði, sem tónlistin veitti henni, því hún var eins og rödd ástkærs vinar.

Hún dvaldi þar til Hannah kom að sækja hana í kvöldverð, en hún hafði enga matarlyst og gat aðeins setið og brosað til allra í almennu sæluástandi.

Eftir þetta smaug litla brúna hettan í gegnum limgerðið nær daglega, og hin stóra stofa varð eins konar heimkynni hljómfagurs anda, sem kom og fór óséður. Hún vissi aldrei, að herra Laurence opnaði dyrnar að vinnuherbergi sínu til að hlýða á gömlu laglínurnar, sem honum þóttu svo vænt um. Hún sá aldrei Laurie standa vörð í forstofunni til að vara þjónustufólkið við. Hún grunaði aldrei, að æfingabækurnar og nýju lögin, sem hún fann í nótnastandinum, væru þar lögð henni til handa, og þegar hann ræddi við hana um tónlist heima, hugsaði hún einungis, hve góður hann væri að segja henni hluti, sem hjálpuðu henni svo mikið. Þannig naut hún sín af heilum hug og fann - sem ekki er ætíð raunin - að uppfyllt ósk hennar var allt það, sem hún hafði vonað. Ef til vill var það vegna þess, að hún var svo þakklát fyrir þessa blessun, að henni var veitt enn meiri. Hvað sem því líður, átti hún báðar skilið.

„Mamma, mig langar að sauma herra Laurence par af inniskóm. Hann er mér svo góður, að ég verð að þakka honum, og ég veit ekki um aðra leið. Má ég það?“ spurði Beth nokkrum vikum eftir hina eftirminnilegu heimsókn hans.

„Já, elskan mín. Það mun gleðja hann mjög og vera falleg þakkargjörð. Stúlkurnar munu hjálpa þér við þá, og ég greiði fyrir fráganginn,“ svaraði frú March, sem hafði sérstaka ánægju af að verða við óskum Beth, því hún bað svo sjaldan um nokkuð handa sjálfri sér.

Eftir margar alvarlegar ráðagerðir með Meg og Jo var mynstrið valið, efniviðurinn keyptur og inniskórnir hafðir í smíðum. Hópur alvarlegra en glaðlegra fjólna á dökkfjólubláum grunni var talinn bæði viðeigandi og fagur, og Beth vann að verkinu snemma og seint, með dálítilli aðstoð yfir erfiðustu sporin. Hún var lipur með nálina, og verkið lauk áður en nokkur fékk leiða á því. Síðan skrifaði hún stutt og einfalt bréf og, með hjálp Laurie, lét hún smygla inniskónum inn á borðið í vinnuherberginu einn morguninn, áður en gamli herrann var kominn á fætur.

Þegar þessi æsingur var liðinn beið Beth eftir að sjá, hvað gerðist. Allur dagurinn leið og hluti þess næsta, áður en nokkur viðurkenning barst, og hún fór að óttast, að hún hefði móðgað hinn skapstirða vin sinn. Síðdegis á öðrum degi fór hún út að sinna erindi og veita aumu Jóhönnu, sjúklingabrúðunni, daglega hreyfingu sína. Þegar hún kom aftur upp götuna sá hún þrjú - nei, fjögur - höfuð skjóta sér inn og út um stofugluggana, og um leið og þau sáu hana voru hendur veifaðar og glaðlegar raddir kölluðu:

„Hér er bréf frá gamla herranum! Komdu fljótt og lestu það!“

„Ó, Beth, hann hefur sent þér ...“ byrjaði Amy og veifaði höndunum af óviðeigandi ákafa, en hún komst ekki lengra, því Jo skellti glugganum niður og þaggaði hana.

Beth hraðaði sér áfram í titrandi eftirvæntingu. Við dyrnar gripu systur hennar hana og báru hana inn í stofuna í sigurgöngu, allar bendandi og allar talandi í einu: „Sjáðu þarna! Sjáðu þarna!“ Beth leit - og fölnaði af gleði og undrun, því þar stóð lítið skápapíanó, og á gljáandi lokinu lá bréf, merkt eins og skilti: „Ungfrú Elizabeth March.“

„Handa mér?“ hvíslaði Beth og hélt sér í Jo, því henni fannst hún ætla að hníga niður, svo yfirþyrmandi var þetta allt saman.

„Já, allt handa þér, dýrmætasta! Er hann ekki stórkostlegur? Finnst þér hann ekki yndislegasti gamli maður í heimi? Hér er lykillinn í bréfinu. Við opnuðum það ekki, en við brennum af forvitni að vita, hvað hann segir,“ hrópaði Jo, faðmaði systur sína og rétti henni bréfið.

„Þú lest það! Ég get það ekki, mér líður svo undarlega! Ó, þetta er of yndislegt!“ Og Beth faldi andlitið í svuntu Jo, allri brugðið yfir gjöfinni.

Jo opnaði bréfið og fór að hlæja, því fyrstu orðin, sem hún sá, voru:

„Ungfrú March.

Kæra frú -“

„Hve fallega það hljómar! Ég vildi óska, að einhver skrifaði mér svona!“ sagði Amy, sem fannst hið gamaldags ávarp afar glæsilegt.

„‚Ég hef átt marga inniskó um ævina, en aldrei neina, sem hæfðu mér jafn vel og yðar,‘“ hélt Jo áfram. „‚Fjólur eru uppáhaldsblómið mitt, og þessir munu ætíð minna mig á hina blíðu gefanda. Ég kýs að greiða skuldir mínar og veit, að þér munuð leyfa „gamla herranum“ að senda yður nokkuð, sem eitt sinn tilheyrði litlu dótturdótturinni, sem hann missti. Með innilegu þakklæti og bestu óskum er ég

„Þakklátur vinur yðar og auðmjúkur þjónn,

JAMES LAURENCE.““

„Sjáðu nú, Beth, þetta er heiður, sem þú mátt vera stolt af! Laurie sagði mér, hve vænt herra Laurence þótti um barnið, sem dó, og hvernig hann varðveitti alla litlu muni hennar af alúð. Hugsaðu þér, hann hefur gefið þér píanóið hennar. Það kemur af því að hafa stór blá augu og elska tónlist,“ sagði Jo og reyndi að sefa Beth, sem titraði og var æstari en nokkru sinni fyrr.

„Sjáðu hve sniðug kertahöldin eru og fallega græna silkidúkinn, sem er rykktur upp með gullrós í miðjunni, og hinn laglega nótnastand og stólinn, allt saman fullkomið,“ bætti Meg við og opnaði hljóðfærið og sýndi fegurð þess.

„‚Auðmjúkur þjónn, James Laurence.‘ Hugsaðu þér, að hann skrifi þér þetta. Ég segi stúlkunum frá því. Þeim mun finnast það stórkostlegt,“ sagði Amy, mjög hrifin af bréfinu.

„Prófaðu það, elskan. Við skulum heyra hljóminn í litla píanóinu,“ sagði Hannah, sem tók ætíð þátt í gleði og sorgum fjölskyldunnar.

Svo reyndi Beth, og allir sögðu það hið merkilegasta píanó, sem þeir hefðu heyrt. Það var augljóslega nýstillt og í fullkomnu lagi, en þótt það væri fullkomið, held ég, að hinn sanni töfraljómi hafi falist í hinum hamingjusamasta andliti, sem hallaði sér yfir það, meðan Beth snerti ástúðlega svörtu og hvítu lyklana og þrýsti björtu fótstigunum.

„Þú verður að fara og þakka honum,“ sagði Jo í gamni, því henni datt aldrei í hug, að barnið færi í raun og veru.

„Já, það ætla ég. Ég held, að ég fari núna, áður en ég verð hrædd við að hugsa um það.“ Og fjölskyldan stóð agndofa, þegar Beth gekk ákveðin niður garðinn, í gegnum limgerðið og inn um dyr Laurence-hússins.

„Nú skal ég hengd vera, ef þetta er ekki það undarlegasta, sem ég hef séð! Píanóið hefur snúið höfðinu á henni! Hún hefði aldrei farið, ef hún hefði verið með réttu ráði," hrópaði Hannah og starði á eftir henni, meðan stúlkurnar voru orðlausar af kraftaverkinu.

En þær hefðu orðið enn undrandi, ef þær hefðu séð, hvað Beth gerði síðan. Trúið mér, hún gekk og bankaði á dyr vinnuherbergisins, áður en hún gaf sér tíma til að hugsa, og þegar hrjúf rödd kallaði: „Komið inn!" gekk hún inn, beint að herra Laurence, sem leit forviða út, og rétti fram höndina og sagði með lítilsháttar titringi í rödd:

„Ég kom til að þakka yður, herra, fyrir ..."

En hún lauk ekki við setninguna, því hann leit svo vingjarnlega á hana, að hún gleymdi orðum sínum og, aðeins minnug þess, að hann hafði misst litlu stúlkuna, sem hann elskaði, lagði hún báða arma um háls hans og kyssti hann.

Þótt þakið hefði fokið af húsinu hefði gamli herrann varla orðið meira undrandi. En honum líkaði það. Já, sannarlega líkaði honum það undurvel! Hann var svo snortinn og glaður yfir hinum trausta litla kossi, að allur stirðleiki hans hvarf, og hann settist með hana á kné sér og lagði hrukkótta kinn sína að rjóðri kinn hennar, eins og hann hefði fengið litlu dótturdóttur sína aftur. Frá þeirri stundu óttaðist Beth hann ekki lengur, heldur sat þar og talaði við hann eins notalega og hún hefði þekkt hann alla ævi, því kærleikurinn rekur óttann á brott og þakklætið sigrar stoltið. Þegar hún fór heim gekk hann með henni að hliðinu, tók hlýlega í hönd hennar og lyfti hattinum, þegar hann sneri aftur, reisulegur og beinn, eins og hinn glæsilegi og hermannlegi gamli herramaður, sem hann var.

Þegar stúlkurnar sáu þetta atriði fór Jo að dansa kátan dans til að tjá ánægju sína, Amy var nærri fallin út um gluggann af undrun, og Meg hrópaði með upplyftum höndum:

„Jæja, ég held beinlínis, að heimurinn sé að enda."

SJÖUNDI KAFLI
NIÐURLÆGINGARDALUR AMY

„Sá drengur er hinn fullkomni kýklópur, er það ekki?“ sagði Amy einn daginn, þegar Laurie þaut hjá á hestbaki og sveiflaði svipunni glæsilega, er hann reið framhjá.

„Hvernig dirfist þú að segja það, þegar hann hefur bæði augun? Og þau eru auk þess einkar falleg,“ hrópaði Jo, sem þoldi ekki, að vinur hennar væri lítilsvirtur.

„Ég sagði ekkert um augun á honum, og ég sé ekki, hvers vegna þú þarft að æsa þig, þegar ég er að dást að reiðmennsku hans.“

„Guð minn góður! Litla gæsin á við kentár, en hún kallaði hann kýklóp,“ sagði Jo og sprakk úr hlátri.

„Þú þarft ekki að vera svona dónaleg, þetta var bara ‚málglöp‘, eins og herra Davis segir,“ svaraði Amy og lauk Jo með latínunni. „Ég vildi bara óska, að ég ætti dálítið af þeim peningum, sem Laurie eyðir í þann hest,“ bætti hún við, eins og við sjálfa sig, en þó í von um, að systur hennar heyrðu.

„Hvers vegna?“ spurði Meg vingjarnlega, því Jo hafði rokið í annan hlátur yfir síðari mismælum Amy.

„Ég þarf á þeim svo mjög að halda. Ég er hræðilega skuldug og fæ ekki minn klútapening fyrr en eftir mánuð.“

„Skuldug, Amy? Hvað áttu við?“ Og Meg varð alvarleg.

„Ég skulda að minnsta kosti tylft af súrsuðum límónum og get ekki greitt þær, eins og þú veist, fyrr en ég fæ peninga, því Marmee bannaði mér að láta skrifa nokkuð hjá kaupmanninum.“

„Segðu mér allt um það. Eru límónur tískan núna? Áður var það að stinga gúmmíbúta til að búa til bolta.“ Og Meg reyndi að halda alvöru, því Amy leit svo grafalvarleg og mikilvæg út.

„Sjáðu til, stúlkurnar eru alltaf að kaupa þær, og nema þú viljir teljast nísk, verður þú að gera það líka. Nú er ekkert nema límónur, því allar sjúga þær í bekkjunum á skólatíma og skipta þeim fyrir blýanta, perlahringi, pappírsdúkkur eða eitthvað annað í frímínútum. Ef ein stúlka kann vel við aðra, gefur hún henni límónu. Ef hún er reið út í hana, étur hún eina fyrir framan hana og býður ekki einu sinni að sjúga. Þær bjóða hver annarri til skiptis, og ég hef fengið ótal margar en ekki endurgoldið, og það ætti ég, því þetta eru heiðursskuldir, skilurðu.“

„Hve mikið þarf til að greiða þær og endurheimta orðspor þitt?“ spurði Meg og tók upp pyngjuna.

„Fjórðungsdalur myndi meira en nægja og skilja eftir nokkur sent handa þér til veislu. Líkar þér ekki límónur?“

„Ekki sérlega. Þú mátt fá minn hlut. Hér eru peningarnir. Láttu þá duga eins lengi og þú getur, því nóg er ekki af þeim, eins og þú veist.“

„Ó, þakka þér! Það hlýtur að vera svo yndislegt að eiga vasapening! Ég ætla að halda stórkostlega veislu, því ég hef ekki bragðað límónu í heila viku. Ég var of viðkvæm til að þiggja nokkra, þar sem ég gat ekki endurgoldið, og ég er beinlínis að þjást af löngun.“

Daginn eftir kom Amy nokkuð seint í skólann, en gat ekki staðist freistinguna að sýna, með afsakanlegu stolti, rakan brúnan pappírspakka, áður en hún faldi hann í innsta skúmaskoti skrifborðs síns. Á næstu mínútum barst orðrómurinn um, að Amy March hefði fengið tuttugu og fjórar dýrindis límónur - hún át eina á leiðinni - og hygðist bjóða upp á veislu, um allan hennar „hóp“, og athygli vinkvenna hennar varð yfirþyrmandi. Katy Brown bauð henni samstundis í næstu veislu sína. Mary Kingsley krafðist þess að lána henni úrið sitt til frímínútna, og Jenny Snow, háðsk ung stúlka, sem hafði illkvittnislega gert gys að límónuleysi Amy, lagði skyndilega niður vopn og bauðst til að aðstoða hana við ákveðin ógnvekjandi reikningsdæmi. En Amy hafði ekki gleymt beittum orðum ungfrú Snow um „sumar manneskjur, sem nef þeirra væri ekki of flatt til að finna lykt af límónum annarra, og hrokafullar manneskjur, sem væru ekki of stoltar til að biðja um þær", og hún kæfði tafarlaust vonir „þessarar Snow-stúlku" með kuldalegri orðsendingu: „Þú þarft ekki að vera svona kurteis allt í einu, því þú færð ekkert."

Virðulegur gestur heimsótti skólann þennan morgun, og fallega teiknuð landakort Amy hlutu lof, sem heiður til óvinar hennar brann í sál ungfrú Snow og varð til þess, að ungfrú March tók upp yfirlætisfulla stellingu fræðilegs páfugls. En, því miður, stoltið fer á undan falli, og hefndargjörn Snow sneri taflinu við með hörmulegum árangri. Varla hafði gesturinn flutt hin venjulegu, innantómu hrósyrði og kvatt með hneigingu, þegar Jenny, undir því yfirskini að spyrja mikilvægrar spurningar, tilkynnti herra Davis, kennaranum, að Amy March hefði súrsaðar límónur í skrifborðinu.

Herra Davis hafði lýst límónur bannvöru og heitið því hátíðlega að slá opinberlega á hendur þess, sem bryti lögin fyrstur. Þessi langlyndi maður hafði tekist að útrýma tyggigúmmíi eftir langa og stormasama baráttu, hafði brennt upptækar skáldsögur og dagblöð, lagt niður leynilegt póstkerfi, bannað andlitsbjögun, gælunöfn og skopmyndir og gert allt, sem einn maður gat gert til að halda hálfri hundrað uppreisnargjörnum stúlkum í skefjum. Drengir reyna vissulega á þol mannkynsins, en stúlkur eru óendanlega erfiðari, einkum fyrir taugaóstyrkan herramann með harðstjórnarhneigð og ekki meiri kennsluhæfileika en doktor Blimber. Herra Davis kunni ógrynni af grísku, latínu, algebru og alls kyns fræðum og var því talinn ágætur kennari, og siðir, siðferði, tilfinningar og fordæmi voru ekki talin skipta verulegu máli. Þetta var hin óheppilegasta stund til að kæra Amy, og það vissi Jenny. Herra Davis hafði augljóslega drukkið of sterkt kaffi þann morgun, austanvindur var, sem jafnan jók á taugaverk hans, og nemendur hans höfðu ekki sýnt honum þá virðingu, sem hann taldi sig eiga skilið. Því var hann, svo notuð sé lýsandi, þótt ekki sérlega fáguð, orðfæri skólastúlku, „eins taugaóstyrkur og norn og eins hvass og björn". Orðið

„límónur" var eins og eldur í púður, gula andlit hans roðnaði, og hann sló í borðið af slíkum krafti, að Jenny stökk í sæti sitt með óvenjulegum hraða.

„Ungfrúr, athygli, ef þér viljið!"

Við þennan stranga boðskap þagnaði suðið, og fimmtíu pör af bláum, svörtum, gráum og brúnum augum beindust hlýðilega að hinu ógnvekjandi andliti hans.

„Ungfrú March, komið að borðinu."

Amy reis upp með ytri ró, en leyndur ótti þrýsti að henni, því límónurnar lágu þungt á samvisku hennar.

„Takið með yður límónurnar, sem þér hafið í skrifborðinu," var hið óvænta skipun, sem stöðvaði hana áður en hún komst úr sæti sínu.

„Taktu ekki allar," hvíslaði nágrannakona hennar, stúlka með mikla nærgætni.

Amy hristi í flýti út hálfa tylft og lagði hinar fyrir framan herra Davis, í þeirri trú, að hver sá maður, sem bæri mannlegt hjarta í brjósti, myndi mýkjast, þegar hinn dýrlegi ilmur næði vitum hans. Því miður hafði herra Davis sérstaka óbeit á lykt hinnar tísku súrsunar, og viðbjóður bættist við reiði hans.

„Er þetta allt?"

„Ekki alveg," stamaði Amy.

„Komið með afganginn tafarlaust."

Með örvæntingarfullu augnaráði til hóps síns hlýddi hún.

„Eruð þér viss um, að engar fleiri séu til?"

„Ég lýg aldrei, herra.“

„Það sé ég. Takið nú þessa viðbjóðslegu hluti tvo og tvo og kastið þeim út um gluggann.“

Samtímis andvarp reis og myndaði lítið vindhviðuandartak, þegar síðasta vonin hvarf og veislan var hrifin frá þráandi vörum þeirra. Skarlatsrauð af skömm og reiði gekk Amy fram og aftur sex hrylliileg skipti, og þegar hvert dæmda par, svo bústið og safaríkt, féll úr hikandi höndum hennar, bætti hróp af götunni við kvöl stúlknanna, því það sýndi, að litlu írsku börnin, svarnir óvinir þeirra, fögnuðu fengnum. Þetta - þetta var of mikið. Allar köstuðu reiðum eða áköllum augum til hins miskunnarlausa Davis, og ein ástríðufull límónuunnandi brast í grát.

Þegar Amy kom til baka úr síðustu ferðinni gaf herra Davis þungan og fyrirboðaríkan „Hem!“ og sagði með sínum hátíðlegasta svip:

„Ungfrúr, þér munið, hvað ég sagði yður fyrir viku. Mér þykir leitt, að þetta hafi gerst, en ég leyfi aldrei að reglur mínar séu brotnar, og ég stend við orð mín. Ungfrú March, réttið fram höndina.“

Amy brá við og faldi báðar hendur á bak við sig og leit á hann bænandi augum, sem töluðu betur máli hennar en orð, sem hún gat ekki mælt. Hún var fremur í uppáhaldi hjá „gamla Davis“, eins og hann var auðvitað kallaður, og ég er sannfærð um, að hann hefði brotið orð sín, ef reiði einnar óviðráðanlegrar ungrar stúlku hefði ekki fengið útrás í hvæsi. Það hvæs, þótt dauft væri, ergði hinn bráðlynda herramann og innsiglaði örlög sakborningsins.

„Höndina, ungfrú March!“ var eina svarið, sem hljóðlaus bæn hennar hlaut, og of stolt til að gráta eða biðja þrýsti Amy saman tönnum, kastaði höfðinu aftur af ögrun og tók við nokkrum sviðandi höggum á litla lófa sinn án þess að kikna. Þau voru hvorki mörg né þung, en það skipti hana engu. Í fyrsta sinn á ævi sinni hafði hún verið slegin, og smánin var í hennar augum jafndjúp og hefði hann fellt hana til jarðar.

„Þér munuð nú standa á pallinum þar til frímínútur hefjast," sagði herra Davis, staðráðinn í að ljúka verkinu, fyrst hann hafði hafið það.

Það var skelfilegt. Það hefði verið nógu slæmt að fara í sæti sitt og sjá vorkunnarsvip vina sinna eða ánægjusvip fáeinna óvina, en að horfast í augu við allan skólann með nýja smán í brjósti virtist óbærilegt, og um stund fann hún, að hún gæti aðeins hnígt niður þar sem hún stóð og brostið af gráti. Beisk tilfinning um óréttlæti og hugsunin um Jenny Snow hjálpuðu henni að bera þetta, og þegar hún tók hina smánarlegu stöðu beindi hún augunum að ofnrörinu yfir því, sem nú virtist vera haf andlita, og stóð þar svo kyrr og föl, að stúlkurnar áttu erfitt með að læra með þá átakanlegu mynd fyrir augum sér.

Á þeim fimmtán mínútum, sem fylgdu, þjáðist hin stolta og viðkvæma litla stúlka af skömm og sársauka, sem hún gleymdi aldrei. Öðrum hefði þetta getað þótt broslegt eða smávægilegt, en henni var þetta hörð reynsla, því á tólf árum ævi sinnar hafði hún verið leidd af kærleika einum saman, og slíkt högg hafði aldrei snert hana áður. Sviði í lófa og verkur í hjarta hurfu í stingandi hugsuninni: „Ég verð að segja frá þessu heima, og þau munu verða svo vonsvikin af mér!"

Fimmtán mínúturnar virtust heil klukkustund, en loks lauk þeim, og orðið „Frímínútur!" hafði aldrei áður hljómað henni svo kærkomið.

„Þér megið fara, ungfrú March," sagði herra Davis og leit, eins og honum leið, óþægilega.

Hann gleymdi ekki fljótt ávítandi augnaráðinu, sem Amy beindi til hans, þegar hún gekk, án þess að segja orð við nokkurn, beint inn í anddyrið, greip muni sína og yfirgaf staðinn „að eilífu", eins og hún hét sjálfri sér í ákafa. Hún var í dapurlegu ástandi, þegar hún kom heim, og þegar eldri stúlkurnar komu nokkru síðar var þegar haldinn reiðufundur. Frú March sagði lítið, en virtist áhyggjufull og hughreysti hina sárkvaldu litlu dóttur sína með sinni blíðustu aðferð. Meg smurði hina móðguðu hönd með glýseríni og tárum, Beth fann, að jafnvel ástkærir kettlingar hennar gætu ekki linað slíkan harm, Jo lagði reiðilega til, að herra Davis yrði handtekinn tafarlaust, og Hannah hristi hnefann að „óþokkanum“ og marði kartöflur til kvöldverðar eins og hann væri undir stömpunni.

Flótti Amy vakti enga athygli nema hjá bekkjarsystrum hennar, en hin glöggskyggnu ungfrúr tóku eftir því, að herra Davis var fremur mildur síðdegis og óvenju taugaóstyrkur. Rétt áður en skóla lauk birtist Jo með alvöruþungan svip, gekk að borðinu og afhenti bréf frá móður sinni, safnaði síðan saman eigum Amy og fór, og skrapaði leðjuna vandlega af stígvélum sínum á dyraþrepinu, eins og hún hristi rykið af staðnum af fótum sér.

„Já, þú mátt fá frí frá skóla um sinn, en ég vil, að þú lærir dálítið á hverjum degi með Beth,“ sagði frú March það kvöld. „Ég samþykki ekki líkamlegar refsingar, einkum ekki gagnvart stúlkum. Mér líkar ekki kennsluaðferð herra Davis og tel ekki, að stúlkurnar, sem þú umgengst, geri þér gott, svo ég mun leita ráða hjá föður þínum áður en ég sendi þig annað.“

„Það er gott! Ég vildi, að allar stúlkurnar færu og eyðilögðu gamla skólann hans. Það er beinlínis ærandi að hugsa til þessara dásamlegu límóna,“ andvarpaði Amy með svip píslarvotts.

„Ég er ekki hrygg yfir því, að þú misstir þær, því þú braust reglurnar og áttir skilið einhverja refsingu fyrir óhlýðni,“ var hin stranga svar, sem olli ungfrúnni nokkrum vonbrigðum, því hún bjóst við einungis samúð.

„Áttu við, að þú sért fegin, að ég var smánuð fyrir framan allan skólann?“ hrópaði Amy.

„Ég hefði ekki kosið þá aðferð til að bæta galla,“ svaraði móðir hennar, „en ég er ekki viss um, að hún muni ekki gera þér meira gagn en mildari leið. Þú ert farin að verða dálítið hégómleg, elskan mín, og það er kominn tími til að þú leitist við að bæta það. Þú hefur ýmsa smáa hæfileika og dyggðir, en engin þörf er á að flagga þeim, því hégóminn spillir hinni fegurstu snilld. Það er lítil hætta á, að raunverulegur hæfileiki eða góðvild verði lengi hunsuð, og jafnvel þótt svo væri ætti vitundin um að eiga þá og nota vel að nægja manni, og hin mesta prýði alls máttar er hógværðin."

„Satt er það!" hrópaði Laurie, sem sat í horni og tefldi við Jo. „Ég þekkti einu sinni stúlku, sem hafði sannarlega óvenjulegan tónlistarhæfileika, og hún vissi það ekki sjálf, gerði sér enga grein fyrir því, hve yndisleg lítil lög hún samdi, þegar hún var ein, og hefði ekki trúað því, þótt einhver hefði sagt henni það."

„Ég vildi, að ég hefði þekkt þessa fallegu stúlku. Kannski hefði hún getað hjálpað mér, ég er svo heimsk," sagði Beth, sem stóð við hlið hans og hlustaði ákaflega.

„Þú þekkir hana, og hún hjálpar þér betur en nokkur annar gæti," svaraði Laurie og leit á hana með svo glettnislegum blæ í kátum svörtum augum sínum, að Beth roðnaði snögglega og faldi andlitið í sófapúðanum, yfirbuguð af svo óvæntri uppgötvun.

Jo lét Laurie vinna taflið til að launa honum þetta lof um hennar Beth, sem ekki fékkst til að leika fyrir þau eftir hrósið. Laurie gerði sitt besta og söng af yndislegri innlifun, því hann var í sérlega léttu skapi, enda sýndi hann March-fjölskyldunni sjaldan myrka hlið skapgerðar sinnar. Þegar hann var farinn sagði Amy, sem hafði verið þungt hugsi allt kvöldið, skyndilega, eins og upptekin af nýrri hugsun:

„Er Laurie fullnuma drengur?"

„Já, hann hefur fengið framúrskarandi menntun og býr yfir miklum hæfileikum. Hann mun verða ágætur maður, ef ekki er of dekrað við hann," svaraði móðir hennar.

„Og hann er ekki hégómlegur, er það?" spurði Amy.

„Ekki hið minnsta. Þess vegna er hann svo heillandi og okkur öllum svo kær."

„Ég skil. Það er fallegt að hafa hæfileika og vera fáguð, en ekki sýna sig né láta bera sig hátt,“ sagði Amy hugsandi.

„Slíkt sést og finnst í framkomu og tali, ef það er notað af hógværð, en ekki er nauðsynlegt að sýna það sérstaklega,“ sagði frú March.

„Ekki fremur en að ganga í öllum höttum, kjólum og slaufum í einu, svo fólk viti, að maður á þá,“ bætti Jo við, og fyrirlesturinn lauk í hlátri.

ÁTTUNDI KAFLI
JO MÆTIR APOLLYON

„Stelpur, hvert eruð þið að fara?“ spurði Amy einn laugardagseftirmiðdag, þegar hún kom inn í herbergið og fann þær að undirbúa brottför með leyndardómsfullu yfirbragði, sem vakti forvitni hennar.

„Skiptu þér ekki af því. Litlar stúlkur eiga ekki að spyrja spurninga,“ svaraði Jo hvasslega.

Ef nokkuð særir tilfinningar okkar í æsku, þá er það að fá slíkt svar, og enn sárara er að vera sagt: „Farðu nú, elskan.“ Amy reis upp af móðgun og ákvað að komast að leyndarmálinu, þótt hún þyrfti að suða heila klukkustund. Hún sneri sér að Meg, sem neitaði henni sjaldan lengi, og sagði blíðlega:

„Segðu mér það! Mér finnst þú mætti leyfa mér að koma líka, því Beth er að dunda sér við píanóið sitt, og ég hef ekkert að gera og er svo einmana.“

„Ég get það ekki, elskan, því þér var ekki boðið,“ hóf Meg, en Jo greip fram í óþolinmóð:

„Nú, Meg, þegiðu, annars eyðileggurðu allt. Þú getur ekki komið, Amy, svo vertu ekki barnaleg og vældu ekki um það.“

„Þið eruð að fara eitthvert með Laurie, ég veit það. Þið hvísluðuð og hlóguð saman í sófanum í gærkvöldi og hættuð, þegar ég kom inn. Eruð þið ekki að fara með honum?“

„Jú, það erum við. Vertu nú stillt og hættu að ónáða.“

Amy þagði, en fylgdist grannt með og sá Meg stinga vifti í vasann.

„Ég veit! Ég veit! Þið eruð að fara í leikhúsið að sjá Sjö kastalana!“ hrópaði hún og bætti ákveðin við: „Og ég fer líka, því mamma sagði, að ég mætti sjá það, og ég á minn klútapening, og það var ljótt af ykkur að segja mér það ekki fyrr.“

„Hlýddu á mig andartak og vertu góð stúlka,“ sagði Meg róandi. „Mamma vill ekki, að þú farir þessa viku, því augun þín eru ekki enn nógu sterk til að þola birtuna í þessu ævintýraleikriti. Næstu viku geturðu farið með Beth og Hannah og haft það notalegt.“

„Mér líkar það alls ekki jafnvel og að fara með ykkur og Laurie. Leyfið mér að koma. Ég hef verið veik af þessu kvefi svo lengi og innilokuð, að ég er að drepast úr löngun eftir skemmtun. Gerðu það, Meg! Ég skal vera svo góð,“ bað Amy og gerði sitt ýtrasta til að líta aumlega út.

„Kannski ættum við að taka hana með. Ég held, að mamma myndi ekki amast við því, ef við búum hana vel,“ byrjaði Meg.

„Ef hún fer, þá fer ég ekki, og ef ég fer ekki, líkar Laurie það ekki, og það er dónalegt, eftir að hann bauð aðeins okkur, að draga Amy með. Ég skyldi ætla, að henni þætti leiðinlegt að troða sér þangað, sem hennar er ekki óskað,“ sagði Jo hvasslega, því hún vildi ekki hafa fyrir að hafa auga með órólegu barni, þegar hún ætlaði að skemmta sér.

Rödd hennar og framkoma reiddu Amy, sem fór að fara í stígvélin og sagði með sínum ergilegasta hætti:

„Ég fer. Meg segir, að ég megi, og ef ég greiði fyrir mig sjálf, kemur Laurie því ekki við.“

„Þú getur ekki setið hjá okkur, því sætin okkar eru frátekin, og þú mátt ekki sitja ein, svo Laurie mun láta þér sæti sitt, og það spillir ánægju okkar. Eða hann fær þér annað sæti, og það er ekki við hæfi, þegar þér var ekki boðið. Þú ferð hvergi, svo þú mátt alveg sitja kyrr,“ skammaði Jo, enn hvassari en áður, því hún hafði rétt í þessu stungið sig í fingurinn í flýti sínum.

Amy sat á gólfinu með eitt stígvél á fæti og fór að gráta, og Meg reyndi að tala hana til, þegar Laurie kallaði að neðan, og stúlkurnar tvær hlupu niður og skildu systur sína eftir grátandi. Því stundum gleymdi hún fullorðinslegum siðum sínum og hagaði sér eins og dekrað barn. Rétt þegar hópurinn var að leggja af stað kallaði Amy niður handriðið í hótandi tón:

„Þú munt sjá eftir þessu, Jo March, þú skalt bara bíða."

„Bull!" svaraði Jo og skellti hurðinni.

Þær skemmtu sér ágætlega, því Sjö kastalarnir við Demantsvatn voru eins glæsilegir og undraverðir og hugur gat óskað. En þrátt fyrir hin rauðu skrímsli, tindrandi álfar og glæsilegu prinsana og prinsessurnar var í ánægju Jo dropi af beiskju. Gular lokkur álfadrottningarinnar minntu hana á Amy, og í hléunum velti hún fyrir sér, hvað systir hennar kynni að gera til að láta hana „sjá eftir því". Þær höfðu oft átt í heitum orðaskiptum, því báðar voru bráðlyndar og urðu harðar, þegar þær æstust. Amy stríddi Jo, og Jo erti Amy, og öðru hverju brutust út sprengingar, sem báðar skömmuðust sín síðar fyrir. Þótt Jo væri elst hafði hún minnsta sjálfsstjórn og átti erfitt með að hemja hið eldheita skap, sem sífellt kom henni í vandræði. Reiði hennar stóð þó ekki lengi, og eftir að hafa auðmjúklega játað sök sína iðraðist hún einlæglega og reyndi að gera betur. Systur hennar sögðu stundum, að þeim þætti næstum gaman að æsa Jo, því hún væri svo engilblíð á eftir. Aumingja Jo barðist einlæglega við að vera góð, en hinn innri óvinur hennar var ávallt reiðubúinn að blossa upp og sigra hana, og það tók ár þolinmóðrar viðleitni að leggja hann að velli.

Þegar þær komu heim sátu Amy í stofunni og las. Hún tók upp móðgaðan svip, þegar þær komu inn, lyfti ekki augunum af bókinni og spurði ekki einnar spurningar. Forvitni hefði ef til vill sigrað gremju, ef Beth hefði ekki verið þar og spurt og fengið glóandi lýsingu á leikritinu. Þegar Jo fór upp að leggja frá sér betri hattinn sinn beindist fyrsta augnaráð hennar að kommóðunni, því í síðasta rifrildi þeirra hafði Amy hefnt sín með því að tæma efstu skúffu Jo á gólfið. Allt var þó í röð og reglu, og eftir skjóta yfirferð um skápa, töskur og kassa ákvað Jo, að Amy hefði fyrirgefið og gleymt.

Þar skjátlaðist henni, því daginn eftir gerði hún uppgötvun, sem vakti storm. Meg, Beth og Amy sátu saman seint síðdegis, þegar Jo ruddist inn, æst á svip og spurði mæðulega:

„Hefur einhver tekið bókina mína?“

Meg og Beth svöruðu strax: „Nei,“ og litu undrandi út. Amy potaði í eldinn og sagði ekkert. Jo sá roða færast yfir andlit hennar og var komin að henni á svipstundu.

„Amy, þú hefur hana!“

„Nei, ég hef hana ekki.“

„Þú veist þá, hvar hún er!“

„Nei, það veit ég ekki.“

„Það er lygi!“ hrópaði Jo, greip hana um axlirnar og leit svo ógnandi, að miklu hugrakkara barn en Amy hefði orðið hrætt.

„Það er ekki lygi. Ég hef hana ekki, veit ekki, hvar hún er nú, og mér er sama.“

„Þú veist eitthvað um hana, og þú skalt segja það strax, annars neyði ég þig.“ Og Jo hristi hana lítillega.

„Skammaðu eins og þú vilt, þú munt aldrei sjá heimsku gömlu bókina þína aftur,“ hrópaði Amy og æsti sig á móti.

„Hvers vegna ekki?“

„Ég brenndi hana."

„Hvað! Litlu bókina mína, sem mér þótti svo vænt um og vann svo mikið að og ætlaði að ljúka áður en pabbi kæmi heim? Hefurðu virkilega brennt hana?" sagði Jo og varð náföl, en augu hennar loguðu og hendur hennar gripu Amy taugaóstyrkar.

„Já, ég gerði það! Ég sagði þér, að ég myndi láta þig gjalda þess að vera svona hvöss í gær, og það hef ég gert, svo ..."

Amy komst ekki lengra, því heitt skap Jo náði yfirhöndinni, og hún hristi Amy svo tennurnar glömruðu í höfði hennar og hrópaði í ástríðufullri sorg og reiði:

„Þú vonda, vonda stúlka! Ég get aldrei skrifað hana aftur, og ég mun aldrei fyrirgefa þér, svo lengi sem ég lifi."

Meg þaut til að bjarga Amy og Beth til að sefa Jo, en Jo var alveg frá sér numin, og eftir að hafa gefið systur sinni síðasta kinnhest hljóp hún út úr herberginu upp að gamla sófanum á háaloftinu og lauk baráttunni ein.

Stormurinn lægði niðri, því frú March kom heim, og þegar hún hafði heyrt söguna, kom hún fljótt Amy til skilnings á því ranglæti, sem hún hafði gert systur sinni. Bók Jo var stolt hjarta hennar og talin af fjölskyldunni bókmenntaleg brumskot mikilla fyrirheita. Hún var aðeins hálft tylft af litlum ævintýrasögum, en Jo hafði unnið að þeim þolinmóðlega, lagt allt hjarta sitt í verkið og vonast til að skapa eitthvað nógu gott til að prenta. Hún hafði nýlega afritað þær af mikilli alúð og eytt gamla handritinu, svo bálför Amy hafði eytt ástarverki nokkurra ára. Öðrum þótti þetta lítið tap, en Jo fannst það hræðilegt áfall og taldi, að það yrði aldrei bætt. Beth syrgði eins og kettlingur hefði dáið, og Meg neitaði að verja eftirlætið sitt. Frú March leit alvarleg og hrygg út, og Amy fann, að enginn myndi elska hana, fyrr en hún hefði beðið fyrirgefningar fyrir verk, sem hún nú iðraðist meir en nokkur þeirra.

Þegar tebjallan hringdi birtist Jo með svo hörkulegt og óaðgengilegt yfirbragð, að það kostaði Amy allt hennar hugrekki að segja auðmjúk:

„Viltu fyrirgefa mér, Jo. Ég er mjög, mjög hrygg.“

„Ég mun aldrei fyrirgefa þér,“ var harðneskjulegt svar Jo, og frá þeirri stundu hunsaði hún Amy algjörlega.

Enginn minntist á hið mikla áfall, ekki einu sinni frú March, því allir höfðu lært af reynslu, að þegar Jo var í slíku skapi voru orð til einskis, og hyggilegast var að bíða, þar til eitthvert smávægilegt atvik eða hennar eigin örláta eðli mýkti gremjuna og græddi sárið. Þetta var ekki gleðilegt kvöld, því þótt þær saumuðu eins og venjulega, meðan móðir þeirra las upp úr Bremer, Scott eða Edgeworth, vantaði eitthvað, og hin ljúfa heimilisfriður raskaðist. Þær fundu það einkum, þegar kom að söngstundinni, því Beth gat aðeins leikið, Jo stóð þögul sem steinn, og Amy brast í grát, svo Meg og mamma sungu einar. Þótt þær reyndu að vera glaðar sem lævirkjar hljómuðu flautukenndu raddirnar ekki eins samhljóða og vant var, og öllum fannst eitthvað úr takti.

Þegar Jo fékk góðnæturkoss sinn hvíslaði frú March mildilega:

„Elskan mín, láttu ekki sólina setjast yfir reiði þinni. Fyrirgefið hver annarri, hjálpið hver annarri og byrjið á ný á morgun.“

Jo langaði að leggja höfuðið að móðurbrjósti og gráta burt sorg og reiði, en tár voru ókarlmannleg veikleiki, og henni fannst hún svo djúpt særð, að hún gat ekki enn fyrirgefið. Hún deplaði því augunum fast, hristi höfuðið og sagði hrjúflega, því Amy hlustaði:

„Þetta var viðbjóðslegt verk, og hún á ekki skilið að vera fyrirgefið.“

Síðan fór hún til hvílu, og það var ekkert glaðlegt né trúnaðarfullt tal það kvöld.

Amy móðgaðist mjög, að friðaryfirlýsing hennar skyldi vera hafnað, og fór að óska þess, að hún hefði ekki auðmýkt sig, fann sig enn meira sárbeitta og fór að stæra sig af yfirburðadyggð sinni á hátt, sem var einkar ergilegur. Jo leit enn út eins og þrumuský, og ekkert gekk vel allan daginn. Það var beisklega kalt um morguninn, hún missti ástkæra snúninginn sinn í ræsinu, frænka March fékk skapofsakast, Meg var viðkvæm, Beth leit sorgmædd og löngunarfull út, þegar hún kom heim, og Amy lét falla athugasemdir um fólk, sem talaði sífellt um að vera gott, en vildi ekki einu sinni reyna, þegar aðrir sýndu því dyggilegt fordæmi.

„Allir eru svo óþolandi. Ég bið Laurie að fara á skauta. Hann er alltaf góður og kátur og mun koma mér í betra skap, ég veit það," sagði Jo við sjálfa sig og lagði af stað.

Amy heyrði glamur skautanna og leit út með óþolinmóðu upphrópi.

„Sjáðu! Hún lofaði, að ég mætti fara næst, því þetta er síðasti ísinn, sem við fáum. En það er til einskis að biðja svona þverhaus að taka mig með."

„Segðu það ekki. Þú varst mjög óþekk, og það er erfitt að fyrirgefa missi hennar ástkæru bókar, en ég held, að hún gæti gert það nú, og ég er viss um, að hún muni, ef þú reynir við hana á réttum augnabliki," sagði Meg. „Farðu á eftir þeim. Segðu ekkert fyrr en Jo er orðin góð í skapi við Laurie, gríptu þá rólegt andartak og kysstu hana, eða gerðu eitthvað blítt, og ég er viss um, að hún verður vinur þinn aftur af öllu hjarta."

„Ég skal reyna," sagði Amy, því ráðið hentaði henni, og eftir nokkurt fum við að klæða sig hljóp hún á eftir vinunum, sem voru að hverfa yfir hæðina.

Ekki var langt að ánni, en bæði voru tilbúin, áður en Amy náði þeim. Jo sá hana koma og sneri baki við. Laurie sá hana ekki, því hann skautaði varlega meðfram bakkanum og prófaði ísinn, því hlýindakafli hafði gengið á undan kuldanum.

„Ég fer út að fyrstu bugðu og sé, hvort allt er öruggt, áður en við byrjum að keppa,“ heyrði Amy hann segja, þegar hann rann af stað, líkur ungum Rússa í feldfóðruðum jakka og húfu.

Jo heyrði Amy mása eftir hlaupið, stappa fótunum og blása á fingurna, meðan hún reyndi að setja á sig skautana, en Jo sneri sér ekki við og rann hægt í sikksakk niður ána, og naut beiskrar og óhamingjusamrar ánægju af vandræðum systur sinnar. Hún hafði alið reiðina í sér, þar til hún styrktist og náði yfirráðum yfir henni, eins og illar hugsanir og tilfinningar gera ætíð, nema þeim sé vísað á dyr þegar í stað. Þegar Laurie beygði fyrir bugðuna kallaði hann aftur til þeirra.

„Haldið ykkur nær bakkanum. Það er ekki öruggt á miðjunni.“ Jo heyrði þetta, en Amy var að brölta á fætur og greip ekki orð. Jo leit um öxl, og litli djöfullinn, sem hún hafði alið í brjósti, hvíslaði:

„Skiptir engu, hvort hún heyrði eða ekki, láttu hana sjá um sig sjálfa.“

Laurie var horfinn fyrir bugðuna, Jo komin að beygjunni, og Amy langt á eftir, stefndi út á sléttari ísinn á miðri ánni. Um stund stóð Jo kyrr með undarlega tilfinningu í hjarta, síðan ætlaði hún að halda áfram, en eitthvað stöðvaði hana og sneri henni við - rétt í tæka tíð til að sjá Amy kasta upp höndunum og sökkva niður með skyndilegum brakhljómi ísbrots, skvampi vatns og angistarópi, sem lamaði hjarta Jo af ótta. Hún reyndi að kalla á Laurie, en röddin brást. Hún reyndi að hlaupa fram, en fætur hennar virtust máttlausir, og um sekúndubrot stóð hún aðeins grafkyrr, staraði skelfingu lostin á litla bláa hettuna yfir svörtu vatninu. Eitthvað þaut fram hjá henni, og rödd Laurie hrópaði:

„Komdu með rimla! Fljótt, fljótt!“

Hvernig hún fór að því vissi hún aldrei, en næstu mínútur starfaði hún eins og hún væri numin valdi, hlýddi blint fyrirmælum Laurie, sem hélt fullri ró, og lá flatur og hélt Amy uppi með handlegg sínum og íshokkípriki, þar til Jo dró rimla úr girðingunni, og saman náðu þau barninu upp - meira hræddu en meidd.

„Nú verðum við að ganga með hana heim eins fljótt og við getum. Hlaðið fötunum okkar utan um hana, meðan ég losa mig úr þessum bölvuðu skautum," hrópaði Laurie og vafði frakkanum utan um Amy og reif í ólarnar, sem virtust aldrei hafa verið jafn flóknar.

Skjálfandi, rennblaut og grátandi komu þau Amy heim, og eftir mikinn hamagang sofnaði hún, vafin í teppi fyrir framan heitan eld. Í öllu uppnáminu hafði Jo varla sagt orð, heldur þotið um, föl og ringluð, með fötin hálf af sér, kjólinn rifinn og hendur skornar og marðar af ís, rimlum og þrjóskum sylgjum. Þegar Amy svaf rótt, húsið var hljótt og frú March sat við rúmið, kallaði hún Jo til sín og fór að binda um særðar hendur hennar.

„Ertu viss um, að hún sé óhult?" hvíslaði Jo og leit iðrunarfull á gullna höfuðið, sem hefði getað horfið henni að eilífu undir sviksamlegan ísinn.

„Alveg óhult, elskan mín. Hún er ekki meidd og mun varla einu sinni kvefast, svo hyggin varstu að hylja hana og koma henni fljótt heim," svaraði móðir hennar glaðlega.

„Laurie gerði allt. Ég leyfði henni bara að fara. Mamma, ef hún hefði dáið, væri það mér að kenna." Og Jo féll á kné við rúmið í straumi iðrunartára, sagði allt, sem gerst hafði, fordæmdi hörku hjarta síns og grét af þakklæti yfir því að hafa verið hlíft við þeirri þungu refsingu, sem yfir hana hefði getað komið.

„Þetta er hið hræðilega skap mitt! Ég reyni að lækna það, held, að ég hafi gert það, og þá blossar það upp verr en nokkru sinni. Ó, mamma, hvað á ég að gera? Hvað á ég að gera?" hrópaði vesalings Jo í örvæntingu.

„Vakta og bið, elskan mín, þreytist aldrei á að reyna og hugsaðu aldrei, að það sé ómögulegt að sigra brest þinn," sagði frú March og dró ógreitt höfuðið að öxl sér og kyssti vota kinnina svo blíðlega, að Jo grét enn heitar.

„Þú veist ekki, þú getur ekki ímyndað þér, hve slæmt það er! Það er eins og ég gæti gert hvað sem er, þegar ég er í bræði. Ég verð svo grimm, að ég gæti sært hvern sem er og haft ánægju af því. Ég óttast, að ég geri einhvern daginn eitthvað hræðilegt og eyðileggi líf mitt og geri alla að óvinum mínum. Ó, mamma, hjálpaðu mér, hjálpaðu mér!“

„Ég skal, barnið mitt, ég skal. Gráttu ekki svona sárt, heldur mundu þennan dag og einsettu þér af allri sálu, að þú munt aldrei upplifa annan eins. Jo mín, við höfum öll okkar freistingar, sumar miklu meiri en þínar, og oft tekur það okkur alla ævi að sigra þær. Þér finnst skap þitt hið versta í heimi, en mitt var eitt sinn alveg eins.“

„Þitt, mamma? Þú verður aldrei reið!“ Og um stund gleymdi Jo iðrun sinni af undrun.

„Ég hef reynt að lækna það í fjörutíu ár og hef aðeins náð að hafa stjórn á því. Ég verð reið nær daglega, Jo, en ég hef lært að sýna það ekki, og vona enn að læra að finna það ekki, þótt það taki mig kannski önnur fjörutíu ár.“

Þolinmæðin og auðmýktin í andlitinu, sem hún elskaði svo heitt, voru Jo betri lexía en vitrasti fyrirlestur eða beittasta áminning. Hún fann samstundis huggun í samúðinni og traustinu, sem henni var sýnt. Vitneskjan um, að móðir hennar ætti sama brest og reyndi að bæta hann, gerði hennar eigin léttari og styrkti ásetning hennar að sigra hann, þótt fjörutíu ár virtust heldur löng bið fyrir fimmtán ára stúlku.

„Mamma, ertu reið, þegar þú þrýstir saman vörunum og gengur út úr herberginu stundum, þegar frænka March skammar eða fólk angra þig?“ spurði Jo og fann sig nánari móður sinni en nokkru sinni.

„Já, ég hef lært að hemja hin snöggu orð, sem vilja brjótast fram, og þegar ég finn, að þau ætla að sleppa út gegn vilja mínum, fer ég burt um stund og áminni sjálfa mig fyrir að vera svo veik og vond,“ svaraði frú March með andvarpi og brosi, meðan hún sléttaði og festi upp á ný ógreitt hár Jo.

„Hvernig lærðir þú að þegja? Það er það, sem plagar mig, því beittu orðin fljúga út áður en ég veit af, og því meira sem ég segi, þeim mun verri verð ég, þar til það verður eins konar ánægja að særa tilfinningar annarra og segja hræðilega hluti. Segðu mér, hvernig þú gerir það, elsku Marmee."

„Góða móðir mín hjálpaði mér ..."

„Eins og þú hjálpar okkur ..." greip Jo fram í og kyssti hana þakklát.

„En ég missti hana, þegar ég var lítið eitt eldri en þú ert nú, og um árabil varð ég að berjast ein, því ég var of stolt til að játa veikleika minn fyrir nokkrum öðrum. Ég átti erfitt, Jo, og felldi marga beiska tárdropa yfir mistökum mínum, því þrátt fyrir viðleitni mína virtist mér aldrei miða áfram. Síðan kom faðir þinn, og ég var svo hamingjusöm, að mér fannst auðvelt að vera góð. En síðar, þegar ég átti fjórar litlar dætur og við vorum fátæk, þá kviknaði gamla vandamálið á ný, því ég er ekki þolinmóð að eðlisfari, og það reyndi mjög á mig að sjá börn mín skorta nokkuð."

„Aumingja mamma! Hvað hjálpaði þér þá?"

„Faðir ykkar, Jo. Hann missir aldrei þolinmæðina, efast aldrei né kvartar, heldur vonar alltaf, vinnur og bíður svo glaðlega, að manni skammast sín fyrir að gera annað fyrir framan hann. Hann studdi mig og hughreysti og sýndi mér, að ég yrði að iðka þær dyggðir, sem ég vildi, að litlu stúlkurnar mínar ættu, því ég var fyrirmynd þeirra. Það var auðveldara að reyna fyrir ykkar sakir en mínar eigin. Undrunar- eða hneykslunarsvipur frá einni ykkar, þegar ég talaði hvasslega, ávítaði mig meira en orð hefðu getað gert, og kærleikur, virðing og traust barna minna voru sætustu laun, sem ég gat hlotið fyrir viðleitni mína til að vera sú kona, sem ég vildi, að þær hermdu eftir."

„Ó, mamma, ef ég verð nokkru sinni hálf eins góð og þú, verð ég ánægð," hrópaði Jo, djúpt snortin.

„Ég vona, að þú verðir miklu betri, elskan mín, en þú verður að vaka yfir ‚brjóstvininum', eins og faðir þinn kallar hann, annars getur hann hryggt, ef ekki spillt, lífi þínu. Þú hefur fengið viðvörun. Mundu hana og reyndu af hjarta og sál að hafa stjórn á þessu skjóta skapi, áður en það veldur þér meiri sorg og iðrun en þú þekkir í dag."

„Ég skal reyna, mamma, það skal ég sannarlega. En þú verður að hjálpa mér, minna mig á og halda aftur af mér, þegar ég ætla að springa. Ég sá stundum pabba leggja fingurinn á varir sér og líta á þig með mjög góðlegu en alvörugefnu andliti, og þú þrýstir þá saman vörunum og gekkst burt. Var hann að minna þig á þá?" spurði Jo lágt.

„Já. Ég bað hann að hjálpa mér þannig, og hann gleymdi því aldrei, heldur bjargaði mér frá mörgum beittum orðum með þeirri litlu bendingu og hlýja augnaráði."

Jo sá, að augu móður hennar fylltust tárum og varirnar titruðu, þegar hún talaði, og óttaðist að hafa sagt of mikið og hvíslaði kvíðin:

„Var það rangt af mér að fylgjast með ykkur og minnast á þetta? Ég ætlaði ekki að vera ókurteis, en það er svo þægilegt að segja þér allt, sem ég hugsa, og finna mig svo örugga og hamingjusama hér."

„Elsku Jo mín, þú mátt segja móður þinni hvað sem er, því það er mér mesta hamingja og stolt að finna, að dætur mínar treysta mér og vita, hve heitt ég elska þær."

„Ég hélt, að ég hefði hryggt þig."

„Nei, elskan mín, en að minnast á föður þinn minnti mig á, hve mikið ég sakna hans, hve mikið ég á honum að þakka og hve trúlega ég verð að vaka og vinna að því að halda litlu dætrum hans öruggum og góðum fyrir hann."

„En þú sagðir honum samt að fara, mamma, og grést ekki, þegar hann fór, og kvartar aldrei núna né lætur sem þú þurfir nokkra hjálp,“ sagði Jo undrandi.

„Ég gaf landinu, sem ég elska, mitt besta og hélt tárum mínum þar til hann var farinn. Hvers vegna skyldi ég kvarta, þegar við höfum bæði aðeins gert skyldu okkar og munum vafalaust verða hamingjusamari fyrir það að lokum? Ef ég virðist ekki þurfa hjálp, þá er það vegna þess, að ég á betri vin, jafnvel en föður ykkar, sem hughreystir mig og styrkir. Barnið mitt, erfiðleikar og freistingar lífs þíns eru að hefjast og kunna að verða margar, en þú getur sigrað og lifað þær allar af, ef þú lærir að finna styrk og mildi hins himneska föður þíns eins og þú finnur styrk hins jarðneska. Því meira sem þú elskar hann og treystir, þeim mun nær muntu finna hann og þeim mun minna muntu reiða þig á mannlegan mátt og visku. Kærleikur hans og umhyggja þreytast aldrei né breytast, og aldrei er hægt að taka þau frá þér, heldur geta þau orðið uppspretta ævilangs friðar, hamingju og styrks. Trúðu þessu af heilum hug og farðu til Guðs með allar litlu áhyggjur þínar og vonir og syndir og sorgir jafn frjálslega og traustlega og þú kemur til móður þinnar.“

Eina svar Jo var að halda fast um móður sína, og í þeirri þögn, sem fylgdi, rann einlægasta bæn, sem hún hafði nokkru sinni beðið, úr hjarta hennar án orða. Því á þeirri sorglegu en þó sælu stundu lærði hún ekki aðeins beiskju iðrunar og örvæntingar, heldur einnig sætleik sjálfsafneitunar og sjálfsstjórnar, og leidd af hendi móður sinnar nálgaðist hún Vininn, sem ætíð tekur á móti hverju barni með kærleika sterkari en nokkurs föður og mýkri en nokkurrar móður.

Amy hrærðist og andvarpaði í svefni, og eins og hún væri fús að hefja þegar í stað að bæta brest sinn, leit Jo upp með svip, sem aldrei hafði áður sést á andliti hennar.

„Ég lét sólina setjast yfir reiði minni. Ég vildi ekki fyrirgefa henni, og í dag, ef ekki hefði verið fyrir Laurie, hefði það getað orðið of seint! Hvernig gat ég verið svona vond?“ sagði Jo hálfhátt og hallaði sér yfir systur sína og strauk blautt hárið, sem lá dreift á koddanum.

Eins og hún hefði heyrt þetta opnaði Amy augun og rétti út arma sína með brosi, sem fór beint í hjarta Jo. Hvorug sagði orð, en þær föðmuðust fast, þrátt fyrir teppin, og allt var fyrirgefið og gleymt í einum innilegum kossi.

NÍUNDI KAFLI
MEG FER Á MARKAÐ HÉGÓMANS

„Mér finnst sannarlega, að það hafi verið hið heppilegasta í heimi, að börnin skyldu fá mislinga einmitt núna,“ sagði Meg einn apríldag, þar sem hún stóð í herbergi sínu og pakkaði „utanfararkistunni“, umkringd systrum sínum.

„Og svo fallegt af Annie Moffat að gleyma ekki loforði sínu. Heilar tvær vikur af skemmtun verða hreint afbragð,“ svaraði Jo og líktist vindmyllu, þegar hún braut saman pils með löngum örmum sínum.

„Og svo dásamlegt veður. Ég er svo glöð yfir því,“ bætti Beth við og raðaði háls- og hárböndum snyrtilega í bestu öskjuna sína, sem hún hafði fengið að láni af þessu mikla tilefni.

„Ég vildi óska, að ég væri að fara til að skemmta mér og klæðast öllum þessum fallegu hlutum,“ sagði Amy með munninn fullan af nálum, þar sem hún fyllti púða systur sinnar af listfengi.

„Ég vildi, að þið færuð allar, en þar sem það er ekki hægt, skal ég geyma ævintýrin mín og segja ykkur þau, þegar ég kem aftur. Það er hið minnsta, sem ég get gert, þar sem þið hafið verið svo góðar við mig, lánað mér hluti og hjálpað mér að undirbúa mig,“ sagði Meg og leit um herbergið á hinn mjög einfalda búnað, sem virtist þeim nær fullkominn.

„Hvað gaf mamma þér úr fjársjóðskistunni?“ spurði Amy, sem ekki hafði verið viðstödd, þegar ákveðin sedruskista var opnuð, þar sem frú March geymdi nokkrar minjar um fyrri glæsileika sem gjafir handa dætrum sínum, þegar réttur tími kæmi.

„Par af silkisokkum, þennan fallega útskorna viftu og dásamlegt blátt mittisbelti. Mig langaði í fjólubláa silkikjólinn, en það er ekki tími til að breyta honum, svo ég verð að láta mér nægja gamla tjullkjólinn minn.“

„Hann mun líta vel út yfir nýja musselínpilsinu mínu, og mittisbeltið mun prýða það fallega. Ég vildi óska, að ég hefði ekki brotið kórallararmbandið mitt, því þú hefðir getað fengið það,“ sagði Jo, sem elskaði að gefa og lána, en eigur hennar voru yfirleitt of slitnar til að nýtast vel.

„Það er fallegt, gamaldags perlusettið í fjársjóðskistunni, en mamma sagði, að fersk blóm væru fegursta skraut ungrar stúlku, og Laurie lofaði að senda mér allt, sem ég þarf,“ svaraði Meg. „Nú, látum mig sjá. Hér er nýi grái göngubúningurinn minn. Krullaðu aðeins fjöðrina í hattinum mínum, Beth. Svo er það poplínkjóllinn fyrir sunnudaginn og litla samkvæmið. Hann lítur dálítið þungur út fyrir vorið, er það ekki? Fjólubláí silkikjóllinn væri svo fallegur. Æ, þetta!“

„Gerðu þér ekki áhyggjur. Þú átt tjullkjólinn fyrir stóra samkvæmið, og þú lítur alltaf út eins og engill í hvítu,“ sagði Amy og horfði hugfangin á litla safnið af fíneryi, sem gleðjaði sál hennar.

„Hann er ekki djúpur í hálsmálinu og fellur ekki nægilega, en hann verður að duga. Blái heimakjóllinn minn lítur svo vel út, snúinn og nýlega bryddaður, að mér finnst eins og ég hafi fengið nýjan. Silkijakkinn minn er alls ekki í tísku, og hatturinn minn lítur ekki út eins og hattur Sallie. Ég vildi ekki segja neitt, en ég varð sárlega fyrir vonbrigðum með regnhlífina mína. Ég sagði mömmu, að hún ætti að vera svört með hvítu handfangi, en hún gleymdi því og keypti græna með gulgrænu handfangi. Hún er sterk og snyrtileg, svo ég ætti ekki að kvarta, en ég veit, að mér mun þykja hún til skammar við hlið silkiregnhlífar Annie með gullhnúð,“ andvarpaði Meg og leit á litlu regnhlífina með mikilli vanþóknun.

„Skiptu henni út,“ ráðlagði Jo.

„Ég ætla ekki að vera svo barnaleg né særa tilfinningar Marmee, þegar hún lagði svo mikið á sig við að afla mér hlutanna. Þetta er heimskuleg hugmynd hjá mér, og ég ætla ekki að láta undan henni. Silkisokkarnir mínir og tvö pör af nýjum hönskum eru mér huggun. Þú ert elskuleg að lána mér þína, Jo. Mér finnst ég svo rík og dálítið glæsileg með tvö ný pör og hin gömlu hreinsuð til daglegrar notkunar.“ Og Meg kíkti ánægð í hanskaskrínið sitt.

„Annie Moffat hefur bláar og bleikar slaufur á nætthúfunum sínum. Myndir þú setja slíkar á mínar?“ spurði hún, þegar Beth kom með stafla af snjóhvítum musselínum, nýþveginum úr höndum Hönnu.

„Nei, það myndi ég ekki, því fínu húfurnar passa ekki við einföldu kjólana, sem eru án alls skrauts. Fátækt fólk á ekki að punta sig,“ sagði Jo ákveðin.

„Skyldi ég nokkurn tíma verða svo hamingjusöm að eiga alvöru blúndur á fötunum mínum og slaufur á húfunum?“ sagði Meg óþolinmóð.

„Þú sagðir um daginn, að þú yrðir fullkomlega hamingjusöm, ef þú gætir aðeins farið til Annie Moffat,“ tók Beth fram á sinn hljóðláta hátt.

„Það sagði ég! Jæja, ég er hamingjusöm og ætla ekki að kvarta, en það virðist þó vera svo, að því meira sem maður fær, þeim mun meira vill maður, er það ekki? Nú eru skúffurnar tilbúnar og allt komið ofan í nema danskjóllinn minn, sem ég læt mömmu pakka,“ sagði Meg og hresstist, þegar hún leit frá hálffylltu kistunni til hins margsinnis pressaða og bætta hvíta tjullkjóls, sem hún nefndi „danskjólinn“ sinn með virðulegum svip.

Daginn eftir var veðrið bjart, og Meg hélt af stað með sóma til tveggja vikna nýjunga og ánægju. Frú March hafði samþykkt heimsóknina fremur treglega, því hún óttaðist, að Margaret kæmi heim óánægðari en hún fór. En hún bað svo heitt, og Sallie hafði lofað að gæta hennar vel, og dálítil ánægja virtist svo ljúf eftir vetur erfiðrar vinnu, að móðirin lét undan, og dóttirin fór að fá sinn fyrsta smakk af tískulífi.

Moffat-fólkið var mjög tískulegt, og einfalda Meg varð í fyrstu dálítið yfirbuguð af glæsileika hússins og fágun íbúanna. En þau voru vingjarnlegt fólk, þrátt fyrir léttúðugt líferni sitt, og brátt gerðu þau gest sinn öruggan. Ef til vill fann Meg, án þess að skilja hvers vegna, að þau voru ekki sérstaklega menntuð né greind, og að allt gylling þeirra gat ekki fyllilega hulið hið hversdagslega efni, sem þau voru úr gerð. Það var vissulega ánægjulegt að njóta dýrindis matar, aka í glæsilegum vagni, klæðast besta kjólnum sínum dag hvern og gera ekkert annað en skemmta sér. Það hentaði henni fullkomlega, og brátt fór hún að herma eftir háttum og tali þeirra, sem umhverfis hana voru, taka upp smá tilgerð og kurteisi, nota franskar setningar, krulla hárið, þrengja kjólana og tala um tískuna eftir fremsta megni. Því meira sem hún sá af fallegum hlutum Annie Moffat, þeim mun meira öfundaði hún hana og andvarpaði eftir auði. Heimilið virtist nú bert og dapurt í hug hennar, vinnan þyngdist meir en nokkru sinni fyrr, og hún fann til þess, að hún væri mjög snauð og órétti beitt stúlka, þrátt fyrir nýju hanskana og silkisokkana.

Hún hafði þó ekki mikinn tíma til að harma, því þrjár ungu stúlkurnar voru önnum kafnar við að „hafa það gott“. Þær versluðu, gengu, riðu og heimsóttu dag hvern, fóru í leikhús og óperur eða léku sér heima á kvöldin, því Annie átti marga vini og kunni vel að skemmta þeim. Eldri systur hennar voru mjög fínar ungar dömur, og önnur þeirra var trúlofuð, sem Meg þótti afar áhugavert og rómantískt. Herra Moffat var gildur og glaðvær eldri maður, sem þekkti föður hennar, og frú Moffat gild og glaðvær eldri kona, sem fékk jafn mikla mætur á Meg og dóttir hennar hafði gert. Allir gældu við hana, og „Daisey“, eins og þau kölluðu hana, var á góðri leið með að láta snúa höfðinu á sér.

Þegar kvöldið rann upp, er halda skyldi litla samkvæmið, kom í ljós, að poplínkjóllinn dugði alls ekki, því hinar stúlkurnar klæddust þunnum kjólum og bjuggu sig upp með miklum glæsibrag. Þá var tjullkjóllinn tekinn fram, og leit hann eldri, lafari og snjáðari út en nokkru sinni fyrr við hlið hins stífa og nýja kjóls Sallie. Meg sá, að stúlkurnar litu á hann og síðan hver á aðra, og kinnarnar tóku að brenna, því þótt hún væri blíð var hún mjög stolt. Engin sagði orð um það, en Sallie bauðst til að greiða hárið á henni,

Annie að binda mittisbeltið og Belle, hin trúlofaða systir, hrósaði hvítum handleggjum hennar. En í allri góðvild þeirra sá Meg aðeins meðaumkun með fátækt sinni, og hjarta hennar varð þungt, þar sem hún stóð ein sér, meðan hinar hlógu, spjölluðu og svifu um eins og létt fiðrildi.

Hin harða og beiska tilfinning var orðin allsterk, þegar þjónustustúlkan kom inn með blómakassa. Áður en hún náði að segja orð hafði Annie tekið lokið af, og allar hrópuðu upp yfir fögru rósunum, lynginu og burknanum, sem þar voru.

„Þetta er auðvitað handa Belle. George sendir henni alltaf blóm, en þessi eru hreint töfrandi," hrópaði Annie og andaði djúpt að sér ilminum.

„Þau eru handa ungfrú March, sagði maðurinn. Og hér er miði," bætti þjónustustúlkan við og rétti Meg hann.

„Hvílík gleði! Frá hverjum eru þau? Ég vissi ekki, að þú ættir biðil," hrópuðu stúlkurnar og flykktust um Meg af forvitni og undrun.

„Miðinn er frá mömmu og blómin frá Laurie," sagði Meg einfaldlega, en varð þó mjög glöð, að hann skyldi ekki hafa gleymt henni.

„Ó, einmitt!" sagði Annie með einkennilegum svip, þegar Meg stakk miðanum í vasann eins konar verndargripi gegn öfund, hégóma og fölsku stolti, því fáein kærleiksrík orð höfðu gert henni gott, og blómin glöddu hana með fegurð sinni.

Nú nær hamingjusöm á ný lagði hún til hliðar nokkra burkna og rósir handa sér og bjó hratt til smekklegar litlar vendur úr hinu fyrir brjóst, hár eða pils vinkvenna sinna og bauð þeim með svo fallegum hætti, að Clara, eldri systirin, sagði, að hún væri „sú yndislegasta litla vera, sem hún hefði nokkru sinni séð", og allar virtust heillaðar af þessari litlu athygli. Einhvern veginn batt þetta góða verk endi á örvæntingu hennar, og þegar hinar fóru að sýna sig frú Moffat sá hún glaðlegt og bjart augu í speglinum, þar sem hún lagði burknana að liðandi hárinu og festi rósirnar í kjólnum, sem henni fannst nú ekki svo mjög snjáður.

Hún skemmti sér mjög vel þetta kvöld, því hún dansaði að hjartans lyst. Allir voru henni góðir, og hún fékk þrjú hrós. Annie lét hana syngja, og einhver sagði, að hún hefði óvenju fallega rödd. Meirihlutinn Lincoln spurði, hver „hin ferska litla stúlka með fögru augun“ væri, og herra Moffat krafðist þess að dansa við hana, því hún „drattaðist ekki, heldur hafði nokkurn léttleika í sér“, eins og hann orðaði það með fágun. Þannig átti hún í heild mjög ánægjulegt kvöld, þar til hún heyrði brot úr samtali, sem raskaði henni mjög. Hún sat rétt innan við gróðurhúsið og beið þess, að dansherra hennar kæmi með ís handa henni, þegar hún heyrði rödd spyrja hinum megin við blómvegginn:

„Hvað er hann gamall?“

„Sextán eða sautján, myndi ég segja,“ svaraði önnur rödd.

„Það væri stórkostlegt fyrir eina af þessum stúlkum, er það ekki? Sallie segir, að þær séu nú mjög samrýmdar, og gamli maðurinn dýrkar þær beinlínis.“

„Frú M. hefur eflaust gert áætlanir sínar og mun spila spil sín vel, þótt snemma sé. Stúlkan virðist þó ekki hugsa um það enn,“ sagði frú Moffat.

„Hún sagði þessa ósönnu sögu um mömmu sína, eins og hún vissi það, og roðnaði svo fallega, þegar blómin komu. Aumingja barnið! Hún væri svo falleg, ef hún væri aðeins klædd með stíl. Haldið þið, að hún móðgaðist, ef við byðumst til að lána henni kjól fyrir fimmtudaginn?“ spurði önnur rödd.

„Hún er stolt, en ég trúi ekki, að hún tæki það illa, því þessi snjáði tjullkjóll er allt, sem hún á. Hún gæti rifið hann í kvöld, og það yrði ágæt ástæða til að bjóða henni sæmilegan kjól.“

Hér birtist dansherra Megar og fann hana mjög roðna og dálítið órólega. Hún var stolt, og stoltið kom sér vel í þetta sinn, því það hjálpaði henni að dylja sárindi, reiði og viðbjóð yfir því, sem hún hafði nýlega heyrt. Saklaus og grandalaus sem hún var gat hún þó ekki annað en skilið slúðrið, sem vinkonur hennar höfðu haft uppi. Hún reyndi að gleyma því, en gat það ekki og endurtók sífellt með sjálfri sér: „Frú M. hefur gert áætlanir sínar", „þessi ósanna saga um mömmu hennar" og „snjáði tjullkjóllinn", þar til hún var nærri farin að gráta og hlaupa heim til að segja frá áhyggjum sínum og leita ráða. Þar sem það var ómögulegt gerði hún sitt besta til að virðast glaðvær, og þar sem hún var nokkuð æst tókst henni það svo vel, að enginn grunaði, hvílíka viðleitni hún sýndi. Hún varð mjög fegin, þegar öllu var lokið og hún lá kyrr í rúmi sínu, þar sem hún gat hugsað, undrast og æst sig, uns höfuðið verkjaði og heitar kinnarnar kólgnuðu af nokkrum eðlilegum tárum. Þessi heimskulegu, en þó vel meint orð höfðu opnað Meg nýjan heim og raskað mjög friði hins gamla, þar sem hún hafði lifað eins hamingjusöm og barn fram að þessu. Saklaus vinátta hennar við Laurie spilltist af hinum fánýtu orðum, sem hún hafði heyrt. Traust hennar á móður sinni hristist lítillega af hinum veraldlegu áformum, sem frú Moffat lagði henni í munn, því hún dæmdi aðra eftir sjálfri sér, og hin skynsamlega ákvörðun að láta sér nægja hinn einfalda fatnað, sem hæfði dóttur fátæks manns, veikladist af óþarfa meðaumkun stúlkna, sem töldu snjáðan kjól eina mestu ógæfu undir himninum.

Aumingja Meg átti órólega nótt og reis á fætur þung á brá og óhamingjusöm, hálfgramin út í vinkonur sínar og hálfskömmustuleg yfir því, að hafa ekki talað hreint út og leiðrétt allt. Allir dröttuðust til morgunverðar, og það var orðið hádegi, áður en stúlkurnar fundu næga orku til að taka upp ullarvinnu sína. Eitthvað í framkomu vinkvenna hennar vakti þegar athygli Megar. Þær sýndu henni meiri virðingu, að henni fannst, sýndu sérstakan áhuga á því, sem hún sagði, og litu á hana með augum, sem greinilega báru vitni um forvitni. Allt þetta kom henni á óvart og smjaðraði henni, þótt hún skildi það ekki fyrr en ungfrú Belle leit upp frá skrifum sínum og sagði með tilfinningaríkum svip:

„Daisy, elskan mín, ég hef sent vini þínum, herra Laurence, boð fyrir fimmtudaginn. Okkur langar til að kynnast honum, og það er aðeins viðeigandi heiður fyrir þig.“

Meg roðnaði, en hrekkjótt löngun til að stríða stúlkunum varð til þess, að hún svaraði hógværlega: „Þið eruð mjög góðar, en ég óttast, að hann komi ekki.“

„Hvers vegna ekki, kæra mín?“ spurði ungfrú Belle.

„Hann er of gamall.“

„Barnið mitt, hvað áttu við? Hver er aldur hans, má ég spyrja!“ hrópaði ungfrú Clara.

„Nær sjötíu, held ég,“ svaraði Meg og taldi spor til að dylja glettnina í augum sínum.

„Þú ert slyng skepna! Auðvitað áttum við við unga manninn,“ sagði ungfrú Belle og hló.

„Það er enginn slíkur. Laurie er aðeins lítill drengur.“ Og Meg hló einnig að einkennilegum svipnum, sem systurnar skiptust á, þegar hún lýsti þannig meintum biðli sínum.

„Á þínum aldri,“ sagði Nan.

„Nær aldri systur minnar Jo. Ég verð sautján ára í ágúst,“ svaraði Meg og kastaði höfðinu.

„Það er mjög fallegt af honum að senda þér blóm, er það ekki?“ sagði Annie og tók á sig viturlegan svip um ekkert sérstakt.

„Jú, hann gerir það oft, handa okkur öllum, því húsið þeirra er fullt af blómum, og okkur þykir svo vænt um þau. Móðir mín og gamli herra

Laurence eru vinir, eins og þið vitið, svo það er alveg eðlilegt, að við börnin leikum okkur saman," og Meg vonaði, að þær segðu ekki meira.

„Það er augljóst, að Daisy er ekki komin út enn," sagði ungfrú Clara við Belle og kinkaði kolli.

„Hreinasta sveitalífs sakleysi allt um kring," svaraði ungfrú Belle og yppti öxlum.

„Ég ætla út að útvega smámuni handa stúlkunum mínum. Get ég gert eitthvað fyrir ykkur, ungfrúr?" spurði frú Moffat og þrammaði inn eins og fíll í silki og blúndum.

„Nei, þakka þér fyrir, frú," svaraði Sallie. „Ég hef fengið nýja bleika silkikjólinn minn fyrir fimmtudaginn og þarf ekkert meira."

„Ekki ég heldur..." byrjaði Meg, en þagnaði, því henni varð ljóst, að hún vildi ýmislegt, sem hún gat ekki fengið.

„Hvað ætlarðu að klæðast?" spurði Sallie.

„Gamla hvíta kjólnum mínum aftur, ef mér tekst að bæta hann svo, að hann sé sýnilegur. Hann rifnaði illa í gærkvöldi," sagði Meg og reyndi að tala léttilega, en leið þó mjög óþægilega.

„Hvers vegna sendirðu ekki heim eftir öðrum?" sagði Sallie, sem var ekki sérlega athugul ung stúlka.

„Ég á engan annan." Meg kostaði sig átak að segja það, en Sallie tók ekki eftir því og hrópaði í vingjarnlegri undrun: „Aðeins þann? Hversu einkennilegt..." Hún lauk ekki setningunni, því Belle hristi höfuðið að henni og greip fram í með góðlegum rómi:

„Alls ekki. Hvað er til þess að eiga fjölda kjóla, þegar hún er ekki komin út enn? Það er engin þörf á að senda heim, Daisy, þótt þú ættir tugi, því ég á yndislegan bláan silkikjól, sem ég hef vaxið upp úr, og þú skalt klæðast honum til að gleðja mig, viltu það, elskan mín?“

„Þú ert mjög góð, en mér er sama um gamla kjólinn minn, ef ykkur er það ekki. Hann dugir vel handa lítilli stúlku eins og mér,“ sagði Meg.

„Nú leyfðu mér að gera mér þá ánægju að klæða þig upp með stíl. Mér finnst það yndislegt, og þú yrðir hreinasta litla fegurð með örlitlu hér og þar. Ég læt engan sjá þig fyrr en þú ert tilbúin, og svo brjótumst við fram á sviðið eins og Öskubuska og guðmóðir hennar á leið á ballið,“ sagði Belle með sannfærandi rómi.

Meg gat ekki hafnað svo vinsamlegu boði, því löngun til að sjá, hvort hún yrði „litla fegurð“ eftir smávægilega tilbreytingu, varð til þess, að hún samþykkti og gleymdi öllum fyrri óþægindatilfinningum sínum gagnvart Moffat-fólkinu.

Á fimmtudagskvöldið lokaði Belle sig inni með þjónustustúlku sinni, og saman breyttu þær Meg í fína frú. Þær krulluðu og liðuðu hár hennar, púðruðu háls og handleggi með ilmandi dufti, snertu varir hennar með kórallrauðu smyrsli til að gera þær rauðari, og Hortense hefði bætt við „örlitlum roða“, ef Meg hefði ekki mótmælt. Þær herptu hana inn í himinbláan kjól, sem var svo þröngur, að hún átti varla andardrátt, og svo djúpur í hálsmálinu, að hin hógværa Meg roðnaði við að líta á sig í speglinum. Silfurfiligranssett var bætt við, armbönd, hálsmen, brjóstnál og jafnvel eyrnalokkar, því Hortense batt þá á með bleikum silkisnúningi, sem sást ekki. Knippi af terósaknoppum við brjóstið og pífurönd gerðu Meg sátta við sýn hinna fallegu, hvítu herða sinna, og par af háhæluðum silkiskóm fullnægði síðustu ósk hjarta hennar. Blúnduvasaþurrka, fjaðurvifta og blómvöndur í axlarhaldara fullkomnuðu búninginn, og ungfrú Belle virti hana fyrir sér með ánægju litillar stúlku, sem nýlega hefur klætt brúðuna sína.

„Mademoiselle er heillandi, afar falleg, er það ekki?“ hrópaði Hortense og bar saman hendur í tilgerðarfylltri hrifningu.

„Komdu og sýndu þig," sagði ungfrú Belle og leiddi leiðina að herberginu, þar sem hinar biðu.

Þegar Meg gekk skrjáfandi á eftir, með löng pilsin dragandi á eftir sér, eyrnalokkana klingjandi, krullurnar sveiflandi og hjartað sláandi, fannst henni, að skemmtunin væri loksins hafin í alvöru, því spegillinn hafði greinilega sagt henni, að hún væri „litla fegurð". Vinkonur hennar endurtóku þetta ánægjulega orð með ákafa, og um stund stóð hún eins og skjórinn í dæmisögunni og naut hinna lánaða fjaðra, meðan hinar spjölluðu eins og hópur af skátum.

„Meðan ég klæði mig skaltu æfa hana, Nan, í meðferð pilsins og þessara frönsku hæla, annars hrasar hún um sjálfa sig. Taktu silfurfiðrildið þitt og festu þessa löngu krullu vinstra megin á höfði hennar, Clara, og látið engin ykkar raska hinu heillandi verki handa minna," sagði Belle og flýtti sér burt, ánægð með árangurinn.

„Þú lítur alls ekki út eins og þú sjálf, en þú ert mjög falleg. Ég stend hvergi í samanburði við þig, því Belle hefur óvenjulegan smekk, og þú ert beinlínis frönsk, ég fullvissa þig um það. Láttu blómin hanga frjálslega, vertu ekki svo varfærin með þau, og gættu þess, að þú hrasir ekki," sagði Sallie og reyndi að láta sér standa á sama, þótt Meg væri fegurri en hún.

Með þessa viðvörun vel í huga komst Margaret heilu og höldnu niður stigann og sigldi inn í stofurnar, þar sem Moffat-fólkið og nokkrir gestir, sem snemma komu, höfðu safnast saman. Hún uppgötvaði brátt, að það fylgir fínklæðum ákveðinn töfrakraftur, sem laðar að sér tiltekinn flokk fólks og tryggir virðingu þess. Nokkrar ungar stúlkur, sem áður höfðu ekki veitt henni athygli, urðu allt í einu mjög ástúðlegar. Nokkrir ungir menn, sem höfðu einungis starandi litið á hana í hinu fyrra samkvæmi, stóðu nú ekki aðeins og horfðu, heldur báðu um að fá að kynnast henni og sögðu henni alls kyns heimskuleg, en þó ánægjuleg orð, og nokkrar eldri konur, sem sátu í sófunum og gagnrýndu hina gestina, spurðu hver hún væri með áhugasömum svip. Hún heyrði frú Moffat svara einni þeirra:

„Daisy March – faðir hennar ofursti í hernum – ein af okkar fremstu fjölskyldum, en fjárhagserfiðleikar, eins og þér vitið; náin vinátta við Laurence-fjölskylduna; yndisleg vera, ég fullvissa yður; minn Ned er alveg frá sér numinn af henni."

„Æ, blessuð!" sagði gamla konan og setti upp gleraugun til að virða Meg betur fyrir sér, en hún reyndi að láta sem hún hefði hvorki heyrt né orðið hneyksluð á ósannindum frú Moffat. Hin „undarlega tilfinning" hvarf ekki, en hún ímyndaði sér, að hún væri að leika hið nýja hlutverk fínrar frúar og komst þannig nokkuð áfram, þótt þröngi kjóllinn ylli henni sting í síðu, slóðinn flæktist sífellt undir fótum hennar og hún óttaðist stöðugt, að eyrnalokkarnir flygju af og týndust eða brotnuðu. Hún veifaði viftunni og hló að dauflegum bröndurum ungs manns, sem reyndi að vera fyndinn, þegar hún hætti skyndilega að hlæja og varð vandræðaleg, því beint á móti henni sá hún Laurie.

Hann starði á hana með ódulinni undrun og jafnvel vanþóknun, að henni fannst, því þótt hann hneigði sig og brosti, var eitthvað í heiðarlegum augum hans, sem lét hana roðna og óska þess, að hún væri í gamla kjólnum sínum. Til að fullkomna vandræðin sá hún Belle pota í Annie, og báðar litu frá henni til Laurie, sem henni til mikillar ánægju virtist óvenju drengjalegur og feiminn.

„Heimskulegar verur að koma svona hugsunum í höfuð mér. Ég ætla ekki að láta það skipta mig máli né breyta mér hið minnsta," hugsaði Meg og skrjáfaði yfir gólfið til að taka í hönd vinar síns.

„Ég er glöð, að þú komst. Ég var hrædd um, að þú myndir ekki koma," sagði hún með sem fullorðnustum hætti.

„Jo vildi, að ég kæmi og segði henni, hvernig þú lítur út, svo ég kom," svaraði Laurie og leit ekki beint á hana, þótt hann hálfbrosaði að móðurlegum rómi hennar.

„Hvað ætlarðu að segja henni?“ spurði Meg, forvitin að vita álit hans, en fann til óþæginda gagnvart honum í fyrsta sinn.

„Ég mun segja, að ég þekkti þig ekki, því þú lítur svo fullorðin út og ólík sjálfri þér, að ég er næstum hræddur við þig,“ sagði hann og fikraði við hnapp á hanskanum sínum.

„Hversu fáránlegt af þér! Stúlkurnar klæddu mig svona til gamans, og mér líkar það fremur vel. Myndi Jo ekki stara, ef hún sæi mig?“ sagði Meg og vildi fá hann til að segja, hvort honum þætti hún betri eða ekki.

„Jú, ég held, að hún myndi gera það,“ svaraði Laurie alvarlega.

„Líkar þér þá ekki við mig svona?“ spurði Meg.

„Nei, það gerir mér ekki,“ kom skorinort svarið.

„Hvers vegna ekki?“ sagði hún kvíðin.

Hann leit á krullað hárið, bera axlirnar og undarlega skreyttan kjólinn með svip, sem ruglaði hana meira en orð hans, því í þeim var ekki snefill af venjulegri kurteisi hans.

„Mér líkar ekki við glingur og fjaðrir.“

Þetta var of mikið frá dreng yngri en hún, og Meg gekk burt og sagði fýlulega: „Þú ert dónalegasti drengur, sem ég hef séð.“

Mjög upprifin gekk hún að kyrrlátum glugga til að kæla kinnarnar, því þröngi kjóllinn gaf henni óþægilega glóandi lit. Þar sem hún stóð, gekk meirihlutinn Lincoln fram hjá, og skömmu síðar heyrði hún hann segja við móður sína:

„Þær eru að gera þessa litlu stúlku að fífli. Ég vildi láta þig sjá hana, en þær hafa gjörspillt henni. Hún er ekkert nema brúða í kvöld.“

„Æ, þetta!“ andvarpaði Meg. „Ég vildi, að ég hefði verið skynsöm og klæðst eigin fötum. Þá hefði ég hvorki valdið öðrum andstyggð né fundið til svona óþæginda og skammar yfir sjálfri mér.“

Hún hallaði enni að köldu rúðunni og stóð hálffalin bak við gluggatjöldin, án þess að hirða um, að uppáhaldsvalse hennar var hafið, uns einhver snerti hana. Hún sneri sér við og sá Laurie líta iðrunarfullan út, er hann sagði með sinni bestu hneigingu og rétti fram höndina:

„Viltu fyrirgefa mér dónaskapinn og koma að dansa við mig?“

„Ég er hrædd um, að það verði þér of óþægilegt,“ sagði Meg og reyndi að virðast móðguð, en tókst það alls ekki.

„Alls ekki. Ég þrái það. Komdu, ég skal vera góður. Mér líkar ekki kjóllinn þinn, en mér finnst þú samt hreint stórkostleg.“ Og hann veifaði höndunum, eins og orð nægðu ekki til að tjá aðdáun hans.

Meg brosti og lét undan og hvíslaði, meðan þau biðu eftir taktinum: „Gættu þess, að pilsið mitt felli þig ekki. Það er bölvun lífs míns, og ég var kjáni að klæðast því.“

„Festu það um hálsinn á þér, þá verður það nytsamlegt,“ sagði Laurie og leit niður á litlu bláu skóna, sem honum virtust greinilega falla í geð.

Svo svifu þau burt létt og tignarlega, því þau höfðu æft heima og voru vel samstillt, og glaðværa unga parið var yndisleg sjón, þar sem þau snérust hring eftir hring og fundu til enn meiri vináttu eftir smávægilegan ágreining.

„Laurie, ég vil biðja þig um greiða. Gerirðu það?“ sagði Meg, þegar hann stóð og viftaði henni, er andardrátturinn brást henni, sem hann gerði fljótt, þótt hún viðurkenndi ekki ástæðuna.

„Að sjálfsögðu!“ sagði Laurie fúslega.

„Segðu þeim heima ekki frá kjólnum mínum í kvöld. Þau myndu ekki skilja gamanið, og það myndi valda mömmu áhyggjum.“

Augu Laurie spurðu: „Hvers vegna gerðirðu það þá?“ svo skýrt, að Meg bætti fljótt við:

„Ég skal sjálf segja þeim allt um það og játa mömmu, hversu kjánaleg ég hef verið. En ég vil heldur gera það sjálf. Þú segir því ekkert, er það ekki?“

„Ég gef þér orð mitt um það. En hvað á ég að segja, þegar þau spyrja mig?“

„Segðu bara, að ég hafi litið þokkalega út og skemmt mér vel.“

„Ég skal segja hið fyrra af heilum hug, en hvernig er það með hitt? Þú lítur ekki út eins og þú skemmtir þér vel. Ertu það?“ Og Laurie horfði á hana með svip, sem varð til þess, að hún svaraði hvíslandi:

„Nei, ekki einmitt núna. Ekki halda, að ég sé hræðileg. Ég vildi aðeins smávegis skemmtun, en svona borgar sig ekki, sé ég, og ég er farin að þreytast á því.“

„Hér kemur Ned Moffat. Hvað vill hann?“ sagði Laurie og gretti sig lítillega, eins og hann teldi unga gestgjafann ekki skemmtilega viðbót við samkvæmið.

„Hann skrifaði sig fyrir þremur dönsum, og ég geri ráð fyrir, að hann komi til að sækja þá. Hvílíkt leiðindi!“ sagði Meg og tók á sig værðarsinnaðan svip, sem skemmti Laurie mjög.

Hann talaði ekki aftur við hana fyrr en við kvöldverðinn, þegar hann sá hana drekka kampavín með Ned og vini hans Fisher, sem hegðuðu sér „eins og par af fíflum“, eins og Laurie sagði við sjálfan sig, því hann taldi sig hafa bróðurlegt rétt til að gæta March-stúlknanna og berjast fyrir þær, þegar verndara var þörf.

„Þú færð óskaplegan höfuðverk á morgun, ef þú drekkur mikið af þessu. Ég myndi ekki gera það, Meg. Mamma þín er ekki hrifin af því, eins og þú veist," hvíslaði hann og hallaði sér yfir stólinn hennar, þegar Ned sneri sér við til að fylla glasið hennar og Fisher laut niður til að taka upp viftuna hennar.

„Ég er ekki Meg í kvöld. Ég er ‚brúða', sem gerir alls konar fáránlega hluti. Á morgun legg ég frá mér ‚glingur og fjaðrir' og verð aftur ákaflega góð," svaraði hún með tilgerðarlegu hlátri.

„Ég vildi, að morgundagurinn væri kominn," muldraði Laurie og gekk burt, óánægður með þá breytingu, sem hann sá á henni.

Meg dansaði og daðraði, spjallaði og flissaði eins og hinar stúlkurnar. Eftir kvöldverðinn tók hún að sér þýska dansinn og klauf sig í gegnum hann, var nærri því að velta dansherra sínum um koll með löngu pilsi sínu og ærðist með þeim hætti, að Laurie varð hneykslaður, þar sem hann stóð og hugleiddi alvöruræðu. En hann fékk ekki tækifæri til að flytja hana, því Meg forðaðist hann uns hann kom til að kveðja góða nótt.

„Mundu!" sagði hún og reyndi að brosa, því óskaplegi höfuðverkurinn var þegar hafinn.

„Þögn eins og dauðinn," svaraði Laurie með leikrænum tilburðum, er hann gekk burt.

Þetta litla aukaatriði vakti forvitni Annie, en Meg var of þreytt til slúðurs og fór til hvílu, með þá tilfinningu, að hún hefði verið á grímuballi og ekki notið sín eins og hún hafði búist við. Hún var veik allan næsta dag og fór heim á laugardaginn, algjörlega uppgefin eftir tveggja vikna skemmtanir og fannst hún hafa „setið í kjöltu munaðarins" nógu lengi.

„Það er sannarlega notalegt að vera í kyrrð og þurfa ekki að hafa samkvæmishætti uppi allan tímann. Heimilið er góður staður, þótt það sé ekki glæsilegt," sagði Meg og leit um sig með rólegum svip, þar sem hún sat með móður sinni og Jo á sunnudagskvöldi.

„Ég er glöð að heyra þig segja það, elskan mín, því ég var hrædd um, að heimilið virtist þér dapurt og fátæklegt eftir hina glæsilegu dvöl," svaraði móðir hennar, sem hafði horft á hana með mörgum áhyggjufullum augum þann dag. Því móðuraugu eru fljót að greina hverja breytingu á andliti barna sinna.

Meg hafði sagt frá ævintýrum sínum í léttum tón og endurtekið hvað hún hefði haft það yndislegt, en þó virtist eitthvað enn hvíla á geði hennar, og þegar yngri stúlkurnar voru gengnar til náða sat hún hugsi og starði í eldinn, sagði lítið og virtist kvíðin. Þegar klukkan sló níu og Jo lagði til, að þær færu að sofa, reis Meg skyndilega úr sæti sínu, tók koll Beth og lagði olnbogana á kné móður sinnar og sagði hugrökk:

„Marmee, ég vil játa."

„Ég hélt það. Hvað er það, elskan mín?"

„Á ég að fara út?" spurði Jo nærgætin.

„Auðvitað ekki. Segi ég ykkur ekki alltaf allt? Ég skammaðist mín að tala um þetta fyrir framan yngri börnin, en ég vil, að þið vitið allt það hræðilega, sem ég gerði hjá Moffat-fólkinu."

„Við erum undirbúnar," sagði frú March og brosti, en virtist þó dálítið áhyggjufull.

„Ég sagði ykkur, að þær klæddu mig upp, en ég sagði ekki, að þær púðruðu mig, herptu og krulluðu og létu mig líta út eins og tískumynd. Laurie hélt, að það væri ekki viðeigandi. Ég veit, að hann gerði það, þótt hann segði það ekki, og einn maður kallaði mig ‚brúðu'. Ég vissi, að þetta var kjánalegt, en þær smjaðruðu fyrir mér og sögðu, að ég væri fegurð og alls konar vitleysu, svo ég lét þær gera fífl úr mér."

„Er það allt?“ spurði Jo, meðan frú March horfði þegjandi á niðurdregið andlit hinnar fögru dóttur sinnar og gat ekki fundið í hjarta sínu að ásaka hana fyrir litlar hégómlegar breyskleikar.

„Nei. Ég drakk kampavín og ærðist og reyndi að daðra og var með öllu viðbjóðsleg,“ sagði Meg ásakandi við sjálfa sig.

„Það er eitthvað meira, held ég.“ Og frú March strauk mjúka kinnina, sem roðnaði skyndilega, þegar Meg svaraði hægt:

„Já. Það er mjög heimskulegt, en ég vil segja það, því ég þoli ekki, að fólk segi og hugsi slíkt um okkur og Laurie.“

Þá sagði hún frá hinum ýmsu slúðurmálum, sem hún hafði heyrt hjá Moffat-fólkinu, og meðan hún talaði sá Jo móður sína þrýsta vörunum saman, eins og henni líkaði illa, að slíkar hugmyndir skyldu vera lagðar í saklaust huga Megar.

„Jæja, ef þetta er ekki hið mesta bull, sem ég hef heyrt,“ hrópaði Jo reiðilega. „Hvers vegna sprattstu ekki fram og sagðir þeim það samstundis?“

„Ég gat það ekki. Það var svo vandræðalegt fyrir mig. Ég gat ekki annað en heyrt þetta í fyrstu, og síðan varð ég svo reið og skömmustuleg, að ég mundi ekki, að ég ætti að ganga burt.“

„Bíddu bara, þar til ég sé Annie Moffat, og ég skal sýna þér, hvernig maður gerir út um svona fáránlegt rugl. Hugmyndin um að hafa ‚áætlanir‘ og vera góð við Laurie af því að hann er ríkur og gæti kvænst einhverri okkar síðar! Skyldi hann ekki hlæja, þegar ég segi honum, hvað þessar kjánalegu verur segja um okkur fátæku börnin?“ Og Jo hló, eins og henni fyndist þetta við nánari athugun hið besta grín.

„Ef þú segir Laurie það, mun ég aldrei fyrirgefa þér! Hún má ekki segja honum, er það, mamma?“ sagði Meg og leit angistarfull út.

„Nei, endurtaktu aldrei þetta heimskulega slúður og gleymdu því sem fyrst," sagði frú March alvarlega. „Ég var mjög óvitur að leyfa þér að fara meðal fólks, sem ég þekki svo lítið, gott að sönnu, en veraldlegt, illa upp alið og fullt af þessum dónalegu hugmyndum um ungt fólk. Ég harma meira en ég get tjáð, það tjón, sem þessi heimsókn kann að hafa valdið þér, Meg."

„Vertu ekki hrygg. Ég læt það ekki skaða mig. Ég skal gleyma hinu slæma og muna aðeins hið góða, því ég naut mikils og þakka þér kærlega fyrir að leyfa mér að fara. Ég skal ekki vera væmin né óánægð, mamma. Ég veit, að ég er kjánaleg lítil stúlka, og ég skal vera hjá þér, uns ég er fær um að annast sjálfa mig. En það er notalegt að vera lofað og dáð, og ég get ekki neitað því, að mér líkar það," sagði Meg og virtist hálfskammast sín fyrir játninguna.

„Það er fullkomlega eðlilegt og alls ekki skaðlegt, ef þessi ánægja verður ekki að ástríðu og leiðir mann til heimskulegra eða ókvenlegra athafna. Lærðu að þekkja og meta það hrós, sem vert er að hafa, og vekja aðdáun hins ágæta fólks með því að vera hógvær jafnt sem fögur, Meg."

Margaret sat hugsi um stund, meðan Jo stóð með hendur fyrir aftan bak og leit bæði áhugasöm og dálítið ráðvillt út, því það var nýtt að sjá Meg roðna og tala um aðdáun, biðla og slíka hluti. Og Jo fann, að á þessum tveimur vikum hafði systir hennar vaxið furðu mikið og væri að reka sig frá henni inn í heim, sem hún gæti ekki fylgt henni í.

„Mamma, áttu ‚áætlanir', eins og frú Moffat sagði?" spurði Meg feimnislega.

„Já, elskan mín, ég á margar; allar mæður eiga það, en mínar eru nokkuð frábrugðnar áætlunum frú Moffat, hygg ég. Ég skal segja ykkur nokkrar þeirra, því nú er sá tími kominn, að orð getur stillt þetta rómantíska litla höfuð og hjarta þitt rétt af í mjög alvarlegu máli. Þú ert ung, Meg, en ekki of ung til að skilja mig, og varir móður eru hæfastar til að tala um slíkt við stúlkur eins og þig. Jo, þinn tími mun koma síðar, ef til vill, svo hlustaðu á ‚áætlanir' mínar og hjálpaðu mér að framkvæma þær, ef þær eru góðar."

Jo gekk og settist á arminn á stólnum og leit út eins og hún teldi þær vera að ganga til einhvers mjög hátíðlegs verks. Frú March hélt í hönd hvorrar og horfði með hlýjum svip á ungu andlitin tvö og sagði á sínum alvarlega en glaðlega hátt:

„Ég vil, að dætur mínar séu fagrar, vel að sér og góðar. Að þær séu dáðar, elskaðar og virtar. Að þær eigi hamingjuríka æsku, giftist vel og viturlega og lifi gagnlegu og ánægjulegu lífi, með sem minnstum áhyggjum og sorgum, eftir því sem Guð sér þeim fyrir. Að vera elskuð og valin af góðum manni er hið besta og sætasta, sem kona getur hlotið, og ég vona af heilum hug, að stúlkur mínar kynnist þeirri fögru reynslu. Það er eðlilegt að hugsa um það, Meg, rétt að vona og bíða þess og viturlegt að búa sig undir það, svo að þegar hinn hamingjuríki tími rennur upp finnirðu þig reiðubúna til skyldunnar og verðuga gleðinnar. Elsku stúlkur mínar, ég er metnaðargjörn fyrir ykkar hönd, en ekki svo, að þið eigið að gera ykkur um of gildandi í heiminum, giftast ríkum mönnum einungis vegna auðs þeirra eða eiga glæsileg hús, sem eru ekki heimili af því að kærleikur skortir. Fé er nauðsynlegt og dýrmætt og, þegar því er vel varið, göfugt, en ég vil aldrei, að þið haldið, að það sé hið fyrsta eða eina markmið, sem ber að sækjast eftir. Ég vildi heldur sjá ykkur eiginkonur fátækra manna, ef þið væruð hamingjusamar, elskaðar og sáttar, en drottningar á hásætum án sjálfsvirðingar og friðar.“

„Fátækar stúlkur eiga enga von, segir Belle, nema þær geri sig gildandi,“ andvarpaði Meg.

„Þá verðum við gamlar meyjar,“ sagði Jo ákveðin.

„Rétt, Jo. Betra að vera hamingjusamar gamlar meyjar en óhamingjusamar eiginkonur eða ókvenlegar stúlkur, sem hlaupa um til að finna sér eiginmenn,“ sagði frú March ákveðið. „Vertu ekki áhyggjufull, Meg. Fátækt hræðir sjaldan einlægan elskhuga. Sumar af hinum bestu og virtustu konum, sem ég þekki, voru fátækar stúlkur, en svo elskulegar, að þeim var ekki leyft að verða gamlar meyjar. Láttu tímann ráða þessum málum. Gerðu þetta heimili hamingjuríkt, svo að þú verðir hæf til að eiga þitt eigið, ef þér býðst það, og sátt hér, ef svo verður ekki. Eitt skaltu muna, stúlkur mínar: móðir er ávallt reiðubúin að vera trúnaðarvinur ykkar, faðir að vera vinur ykkar, og við bæði vonum og treystum því, að dætur okkar, hvort sem þær giftast eða ekki, verði stolt og huggun lífs okkar.“

„Við verðum það, Marmee, við verðum það!“ hrópuðu báðar af heilum hug, þegar hún bauð þeim góða nótt.

TÍUNDI KAFLI

P.C. OG P.O.

Þegar vora tók, komu nýjar skemmtanir í tísku, og lengjandi dagarnir gáfu langar síðdegisstundir til alls konar vinnu og leikja. Garðinn þurfti að færa í lag, og hver systir fékk sinn fjórðung af litla blettinum til að gera við hann, hvað sem henni þóknaðist. Hannah pf sagði gjarnan: „Ég myndi þekkja garðbeðin þeirra, þótt ég sæi þau í Kína," og það mátti hún til sanns vegar færa, því smekkur stúlknanna var jafnólíkur og skapgerðir þeirra. Í beði Megar uxu rósir og heliotrop, mýrtuviður og lítið appelsínutré. Beð Jo var aldrei eins tvö sumur í röð, því hún var sífellt að gera tilraunir. Þetta árið átti það að vera sólblómaplantekra, og fræ þessarar glaðlyndu og uppstígandi plöntu áttu að fæða frænku Cockle-top og kjúklingana hennar. Í garði Bethar voru gamaldags ilmandi blóm, sætar baunir og mignónetta, sporablóm, negull og fjólur, ásamt arfa handa fuglunum og kattamintu handa kisunum. Amy hafði í sínum garði lítinn laufskála, fremur smáan og fullan af eyrnaskordýrum, en afar fallegan á að líta, þar sem hunangsviður og morgunglóð hengdu litfögru horn sín og bjöllur í þokkafullum sveigum yfir hann allan, háar hvítar liljur, fíngerðir burknar og sem flestar skærar og myndrænar plöntur, sem vildu þóknast og blómgast þar.

Garðyrkja, gönguferðir, róðrar á ánni og blómasöfnun fylltu björtu dagana, og á rigningardögum höfðu þær heimilisskemmtanir, sumar gamlar, aðrar nýjar, allar meira eða minna frumlegar. Ein þeirra var „P. C.", því þar sem leynifélög voru í tísku þótti við hæfi að hafa slíkt, og þar sem allar stúlkurnar dáðu Dickens nefndu þær sig Pickwick-klúbbinn. Með fáum truflunum höfðu þær haldið þessu uppi í heilt ár og komu saman á hverju laugardagskvöldi á stóra háaloftinu, og fór athöfnin þannig fram: Þrír stólar voru settir í röð fyrir framan borð, sem á stóð lampi, auk fjögurra hvítra merkja, með stóru „P. C." í mismunandi litum á hverju, og vikublaðið, sem nefndist „The Pickwick Portfolio", og allar lögðu til efni í, meðan Jo, sem naut penna og bleks, var ritstjóri. Klukkan sjö gengu fjórir meðlimir upp í klúbbherbergið, bundu merkin um höfuð sér og tóku sæti með mikilli alvöru. Meg, sem elst var, var Samuel Pickwick; Jo, sem var bókmenntalegs eðlis, Augustus Snodgrass; Beth, af því að hún var kringlótt og rjóð, Tracy Tupman; og Amy, sem jafnan reyndi það, sem hún kunni ekki, var Nathaniel Winkle. Pickwick, forsetinn, las blaðið, sem var fullt af frumlegum sögum, ljóðum, staðarfréttum, fyndnum auglýsingum og ábendingum, þar sem þær minntu hver aðra góðlátlega á galla og bresti. Eitt sinn setti herra Pickwick á sig gleraugnaumgjörð án glers, barði á borðið, hóstakvein lagði frá honum, og eftir að hafa starað fast á herra Snodgrass, sem hallaði sér aftur í stólnum, þar til hann settist rétt, hóf hann lesturinn:

„THE PICKWICK PORTFOLIO“

20. maí 18–

LJÓÐAHORN

AFMÆLISÓÐA

Enn komum vér til að fagna
Með merki og helgri sið,
Hinu fimmtugasta og öðru afmæli
Í Pickwick-höll í kvöld með lið.

Vér stöndum hér við góða heilsu,
Engin horfin úr vorum hóp,
Enn sjáum vér kunn andlit,
Og þrýstum vinahönd af þróp.

Vér heilsum Pickwick, jafnan staðfastum,
Með lotning, djúpri og hlýrri,
Sem les með gleraugum á nefi
Blað vort vikulegt og rýrri.

Þótt kvef hann þjáir kuldalega,
Vér gleðjumst yfir ræðu hans,

Því viskuorð af vörum falla,
Þrátt fyrir hljóð og skrækju hans.

Gamli sex feta Snodgrass gnæfir
Með fílslegri reisn í sal,
Og brosir að félagsskapnum
Með brúnan og glaðan mal.

Skáldlegur eldur glóir í augum,
Hann glímir við hlut sinn þrátt,
Metnaður skín af enni hans,
Á nefi þó blettur smátt.

Næst kemur Tupman, friðsæll og rjóður,
Svo kringlóttur, blíður og sæll,
Sem kafnar í hlátri yfir orðaleik
Og fellur af stól með smell.

Hin prúða Winkle er einnig hér,
Með hvert hár á réttum stað,
Fyrirmynd kurteisi og reglu,
Þótt andlit þvo sér ei að.

Ár er liðið, vér sameinumst enn
Til gamans, hláturs og lestrar,
Og fetum bókmenntanna veg,
Sem leiðir til frægðar og heiðurs.

Lengi megi blað vort dafna vel,
Klúbbur vor órofin standa,
Og komandi ár oss blessun færi
Á glaða og nytsama „P. C.“.

A. SNODGRASS

GRÍMUKLÆTT HJÓNABAND

(Saga frá Feneyjum)

Gondólar hver á fætur öðrum renndu að marmaratröppunum og skildu þar eftir hinn fagra farangur sinn til að auka hinn glæsilega mannfjölda, sem fyllti hina tignu sali greifa Adelons. Riddarar og dömur, álfar og sveinar, munkar og blómsölustúlkur blönduðust glaðlega í dansinum. Sætir raddir og ríkuleg tónlist fylltu loftið, og þannig hélt grímudansinn áfram í gleði og söng.

„Hefur yðar hátign séð frú Violu í kvöld?“ spurði hirðskáldið, sem leiddi álfadrottninguna um salinn.

„Já, er hún ekki yndisleg, þótt svo hrygg sé! Klæðnaður hennar er vel valinn, því eftir viku giftist hún greifa Antonio, sem hún hatar heiftarlega.“

„Sannarlega öfunda ég hann. Þar kemur hann, búinn eins og brúðgumi, nema með svarta grímu. Þegar hún fellur, munum vér sjá, hvernig hann lítur á hina fögru mey, sem hjarta hennar vill hann eigi vinna, þótt harður faðir hennar veiti honum hönd hennar,“ svaraði hirðskáldið.

„Hvíslað er, að hún elski ungan enskan listamann, sem fylgir sporum hennar og er fyrirlitinn af hinum aldna greifa,“ sagði konan, þegar þau gengu inn í dansinn.

Skemmtunin stóð sem hæst, þegar prestur birtist og leiddi unga parið inn í alkófa, klæddan fjólubláu flaueli, og benti þeim að krjúpa. Skjótt féll þögn á hinn glaða mannfjölda, og ekkert heyrðist nema skvamp lindanna eða nið trjálundar, sem svaf í tunglskininu, þegar greifi de Adelon mælti:

„Herr mínir og frúr, fyrirgefið brögðin, sem ég beitti til að safna yður hér til að verða vitni að hjónabandi dóttur minnar. Faðir, vér bíðum þjónustu yðar.“

Öll augu snerust að brúðhjónunum, og undrunarmurður fór um hópinn, því hvorki brúður né brúðgumi tóku grímur sínar af. Forvitni og undrun fylltu hjörtu allra, en virðing batt tungur þeirra, þar til heilög athöfninni lauk. Þá þyrptust hinir ákafir áhorfendur kringum greifann og kröfðust skýringar.

„Fúslega veitti ég hana, ef ég gæti, en ég veit aðeins, að það var duttlungur feiminnar Violu minnar, og ég lét undan. Nú, börnin mín, látum leikinn enda. Takið af yður grímurnar og takið við blessun minni.“

En hvorugt laut kné, því hinn ungi brúðgumi svaraði með röddu, sem kom öllum á óvart, þegar gríman féll og opinberaði göfugt andlit Ferdinands Devereux, listamannsins og elskhugans, og að brjósti hans, þar sem nú glampaði stjarna ensks jarls, hvíldi hin fagra Viola, geislandi af gleði og fegurð.

„Herra minn, þér buðuð mér með fyrirlitningu að krefjast dóttur yðar, þegar ég gæti státað af jafn háu nafni og miklum auði og greifi Antonio. Ég get meira, því jafnvel metnaðarfull sál yðar getur eigi hafnað jarli Devereux og De Vere, þegar hann leggur sitt forna nafn og ómælda auðæfi í skiptum fyrir hina ástkæru hönd þessarar fögru frúar, sem nú er eiginkona mín.“

Greifinn stóð sem steingerður, og Ferdinand sneri sér að undrandi mannfjöldanum og bætti við með glaðlegu sigurglotti:

„Yður, mínir hugrökku vinir, get ég aðeins óskað þess, að tilhugalíf yðar megi blómgast sem mitt hefur gert og að þér vinnið allar jafn fagra brúði og ég með þessu grímuklædda hjónabandi.“

S. PICKWICK

Hví er „P. C.“ líkt Babelsturni?
Það er fullt af óstýrilátum meðlimum.

SAGA UM GRASKER

Einu sinni var bóndi, sem sáði litlu fræi í garð sinn, og eftir nokkurn tíma spratt það og varð að vínviði og bar mörg grasker. Einn októberdag, þegar þau voru orðin þroskuð, tíndi hann eitt og fór með það á markað. Kaupmaður keypti það og lagði í búð sína. Sama morgun fór lítil stúlka, með brúna húfu og í bláum kjól, kringluleitt andlit og uppstutt nef, og keypti það handa móður sinni. Hún bar það heim, skar það í bita og sauð í stórum potti, stappaði hluta þess með salti og smjöri til kvöldverðar. Afganginum bætti hún við einum pela af mjólk, tveimur eggjum, fjórum skeiðum af sykri, múskati og nokkrum kexmylsnum, setti í djúpt fat og bakaði þar til það var orðið brúnt og fallegt, og næsta dag var það etið af fjölskyldu, sem hét March.

T. TUPMAN

Herra Pickwick, herra minn:

Ég leyfi mér að ávarpa yður um synd; syndarinn, sem ég á við, er maður að nafni Winkle, sem veldur ófriði í klúbbnum með hlátri sínum og neitar stundum að skrifa sitt framlag í þetta fína blað. Ég vona, að þér fyrirgefið honum bresti hans og leyfið honum að senda franska dæmisögu, því hann getur ekki skrifað upp úr eigin höfði, þar sem hann hefur svo margar lexíur að læra og enga heilabú í framtíðinni. Ég mun reyna að taka tímann í taglið og undirbúa eitthvert verk, sem verður allt comme il faut, sem þýðir allt í lagi. Ég skrifa í flýti, því nú er nær skólatíma.

Yðar með virðingu,
N. WINKLE

[Ofangreint er karlmannleg og myndarleg viðurkenning á fyrri misgjörðum. Ef hinn ungi vinur okkar lærði greinarmerki, væri það til bóta.]

HARMLEG SLYS

Síðastliðinn föstudag brugðumst vér við miklu höggi í kjallara húss vors, sem fylgt var hrópum um hjálp. Þegar vér þustuðum allir í einu niður, fundum vér hinn elskaða forseta vorn liggjandi á gólfinu, eftir að hafa hrasað og fallið, meðan hann sótti eldivið til heimilisnota. Sjón eyðileggingar blasti við oss, því í falli sínu hafði herra Pickwick stungið höfði og herðum í vatnsbala, velt um koll tunnu með mjúksápu yfir hinn karlmannlega líkama sinn og rifið klæði sín illa. Þegar hann var leiddur úr þessari hættulegu stöðu, kom í ljós, að hann hafði eigi orðið fyrir meiðslum nema nokkrum marblettum, og vér gleðjumst yfir því að geta bætt við, að honum líður nú vel.

RITSTJ.

ALMENN SORG

Það er sár skylda vor að skrá hina skyndilegu og dularfullu hvarf konu Snowball Pat Paw. Þessi yndislega og elskaða köttur var gæludýr stórs hóps hlýrra og aðdáandi vina; fegurð hennar dró að sér öll augu, yndisþokki og dyggðir unnu henni öll hjörtu, og missir hennar er djúpt sár fyrir allt samfélagið.

Síðast sást hún sitja við hliðið og horfa á vagn slátrarans, og óttast er, að einhver óþokki, freistaður af töfrum hennar, hafi rænt henni svívirðilega. Vikur eru liðnar, en engin slóð hefur fundist, og vér gefum upp alla von, bindum svartan borða við körfu hennar, leggjum skál hennar til hliðar og grátum hana sem eina, er oss er glötuð um aldur og ævi.

Samúðarfullur vinur sendir eftirfarandi gimstein:

HARMLJÓÐ
UM S. B. PAT PAW

Vér syrgjum missi litla dýrs vors,
Og andvörpum yfir hörmulegri tíð,
Því aldrei framar við eldinn situr hún,
Né leikur við gamla græna hlið.

Litla gröfin, þar sem hún hvílir,
Er undir kastaníutrjá,
En yfir gröf hennar getum vér ei grátið,
Vér vitum ei hvar hún má.

Tómt bæli hennar, auður bolti,
Mun aldrei sjá hana meir;
Enginn mjúkur pot, enginn hlýr mal,
Heyrist við stofudyr.
Önnur köttur sækir mýsnar,
Köttur með óhreint andlit,
En hún veiðir ei sem elskan vor,
Né leikur með léttan svip.

Hljóðar loppur ganga um salinn,
Þar sem Snowball lék sér fyrr,
En hún hvæsir aðeins á hundana,
Sem gæludýr vort hrakti burt.

Hún er nytsam og mild og gerir sitt besta,
En fögur er hún ei að sjá,
Og vér getum ei veitt henni stað þinn, kæra,
Né dýrkað hana sem þig vér þá.

A.S.

AUGLÝSINGAR

FRÚ ORANTHY BLUGGAGE, hin lærða og sterklynda fyrirlesari, mun flytja hinn fræga fyrirlestur sinn um „KONUNA OG STÖÐU HENNAR“ í Pickwick-höll næsta laugardagskvöld að loknum venjulegum sýningum.

VIKULEGUR FUNDUR verður haldinn á Eldhússtorgi til að kenna ungum dömum matreiðslu. Hannah Brown mun stýra fundinum, og öllum er boðið að sækja.

RUSLPÖNNUFÉLAGIÐ mun koma saman næsta miðvikudag og skrúðganga á efri hæð Klúbbhússins. Allir félagar skulu mæta í einkennisbúningi og bera kústana á öxl nákvæmlega kl. 9.

FRÚ BETH BOUNCER mun opna nýtt úrval sitt af brúðuhöttum í næstu viku. Nýjustu tískur frá París eru komnar, og pantanir eru vinsamlega þegnar.

NÝTT LEIKRIT mun brátt birtast í Barnville-leikhúsinu, sem mun bera af öllu, sem áður hefur sést á bandarísku leiksviði. „GRÍSKI ÞRÆLLINN, eða Konstantín hefndarmaðurinn,“ nefnist þetta æsandi leikrit!!!

ÁBENDINGAR

Ef S. P. notaði ekki svo mikla sápu á hendur sínar, yrði hann ekki ávallt of seinn í morgunverð. A. S. er beðin að flauta ekki á götunni. T. T., vinsamlegast gleymdu ekki servíettu Amy. N. W. má ekki gremjast, þótt kjóll hans hafi ekki níu fellingar.

WEEKLY REPORT

Meg – Góð.

Jo – Slæm.

Beth – Mjög góð.

Amy – Sæmileg.

Þegar forsetinn hafði lokið lestri skjalsins (sem ég leyfi mér að fullvissa lesendur mína um, að er ósvikin eftirmynd af blaði, sem ósviknar stúlkur rituðu forðum daga), fylgdi dynjandi lófatak, og síðan reis herra Snodgrass til að bera fram tillögu.

„Herra forseti og háttvirtir félagar," hóf hann mál sitt og tók á sig þingmannlegan svip og málróm, „ég vil leggja til inntöku nýs félaga - þess, sem verðskuldar þann heiður með réttu, yrði honum djúpt þakklátur og myndi stórlega auka anda félagsins, bókmenntagildi blaðsins og vera óendanlega kátur og viðfelldinn. Ég legg til herra Theodore Laurence sem heiðursfélaga í P. C. Komið nú, leyfið honum að ganga í félagið."

Skyndileg tónbreyting Jo vakti hlátur stúlknanna, en allar litu nokkuð uggandi út, og engin mælti orð, þegar Snodgrass settist aftur.

„Við látum atkvæði ráða," sagði forsetinn. „Allir, sem eru tillögunni fylgjandi, láti það í ljós með því að segja: ‚Já'."

Hátt svar heyrðist frá Snodgrass og, öllum að óvörum, lágt og hikandi frá Beth.

„Þeir, sem eru á móti, segi: ‚Nei'."

Meg og Amy voru andvígar, og herra Winkle reis og sagði með mikilli fágun: „Við óskum ekki eftir drengjum; þeir gera aðeins gys og stökkva um. Þetta er kvenfélag, og við viljum vera í friði og með viðeigandi háttvísi."

„Ég óttast, að hann muni hlæja að blaðinu okkar og síðan gera gys að okkur," mælti Pickwick og togaði í litla hringlokka á enni sér, eins og hún gerði jafnan, þegar hún var í vafa.

Snodgrass reis á ný, mjög einlæg í máli sínu. „Herra forseti, ég gef yður heiðursorð mitt sem heiðursmaður, að Laurie muni ekkert slíkt gera. Hann hefur unun af ritun og mun gefa framlögum okkar ákveðinn blæ og halda aftur af tilfinningasemi okkar, sjáið þér ekki? Við getum svo lítið gert fyrir hann, en hann gerir svo mikið fyrir okkur; mér þykir hið minnsta, sem við getum gert, vera að bjóða honum sæti hér og taka honum vel, ef hann þiggur það."

Þessi laglega vísun til auðsýndra velgjörða reisti Tupman á fætur, og leit hún út fyrir að hafa tekið fulla ákvörðun.

„Já; við ættum að gera það, jafnvel þótt við séum hræddar. Ég segi, að hann megi koma, og afi hans einnig, ef hann kýs það."

Þessi þróttmikla yfirlýsing Beth sló félagið sem eldingu, og Jo yfirgaf sæti sitt og tók í hönd hennar með velþóknun.

„Nú þá, greiðum atkvæði á ný. Minnist þess, að þetta er Laurie okkar, og segið: ‚Já!'" hrópaði Snodgrass æst.

„Já! Já! Já!" svöruðu þrjár raddir í einu.

„Gott! Blessið ykkur! Og þar sem ekkert jafnast á við að grípa tækifærið, eins og Winkle orðar það svo einkennilega, leyfið mér að kynna nýja félagann." Og til skelfingar hinna opnaði Jo skápdyrnar og sýndi Laurie sitjandi á tuskupoka, roðandi og blikkandi augum af bældum hlátri.

„Þú skálkur! Þú svikari! Jo, hvernig gastu?" hrópuðu stúlkurnar þrjár, meðan Snodgrass leiddi vin sinn sigri hrósandi fram og, að framkalla bæði stól og merki, setti hann í embætti á svipstundu.

„Kaldlyndi ykkar tveggja ódámanna er undraverð," hóf herra Pickwick og reyndi að setja upp ægilegan grettusvip, en tókst aðeins að brosa vingjarnlega. En hinn nýi félagi stóðst aðstæðurnar og reis á fætur, hneigði sig þakklátlega til forsetans og sagði á hinn aðlaðandi hátt: „Herra forseti og dömur - ég bið afsökunar, háttvirtir félagar - leyfið mér að kynna sjálfan mig sem Sam Weller, hinn auðmjúka þjón félagsins."

„Gott! Gott!" hrópaði Jo og barði með skafti gömlu hitapönnunnar, sem hún studdist við.

„Trúr vinur minn og göfugi verndari," hélt Laurie áfram og veifaði hendinni, „sem kynnti mig svo smekklega, ber ekki sök á þessari lágkúrulegu ráðagerð kvöldsins. Ég lagði hana á ráðin, og hún lét undan eftir miklar áleitnir."

„Nú, legðu það ekki allt á sjálfan þig. Þú veist, að ég lagði til skápinn," skaut Snodgrass inn í og naut spaugseminnar til fulls.

„Látið hana ekki trufla yður. Ég er vesalingurinn, sem gerði þetta, herra forseti," sagði hinn nýi félagi og kinkaði kolli í anda Weller til herra

Pickwick. „En að heiðri mínum sver ég, að ég geri það aldrei aftur og muni héðan í frá helga mig hagsmunum þessa ódauðlega félags.“

„Heyr! Heyr!“ hrópaði Jo og lét lok hitapönnunnar glymja sem skálm.

„Haltu áfram! Haltu áfram!“ bættu Winkle og Tupman við, meðan forsetinn hneigði sig velviljaður.

„Ég vil aðeins segja, að sem lítið merki um þakklæti mitt fyrir þann heiður, sem mér hefur verið sýndur, og til að efla vinsamleg samskipti milli nágrannaþjóða, hef ég komið upp pósthúsi í limgerðinu neðst í garðinum, stórri og rúmgóðri byggingu með hengilásum á dyrum og öllum þægindum fyrir póstsendingar, einnig kvenfólk, ef mér leyfist að orða það svo. Það er hið gamla martinhús, en ég hef lokað dyrunum og gert þakið opnanlegt, svo það rúmi alls kyns hluti og spari dýrmætan tíma okkar. Bréf, handrit, bækur og bögglar má leggja þar inn, og þar sem hver þjóð á sinn lykil, verður þetta, að ég hygg, einstaklega hentugt. Leyfið mér að afhenda félaginu lykilinn, og með mörgum þökkum fyrir hylli yðar tek ég mér sæti.“

Mikill fögnuður braust út, þegar herra Weller lagði lítinn lykil á borðið og settist; hitapannan glymjaði og veifaðist ótt og títt, og leið nokkur stund, áður en reglu var komið á að nýju. Löng umræða fylgdi, og hver kom öðrum á óvart, því hver lagði sig fram af fremsta megni. Var þetta því óvenju líflegur fundur og lauk eigi fyrr en seint um kvöld, þegar hann leystist upp með þremur hvellum húrrahrópum fyrir nýja félaganum.

Enginn iðraðist nokkru sinni inngöngu Sam Weller, því trúfastari, kurteisari og glaðværari félaga gat ekkert félag átt. Hann bætti vissulega anda við fundina og blæ við blaðið, því ræður hans hristu hlustendur af hlátri, og framlög hans voru prýðileg, þjóðleg, klassísk, kímileg eða dramatísk, en aldrei væmin. Jo taldi þau jafngild verkum Bacon, Milton eða Shakespeare og endursmíðaði eigin ritverk sín með góðum árangri, að hennar dómi.

Pósthúsið varð hið ágætasta fyrirtæki og dafnaði undraverðlega, því nær jafnmargir undarlegir hlutir fóru þar í gegn og í raunverulegu pósthúsi.

Harmleikir og hálsbindi, ljóð og súrsuð matvæli, garðfræ og löng bréf, nótur og piparkökur, gúmmískór, boðskort, áminningar og hvolpar. Gamli herrann naut gleðinnar og skemmti sér við að senda undarlega böggla, dularfull skilaboð og skopleg skeyti, og garðyrkjumaður hans, sem hafði orðið ástfanginn af sjarma Hönnu, sendi jafnvel ástarbréf í umsjón Jo. Hversu þær hlógu, þegar leyndarmálið komst upp, án þess að gruna, hve mörg ástarbréf það litla pósthús ætti eftir að geyma á komandi árum.

ELLEFTI KAFLI
TILRAUNIR

„Fyrsti júní! King-fjölskyldan heldur til sjávar á morgun, og ég er frjáls. Þriggja mánaða sumarleyfi - hve ég mun njóta þess!“ hrópaði Meg og kom heim einn hlýjan dag, þar sem hún fann Jo liggjandi á legubekknum í óvenjulegu þreytuástandi, meðan Beth fór úr rykugum stígvélum sínum og Amy bjó til límonaði til hressingar fyrir allan hópinn.

„Frænka March fór í dag, og fyrir það - ó, gleðjist!“ sagði Jo. „Ég var dauðhrædd um, að hún myndi biðja mig að fara með sér. Hefði hún gert það, hefði mér fundist ég verða að þiggja það, en Plumfield er um það bil jafn líflegt og kirkjugarður, eins og þið vitið, og ég vil miklu fremur vera undanþegin. Það var nokkur handagangur í öskjunni við að koma gömlu konunni af stað, og ég fékk hálfgerðan hjartslátt í hvert sinn sem hún ávarpaði mig, því ég var svo ákaflega fljót að ljúka öllu, að ég var óvenju hjálpsöm og ljúf og óttaðist, að henni yrði ómögulegt að skilja við mig. Ég skalf, þar til hún var komin örugglega í vagninn, og fékk síðasta skelfingarkastið, því þegar hann ók af stað, stakk hún höfðinu út og sagði: ‚Josyphine, viltu ekki -?‘ Ég heyrði ekki meira, því ég sneri mér skammarlega við og flúði. Ég hljóp í raun og veru og þaut fyrir hornið, þar sem mér fannst ég loks örugg.“

„Aumingja gamla Jo! Hún kom inn, eins og birnir væru á hælum hennar,“ sagði Beth og vafði fótum systur sinnar að sér með móðurlegum svip.

„Frænka March er hreinn vampíri, er það ekki?“ mælti Amy og bragðaði gagnrýnið á blöndu sína.

„Hún á við vampíru, ekki sjávargróður, en það skiptir ekki máli. Það er of heitt til að vera nákvæmur í orðflokkum,“ tautaði Jo.

„Hvað ætlar þú að gera í öllu sumarleyfinu?“ spurði Amy og skipti um umræðuefni af lagni.

„Ég ætla að sofa fram eftir og gera ekki neitt,“ svaraði Meg úr djúpum ruggustólsins. „Ég hef verið rekin á fætur snemma allan veturinn og eytt dögunum í vinnu fyrir aðra, svo nú ætla ég að hvíla mig og njóta til fulls.“

„Nei,“ sagði Jo, „þessi syfjulega aðferð hæfir mér ekki. Ég hef safnað mér bókahaug, og ég ætla að nota dýrmætar stundir mínar til lesturs uppi í gamla eplatrénu, þegar ég er ekki að hafa –“

„Segðu ekki ‚fjör‘!“ bað Amy og endurgalt þannig leiðréttinguna um vampíruna.

„Þá segi ég ‚næturgala‘ með Laurie. Það er bæði viðeigandi og rétt, þar sem hann er söngfugl.“

„Gerum engar kennslustundir um hríð, Beth, heldur leikum okkur allan tímann og hvílumst, eins og hinar ætla,“ lagði Amy til.

„Já, ef mamma leyfir það. Mig langar að læra nokkur ný lög, og börnin mín þurfa sumarbúnað. Þau eru í hræðilegu ólagi og raunverulega klæðalaus.“

„Megum við það, mamma?“ spurði Meg og sneri sér að frú March, sem sat við saumaskap í því horni, sem þær kölluðu ‚horn Marmee‘.

„Þið megið reyna tilraunina í eina viku og sjá, hvernig ykkur líkar hún. Ég hygg, að á laugardagskvöldi munið þið komast að því, að allur leikur og engin vinna er jafn slæmt og öll vinna og enginn leikur.“

„Ó, nei, það verður unaðslegt, það er ég viss um,“ sagði Meg ánægð.

„Ég legg nú til skál, eins og ‚vinur minn og félagi, Sairy Gamp‘ segir. Fagnandi gleði um aldur og ævi og engin stritvinna!“ hrópaði Jo og reis með glas í hendi, þegar límonaðið gekk um.

Þær drukku glaðlega og hófu tilraunina með því að iðjuleysast það sem eftir lifði dagsins. Morguninn eftir birtist Meg ekki fyrr en kl. 10.00. Einmana morgunverður hennar smakkaðist illa, og herbergið virtist bæði tómlegt og óreiðukennt, því Jo hafði ekki fyllt vasa, Beth ekki dustað af, og bækur Amy lágu dreifðar. Ekkert var snyrtilegt og notalegt nema horn Marmee, sem var sem fyrr. Þar settist Meg til að „hvílast og lesa“, sem þýddi að geispa og ímynda sér fallega sumarkjóla, sem hún ætlaði að kaupa fyrir launin sín. Jo eyddi morgninum á ánni með Laurie og síðdeginu í að lesa og gráta yfir Breiða, breiða heiminum uppi í eplatrénu. Beth hóf daginn á að róta öllu út úr stóra skápnum, þar sem fjölskylda hennar átti heima, en þreyttist áður en hún var hálfnuð og skildi ríkið sitt eftir á hvolfi og fór til hljóðfæris síns, glöð yfir að þurfa ekki að þvo upp. Amy skipulagði laufskála sinn, fór í besta hvíta kjólinn, sléttaði lokkana og settist að teikna undir kaprifólinu í þeirri von, að einhver sæi hana og spyrði, hver hinn ungi listamaður væri. Þar sem enginn birtist nema forvitinn langleggur, sem skoðaði verkið með áhuga, fór hún í gönguferð, lenti í rigningu og kom heim rennvot.

Við teið báru þær saman bækur sínar og voru sammála um, að dagurinn hefði verið yndislegur, þótt óvenju langur væri. Meg, sem fór í verslunarferð síðdegis og keypti „dásamlegt blátt múslín“, uppgötvaði, eftir að hafa klippt það niður, að það þoldi ekki þvott, og sú óheppni gerði hana dálítið styggða. Jo hafði brennt húðina af nefinu við róður og fengið höfuðverk af of langri lestri. Beth var áhyggjufull vegna óreiðunnar í skápnum og erfiðleikanna við að læra þrjú eða fjögur lög í senn, og Amy sá mjög eftir skemmdinni á kjólnum, því veisla hjá Katy Brown var daginn eftir og nú, líkt og Flora McFlimsey, átti hún „ekkert til að klæðast“. En þetta voru smámunir, og þær fullvissuðu móður sína um, að tilraunin gengi prýðilega. Hún brosti, sagði ekkert og vann, með aðstoð Hönnu, þau verk sem vanrækt höfðu verið, hélt heimilinu notalegu og heimilisvélinni gangandi snurðulaust.

Það var undarlegt, hve sérkennilegt og óþægilegt ástand skapaðist af þessu „hvíldar- og gleðiferli“. Dagarnir urðu sífellt lengri, veðrið óvenju breytilegt og skapið sömuleiðis; óstöðug tilfinning greip alla, og Satan fann nægt verk fyrir iðjulausar hendur. Sem hámark munaðarins lét Meg sauma fyrir sig hluta verka sinna, en fann síðan tímann liggja svo þungt á sér, að hún fór að klippa og spilla fötum sínum í tilraunum til að prýða þau að hætti Moffat. Jo las, þar til augun brugðust henni og henni varð óglatt af bókum, varð svo óróleg, að jafnvel góðlyndur Laurie lenti í deilu við hana, og svo niðurdregin, að hún óskaði þess heitt, að hún hefði farið með frænku March. Beth gekk þokkalega, því hún gleymdi stöðugt, að allt ætti að vera leikur og engin vinna, og sneri öðru hverju aftur til gamalla siða. En eitthvað í loftinu hafði áhrif á hana, og oftar en einu sinni raskaðist ró hennar svo mjög, að hún hristi meira að segja aumingja Jo og sagði henni, að hún væri „ógn“. Amy fór verst af öllum, því úrræði hennar voru fátækleg, og þegar systur hennar skildu hana eftir til að skemmta sér sjálf, komst hún brátt að því, að hinn hæfileikaríki og mikilvægi litli sjálfur var henni þung byrði. Hún hafði ekki lengur unun af dúkkum, ævintýri voru barnaleg og ekki var hægt að teikna allan daginn. Teveislur voru lítils virði og útivistarferðir sömuleiðis, nema þær væru skipulagðar af mikilli natni. „Ef maður gæti átt glæsilegt hús fullt af yndislegum stúlkum eða farið í ferðalög, væri sumarið unaðslegt, en að sitja heima með þremur eigingjörnum systrum og uppkomnum dreng nægir til að reyna þolinmæði Jobs,“ kvartaði ungfrú Malaprop eftir nokkra daga, sem varið var í skemmtanir, nöldur og leiða.

Engin þeirra vildi viðurkenna, að hún væri orðin þreytt á tilrauninni, en þegar leið að föstudagskvöldi játaði hver fyrir sjálfri sér, að hún væri fegin, að vikan væri senn á enda. Í þeirri von að festa lærdóminn dýpra í huga þeirra ákvað frú March, sem hafði ríka kímnigáfu, að ljúka prófinu með viðeigandi hætti; hún gaf Hönnu frí og lét stúlkurnar njóta til fulls afleiðinga leikskipulagsins.

Þegar þær komu á fætur á laugardagsmorgni, var enginn eldur í eldhúsinu, enginn morgunverður í borðstofunni og engin móðir sjáanleg.

„Guð minn góður! Hvað hefur komið fyrir?“ hrópaði Jo og starði um sig skelfd.

Meg hljóp upp stigann og kom brátt aftur, létt yfir en þó dálítið ringluð og nokkuð skömmustuleg.

„Mamma er ekki veik, aðeins mjög þreytt, og hún segir, að hún ætli að vera róleg í herbergi sínu allan daginn og láta okkur bjarga okkur sjálfar. Það er einkennilegt af henni; hún hagar sér alls ekki eins og hún á að sér. En hún segir, að þetta hafi verið henni erfið vika, svo við megum ekki kvarta heldur annast okkur sjálfar.“

„Það er hægara sagt en gert, og mér líst vel á það; ég er beinlínis að springa úr löngun til að gera eitthvað - það er að segja eitthvað nýtt til skemmtunar, skiljið þið,“ bætti Jo fljótt við.

Í raun og veru var það öllum mikill léttir að fá smáverkefni, og þær tóku til af kappi, en komust brátt að sannleika orða Hönnu: „Heimilisstjórn er enginn leikur.“ Nægur matur var í búri, og meðan Beth og Amy lögðu á borð, útbjuggu Meg og Jo morgunverðinn og undruðust, hvers vegna þjónar töluðu nokkurn tíma um erfiði.

„Ég ætla að bera mömmu eitthvað upp, þótt hún hafi sagt, að við ættum ekki að hugsa um hana, því hún myndi sjá um sig sjálf,“ sagði Meg, sem stýrði og fannst hún vera hin mesta húsfreyja bak við tekönnuna.

Svo var bakki búinn til áður en nokkur hóf máls á matnum og borinn upp með kveðju frá kokkinum. Soðna teið var mjög beiskt, eggjakakan sviðin og bollurnar doppóttar af matarsóda, en frú March tók við máltíðinni með þökkum og hló hjartanlega að henni, þegar Jo var farin.

„Aumingja litlu sálirnar; þær munu eiga erfitt, er ég hrædd um, en þær munu ekki líða skort, og þetta gerir þeim gott,“ sagði hún og dró fram bragðbetri réttina, sem hún hafði séð sér fyrir, og losaði sig við hinn misheppnaða morgunverð, svo tilfinningar þeirra yrðu ekki særðar - móðurleg lítil blekking, sem þær hefðu verið henni þakklátar fyrir.

Kvartanirnar niðri voru margar, og gremja yfir matreiðslumistökum mikill.

„Engu að síður; ég skal elda miðdegisverðinn og vera þjónninn, þú verður húsfreyjan, heldur höndum þínum fallegum, tekur á móti gestum og gefur fyrirmæli," sagði Jo, sem kunni enn minna en Meg til verka í eldhúsi.

Þessu greiðvikna tilboði var fagnað, og Margaret dró sig í stofuna, sem hún lagaði í flýti með því að sópa rusli undir sófann og draga fyrir gluggatjöldin til að spara sér rykþurrkun. Jo, full af trú á eigin hæfileika og með vingjarnlegan ásetning að bæta upp fyrri deilur, setti þegar í stað miða í pósthúsið og bauð Laurie í miðdegisverð.

„Þú ættir heldur að kanna, hvað þú átt til, áður en þú hugsar um að bjóða gestum," sagði Meg, þegar henni var greint frá hinni gestrisnu en óvarlegu ákvörðun.

„Ó, það er saltkjöt og nægar kartöflur, og ég ætla að ná í aspas og humar ‚til bragðbætis', eins og Hanna segir. Við höfum salat og búum til salatsósu. Ég veit ekki hvernig, en bókin segir það. Ég ætla að hafa mjólkurhlaup og jarðarber í eftirrétt og jafnvel kaffi, ef þú vilt vera fín."

„Reyndu ekki of marga rétti, Jo, því þú getur ekki gert annað ætilegt en piparkökur og sírópskonfekt. Ég þvæ hendur mínar af þessu veisluhaldi, og þar sem þú bauðst Laurie á eigin ábyrgð, máttu sjálf annast hann."

„Ég vil ekki, að þú gerir neitt annað en vera kurteis við hann og hjálpa mér með búðinginn. Þú gefur mér ráð, ef ég lendi í vandræðum, ekki satt?" spurði Jo, nokkuð sár.

„Já, en ég kann lítið, nema um brauð og smáatriði. Þú ættir betur að biðja mömmu leyfis áður en þú pantar nokkuð," svaraði Meg varfærnislega.

„Auðvitað geri ég það. Ég er ekki heimsk." Og Jo fór í burtu fýluleg yfir efa um hæfni sína.

„Fáðu það, sem þér sýnist, og truflaðu mig ekki. Ég fer út að borða í dag og get ekki haft áhyggjur af heimilismálum," sagði frú March, þegar Jo leitaði til hennar. „Ég hef aldrei haft sérstaka ánægju af heimilishaldi og ætla að taka mér frí í dag, lesa, skrifa, fara í heimsóknir og skemmta mér."

Óvenjuleg sjón móður hennar, sem sat iðin í ruggustól og las snemma morguns, varð Jo svo undarleg, að sólmyrkvi, jarðskjálfti eða eldgos hefði varla virst henni furðulegra.

„Allt er úr skorðum," sagði hún við sjálfa sig og gekk niður. „Þarna er Beth að gráta; það er öruggt merki um, að eitthvað sé að í þessari fjölskyldu. Ef Amy er að angra hana, skal ég hrista hana."

Sjálf í miður góðu skapi flýtti Jo sér inn í stofuna og fann Beth hágrátandi yfir Pip, kanarífuglinum, sem lá dauður í búrinu með litlu klærnar útréttar á hjartnæman hátt, eins og hann biði um það fóður, sem hann hafði dáið úr skorti á.

„Það er mér að kenna; ég gleymdi honum. Ekki eitt fræ né dropi er eftir. Ó, Pip! Ó, Pip! Hvernig gat ég verið svona grimm við þig?" hrópaði Beth og tók litla fuglinn í hendur sér og reyndi að vekja hann.

Jo kíkti í hálfopið augað, þreifaði á litla hjartanu og, er hún fann hann stirðan og kaldan, hristi hún höfuðið og bauð dóminókassann sinn sem líkkistu.

„Setjið hann í ofninn; kannski hitnar hann og lifnar við," sagði Amy vonarfull.

„Hann dó úr hungri, og hann skal ekki bakaður nú, þegar hann er látinn. Ég sauma honum líkklæði, og hann verður grafinn í garðinum, og ég mun aldrei eiga annan fugl - aldrei, minn Pip! - því ég er of vond til að eiga slíkan," tautaði Beth og sat á gólfinu með gæludýrið sitt samanlagt í höndum sér.

„Útförin verður síðdegis í dag, og við förum allar. Gráttu ekki, Bethy. Það er leitt, en ekkert gengur rétt þessa viku, og Pip hefur orðið verst úti í tilrauninni. Saumaðu líkklæðið og leggðu hann í kassann minn, og eftir miðdegisverðinn höldum við fallega litla útför," sagði Jo og fór að finna, að hún hefði tekið á sig býsna margt.

Hún lét hinar hugga Beth og hélt til eldhússins, sem var í hinni mestu óreiðu og hvimleiðu ástandi. Hún batt á sig stórt svuntu og hófst handa, staflaði upp diskum til uppþvottar, en uppgötvaði þá, að eldurinn var kulnaður.

„Hér er fagurt útlit!" tautaði Jo, reif ofnhurðina upp og rótaði af krafti í öskunni.

Þegar hún hafði kveikt eldinn á ný, hugðist hún fara á markaðinn, meðan vatnið hitnaði. Gönguferðin hressti hana, og hún hrósaði sér af góðum kaupum, þegar hún dróst heim á ný, eftir að hafa keypt mjög ungan humar, mjög gamlan aspas og tvær öskjur af súrum jarðarberjum. Þegar hún hafði gert sig til, rann miðdegisverðartíminn upp og eldavélin glóði rauð.

Hanna hafði skilið eftir deig til að hefast, Meg hafði hnoðað það snemma, sett það á arininn til síðari hefunar og gleymt því. Meg sat í stofunni og skemmti Sallie Gardiner, þegar hurðin fauk upp og mjölug, leirug, roðandi og ógreidd vera birtist og spurði hvasslega:

„Segðu mér, er brauð ekki nægilega ‚hefað', þegar það rennur yfir mótin?"

Sallie fór að hlæja, en Meg kinkaði kolli og lyfti augabrúnunum eins hátt og hún gat, og hvarf sýnin þá samstundis og setti súrdeigið í ofninn án frekari tafar. Frú March fór út, eftir að hafa gægst hér og þar til að sjá, hvernig gengi, og sagt huggunarorð við Beth, sem sat og saumaði líkklæði, meðan hinn kæri látni lá í viðhafnarstöðu í dóminókassanum.

Undarleg vanmáttartilfinning lagðist yfir stúlkurnar, þegar gráa húfan hvarf fyrir hornið, og örvænting greip þær, þegar ungfrú Crocker birtist skömmu síðar og sagðist ætla að snæða með þeim. Sú kona var grönn og gulleit piparmey, með hvassan nefbrodd og forvitin augu, sem sáu allt og sögðu frá öllu. Þær kunnu ekki við hana, en höfðu verið alnar upp við að sýna henni góðvild, einfaldlega vegna þess, að hún var gömul og fátæk og átti fáa vini. Meg bauð henni því hægindastólinn og reyndi að skemmta henni, meðan hún spurði spurninga, gagnrýndi allt og sagði sögur af fólki, sem hún þekkti.

Engin tunga getur lýst kvíða, reynslu og erfiði Jo þennan morgun, og miðdegisverðurinn varð að varanlegu spaugi. Hún þorði ekki að biðja um frekari ráð og gerði sitt besta ein síns liðs, en komst að raun um, að meira en dugnaður og góðvilji þarf til að verða góður kokkur. Hún sauð aspasinn í klukkustund og varð sár, þegar hún sá, að hausarnir höfðu soðnað í sundur, en stilkarnir voru harðari en áður. Brauðið brann svart, og salatsósan fór svo í taugarnar á henni, að hún gat ekki gert hana ætilega. Humarinn var henni skarlatsrautt leyndarmál, en hún hamraði og potaði, þar til hann var losaður úr skel og fátækleg stærð hans falin í lund af salatblöðum. Kartöflurnar urðu að flýta sér, svo aspasinn þyrfti ekki að bíða, og voru þó ekki fullsoðnar. Mjólkurhlaupið var kekkjótt, og jarðarberin ekki eins þroskuð og þau litu út fyrir að vera, því þau höfðu verið laglega „skreytt".

„Jæja, þau geta borðað nautakjöt og brauð með smjöri, ef þau eru svöng; en það er niðurlægjandi að eyða öllum morgninum til einskis," hugsaði Jo, þegar hún hringdi bjöllunni hálftíma síðar en venja var og stóð heit, þreytt og niðurdregin og horfði yfir veisluna, sem var borin fram fyrir Laurie, vanan alls konar fágun, og ungfrú Crocker, sem myndi bera fréttirnar víða með tungu sinni.

Aumingja Jo hefði fúslega grafið sig undir borðið, þegar hver rétturinn á fætur öðrum var smakkaður og látinn til hliðar, meðan Amy flissaði, Meg leit angistarfull út, ungfrú Crocker þrýsti saman vörum og Laurie talaði og hló af fremsta megni til að halda uppi glaðlegum blæ á samkvæminu. Eini sterki punktur Jo voru ávextirnir, því hún hafði sykrað þá vel og hafði könnu af ríkulegum rjóma með. Heitar kinnar hennar kólgnuðu lítillega, og hún andaði léttar, þegar fallegu glerdiskarnir gengu um og allir horfðu náðuglega á litlu rósrauðu eyjarnar, sem flutu í rjómansjó.

Ungfrú Crocker smakkaði fyrst, gerði grettusvip og drakk vatn í flýti. Jo, sem afþakkaði, af því hún taldi ekki víst, að nægilegt væri, þar sem berin höfðu rýrnað eftir valið, leit á Laurie, en hann borðaði hugrakkur, þótt lítil hrukka sæist um munn hans og augnaráðið væri fest á diskinn. Amy, sem unni fíngerðum réttum, tók vel fyllta skeið, kafnaði, faldi andlitið í servíettunni og hvarf skyndilega frá borðinu.

„Ó, hvað er að?“ hrópaði Jo skjálfandi.

„Salt í stað sykurs, og rjóminn er súr,“ svaraði Meg með dramatískri handahreyfingu.

Jo stundi og féll aftur í stólinn, minnug þess, að hún hafði í flýti stráð síðustu duftun yfir berin úr annarri af tveimur öskjum á eldhúsborðinu og gleymt að setja mjólkina í kæli. Hún roðnaði djúpt og var á barmi gráts, þegar hún mætti augnaráði Laurie, sem glampaði af hlátri þrátt fyrir hetjulega viðleitni hans. Hin spaugilega hlið atburðarins rann skyndilega upp fyrir henni, og hún hló, þar til tár runnu niður kinnar hennar. Svo gerðu allar hinar, jafnvel „Kvörtunarkonan“, eins og stúlkurnar kölluðu gömlu konuna, og hinn misheppnaði miðdegisverður endaði glaðlega með brauði og smjöri, ólífum og hlátri.

„Ég hef ekki geðstyrk til að taka til núna, svo við skulum róa hugann með útför,“ sagði Jo, þegar þær stóðu upp, og ungfrú Crocker gerði sig tilbúna til að fara, fús að segja nýju söguna við annað matarborð.

Þær urðu alvarlegar fyrir sakir Beth. Laurie gróf gröf undir burknunum í lundinum, litli Pip var lagður þar niður með mörgum tárum frá blíðhjörtu húsfreyju sinni og hulinn mosa, meðan krans af fjólum og arfa var hengdur á steininn, sem bar grafskrift hans, samda af Jo, meðan hún stríddi við miðdegisverðinn.

Hér hvílir Pip March,
sem lést hinn 7. júní;
elskaður og sárt saknaður,
og ei brátt gleymdur.

Að loknum athöfnum dró Beth sig í hlé í herbergi sitt, yfirbuguð af tilfinningum og humri, en þar var enginn friðarstaður, því rúmin voru óumbúin, og hún fann, að sorg hennar mildaðist mjög við að berja upp kodda og koma hlutunum í lag.

Meg hjálpaði Jo að taka til eftir veisluna, sem tók hálfan síðdeginn og skildi þær svo þreyttar, að þær ákváðu að láta sér nægja te og ristað brauð um kvöldið.

Laurie tók Amy í akstur, sem var sannarlegt miskunnarverk, því súri rjóminn virtist hafa haft óheppileg áhrif á skap hennar. Frú March kom heim og fann þrjár elstu stúlkurnar önnum kafnar um miðjan síðdeginn, og eitt augnatillit inn í skápinn gaf henni skýra hugmynd um árangur eins þáttar tilraunarinnar.

Áður en hinar nýju húsfreyjur fengu hvíld, komu nokkrir gestir, og þá varð uppnám við að búa sig til móttöku. Síðan þurfti að laga teið, sinna erindum og ljúka einu eða tveimur nauðsynlegum saumaverkum, sem höfðu verið vanrækt fram á síðustu stundu. Þegar rökkrið féll, svalt og hljótt, söfnuðust þær ein af annarri á svalirnar, þar sem júnírósirnar stóðu í fögrum brumum, og hver stundi eða andvarpaði, er hún settist, eins og hún væri þreytt eða þungt hugsi.

„Hvílíkur hræðilegur dagur þetta hefur verið!“ hóf Jo jafnan fyrst máls.

„Hann hefur virst styttri en vanalega, en miklu óþægilegri," sagði Meg.

„Ekki hið minnsta eins og heima," bætti Amy við.

„Það getur ekki verið eins án Marmee og litla Pip," andvarpaði Beth og leit tárvotum augum á tóma búrið fyrir ofan höfuð sér.

„Hér er mamma, elskan, og þú skalt fá annan fugl á morgun, ef þú vilt."

Meðan þetta var sagt, kom frú March og settist meðal þeirra, og leit út fyrir, að frídagur hennar hefði ekki verið þeim mun ánægjulegri en þeirra.

„Eruð þið ánægðar með tilraunina, stelpur, eða viljið þið aðra viku af henni?" spurði hún, þegar Beth smeygði sér að henni og hinar sneru sér að henni með bjartari svip, líkt og blóm snúa sér að sólu.

„Ég vil það ekki!" hrópaði Jo ákveðin.

„Ekki ég heldur," tóku hinar undir.

„Þá teljið þið, að betra sé að hafa nokkrar skyldur og lifa dálítið fyrir aðra, er það ekki?"

„Iðjuleysi og skemmtanir borga sig ekki," mælti Jo og hristi höfuðið. „Ég er orðin leið á því og ætla þegar í stað að taka mér eitthvað fyrir hendur."

„Hvað segið þið um að læra einfalda matreiðslu? Það er nytsamleg kunnátta, sem engin kona ætti að vera án," sagði frú March og hló lágt með sjálfri sér, er hún minntist miðdegisverðar Jo, því hún hafði hitt ungfrú Crocker og heyrt frásögn hennar.

„Mamma, fórstu viljandi burt og létst allt vera, aðeins til að sjá, hvernig okkur gengi?" hrópaði Meg, sem hafði haft grun allan daginn.

„Já, ég vildi, að þið sæjuð, hvernig þægindi allra byggjast á því, að hver sinni sínu hlutverki af trúmennsku. Meðan Hanna og ég unnum verk ykkar, gekk ykkur þokkalega, þótt ég telji, að þið hafið hvorki verið sérlega glaðar né ljúfar. Svo hugsaði ég, að sem lítil lexía skyldi ég sýna ykkur, hvað gerist, þegar hver hugsar einungis um sjálfa sig. Finnst ykkur ekki ánægjulegra að hjálpast að, hafa daglegar skyldur, sem gera frístundir ljúfar, og bera og þola, svo heimilið sé notalegt og fagurt fyrir okkur öll?"

„Jú, mamma, það finnst okkur!" hrópuðu stúlkurnar.

„Þá ráðlegg ég ykkur að taka aftur upp litlu byrðarnar ykkar, því þótt þær virðist stundum þungar, eru þær okkur til góðs og léttast, þegar við lærum að bera þær. Vinnan er heilnæm, og næg er hún fyrir alla. Hún verndar okkur gegn leiða og óknyttum, er holl heilsu og hugarfari og veitir okkur valdkennd og sjálfstæði, sem er betra en auður eða tískubrellur."

„Við munum vinna sem býflugur og elska það líka, sjáðu til," sagði Jo. „Ég mun læra einfalda matreiðslu í sumarfríinu, og næsta veisla mín verður árangursrík."

„Ég mun sauma skyrturnar handa pabba, í stað þess að láta þig gera það, Marmee. Ég get það og ég vil, þótt saumaskapur sé mér ekki að skapi. Það er betra en að vera að dunda við eigin föt, sem eru nógu góð eins og þau eru," sagði Meg.

„Ég mun læra lexíurnar mínar á hverjum degi og ekki verja svo miklum tíma í tónlist og dúkkur. Ég er heimsk og ætti að læra, en ekki að leika mér," sagði Beth ákveðin, og Amy fylgdi fordæmi þeirra með því að lýsa hetjulega yfir: „Ég skal læra að gera hnappagöt og huga betur að orðflokkum mínum."

„Mjög gott! Þá er ég fyllilega sátt við tilraunina og vona, að við þurfum ekki að endurtaka hana. En farið ekki út í hina öfugustu átt og erfiðisvinnið eins og þrælar. Hafið reglubundnar stundir til vinnu og leiks, gerið hvern dag bæði nytsamlegan og ánægjulegan og sýnið, að þið skiljið gildi tímans með því að nýta hann vel. Þá verður æskan yndisleg, ellin færir fáar eftirsjár og lífið verður fögur sigurganga, þrátt fyrir fátækt."

„Við munum muna það, mamma!“ - og þær gerðu það.

TÓLFTI KAFLI
LAURENCE-BÚÐIRNAR

Beth var póststjóri, því þar sem hún var mest heima gat hún sinnt starfinu reglulega og naut þess innilega að opna litlu dyrnar dag hvern og dreifa póstinum. Einn júlídag kom hún inn með hendur fullar og gekk um húsið og skildi eftir bréf og böggla líkt og smápóstur.

„Hér er blómvöndurinn þinn, mamma! Laurie gleymir því aldrei," sagði hún og setti ferska vendinn í vasann, sem stóð í horninu hennar Marmee og var jafnan fylltur af hinum ástúðlega dreng.

„Ungfrú Meg March, eitt bréf og einn hanski," hélt Beth áfram og afhenti systur sinni hlutina, þar sem hún sat við hlið móður sinnar og saumaði úlnliðsbönd.

„En ég skildi par eftir þarna, og hér er aðeins annar," sagði Meg og horfði á gráa bómullarhanskann. „Misstirðu ekki hinn í garðinum?"

„Nei, ég er viss um, að ég gerði það ekki, því aðeins einn var í pósthúsinu."

„Mér leiðist að eiga staka hanska! En hitt gæti fundist. Bréfið mitt er aðeins þýðing á þýska laginu, sem mig langaði í. Ég hygg, að herra Brooke hafi gert hana, því þetta er ekki rithönd Laurie."

Frú March leit á Meg, sem var einkar falleg í morgunkjólnum sínum úr lérefti, með litlu lokkana leika um ennið og svo kvenleg í svip, þar sem hún sat við litla vinnuborðið sitt, fullt af snyrtilegum hvítum rúllum. Hún var svo ómeðvituð um hugsunina í huga móður sinnar, meðan hún saumaði og söng, og fingur hennar flugu og hugurinn var upptekinn af stúlkulegum hugrenningum, saklausum og ferskum sem fjólurnar í beltinu hennar, að frú March brosti og var ánægð.

„Tvö bréf handa lækni Jo, bók og fyndinn gamall hattur, sem huldi allt pósthúsið og stóð út fyrir,“ sagði Beth hlæjandi, þegar hún fór inn í skrifstofuna, þar sem Jo sat og ritaði.

„Hvílíkur lævís náungi hann Laurie er! Ég sagði, að ég vildi, að stórir hattar væru í tísku, því ég brenni andlitið á mér á hverjum heitum degi. Hann sagði: ‚Hvers vegna að eltast við tískuna? Notaðu stóran hatt og vertu þægileg!‘ Ég sagði, að ég gerði það, ef ég ætti einn, og hann hefur sent mér þennan til að prófa mig. Ég skal bera hann til gamans og sýna honum, að mér stendur á sama um tískuna.“

Og Jo hengdi hinn forna breiðbrúna hatt á höfuðmynd af Platóni og las bréfin sín.

Bréf frá móður hennar lét kinnar hennar roðna og augu fyllast tárum, því þar stóð:

> Elsku mín,
>
> Ég rita nokkur orð til að segja þér, með hve mikilli ánægju ég fylgist með viðleitni þinni til að hemja skap þitt. Þú segir ekkert um raunir þínar, mistök eða sigra og heldur ef til vill, að enginn sjái þau nema Vinurinn, sem þú biður daglega um hjálp, ef ég má treysta slitinni kápu leiðarvísis þíns. Ég hef einnig séð þetta allt og trúi af heilum hug á einlægni ásetnings þíns, þar sem hann er þegar farinn að bera ávöxt. Haltu áfram, elsku barnið mitt, með þolinmæði og hugrekki, og trúðu ætíð, að enginn samhryggist þér af meiri mildi en elskandi
>
> Móðir þín

„Þetta gerir mér gott! Þetta er meira virði en milljónir og ótal loforð. Ó, Marmee, ég reyni! Ég mun halda áfram að reyna og ekki gefast upp, því ég hef þig til að hjálpa mér.“

Jo lagði höfuðið á handleggina og vætti litla söguna sína með nokkrum gleðitárum, því hún hafði haldið, að enginn sæi eða meti viðleitni hennar til að vera góð, og þessi staðfesting var henni tvímælalaust dýrmæt og tvímælalaust uppörvandi, þar sem hún kom óvænt frá þeim, sem hún mat mest. Hún fann sig sterkari en nokkru sinni til að mæta og yfirvinna sinn Apollyon, festi bréfið innan í kjólinn sinn sem skjöld og áminningu, svo hún yrði ekki gripin óvörum, og opnaði síðan hitt bréfið, reiðubúin fyrir góðum eða slæmum tíðindum.

Með stórri og ákveðinni rithönd skrifaði Laurie:

Kæra Jo, hvað segirðu!

Nokkrar enskar stúlkur og drengir koma til mín á morgun, og ég vil hafa gleðilegan dag. Ef veðrið verður gott ætla ég að reisa tjaldið mitt á Langengi og róa allri sveitinni upp eftir til hádegisverðar og krikketleiks - kveikja eld, elda í pottum að sígaunasið og hafa alls konar fjör. Þetta er hið besta fólk og kann að meta slíkt. Brooke fer með til að halda okkur drengjunum í skefjum, og Kate Vaughn gætir siðprýði fyrir stúlkurnar. Ég vil, að þið komið allar; Beth má alls ekki sleppa, og enginn skal angra hana. Hafið ekki áhyggjur af vistum; ég sé um það og allt annað. Komið bara, góði vinur!

Í miklum flýti,

Alltaf þinn,

Laurie

„Hér er gnægð!“ hrópaði Jo og hljóp inn til að segja Meg tíðindin.

„Við megum auðvitað fara, mamma? Það verður Laurie til mikillar hjálpar, því ég get róið, Meg annast hádegisverðinn og börnin verða nytsamleg á einhvern hátt.“

„Ég vona, að Vaughn-fólkið sé ekki fínir fullorðnir einstaklingar. Veistu nokkuð um þau, Jo?“ spurði Meg.

„Aðeins það, að þau eru fjögur. Kate er eldri en þú, Fred og Frank (tvíburar) á mínum aldri og lítil stúlka, Grace, sem er níu eða tíu ára. Laurie kynntist þeim erlendis og kunni vel við drengina. Af því hvernig hann þrýsti saman vörunum, þegar hann talaði um hana, grunaði mig, að hann dáðist ekki mjög að Kate.“

„Ég er svo fegin, að franski kjóllinn minn er hreinn; hann er einmitt við hæfi og klæðir mig svo vel!“ mælti Meg ánægð. „Áttu eitthvað sæmilegt, Jo?“

„Skarlats- og gráan róðrabúning; hann dugar mér. Ég mun róa og ganga um, svo ég þarf engan stífivökva að hafa áhyggjur af. Þú kemur, Betty?“

„Ef engir drengir tala við mig.“

„Ekki einn einasti!“

„Mér finnst gaman að gleðja Laurie, og ég er ekki hrædd við herra Brooke; hann er svo góður. En ég vil ekki leika, syngja né segja neitt. Ég mun vinna vel og ekki trufla neinn, og þú passar mig, Jo, svo ég fer.“

„Það er mín góða stúlka. Þú reynir sannarlega að sigrast á feimninni, og ég elska þig fyrir það. Að berjast við galla er ekki auðvelt, það veit ég, og hvatningarorð lyftir manni. Þakka þér, mamma.“

Og Jo kyssti mjóu kinnina þakklátum kossi, sem var frú March dýrmætari en hefði hann endurvakið rósrauða fyllingu æsku hennar.

„Ég fékk kassa af súkkulaðikúlum og myndina, sem mig langaði að afrita," sagði Amy og sýndi póstinn sinn.

„Og ég fékk miða frá herra Laurence, þar sem hann biður mig að koma yfir og leika fyrir sig í kvöld, áður en kveikt er á lömpunum, og ég ætla að fara," bætti Beth við, en vinátta hennar við gamla herrann dafnaði vel.

„Nú skulum við þjóta um og vinna tvöfalt í dag, svo við getum leikið okkur á morgun með léttan hug," sagði Jo og bjó sig undir að leggja pennann til hliðar og taka upp sópinn.

Þegar sólin gægðist snemma morguns inn í herbergi stúlknanna og lofaði þeim góðum degi, blasti við henni skopleg sjón. Hver hafði búið sig undir hátíðina á þann hátt, sem henni þótti viðeigandi. Meg hafði aukaröð af litlum krullupappírum yfir ennið, Jo hafði smurt þjáða andlitið ríkulega með kaldri kremi, Beth hafði tekið Joönnu með sér í rúmið til að bæta fyrir væntanlegan aðskilnað, og Amy hafði toppað allt með því að festa þvottaklemmu á nefið til að lyfta hinu „misheppnaða" einkenni. Þetta var ein af þeim, sem listamenn nota til að festa pappír á teikniborð sitt, og því bæði viðeigandi og áhrifarík í þeim tilgangi, sem hún nú þjónaði. Sólina virtist skemmta þessi sýn, því hún braust fram með slíkri geislun, að Jo vaknaði og vakti systur sínar með hlátri yfir skrauti Amy.

Sólskin og hlátur voru góð fyrirboði gleðiferðar, og brátt hófst líflegt umstang í báðum húsum. Beth, sem var fyrst tilbúin, sagði stöðugt frá því, sem fór fram hjá nágrönnunum, og lífgaði til snyrtingu systranna með sífelldum „fregnum" úr glugganum.

„Þarna fer maðurinn með tjaldið! Ég sé frú Barker pakka hádegisverðinum í körfu og stóra bastkörfu. Nú er herra Laurence að horfa til himins og á veðurhanann. Ég vildi, að hann færi líka. Þarna er Laurie, eins og sjómaður, góði drengur! Ó, guð minn góður! Hér kemur vagn fullur af fólki, hávaxin kona, lítil stúlka og tveir hræðilegir drengir. Annar er haltur, auminginn, hann er með hækju. Laurie sagði okkur ekki frá því. Verið fljótar, stelpur! Það er að verða of seint. En sjáið, þar er Ned Moffat, það fullyrði ég. Meg, er það ekki maðurinn, sem hneigði sig fyrir þér dag einn, þegar við vorum í verslunarferð?"

„Jú, það er hann. Hve undarlegt, að hann skuli koma. Ég hélt, að hann væri í fjöllunum. Þarna er Sallie. Ég er fegin, að hún kom aftur í tæka tíð. Er ég í lagi, Jo?" hrópaði Meg í uppnámi.

„Eins og lilja. Haltu upp kjólnum og settu hattinn beint á; hann lítur væminn út svona hallandi og fýkur af við fyrsta gust. Nú þá, áfram!"

„Ó, Jo, þú ætlar ekki að vera með þennan hræðilega hatt? Það er allt of hlægilegt! Þú mátt ekki gera þig að fífli," mótmælti Meg, þegar Jo batt niður með rauðu bandi breiðbrúna, gamaldags stráhattinn, sem Laurie hafði sent henni í gamni.

„Ég mun það einmitt, því hann er frábær, svo skuggamikill, léttur og stór. Hann vekur hlátur, og mér er sama, þótt ég líti út sem fífl, ef ég er þægileg."

Með þeim orðum gekk Jo ákveðið af stað, og hinar fylgdu, bjartur lítill systrahópur, allar í sínum bestu sumarbúningum, með glaða svipi undir léttum hattbörðum.

Laurie hljóp á móti þeim og kynnti þær vinum sínum með hinni mestu alúð. Grasflötin var móttökuherbergið, og um stund fór þar fram lífleg sena. Meg var þakklát fyrir að sjá, að ungfrú Kate, þótt tvítug væri, var klædd með þeirri einfaldleika, sem bandarískar stúlkur mættu gjarnan taka sér til fyrirmyndar, og hún var mjög smjaðruð af fullvissu herra Ned um, að hann hefði komið sérstaklega til að sjá hana. Jo skildi nú, hvers vegna Laurie hafði „þrýst saman vörunum", þegar hann talaði um Kate, því sú unga kona bar með sér fjarlægan og fráhrindandi svip, sem stóð í skýru andstæði við frjálsa og létta framkomu hinna stúlknanna. Beth virti fyrir sér hina nýju drengi og ákvað, að sá halti væri ekki „hræðilegur", heldur mildur og veikburða, og hún skyldi sýna honum mildi af þeim sökum. Amy fann í Grace vel siðaða og glaðlega litla persónu, og eftir að hafa starst þögular hvor á aðra um stund urðu þær skyndilega góðar vinkonur.

Tjöld, hádegisverður og krikketáhöld höfðu verið send á undan, og hópurinn lagði brátt af stað; bátarnir tveir ýttu frá samtímis, meðan herra Laurence veifaði hattinum á bakkanum. Laurie og Jo reru öðrum bátnum, herra Brooke og Ned hinum, meðan Fred Vaughn, hinn ólátabelgur tvíburinn, gerði sitt besta til að velta báðum um koll með því að ausa og busla í litlum árabát líkt og vatnaskordýr í uppnámi. Skoplegi hattur Jo átti skilið þakkaratkvæði, því hann var öllum til gagns. Hann braut ísinn í upphafi með því að vekja hlátur, skapaði hressandi andvara, þegar hann blakti til og frá í róðrinum, og myndi verða ágæt regnhlíf yfir allan hópinn, ef skúr kæmi, sagði hún. Ungfrú Kate taldi hana „einkennilega“, en fremur snjalla, og brosti til hennar úr fjarlægð.

Meg sat í hinum bátnum í unaðslegri stöðu, andspænis ræðarunum, sem dáðust bæði að útsýninu og „fjaðruðu“ árunum með óvenjulegri leikni og lipurð. Herra Brooke var alvörugefinn og þögull ungur maður, með falleg brún augu og notalega rödd. Meg kunni vel við rólega framkomu hans og taldi hann eins konar gangandi alfræðiorðabók nytsamlegrar þekkingar. Hann talaði ekki mikið við hana, en horfði á hana alloft, og hún var viss um, að hann liti ekki á hana með andúð. Ned, sem var í háskóla, tók sér að sjálfsögðu þá stæla, sem nýnemar telja sér skylt að bera. Hann var ekki sérlega vitur, en mjög góðlyndur og yfirleitt ágætur félagi í skemmtiferð. Sallie Gardiner var upptekin við að halda hvítum pikékjólnum sínum hreinum og spjalla við hinn alls staðar nálæga Fred, sem hélt Beth í stöðugri skelfingu með sprellum sínum.

Ekki var langt að Longmeadow, en tjaldið hafði verið reist og króketbogarnir settir niður, þegar þau komu. Þar blasti við fagur, grænn völlur, með þremur breiðum eikum í miðju og sléttri grasrönd til króketleiks.

„Verið velkomin í Herbúðir Laurence!“ sagði hinn ungi gestgjafi, þegar þau stigu á land með gleðiópum.

„Brooke er yfirhershöfðingi, ég er birgðaforingi, hinir piltarnir eru liðsforingjar, og þið, dömur, eruð sveitin. Tjaldið er sérstaklega fyrir ykkur, og sú eik er setustofan ykkar; þessi er matsalurinn og sú þriðja herbúðareldhúsið. Nú skulum við leika eina umferð, áður en hitinn vex, og síðan sjáum við um miðdegisverðinn.“

Frank, Beth, Amy og Grace settust niður til að horfa á leik hinna átta. Herra Brooke valdi Meg, Kate og Fred. Laurie tók Sallie, Jo og Ned. Englendingarnir léku vel, en Bandaríkjamennirnir léku betur og vörðu hvern þumlung vallarins af slíkri hörku, sem andi ársins ’76 hefði blásið þeim í brjóst. Jo og Fred áttust nokkrum sinnum við og komust eitt sinn nærri því að skiptast á hörðum orðum. Jo hafði farið í gegnum síðasta bogann og misst höggið, og það fór mjög í taugarnar á henni. Fred var rétt á eftir henni, og röðin kom að honum á undan henni. Hann sló, boltinn rakst á bogann og stöðvaðist tommu ofan við rétta hlið. Enginn var mjög nærri, og þegar hann hljóp til að athuga, ýtti hann honum laumulega með tánni svo hann færðist tommu yfir á rétta hlið.

„Ég er kominn í gegn! Nú, ungfrú Jo, skal ég gera út um þig og komast fyrst í mark,“ hrópaði ungi maðurinn og sveiflaði kylfunni til annars höggs.

„Þú ýttir honum. Ég sá það. Nú er röðin komin að mér,“ sagði Jo hvöss.

„Satt að segja hreyfði ég hann ekki. Hann rúllaði kannski örlítið, en það er leyfilegt. Svo stígðu til hliðar og leyfðu mér að reyna við staurinn.“

„Við svindlum ekki í Ameríku, en þú mátt það, ef þú vilt,“ sagði Jo reiðilega.

„Allir vita, að Yankees eru miklu lævísari en aðrir. Þarna fékkstu!“ svaraði Fred og krókaði bolta hennar langt í burtu.

Jo opnaði munninn til að segja eitthvað óviðeigandi, en stillti sig í tæka tíð, roðnaði upp í enni og stóð augnablik og barði bogann niður af öllum mætti, meðan Fred hitti staurinn og lýsti sig úr leik með miklum fögnuði. Hún fór að leita að boltanum sínum og var lengi að finna hann í runnunum, en kom aftur, köld og róleg að sjá, og beið þolinmóð eftir röð sinni. Það tók nokkur högg að vinna aftur stöðuna, sem hún hafði misst, og þegar hún náði henni, hafði hitt liðið nærri unnið, því bolti Kate var næstsíðastur og lá skammt frá staurinum.

„Við erum tapaðir! Vertu sæl, Kate. Ungfrú Jo skuldar mér eitt, svo þú ert úr leik," hrópaði Fred æstur, þegar allir drógu sig nær til að sjá endalokin.

„Yankees eiga það til að vera örlátir við óvini sína," sagði Jo og leit þannig á piltinn, að hann roðnaði, „sérstaklega þegar þeir sigra þá," bætti hún við, og lét bolta Kate óhreyfðan en vann leikinn með snjöllu höggi.

Laurie kastaði hattinum upp, en mundi síðan, að ekki væri við hæfi að fagna ósigri gesta sinna, og stöðvaði sig í miðju húrrahrópi til að hvísla að vinkonu sinni: „Vel gert, Jo! Hann svindlaði, ég sá það. Við getum ekki sagt honum það, en hann gerir það ekki aftur, það skal ég ábyrgjast."

Meg dró hana til hliðar undir því yfirskini að festa lausa fléttu og sagði samþykkjandi: „Það var ákaflega ergilegt, en þú hélt stillingu þinni, og ég er svo glöð, Jo."

„Hrósaðu mér ekki, Meg, því ég gæti slegið hann utan undir á þessari stundu. Ég hefði vissulega soðið upp úr, ef ég hefði ekki staðið í netlunum þar til ég náði nógu mikilli stjórn á mér til að þegja. Nú mallar þetta enn, svo ég vona, að hann haldi sig fjarri mér," svaraði Jo og beit saman vörum, meðan hún horfði myrklega á Fred undan breiða hattinum sínum.

„Tími til að snæða," sagði herra Brooke og leit á úrið sitt. „Birgðaforingi, viltu kveikja eld og sækja vatn, meðan ungfrú March, ungfrú Sallie og ég breiðum á borðið? Hver kann að laga gott kaffi?"

„Jo kann það," sagði Meg og var fús að mæla með systur sinni. Jo, sem fann, að nýlegar kennslustundir hennar í matreiðslu skyldu verða henni til sóma, fór því að stjórna kaffikönnunni, meðan börnin söfnuðu þurrum greinum og piltarnir kveiktu eld og sóttu vatn úr lind skammt frá. Ungfrú Kate teiknaði, og Frank talaði við Beth, sem fléttaði litlar mottur úr sefjum til að nota sem diska.

Yfirhershöfðinginn og aðstoðarmenn hans breiddu brátt borðdúkinn með freistandi gnægð matar og drykkja, sem skreytt var grænum laufum. Jo tilkynnti, að kaffið væri tilbúið, og allir settust til staðar og neyttu staðgóðrar máltíðar, því æska er sjaldan meltusjúk, og hreyfing vekur heilnæma matarlyst. Mjög kátur varð miðdegisverðurinn, því allt virtist ferskt og skemmtilegt, og tíðir hláturhrinur fældu aldraðan hest, sem beit skammt frá. Ójöfn staða borðsins olli ýmsum óhöppum með bolla og diska; akörn féllu í mjólkina, litlir svartir maurar tóku sér veitingar án boðs, og loðnir lirfur sveifluðust niður úr trénu til að sjá, hvað fram færi. Þrjú ljósleit börn kíktu yfir girðinguna, og óþolandi hundur gelti að þeim af hinum bakka árinnar af öllum mætti.

„Hér er salt," sagði Laurie og rétti Jo undirskál með berjum.

„Þakka þér, ég kýs heldur köngulær," svaraði hún og veiddi upp tvær saklausar, sem höfðu farist í rjómanum. „Hvernig dirfistu að minna mig á það hræðilega kvöldverðarboð, þegar þitt er svo yndislegt í alla staði?" bætti Jo við, og þau hlógu bæði og átu af sama diski, því postulínið hafði ekki dugað.

„Ég skemmti mér óvenju vel þann dag og er ekki enn búinn að jafna mig. Þetta er mér ekki að þakka, þú veist; ég geri ekkert. Það eruð þið, Meg og Brooke, sem látið allt ganga, og ég er ykkur óendanlega þakklátur. Hvað eigum við að gera, þegar við getum ekki étið meira?" spurði Laurie og fann, að trompi hans hafði verið spilað, þegar máltíðinni lauk.

„Leikum okkur þar til kólnar. Ég tók með Höfunda, og ég efast ekki um, að ungfrú Kate kunni eitthvað nýtt og skemmtilegt. Farðu og spurðu hana. Hún er gestur, og þú ættir að vera meira hjá henni.“

„Ert þú ekki líka gestur? Ég hélt, að hún hæfði Brooke, en hann talar stöðugt við Meg, og Kate starir á þau gegnum það hlægilega gler sitt. Ég fer, svo þú þarft ekki að prédika siðsemi, því það geturðu ekki, Jo.“

Ungfrú Kate kunni reyndar nokkra nýja leiki, og þar sem stúlkurnar vildu ekki og piltarnir gátu ekki borðað meira, fluttu þau sig öll í setustofuna og léku Rigmaróleik.

„Einn byrjar sögu, hvaða vitleysu sem honum dettur í hug, og segir hana svo lengi sem hann vill, en gætir þess að stöðva rétt áður en spennan nær hámarki. Þá tekur næsti við og heldur áfram á sama hátt. Það verður ákaflega skemmtilegt, þegar vel tekst til, og úr verður hið mesta hrærigrautur af harm- og gamanmálum til að hlæja að. Vinsamlegast byrjið þér, herra Brooke,“ sagði Kate með skipandi yfirbragði, sem kom Meg á óvart, því hún sýndi kennaranum jafnmikla virðingu og hverjum öðrum herramanni.

Herra Brooke lá í grasinu við fætur hinna tveggja ungu kvenna og hóf sögu sína hlýðinn, með hin fögru brúnu augu föst á sólglitrandi ánni.

„Einu sinni lagði riddari upp í heiminn til að leita gæfu sinnar, því hann átti ekkert nema sverð sitt og skjöld. Hann ferðaðist lengi, nærri átta og tuttugu ár, og átti í miklum erfiðleikum, uns hann kom að höll góðs, aldraðs konungs, sem hafði heitið launum þeim, er gæti temt og þjálfað fallegan en ótaminn folald, sem honum var mjög kært. Riddarinn samþykkti að reyna, og honum miðaði hægt en örugglega, því folaldið var göfugur gripur og lærði brátt að unna nýjum herra sínum, þótt það væri skapstórt og villt. Dag hvern, þegar hann kenndi þessu eftirlæti konungsins, reið hann því um borgina, og meðan hann reið, leitaði hann alls staðar að einu fögru andliti, sem hann hafði séð margsinnis í draumum sínum, en aldrei fundið. Einn dag, þegar hann reið stoltur niður kyrrláta götu, sá hann hið yndislega andlit við glugga í hrörlegum kastala. Hann fylltist fögnuði, spurði hver byggi í þessum gamla kastala og fékk að vita, að þar væru nokkrar prinsessur í haldi galdurs, og spunnu allan daginn til að safna fé til að kaupa frelsi sitt. Riddarinn þráði heitt að frelsa þær, en hann var fátækur og gat aðeins riðið þar hjá dag hvern, horft eftir hinu ljúfa andliti og óskað þess að sjá það í sólskininu. Loks ákvað hann að komast inn í kastalann og spyrja, hvernig hann gæti hjálpað þeim. Hann fór og barði að dyrum. Hinar miklu dyr flugu upp, og hann sá...“

„Ómótstæðilega fagra frú, sem hrópaði í fögnuði: ‚Loksins! Loksins!‘“ hélt Kate áfram, sem hafði lesið franskar skáldsögur og dáðist að stílnum. „‚Það er hún!‘ hrópaði greifinn Gustave og féll að fótum hennar í alsælu. ‚Rísið á fætur!‘ sagði hún og rétti fram hönd hvítari en marmari. ‚Aldrei! Fyrr en þér segið mér, hvernig ég megi frelsa yður,‘ sór riddarinn enn á kné. ‚Æ, grimm örlög mín dæma mig til að dvelja hér uns kúgari minn er tortímdur.‘ ‚Hvar er illmennið?‘ ‚Í fjólubláu stofunni. Farið, hugrakki, og bjargið mér úr örvæntingu.‘ ‚Ég hlýði og sný aftur sigursæll eða dauður!‘ Með þessum æsandi orðum þaut hann burt og reif upp dyr fjólubláu stofunnar, ætlaði að ganga inn, en fékk þá...“

„Hörkulegt högg frá stóru grísku orðabókinni, sem gamall maður í svörtum kufli kastaði að honum,“ sagði Ned. „Samstundis rankaði riddarinn við sér, kastaði harðstjóranum út um gluggann og sneri sér að frúnni, sigursæll en með kúlu á enni. Hann fann dyrnar læstar, reif niður gluggatjöldin, gerði úr þeim reipisstiga, komst hálfa leið niður, þegar stiginn brast, og hann steyptist á höfuðið í virkisgröfina sextíu fetum neðar. Hann synti sem önd, óð um kastalann uns hann kom að litlum dyrum, sem tveir digrir menn vörðu. Hann barði höfðum þeirra saman uns þau sprungu eins og hnetur, braut síðan dyrnar með lítilli áreynslu sinnar gífurlegu krafta, gekk upp steintröppur, sem voru huldar fetiþykkum ryki, með padda stórum sem hnefa og köngulóm, sem hefðu gert yður móðursjúka, ungfrú March. Á toppi trappnanna rakst hann skyndilega á sýn, sem tók af honum andann og ískældi blóð hans...“

„Háa veru, alklædda hvítu, með blæju yfir andliti og lampa í horaðri hendi,“ tók Meg við. „Hún gaf honum merki og sveif fyrir honum hljóðlaust niður gang, dimman og kaldan sem gröf. Skuggalegar brynjur stóðu sitt hvorum megin, dauðakyrrð ríkti, lampinn logaði blár, og draugaleg veran sneri öðru hverju andlitinu að honum, svo blikkuðu ógnvekjandi augu í gegnum hvítu blæjuna. Þau komu að dyrum huldum tjöldum, og bak við þær heyrðist dásamleg tónlist. Hann stökk fram til að ganga inn, en vofan greip hann aftur og veifaði ógnandi fyrir framan hann...“

„Tóbaksdós,“ sagði Jo í grafarröddu, svo áheyrendur skulfu af hlátri. „‚Þökk sé yður,‘ sagði riddarinn kurteislega og tók í nefið svo hann hnerraði sjö sinnum svo kröftuglega, að höfuðið féll af honum. ‚Ha! Ha!‘ hló vofan, og eftir að hafa kíkt í gegnum skráargatið á prinsessurnar, sem spunnu af lífs og sálar krafti, tók hin illi andi fórnarlamb sitt og setti í stóran blikkkassa, þar sem ellefu aðrir riddarar lágu án höfuðs, þétt saman eins og sardínur, og risu allir upp og fóru að...“

„Dansa hornpípu,“ greip Fred fram í, þegar Jo dró andann, „og meðan þeir dönsuðu, breyttist hinn hrörlegi kastali í herskip á fullum seglum. ‚Dragið upp fokkunni, herðið ráseglin, stýrið hart í borð og mönnið fallbyssurnar!‘ öskraði skipstjórinn, þegar portúgalskur sjóræningi birtist með svart flagg á framsiglunni. ‚Áfram, drengir!‘ sagði hann, og hræðileg orusta hófst. Að sjálfsögðu sigruðu Bretar - þeir gera það alltaf.“

„Nei, það gera þeir ekki!“ hvíslaði Jo.

„Eftir að hafa tekið sjóræningjaforingjann til fanga og siglt beint yfir skútuna, sem var þakin líkum og blóð rann um skinnklæðin, því skipunin hafði verið: ‚Sverð í hendi og deyið djarfir!‘ sagði breski skipstjórinn: ‚Stýrimaður, taktu bugð af fokkuvaðarblökkinni og láttu þennan þorpara ganga plankanum, ef hann játar ekki syndir sínar tafarlaust.‘ Portúgalinn þagði sem steinn og gekk plankann, meðan sjóliðar fögnuðu ærlega. En hinn lævísi kafaði, kom upp undir herskipinu, boraði gat á það, og niður fór það með öll segl sett, ‚til hafsbotns, hafsbotns, hafsbotns,‘ þar sem...“

„Ó, guð minn góður! Hvað á ég að segja?“ hrópaði Sallie, þegar Fred lauk ruglinu, sem hann hafði hnoðað saman úr sjóorðum og frásögnum úr einni af uppáhaldsbókum sínum. „Jæja, þau fóru til botns, og yndisleg hafmey tók á móti þeim, en hryggðist mjög, þegar hún fann kassann með höfuðlausu riddurunum, og lagði þá vinsamlega í saltpækil, í von um að leysa ráðgátuna, því hún var kona og forvitin. Eftir nokkurn tíma kom kafari niður, og hafmeyjan sagði: ‚Ég gef þér kassa af perlum, ef þú getur lyft honum upp,' því hún vildi endurvekja vesalings riddarana, en gat ekki lyft þungu byrðinni sjálf. Kafarinn hífði kassann upp og varð fyrir miklum vonbrigðum, þegar hann opnaði hann og fann engar perlur. Hann skildi hann eftir á stóru, einmanalegu engi, þar sem hann fannst af..."

„Lítilli gæsaveiðimær, sem gætti hundrað feittra gæsa á enginu," sagði Amy, þegar hugmyndaflug Sallie brást. „Litla stúlkan vorkenndi þeim og spurði gamla konu, hvað hún ætti að gera til að hjálpa þeim. ‚Gæsirnar þínar munu segja þér það; þær vita allt,' sagði gamla konan. Svo spurði hún, hvað hún ætti að nota fyrir ný höfuð, þar sem hin gömlu voru týnd, og allar hundrað gæsirnar opnuðu munninn og skræktu..."

„‚Kálhausar!'" hélt Laurie tafarlaust áfram. „‚Einmitt það,' sagði stúlkan og hljóp að sækja tólf fagra úr garðinum sínum. Hún setti þá á, riddararnir lifnuðu samstundis við, þökkuðu henni og héldu leiðar sinnar glaðir, án þess að vita nokkurn mun, því svo mörg önnur höfuð líktust þeim í heiminum, að enginn tók eftir því. Riddarinn, sem mér er einkum hugleikinn, fór aftur að leita hins fagra andlits og komst að því, að prinsessurnar höfðu spunnið sig til frelsis og allar farið og gift sig nema ein. Það setti hann í mikið uppnám, og hann stökk á folaldið, sem hafði staðið með honum í súru og sætu, og reið til kastalans til að sjá hver væri eftir. Hann gægðist yfir limgerðið og sá drottningu hjarta síns tína blóm í garði sínum. ‚Viltu gefa mér rós?' sagði hann. ‚Þú verður að koma og ná í hana. Ég get ekki komið til þín; það er ekki við hæfi,' sagði hún, sæt sem hunang. Hann reyndi að klifra yfir limgerðið, en það virtist hækka og hækka. Þá reyndi hann að þrýsta sér í gegn, en það þéttist og þéttist, og hann fylltist örvæntingu. Svo braut hann þolinmóður grein eftir grein uns hann hafði gert lítið gat, sem hann gægðist í gegnum og sagði bænheyrandi: ‚Hleyptu mér inn! Hleyptu mér inn!' En hin fagra prinsessa virtist ekki skilja, því hún tíndi rósir sínar rólega og lét hann berjast leið sína inn. Hvort honum tókst það eða ekki, mun Frank segja ykkur."

„Ég get það ekki. Ég er ekki með í leiknum; ég geri það aldrei," sagði Frank, miður sín yfir því tilfinningaástandi, sem hann átti að bjarga hinu fáránlega pari úr. Beth hafði horfið bak við Jo, og Grace var sofnuð.

„Svo hinn vesæli riddari á að standa fastur í limgerðinu?" spurði herra Brooke, sem horfði enn á ána og lék sér að villtri rós í hnappagatinu.

„Ég giska á, að prinsessan hafi gefið honum blómvönd og opnað hliðið eftir stund," sagði Laurie og brosti út í annað, meðan hann kastaði akörnum í kennara sinn.

„Hvílík vitleysa, sem við höfum búið til! Með æfingu gætum við gert eitthvað nokkuð snjallt. Kannist þið við Sannleik?"

„Ég vona það," sagði Meg alvarlega.

„Ég á við leikinn."

„Hvað er það?" spurði Fred.

„Þið staflið höndunum, veljið tölu og dragi hver á fætur öðrum. Sá, sem dregur á tiltekinni tölu, verður að svara sannleikanum um hvaða spurningu sem hinir leggja fyrir. Það er mjög skemmtilegt."

„Reynum það," sagði Jo, sem hafði gaman af nýjungum.

Ungfrú Kate, herra Brooke, Meg og Ned neituðu, en Fred, Sallie, Jo og Laurie stafluðu og drógu, og hlutkestið féll á Laurie.

„Hverjir eru hetjur þínar?" spurði Jo.

„Afi og Napóleon."

„Hvaða dama hér finnst þér fegurst?“ sagði Sallie.

„Margaret.“

„Hvaða þér líkar best við?“ spurði Fred.

„Jo, auðvitað.“

„Hvílíkar kjánaspurningar!“ Og Jo yppti öxlum fyrirlitlega, meðan hin hlógu að hversdagslegum tón Laurie.

„Reynum aftur. Sannleikur er ekki slæmur leikur,“ sagði Fred.

„Hann er mjög góður fyrir þig,“ svaraði Jo lágt. Næst kom röðin að henni.

„Hver er mesti galli þinn?“ spurði Fred, í þeirri von að prófa hjá henni þá dyggð, sem hann sjálfur skorti.

„Fljótt skap.“

„Hvers þráirðu mest?“ spurði Laurie.

„Par af skóreimum,“ svaraði Jo og giskaði á ásetning hans og spillti honum.

„Ekki rétt svar. Þú verður að segja, hvað þú raunverulega vilt mest.“

„Snilligáfu. Vildirðu ekki óska, að þú gætir gefið mér hana, Laurie?“ Og hún brosti laumulega framan í hann, þegar hann varð vonsvikinn.

„Hvaða dyggðir dáist þú mest að í manni?“ spurði Sallie.

„Hugrekki og heiðarleika.“

„Nú er ég næstur,“ sagði Fred, þegar hönd hans kom síðust upp.

„Gefum honum það," hvíslaði Laurie að Jo, sem kinkaði kolli og spurði þegar í stað:

„Svindlaðirðu ekki í króketinu?"

„Jú, svolítið."

„Gott! Tókstu ekki söguna þína úr Sæljóninu?" sagði Laurie.

„Jú."

„Finnst þér enska þjóðin ekki fullkomin í alla staði?" spurði Sallie.

„Ég myndi skammast mín, ef mér fyndist það ekki."

„Hann er sannur John Bull. Nú, ungfrú Sallie, þú færð tækifæri án þess að bíða eftir að draga. Ég skal fyrst hræra upp í tilfinningum þínum með því að spyrja, hvort þú teljir þig ekki dálítið daðurgjörn," sagði Laurie, þegar Jo kinkaði til Fred sem merki um að friður væri saminn.

„Þú ert ósvífinn drengur! Auðvitað er ég það ekki," hrópaði Sallie með svip, sem sannaði hið gagnstæða.

„Hvað hatarðu mest?" spurði Fred.

„Köngulær og hrísgrjónagraut."

„Hvað líkar þér best?" spurði Jo.

„Dans og franska hanska."

„Mér finnst Sannleikur vera ákaflega kjánalegur leikur. Höfum fremur skynsamlegan leik í Höfundum til að hressa hugann," stakk Jo upp á.

Ned, Frank og litlu stúlkurnar tóku þátt í því, og meðan leikurinn stóð yfir, sátu hin þrjú eldri til hliðar og töluðu saman. Ungfrú Kate tók aftur upp skissubók sína, og Margaret horfði á hana, meðan herra Brooke lá í grasinu með bók, sem hann las ekki.

„Hve fallega þú gerir þetta! Ég vildi, að ég gæti teiknað," sagði Meg með blöndu aðdáunar og eftirsjár í röddinni.

„Hvers vegna lærirðu það ekki? Mér sýnist þú hafa bæði smekk og hæfileika til þess," svaraði ungfrú Kate náðuglega.

„Ég hef ekki tíma."

„Mamma þín kýs víst aðra kosti, hygg ég. Mín gerði það líka, en ég sannaði henni, að ég hefði hæfileika með því að taka nokkra tíma í laumi, og þá var hún fús að leyfa mér að halda áfram. Geturðu ekki gert hið sama við fóstruna þína?"

„Ég hef enga."

„Ég gleymdi, að ungar dömur í Ameríku ganga meira í skóla en hjá okkur. Mjög góðir skólar eru þar einnig, segir faðir minn. Þú gengur líklega í einkaskóla?"

„Ég geng alls ekki í skóla. Ég er sjálf kennslukona."

„Ó, sannarlega!" sagði ungfrú Kate, en hún hefði eins getað sagt: „Guð minn góður, hvílíkt!" því rödd hennar gaf það til kynna, og eitthvað í svip hennar lét Meg roðna og óska þess, að hún hefði ekki verið svona hreinskilin.

Herra Brooke leit upp og sagði skjótt: „Ungar konur í Ameríku elska sjálfstæði jafnmikið og forfeður þeirra gerðu, og þær njóta aðdáunar og virðingar fyrir að sjá sér farborða sjálfar."

„Ó, já, að sjálfsögðu er það mjög gott og viðeigandi. Við eigum margar hinna virðulegustu og ágætustu ungu kvenna, sem gera hið sama og eru ráðnar af aðalsfólki, því þær eru dætur herramanna og því bæði vel upp alnar og menntaðar, skiljið þér," sagði ungfrú Kate í verndartóni, sem særði stolt Meg og lét starf hennar virðast ekki aðeins leiðinlegra, heldur niðurlægjandi.

„Hentaði þér þýska lagið, ungfrú March?" spurði herra Brooke og braut þar með vandræðalega þögn.

„Ó, já! Það var mjög fallegt, og ég er afar þakklát þeim, sem þýddi það fyrir mig." Og niðurlútt andlit Meg ljómaði, þegar hún mælti þetta.

„Lesið þér ekki þýsku?" spurði ungfrú Kate undrandi.

„Ekki mjög vel. Faðir minn, sem kenndi mér, er fjarverandi, og mér miðar hægt einni, því ég hef engan til að leiðrétta framburð minn."

„Reynið svolítið núna. Hér er María Stuart eftir Schiller og kennari, sem hefur unun af að kenna." Og herra Brooke lagði bókina í kjöltu hennar með hvetjandi brosi.

„Hún er svo erfið, að ég þori varla að reyna," sagði Meg þakklát, en feimin í návist hinnar lærðu ungu konu við hlið sér.

„Ég skal lesa dálítið til að hvetja þig." Og ungfrú Kate las einn fegursta kaflann með fullkomlega réttum en jafnframt fullkomlega sviplausum framburði.

Herra Brooke lét ekkert í ljós, þegar hún rétti Meg bókina aftur, og Meg sagði sakleysislega: „Ég hélt, að þetta væri ljóð."

„Sumt af því er það. Reynið þennan kafla."

Undarlegt bros lék um varir herra Brooke, þegar hann opnaði bókina á harmkvælum hinnar ógæfusömu Maríu.

Meg fylgdi hlýðin löngu grasstrái, sem nýi kennarinn hennar notaði til að vísa með, og las hægt og hikandi, en gerði ósjálfrátt ljóð úr hinum torskildu orðum með mjúkum hljómblæ raddar sinnar. Græni vísirinn færðist niður síðuna, og brátt, þegar hún gleymdi áheyranda sínum í fegurð hinnar sorglegu sviðsmyndar, las Meg eins og hún væri ein og gaf orðum hinnar ógæfusömu drottningar mildan harmblæ. Hefði hún séð brúnu augun þá, hefði hún þagnað, en hún leit aldrei upp, og kennslustundin spilltist henni ekki.

„Mjög vel gert!" sagði herra Brooke, þegar hún nam staðar, og lét sem hann sæi ekki hin mörgu mistök hennar, og leit út fyrir að hafa sannarlega unun af kennslunni.

Ungfrú Kate setti upp gleraugun, virti fyrir sér litlu sviðsmyndina fyrir framan sig og lokaði skissubókinni og sagði í yfirlætistóni: „Þér hafið fallegan hreim og með tímanum verðið þér góður lesari. Ég ráðlegg yður að læra, því þýska er dýrmæt kunnátta fyrir kennslukonur. Ég verð að líta eftir Grace; hún er að ærslast." Og ungfrú Kate gekk burt og bætti við við sjálfa sig með öxlakipp: „Ég kom ekki til að vera fylgdarkona kennslukonu, þótt hún sé ung og lagleg. Hvílíkt sérkennilegt fólk þessir Yankees eru. Ég óttast, að Laurie spillist alveg í þeirra hópi."

„Ég gleymdi, að Englendingar líta heldur niður á kennslukonur og koma ekki fram við þær eins og við gerum," sagði Meg og horfði á hina fjarlægu mynd með ergilegu svipbrigði.

„Kennarar eiga einnig fremur erfitt uppdráttar þar, eins og ég veit mér til mikillar sorgar. Enginn staður er eins og Ameríka fyrir okkur, sem vinnum, ungfrú Margaret." Og herra Brooke leit svo ánægður og glaður út, að Meg skammaðist sín fyrir að kvarta yfir örlögum sínum.

„Þá er ég glöð að búa hér. Mér líkar ekki starfið mitt, en ég fæ þó nokkra ánægju af því, svo ég mun ekki kvarta. Ég óskaði aðeins, að mér þætti vænna um kennsluna, eins og þér."

„Ég held, að þér myndi þykja það, ef Laurie væri nemandi yðar. Ég mun sakna hans mjög á næsta ári,“ sagði herra Brooke og stakk göt í torfið af miklum ákafa.

„Fer hann í háskóla, býst ég við?“ spurðu varir Meg, en augun bættu við: „Og hvað verður um yður?“

„Já, það er kominn tími til, því hann er tilbúinn. Og um leið og hann fer, geng ég í herinn. Ég er þörf.“

„Það gleður mig!“ hrópaði Meg. „Ég hygg, að sérhver ungur maður vilji fara, þótt það sé erfitt fyrir mæður og systur, sem sitja eftir heima,“ bætti hún við sorgmædd.

„Ég á hvorki móður né systur og fáa vini, sem hirða, hvort ég lifi eða dey,“ sagði herra Brooke nokkuð beiskur og lagði ósjálfrátt dauðu rósina í holuna, sem hann hafði gert, og huldi hana eins og lítið leiði.

„Laurie og afi hans myndu láta sér það mjög annt um, og við yrðum öll afar hrygg, ef nokkuð illt henti yður,“ sagði Meg innilega.

„Þakka yður, það hljómar vel,“ hóf herra Brooke og varð glaðlegri á svip, en áður en hann gat lokið máli sínu, kom Ned ríðandi á gamla hestinum og þrammaði þunglamalega að til að sýna ungu dömunum reiðmennsku sína, og þann daginn varð ekki meiri kyrrð.

„Finnst þér ekki yndislegt að ríða?“ spurði Grace Amy, þegar þær stóðu og hvíldu sig eftir kapphlaup um völlinn með hinum, undir forystu Neds.

„Ég dýrka það. Systir mín, Meg, reið, þegar pabbi var ríkur, en við höldum ekki hesta núna, nema Ellen Tree,“ bætti Amy við og hló.

„Segðu mér frá Ellen Tree. Er það asni?“ spurði Grace forvitin.

„Sjáðu til, Jo er brjáluð í hesta og ég líka, en við eigum aðeins gamlan hliðarsöðul og engan hest. Úti í garðinum okkar er eplatré með fallega lágri grein, svo Jo setti söðulinn á hana, festi taum á upphækkaða hlutann og svo hoppum við á Ellen Tree, hvenær sem okkur sýnist.“

„Hve skemmtilegt!“ hló Grace. „Ég á hest heima og ríði næstum daglega í almenningsgarðinum með Fred og Kate. Það er mjög ánægjulegt, því vinkonur mínar fara líka, og Röðin er full af dömum og herrum.“

„Æ, hve dásamlegt! Ég vona, að ég fari einhvern daginn utan, en ég myndi heldur vilja fara til Rómar en í Röðina,“ sagði Amy, sem hafði ekki hina minnstu hugmynd um, hvað Röðin var, og hefði ekki spurt fyrir nokkurn mun.

Frank, sem sat rétt fyrir aftan litlu stúlkurnar, heyrði samtalið og ýtti hækjunni frá sér með óþolinmóðum hreyfingum, meðan hann horfði á fjörugu piltana sýna alls konar skoplegar fimleikaæfingar. Beth, sem var að safna saman dreifðum Höfundaspjöldum, leit upp og sagði í feimnislegum en vingjarnlegum tón: „Ég óttast, að þú sért þreyttur. Get ég gert eitthvað fyrir þig?“

„Talaðu við mig, vinsamlegast. Það er leiðinlegt að sitja einn,“ svaraði Frank, sem greinilega var vanur því heima að vera haft mikið við sig.

Hefði hann beðið hana að flytja latneska ræðu, hefði það ekki virst henni ómögulegra verkefni, en enginn staður var nú til að flýja á, engin Jo til að fela sig bak við, og vesalings drengurinn horfði svo vonarfullum augum á hana, að hún ákvað hugrökk að reyna.

„Um hvað viltu tala?“ spurði hún og fiktaði við spjöldin og missti helminginn, þegar hún reyndi að binda þau saman.

„Ja, mér finnst gaman að heyra um krikket, róðra og veiðar,“ sagði Frank, sem hafði enn ekki lært að laga skemmtanir sínar að kröftum sínum.

Æ, hvað á ég að gera? Ég veit ekkert um þetta, hugsaði Beth og gleymdi fötlun drengsins í flýti sínum og sagði, í von um að fá hann til að tala: „Ég hef aldrei séð veiðar, en þú kannt líklega allt um þær."

„Ég gerði það einu sinni, en ég mun aldrei veiða aftur, því ég slasaðist við að stökkva yfir bölvað fimmraða hlið, svo engir fleiri hestar né veiðihundar eru fyrir mig," sagði Frank og andvarpaði svo, að Beth hataði sjálfa sig fyrir sakleysisleg mistök.

„Dádýrin ykkar eru miklu fallegri en okkar ljótu vísundar," sagði hún og leitaði hjálpar á gresjunum og var fegin, að hún hafði lesið eina af drengjabókunum, sem Jo hafði unun af.

Vísundarnir reyndust róandi og ánægjulegt umtalsefni, og í ákafa sínum að gleðja annan gleymdi Beth sjálfri sér og varð með öllu ómeðvituð um undrun og gleði systra sinna yfir hinu óvenjulega sjónarspili, að Beth talaði óþreytandi við einn af hinum „hræðilegu" drengjum, sem hún hafði áður beðið verndar gegn.

„Blessað hjartað hennar! Hún vorkennir honum, þess vegna er hún svo góð við hann," sagði Jo og ljómaði til hennar af króketvellinum.

„Ég hef alltaf sagt, að hún sé lítil heilög," bætti Meg við, sem ekki taldi lengur neinn vafa á því.

„Ég hef ekki heyrt Frank hlæja svona mikið lengi," sagði Grace við Amy, meðan þær sátu og ræddu um brúður og bjuggu til tesett úr akarnaskálum.

„Systir mín Beth er afar vandlát stúlka, þegar hún vill vera það," sagði Amy, vel ánægð með árangur Beth. Hún átti við „heillandi", en þar sem Grace þekkti ekki nákvæma merkingu hvors orðs, hljómaði vandlát vel og gerði góð áhrif.

Spunihringur í skyndingu, refur og gæsir og friðsæll króketleikur luku síðdeginu. Við sólarlag var tjaldið tekið niður, körfurnar pakkaðar, bogarnir dregnir upp, bátarnir hlaðnir, og allur hópurinn flaut niður ána og söng af fullum hálsi. Ned varð tilfinningaríkur og söng serenöðu með harmþrungnu viðlagi:

„Einn, einn, ó, harmur, einn,“

og við línurnar:

„Við erum öll ung, við eigum hvert sitt hjarta,

ó, hví stöndum vér svona kuldalega sundur?“

leit hann á Meg með svo væmnum svip, að hún hló upphátt og spillti söng hans.

„Hvernig geturðu verið svona grimm við mig?“ hvíslaði hann í skjóli fjörugs viðlags. „Þú hefur haldið þig við þessa sterkjubornu ensku konu allan daginn og nú hundsarðu mig.“

„Ég ætlaði það ekki, en þú varst svo skoplegur, að ég gat ekki annað,“ svaraði Meg og lét fyrri hluta ávirðingar hans sem vind um eyru þjóta, því það var satt, að hún hafði forðast hann og munað eftir Moffat-samkvæminu og orðræðunni eftir það.

Ned móðgaðist og sneri sér að Sallie til huggunar og sagði dálítið ergilegur: „Það er ekki snefill af daðri í þeirri stúlku, er það?“

„Ekki hið minnsta, en hún er yndisleg,“ svaraði Sallie og varði vinkonu sína, jafnvel þótt hún játaði galla hennar.

„Hún er að minnsta kosti ekki særð hind,“ sagði Ned og reyndi að vera fyndinn, með þeim árangri sem mjög ungir herramenn ná venjulega.

Á grasflötinni, þar sem hópurinn hafði safnast saman, kvöddu þau hvert annað innilega góða nótt og góða ferð, því Vaughn-fjölskyldan var á leið til Kanada. Þegar systurnar fjórar gengu heim um garðinn, horfði ungfrú Kate á eftir þeim og sagði, án verndartóns í rödd sinni: „Þrátt fyrir tjáningarríka framkomu sína eru amerískar stúlkur mjög geðþekkar, þegar maður kynnist þeim.“

„Ég er yður alveg sammála,“ sagði herra Brooke.

ÞRETTÁNDI KAFLI
LOFTKASTALAR

Laurie lá makindalega og sveiflaðist til og frá í hengirúmi sínu einn hlýjan septemberdag og velti fyrir sér, hvað nágrannarnir hefðust að, en var of latur til að fara og komast að því. Hann var í einu af skapbrigðum sínum, því dagurinn hafði verið bæði árangurslítill og ófullnægjandi, og hann óskaði þess, að hann gæti lifað hann upp á ný. Hitinn gerði hann framtakslausan, og hann hafði sinnt náminu illa, reynt þolinmæði herra Brooke til hins ýtrasta, misboðið afa sínum með því að æfa sig hálfan eftirmiðdaginn, hrætt þjónustustúlkurnar nærri frá sér vitinu með því að gefa í skyn í stríðni, að einn hundur hans væri að verða óður, og eftir heiftarleg orðaskipti við hesthúsamanninn um meint vanrækslu á hesti sínum hafði hann kastað sér í hengirúmið til að reiðast heimsku heimsins yfirleitt, uns friðsæld hins fagra dags stillti hann þrátt fyrir hann sjálfan. Hann starði upp í græna rökkrið í hestakastaníutrjánum yfir sér, dreymdi alls konar drauma og var rétt í þann mund að ímynda sér, að hann veltist á úthafinu í heimsreisu, þegar raddir báru að eyrum hans og fluttu hann á svipstundu aftur á þurrt land. Hann gægðist gegnum net hengirúmsins og sá March-systurnar koma út, eins og þær væru á leið í einhverja för.

„Hvað í ósköpunum eru þessar stúlkur að bralla núna?“ hugsaði Laurie og opnaði syfjuleg augun til að líta betur, því nokkuð sérkennilegt var við útlit nágrannanna. Hver bar stóran, lafandi hatt, brúnan línpoka yfir aðra öxl og langan staf í hendi. Meg hafði púða, Jo bók, Beth körfu og Amy teiknimöppu. Þær gengu hljóðlega gegnum garðinn, út um litla bakhliðið og tóku að klífa hæðina, sem lá milli hússins og árinnar.

„Það var nú aldeilis,“ sagði Laurie við sjálfan sig, „að halda lautarferð og bjóða mér ekki! Þær geta ekki verið á leið í bátinn, því þær hafa ekki lykilinn. Kannski gleymdu þær honum. Ég skal færa þeim hann og sjá, hvað er á seyði.“

Þótt hann ætti hálft tylft hatta tók hann hann nokkurn tíma að finna einn; síðan hófst leit að lyklinum, sem að lokum fannst í vasa hans, svo stúlkurnar voru horfnar úr augsýn, þegar hann stökk yfir girðinguna og hljóp á eftir þeim. Hann tók stystu leið að bátaskýlinu og beið þess, að þær birtust, en engin kom, og hann gekk upp hæðina til að kanna málið. Furulundur þakti hluta hennar, og úr hjarta þessa græna skjóls heyrðist skýrari hljómur en mjúkt andvarp furunnar eða syfjulegt tíst engisprettanna.

„Hér er nú landslag!" hugsaði Laurie og gægðist gegnum runnana, orðinn glaðvakandi og góðlátlegur á svip.

Þetta var allfögur mynd, því systurnar sátu saman í skuggsælu skoti, þar sem sól og skuggi léku um þær, ilmþrunginn vindur lyfti hári þeirra og kældi heitar kinnar, og smádýrin í skóginum sinntu störfum sínum, sem væru þær ekki ókunnugar heldur gamlir vinir. Meg sat á púða sínum og saumaði vandlega með hvítum höndum og leit út eins og fersk og sæt rós í bleikum kjól meðal hins græna. Beth flokkaði köngla, sem lágu þétt undir þöllinni skammt frá, því hún gerði fallega muni úr þeim. Amy teiknaði hóp burkna, og Jo prjónaði, meðan hún las upphátt. Skuggi fór yfir andlit drengsins, er hann horfði á þær, og fann, að hann ætti að hverfa á braut, þar sem honum hafði ekki verið boðið; en hann tafði samt, því heimilið virtist honum einmanalegt og þessi kyrrláti hópur í skóginum ákaflega aðlaðandi fyrir órólegan anda hans. Hann stóð svo kyrr, að íkorni, önnum kafinn við vetrarforðann, hljóp niður furu rétt hjá honum, sá hann skyndilega og stökk til baka og skammaðist svo skrækum hljóðum, að Beth leit upp, kom auga á þráfúslegt andlitið bak við birkið og veifaði með hughreystandi brosi.

„Má ég koma inn, ef ykkur leyfist? Eða verð ég fyrir?" spurði hann og gekk hægt fram.

Meg lyfti augabrúnum, en Jo hvessti augun á hana í mótmælaskyni og sagði þegar: „Auðvitað máttu. Við hefðum átt að bjóða þér, en við héldum, að þú hefðir ekki áhuga á svona stelpuleik."

„Ég hef alltaf gaman af leikjum ykkar, en ef Meg vill mig ekki, fer ég."

„Ég hef ekkert á móti því, ef þú gerir eitthvað. Það er gegn reglum hér að vera iðjulaus," svaraði Meg alvarleg en blíðleg.

„Mikið þakka ég. Ég geri hvað sem er, ef þið leyfið mér að sitja dálítið, því það er eins leiðinlegt þarna niðri og í Saharaeyðimörkinni. Á ég að sauma, lesa, safna könglum, teikna eða allt í senn? Látið björnana koma. Ég er reiðubúinn." Og Laurie settist með undirgefinn svip, sem var ánægjulegur að sjá.

„Ljúktu þessari sögu, meðan ég set í hælinn," sagði Jo og rétti honum bókina.

„Já, frú mín," svaraði hann lítillátlega og hóf lesturinn, staðráðinn í að sýna þakklæti sitt fyrir aðganginn að „Iðnu býflugnasamfélaginu".

Sagan var ekki löng, og þegar henni lauk, dirfðist hann að leggja fram nokkrar spurningar sem umbun fyrir góða hegðun.

„Væri mér leyft að spyrja, frú mín, hvort þessi afar fróðlega og heillandi stofnun sé ný af nálinni?"

„Ætlarðu að segja honum?" spurði Meg systur sínar.

„Hann mun hlæja," sagði Amy varfærnislega.

„Hverjum er ekki sama?" sagði Jo.

„Ég held, að honum muni líka það," bætti Beth við.

„Auðvitað mun mér líka það! Ég gef ykkur orð mitt, að ég hlæ ekki. Segðu frá, Jo, og vertu óhrædd."

„Að vera hrædd við þig! Jæja, sjáðu til, við lékum áður För pílagrímsins, og við höfum haldið því áfram í alvöru allan veturinn og sumarið."

„Já, ég veit það," sagði Laurie og kinkaði kolli viturlega.

„Hver sagði þér það?" spurði Jo.

„Andar."

„Nei, ég gerði það. Ég vildi skemmta honum eitt kvöldið, þegar þið voruð allar fjarverandi og hann var heldur dapur. Honum líkaði það, svo skammaðu mig ekki, Jo," sagði Beth lítillátlega.

„Þú getur ekki haldið leyndarmáli. En hvað um það, það sparar okkur fyrirhöfn núna."

„Segðu áfram, endilega," sagði Laurie, þegar Jo sökkti sér aftur í vinnu sína og leit dálítið móðguð út.

„Ó, sagði hún þér ekki frá þessari nýju áætlun okkar? Jæja, við höfum reynt að sóa ekki fríinu, heldur haft hver sitt verkefni og unnið að því af alúð. Fríið er nærri liðið, verkefnin öll af hendi leyst, og við erum afskaplega glöð, að hafa ekki dregið lappirnar."

„Já, það má vel vera," sagði Laurie og hugsaði með eftirsjá til eigin iðjuleysisdaga.

„Mamma vill hafa okkur úti eins mikið og kostur er, svo við komum með vinnuna hingað og eigum hér ánægjulegar stundir. Til gamans berum við dótið í þessum pokum, klæðumst gömlu höttunum, notum stafina til að klífa hæðina og leikum pílagríma, eins og við gerðum fyrir löngu. Við köllum þessa hæð Dýrðarfjallið, því héðan getum við horft langt og séð landið, þar sem við vonumst til að búa einhvern tíma."

Jo benti, og Laurie reis upp til að skoða betur, því gegnum op í skóginum mátti sjá yfir breiða, bláa ána, engjarnar handan hennar, langt yfir útjaðar hinnar miklu borgar, til grænna hæða, sem risu til móts við himininn. Sólin var lágt á lofti, og himininn ljómaði í dýrð haustsólarlagsins. Gull- og purpuralituð ský hvíldu á hæðartoppunum, og hátt upp í rauðgullnu birtunni risu silfurhvítir tindar, sem glitruðu eins og loftkenndir turnar einhverrar himneskrar borgar.

„Hve fallegt er þetta!“ sagði Laurie lágt, því hann var fljótur að sjá og finna fegurð í hvaða mynd sem var.

„Það er oft svona, og okkur þykir vænt um að horfa á það, því það er aldrei eins, en ávallt tignarlegt,“ svaraði Amy og óskaði þess, að hún gæti málað það.

„Jo talar um landið, þar sem við vonumst til að búa einhvern tíma - hið raunverulega land, á hún við, með svínum og hænum og heyskap. Það væri gott, en ég vildi, að hið fagra land þarna uppi væri raunverulegt og við gætum einhvern tíma farið þangað,“ sagði Beth hugsi.

„Til er enn fegurra land en það, þar sem við munum fara einhvern daginn, þegar við erum orðin nógu góð,“ svaraði Meg með sinni mýkstu rödd.

„Það virðist svo löng bið og svo erfitt að komast þangað. Mig langar að fljúga burt þegar í stað, eins og svalirnar þarna, og ganga inn um það dýrlega hlið.“

„Þú kemst þangað, Beth, fyrr eða síðar, það er enginn vafi á því,“ sagði Jo. „Það er ég, sem mun þurfa að berjast og vinna og klífa og bíða, og kannski aldrei komast inn að lokum.“

„Þú munt hafa mig til félagsskapar, ef það er einhver huggun. Ég mun þurfa að ferðast talsvert áður en ég kem í sjónmáli við þína Himnaborg. Ef ég kem seint, munt þú segja gott orð fyrir mér, er það ekki, Beth?“

Eitthvað í andliti drengsins olli litlu vinkonu hans áhyggjum, en hún sagði glaðlega, með róleg augu á síbreytilegum skýjunum: „Ef fólk vill í alvöru fara þangað og reynir alla ævi, held ég, að það komist inn, því ég trúi ekki, að nokkrir læsingar séu á dyrunum eða varðmenn við hliðið. Ég ímynda mér, að það sé eins og á myndinni, þar sem hinir ljómandi rétta fram hendur sínar til að taka á móti vesælum Christian, þegar hann kemur upp úr ánni."

„Væri það ekki gaman, ef allir loftkastalar, sem við byggjum, gætu ræst og við gætum búið í þeim?" sagði Jo eftir stutta þögn.

„Ég hef reist svo marga, að erfitt væri að velja, hvern ég tæki," sagði Laurie og lá á grúfu og kastaði könglum í íkornann, sem hafði svikið hann.

„Þú yrðir að velja þann, sem þér þykir vænst um. Hver er hann?" spurði Meg.

„Ef ég segi minn, segið þið þá ykkar?"

„Já, ef stúlkurnar gera það líka."

„Við gerum það. Nú, Laurie."

„Eftir að hafa séð eins mikið af heiminum og mig langar, myndi ég vilja setjast að í Þýskalandi og hafa eins mikla tónlist og ég óska. Ég á að verða frægur tónlistarmaður sjálfur, og allur heimurinn á að flykkjast til að hlýða á mig. Og ég á aldrei að þurfa að hafa áhyggjur af peningum eða viðskiptum, heldur aðeins njóta mín og lifa fyrir það, sem mér þykir vænt um. Það er minn eftirlætiskastali. Hver er þinn, Meg?"

Margaret átti dálítið erfitt með að segja sinn og sveiflaði burknafræni fyrir andlit sér, eins og hún vildi bægja ímynduðum mýflugum frá, meðan hún sagði hægt: „Mig langar í yndislegt hús, fullt af alls konar munaði - góðum mat, fallegum fötum, glæsilegum húsgögnum, geðþekku fólki og gnægð peninga. Ég á að vera húsfreyja þar og ráða því eins og mér sýnist, með nóg af þjónustufólki, svo ég þurfi aldrei að vinna neitt. Hve ég myndi njóta þess! Því ég yrði ekki iðjulaus, heldur gera gott og láta alla elska mig heitt."

„Myndirðu ekki hafa húsbónda í loftkastalanum þínum?“ spurði Laurie lævíslega.

„Ég sagði ‚geðþekkt fólk‘, manstu,“ svaraði Meg og batt skó sinn vandlega, svo enginn sæi andlit hennar.

„Hvers vegna segirðu ekki, að þú myndir hafa glæsilegan, vitran og góðan eiginmann og nokkur engilblíð börn? Þú veist, að kastalinn þinn væri ekki fullkominn án þess,“ sagði Jo hreinskilnislega, sem hafði enn engar blíðar ástardraumsýnir og leit fremur með fyrirlitningu á rómantík, nema í bókum.

„Þú hefðir ekkert nema hesta, blekhylki og skáldsögur í þínum,“ svaraði Meg óþolinmóð.

„Jú, sannarlega! Ég myndi hafa hesthús fullt af arabískum gæðingum, herbergi staflað af bókum, og ég myndi skrifa úr töfrablekhylki, svo verk mín yrðu jafnfræg og tónlist Laurie. Mig langar að gera eitthvað stórfenglegt áður en ég fer inn í kastalann minn, eitthvað hetjulegt eða undursamlegt, sem ekki gleymist eftir dauða minn. Ég veit ekki hvað, en ég er á verði eftir því og hyggst koma ykkur öllum á óvart einhvern daginn. Ég held, að ég muni skrifa bækur og verða rík og fræg; það hæfir mér best, svo það er minn uppáhaldsdraumur.“

„Minn er að vera heima örugg með pabba og mömmu og hjálpa til við að annast fjölskylduna,“ sagði Beth sátt.

„Langar þig ekki í neitt annað?“ spurði Laurie.

„Síðan ég fékk litla píanóið mitt, er ég fullkomlega ánægð. Ég óska aðeins, að við höldumst öll heil og verðum saman; ekkert annað.“

„Ég á svo margar óskir, en sú kærasta er að verða listakona og fara til Rómar og mála fagrar myndir og verða besti listamaður í öllum heiminum,“ var hin hógværa ósk Amy.

„Við erum metnaðarfullur hópur, er það ekki? Hver einasti okkar, nema Beth, vill verða ríkur og frægur og glæsilegur í alla staði. Ég velti því fyrir mér, hvort nokkur okkar muni nokkru sinni fá óskir sínar uppfylltar," sagði Laurie og tuggði gras eins og hugsi kálfur.

„Ég á lykilinn að loftkastalanum mínum, en hvort mér tekst að opna dyrnar á eftir að koma í ljós," sagði Jo dularfull.

„Ég á líka lykilinn að mínum, en mér er ekki leyft að reyna hann. Bölvað háskólanám!" muldraði Laurie og andvarpaði óþolinmóður.

„Hér er minn!" og Amy veifaði blýantinum.

„Ég á engan," sagði Meg dapurlega.

„Jú, þú átt," sagði Laurie tafarlaust.

„Hvar?"

„Í andliti þínu."

„Vitleysa, það dugir ekki neitt."

„Bíddu og sjáðu, hvort það færi þér ekki eitthvað, sem vert er að eiga," svaraði drengurinn og hló við tilhugsunina um litla, heillandi leyndarmálið, sem hann taldi sig vita.

Meg roðnaði bak við burknann, en spurði engu og horfði yfir ána með sama eftirvæntingarsvip og herra Brooke hafði borið, þegar hann sagði söguna af riddaranum.

„Ef við erum öll á lífi eftir tíu ár, skulum við hittast og sjá, hve mörg okkar hafa fengið óskir sínar uppfylltar, eða hve miklu nær við erum þá en nú," sagði Jo, ætíð reiðubúin með áætlun.

„Guð minn góður! Hve gömul verð ég þá, tuttugu og sjö ára!" hrópaði Meg, sem fannst hún þegar vera orðin fullorðin, nýorðin sautján.

„Þú og ég verðum tuttugu og sex, Teddy, Beth tuttugu og fjögurra og Amy tuttugu og tveggja. Hvílík virðuleg samkoma!" sagði Jo.

„Ég vona, að ég hafi gert eitthvað, sem ég geti verið stoltur af, þá, en ég er svo latur hundur, að ég óttast, að ég muni dunda mér, Jo."

„Þú þarft markmið, segir mamma, og þegar þú færð það, er hún viss um, að þú munt vinna stórkostlega."

„Er það? Við Júpíter, það mun ég, ef ég fæ aðeins tækifærið!" hrópaði Laurie og settist upp með skyndilegri orku. „Ég ætti að láta mér nægja að þóknast afa, og ég reyni það, en það er eins og að vinna gegn eðlinu, og það reynist mér erfitt. Hann vill, að ég verði Indíukaupmaður, eins og hann var, og ég myndi heldur láta skjóta mig. Ég hata te, silki og krydd og allt það drasl, sem gömlu skipin hans flytja, og mér er sama, hversu fljótt þau sökkva, þegar ég á þau. Að fara í háskóla ætti að fullnægja honum, því ef ég gef honum fjögur ár, ætti hann að sleppa mér undan versluninni. En hann er staðráðinn, og ég verð að gera nákvæmlega eins og hann, nema ég slítist lausan og geri það, sem mér sýnist, eins og faðir minn gerði. Ef einhver væri eftir til að vera hjá gamla manninum, myndi ég gera það á morgun."

Laurie talaði æstur og leit út fyrir að vera tilbúinn að hrinda hótun sinni í framkvæmd við minnsta tilefni, því hann var að vaxa hratt úr grasi og, þrátt fyrir letilega siði, hafði ungs manns andúð á undirgefni og órólega löngun til að reyna heiminn á eigin spýtur.

„Ég ráðlegg þér að sigla burt á einu skipanna þinna og aldrei snúa heim aftur fyrr en þú hefur reynt þína eigin leið," sagði Jo, sem hugmyndin um slíkt dirfskuverk kveikti í, og samúð hennar vaknaði yfir því, sem hún kallaði ‚ranglæti Teddys'.

„Það er ekki rétt, Jo. Þú mátt ekki tala svona, og Laurie má ekki hlýða slæmum ráðum þínum. Þú átt að gera nákvæmlega það, sem afi þinn óskar, elsku drengur," sagði Meg í móðurlegasta tón sínum. „Gerðu þitt besta í háskólanum, og þegar hann sér, að þú reynir að þóknast honum, er ég viss um, að hann verður hvorki harður né ósanngjarn við þig. Eins og þú segir, er enginn annar til að vera hjá honum og elska hann, og þú myndir aldrei fyrirgefa sjálfum þér, ef þú yfirgæfir hann án leyfis hans. Vertu ekki döpur né óþolinmóður, heldur gerðu skyldu þína, og þú munt hljóta laun þín, eins og góði herra Brooke, með því að vera virtur og elskaður."

„Hvað veist þú um hann?" spurði Laurie, þakklátur fyrir góðu ráðin, en tregur til áminningarinnar og feginn að beina umræðunni frá sjálfum sér eftir hið óvenjulega skapofsi.

„Aðeins það, sem afi þinn sagði okkur um hann, hvernig hann annaðist móður sína vel, uns hún dó, og vildi ekki fara utan sem kennari hjá einhverjum góðum aðila, af því að hann vildi ekki yfirgefa hana. Og hvernig hann sér nú fyrir gamalli konu, sem hjúkraði móður hans, og segir engum frá því, en er jafngóðhjartaður, þolinmóður og góður og hann getur verið."

„Það er hann, hinn kæri gamli drengur!" sagði Laurie innilega, þegar Meg þagnaði og leit roðandi og einlæg út með frásögn sinni. „Það er svo líkt afa að komast að öllu um hann án þess að láta hann vita og segja öðrum frá öllum hans góðleika, svo að þeir kunni að meta hann. Brooke gat ekki skilið, hvers vegna móðir ykkar var svona góð við hann, bauð honum með mér og kom fram við hann á sinn fallega, vingjarnlega hátt. Hann taldi hana fullkomna og talaði um það dögum saman og hrósaði ykkur öllum í hástemmdum orðum. Ef ég fæ einhvern tíma ósk mína uppfyllta, þá skuluð þið sjá, hvað ég geri fyrir Brooke."

„Byrjaðu á því að gera eitthvað núna með því að gera líf hans ekki að plágu," sagði Meg hvöss.

„Hvernig veistu, að ég geri það, ungfrú?"

„Ég sé það alltaf á andliti hans, þegar hann fer. Ef þú hefur verið góður, lítur hann ánægður út og gengur rösklega. Ef þú hefur amað að honum, er hann alvarlegur og gengur hægt, eins og hann vildi snúa aftur og gera verk sitt betur.“

„Jæja, það líkar mér! Svo þú heldur reikning yfir góð og slæm einkunn mín í andliti Brooke, er það? Ég sé hann hneigja sig og brosa, þegar hann gengur fram hjá glugganum þínum, en ég vissi ekki, að þú hefðir sett upp símleiðslu.“

„Við höfum það ekki. Vertu ekki reiður, og ó, segðu honum ekki, að ég hafi sagt neitt! Það var aðeins til að sýna, að mér er ekki sama, hvernig þér gengur, og það, sem hér er sagt, er sagt í trúnaði, þú veist,“ hrópaði Meg, mjög skelfd við tilhugsunina um, hvað gæti hlotist af óvarkárum orðum hennar.

„Ég ber ekki sögur,“ svaraði Laurie með sínu ‚hátignarlega‘ yfirbragði, eins og Jo kallaði ákveðinn svip, sem hann bar stundum. „En ef Brooke á að vera hitamælir, verð ég að gæta þess, að hann hafi bjart veður að greina frá.“

„Vinsamlegast móðgast þú ekki. Ég ætlaði hvorki að prédika né bera sögur né vera kjánaleg. Ég hélt aðeins, að Jo væri að hvetja þig til tilfinningar, sem þú myndir sjá eftir síðar. Þú ert svo góður við okkur, að við finnum, eins og þú sért bróðir okkar, og segjum einfaldlega það, sem okkur finnst. Fyrirgefðu mér; ég meinti það vel.“ Og Meg rétti fram hönd sína með bæði ástúðlegri og hikandi hreyfingu.

Laurie skammaðist sín fyrir augnabliks geðvonsku sína, þrýsti vingjarnlegu litlu hendinni og sagði hreinskilnislega: „Það er ég, sem þarf að biðjast fyrirgefningar. Ég er þver og hef verið úr jafnvægi allan daginn. Mér þykir vænt um, að þið segið mér galla mína og séuð systurlegar, svo látið ykkur ekki á sama standa, þótt ég sé stundum þungur. Ég þakka þér engu að síður.“

Ákveðinn í að sýna, að hann væri ekki móðgaður, gerði hann sig eins þægilegan og kostur var, vafði bómullarþráð fyrir Meg, fór með ljóð til að gleðja Jo, hristi niður könglum fyrir Beth og hjálpaði Amy með burknana og sannaði sig þannig verðugan þess að tilheyra „Iðnu býflugnasamfélaginu". Í miðjum fjörugum umræðum um heimilishætti skjaldbaka - ein slík hafði ráfað upp frá ánni - barst daufur bjölluhljómur, sem minnti þau á, að Hannah hafði sett teið að dragast, og þau hefðu rétt nægan tíma til að komast heim í kvöldverð.

„Má ég koma aftur?" spurði Laurie.

„Já, ef þú ert góður og elskar bókina þína, eins og drengjunum í lestrarbókinni er sagt að gera," svaraði Meg brosandi.

„Ég skal reyna."

„Þá máttu koma, og ég kenni þér að prjóna, eins og Skotar gera. Nú er þörf á sokkum," bætti Jo við og veifaði sínum eins og stóru bláu ullarfána, þegar þau kvöddu við hliðið.

Um kvöldið, þegar Beth lék fyrir herra Laurence í rökkrinu, stóð Laurie í skugga fortjaldsins og hlustaði á litla Davíð, en einföld tónlist hennar stillti ætíð skaphvörf hans, og horfði á gamla manninn, sem sat með grátt höfuð á hendi og hugsaði blíðlega til hins látna barns, sem hann hafði elskað svo heitt. Hann minntist samtalsins síðdegis og sagði við sjálfan sig með staðfastri ákvörðun um að færa fórnina með glöðu geði: „Ég skal láta loftkastalann minn fara og vera hjá kæra gamla manninum, meðan hann þarfnast mín, því ég er allt, sem hann á."

FJÓRTÁNDI KAFLI
LEYNDARMÁL

Jo var ákaflega önnum kafin uppi á háaloftinu, því októberdagarnir tóku að verða kaldir og síðdegin stutt. Í tvær eða þrjár stundir lá sólin hlý yfir háa glugganum og sýndi Jo sitjandi á gamla sófanum, önnum kafna við ritstörf, með blöðin breidd út á koffortinu fyrir framan sig, meðan gælurottan Skrabbi gekk fram og aftur eftir bjálkunum yfir höfði hennar, í fylgd elsta sonar síns, vænum ungum pilti, sem var auðsæilega mjög stoltur af veiðihárum sínum. Alveg niðursokkin í verk sitt krotaði Jo áfram, uns síðasta blaðsíðan var fullrituð. Þá skrifaði hún nafn sitt með tilþrifum, kastaði pennanum frá sér og hrópaði:

„Svona, ég hef gert mitt besta! Ef þetta dugar ekki, verð ég að bíða, þar til ég get gert betur.“

Hún lagðist aftur á bak í sófann og las handritið vandlega yfir, setti strik hér og þar og bætti við mörgum upphrópunarmerkjum, sem líktust litlum loftbelgjum. Síðan batt hún það saman með skærrauðu borði og sat um stund og horfði á það með alvarlegum og þráhyggjulegum svip, sem sýndi glöggt, hve einlæg hún hafði verið í starfi sínu. Skrifborð Jo þarna uppi var gamall blikkeldhúskassi, sem hékk á veggnum. Í honum geymdi hún blöð sín og fáeinar bækur, tryggilega lokaðar fyrir Skrabba, sem var, líkt og hún sjálf, bókhneigður og hafði yndi af að gera bókasafn á ferð úr þeim bókum, sem urðu á vegi hans, með því að éta úr þeim blöðin. Úr þessum blikkkassa tók Jo annað handrit, stakk báðum í vasann og læddist hljóðlega niður stigann, eftir að hafa skilið vini sína eftir við að naga pennana hennar og smakka blekið.

Hún setti á sig hatt og jakka eins hljóðlega og unnt var og fór að bakinngangsglugganum, komst út á þak lágs forstofuskýlis, sveiflaði sér niður á grasbakkann og tók krókaleið að veginum. Þegar þangað kom, safnaði hún sér saman, kallaði til hestvagns, sem átti leið hjá, og ók til bæjarins, með glaðlegu og dularfullu yfirbragði.

Hefði einhver fylgst með henni, hefði hann talið hreyfingar hennar allundarlegar, því þegar hún steig út fór hún hratt af stað, uns hún náði til ákveðins húsnúmers í fjölfarinni götu. Eftir nokkra leit fann hún staðinn, gekk inn í anddyrið, leit upp óhreinan stigann og, eftir að hafa staðið grafkyrr andartak, hljóp hún skyndilega út á götu og gekk burt jafnskjótt og hún hafði komið. Þessa aðferð endurtók hún nokkrum sinnum, ungum, dökkeygðum herramanni til mikillar skemmtunar, þar sem hann lá í glugga hússins á móti. Þegar hún sneri aftur í þriðja sinn, hristi Jo sig, dró hattinn niður yfir augun og gekk upp stigann, líkt og hún væri á leið til að láta draga úr sér allar tennur.

Skilti tannlæknis var meðal annarra, sem prýddu innganginn, og eftir að hafa starað um stund á par gervikjafta, sem opnuðust og lokuðust hægt til að vekja athygli á fögru tannsetti, fór ungi herramaðurinn í yfirhöfn sína, tók hattinn og gekk niður til að staðsetja sig í dyrunum á móti og sagði með brosi og hrolli: „Það er henni líkt að koma ein, en ef hún lendir í vandræðum, þarf hún einhvern til að fylgja sér heim."

Tíu mínútum síðar kom Jo hlaupandi niður stigann með eldrauðu andliti og yfirbragði manneskju, sem nýlega hafði gengið í gegnum einhverja raun. Þegar hún sá unga herramanninn, leit hún allt annað en ánægð út og gekk fram hjá honum með kollhnís. En hann fylgdi á eftir og spurði með samúðarblæ: „Var þetta erfitt?"

„Ekki mjög."

„Þú varst fljót."

„Já, guði sé lof!"

„Hvers vegna fórstu ein?"

„Vildi ekki, að neinn vissi."

„Þú ert undarlegasta manneskja, sem ég hef séð. Hversu margar létstu draga?"

Jo horfði á vin sinn, eins og hún skildi hann ekki, en fór síðan að hlæja, líkt og henni þætti eitthvað ákaflega fyndið.

„Það eru tvær, sem ég vil láta draga, en ég verð að bíða í viku."

„Hvað hlærðu að? Þú ert með eitthvað prakkarastrik í huga, Jo," sagði Laurie og leit undrandi út.

„Það ert þú líka. Hvað varst þú að gera, herra minn, uppi í billjarðsalnum?"

„Fyrirgefðu, frú mín, það var ekki billjarðsalur, heldur fimleikasalur, og ég var að taka skylmingakennslu."

„Ég er fegin að heyra það."

„Hvers vegna?"

„Þú getur kennt mér, og þegar við leikum Hamlet, geturðu verið Laertes, og við gerum skylmingasenuna stórkostlega."

Laurie hló dátt og drengilega, svo að nokkrir vegfarendur brostu ósjálfrátt.

„Ég kenni þér, hvort sem við leikum Hamlet eða ekki. Það er frábær skemmtun og réttir þig vel af. En ég trúi ekki, að það hafi verið eina ástæðan fyrir því, að þú sagðir ‚ég er fegin' með svona ákveðnum hætti, var það?"

„Nei, ég var fegin, að þú værir ekki í salnum, því ég vona, að þú farir aldrei á slíka staði. Gerirðu það?"

„Ekki oft.“

„Ég vildi, að þú gerðir það ekki.“

„Það er enginn skaði, Jo. Ég hef billjarð heima, en það er ekki gaman nema með góðum spilurum, og þar sem mér þykir það skemmtilegt, kem ég stundum og spila við Ned Moffat eða aðra piltana.“

„Æ, hvað mér þykir það leitt, því þú munt fara að kunna sífellt betur við það, sóa tíma og peningum og verða eins og þessir hræðilegu drengir. Ég hafði vonað, að þú yrðir sómasamur og gleði vinum þínum,“ sagði Jo og hristi höfuðið.

„Getur maður ekki notið dálítillar saklausrar skemmtunar öðru hvoru án þess að missa sóma sinn?“ spurði Laurie, nokkuð móðgaður.

„Það veltur á því, hvernig og hvar hennar er notið. Mér líkar ekki Ned og félagsskapur hans og vildi, að þú héldir þig frá honum. Mamma leyfir okkur ekki að hafa hann á heimili okkar, þótt hann vilji koma. Og ef þú verður eins og hann, verður hún ekki fús til að leyfa okkur að vera saman eins og nú.“

„Verður hún það ekki?“ spurði Laurie kvíðinn.

„Nei, hún þolir ekki tískufína unga menn, og hún myndi loka okkur öllum ofan í hattöskjur fremur en að leyfa okkur að umgangast þá.“

„Jæja, hún þarf ekki að taka fram hattöskjurnar enn þá. Ég er ekki tískufínt selskapafólk og ætla ekki að verða það, en mér þykir gaman að saklausum ærslum öðru hvoru, er það ekki?“

„Jú, enginn amast við þeim, svo ærstu þig, en vertu ekki óstýrilátur, viltu? Annars verður endir á öllum okkar góðu stundum.“

„Ég skal verða tvíeimaður dýrlingur.“

„Ég þoli ekki dýrlinga. Vertu einfaldlega heiðarlegur, ráðvandur og sómasamur drengur, og við yfirgefum þig aldrei. Ég veit ekki, hvað ég myndi gera, ef þú hegðaðir þér eins og sonur herra King. Hann hafði næga peninga, en kunni ekki að fara með þá, varð ölvaður og fjárspilaði, hljóp að heiman og falsaði nafn föður síns, held ég, og var með öllu hræðilegur.“

„Heldurðu, að ég sé líklegur til hins sama? Þakka þér kærlega.“

„Nei, það held ég ekki - ó, nei, alls ekki! - en ég heyri fólk tala um, að peningar séu svo mikil freisting, og stundum óska ég þess, að þú værir fátækur. Þá þyrfti ég ekki að hafa áhyggjur.“

„Hefurðu áhyggjur af mér, Jo?“

„Dálítið, þegar þú lítur út fyrir að vera þunglyndur og óánægður, eins og þú gerir stundum, því þú hefur svo sterkan vilja, að ef þú færir einu sinni út af sporinu, óttast ég, að erfitt yrði að stöðva þig.“

Laurie gekk þögull um stund, og Jo horfði á hann og óskaði þess, að hún hefði haldið aftur af sér, því augu hans virtust reið, þótt varirnar bæru bros, eins og hann hæðist að áminningum hennar.

„Ætlarðu að halda fyrirlestra alla leiðina heim?“ spurði hann loks.

„Auðvitað ekki. Hvers vegna?“

„Því ef svo er, tek ég vagn. Ef ekki, langar mig að ganga með þér og segja þér eitthvað afar athyglisvert.“

„Ég skal ekki prédika meira, og mig langar ákaflega að heyra fréttirnar.“

„Gott og vel, komdu þá. Það er leyndarmál, og ef ég segi þér það, verður þú að segja mér þitt.“

„Ég á ekkert,“ byrjaði Jo, en þagnaði skyndilega, því hún mundi, að hún átti það.

„Þú veist vel, að þú átt það - þú getur engu leynt, svo segðu satt, annars segi ég ekkert," hrópaði Laurie.

„Er leyndarmálið þitt skemmtilegt?"

„Já, svo sannarlega! Um fólk, sem þú þekkir, og svo fjörugt! Þú ættir að heyra það, ég hef beðið lengi eftir að segja það. Komdu, þú byrjar."

„Þú segir ekkert um það heima, er það?"

„Ekki orð."

„Og þú stríðir mér ekki í einrúmi?"

„Ég stríði aldrei."

„Jú, það gerirðu. Þú nærð alltaf því, sem þú vilt, úr fólki. Ég veit ekki, hvernig þú gerir það, en þú ert fæddur smjaðrari."

„Þakka þér. Segðu nú."

„Jæja, ég hef skilið eftir tvær sögur hjá blaðamanni, og hann á að svara í næstu viku," hvíslaði Jo í eyra trúnaðarvinar síns.

„Húrra fyrir ungfrú March, hinni frægu bandarísku rithöfundarkonu!" hrópaði Laurie, kastaði hattinum upp og greip hann aftur, tveimur öndum, fjórum köttum, fimm hænum og hálfum tug írskra barna til mikillar gleði, því þau voru nú komin út fyrir borgina.

„Hljótt! Þetta verður líklega ekkert, en ég gat ekki haft ró, fyrr en ég hafði reynt, og ég sagði ekkert um það, því ég vildi ekki, að aðrir yrðu fyrir vonbrigðum."

„Það mun ekki bregðast. Jo, sögurnar þínar eru verk Shakespeares samanborið við hálft ruslið, sem gefið er út daglega. Verður það ekki dásamlegt að sjá þær á prenti, og verðum við ekki stolt af rithöfundarkonunni okkar?“

Augu Jo ljómuðu, því það er ætíð ánægjulegt að njóta trausts, og lof vinar er sætara en tugur blaðagreinahrósa.

„Hvar er leyndarmálið þitt? Vertu sanngjarn, Teddy, annars trúi ég þér aldrei framar,“ sagði hún og reyndi að kæfa hinar björtu vonir, sem kviknuðu við eitt hvatningarorð.

„Ég gæti lent í vandræðum fyrir að segja það, en ég lofaði ekki að þegja, svo ég segi það, því mér líður aldrei vel, fyrr en ég hef sagt þér einhverja safaríka frétt, sem ég fæ. Ég veit, hvar hanskinn hennar Meg er.“

„Er það allt?“ sagði Jo vonsvikin, meðan Laurie kinkaði kolli og glampaði í augum af dularfullri vitneskju.

„Það er meira en nóg í bili, eins og þú munt viðurkenna, þegar ég segi þér, hvar hann er.“

„Segðu þá.“

Laurie laut og hvíslaði þremur orðum í eyra Jo, og brá henni þá á undarlegan hátt. Hún stóð og starði á hann um stund, bæði undrandi og óánægð, gekk síðan áfram og sagði hvasslega: „Hvernig veistu það?“

„Sá það.“

„Hvar?“

„Vasa.“

„Allan þennan tíma?“

„Já, er það ekki rómantískt?“

„Nei, það er hræðilegt."

„Líkar þér það ekki?"

„Auðvitað ekki. Það er fáránlegt, það verður ekki leyft. Guð minn góður! Hvað myndi Meg segja?"

„Þú mátt ekki segja neinum. Mundu það."

„Ég lofaði engu."

„Það var sjálfsagt, og ég treysti þér."

„Jæja, ég segi það ekki í bili, að minnsta kosti, en mér er misboðið, og ég vildi, að þú hefðir ekki sagt mér það."

„Ég hélt, að þú yrðir glöð."

„Við tilhugsunina um, að einhver komi og taki Meg frá okkur? Nei, þakka þér fyrir."

„Þú munt hugsa betur um það, þegar einhver kemur og tekur þig burt."

„Mig langar að sjá einhvern reyna það," hrópaði Jo heiftarlega.

„Það myndi ég líka!" og Laurie hló við þá hugsun.

„Mér henta ekki leyndarmál, ég finn til óróleika í huga mér, síðan þú sagðir mér þetta," sagði Jo nokkuð vanþakklátlega.

„Hlaupið með mér niður þessa brekku, og þá lagast það," lagði Laurie til.

Enginn var í augsýn, slétti vegurinn lá lokkandi fram undan, og þar sem freistingin var ómótstæðileg, skaust Jo af stað, missti fljótt bæði hatt og greiðu og dreif hárnælum á leið sinni. Laurie náði markinu fyrst og var harla ánægður með árangur meðferðar sinnar, því Atlanta hans kom másandi á eftir, með feykandi hár, björt augu og rjóðar kinnar, og engin merki óánægju sáust á andliti hennar.

„Ég vildi, að ég væri hestur; þá gæti ég hlaupið mílur saman í þessu dásamlega lofti og ekki misst andann. Það var stórkostlegt, en sjáðu, hvað þetta hefur gert mig hlægilega. Farðu og tíndu saman dótið mitt, eins og sá kerúb, sem þú ert," sagði Jo og settist niður undir hlyntré, sem lagði bakkann þéttum purpuralitum laufum.

Laurie gekk rólega af stað til að ná í týndu eigurnar, og Jo vafði flétturnar saman og vonaði, að enginn færi hjá, fyrr en hún væri orðin snyrtileg á ný. En einhver fór þar um, og hver skyldi það vera nema Meg, sérlega dömuleg í göngukjól sínum og hátíðarbúningi, því hún hafði verið í heimsóknum.

„Hvað í ósköpunum ertu að gera hér?" spurði hún og leit á óreiðukennda systur sína með siðfáguðum undrunarsvip.

„Að tína lauf," svaraði Jo hógværlega og raðaði bleikum laufunum, sem hún hafði rétt í þessu sópað saman.

„Og hárnælum," bætti Laurie við og kastaði hálfum tug í fang Jo. „Þær vaxa við þennan veg, Meg, og greiður og brúnir stráhattar líka."

„Þú hefur verið að hlaupa, Jo. Hvernig gastu það? Hvenær ætlarðu að hætta svona ærslum?" sagði Meg ávítandi og lagaði ermarnar og sléttaði hárið, sem vindurinn hafði leikið sér að.

„Aldrei, fyrr en ég verð stirð og gömul og þarf að styðjast við hækju. Reyndu ekki að láta mig fullorðnast fyrir tímann, Meg. Það er nógu erfitt að þú skulir breytast svona skyndilega. Leyfðu mér að vera lítil stúlka, meðan ég get."

Meðan hún talaði, laut Jo yfir laufin til að fela titring varanna, því undanfarið hafði hún fundið, að Margaret var óðum að verða kona, og leyndarmál Laurie lét hana óttast þann aðskilnað, sem hlyti einhvern tíma að koma og virtist nú vera nær en nokkru sinni. Hann sá áhyggjurnar í andliti hennar og beindi athygli Meg frá því með því að spyrja fljótt: „Hvar varstu í heimsókn, svona fín?"

„Hjá Gardiner-fjölskyldunni, og Sallie var að segja mér allt um brúðkaup Belle Moffat. Það var mjög glæsilegt, og þau eru farin að dvelja í París í vetur. Hugsið ykkur, hvað það hlýtur að vera yndislegt!"

„Öfundarðu hana, Meg?" spurði Laurie.

„Ég er hrædd um það."

„Það gleður mig!" muldraði Jo og batt hattinn á sig með snörpum hnykk.

„Hvers vegna?" spurði Meg undrandi.

„Því ef þú lætur þér annt um auð, munt þú aldrei fara og giftast fátækum manni," sagði Jo og gretti sig í átt að Laurie, sem gaf henni hljóðlaust merki um að gæta orða sinna.

„Ég mun aldrei ‚fara og giftast' neinum," sagði Meg með mikilli reisn og gekk áfram, meðan hin fylgdu á eftir, hlæjandi, hvíslandi, kastandi steinum og „hegðandi sér eins og börn", eins og Meg sagði með sjálfri sér, þótt hún hefði eflaust freistast til að taka þátt, hefði hún ekki verið í sínum besta kjól.

Í viku eða tvær hagaði Jo sér svo undarlega, að systur hennar voru alveg ráðalausar. Hún hljóp til dyra, þegar póstberinn hringdi, var kuldaleg við herra Brooke, þegar þau hittust, sat stundum og horfði á Meg með angistarlegu andliti og stökk svo upp til að hrista hana og kyssa á dularfullan hátt. Hún og Laurie gerðu stöðugt merki sín á milli og töluðu um „Breiðfleyginn", uns stúlkurnar sögðu, að þau hefðu bæði misst vitið. Annan laugardag eftir að Jo fór út um gluggann varð Meg, sem sat við gluggann og saumaði, hneyksluð við að sjá Laurie elta Jo um allan garðinn og loks ná henni í laufskála Amy. Hvað þar fór fram, sá Meg ekki, en hlátrasköll heyrðust, á eftir lágmæltar raddir og mikill blaðasláttur.

„Hvað eigum við að gera við þá stúlku? Hún mun aldrei haga sér eins og ung dama," andvarpaði Meg og horfði á eltingarleikinn með vanþóknunarsvip.

„Ég vona, að hún geri það ekki. Hún er svo skemmtileg og elskuleg eins og hún er," sagði Beth, sem aldrei lét þess getið, að henni hefði sárnað dálítið, að Jo ætti leyndarmál með öðrum en henni.

„Það er vissulega erfitt, en við getum aldrei gert hana eins og vera ber," bætti Amy við og sat og saumaði nýjar pífur á kjól sinn, með liðað hárið bundið á sérlega smekklegan hátt, tvennt, sem lét hana finna til óvenjulegrar glæsileika og dömulegs yfirbragðs.

Að vörmu spori stökk Jo inn, kastaði sér á sófann og lét sem hún læsi.

„Ertu með eitthvað áhugavert þar?" spurði Meg með yfirlæti.

„Ekkert nema sögu, verður líklega lítils virði," svaraði Jo og gætti þess vandlega, að nafn blaðsins sæist ekki.

„Þú ættir að lesa hana upphátt. Það myndi skemmta okkur og halda þér frá prakkarastrikum," sagði Amy í sinni fullorðnlegustu rödd.

„Hvað heitir hún?" spurði Beth og undraðist, hvers vegna Jo faldi andlit sitt bak við blaðið.

„Samkeppnislistamennirnir."

„Það hljómar vel. Lestu hana," sagði Meg.

Með háværu „Hem!" og djúpu andvarpi hóf Jo lesturinn og las mjög hratt. Stúlkurnar hlustuðu með athygli, því sagan var rómantísk og dálítið harmræn, enda létust flestir í lokin. „Mér líkar vel við það um hina glæsilegu mynd," sagði Amy samþykkjandi, þegar Jo þagnaði.

„Mér líkar betur ástarhlutinn. Viola og Angelo eru tvö af okkar uppáhaldsnöfnum, er það ekki einkennilegt?" sagði Meg og þurrkaði tárin, því ástarhlutinn var sorglegur.

„Hver skrifaði hana?" spurði Beth, sem hafði séð svipinn á andliti Jo.

Lesarinn settist skyndilega upp, kastaði blaðinu frá sér og sýndi roðandi andlit. Með einkennilegri blöndu alvöru og spennu svaraði hún hástöfum: „Systir ykkar."

„Þú?" hrópaði Meg og lét handavinnuna falla.

„Hún er mjög góð," sagði Amy gagnrýnin.

„Ég vissi það! Ég vissi það! Ó, Jo mín, hvað ég er stolt!" og Beth hljóp til að faðma systur sína og gleðjast yfir þessum glæsilega árangri.

Guð minn góður, hve þær voru allar ánægðar! Hve Meg vildi ekki trúa því, fyrr en hún sá orðin „Ungfrú Josephine March" raunverulega prentuð í blaðinu. Hve náðuglega Amy gagnrýndi listrænu þættina og bauð fram ábendingar um framhald, sem því miður var óframkvæmanlegt, þar sem hetjan og hetjan voru bæði látin. Hve Beth æstist og hoppaði og söng af gleði. Hve Hannah kom inn og hrópaði: „Svei mér þá, þetta hef ég aldrei séð!" í mikilli undrun yfir „uppátækjum hennar Jo". Hve frú March var stolt, þegar hún frétti það. Hve Jo hló, með tár í augum, og sagðist allt eins geta verið páfugl og látið þar við sitja, og hvernig segja mætti, að „Breiðfleygurinn" blakaði vængjum sínum sigri hrósandi yfir húsi March-fjölskyldunnar, þar sem blaðið gekk úr hendi í hönd.

„Segðu okkur frá því!" „Hvenær kom það?" „Hvað fékkstu mikið fyrir það?" „Hvað mun pabbi segja?" „Mun Laurie ekki hlæja?" hrópaði fjölskyldan í einu hljóði, þar sem hún safnaðist um Jo, því þessi barnslegu og ástúðlegu hjörtu gerðu hátíð úr hverri lítilli heimilisgleði.

„Hættið þessu masi, stelpur, og ég skal segja ykkur allt," sagði Jo og velti fyrir sér, hvort ungfrú Burney hefði fundið sig nokkuð tignarlegri yfir Evelinu sinni en hún yfir „Samkeppnislistamönnunum". Eftir að hafa sagt frá því, hvernig hún hafði ráðstafað sögum sínum, bætti Jo við: „Og þegar ég fór að sækja svarið, sagði maðurinn, að honum líkaði báðar sögurnar, en hann greiddi byrjendum ekki, heldur leyfði þeim aðeins að birtast í blaðinu og minntist á sögurnar. Það væri góð æfing, sagði hann, og þegar byrjendur bættu sig, myndi einhver greiða þeim. Svo ég lét hann fá báðar sögurnar, og í dag var þetta sent mér, og Laurie greip mig með það og heimtaði að fá að sjá það, svo ég leyfði honum það. Og hann sagði, að það væri gott, og ég ætla að skrifa meira, og hann ætlar að láta greiða fyrir næstu sögu, og ég er svo hamingjusöm, því með tímanum gæti ég kannski framfleytt mér sjálfri og hjálpað stelpunum."

Hér brast andardráttur Jo, og hún vafði höfuð sitt í blaðið og vætti litlu söguna sína með nokkrum eðlilegum tárum, því að vera sjálfstæð og vinna sér inn lof þeirra, sem hún elskaði, var heitasta ósk hjarta hennar, og þetta virtist vera fyrsta skrefið í átt til þess hamingjusama marks.

FIMMTÁNDI KAFLI
SKEYTI

„Nóvember er óþægilegasti mánuður ársins," sagði Margaret og stóð við gluggann eitt dapurt síðdegi og horfði út á frostbitinn garðinn.

„Það er ástæðan fyrir því, að ég fæddist í honum," sagði Jo hugsi, algerlega óvituð um blettinn á nefi sínu.

„Ef eitthvað mjög ánægjulegt gerðist nú, myndum við telja hann yndislegan mánuð," sagði Beth, sem leit björtum augum á allt, jafnvel nóvember.

„Það má vera, en ekkert ánægjulegt gerist nokkru sinni í þessari fjölskyldu," sagði Meg, sem var í vondu skapi. „Við mölum áfram dag eftir dag, án nokkurrar tilbreytingar og með sáralitla skemmtun. Við gætum eins verið í þrekmylsnu."

„Guð minn góður, hvað við erum daprar!" hrópaði Jo. „Ég undrast það ekki mikið, elsku mín, því þú sérð aðrar stúlkur skemmta sér glæsilega, meðan þú malar, malar, ár eftir ár. Ó, hvað ég vildi, að ég gæti hagað málum fyrir þig eins og ég geri fyrir hetjurnar mínar! Þú ert þegar nógu falleg og nógu góð, svo ég myndi láta einhvern auðugan ættingja arfleiða þig óvænt að miklu fé. Þá myndirðu skjóta upp kollinum sem erfingjakona, fyrirlíta alla, sem hafa lítilsvirt þig, fara utan og koma heim sem frú Einhvers í ljóma prýði og glæsileika."

„Nú á dögum erfir fólk ekki auð á þann hátt; karlar verða að vinna og konur giftast fyrir peninga. Heimurinn er ákaflega óréttlátur," sagði Meg beisk.

„Við Jo ætlum að vinna auð fyrir ykkur allar. Bíðið bara í tíu ár og sjáið, hvort það tekst ekki," sagði Amy, sem sat í horni og mótaði leirfugla, ávexti og andlit, sem Hannah kallaði leirbökur hennar.

„Ég get ekki beðið, og ég hef ekki mikla trú á bleki og leir, þótt ég sé þakklát fyrir góðan hug ykkar."

Meg andvarpaði og sneri sér aftur að frostbitna garðinum. Jo stundi og studdi olnbogunum á borðið í vonleysisstöðu, en Amy mótaði af kappi, og Beth, sem sat við hinn gluggann, sagði brosandi: „Tvö ánægjuleg atvik eru rétt óðum að gerast. Marmee er að koma niður götuna, og Laurie stappar í gegnum garðinn eins og hann hafi eitthvað skemmtilegt að segja."

Þau komu bæði inn, frú March með sína venjulegu spurningu: „Ekkert bréf frá pabba, stelpur?" og Laurie til að segja á sannfærandi hátt: „Vill einhver ykkar koma í ökuferð? Ég hef setið yfir stærðfræðinni, þar til höfuðið á mér er orðið að graut, og ætla að hressa upp á hugann með snörpum hring. Dagurinn er dapur, en loftið er ekki slæmt, og ég ætla að aka Brooke heim, svo það verður glatt inni, þótt ekki sé það úti. Komdu, Jo, þú og Beth farið, er það ekki?"

„Auðvitað förum við."

„Þakka þér, en ég er upptekin." Og Meg þreif handavinnukörfuna, því hún hafði samþykkt með móður sinni, að best væri, að minnsta kosti fyrir hana, að fara ekki of oft í ökuferðir með unga herramanninum.

„Við þrjár verðum tilbúnar á augabragði," hrópaði Amy og hljóp að þvo sér um hendurnar.

„Get ég gert eitthvað fyrir þig, móðir mín góð?" spurði Laurie og hallaði sér yfir stól frú March með þeirri ástúðlegu svip og rödd, sem hann bar ætíð til hennar.

„Nei, þakka þér, nema að líta við á pósthúsinu, ef þú værir svo vænn, elskan mín. Það er dagurinn, sem bréf á að koma, og póstberinn hefur ekki sést. Pabbi er jafn reglulegur og sólin, en ef til vill hefur orðið einhver töf á leiðinni.“

Snarpur hringing hljómaði og mínútu síðar kom Hannah inn með bréf.

„Það er eitthvert svona hræðilegt símskeyti, frú,“ sagði hún og hélt á því eins og hún óttaðist, að það spryngi.

Við orðið „símskeyti“ greip frú March það, las tvær línur, sem það innihélt, og féll aftur í stólinn, jafn hvít og hefði litli pappírinn sent kúlu í hjarta hennar. Laurie þaut niður eftir vatni, meðan Meg og Hannah studdu hana, og Jo las upphátt með skelfdri rödd:

Frú March:

Eiginmaður yðar er alvarlega veikur. Komið tafarlaust.

S. Hale

Blank-sjúkrahús, Washington.

Hve þögnin var djúp í herberginu, meðan þær hlýddu andlausar, hve dagurinn myrkvaðist undarlega úti og hve skyndilega allur heimurinn virtist breytast, þar sem stúlkurnar söfnuðust um móður sína og fundu, að öll hamingja og stoð lífs þeirra væri um það bil að vera tekin frá þeim.

Frú March náði sér þegar, las skeytið á ný og rétti út faðminn til dætra sinna og sagði með rödd, sem þær gleymdu aldrei: „Ég fer þegar, en það gæti orðið of seint. Ó, börnin mín, hjálpið mér að bera þetta!“

Um nokkrar mínútur heyrðist ekkert nema ekkasog í herberginu, blandað brotnum huggunarorðum, ástúðlegum fullvissunum um hjálp og vonarhvísli, sem dóu út í tárum. Aumingja Hannah náði fyrst sjálfri sér og gaf, án þess að vita af því, öðrum gott fordæmi, því fyrir henni var vinna lækning við flestum raunum.

„Guð varðveiti góða manninn! Ég eyði ekki tíma í grát, heldur gerið þið yðar farangur þegar í stað, frú," sagði hún af heilum hug, þurrkaði andlitið á svuntunni, tók hlýlega í hönd húsfreyju sinnar með sinni hörðu hendi og fór til verks eins og þrjár konur í einni.

„Hún hefur rétt fyrir sér, nú er enginn tími til tára. Verið rólegar, stelpur, og leyfið mér að hugsa."

Þær reyndu að vera rólegar, vesalings stúlkurnar, meðan móðir þeirra settist upp, föl en staðföst, og lagði sorg sína til hliðar til að hugsa og skipuleggja fyrir þær.

„Hvar er Laurie?" spurði hún brátt, þegar hún hafði safnað hugsunum sínum og ákveðið fyrstu skyldurnar.

„Hér, frú. Ó, leyfið mér að gera eitthvað!" hrópaði drengurinn og flýtti sér inn úr næsta herbergi, þangað sem hann hafði dregið sig í hlé, því honum fannst fyrsta sorg þeirra of heilög til að jafnvel vinaleg augu hans sæju hana.

„Sendu símskeyti um, að ég komi tafarlaust. Næsta lest fer snemma í fyrramálið. Ég tek hana."

„Hvað fleira? Hestarnir eru tilbúnir. Ég get farið hvert sem er, gert hvað sem er," sagði hann, reiðubúinn að þjóta til enda veraldar.

„Skildu eftir miða hjá frænku March. Jo, gefðu mér pennann og pappír."

Jo reif auða hlið af einu nýafrituðu blaðinu sínu og dró borðið að móður sinni, vitandi vel, að fé yrði að fá lánað fyrir hina löngu og sorglegu ferð, og fann, að hún gæti gert hvað sem er til að leggja örlítið af mörkum fyrir föður sinn.

„Farðu nú, elskan mín, en keyrðu þig ekki til bana af ákafa. Það er engin þörf á því.“

Viðvörun frú March virtist falla í grýttan jarðveg, því fimm mínútum síðar þaut Laurie fram hjá glugganum á sínum hraðfara hesti, ríðandi eins og líf hans lægi við.

„Jo, hlauptu í herbergin og segðu frú King, að ég geti ekki komið. Á leiðinni skaltu kaupa þetta. Ég skrifa það niður; þess verður þörf, og ég verð að vera undirbúin til hjúkrunar. Birgðir sjúkrahúsa eru ekki ætíð góðar. Beth, farðu og biddu herra Laurence um nokkrar flöskur af gömlu víni. Ég er ekki of stolt til að biðja fyrir pabba. Hann skal fá það besta af öllu. Amy, segðu Hannah að taka svarta koffortið niður, og Meg, komdu og hjálpaðu mér að finna dótið mitt, því ég er hálfrugluð.“

Að skrifa, hugsa og stjórna öllu í senn gat auðveldlega ruglað hina vesælu konu, og Meg bað hana að sitja kyrr um stund í herbergi sínu og leyfa þeim að vinna. Allir tvístruðust eins og lauf fyrir vindhviðu, og hið kyrrláta og hamingjusama heimili rofnaði jafnskjótt og hefði pappírinn verið illur galdrastafur.

Herra Laurence kom flýttur aftur með Beth og færði allt það, sem hinn góðhjartaði gamli maður gat hugsað sér til þæginda fyrir sjúklinginn, og gaf vinveitt loforð um að vernda stúlkurnar í fjarveru móður þeirra, sem hughreysti hana mjög. Ekkert var það, sem hann bauð ekki, allt frá eigin slopp til sjálfs sín sem fylgdarmanns. En hið síðasta var óhugsandi. Frú March vildi alls ekki heyra á það minnst, að gamli herramaðurinn tæki á sig hina löngu ferð, þótt léttir sæist á svip hennar, þegar hann bar það upp, því kvíði hæfir illa ferðalagi. Hann sá svipinn, greip saman þungar augabrúnir, nuddaði hendurnar og gekk skyndilega burt og sagðist koma þegar aftur. Enginn hafði tíma til að hugsa frekar um hann, fyrr en Meg, sem hljóp um forstofuna með gúmmískó í annarri hendi og tebolla í hinni, rakst skyndilega á herra Brooke.

„Mér þykir þetta mjög leitt, ungfrú March," sagði hann með þeirri hlýju og hljóðlátu rödd, sem var henni svo hugþekk í uppnámi hennar. „Ég kom til að bjóða mig fram sem fylgdarmann móður yðar. Herra Laurence hefur erindi fyrir mig í Washington, og mér yrði sönn ánægja að geta verið henni til þjónustu þar."

Gúmmískórnir féllu, og teið var nærri því að fylgja á eftir, þegar Meg rétti fram höndina með andlit svo fullt af þakklæti, að herra Brooke hefði talið sig fullkomlega launaðan fyrir miklu meiri fórn en þá litlu, sem hann var að taka á sig í tíma og þægindum.

„Hve góðir þið eruð öll! Mamma mun örugglega samþykkja þetta, og það verður mikill léttir að vita, að einhver sé með henni og annist hana. Þakka yður kærlega!"

Meg talaði einlæglega og gleymdi sjálfri sér, uns eitthvað í brúnu augunum, sem horfðu niður á hana, minnti hana á teið, sem var að kólna, og hún leiddi hann inn í stofuna og sagðist kalla á móður sína.

Allt var komið í lag, þegar Laurie kom aftur með miða frá frænku March, sem hafði lagt með hann umbeðna upphæð og nokkrar línur, þar sem hún endurtók það, sem hún hafði oft áður sagt, að það hefði verið fásinna af March að fara í herinn, að hún hefði ætíð spáð, að ekkert gott kæmi af því, og hún vonaði, að þau tækju ráðum hennar næst. Frú March kastaði miðanum í eldinn, lagði peningana í veskið sitt og hélt áfram undirbúningi með varirnar þétt samanlagðar á þann hátt, sem Jo hefði skilið, hefði hún verið þar.

Hið stutta síðdegi leið. Öll önnur erindi voru afgreidd, og Meg og móðir hennar önnum kafnar við nauðsynlegan saumaskap, meðan Beth og Amy lögðu til teið og Hannah lauk við strauið með því, sem hún kallaði „skelli og smell", en Jo kom enn ekki. Þær tóku að verða órólegar, og Laurie fór að leita hennar, því enginn vissi, hvaða hugmynd Jo kynni að fá í höfuðið. Hann fann hana þó ekki, og hún kom sjálf gangandi inn með mjög undarlegan svip, því á andliti hennar blandaðist glettni og ótti, ánægja og eftirsjá, sem vakti jafn mikla furðu og seðlabunkinn, sem hún lagði fyrir móður sína og sagði með örlitlum kökk í röddinni: „Þetta er mitt framlag til að gera pabba lífið bærilegra og færa hann heim!“

„Elskan mín, hvaðan fékkstu þetta? Tuttugu og fimm dollara! Jo, ég vona, að þú hafir ekki gert neitt óðslegt?“

„Nei, þetta er mitt með réttu. Ég bað ekki, fékk ekki lánað og stal því ekki. Ég vann mér það inn, og ég held, að þú ásakir mig ekki, því ég seldi aðeins það, sem var mitt eigið.“

Meðan hún talaði, tók Jo af sér hattinn, og almenn upphrópun reis, því allt hið mikla og þykka hár hennar var klippt stutt.

„Hárið þitt! Fallega hárið þitt!“ „Ó, Jo, hvernig gastu? Eina fegurð þína!“ „Elsku barnið mitt, þess var engin þörf.“ „Hún líkist ekki Jo minni lengur, en ég elska hana enn heitar fyrir þetta!“

Meðan allir hrópuðu og Beth faðmaði klippta höfuðið blíðlega, tók Jo á sig kæruleysislegt yfirbragð, sem blekkti engan, og sagði, meðan hún ruglaði brúnu lokkana og reyndi að líta út eins og henni líkaði það: „Þetta hefur ekki áhrif á örlög þjóðarinnar, svo gráttu ekki, Beth. Þetta gerir hégóma mínum gott; ég var farin að vera of stolt af lokkunum mínum. Það gerir heilanum gott að losna við moppið. Höfuðið á mér er dásamlega létt og svalt, og rakarinn sagði, að ég gæti brátt fengið stuttar krullur, sem yrðu drengjalegar, snotrar og auðveldar í umhirðu. Ég er sátt, svo takið peningana og látum kvöldverðinn fram fara.“

„Segðu mér allt um þetta, Jo. Ég er ekki fullkomlega sátt, en ég get ekki ásakað þig, því ég veit, hve fúslega þú fórnaðir hégóma þínum, eins og þú kallar það, af ást. En elskan mín, þess var ekki þörf, og ég óttast, að þú sjáir eftir því einhvern dag,“ sagði frú March.

„Nei, það geri ég ekki!“ svaraði Jo staðfastlega og fann mikinn létti yfir því, að uppátæki hennar var ekki með öllu fordæmt.

„Hvað fékk þig til þess?“ spurði Amy, sem hefði fremur hugsað sér að láta höfuðið af sér taka en fallega hárið.

„Jæja, mig langaði óstjórnlega að gera eitthvað fyrir pabba,“ svaraði Jo, þegar þær settust að borði, því hraust ungt fólk getur étið jafnvel mitt í raunum. „Ég hata að fá lánað eins og mamma, og ég vissi, að frænka March myndi kvarta, hún gerir það alltaf, ef beðið er um níu aura. Meg lagði allan ársfjórðungslaun sín í húsaleiguna, og ég fékk aðeins föt fyrir mín, svo mér fannst ég vera sek og var ákveðin í að afla peninga, jafnvel þótt ég seldi nefið af andlitinu til þess.“

„Þú þarft ekki að finna til sektar, barnið mitt! Þú áttir engin vetrarföt og keyptir þau einföldustu fyrir eigin erfiða vinnu,“ sagði frú March og leit á Jo með svip, sem yljar hjarta hennar.

„Mér datt ekki í hug í fyrstu að selja hárið, en á leiðinni hugsaði ég stöðugt, hvað ég gæti gert, og fannst eins og mig langaði að stökkva inn í einhverjar af hinum auðugu verslunum og taka mér það, sem ég þyrfti. Í glugga rakarastofu sá ég hárfléttur með verðmiðum, og ein svört flétta, ekki eins þykk og mín, kostaði fjörutíu dollara. Þá rann það skyndilega upp fyrir mér, að ég ætti eitt, sem hægt væri að græða á, og án þess að hugsa mig um gekk ég inn, spurði, hvort þeir keyptu hár, og hvað þeir myndu gefa fyrir mitt.“

„Ég skil ekki, hvernig þú þorðir að gera þetta,“ sagði Beth með lotningarfullri rödd.

„Ó, hann var lítill maður, sem leit út eins og hann lifði einungis til að bera olíu í hárið á sér. Hann starði dálítið í fyrstu, eins og hann væri ekki vanur því, að stúlkur ryddust inn í verslun hans og bæðu hann að kaupa hár sitt. Hann sagðist ekki hafa sérstakan áhuga á mínu; liturinn væri ekki í tísku, og hann greiddi yfirleitt lítið fyrir slíkt. Vinnan, sem í því lægi, gerði það dýrt, og svo framvegis. Það var orðið áliðið, og ég var hrædd um, að ef það yrði ekki gert strax, yrði það alls ekki gert, og þið vitið, að þegar ég byrja á einhverju, þoli ég ekki að hætta við. Svo ég bað hann að taka það og sagði honum, hvers vegna mér lægi svona á. Það var líklega heimskulegt, en hann skipti um skoðun, því ég varð dálítið æst og sagði söguna á minn kollsteypulega hátt, og kona hans heyrði til og sagði svo vingjarnlega: ‚Taktu það, Thomas, og gerðu ungu stúlkunni greiða. Ég myndi gera hið sama fyrir Jimmy okkar hvern dag, ef ég ætti lokk, sem væri söluverður.'"

„Hver var Jimmy?" spurði Amy, sem vildi hafa allt skýrt jafnharðan.

„Sonur hennar, sagði hún, sem var í hernum. Hve slíkir hlutir gera ókunnuga nánari, er það ekki? Hún talaði óslitið, meðan maðurinn klippti, og afvegaleiddi huga minn prýðilega."

„Fannst þér það ekki hræðilegt, þegar fyrsta klippingin kom?" spurði Meg og skalf.

„Ég leit síðasta sinn á hárið mitt, meðan maðurinn náði í verkfærin, og þar með var því lokið. Ég væli ekki yfir slíkum smámunum. Ég skal þó játa, að mér varð undarlega innanbrjósts, þegar ég sá gamla, kæra hárið lagt á borðið og fann aðeins stuttu, hrjúfu endana á höfðinu. Það var næstum eins og ég hefði misst handlegg eða fót. Konan sá, að ég horfði á það, og tók langan lokk, sem ég fékk að eiga. Ég gef þér hann, Marmee, til að minnast fyrri dýrðar, því stutt klipping er svo þægileg, að ég held, að ég láti mér aldrei aftur vaxa fax."

Frú March braut saman bylgjóttan kastaníulokkinn og lagði hann til hliðar með stuttum, gráum lokk í skrifborðinu sínu. Hún sagði aðeins: „Þakka þér, elskan mín," en eitthvað í svip hennar fékk stúlkurnar til að skipta um umræðuefni og tala eins glaðlega og þær gátu um góðvild herra Brooke, um horfur á björtum degi á morgun og um hinar gleðilegu stundir, sem biðu þeirra, þegar pabbi kæmi heim til að vera hjúkraður.

Engin vildi fara að hátta, þegar frú March lagði frá sér síðasta verkið klukkan tíu og sagði: „Komið, stelpur." Beth settist við píanóið og lék uppáhaldssálm föður síns. Allar hófu söng af hugrekki, en brotnuðu ein af annarri, uns Beth var ein eftir og söng af öllu hjarta, því fyrir henni var tónlist ávallt ljúf huggun.

„Farið nú að sofa og talið ekki, því við verðum að rísa snemma og þurfum allan þann svefn, sem við getum fengið. Góða nótt, elskurnar mínar," sagði frú March, þegar sálminum lauk, því engin kærði sig um að reyna annan.

Þær kysstu hana hljóðlega og fóru til hvílu eins hljótt og hinn kæri sjúklingur lægi í næsta herbergi. Beth og Amy sofnuðu brátt, þrátt fyrir hina miklu raun, en Meg lá andvaka og hugsaði alvarlegustu hugsanir, sem hún hafði kynnst á sinni stuttu ævi. Jo lá hreyfingarlaus, og systir hennar taldi hana sofnaða, uns bældur ekkasog fékk hana til að hrópa, þegar hún snerti vota kinn:

„Jo, elskan, hvað er að? Ertu að gráta yfir pabba?"

„Nei, ekki núna."

„Hvað þá?"

„Hárinu... mínu hári!" hrópaði aumingja Jo og reyndi árangurslaust að kæfa geðshræringu sína í koddanum.

Meg fannst það alls ekki broslegt og kyssti og huggaði hina sárþjáðu hetju á blíðlegasta hátt.

„Ég sé ekki eftir þessu," mótmælti Jo hikandi. „Ég myndi gera það aftur á morgun, ef ég gæti. Það er aðeins hégómalegi hluti minn, sem fer og grætur svona heimskulega. Segðu engum frá því; þetta er liðið. Ég hélt, að þú værir sofnuð, svo ég leyfði mér aðeins lítið einkastun yfir einu fegurð minni. Hvers vegna ert þú vakandi?"

„Ég get ekki sofið, ég er svo kvíðin," sagði Meg.

„Hugsaðu um eitthvað ánægjulegt, og þú sofnar brátt."

„Ég reyndi það, en varð aðeins enn vakandi.“

„Hvað hugsaðirðu um?“

„Falleg andlit - einkum augu,“ svaraði Meg og brosti með sjálfri sér í myrkrinu.

„Hvaða litur líkar þér best?“

„Brúnn, það er að segja stundum. Blá eru falleg.“

Jo hló, og Meg bannaði henni snögglega að tala, lofaði síðan vinsamlega að krulla hárið hennar og sofnaði og dreymdi um að búa í loftkastala sínum.

Klukkan sló tólf og herbergin voru grafkyrr, þegar skuggsýn gekk hljóðlega frá rúmi til rúms, sléttaði yfirbreiðslu hér, lagaði kodda þar og nam staðar til að líta lengi og blíðlega á hvert ósjálfrátt andlit, kyssa hvert með vörum, sem blessuðu í hljóði, og biðja heitar bænir, sem aðeins mæður mæla. Þegar hún lyfti tjaldinu og leit út í dimma nóttina, braust tunglið skyndilega fram undan skýjunum og skein á hana eins og bjart og mildilegt andlit, sem virtist hvísla í þögninni: „Vertu hughraust, kæra sál! Það er ætíð ljós bak við skýin.“

SEXTÁNDI KAFLI
BRÉF

Í köldu, gráu dögunarljósinu kveiktu systurnar á lampanum og lásu kafla sinn með alvöru, sem þær höfðu aldrei fundið fyrr. Nú hafði skuggi raunverulegrar sorgar lagst yfir þær, litlu bækurnar voru fullar af hjálp og huggun, og meðan þær klæddust, sammæltust þær um að kveðja glaðlega og vonríkum huga og senda móður sína af stað í hina kvíðafullu ferð án þess að þyngja hana með tárum eða kvörtunum sínum. Allt virtist svo undarlegt, þegar þær fóru niður, svo dimmt og hljótt úti, en svo fullt af ljósi og önnum inni. Morgunverður á svo snemma stundu var einkennilegur, og jafnvel kunnuglegt andlit Hannah leit óvenjulega út, þar sem hún flýtti sér um eldhúsið með nátthúfuna á höfði. Stóra koffortið stóð tilbúið í forstofunni, kápa móðurinnar og hattur lágu á sófanum, og móðirin sjálf sat og reyndi að borða, en leit svo föl og þreytuleg út af svefnleysi og kvíða, að stúlkunum reyndist erfitt að halda fast við ásetning sinn. Augu Meg fylltust sífellt af tárum, þrátt fyrir vilja hennar, Jo varð oftar en einu sinni að fela andlit sitt í eldhúsrúllunni, og litlu stúlkurnar báru alvarlegan og órólegan svip, sem sýndi, að sorg var þeim ný reynsla.

Engin talaði mikið, en þegar stundin nálgaðist og þær sátu og biðu vagnsins, sagði frú March við dætur sínar, sem voru allar uppteknar við hana, ein braut saman sjal hennar, önnur lagaði böndin á hattinum, sú þriðja fór í yfirskóna og sú fjórða festi ferðatöskuna:

„Börnin mín, ég skil ykkur eftir í umsjá Hannah og vernd herra Laurence. Hannah er sjálf trúmennskan, og góði nágranni okkar mun gæta ykkar eins og þið væruð hans eigin. Ég óttast ekkert fyrir ykkur, en ég er kvíðin um, að þið takið þessari raun á réttan hátt. Syrgið ekki og nöldrið ekki, þegar ég er farin, og haldið ekki, að þið megið vera iðjulausar og hugga ykkur með því að gera ekkert og reyna að gleyma. Haldið áfram störfum ykkar eins og venjulega, því vinnan er blessuð huggun. Vonið og verið iðnar, og hvað sem gerist, munið, að þið verðið aldrei föðurlausar.“

„Já, mamma.“

„Meg, elskan mín, vertu skynsöm, hafðu gætur á systrum þínum, ráðfærðu þig við Hannah og leitaðu til herra Laurence, ef eitthvað kemur upp á. Vertu þolinmóð, Jo, láttu ekki hugfallast og gerðu ekki óðslegar hluti, skrifaðu mér oft og vertu mín hugrakka stúlka, reiðubúin að hjálpa og hughreysta alla. Beth, huggaðu þig við tónlistina og vertu trú heimilisstörfunum, og þú, Amy, hjálpaðu eftir megni, vertu hlýðin og haltu gleðinni heima.“

„Við munum það, mamma! Við munum það!“

Hvinur vagna, sem nálgaðist, lét þær allar hrekkja við og hlusta. Þetta var erfiða augnablikið, en stúlkurnar stóðu það vel. Engin grét, engin hljóp burt eða kvað upp harmakvein, þótt hjörtu þeirra væru þung, þegar þær sendu föður sínum kærar kveðjur og vissu, að of seint kynni að vera að koma þeim áleiðis. Þær kysstu móður sína hljóðlega, héldu um hana blíðlega og reyndu að veifa glaðlega, þegar hún ók burt.

Laurie og afi hans komu yfir til að kveðja hana, og herra Brooke leit svo styrkur, skynsamur og góður út, að stúlkurnar nefndu hann þegar í stað „herra Stórhjarta“.

„Verið sælar, elskurnar mínar! Guð blessi og varðveiti okkur öll!“ hvíslaði frú March, þegar hún kyssti hvert elskulegt andlit á fætur öðru og flýtti sér inn í vagninn.

Þegar vagninn rann af stað, braust sólin fram, og þegar hún leit til baka, sá hún hana skína á hópinn við hliðið eins og gott fyrirboða. Þær sáu hana líka, brostu og veifuðu, og það síðasta, sem hún bar augum, þegar vagninn beygði fyrir hornið, voru fjögur björt andlit og bak við þau eins og lífvarðarsveit gamli herra Laurence, trúföst Hannah og hinn holli Laurie.

„Hve allir eru okkur góðir!“ sagði hún og sneri sér við til að sjá nýtt merki þess í virðulegri samúðarsvip ungs mannsins.

„Ég skil ekki, hvernig annað væri hægt," svaraði herra Brooke og hló svo smitandi, að frú March gat ekki annað en brosað. Og þannig hófst ferðin undir góðum fyrirboðum sólskins, bros og hughreystandi orða.

„Mér finnst eins og jarðskjálfti hafi riðið yfir," sagði Jo, þegar nágrannarnir fóru heim til morgunverðar og skildu þær eftir til að hvíla sig og hressa.

„Það er eins og hálft húsið sé horfið," bætti Meg við dapurlega.

Beth opnaði munninn til að segja eitthvað, en gat aðeins bent á staflann af vel bættum sokkum, sem lá á borði móðurinnar og sýndi, að jafnvel á síðustu, flýttu augnablikunum hafði hún hugsað um þær og unnið fyrir þær. Það var lítið atriði, en það snerti hjörtu þeirra beint, og þrátt fyrir hugrökk áform brustu þær allar í sáran grát.

Hannah leyfði þeim skynsamlega að létta á tilfinningum sínum, og þegar táraskúrinn tók að lægja, kom hún til bjargar með kaffikönnu í hendi.

„Nú, elsku ungu dömur, munið, hvað mamma ykkar sagði, og verið ekki ókátar. Komið og fáið ykkur kaffisopa, og síðan tökum við til verka og verðum fjölskyldunni til sóma."

Kaffi var munaður, og Hannah sýndi mikla lagni við að búa það til þann morgun. Engin gat staðist hvetjandi kollhnykki hennar né ilminn, sem lagði frá stútnum á könnunni. Þær settust að borðinu, skiptu um vasaklúta fyrir servíettur og voru allar orðnar jafnar á tíu mínútum.

„‚Vonið og verið iðnar', það er kjörorð okkar, svo við skulum sjá, hver minnist þess best. Ég fer til frænku March eins og venjulega. Ó, hún mun halda langa ræðu!" sagði Jo og sopaði með endurheimtu fjöri.

„Ég fer til King-fjölskyldunnar, þótt mig langi miklu fremur að vera heima og sinna því, sem hér þarf að gera," sagði Meg og óskaði þess, að hún hefði ekki látið augun verða svona rauð.

„Engin þörf á því. Við Beth getum haldið heimilinu fullkomlega við," sagði Amy með mikilvægu yfirbragði.

„Hannah mun segja okkur, hvað gera skal, og allt verður í besta lagi, þegar þið komið heim," bætti Beth við og tók þegar fram skúringamoppu og uppþvottabala.

„Mér finnst kvíði afar áhugaverður," sagði Amy og nartaði hugsi í sykur."

Stúlkurnar gátu ekki annað en hlegið og þeim létti við það, þótt Meg hristi höfuðið yfir ungu dömunni, sem gat fundið huggun í sykurskálinni.

Sjónin af pönnukökunum gerði Jo aftur alvörugefna, og þegar þær tvær fóru út til daglegra starfa sinna, litu þær dapurlega til baka að glugganum, þar sem þær voru vanar að sjá andlit móður sinnar. Það var horfið, en Beth hafði munað hina litlu heimilisathöfn, og þar stóð hún og kinkaði kolli til þeirra eins og rjóðleit mandarínmynd.

„Það er svo líkt minni Beth!" sagði Jo og veifaði hattinum með þakklátu andliti. „Vertu sæl, Meggy, ég vona, að King-fólkið reyni ekki of mikið á þig í dag. Vertu ekki kvíðin út af pabba, elskan mín," bætti hún við, þegar þær skildu.

„Og ég vona, að frænka March kvarti ekki of mikið. Hárið þitt klæðir þig, og það er drengjalegt og snoturt," svaraði Meg og reyndi að brosa ekki að krullótta höfðinu, sem virtist kómískt lítið á háum herðum systur sinnar.

„Það er mín eina huggun." Og með því að snerta hattinn á la Laurie-hátt fór Jo af stað og fannst hún vera eins og nýrúnin kind á vetrardegi.

Fréttir af föður þeirra hughreystu stúlkurnar mjög, því þótt hann væri hættulega veikur, hafði nærvera hinnar bestu og blíðustu hjúkrunarkonu þegar gert honum gott. Herra Brooke sendi daglega skeyti, og sem höfuð fjölskyldunnar heimtaði Meg að lesa þau upphátt, og þau urðu æ glaðlegri eftir því sem leið á vikuna. Í fyrstu voru allar ákafar í að skrifa, og þykk umslög voru vandlega stungin í bréfalúguna af einni eða annarri systranna, sem fundu til nokkurrar tignar með Washington-bréfaskriftir sínar. Þar sem eitt þessara bréfa innihélt einkennandi skilaboð frá hópnum, skulum við ræna ímynduðum pósti og lesa þau.

Elsku besta mamma mín!

Ómögulegt er að segja þér, hve hamingjusöm við urðum við síðasta bréf þitt, því fréttirnar voru svo góðar, að við gátum ekki annað en hlegið og grátið yfir þeim. Hve herra Brooke er góður, og hve heppilegt, að erindi herra Laurence haldi honum svo lengi nálægt ykkur, þar sem hann er ykkur og pabba svo gagnlegur. Stúlkurnar eru allar eins og gull. Jo hjálpar mér við saumaskapinn og heimtar að taka að sér alls konar erfið verk. Ég myndi óttast, að hún ofgerði sér, ef ég vissi ekki, að hennar „siðferðislega lota“ entist ekki lengi. Beth er jafn reglubundin í störfum sínum og klukka og gleymir aldrei því, sem þú sagðir henni. Hún syrgir pabba og lítur alvarleg út, nema þegar hún situr við litla píanóið sitt. Amy hlýðir mér vel, og ég annast hana af kostgæfni. Hún greiðir hárið sitt sjálf, og ég kenni henni að gera hnappagöt og bæta sokka sína. Hún leggur sig mjög fram, og ég veit, að þú munt gleðjast yfir framförum hennar, þegar þú kemur heim. Herra Laurence gætir okkar eins og móðurleg hæna, eins og Jo segir, og Laurie er afar góður og nágrannalegur. Hann og Jo halda okkur glaðværum, því stundum verðum við daprar og finnum okkur eins og munaðarlausar með þig svo langt í burtu. Hannah er sannkallaður dýrlingur. Hún skammar alls ekki og kallar mig ætíð ungfrú Margaret, sem er mjög viðeigandi, eins og þú veist, og kemur fram við mig af virðingu. Við erum allar heilsuhraustar og uppteknar, en þráum dag og nótt að fá þig aftur heim. Sendu pabba kærustu kveðjur mínar og trúðu því, að ég er ávallt þín eigin

MEG

Þetta bréf, fallega skrifað á ilmandi pappír, var mikill andstæða næsta bréfs, sem var krotað á stórt blað úr þunnum erlendum pappír, prýtt blettum og alls konar sveigðum og krullóttum stöfum.

Elsku besta Marmee mín!

Þrefalt húrra fyrir elsku pabba! Brooke var sannkallaður snillingur að senda skeyti tafarlaust og láta okkur vita um leið og honum batnaði. Ég þaut upp á háaloft, þegar bréfið kom, og reyndi að þakka Guði fyrir, hve góður hann hefur verið okkur, en ég gat aðeins grátið og sagt: „Ég er svo glöð! Ég er svo glöð!“ Var það ekki jafngott og regluleg bæn? Því ég fann svo margar bænir í hjarta mínu. Við eigum svo undarlegar stundir, og nú get ég notið þeirra, því allir eru svo ákaflega góðir, að það er eins og að búa í hreiðri turtildúfa. Þú myndir hlæja, ef þú sæir Meg sitja við borðsendann og reyna að vera móðurleg. Hún verður fallegri með hverjum deginum, og stundum er ég hálfástfangin af henni. Börnin eru hreinir erkienglar, og ég - ja, ég er Jo og mun aldrei verða neitt annað. Ó, ég verð að segja þér, að ég var næstum komin í rifrildi við Laurie. Ég sagði hug minn um lítið og heimskulegt mál, og hann móðgaðist. Ég hafði rétt fyrir mér, en talaði ekki eins og ég átti að gera, og hann fór heim og sagðist ekki koma aftur, fyrr en ég bæði hann afsökunar. Ég lýsti því yfir, að ég myndi það ekki, og varð reið. Þetta stóð allan daginn. Mér leið illa og saknaði þín mjög. Við Laurie erum bæði svo stolt, að erfitt er að biðja afsökunar. En ég hélt, að hann myndi gera það, því ég hafði rétt fyrir mér. Hann kom ekki, og rétt um kvöldið mundi ég, hvað þú sagðir, þegar Amy féll í ána. Ég las í litlu bókinni minni, leið betur, ákvað að láta ekki sólina setjast yfir reiði minni og hljóp yfir til að segja Laurie, að mér þætti fyrir því. Ég mætti honum við hliðið, þar sem hann var á leiðinni í sama erindi. Við hlógum bæði, báðum hvort annað afsökunar og urðum aftur fullkomlega sátt.

Ég orti „ljóð" í gær, meðan ég hjálpaði Hannah að þvo, og þar sem pabbi kann vel að meta fávíslegu smáverk mín, set ég það hér með til að gleðja hann. Sendu honum ástúðlegasta faðmlagið, sem nokkru sinni var, og kysstu sjálfa þig tólfsinnum frá þinni

KOLLRÖNGU JO

SÖNGUR ÚR SÁPUFROÐUNNI

Drottning mín í balanum, syng ég með gleði,
meðan hvít froðan rís hátt,
og þvæ, og skola, og vinda af kappi,
og heng fötin til þerris brátt.
Þau sveiflast úti í frjálsu lofti,

undir björtum sólargeislum.
Ég vildi, að við gætum þvegið úr hjörtum og sálum
bletti vikunnar burt,
og látið vatn og loft með töfrum sínum
gera okkur jafnhrein og þau.
Þá væri á jörðu sannarlega
dýrðlegur þvottadagur!
Á leið gagnlegs lífs mun
hugarfriður ætíð blómstra.
Hinn iðni hugur hefur ei stund
til að dvelja við sorg né kvíða.
Áhyggjur má sópa burt
meðan við beitum sópnum djarflega.
Ég er glöð, að mér er falið verk
að vinna dag eftir dag,
því það gefur mér heilsu og styrk og von,
og ég læri með gleði að segja:
„Höfuð, þú mátt hugsa, hjarta, þú mátt finna,
en hönd, þú skalt vinna ætíð!“

Elsku mamma,

Hér er aðeins rúm til að senda þér ást mína og nokkrar pressaðar fjólur af rótinni, sem ég hef geymt örugga inni til að pabbi geti séð. Ég les á hverjum morgni, reyni að vera góð allan daginn og syng mig í svefn við lag pabba. Ég get ekki sungið „Land hinna trúuðu“ núna; það fær mig til að gráta. Allir eru svo góðir, og við erum eins hamingjusamar og við getum verið án þín. Amy vill fá afganginn af síðunni, svo ég verð að hætta. Ég gleymdi ekki að setja á pottahöldurnar, og ég dreg upp klukkuna og lofta út herbergin á hverjum degi.

Kysstu elsku pabba á kinnina, sem hann kallar mína. Ó, komdu fljótt aftur til þinnar elskandi

LITLU BETH

Ma chère mamma,

Við erum allar heilsuhraustar ég læri lexíurnar mínar ætíð og stangast aldrei á við stelpurnar – Meg segir að ég meini andmæla svo ég set bæði orðin og þú getur valið hið réttasta. Meg er mér mikil huggun og leyfir mér að fá hlaup á hverju kvöldi með teinu það er svo hollt fyrir mig Jo segir að það haldi mér ljúfmannlegri. Laurie er ekki eins virðulegur og hann ætti að vera nú þegar ég er næstum komin á unglingsárin, hann kallar mig Kjúkling og særir tilfinningar mínar með því að tala frönsku mjög hratt við mig þegar ég segi Merci eða Bonjour eins og Hattie King gerir. Ermarnar á bláa kjólnum mínum voru alveg slitnar og Meg setti nýjar í en brjóstið kom ekki rétt og þær eru blárri en kjóllinn. Mér leið illa en ég kvartaði ekki ég ber raunir mínar vel en ég vildi að Hannah setti meiri stífelsi í svunturnar mínar og bakaði bókhveitipönnukökur á hverjum degi. Getur hún það? Var ekki þetta spurningarmerki fallegt? Meg segir að greinarmerkin mín og stafsetning séu til skammar og ég er niðurlút en guð minn góður ég hef svo margt að gera að ég get ekki staðið í því. Adieu, ég sendi hrúgur af ást til pabba. Þín ástúðlega dóttir

AMY CURTIS MARCH

Kæra frú March,

Ég sendi línu til að segja að við komumst prýðilega af stað. Stúlkurnar eru laglegar og þjóta um af kappi. Ungfrú Meg verður að verulega góðri húsfreyju. Hún hefur löngunina til þess og nær tökum á hlutunum furðu fljótt. Jo fer fram úr öllu í framtaki en hún stoppar ekki til að reikna fyrst og maður veit aldrei hvar hún lendir. Hún þvoði bala af fötum á mánudaginn en setti stífelsi í þau áður en þau voru vafin og bláði bleikan bómullarkjól svo ég hélt að ég myndi springa af hlátri. Beth er besta litla vera og mikill stuðningur fyrir mig, svo forsjál og áreiðanleg. Hún reynir að læra allt og fer á markaðinn langt umfram aldur sinn og heldur reikninga með minni hjálp alveg undraverð. Við höfum farið mjög sparlega með allt hingað til. Ég leyfi stúlkunum kaffi aðeins einu sinni í viku samkvæmt ósk yðar og held þeim við einfalt og hollt fæði. Amy stendur sig vel án þess að kvarta þótt hún klæðist sínum bestu fötum og borði sætindi. Herra Laurie er jafn fullur af uppátækjum og áður og snýr húsinu á hvolf oft og tíðum en hann hressir stúlkurnar svo ég leyfi þeim að hafa frjálsar hendur. Gamli herramaðurinn sendir ógrynni hluta og er dálítið krefjandi en meinar vel og það er ekki mitt hlutverk að segja neitt. Brauðið mitt er risið svo ekki meira að þessu sinni. Ég sendi virðingu mína til herra March og vona að hann hafi séð hið síðasta af lungnabólgunni.

Virðingarfyllst,

Hannah Mullet

Yfirhjúkrunarkona deildar nr. 2,

Allt með kyrrum kjörum við Rappahannock, herlið í góðu ástandi, birgðadeild vel rekin, Heimavörnin undir stjórn ofursta Teddy ávallt á verði, æðsti yfirmaður hersins, hershöfðinginn Laurence, yfirfer liðið daglega, birgðastjóri Mullet heldur reglu í herbúðunum og majór Lion sinnir næturvörslu. Heiðursskot, tuttugu og fjögur að tölu, voru hleypt af við móttöku góðra frétta frá Washington og hátíðarsýning fór fram í höfuðstöðvunum. Æðsti yfirmaður sendir bestu kveðjur og í þeim sameinast af heilum hug

OFURSTI TEDDY

Kæra frú,

Litlu stúlkurnar eru allar heilsuhraustar. Beth og drengurinn minn skila daglegum skýrslum. Hannah er fyrirmyndarþjónn og gætir hinnar fögru Meg eins og dreki. Gott að góða veðrið haldist. Gerið Brooke gagnlegan og dragið á mig fyrir fé ef útgjöld fara fram úr áætlun. Látið eiginmann yðar engu skorta. Þökk sé Guði að honum batnar.

Yðar einlægur vinur og þjónn, JAMES LAURENCE

SAUTJÁNDI KAFLI
LITLA TRÚFASTA

Viku langa hefði dyggðin í gamla húsinu nægt öllu hverfinu. Það var sannarlega furðulegt, því allir virtust í himnesku hugarfari, og sjálfsafneitun var í hæstu tísku. Þegar fyrstu áhyggjur þeirra af föður sínum höfðu linast, slökuðu stúlkurnar ósjálfrátt lítillega á lofsverðum viðleitni sinni og fóru að síga aftur í gamlar venjur. Þær gleymdu ekki kjörorði sínu, en að vona og halda sér önnum kafinni virtist verða auðveldara, og eftir svo gífurlega áreynslu töldu þær, að Iðnin ætti skilið frí, og veittu henni mörg slík.

Jo fékk slæmt kvef af því að hylja ekki nægilega vel hið klippta höfuð sitt og var skipað að halda sig heima, þar til hún batnaði, því frænka March vildi ekki heyra fólk lesa með kvef í höfðinu. Jo líkaði það vel og lagðist, eftir rösklega leit frá háalofti niður í kjallara, á legubekkinn til að hjúkra kvefinu með arsenikum og bókum. Amy komst að raun um, að heimilisstörf og listir ættu illa saman, og sneri aftur að leirbökunum sínum. Meg fór daglega til nemenda sinna og saumaði, eða taldi sig gera það, heima, en mikill tími fór í að skrifa löng bréf til móður sinnar eða lesa Washington-fréttirnar aftur og aftur. Beth hélt áfram, með aðeins lítilsháttar bakslagi í leti eða hryggð.

Öll hin litlu skyldustörf voru unnin samviskusamlega á hverjum degi, og mörg af verkum systranna einnig, því þær voru gleyminnar, og heimilið var eins og klukka, sem hefði misst lóðið sitt í heimsókn. Þegar hjarta hennar þyngdist af söknuði eftir móðurinni eða ótta um föðurinn, fór hún inn í ákveðinn skáp, faldi andlitið í fellingum á kærum, gömlum kjól og lét lítið andvarp og litla bæn hljóma hljóðlega ein með sjálfri sér. Enginn vissi, hvað gladdi hana eftir þunglyndiskast, en allir fundu, hve ljúf og hjálpfús Beth var, og tóku upp þann sið að leita til hennar um huggun eða ráð í smáum málum sínum.

Allar voru ómeðvitaðar um, að þessi reynsla var prófraun á skapgerð, og þegar fyrstu æsingarnir voru gengnir yfir töldu þær sig hafa staðið sig vel og eiga lof skilið. Það áttu þær vissulega, en mistök þeirra fólust í því, að hætta að gera vel, og þessa lexíu lærðu þær með miklum áhyggjum og eftirsjá.

„Meg, ég vildi, að þú færir og sæir Hummel-fjölskylduna. Þú veist, að mamma bað okkur að gleyma þeim ekki," sagði Beth tíu dögum eftir brottför frú March.

„Ég er of þreytt til að fara í dag," svaraði Meg og vaggaði sér makindalega, meðan hún saumaði.

„Getur þú ekki farið, Jo?" spurði Beth.

„Það er of hvasst fyrir mig með kvefið."

„Ég hélt, að það væri næstum farið."

„Það er nógu gott til að ég geti farið út með Laurie, en ekki nógu gott til að fara til Hummel-fjölskyldunnar," sagði Jo og hló, en leit dálítið skömmustuleg út yfir ósamkvæmni sinni.

„Hvers vegna ferðu ekki sjálf?" spurði Meg.

„Ég hef farið á hverjum degi, en barnið er veikt, og ég veit ekki, hvað ég á að gera fyrir það. Frú Hummel fer út að vinna, og Lottchen sér um það. En því versnar stöðugt, og mér finnst, að þú eða Hannah ættuð að fara."

Beth talaði af alvöru, og Meg lofaði að fara á morgun.

„Biddu Hannah um eitthvað gott handa þeim og farðu með það, Beth. Loftið gerir þér gott," sagði Jo og bætti afsakandi við: „Ég færi, en mig langar að ljúka skrifunum mínum."

„Mig verkjar í höfuðið og ég er þreytt, svo ég hélt, að kannski færi einhver ykkar," sagði Beth.

„Amy kemur bráðum, og hún getur hlaupið fyrir okkur," lagði Meg til.

Svo lagðist Beth á legubekkinn, hinar sneru aftur að störfum sínum, og Hummel-fjölskyldan gleymdist. Klukkustund leið. Amy kom ekki, Meg fór inn í herbergi sitt til að máta nýjan kjól, Jo sökkti sér í sögu sína, og Hannah svaf vært við eldhúseldinn, þegar Beth setti hljóðlega á sig hettuna, fyllti körfuna sína af ýmsu smávegis handa fátæku börnunum og gekk út í kaldan loftið með þungan haus og hryggðarsvip í þolinmóðum augum sínum. Það var orðið framorðið, þegar hún kom heim, og enginn sá hana læðast upp stigann og loka sig inni í herbergi móður sinnar. Hálfri klukkustund síðar fór Jo í „skáp mömmu" eftir einhverju og fann þar litlu Beth sitjandi á lyfjakassanum, alvarlega á svip, með rauð augu og kamfórubrúsa í hendi.

„Kristófer Kólumbus! Hvað er að?" hrópaði Jo, þegar Beth rétti fram höndina eins og til að vara hana við og spurði snöggt: „Þú hefur fengið skarlatssótt, er það ekki?"

„Fyrir mörgum árum, þegar Meg fékk hana. Hvers vegna?"

„Þá skal ég segja þér það. Ó, Jo, barnið er dáið!"

„Hvaða barn?"

„Barn frú Hummel. Það dó í fangi mínu, áður en hún kom heim," hrópaði Beth og snökkti.

„Aumingja mín, hve hræðilegt fyrir þig! Ég hefði átt að fara," sagði Jo og tók systur sína í fangið, þegar hún settist í stóra stól móður sinnar með iðrunarsvip.

„Það var ekki hræðilegt, Jo, aðeins svo sorglegt! Ég sá strax, að því var verra, en Lottchen sagði, að móðir hennar hefði farið eftir lækni, svo ég tók barnið og leyfði Lotty að hvíla sig. Það virtist sofa, en allt í einu gaf það frá sér lítinn grát og skalf og lá síðan alveg kyrrt. Ég reyndi að hita fæturna á því, og Lotty gaf því mjólk, en það hrærðist ekki, og þá vissi ég, að það var dáið."

„Gráttu ekki, elskan! Hvað gerðir þú þá?"

„Ég sat bara og hélt því mjúklega, þar til frú Hummel kom með lækninum. Hann sagði, að það væri dáið, og leit á Heinrich og Minna, sem eru með hálsbólgu. ‚Skarlatssótt, frú mín. Þér hefðuð átt að kalla á mig fyrr,' sagði hann hranalega. Frú Hummel sagði honum, að hún væri fátæk og hefði reynt að lækna barnið sjálf, en nú væri það of seint, og hún gæti aðeins beðið hann að hjálpa hinum og treysta á góðgerð fyrir greiðslu hans. Þá brosti hann og varð mildari, en það var mjög sorglegt, og ég grét með þeim, þar til hann sneri sér allt í einu við og sagði mér að fara heim og taka belladónnu tafarlaust, ella fengi ég sóttina."

„Nei, það færðu ekki!" hrópaði Jo og þrýsti henni að sér með óttasvip. „Ó, Beth, ef þú yrðir veik, gæti ég aldrei fyrirgefið mér! Hvað eigum við að gera?"

„Vertu ekki hrædd, ég held, að ég fái hana ekki alvarlega. Ég leit í bók mömmu og sá, að hún byrjar með höfuðverk, hálsbólgu og undarlegum tilfinningum eins og mínum, svo ég tók belladónnu, og mér líður betur," sagði Beth og lagði kalda hendurnar á heita ennið og reyndi að líta hraustlega út.

„Ef mamma væri nú aðeins heima!" hrópaði Jo, greip bókina og fannst Washington óralangt í burtu. Hún las eina blaðsíðu, horfði á Beth, þreifaði á höfði hennar, leit í háls hennar og sagði síðan alvarlega: „Þú hefur verið hjá barninu á hverjum degi í meira en viku og meðal hinna, sem eiga eftir að fá hana, svo ég óttast, að þú fáir hana, Beth. Ég skal kalla á Hannah, hún kann allt um veikindi."

„Ekki láta Amy koma. Hún hefur aldrei fengið hana, og mér þætti hryggilegt að smita hana. Getið þið og Meg ekki fengið hana aftur?" spurði Beth áhyggjufull.

„Ég held ekki. Mér er sama þótt ég fengi hana. Það væri mér maklegt, eigingjarnri svínskonu, að leyfa þér að fara og sitja sjálf og skrifa þvælu!“ tautaði Jo, þegar hún fór að ráðfæra sig við Hannah.

Góða konan var vöknuð á svipstundu og tók þegar forystu, fullvissaði þær um, að engin ástæða væri til að kvíða; allir fengju skarlatssótt, og ef rétt væri með farið, dæi enginn, og því trúði Jo og fann mikla létti, þegar þær gengu upp til að kalla á Meg.

„Nú skal ég segja ykkur, hvað við gerum,“ sagði Hannah, þegar hún hafði skoðað og spurt Beth, „við látum dr. Bangs líta á þig, elskan, til að sjá, að við byrjum rétt. Síðan sendum við Amy til frænku March um hríð, svo hún sé úr hættu, og ein ykkar getur verið heima og haft ofan af fyrir Beth í einn eða tvo daga.“

„Ég verð að vera, auðvitað, ég er elst,“ byrjaði Meg og leit áhyggjufull og sjálfsásakandi út.

„Ég verð, því það er mér að kenna, að hún er veik. Ég lofaði mömmu að sinna erindunum, og ég gerði það ekki,“ sagði Jo ákveðin.

„Hvora viltu hafa, Beth? Það þarf ekki nema eina,“ sagði Hannah.

„Jo, vinsamlegast.“ Og Beth hallaði höfðinu að systur sinni með sáttarsvip, sem útkljáði það mál.

„Ég fer og segi Amy,“ sagði Meg, dálítið sár, en þó fremur létt yfir því, því henni líkaði illa hjúkrun, en Jo gerði það.

Amy reis upp í mótþróa og lýsti ástríðufull yfir, að hún vildi heldur fá sóttina en fara til frænku March. Meg rökstuddi, bað og skipaði, allt til einskis. Amy mótmælti, að hún færi ekki, og Meg yfirgaf hana í örvæntingu til að spyrja Hannah, hvað gera skyldi. Áður en hún kom aftur gekk Laurie inn í stofuna og fann Amy grátandi með höfuðið í sófapúðunum. Hún sagði honum sögu sína og bjóst við huggun, en Laurie stakk höndunum í vasana og gekk um gólfið, flautandi lágt, meðan hann gretti sig í djúpri hugsun. Brátt settist hann við hlið hennar og sagði í sinni mýkstu fortölurödd: „Vertu nú skynsöm lítil kona og gerðu eins og þær segja. Nei, ekki gráta, heldur hlustaðu á ágæta áætlun, sem ég hef. Þú ferð til frænku March, og ég kem á hverjum degi og tek þig út að aka eða ganga, og við höfum frábæra tíma. Er það ekki betra en að sitja hér og sútna?“

„Ég vil ekki vera send burt eins og ég sé fyrir,“ byrjaði Amy með móðguðum rómi.

„Blessað barnið, það er til að halda þér hraustri. Þú vilt ekki verða veik, er það?“

„Nei, sannarlega ekki, en ég býst við, að ég verði það, því ég hef verið með Beth allan tímann.“

„Einmitt þess vegna átt þú að fara strax, svo þú sleppir við það. Loftbreyting og umönnun halda þér hraustri, býst ég við, eða ef ekki alveg, þá færðu sóttina vægar. Ég ráðlegg þér að fara sem fyrst, því skarlatssótt er ekkert grín, ungfrú.“

„En það er svo leiðinlegt hjá frænku March, og hún er svo hranaleg,“ sagði Amy og leit dálítið skelkuð út.

„Það verður ekki leiðinlegt, þegar ég kem daglega og segi þér, hvernig Beth líður, og tek þig út í skemmtiferðir. Gamla konan kann vel við mig, og ég verð eins ljúfur og mögulegt er við hana, svo hún narti ekki í okkur, hvað sem við gerum.“

„Tekurðu mig út í létta vagninum með Puck?“

„Upp á heiður minn sem heiðursmaður.“

„Og kemur á hverjum einasta degi?“

„Sjáðu til, hvort ég geri það ekki!“

„Og færir mig heim um leið og Beth er orðin heil?“

„Á sömu mínútu.“

„Og förum við í leikhús, í alvöru?“

„Í tugi leikhúsa, ef við megum.“

„Jæja - ég held, að ég fari,“ sagði Amy hægt.

„Góð stúlka! Kallaðu á Meg og segðu henni, að þú látir undan,“ sagði Laurie og klappaði henni samþykkjandi, sem pirraði Amy meira en sjálft „undanlátið“.

Meg og Jo hlupu niður til að sjá kraftaverkið, sem unnið hafði verið, og Amy, sem fann sig mjög mikilvæga og sjálfsfórnandi, lofaði að fara, ef læknirinn segði, að Beth yrði veik.

„Hvernig líður litlu elskunni?“ spurði Laurie, því Beth var hans uppáhald, og hann hafði meiri áhyggjur af henni en hann vildi láta á sér bera.

„Hún liggur í rúmi mömmu og líður betur. Dauði barnsins tók hana nærri, en ég býst við, að hún hafi aðeins fengið kvef. Hannah segir, að hún haldi það, en hún lítur áhyggjufull út, og það gerir mig órólega,“ svaraði Meg.

„Hve heimurinn er erfiður!“ sagði Jo og ruglaði í hárinu á sér með pirruðum hætti. „Varla losnum við úr einu vandamáli, þegar annað fellur yfir okkur. Það virðist ekkert vera til að halda sér í, þegar mamma er farin, svo ég er eins og skip á reki.“

„Jæja, gerðu ekki broddgölt úr sjálfri þér, það fer þér illa. Lagaðu hárið, Jo, og segðu mér, hvort ég eigi að senda móður ykkar símskeyti eða gera eitthvað?“ spurði Laurie, sem hafði aldrei sætt sig við missi einu fegurðar vinkonu sinnar.

„Það er einmitt það, sem veldur mér áhyggjum,“ sagði Meg. „Mér finnst, að við ættum að láta hana vita, ef Beth er alvarlega veik, en Hannah segir, að við megum það ekki, því mamma geti ekki yfirgefið pabba, og það geri þau aðeins kvíðin. Beth verður ekki lengi veik, og Hannah veit nákvæmlega, hvað gera skal, og mamma sagði, að við ættum að hlýða henni, svo ég býst við, að við verðum að gera það, en mér finnst það ekki alveg rétt.“

„Hm, ja, ég veit ekki. Spyrjið afa eftir að læknirinn hefur komið.“

„Það gerum við. Jo, farðu og náðu í dr. Bangs strax,“ skipaði Meg. „Við getum ekkert ákveðið, fyrr en hann hefur komið.“

„Vertu kyrr, Jo. Ég er sendill þessa heimilis,“ sagði Laurie og tók upp húfuna.

„Ég óttast, að þú sért upptekinn,“ byrjaði Meg.

„Nei, ég er búinn með lærdóminn í dag.“

„Lærirðu á frítímanum?“ spurði Jo.

„Ég fylgi hinu góða fordæmi, sem nágrannar mínir gefa mér,“ svaraði Laurie, um leið og hann sveiflaði sér út úr herberginu.

„Ég geri mér miklar vonir um drenginn minn,“ sagði Jo og horfði á hann fljúga yfir girðinguna með samþykkjandi brosi.

„Hann stendur sig ágætlega - miðað við að vera drengur,“ svaraði Meg dálítið kuldalega, því umræðuefnið vakti ekki áhuga hennar.

Dr. Bangs kom, sagði, að Beth sýndi einkenni sóttarinnar, en taldi, að hún myndi fá hana væga, þótt hann yrði alvörugefinn, þegar Hummel-sagan bar á góma. Amy var skipað að fara tafarlaust, og þegar henni hafði verið fengið eitthvað til að verjast hættunni, lagði hún af stað með mikilli viðhöfn, með Jo og Laurie sem fylgdarmenn.

Frænka March tók á móti þeim með sinni venjulegu gestrisni.

„Hvað viljið þið nú?" spurði hún og leit hvasslega yfir gleraugun, meðan páfagaukurinn, sem sat á baki stóls hennar, kallaði:

„Farið burt. Engir drengir leyfðir hér."

Laurie dró sig að glugganum, og Jo sagði sögu sína.

„Engu öðru en ég bjóst við, ef ykkur er leyft að vera að snuðra meðal fátæklinga. Amy má vera hér og gera sig nytsamlega, ef hún er ekki veik - sem ég efast þó ekki um, hún lítur svo út nú þegar. Ekki gráta, barn, það ergir mig að heyra fólk snökta."

Amy var í þann veginn að fara að gráta, en Laurie kippti laumulega í skott páfagauksins, svo Polly lét frá sér undrandi hásan skræk og kallaði: „Blessaðir stígvélarnir mínir!" á svo kankvísan hátt, að Amy fór að hlæja í staðinn.

„Hvað fréttirðu af móður þinni?" spurði gamla konan hranalega.

„Pabba líður miklu betur," svaraði Jo og reyndi að halda alvörusvip.

„Ó, er það? Jæja, það endist varla lengi, hygg ég. March hefur aldrei haft neina þolraun," var hin uppörvandi athugasemd.

„Ha, ha! Aldrei gefast upp, taktu í nefið, bless, bless!" skrækti Polly, dansaði á prikinu sínu og klóraði í kollhúfuna á gömlu konunni, þegar Laurie kitlaði hann að aftan.

„Þegiðu, þú óvirðulegi gamli fugl! Og, Jo, þú ættir að fara strax. Það hæfir ekki að vera á rápi svona seint með svona vindhaus eins og..."

„Þegiðu, þú óvirðulegi gamli fugl!“ hrópaði Polly, datt af stólnum með skelli og hljóp til að gogga í „vindhausinn“, sem titraði af hlátri yfir síðustu orðunum.

„Ég held, að ég þoli þetta varla, en ég skal reyna,“ hugsaði Amy, þegar hún var skilin eftir ein með frænku March.

„Farðu burt, þú ófreskja!“ öskraði Polly, og við þau dónalegu orð gat Amy ekki varist því að snökta lítillega.

ÁTJÁNDI KAFLI
DIMMIR DAGAR

Beth fékk sóttina og var miklu veikari en nokkur grunaði, nema Hannah og læknirinn. Stúlkurnar vissu ekkert um veikindi, og herra Laurence mátti ekki sjá hana, svo Hannah hafði allt á sínu valdi, og önnum kafinn dr. Bangs gerði sitt besta, en lét þó hið mesta í hendur hinnar ágætu hjúkrunarkonu. Meg dvaldi heima, svo hún smitaði ekki King-fólkið, og hélt heimili, full kvíða og dálítillar sektarkenndar, þegar hún skrifaði bréf, þar sem ekkert var minnst á veikindi Beth. Henni fannst ekki rétt að dylja móður sína sannleikann, en henni hafði verið boðið að hlýða Hannah, og Hannah vildi ekki heyra á það minnst, að „frú March yrði látin vita og kvíddist út af svona smáræði“.

Jo helgaði sig Beth nótt sem nýtan dag, og var það ekki erfitt verk, því Beth var mjög þolinmóð og bar sársauka sinn án kvörtunar svo lengi sem hún gat haft stjórn á sér. En sá tími rann upp, að í sóttarköstunum tók hún að tala með hásri, brotinni rödd, að leika á sængurbreiðuna eins og á litla, elskaða píanóið sitt og reyna að syngja með háls svo bólginn, að engin tónlist var eftir; sá tími, að hún þekkti ekki kunnugleg andlitin í kringum sig, heldur kallaði þau röngum nöfnum og bað ákóf um móður sína. Þá varð Jo hrædd, Meg bað um að fá að skrifa sannleikann, og jafnvel Hannah sagði, að hún „skyldi hugleiða það, þótt engin hætta væri enn“. Bréf frá Washington jók á áhyggjur þeirra, því herra March hafði fengið bakslag og gat ekki hugsað sér að koma heim um langa hríð.

Hve dimmir dagarnir virtust nú, hve dapurt og einmanalegt húsið var og hve þung voru hjörtu systranna, meðan þær unnu og biðu og dauðans skuggi sveif yfir hinu áður svo glaða heimili. Þá var það, að Margaret, sem sat ein og tár féllu tíðum á verk hennar, fann, hve rík hún hafði verið af dýrmætari gæðum en nokkur munaður, sem fé gat keypt - af ást, vernd, friði og heilsu, hinum sönnu blessunum lífsins. Þá var það, að Jo, sem lifði í dimma herberginu með litlu, þjáðu systurina stöðugt fyrir augum og hina hjartnæmu rödd í eyrum sér, lærði að sjá fegurð og mildi eðlis Beth, að finna, hve djúpan og ljúfan sess hún skipaði í hjörtum allra, og að viðurkenna gildi hinnar óeigingjörnu þráar Beth að lifa fyrir aðra og gera heimilið hamingjusamt með iðkun þeirra einföldu dyggða, sem allir geta tileinkað sér og allir ættu að elska og meta meir en hæfileika, auð eða fegurð. Og Amy, í útlegð sinni, þráði heitt að vera heima, svo hún gæti starfað fyrir Beth, og fann nú, að engin þjónusta væri erfið eða íþyngjandi, og minntist með sárri eftirsjá hve mörg vanrækt verk þessar viljugu hendur höfðu unnið fyrir hana. Laurie sveimaði um húsið eins og órólegur vofur, og herra Laurence læsti stóra flyglinum, því hann þoldi ekki að vera minntur á ungu nágrannastúlkuna, sem hafði gert rökkrið ánægjulegt fyrir hann. Allir söknuðu Beth. Mjólkursalinn, bakarinn, kaupmennirnir og slátrarinn spurðu, hvernig henni liði; veslings frú Hummel kom til að biðja afsökunar á hugsunarleysi sínu og fá líkklæði handa Minna; nágrannarnir sendu alls konar huggun og góðar kveðjur, og jafnvel þeir, sem þekktu hana best, undruðust, hve marga vini hin feimna litla Beth hafði eignast.

Á meðan lá hún í rúmi sínu með gömlu Jóhönnu við hlið sér, því jafnvel í óráði gleymdi hún ekki vesælum skjólstæðingi sínum. Hún þráði kettina sína, en vildi ekki láta færa þá, svo þeir yrðu ekki veikir, og á kyrrum stundum var hún full kvíða vegna Jo. Hún sendi Amy kærar kveðjur, bað þær að segja móður sinni, að hún myndi skrifa bráðlega, og bað oft um blýant og pappír til að reyna að koma orði frá sér, svo faðir hennar héldi ekki, að hún hefði vanrækt hann. En brátt lauk jafnvel þessum meðvitundarstundum, og hún lá klukkustundum saman, velti sér til og frá með óskýr orð á vörum, eða sökk í þungan svefn, sem veitti henni enga hvíld. Dr. Bangs kom tvisvar á dag, Hannah sat uppi á nóttunni, Meg hafði símskeyti í skrifborðsskúffunni, tilbúið til sendingar á hverri stundu, og Jo vék aldrei frá hlið Beth.

Fyrsti desember var þeim sannarlega vetrardagur, því beiskur vindur blés, snjór féll þétt og árið virtist búa sig undir dauða sinn. Þegar dr. Bangs kom þann morgun, horfði hann lengi á Beth, hélt heitu hendinni í báðum sínum um stund og lagði hana síðan varlega niður og sagði lágt við Hannah: „Ef frú March getur yfirgefið eiginmann sinn, ætti að senda eftir henni.“

Hannah kinkaði kolli án orða, því varir hennar kipptust til af taugaspennu; Meg seig niður í stól, eins og krafturinn hyrfi úr útlimum hennar við hljóð þessara orða; og Jo, sem stóð andlit föl í augnablik, hljóp inn í stofu, greip símskeytið, kastaði yfir sig yfirhöfninni og þaut út í storminn. Hún var brátt komin aftur, og meðan hún fór hljóðlega úr skikkjunni, kom Laurie inn með bréf og sagði, að herra March væri á batavegi á ný. Jo las það með þökk, en þung byrði virtist ekki léttast af hjarta hennar, og andlit hennar var svo fullt angistar, að Laurie spurði snöggt: „Hvað er að? Er Beth verri?“

„Ég hef sent eftir mömmu,“ sagði Jo og togaði í gúmmístígvélin með harmrænum svip.

„Vel gert, Jo! Gerðirðu það á eigin ábyrgð?“ spurði Laurie og lét hana setjast í gangstólinn og fór úr þrjósku stígvélunum, er hann sá, hve hendur hennar skulfu.

„Nei. Læknirinn sagði okkur að gera það.“

„Ó, Jo, er það þá svona alvarlegt?“ hrópaði Laurie, fölur í bragði.

„Já, það er það. Hún þekkir okkur ekki; hún talar ekki einu sinni um grænu dúfuhópana, eins og hún kallar vínviðarlaufin á veggnum. Hún lítur ekki út eins og mín Beth, og enginn er hér til að hjálpa okkur að bera þetta. Mamma og pabbi bæði farin, og Guð virðist svo langt í burtu, að ég finn hann ekki.“

Meðan tárin streymdu niður kinnar vesalings Jo, rétti hún fram höndina á hjálparvana hátt, eins og hún þreifaði í myrkri, og Laurie tók hana í sína og hvíslaði, svo vel sem hann gat með kökk í hálsi: „Ég er hér. Haltu þér í mig, Jo, elsku mín!“

Hún gat ekki talað, en hún hélt sér fast, og hlýtt tak hins vinveitta mannlega handar huggaði sárt hjarta hennar og virtist leiða hana nær hinum guðdómlega armi, sem einn gat haldið henni uppi í raunum hennar.

Laurie þráði að segja eitthvað blítt og huggandi, en engin viðeigandi orð komu honum í hug, svo hann stóð þögull og strauk varlega beygt höfuð hennar, eins og móðir hennar var vön að gera. Það var hið besta, sem hann gat gert, miklu seiðandi en mælsk orð, því Jo fann hina ósögðu samúð og lærði í þögninni þann ljúfa frið, sem ástin veitir sorginni. Brátt þurrkaði hún tárin, sem höfðu létt henni, og leit upp með þakklátu andliti.

„Þakka þér, Teddy, mér líður betur nú. Ég er ekki eins yfirgefin og áður og mun reyna að bera það, ef það kemur."

„Haltu áfram að vona hið besta, það mun styrkja þig, Jo. Brátt verður móðir þín hér, og þá mun allt verða í lagi."

„Ég er svo glöð, að pabba líður betur. Nú mun henni ekki finnast eins þungbært að yfirgefa hann. Ó, ég! Það virðist sem allar raunirnar komi í einni hrúgu, og ég fái þyngsta hlutann lagðan á herðar mér," andvarpaði Jo og breiddi blauta vasaklútinn yfir hnén til að þurrka hann.

„Dregur Meg ekki jafnt?" spurði Laurie og leit sárreiður út.

„Jú, hún reynir það, en hún getur ekki elskað Bethy eins og ég geri, og hún mun ekki sakna hennar eins og ég mun gera. Beth er samviska mín, og ég get ekki misst hana. Ég get það ekki! Ég get það ekki!"

Jo faldi andlitið í blauta vasaklútinn og grét örvæntingarfull, því hún hafði verið hugrökk fram að þessu og ekki fellt eitt einasta tár. Laurie strauk hönd yfir augun, en gat ekki talað fyrr en hann hafði bælt niður kökkinn í hálsinum og styrkt varirnar. Það mátti heita ókarlmannlegt, en hann gat ekki að því gert, og ég er feginn því. Þegar ekkarnir Jo höfðu hljóðnað, sagði hann vonríkur: „Ég held ekki, að hún deyi. Hún er svo góð, og við elskum hana svo heitt, að ég trúi því ekki, að Guð taki hana frá okkur enn."

„Hinir góðu og elskuðu deyja alltaf," stundi Jo, en hún hætti að gráta, því orð vinar hennar hresstu hana við, þrátt fyrir efa hennar og ótta.

„Aumingja stúlka, þú ert örmagna. Það er ekki líkt þér að vera svona yfirgefin. Bíddu augnablik. Ég skal hressa þig við á svipstundu."

Laurie hljóp upp stigann, tvö þrep í einu, og Jo lagði þreytt höfuð sitt á litlu brúnu hettuna hennar Beth, sem enginn hafði hugsað um að færa af borðinu, þar sem hún hafði skilið hana eftir. Hún hlaut að búa yfir nokkrum töframætti, því undirgefið eðli mildrar eigandans virtist streyma inn í Jo, og þegar Laurie kom hlaupandi niður með vínglas, tók hún við því brosandi og sagði hugrökk: „Ég drekk - heilsu Beth minnar! Þú ert góður læknir, Teddy, og svo huggandi vinur. Hvernig get ég nokkru sinni goldið þér það?" bætti hún við, er vínið hressti líkama hennar, eins og góð orð hans höfðu létt huga hennar.

„Ég sendi reikninginn síðar, og í kvöld færi ég þér eitthvað, sem yljar hjartarótum þínum betur en heil anker af víni," sagði Laurie og ljómaði af bældri ánægju yfir einhverju.

„Hvað er það?" hrópaði Jo og gleymdi sorgum sínum um stund af undrun.

„Ég sendi móður þinni símskeyti í gær, og Brooke svaraði, að hún kæmi þegar í stað, og hún verður hér í kvöld, og allt verður í lagi. Ertu ekki glöð, að ég gerði það?"

Laurie talaði hratt og roðnaði og æsti sig á svipstundu, því hann hafði haldið ráði sínu leyndu af ótta við að valda vonbrigðum eða skaða Beth. Jo varð náföl, spratt upp úr stólnum, og um leið og hann lauk máli sínu kastaði hún sér um háls honum og hrópaði með gleðiópi: „Ó, Laurie! Ó, mamma! Ég er svo glöð!" Hún grét ekki aftur, heldur hló taugaóstyrkt og titraði og hélt sér að vini sínum eins og hún væri ringluð af hinni skyndilegu fregn.

Laurie, þótt undrandi væri, sýndi mikla nærgætni. Hann klappaði henni róandi á bakið, og þegar hann sá, að hún var að jafna sig, fylgdi hann því eftir með einu eða tveimur feimnum kossum, sem komu Jo samstundis til sjálfrar sín. Hún hélt sér í handriðið og ýtti honum varlega frá sér og sagði mæðulega: „Ó, ekki! Ég ætlaði það ekki, það var hræðilegt af mér, en þú varst svo elskulegur að fara og gera þetta þrátt fyrir Hannah, að ég gat ekki annað en stokkið á þig. Segðu mér allt, og gefðu mér ekki meira vín, það lætur mig haga mér svona."

„Mér er sama," hló Laurie og lagaði bindið sitt. „Sjáðu til, ég varð órólegur, og afi líka. Okkur fannst Hannah misnota vald sitt, og móðir þín ætti að vita. Hún myndi aldrei fyrirgefa okkur, ef Beth – ja, ef eitthvað kæmi fyrir, skilurðu. Svo ég fékk afa til að segja, að tími væri kominn til að gera eitthvað, og í gær þaut ég á skrifstofuna, því læknirinn leit alvörugefinn út, og Hannah var næstum búin að slíta höfuðið af mér, þegar ég lagði til símskeyti. Ég þoli ekki að vera drottnað yfir mér, svo þá var hugur minn ráðinn, og ég gerði það. Móðir þín mun koma, ég veit það, og næturlestin kemur kl. 2.00. Ég fer á móti henni, og þú þarft aðeins að bæla niður gleði þína og halda Beth rólegri, þar til hin blessaða kona kemur."

„Laurie, þú ert engill! Hvernig get ég nokkru sinni þakkað þér?"

„Stökktu aftur á mig. Mér líkaði það reyndar," sagði Laurie og glotti, sem hann hafði ekki gert í hálfan mánuð.

„Nei, takk. Ég geri það fyrir milligöngu, þegar afi þinn kemur. Ekki stríða mér, heldur farðu heim og hvíldu þig, því þú verður vakandi hálfa nóttina. Blessi þig, Teddy, blessi þig!"

Jo hafði hörfað í horn, og þegar hún lauk máli sínu, hvarf hún skyndilega inn í eldhús, þar sem hún settist á skenk og sagði við samankomna kettina, að hún væri „hamingjusöm, ó, svo hamingjusöm!", meðan Laurie gekk á brott og fannst hann hafa leyst málið allvel.

„Það er mesti afskiptasami náungi, sem ég hef nokkru sinni séð, en ég fyrirgef honum og vona sannarlega, að frú March sé á leiðinni tafarlaust," sagði Hannah með léttisblæ, þegar Jo færði henni gleðifregnina.

Meg naut kyrrlátrar sælu og hneig síðan yfir bréfið, meðan Jo kom sjúkraherberginu í lag, og Hannah „sló upp tveimur bökunum, ef til óvæntra gesta kæmi". Andblær fersks lofts virtist streyma um húsið, og eitthvað betra en sólskin lýsti hin kyrrlátu herbergi. Allt virtist finna fyrir hinni vonríku breytingu. Fuglinn hennar Beth tók að tístast á ný, og hálfútsprungin rós fannst á runna Amy í glugganum. Eldarnir brunnu með óvenjulegri gleði, og í hvert sinn sem stúlkurnar mættust, ljómuðu fölu andlitin upp í bros, er þær föðmuðust og hvísluðu uppörvandi: „Mamma kemur, elskan! Mamma kemur!" Allir glöddust nema Beth. Hún lá í þungri dái, ómeðvituð jafnt um von og gleði sem efa og hættu. Það var hryggileg sjón: andlitið, sem áður var rjóðleitt, svo breytt og sviplaust; hendurnar, sem áður voru iðnar, svo máttarvana og rýrnaðar; varirnar, sem áður brostu, alveg hljóðar; og fallega, vel hirt hárið, nú úfið og flækt á koddanum. Allan daginn lá hún þannig, vaknaði aðeins endrum og eins til að hvísla: „Vatn!" með vörum svo þurrum, að þær áttu varla afl til að móta orðið. Allan daginn svifu Jo og Meg yfir henni, vöktu, biðu, vonuðu og treystu á Guð og móðurina, og allan daginn féll snjórinn, beiski vindurinn geisaði og stundirnar liðu seint. En loks rann upp nótt, og í hvert sinn sem klukkan sló, litu systurnar, sem enn sátu hvor sínu megin við rúmið, hver á aðra með bjartari augum, því hver stund færði hjálpina nær. Læknirinn hafði komið og sagt, að einhver breyting, til hins betra eða verra, myndi líklega verða um miðnætti, og þá kæmi hann aftur.

Hannah, algerlega örmagna, lagðist á sófann við fótagaflinn og sofnaði fast. Herra Laurence gekk fram og aftur í stofunni og fannst hann fremur vilja horfast í augu við uppreisnarher en ásjónu frú March, þegar hún gengi inn. Laurie lá á gólfteppinu og lét sem hann hvíldi sig, en starði í eldinn með hugsi svip, sem gerði dökk augu hans óvenju blíð og tær.

Stúlkurnar gleymdu aldrei þeirri nótt, því enginn svefn kom til þeirra, meðan þær héldu vöku sinni með þeirri skelfilegu vanmáttarkennd, sem sækir að mönnum á slíkum stundum.

„Ef Guð þyrmir Beth, mun ég aldrei kvarta framar," hvíslaði Meg af einlægni.

„Ef Guð þyrmir Beth, mun ég reyna að elska hann og þjóna alla ævi," svaraði Jo með jafnmikilli ákefð.

„Ég vildi, að ég hefði ekkert hjarta; það verkjar svo," andvarpaði Meg að lokinni þögn.

„Ef lífið er oft svona hart, sé ég ekki, hvernig við eigum nokkru sinni að komast í gegnum það," bætti systir hennar dapurlega við.

Þá sló klukkan tólf, og báðar gleymdu sér við að horfa á Beth, því þeim þótti breyting fara yfir fölt andlit hennar. Húsið var hljótt sem gröf, og ekkert nema kvein vindsins rauf hina djúpu þögn. Þreytt Hannah svaf áfram, og enginn nema systurnar sá fölva skugga, sem virtist leggjast yfir litla rúmið. Klukkustund leið, og ekkert gerðist, nema að Laurie fór hljóðlega til stöðvarinnar. Enn leið stund, og enginn kom, og kvíðafullar hugsanir um tafir í óveðrinu, slys á leiðinni eða, verst af öllu, mikla sorg í Washington sóttu að stúlkunum.

Það var orðið fram yfir klukkan tvö, þegar Jo, sem stóð við gluggann og hugsaði, hve dapurlega heimurinn liti út í snjóhvítu líkklæði sínu, heyrði hreyfingu við rúmið. Hún sneri sér snöggt við og sá Meg krjúpa fyrir hægindastól móður sinnar með andlitið hulið. Kaldur ótti fór um Jo, er hún hugsaði: „Beth er dáin, og Meg þorir ekki að segja mér það."

Hún var komin aftur að rúminu á svipstundu, og fyrir æstum augum hennar virtist mikil breyting hafa orðið. Sóttarroðinn og sársaukablærinn voru horfnir, og hið elskaða litla andlit lá svo fölt og friðsælt í fullkominni hvíld, að Jo fann enga löngun til að gráta né kveina. Hún laut djúpt yfir þessa kærustu systur sína, kyssti raka ennið með hjartað á vörunum og hvíslaði lágt: „Vertu sæl, mín Beth. Vertu sæl!"

Eins og vakin af hreyfingunni hrökk Hannah upp af svefni, flýtti sér að rúminu, leit á Beth, þreifaði á höndum hennar, hlustaði við varirnar og settist síðan niður, kastaði svuntunni yfir höfuðið og vaggaði sér fram og aftur og tautaði: „Sóttin er snúin, hún sefur eðlilega, húðin er rök og hún andar rólega. Lof sé Guði! Ó, guð minn góður!“

Áður en stúlkurnar gátu trúað hinni gleðilegu staðreynd kom læknirinn til að staðfesta hana. Hann var hversdagslegur maður, en þeim þótti andlit hans næstum himneskt, þegar hann brosti og sagði föðurlega: „Já, elskurnar mínar, ég held, að litla stúlkan muni komast yfir þetta að þessu sinni. Hafið húsið kyrrt, látið hana sofa, og þegar hún vaknar, gefið henni...“

Hvað þær áttu að gefa heyrði hvorug, því báðar laumuðust út í dimma ganginn og settust á stigann og héldu fast utan um hvor aðra, glaðar með hjörtu svo full, að orð dugðu ekki. Þegar þær komu aftur til að láta kyssa sig og knúsa af trúfastri Hannah, lá Beth eins og hún var vön, með kinnina á hendi, hinn skelfilegi fölvi horfinn og andaði rólega, eins og hún hefði nýlega sofnað.

„Ef mamma kæmi nú aðeins!“ sagði Jo, er vetrarnóttin tók að fölna.

„Sjáðu,“ sagði Meg og kom með hvíta, hálfopna rós, „ég hélt, að hún yrði varla tilbúin til að leggja í hönd Beth á morgun, ef hún - færi frá okkur. En hún hefur sprungið út í nótt, og nú ætla ég að setja hana í vasann minn hér, svo að þegar elskan vaknar, verði það fyrsta, sem hún sér, litla rósin og andlit móður.“

Aldrei hafði sólin risið fegurri, og aldrei hafði heimurinn virst jafn yndislegur og hann gerði í þungum augum Meg og Jo, er þær horfðu út í morgunsárið, þegar hin langa, sorglega vaka þeirra var á enda.

„Það lítur út eins og ævintýraheimur,“ sagði Meg og brosti fyrir sjálfri sér, þar sem hún stóð bak við fortjaldið og horfði á hið tindrandi útsýni.

„Hlustaðu!“ hrópaði Jo og spratt á fætur.

Já, bjölluhljómur heyrðist við dyrnar niðri, hróp frá Hannah og síðan rödd Laurie í gleðihvísli: „Stelpur, hún er komin! Hún er komin!“

NÍTJÁNDI KAFLI
ERFÐASKRÁ AMY

Meðan þetta gekk á heima, átti Amy erfiða daga hjá frænku March. Hún fann djúpt til útlegðar sinnar og gerði sér í fyrsta sinn á ævinni grein fyrir, hve heitt hún var elskuð og dekruð heima. Frænka March dekraði engan; hún taldi það ekki við hæfi, en hún ætlaði þó að vera góð, því vel hegðaða litla stúlkan gladdi hana mjög, og frænka March átti mjúkan blett í gömlu hjarta sínu fyrir börnum bróðursonar síns, þótt hún teldi ekki viðeigandi að játa það. Hún gerði í raun sitt besta til að gleðja Amy, en, góður minn, hvílík mistök hún gerði. Sumt aldrað fólk heldur hjartanu ungu þrátt fyrir hrukkur og grá hár, getur tekið þátt í litlum áhyggjum og gleði barna, látið þau finna sig heima og falið viturlegar lexíur undir skemmtilegum leik, veitt og þegið vináttu á hinn ljúfasta hátt. En frænka March hafði ekki þann hæfileika og amaði Amy mjög með reglum sínum og fyrirmælum, stirðlegum háttum og löngum, leiðinlegum ræðum. Þar sem hún taldi barnið hlýðnara og geðfelldara en systur þess, fann gamla konan það skyldu sína að vinna, svo sem unnt væri, gegn hinum skaðlegu áhrifum heimilisfrelsis og eftirgjafar. Hún tók því Amy við hönd sér og kenndi henni eins og henni sjálfri hafði verið kennt fyrir sextíu árum, ferli sem fyllti sál Amy skelfingu og lét hana líða eins og flugu í vef mjög strangrar köngulóar.

Hún varð að þvo bollana á hverjum morgni og pússa gömlu skeiðarnar, þunga silfurteketilinn og glösin þar til allt ljómaði. Síðan varð hún að dusta herbergið, og hvílík þraut það var. Engin rykögn slapp undan auga frænku March, og öll húsgögnin höfðu klóarlaga fætur og mikinn útskurð, sem aldrei var nógu vel hreinsaður. Þá þurfti að gefa Polly að éta, greiða kjölturakkann og fara ótal ferðir upp og niður stigann til að sækja hluti eða koma skilaboðum á framfæri, því gamla konan var mjög fótlasin og yfirgaf sjaldan stóra stólinn sinn. Að þessum þreytandi störfum loknum varð Amy að læra lexíurnar sínar, sem var dagleg raun á allar þær dyggðir, sem hún átti. Síðan var henni veitt ein klukkustund til hreyfingar eða leiks, og hún naut hennar sannarlega.

Laurie kom á hverjum degi og smjaðraði fyrir frænku March þar til Amy fékk að fara út með honum; þá gengu þau, óku og skemmtu sér prýðilega. Eftir kvöldverð varð hún að lesa upphátt og sitja kyrr meðan gamla konan svaf, sem hún gerði jafnan í klukkustund, því hún sofnaði yfir fyrstu blaðsíðu. Þá komu bútasaumurinn eða handklæðin fram, og Amy saumaði með ytri hógværð og innri uppreisn þar til rökkva tók, þegar henni var leyft að skemmta sér að vild fram að tei. Kvöldin voru verst af öllu, því frænka March tók að segja langar sögur úr æsku sinni, sem voru svo ósegjanlega leiðinlegar, að Amy var jafnan fús til að fara í rúmið, ákveðin í að gráta yfir hörðum örlögum sínum, en sofnaði yfirleitt áður en hún hafði kreist fram meira en eitt eða tvö tár.

Ef ekki hefði verið fyrir Laurie og gömlu Esther, vinnukonunni, taldi hún, að hún hefði aldrei komist í gegnum þennan hræðilega tíma. Páfagaukurinn einn nægði til að gera hana örvæntingarfulla, því hann skynjaði brátt, að hún dáði hann ekki, og hefndi sín með því að vera sem mestur óþekktarangi. Hann kippti í hárið á henni, þegar hún nálgaðist, velti brauði sínu og mjólk um koll til að ama henni, þegar hún hafði nýhreinsað búrið hans, lét Mop gelta með því að gogga í hann, meðan frúin dottaði, kallaði Amy ónefnum í viðurvist gesta og hegðaði sér að öllu leyti sem ámælisverður gamall fugl. Þá gat hún ekki þolað hundinn, feitan og illgjarnan skepnu, sem urraði og geltu á hana, þegar hún snyrti hann, og lagðist á bak með alla fætur upp í loft og hina heimskulegustu svipbrigði, þegar hann vildi fá eitthvað að éta, sem var um það bil tólf sinnum á dag. Eldhúskonan var skapill, gamli vagnstjórinn heyrnarlaus, og Esther sú eina, sem veitti ungu frúnni nokkra athygli.

Esther var frönsk kona, sem hafði búið hjá „Madame“, eins og hún nefndi húsfreyju sína, um árabil og drottnaði nokkuð yfir gömlu konunni, sem komst ekki af án hennar. Raunverulegt nafn hennar var Estelle, en frænka March skipaði henni að breyta því, og hún hlýddi, með því skilyrði, að hún yrði aldrei beðin að breyta trú sinni. Hún tók mætur á Mademoiselle og skemmti henni mjög með undarlegum sögum úr lífi sínu í Frakklandi, þegar Amy sat hjá henni, meðan hún setti á Madame blúndurnar. Hún leyfði henni einnig að ráfa um hið stóra hús og skoða forvitnilega og fallega gripi, sem geymdir voru í stórum fataskápum og fornum kistum, því frænka March safnaði eins og skata. Helsta yndi Amy var indverskur skápur, fullur af einkennilegum skúffum, litlum hólfum og leynistöðum, þar sem geymdir voru alls konar skrautmunir, sumir dýrmætir, aðrir aðeins forvitnilegir, allir meira eða minna fornir. Að skoða og raða þessum hlutum veitti Amy mikla ánægju, einkum skartgripaskrínin, þar sem á flauelspúðum hvíldu skrautmunir, sem höfðu prýtt fegurðardís fyrir fjörutíu árum. Þar var granatsettið, sem frænka March bar, þegar hún kom fram í samkvæmislífið, perlurnar, sem faðir hennar gaf henni á brúðkaupsdegi hennar, demantarnir frá elskhuga hennar, sorgarhringir og nælur úr svartasteini, undarleg hálsmen með myndum látinna vina og grátvíðum úr hári innan í, armböndin, sem eina litla dóttir hennar hafði borið, stóra úrið hans frænda March með rauða innsiglinu, sem svo margar barnahendur höfðu leikið sér að, og í sérstöku skríni lá brúðkaupshringur frænku March, nú of lítill fyrir gildan fingur hennar, en varðveittur vandlega eins og hinn dýrmætasti gripur.

„Hvorn myndi Mademoiselle velja, ef hún mætti ráða?“ spurði Esther, sem sat jafnan nærri til að gæta og læsa verðmætunum.

„Mér líkar demantarnir best, en þar er ekkert hálsmen á meðal þeirra, og ég hef dálæti á hálsmenum, þau fara svo vel. Ég myndi velja þetta, ef ég mætti,“ svaraði Amy og dáðist mjög að gull- og íbenholtperlum, sem þungur kross af sama efni hékk á.

„Ég girnist það einnig, en ekki sem hálsmen. Ó, nei! Fyrir mér er það rósakrans, og sem slíkan myndi ég nota hann sem góð kaþólsk kona,“ sagði Esther og horfði þráfaldlega á hinn glæsilega grip.

„Er honum ætlað að nota eins og þú notar ilmandi trékúlurnar, sem hanga yfir speglinum þínum?“ spurði Amy.

„Vissulega, já, til bænar. Það væri dýrlingunum þóknanlegt, ef maður notaði svo fínan rósakrans sem þennan, í stað þess að bera hann sem hégómaskart.“

„Þú virðist fá mikla huggun í bænum þínum, Esther, og kemur alltaf niður róleg og sátt. Ég vildi, að ég gæti það líka."

„Ef Mademoiselle væri kaþólsk, fyndi hún sanna huggun, en þar sem svo er ekki, væri gott, ef þú færir afsíðis á hverjum degi til íhugunar og bænar, eins og hin góða húsfreyja, sem ég þjónaði áður en ég kom til Madame. Hún átti lítið kapelluherbergi og fann þar hvíld frá mörgum raunum."

„Væri það rétt af mér að gera slíkt hið sama?" spurði Amy, sem í einmanaleika sínum fann þörf fyrir einhvers konar styrk og uppgötvaði, að hún gleymdi litlu bókinni sinni, nú þegar Beth var ekki hjá henni til að minna hana á hana.

„Það væri bæði ágætt og fagurt, og ég skal með gleði búa litla búningsherbergið fyrir þig, ef þér líkar. Segðu Madame ekkert, en þegar hún sefur, farðu þá og sestu um stund ein til að hugsa góðar hugsanir og biðja hinn kæra Guð að varðveita systur þína."

Esther var sannarlega guðhrædd og fullkomlega einlæg í ráðum sínum, því hún átti ástríkt hjarta og fann djúpt til með systrunum í kvíða þeirra. Amy líkaði hugmyndin og veitti henni leyfi til að búa hið ljósa skot við hlið herbergis síns, í von um að það yrði henni til góðs.

„Ég vildi, að ég vissi hvert allir þessir fallegu gripir fara, þegar frænka March deyr," sagði hún, er hún lagði rósakransinn glitrandi varlega aftur á sinn stað og lokaði skartgripaskrínunum einu af öðru.

„Til yðar og systra yðar. Ég veit það, Madame trúir mér fyrir því. Ég var viðstödd undirritun erfðaskrár hennar, og svo skal vera," hvíslaði Esther brosandi.

„Hve dásamlegt! En ég vildi, að hún léti okkur fá þá nú þegar. Frestun er ekki þóknanleg," mælti Amy og leit síðasta sinn á demantana.

„Enn er of snemmt fyrir ungar dömur að bera slíka gripi. Sú fyrsta, sem trúlofast, fær perlurnar, það hefur Madame sagt, og mér segir hugur, að litli túrkísahringurinn verði gefinn yður, þegar þér farið héðan, því Madame metur góða hegðun yðar og heillandi framkomu.“

„Haldið þér það? Ó, ég skal verða sem lamb, ef ég má aðeins eignast hinn yndislega hring! Hann er miklu fallegri en hringur Kitty Bryant. Ég held, að mér þyki vænt um frænku March eftir allt saman.“ Og Amy mátaði bláa hringinn með ljómandi svip og einsetti sér staðfastlega að vinna sér hann inn.

Frá þeim degi var hún fyrirmynd hlýðni, og gamla konan dáðist með sjálfsánægju að árangri uppeldis síns. Esther bjó skotið út með litlu borði, setti fótskemil fyrir framan það og hengdi yfir því mynd, sem tekin var úr einu hinna lokuðu herbergja. Hún taldi hana ekki mikils virði, en þar sem hún átti vel við, fékk hún hana að láni, vel vitandi, að Madame mundi hvorki taka eftir því né láta sig það varða, þótt hún gerði það. Hún var þó afar verðmæt eftirmynd af einu hinna frægustu málverka heimsins, og fegurðarsinna augu Amy þreytuðust aldrei á að horfa upp í hið ljúfa andlit hins guðlega Móður, meðan hlýjar hugsanir um hennar eigin móður hrærðust í hjarta hennar. Á borðið lagði hún Nýja testamentið sitt og sálmabókina, hélt þar ávallt vasa fullum af hinum fegurstu blómum, sem Laurie færði henni, og kom dag hvern til að „sitja ein“ og hugsa góðar hugsanir og biðja hinn kæra Guð að varðveita systur sína. Esther hafði gefið henni rósakrans úr svörtum perlum með silfurkrossi, en Amy hengdi hann upp og notaði hann ekki, því henni þótti óvíst, hvort hann hæfði bænum mótmælenda.

Litla stúlkan var fullkomlega einlæg í þessu öllu, því þar sem hún var skilin eftir utan hins örugga heimilisvarps, fann hún svo sárlega þörf fyrir sterka og hlýja hönd að styðjast við, að hún sneri ósjálfrátt til hins volduga og milda Vinar, sem með föðurlegri ást umlykur börn sín. Hún saknaði leiðsagnar móður sinnar til að skilja sjálfa sig og hafa stjórn á sér, en þar sem henni hafði verið kennt hvert skyldi leita, gerði hún sitt besta til að finna veginn og ganga hann í trausti. En Amy var ungur pílagrímur, og nú um stundir virtist byrði hennar þung. Hún reyndi að gleyma sjálfri sér, halda gleði sinni og láta sér nægja að gera rétt, þótt enginn sæi né lofaði hana fyrir það. Í fyrstu viðleitni sinni til að vera afar, afar góð ákvað hún að gera erfðaskrá, líkt og frænka March hafði gert, svo að ef hún yrði veik og dæi, mætti eignum hennar skipt með réttlæti og örlæti. Það olli henni sting í hjarta að hugsa til þess að láta af hendi litlu fjársjóðina, sem í hennar augum voru jafndýrmætir og skartgripir gömlu konunnar.

Á einni leikstund sinni ritaði hún hið mikilvæga skjal eftir megni, með nokkurri aðstoð Esther varðandi tiltekin lagaleg hugtök, og þegar hin góðhjartaða franska kona hafði undirritað nafn sitt, fann Amy til léttis og lagði skjalið til hliðar, til að sýna Laurie, sem hún vildi hafa sem annan votta. Þar sem rigningardagur var, fór hún upp á loft til að skemmta sér í einu hinna stóru herbergja og tók Polly með sér til félagsskapar. Í því herbergi var fataskápur fullur af fornlegum búningum, sem Esther leyfði henni að leika sér með, og var henni kærast að klæðast fölnuðum silkiklæðum og ganga fram og aftur fyrir framan hinn langa spegil, hneigja sig með tign og draga slóða sinn með suði, sem unaði eyrum hennar. Svo upptekin var hún þennan dag, að hún heyrði hvorki hringingu Laurie né sá andlit hans gægjast inn, er hún gekk hátíðlega fram og aftur, sveiflaði vifti sinni og kastaði höfðinu, sem skreytt var stórum bleikum túrban, er myndaði undarlegt andstæður við bláa silkikjólinn og gula, vattaða undirkjólinn. Hún varð að ganga varlega, því hún var í háhæluðum skóm, og eins og Laurie sagði Jo síðar, var það kostuleg sjón að sjá hana tipla áfram í glæsilegum skrúða, meðan Polly staulaðist og montaði sig rétt á eftir henni, hermdi eftir henni eftir megni og nam stöku sinnum staðar til að hlæja eða kalla: „Erum við ekki fín? Haltu þig, skrímsli! Þegiðu! Kysstu mig, kæra! Ha! Ha!“

Eftir að hafa með naumindum bælt niður hlátur, svo hátign hennar særtist ekki, bankaði Laurie og var náðarsamlega tekið á móti honum.

„Sestu og hvíldu þig, meðan ég geng frá þessu, síðan vil ég ráðfæra mig við þig um mjög alvarlegt mál,“ sagði Amy, er hún hafði sýnt honum dýrð sína og rekið Polly út í horn. „Sá fugl er raun lífs míns,“ bætti hún við og tók bleika fjallið af höfði sér, meðan Laurie settist klofvega á stól.

„Í gær, þegar frænka svaf og ég reyndi að vera eins hljóðlát og mús, fór Polly að skrækja og blakta í búrinu, svo ég fór að hleypa honum út og fann þar stóra könguló. Ég stjakaði henni burt, og hún hljóp undir bókaskápinn. Polly marseraði beint á eftir, laut niður og gægjdist undir skápinn og sagði á sinn spaugilega hátt með höfðinu á ská: ‚Komdu út og taktu göngutúr, kæra mín.' Ég gat ekki stillt mig um að hlæja, sem varð til þess að Polly fór að bölva, og frænka vaknaði og skammaði okkur bæði."

„Tók köngulóin boði gamla herrans?" spurði Laurie og geispaði.

„Já, hún kom út, og Polly þaut burt dauðhræddur og klifraði upp á stól frænku og kallaði: ‚Náðu henni! Náðu henni! Náðu henni!' meðan ég elti köngulóna."

„Það er lygi! Ó, vei!" hrópaði páfagaukurinn og goggaði í tær Laurie.

„Ég myndi snúa úr hálsinum á þér, ef þú værir minn, gamli kvölvaldur," hrópaði Laurie og hristi hnefann að fuglinum, sem hallaði höfðinu til hliðar og krunkaði hátíðlega: „Alleluja! Guð blessi hnappana þína, kæra!"

„Nú er ég tilbúin," sagði Amy, lokaði fataskápnum og tók blað úr vasa sínum. „Ég vil, að þú lesir þetta og segir mér, hvort það sé löglegt og rétt. Mér fannst mér skylt að gera það, því lífið er óvíst, og ég vil ekki neina illdeilu yfir gröf minni."

Laurie beit á vör sér og sneri sér lítillega frá hinni hugsandi ræðukonu, las síðan eftirfarandi skjal með lofsverðri alvöru, miðað við stafsetninguna:

SÍÐASTA ERFÐASKRÁ MÍN

Ég, Amy Curtis March, með fullu viti, gef og ánafna allar jarðneskar eigur mínar – það er að segja, nefnilega:

Föður mínum gef ég bestu myndir mínar, skissur, landakort og listaverk, ásamt römmum. Einnig 100 dali mína, til þess að ráðstafa að vild.

Móður minni gef ég öll föt mín, nema bláa svuntuna með vösunum - einnig mynd mína og heiðurspening minn, með mikilli ást.

Kæru systur minni Margaret gef ég túrkísahring minn (ef ég eignast hann), einnig græna kassann minn með dúfunum á, enn fremur stykki mitt af ekta blúndu fyrir háls hennar og skissu mína af henni til minningar um „litlu stúlkuna" hennar.

Jo læt ég eftir brjóstnál mína, þá sem var löguð með innsiglisvaxi, einnig bronsskrifáhaldið mitt - hún týndi lokinu - og dýrmætasta gifskanínuna mína, því mér þykir leitt að hafa brennt sögu hennar.

Beth (ef hún lifir mig) gef ég brúðurnar mínar og litla kommóðuna, vifta mína, hörkragana og nýju inniskóna mína, ef hún getur notað þá, þar sem hún er svo grönn, þegar hún batnar. Enn fremur læt ég henni eftir iðrun mína fyrir að hafa nokkru sinni gert gys að gömlu Jóhönnu.

Vini mínum og nágranna, Theodore Laurence, ánafna ég pappamassa-möppuna mína og leirlíkan mitt af hesti, þótt hann hafi sagt, að það hefði engan háls. Einnig, í þakklætisskyni fyrir mikla góðvild hans á stund þjáningarinnar, hvaða listaverk mitt sem honum líkar; Notre Dame er hið besta.

Virðulegum velgjörðarmanni okkar, herra Laurence, læt ég eftir fjólubláa kassann minn með spegli í lokinu, sem mun henta vel fyrir penna hans og minna hann á hina látnu stúlku, sem þakkar honum velvild hans við fjölskyldu sína, einkum Beth.

Ég óska þess, að uppáhaldsleikfélagi mínu, Kitty Bryant, hlotnist bláa silkisvuntan og gullperlahringur minn með kossi.

Hönnu gef ég hattöskjuna, sem hana langaði í, og allt bútasaumsefnið mitt, í þeirri von, að hún „muni eftir mér, þegar hún sér það“.

Og nú, eftir að hafa ráðstafað hinum dýrmætustu eignum mínum, vona ég, að allir verði sáttir og kenni ekki hinni látnu um. Ég fyrirgef öllum og treysti því, að við megum öll hittast, þegar lúðurinn hljómar. Amen.

Þessu erfðaskjali set ég hönd mína og innsigli þann 20. dag nóvembermánaðar, Anno Domini 1861.

Amy Curtis March

Vottar:

Estelle Valnor, Theodore Laurence.

Síðara nafnið var ritað með blýanti, og Amy skýrði frá því, að hann ætti að skrifa það á ný með bleki og innsigla skjalið fyrir hana á réttan hátt.

„Hvað kom þér þetta í hug? Sagði einhver þér frá því, að Beth hefði gefið eigur sínar?“ spurði Laurie alvarlega, er Amy lagði fyrir hann rauðan borða, innsiglisvax, kerti og blekbyttu.

Hún skýrði málið og spurði síðan áhyggjufull: „Hvað með Beth?“

„Mér þykir leitt að hafa minnst á þetta, en fyrst ég gerði það, skal ég segja þér. Einn dag var henni svo illa, að hún sagði Jo, að hún vildi gefa Meg píanóið sitt, þér kettina sína og Jo gömlu, aumu brúðuna, sem hún myndi elska hennar vegna. Henni þótti leitt, að hún ætti svo lítið að gefa, og lét eftir lokka af hári sínu til okkar hinna og sína bestu ást afa. Hún hugsaði aldrei um erfðaskrá.“

Laurie skrifaði undir og innsiglaði, meðan hann talaði, og leit ekki upp, fyrr en stórt tár féll á blaðið. Andlit Amy var fullt áhyggju, en hún sagði aðeins: „Setja menn ekki einhvers konar viðauka við erfðaskrár sínar stundum?“

„Jú, þeir kalla það viðauka.“

„Settu þá einn við mína, að ég óski þess, að allir lokkar mínir verði klipptir af og dreift meðal vina minna. Ég gleymdi því, en ég vil, að það verði gert, þótt það spilli útliti mínu.“

Laurie bætti því við og brosti að síðustu og mestu fórn Amy. Síðan skemmti hann henni í heila klukkustund og sýndi mikinn áhuga á öllum hennar raun-um. En þegar hann ætlaði að fara, hélt Amy honum aftur og hvíslaði með titrandi vörum: „Er raunverulega nokkur hætta fyrir Beth?“

„Ég óttast, að svo kunni að vera, en við verðum að vona hið besta, svo gráttu ekki, kæra mín.“ Og Laurie lagði handlegginn utan um hana með bróðurlegum hætti, sem var henni mikill huggun.

Eftir að hann var farinn, gekk hún í litlu kapelluna sína og settist þar í rökkrinu og bað fyrir Beth, með straumandi tárum og sáran hjartslátt, og fann, að milljón túrkísahringa myndu ekki hugga hana fyrir missi hinnar mildu, litlu systur sinnar.

TUTTUGASTI KAFLI

TRÚNAÐARMÁL

Ég held, að ég eigi engin orð, sem geti lýst endurfundum móður og dætra. Slíkar stundir eru yndislegar að lifa, en afar torveldar að færa í letur, og læt ég því ímyndunarafli lesenda minna eftir að fylla upp í það, en segi aðeins, að húsið fylltist einlægri gleði og að milda von Meg rættist, því þegar Beth vaknaði af hinum langa, græðandi svefni, voru fyrstu hlutirnir, sem augu hennar mættu, litla rósin og andlit móður hennar. Of veik til að undrast nokkuð brosti hún aðeins og hreiðraði um sig í kærleiksríkum örmum, sem um hana lögðust, og fann, að sár þráin hafði loks fengið fullnægingu sína. Síðan sofnaði hún á ný, og stúlkurnar þjónuðu móður sinni, því hún vildi ekki sleppa hinni mjóu hendi, sem hélt fast í hennar jafnvel í svefni.

Hannah hafði „bakkað upp" furðulegan morgunverð handa ferðalangnum, því hún gat ekki með nokkru öðru móti látið í ljós æsing sinn, og Meg og Jo mötuðu móður sína eins og skylduræknar ungar storkar, meðan þær hlýddu á hvíslandi frásögn hennar af ástandi föðurins, loforði herra Brooke um að dvelja og hjúkra honum, töfunum, sem stormurinn olli á heimleiðinni, og hinni ósegjanlegu huggun, sem vonarbjart andlit Laurie veitti henni, þegar hún kom heim, örmagna af þreytu, kvíða og kulda.

Hvílíkur undarlegur og þó unaðslegur dagur það var. Svo bjart og glaðlegt úti, því allur heimurinn virtist kominn á fætur til að fagna fyrsta snjónum. Svo kyrrt og hvílandi inni, því allir sváfu, örmagna af vöku, og helgidagskyrrð ríkti um húsið, meðan dottandi Hannah stóð vörð við dyrnar. Með sæluvitund um léttar byrðar lokuðu Meg og Jo þreyttum augum og hvíldust sem stormbarðir bátar, öruggir við akkeri í kyrrri höfn. Frú March yfirgaf ekki hlið Beth, heldur hvíldist í stóra stólnum, vaknaði oft til að líta á, snerta og hugleiða barnið sitt, líkt og nískur maður yfir endurheimtum fjársjóði.

Laurie fór á meðan að hugga Amy og sagði sögu sína svo vel, að frænka March „snusaði“ sjálf og sagði ekki einu sinni: „Ég sagði ykkur það.“ Amy sýndi slíkan styrk við þetta tækifæri, að ég hygg, að góðu hugsanirnar í litlu kapellunni hafi þar með tekið að bera ávöxt. Hún þurrkaði tár sín fljótt, stillti óþolinmæði sína til að sjá móður sína og hugsaði ekki einu sinni um túrkísahringinn, þegar gamla konan tók heilshugar undir álit Laurie, að hún hefði hegðað sér „eins og hin besta litla kona“. Jafnvel Polly virtist snortinn, því hann kallaði hana góða stúlku, blessaði hnappana hennar og bað hana að „koma og taka göngutúr, kæra“, með sínum vinsamlegasta tón. Hún hefði með ánægju farið út til að njóta bjarts vetrarveðursins, en er hún uppgötvaði, að Laurie var að gefast upp af svefni þrátt fyrir hetjulegar tilraunir til að dylja það, fékk hún hann til að hvíla sig á sófanum, meðan hún ritaði móður sinni miða. Hún var lengi að því, og þegar hún kom aftur, lá hann útréttur með báðar hendur undir höfði sér, fast sofandi, meðan frænka March hafði dregið fyrir gluggatjöldin og sat iðjulaus í óvenjulegu góðlætiskasti.

Eftir nokkra stund fóru þær að halda, að hann myndi ekki vakna fyrr en um kvöldið, og er ég ekki viss um, að svo hefði ekki orðið, ef hann hefði ekki verið rækilega vakinn af gleðiópi Amy, er hún sá móður sína. Líklega voru margar hamingjusamar litlar stúlkur í borginni þann dag, en það er mín persónulega skoðun, að Amy hafi verið hin allra hamingjusamasta, þegar hún sat í kjöltu móður sinnar og sagði frá raun-um sínum, og fékk huggun og uppbót í formi samþykkra brosa og ástúðlegra strjúkninga. Þær voru einar saman í kapellunni, sem móðir hennar mótmælti ekki, þegar tilgangurinn hafði verið skýrður fyrir henni.

„Þvert á móti líkar mér þetta mjög vel, elskan mín,“ sagði hún og leit frá rykugum rósakransinum að vel notaðri litlu bókinni og hinni fögru mynd með kransi sígræns um. „Það er ágæt ráðstöfun að eiga stað, þar sem við getum dvalið í kyrrð, þegar eitthvað angrar eða hryggir okkur. Margt er erfitt í þessu lífi okkar, en við getum ætíð borið það, ef við leitum hjálpar á réttan hátt. Ég held, að litla stúlkan mín sé að læra það.“

„Já, mamma, og þegar ég kem heim, ætla ég að hafa horn í stóra skápnum til að geyma bækur mínar og afritið af þessari mynd, sem ég hef reynt að gera. Andlit konunnar er ekki gott, það er of fagurt fyrir mig að teikna, en barnið er betur gert, og mér þykir afar vænt um það. Mér finnst gott að hugsa, að Hann hafi einu sinni verið lítið barn, því þá finnst mér ég ekki vera svo fjarlæg, og það hjálpar mér."

Þegar Amy benti á brosandi Kristsbarnið í kjöltu móður sinnar, sá frú March eitthvað á upplyftu hendi hennar, sem fékk hana til að brosa. Hún sagði ekkert, en Amy skildi augnaráðið og bætti eftir stutta þögn alvarlega við: „Mig langaði að tala við þig um þetta, en ég gleymdi því. Frænka gaf mér hringinn í dag. Hún kallaði mig til sín og kyssti mig, setti hann á fingur minn og sagði, að ég væri henni til sóma og að hún vildi gjarnan hafa mig hjá sér ætíð. Hún gaf mér þennan einkennilega festi til að halda túrkísinum, þar sem hann er of stór. Mig langar að bera þá, mamma, má ég það?"

„Þeir eru mjög fallegir, en mér finnst þú fremur of ung til slíkra skartgripa, Amy," sagði frú March og leit á bústna litla höndina með bandi himinblárra steina á vísifingri og hinn sérkennilega festi, myndaðan af tveimur litlum gullhöndum, sem tóku hvorri annarri.

„Ég skal reyna að verða ekki hégómleg," sagði Amy. „Ég held, að mér þyki hann ekki aðeins vænn vegna fegurðarinnar, heldur vil ég bera hann eins og stúlkan í sögunni bar armband sitt, til að minna mig á eitthvað."

„Áttu við frænku March?" spurði móðir hennar og hló.

„Nei, til að minna mig á að vera ekki eigingjörn." Amy leit svo einlæg og alvörugefin út, að móðir hennar hætti að hlæja og hlýddi með virðingu á litlu áætlunina.

„Ég hef hugsað mikið að undanförnu um ‚bagga minn af löstum', og eigingirnin er sá stærsti í honum, svo ég ætla að reyna af fremsta megni að lækna hana, ef ég get. Beth er ekki eigingjörn, og þess vegna elska allir hana og hryggjast svo við tilhugsunina um að missa hana. Fólk myndi ekki hryggjast jafn mikið um mig, ef ég væri veik, og ég á það ekki skilið, en mig langar til að vera elskuð og saknað af mörgum vinum, svo ég ætla að reyna að vera eins og Beth, eins og ég get. Ég gleymi auðveldlega ásetningi mínum, en ef ég hefði eitthvað á mér ætíð til að minna mig á hann, held ég, að mér gengi betur. Megum við reyna þetta?“

„Já, en ég treysti fremur horninu í stóra skápnum. Berðu hringinn, elskan mín, og gerðu þitt besta. Ég held, að þér muni farnast vel, því einlæg ósk um að vera góð er hálfur sigur. Nú verð ég að fara aftur til Beth. Haltu hugrekkinu, litla dóttir mín, og brátt munum við hafa þig heima á ný.“

Um kvöldið, meðan Meg ritaði föður sínum og sagði frá öruggri heimkomu ferðalangsins, læddist Jo upp í herbergi Beth og, er hún fann móður sína á sínum venjulega stað, stóð hún um stund og vafði fingrum í hár sitt með áhyggjufullum svip og óákveðnu augnaráði.

„Hvað er það, elskan mín?“ spurði frú March og rétti fram höndina með svip, sem bauð upp á trúnað.

„Mig langar að segja þér eitthvað, mamma.“

„Um Meg?“

„Hversu fljótt þú giskaðir! Já, það er um hana, og þótt það sé smáræði, angrar það mig.“

„Beth sefur. Talaðu lágt og segðu mér allt. Sá Moffat hefur ekki verið hér, vona ég?“ spurði frú March fremur hvasslega.

„Nei. Ég hefði lokað dyrunum á nefið á honum, ef svo hefði verið,“ sagði Jo og settist á gólfið við fætur móður sinnar. „Síðasta sumar gleymdi Meg hanskapari hjá Laurence-fjölskyldunni og aðeins annar þeirra var skilaður. Við gleymdum því, þar til Teddy sagði mér, að herra Brooke hefði játað, að honum þætti vænt um Meg, en þyrði ekki að segja það, því hún væri svo ung og hann svo fátækur. Nú, er það ekki skelfilegt ástand?“

„Heldurðu, að Meg beri nokkrar tilfinningar til hans?“ spurði frú March og leit áhyggjufull.

„Guð minn góður! Ég veit ekkert um ást og annað slíkt bull!“ hrópaði Jo með einkennilegri blöndu af áhuga og fyrirlitningu. „Í skáldsögum sýna stúlkur það með því að hrökkva upp, roðna, falla í yfirlið, grennast og haga sér eins og heimskar verur. En Meg gerir ekkert af þessu tagi. Hún borðar og drekkur og sefur eins og skynsöm manneskja, hún horfir beint í augun á mér, þegar ég tala um þennan mann, og roðnar aðeins lítillega, þegar Teddy gerir grín að elskendum. Ég hef bannað honum það, en hann hlýðir mér ekki, eins og hann ætti að gera.“

„Þá heldurðu, að Meg beri engan sérstakan hug til Johns?“

„Hvers?“ hrópaði Jo og starði.

„Herra Brooke. Ég kalla hann nú ‚John‘. Við tókum upp þann sið á sjúkrahúsinu, og honum líkar það.“

„Æ, nei! Ég veit, að þú tekur hans málstað. Hann hefur verið góður við pabba, og þú munt ekki senda hann burt, heldur leyfa Meg að giftast honum, ef hún vill. Smánarlegt! Að fara að gæla við pabba og hjálpa þér, bara til að smjaðra sig inn í velvild þína.“ Og Jo kippti aftur í hárið á sér í reiði.

„Elskan mín, reiðstu ekki yfir þessu, og ég skal segja þér, hvernig þetta bar að. John fór með mér að beiðni herra Laurence og sýndi svo mikla umhyggju fyrir föður þínum, að okkur var óhjákvæmilegt að taka ástfóstri við hann. Hann var fullkomlega opinskár og heiðarlegur um Meg, því hann sagði okkur, að hann elskaði hana, en ætlaði að afla sér þægilegs heimilis áður en hann bæði hennar. Hann óskaði aðeins eftir leyfi okkar til að elska hana og vinna fyrir hana og réttinum til að vinna ást hennar, ef honum tækist það. Hann er sannarlega ágætur ungur maður, og við gátum ekki hafnað því að hlýða á hann, en ég mun ekki samþykkja, að Meg bindi sig svo ung.“

„Auðvitað ekki. Það væri fásinna! Ég vissi, að eitthvað væri í aðsigi. Ég fann það á mér, og nú er það verra en ég hugsaði. Ég vildi óska, að ég gæti sjálf gifst Meg og haldið henni öruggri innan fjölskyldunnar.“

Þessi einkennilega ráðagerð fékk frú March til að brosa, en hún sagði alvarlega: „Jo, ég treysti þér fyrir þessu og vil ekki, að þú segir Meg nokkuð enn. Þegar John kemur aftur og ég sé þau saman, get ég betur dæmt um tilfinningar hennar til hans.“

„Hún mun sjá þessi fallegu augu, sem hún talar um, og þá er allt búið fyrir hana. Hún hefur svo mjúkt hjarta, að það bráðnar eins og smjör í sól, ef einhver lítur á hana með tilfinningum. Hún las stuttu skýrslurnar, sem hann sendi, oftar en bréfin þín, og klemmdi mig, þegar ég minntist á það, og henni líkar brún augu og finnst John ekki ljótt nafn, og hún mun fara að verða ástfangin, og þá er friðurinn og gleðin og notalegu stundirnar saman á enda. Ég sé þetta allt fyrir mér! Þau munu ganga um húsið og elskast, og við verðum að forðast þau. Meg verður upptekin og nýtist mér ekki lengur. Brooke mun einhvern veginn skrapa saman auð og flytja hana burt og skilja eftir tómarúm í fjölskyldunni, og ég mun brotna af harmi, og allt verður óþolandi óþægilegt. Æ, hvers vegna vorum við ekki öll drengir? Þá væri ekkert vesen.“

Jo hvíldi hökuna á hnjánum í örvæntingarfullri stellingu og hristi hnefann að hinum ámælisverða John. Frú March andvarpaði, og Jo leit upp með léttari svip.

„Þér líkar þetta ekki, mamma? Ég er fegin því. Sendum hann af stað og segjum Meg ekkert um þetta, en verum allar hamingjusamar saman eins og áður.“

„Ég gerði rangt að andvarpa, Jo. Það er eðlilegt og rétt, að þið farið með tímanum til eigin heimila, en ég vil halda dætrum mínum eins lengi og ég get og hryggist, að þetta skuli hafa gerst svo fljótt, því Meg er aðeins sautján ára og það munu líða nokkur ár, áður en John getur búið henni heimili. Faðir þinn og ég höfum orðið sammála um, að hún skuli ekki binda sig á nokkurn hátt né giftast fyrir tvítugt. Ef hún og John elska hvort annað, geta þau beðið og reynt á ást sína með því. Hún er samviskusöm, og ég óttast ekki, að hún muni sýna honum óvild. Fagra, hjartahlýja stúlkan mín! Ég vona, að allt fari henni vel."

„Myndirðu ekki heldur vilja, að hún giftist ríkum manni?" spurði Jo, er rödd móður hennar titraði lítillega við síðustu orðin.

„Peningar eru góðir og gagnlegir, Jo, og ég vona, að dætur mínar finni aldrei sárlega fyrir skorti á þeim né freistist af ofgnótt. Mig langar að vita, að John hafi tryggan sess í heiðarlegu starfi, sem veiti honum tekjur nægar til að halda sér skuldlausum og gera Meg lífið þægilegt. Ég sækist ekki eftir glæsilegri auðlegð, tískulegri stöðu né miklu nafni fyrir dætur mínar. Ef virðing og auður fylgja ást og dyggð, myndi ég taka þeim þakklát og gleðjast yfir gæfu ykkar, en ég veit af reynslu, hve mikla sanna hamingju má finna í litlu og einföldu húsi, þar sem daglegt brauð er unnið fyrir og nokkur skortur gefur fáum gleðistundum sætleika. Ég er sátt við, að Meg byrji í hógværð, því ef ég skjátlast ekki, verður hún rík í eign góðs manns hjarta, og það er betra en auður."

„Ég skil það, mamma, og er sammála, en ég er vonsvikin um Meg, því ég hafði ætlað, að hún giftist Teddy síðar og sæti í auðsæld alla ævi. Væri það ekki fallegt?" spurði Jo og leit upp með bjartara yfirbragði.

„Hann er yngri en hún, þú veist," hóf frú March, en Jo greip fram í.

„Aðeins lítillega. Hann er þroskaður umfram aldur og hár og getur verið fullorðinslegur í framkomu, ef hann vill. Svo er hann ríkur og örlátur og góður og elskar okkur allar, og mér finnst leiðinlegt, að áætlun mín skuli hafa farið út um þúfur."

„Ég óttast, að Laurie sé varla nógu þroskaður fyrir Meg og um þessar mundir allt of sveiflukenndur til að treysta á hann. Gerðu ekki ráðagerðir, Jo, heldur láttu tímann og hjörtu þeirra sjálfra leiða vini þína saman. Við getum ekki blandað okkur í slík mál án hættu, og betra er, að við látum ekki ‚rómantískt bull', eins og þú kallar það, fylla hugi okkar og spilla vináttu okkar."

„Jæja, ég skal ekki gera það, en mér er illa við að sjá hlutina fara þvers og kruss og flækjast, þegar eitt tog hér og eitt klipp þar myndi rétta úr þeim. Ég vildi óska, að það að bera sléttujárn á höfðinu hindraði okkur í að vaxa úr grasi. En brum verða að rósum og kettlingar að köttum, því miður!"

„Hvað er þetta um sléttujárn og ketti?" spurði Meg, er hún læddist inn í herbergið með lokið bréfið í hendi.

„Aðeins eitt af heimskulegum ummælum mínum. Ég fer að sofa. Komdu, Peggy," sagði Jo og teygði úr sér eins og lifandi þraut.

„Mjög vel gert og fallega ritað. Viltu bæta við, að ég sendi John kveðju mína," sagði frú March og renndi augum yfir bréfið, áður en hún rétti það aftur.

„Kallarðu hann ‚John'?" spurði Meg brosandi og saklaus augu hennar leituðu móður sinnar.

„Já, hann hefur verið okkur sem sonur, og okkur þykir afar vænt um hann," svaraði frú March og leit á hana rannsakandi.

„Ég er glöð yfir því. Hann er svo einmana. Góða nótt, elsku mamma. Það er ósegjanlega notalegt að hafa þig hér," sagði Meg.

Kossinn, sem móðir hennar gaf henni, var afar blíður, og er hún gekk burt, sagði frú March með blöndu af ánægju og eftirsjá: „Hún elskar John ekki enn, en mun brátt læra það."

TUTTUGASTI OG FYRSTI KAFLI

LAURIE VELDUR VANDRÆÐUM OG JO SEMUR FRIÐ

Andlit Jo var athyglisvert daginn eftir, því leyndarmálið lá þungt á henni, og henni reyndist erfitt að líta ekki dularfull og mikilvæg út. Meg tók eftir því, en lét það ekki á sig fá að spyrja, því hún hafði lært, að besta leiðin til að stjórna Jo væri með lögmáli andstæðnanna, og var því viss um, að hún fengi allt að vita, ef hún spyrði ekki. Hún varð því nokkuð hissa, þegar þögnin hélst órofin og Jo tók upp yfirlætislegan blæ, sem sannarlega ergði Meg, og hún svaraði með virðulegri fjarlægð og helgaði sig móður sinni. Það skildi Jo eftir með sjálfri sér, því frú March hafði tekið sér stöðu sem hjúkrunarkona og bauð henni að hvílast, hreyfa sig og skemmta sér eftir langa inniveru. Þar sem Amy var farin, var Laurie eini athvarf hennar, og þótt hún nyti samvista hans mjög, kveið hún honum nokkuð um þessar mundir, því hann var óbætanlegur stríðinn, og hún óttaðist, að hann myndi lokka leyndarmálið úr henni.

Hún hafði rétt fyrir sér, því jafnskjótt og stríðnissami drengurinn grunaði dularmál, tók hann sér fyrir hendur að komast að því og gerði Jo lífið erfitt. Hann smjaðraði, mútaði, gerði gys, hótaði og skammaði; lét eins og honum væri sama, svo hann gæti óvænt gripið sannleikann úr henni; hélt því fram, að hann vissi allt, síðan að honum væri sama; og loks, með þrautseigju sinni, komst hann að þeirri niðurstöðu, að málið snerist um Meg og herra Brooke. Hann varð móðgaður yfir því, að honum hefði ekki verið treyst fyrir þessu af kennara sínum, og lagði höfuðið í bleyti til að finna viðeigandi hefnd fyrir þessa lítilsvirðingu.

Meg hafði á meðan að því er virtist gleymt öllu saman og var niðursokkin í undirbúning fyrir heimkomu föður síns, en skyndilega virtist breyting koma yfir hana, og í einn eða tvo daga var hún alls ólík sjálfri sér. Hún brá við, þegar á hana var ávarpað, roðnaði, þegar á hana var horft, var mjög hljóð og sat yfir saumaskap sínum með feimnislegan og áhyggjufullan svip.

Við fyrirspurnum móður sinnar svaraði hún, að hún væri fullkomlega heil, og þaggaði niður í Jo með því að biðja hana að láta sig í friði.

„Hún finnur það í loftinu - ástina, á ég við - og hún er að fara hratt. Hún hefur flest einkennin - er óróleg og geðill, borðar lítið, liggur andvaka og situr dauf í hornum. Ég greip hana syngjandi lagið, sem hann gaf henni, og einu sinni sagði hún ‚John', eins og þú, og varð svo rauð sem valmúi. Hvað eigum við að gera?" sagði Jo og virtist tilbúin til hvaða ráða sem væri, hversu róttæk sem þau kynnu að vera.

„Ekkert annað en að bíða. Lát hana í friði, verðu góð og þolinmóð, og heimkoma föður þíns mun skera úr um allt," svaraði móðir hennar.

„Hér er miði til þín, Meg, alveg innsiglaður. Hversu einkennilegt! Teddy innsiglar aldrei mína," sagði Jo daginn eftir, þegar hún skipti út innihaldi litla pósthússins.

Frú March og Jo voru niðursokknar í sín eigin mál, þegar hljóð frá Meg fékk þær til að líta upp og sjá hana stara á miða sinn með skelfdum svip.

„Barnið mitt, hvað er að?" hrópaði móðir hennar og hljóp til hennar, meðan Jo reyndi að ná blaðinu, sem olli ósköpunum.

„Þetta er allt misskilningur, hann sendi það ekki. Ó, Jo, hvernig gastu gert þetta?" Og Meg faldi andlit sitt í höndum sér og grét, eins og hjarta hennar væri brotið.

„Ég! Ég hef ekkert gert! Hvað er hún að tala um?" hrópaði Jo, forviða.

Mild augu Meg blossuðu af reiði, er hún dró krumpaðan miða úr vasa sínum og kastaði honum að Jo og sagði ávítandi: „Þú skrifaðir hann, og þessi óþekki drengur hjálpaði þér. Hvernig gastu verið svona ókurteis, svona lágkúruleg og grimm við okkur bæði?"

Jo heyrði hana varla, því hún og móðir hennar voru að lesa miðann, sem var skrifaður með einkennilegri rithönd.

„Elsku Margaret mín,

Ég get ekki lengur haldið aftur af ástríðu minni og verð að vita örlög mín áður en ég sný aftur. Ég þori ekki enn að segja foreldrum þínum frá því, en ég held, að þau myndu samþykkja, ef þau vissu, að við elskum hvort annað. Herra Laurence mun hjálpa mér að fá góða stöðu, og þá, elsku stúlkan mín, munt þú gera mig hamingjusaman. Ég bið þig að segja engu af þessu til fjölskyldu þinnar enn, heldur senda mér eitt orð vonar í gegnum Laurie til

Þíns einlæga Johns."

„Ó, litli óþokkinn! Svona ætlaði hann að launa mér fyrir að halda orð mín við mömmu. Ég skal skamma hann rækilega og færa hann hingað til að biðjast afsökunar," hrópaði Jo og brann af löngun til tafarlausrar réttlætisframkvæmdar. En móðir hennar hélt henni aftur og sagði með svip, sem hún bar sjaldan:

„Staldraðu við, Jo, þú verður fyrst að hreinsa þig sjálfa. Þú hefur gert svo margar kúnstir, að ég óttast, að þú hafir átt hlut að þessu."

„Ég sver það, mamma, ég hef það ekki! Ég hef aldrei séð þennan miða áður og veit ekkert um hann, svo sannarlega sem ég lifi!" sagði Jo svo einlæglega, að þær trúðu henni. „Ef ég hefði átt hlut að þessu, hefði ég gert það betur og skrifað skynsamlegan miða. Ég hefði haldið, að þú vissir, að herra Brooke myndi ekki skrifa svona vitleysu," bætti hún við og kastaði blaðinu frá sér með fyrirlitningu.

„Það líkist rithönd hans,“ stamaði Meg og bar saman við miðann, sem hún hélt á.

„Ó, Meg, þú svaraðir honum ekki?“ hrópaði frú March fljótt.

„Jú, ég gerði það!“ Og Meg faldi andlit sitt á ný, yfirbuguð af skömm.

„Hér er vandræði á ferð! Leyfið mér að sækja þennan óþekka dreng, svo hann útskýri málið og fái áminningu. Ég get ekki hvílst, fyrr en ég næ tali af honum.“ Og Jo stefndi aftur að dyrunum.

„Hljóð! Leyfðu mér að ráða þessu, því þetta er verra en ég hélt. Margaret, segðu mér alla söguna,“ skipaði frú March og settist hjá Meg, en hélt jafnframt fast í Jo, svo hún flygi ekki burt.

„Ég fékk fyrsta bréfið frá Laurie, sem virtist ekki vita neitt um þetta,“ hóf Meg, án þess að líta upp. „Ég varð fyrst kvíðin og ætlaði að segja þér frá því, en svo mundi ég, hve þér líkaði herra Brooke, og hélt, að þér myndi ekki mislíka, þótt ég geymdi litla leyndarmálið mitt í nokkra daga. Ég er svo heimsk, að mér þótti notalegt að halda, að enginn vissi af þessu, og meðan ég velti fyrir mér, hvað ég ætti að segja, leið mér eins og stúlkunum í bókunum, sem lenda í slíku. Fyrirgefðu mér, mamma, ég hef nú goldið heimsku mína. Ég get aldrei litið hann framar í augu.“

„Hvað sagðirðu honum?“ spurði frú March.

„Ég sagði aðeins, að ég væri of ung til að gera nokkuð í málinu enn, að ég vildi ekki hafa leyndarmál gagnvart þér, og að hann yrði að tala við föður minn. Ég þakkaði honum góðvild hans og kvaðst vilja vera vinur hans, en ekkert meira, í langan tíma.“

Frú March brosti, sem væri hún vel ánægð, og Jo klappaði saman höndum og hrópaði hlæjandi: „Þú ert næstum jafnhyggin og Caroline Percy, sem var fyrirmynd ráðdeildar! Haltu áfram, Meg. Hvað sagði hann við því?“

„Hann skrifar á allt annan hátt og segir, að hann hafi aldrei sent neitt ástarbréf og sé mjög hryggur yfir því, að hin hrekkjótta systir mín, Jo, skuli taka sér slíkt leyfi með nöfnum okkar. Það er mjög vingjarnlegt og virðingarfullt, en hugsaðu þér, hve hræðilegt þetta er fyrir mig!“

Meg hallaði sér að móður sinni og var sjálf ímynd örvæntingar, en Jo tróð um herbergið og kallaði Laurie ýmsum nöfnum. Skyndilega nam hún staðar, greip miðana tvo og sagði ákveðið, eftir að hafa skoðað þá gaumgæfilega: „Ég trúi því ekki, að Brooke hafi nokkru sinni séð neitt þessara bréfa. Teddy skrifaði þau bæði og geymir þitt til að hæða mig með, af því að ég vildi ekki segja honum leyndarmálið mitt.“

„Hafðu engin leyndarmál, Jo. Segðu móður frá og forðastu vandræði, eins og ég hefði átt að gera,“ sagði Meg áminnandi.

„Blessuð sérðu, barnið gott! Mamma sagði mér það.“

„Það nægir, Jo. Ég mun hugga Meg, meðan þú sækir Laurie. Ég ætla að komast til botns í þessu máli og binda endi á slíka hrekki tafarlaust.“

Jo hljóp af stað, og frú March sagði Meg blíðlega frá raunverulegum tilfinningum herra Brooke. „Segðu mér nú, elskan mín, hverjar eru þínar eigin? Elskarðu hann svo, að þú sért reiðubúin að bíða, þar til hann getur búið þér heimili, eða viltu halda þér fullkomlega óbundinni að sinni?“

„Ég hef verið svo skelkuð og áhyggjufull, að ég vil ekkert hafa með elskendur að gera í langan tíma, kannski aldrei,“ svaraði Meg önuglega. „Ef John veit ekkert um þetta bull, skaltu ekki segja honum frá því og láta Jo og Laurie þegja. Ég vil ekki blekkjast og vera angrað og gerð að fífli. Þetta er til skammar!“

Þar sem hið vanalega milda skap Meg hafði verið vakið og stolt hennar sært með þessum hrekk, sefaði frú March hana með loforðum um algjöra þögn og mikla varfærni í framtíðinni. Um leið og spor Laurie heyrðust í forstofunni, flýði Meg inn í skrifstofuna, og frú March tók á móti hinum seka ein. Jo hafði ekki sagt honum, hvers vegna hans var óskað, af ótta við, að hann kæmi ekki, en hann vissi það samstundis, þegar hann sá svip frú March, og stóð og sneri hattinum sínum með seku yfirbragði, sem dæmdi hann þegar. Jo var vísað burt, en kaus að ganga fram og aftur um ganginn eins og vörður, því hún óttaðist nokkuð, að fanginn kynni að sleppa. Hljóð radda í stofunni hækkaði og lækkaði í hálfa klukkustund, en hvað fór þar fram vissu stúlkurnar aldrei.

Þegar þær voru kallaðar inn, stóð Laurie við hlið móður þeirra með svo iðrunarfullan svip, að Jo fyrirgaf honum samstundis, en taldi ekki skynsamlegt að láta það í ljós. Meg tók við lítillætri afsökunarbeiðni hans og var mjög hugguð af þeirri fullvissu, að Brooke vissi ekkert um hrekkinn.

„Ég mun aldrei segja honum frá þessu, svo lengi sem ég lifi, villtustu hestar munu ekki draga það upp úr mér, svo þú fyrirgefur mér, Meg, og ég mun gera hvað sem er til að sýna, hve einlæglega ég iðrast," bætti hann við og leit mjög skömmustulegur út.

„Ég skal reyna það, en þetta var alls ekki herramannslegt af þér. Ég hélt ekki, að þú gætir verið svona slægur og illgjarn, Laurie," svaraði Meg og reyndi að hylja meyjarlega vandræðin með alvarlegum ávítunarsvip.

„Þetta var hreint út sagt svívirðilegt, og ég á ekki skilið, að talað sé við mig í heilan mánuð, en þú gerir það þó, er það ekki?" Og Laurie lagði hendur saman í svo einlægu bænarsvip, meðan hann talaði með sínum ómótstæðilega sannfæringartóni, að ómögulegt var að vera honum reiður, þrátt fyrir skammarlega hegðun hans.

Meg fyrirgaf honum, og alvarlegt andlit frú March mildaðist, þrátt fyrir tilraunir hennar til að halda sér alvörugefni, þegar hún heyrði hann lýsa því yfir, að hann myndi bæta fyrir syndir sínar með alls konar yfirbótum og auðmýkja sig eins og ormur fyrir hinni misþyrmdu mey.

Jo stóð til hliðar á meðan og reyndi að herða hjarta sitt gegn honum, en tókst aðeins að herpa andlit sitt í svip algjörrar vanþóknunar. Laurie leit einu sinni eða tvisvar til hennar, en þar sem hún sýndi engin merki um linun, taldi hann sig sáran og sneri henni baki, uns hin voru búin að sinna honum. Þá hneigði hann sig djúpt fyrir henni og gekk burt án orða.

Um leið og hann var farinn, óskaði hún þess, að hún hefði verið mildari, og þegar Meg og móðir hennar gengu upp, fann hún til einmanaleika og þráði Teddy. Eftir nokkra mótspyrnu lét hún undan hvötinni og, vopnuð bók til að skila, fór yfir í stóra húsið.

„Er herra Laurence heima?" spurði Jo þjónustustúlku, sem var á leið niður stigann.

„Já, ungfrú, en ég held, að hann sé ekki viðtalsfær að sinni."

„Hvers vegna ekki? Er hann veikur?"

„Nei, nei, ungfrú, en hann hefur átt orðaskipti við herra Laurie, sem er í einu af sínum geðköstum út af einhverju, sem angrar gamla herrann, svo ég þori ekki að fara nærri honum."

„Hvar er Laurie?"

„Læstur inni í herbergi sínu, og hann svarar ekki, þótt ég hafi barið. Ég veit ekki, hvað verður um kvöldverðinn, því hann er tilbúinn, og enginn til að borða hann."

„Ég skal fara og sjá, hvað er að. Ég óttast hvorki annan né hinn."

Jo fór upp og bankaði rösklega á dyr litla skrifherbergis Laurie.

„Hættu þessu, eða ég opna dyrnar og læt þig finna fyrir því!" kallaði ungi herrann í hótandi tón.

Jo bankaði samstundis aftur. Dyrnar hrukku upp, og hún stökk inn, áður en Laurie náði sér af undrun sinni. Þar sem hún sá, að hann var raunverulega í vondu skapi, tók Jo, sem kunni að meðhöndla hann, upp iðrunarsvip og kraup listilega niður á kné og sagði auðmjúk: „Viltu fyrirgefa mér, að ég var svona önug? Ég kom til að bæta fyrir það og get ekki farið, fyrr en mér tekst það.“

„Það er í lagi. Stattu upp og vertu ekki asni, Jo,“ var riddaralegt svar hans.

„Þakka þér, það skal ég. Má ég spyrja, hvað amar að? Þú lítur ekki út fyrir að vera sérlega sáttur í huga.“

„Ég var hristur, og það þoli ég ekki!“ muldraði Laurie reiður.

„Hver gerði það?“ spurði Jo.

„Afi. Hefði það verið einhver annar, þá hefði ég...“ Og hinn sárbeitti unglingur lauk setningunni með kröftugri handahreyfingu.

„Það er nú ekkert. Ég hristi þig oft, og þú lætur það ekki á þig fá,“ sagði Jo seiðandi.

„Bah! Þú ert stúlka, og það er gaman, en engum manni leyfi ég að hrista mig!“

„Ég held, að enginn myndi fýsa að reyna það, ef þú lítur út eins og þrumuský, eins og nú. Hvers vegna var farið svona með þig?“

„Einungis af því, að ég vildi ekki segja, hvers vegna móðir þín hafði kallað á mig. Ég hafði lofað að segja ekkert, og auðvitað ætlaði ég ekki að svíkja orð mín.“

„Gast þú ekki fullnægt afa þínum með öðrum hætti?“

„Nei, hann krafðist sannleikans, alls sannleikans og einskis annars en sannleikans. Ég hefði sagt frá mínum hluta í þessu vandræði, ef ég hefði getað gert það án þess að draga Meg inn í málið. Þar sem ég gat það ekki, þagði ég og þoldi skammirnar, þar til gamli herrann greip mig. Þá flýði ég, af ótta við að missa stjórn á mér.“

„Það var ekki fallegt, en hann sér eftir því, ég veit það, svo farðu niður og sættist við hann. Ég skal hjálpa þér."

„Nei, þvert nei! Ég ætla ekki að láta áminna mig og hnýta í mig af öllum, út af smáglettni. Ég iðraðist gagnvart Meg og baðst afsökunar eins og maður, en ég geri það ekki aftur, þegar ég var ekki í órétti."

„Hann vissi það ekki."

„Hann ætti að treysta mér og ekki haga sér eins og ég væri barn. Það er tilgangslaust, Jo. Hann verður að læra, að ég get séð um mig sjálfur og þurfi ekki að halda í svuntu neins."

„Þið eruð sannar piparpottar!" andvarpaði Jo. „Hvernig hyggst þú leysa þetta mál?"

„Hann ætti að biðja afsökunar og trúa mér, þegar ég segi, að ég geti ekki sagt honum, um hvað allt fjaðrafokið snýst."

„Guð blessi þig! Það gerir hann ekki."

„Ég fer ekki niður, fyrr en hann gerir það."

„Nú, Teddy, vertu skynsamur. Láttu þetta niður falla, og ég skal skýra það, sem ég má. Þú getur ekki setið hér, svo hvað þýðir að vera svona harmleikjalegur?"

„Ég ætla hvort eð er ekki að vera hér lengi. Ég læðist burt og fer í ferð eitthvert, og þegar afi saknar mín, þá mun hann brátt lina sig."

„Það má vel vera, en þú ættir ekki að fara og valda honum áhyggjum."

„Ekki prédika. Ég fer til Washington og hitti Brooke. Þar er líf og fjör, og ég skal skemmta mér eftir þessar raunir."

„Mikið yrði það gaman! Ég vildi óska, að ég gæti líka hlaupið burt," sagði Jo og gleymdi leiðbeinendahlutverki sínu í lifandi hugmyndum um herlíf í höfuðborginni.

„Komdu þá! Hvers vegna ekki? Þú ferð og kemur föður þínum á óvart, og ég hreyfi við gamla Brooke. Það yrði glæsilegur hrekkur. Gerum það, Jo. Við skiljum eftir bréf, þar sem við segjum, að allt sé í lagi, og leggjum af stað tafarlaust. Ég á nægan pening. Það gerir þér gott og ekkert illt, þar sem þú ferð til föður þíns."

Augnablik leit Jo út fyrir að ætla að samþykkja, því þótt áætlunin væri óðs manns æði, hæfði hún henni vel. Hún var þreytt á áhyggjum og innilokun, þráði breytingu, og hugsunin um föður hennar blandaðist freistandi nýjungum herbúða og sjúkrahúsa, frelsi og fjöri. Augu hennar ljómuðu, þegar þau beindust löngunarfull að glugganum, en þau féllu á gamla húsið hinum megin, og hún hristi höfuðið með dapurri festu.

„Væri ég drengur, myndum við hlaupa burt saman og hafa frábæra tíma, en þar sem ég er aum stúlka, verð ég að vera siðprúð og halda mig heima. Freistaðu mín ekki, Teddy, þetta er brjáluð áætlun."

„Það er einmitt það, sem gerir hana skemmtilega," hóf Laurie, sem var gripinn þrjósku og þráði að brjótast út fyrir mörk á einhvern hátt.

„Þegiðu!" hrópaði Jo og huldi eyrun. „‚Sveskjur og glerflöt' eru örlög mín, og ég verð að sætta mig við það. Ég kom hingað til að siðbæta, ekki til að heyra hluti, sem láta mig langa til að stökkva af kæti."

„Ég veit, að Meg myndi kæfa slíka tillögu í fæðingu, en ég hélt, að þú hefðir meiri anda," sagði Laurie hvatvíslega.

„Óþekki drengur, þegiðu! Settu þig niður og hugleiddu eigin syndir, en ekki láta mig bæta við mínar. Ef ég fæ afa þinn til að biðjast afsökunar fyrir að hrista þig, hættirðu þá við að hlaupa burt?" spurði Jo alvarlega.

„Já, en það tekst þér ekki,“ svaraði Laurie, sem vildi sættast, en taldi þó, að sært stoltið yrði fyrst að fá bætur.

„Ef ég get ráðið við þann unga, get ég líka ráðið við þann gamla,“ tautaði Jo, þegar hún gekk burt og skildi Laurie eftir beygðan yfir járnbrautarkorti, með höfuðið hvílandi í báðum lófum.

„Komdu inn!“ Og hrjúf rödd herra Laurence var hrjúfari en nokkru sinni, þegar Jo bankaði á dyr hans.

„Það er bara ég, herra, komin til að skila bók,“ sagði hún blíðlega, þegar hún gekk inn.

„Vantar þig fleiri?“ spurði gamli herrann og leit gremjulega og ergilega út, en reyndi að láta það ekki í ljós.

„Já, gjarnan. Mér líkar svo vel við gamla Sam, að ég held, að ég reyni annað bindið,“ svaraði Jo og vonaði að mýkja hann með því að þiggja annan skammt af Johnson Boswells, sem hann hafði mælt með sem hinni líflegustu bók.

Þykkar augabrýrnar slöknuðu lítið eitt, þegar hann velti stiganum að hillunni, þar sem bókmenntir Johnsons stóðu. Jo skaust upp og settist á efsta þrepið og lét sem hún leitaði að bókinni, en hugsaði í raun, hvernig hún gæti best komið hættulegu erindi sínu að orði. Herra Laurence virtist gruna, að eitthvað kraumaði í huga hennar, því eftir að hafa gengið nokkra snögga hringi um herbergið sneri hann sér að henni og talaði svo snöggt, að Rasselas féll á grúfu á gólfið.

„Hvað hefur sá drengur verið að bralla? Reyndu ekki að skýla honum. Ég veit, að hann hefur verið í ólögum, af því hvernig hann hagaði sér, þegar hann kom heim. Ég fæ ekki orð upp úr honum, og þegar ég hótaði að hrista sannleikann upp úr honum, rauk hann upp og læsti sig inni í herbergi sínu.“

„Hann gerði rangt, en við fyrirgáfum honum og hétum að segja ekki orð við neinn," hóf Jo treglega.

„Það dugar ekki. Hann skal ekki fela sig bak við loforð ykkar mjúkhjartaðra stúlkna. Ef hann hefur gert nokkuð rangt, skal hann játa, biðja afsökunar og sæta refsingu. Segðu mér það, Jo. Ég læt ekki halda mér í myrkri."

Herra Laurence leit svo ógnandi út og talaði svo hvellt, að Jo hefði gjarnan flúið, ef hún hefði getað, en hún sat hátt uppi á þrepunum og hann stóð við fót þeirra eins og ljón á vegi, svo hún varð að sitja kyrr og standa það af sér.

„Sannarlega, herra, ég get það ekki. Mamma bannaði það. Laurie hefur játað, beðið afsökunar og fengið næga áminningu. Við þegjum ekki til að vernda hann, heldur einhvern annan, og það skapar meiri vandræði, ef þér skiptið yður af. Vinsamlegast gerið það ekki. Þetta var að hluta mér að kenna, en nú er allt í lagi. Gleymum því og tölum um Rambler eða eitthvað ánægjulegt."

„Fari Rambler! Komdu niður og gefðu mér orð þitt um, að þessi ærslafulli drengur minn hafi ekki sýnt vanþakklæti eða ókurteisi. Ef hann hefur það, eftir alla þá góðvild, sem honum hefur verið sýnd, þá skal ég hýða hann með eigin höndum."

Ógnunin hljómaði skelfilega, en hún hræddi Jo ekki, því hún vissi, að hinn skapstóri gamli herramaður myndi aldrei leggja hönd á barnabarnið sitt, hvað sem hann segði. Hún gekk hlýðilega niður og gerði sem minnst úr hrekknum, án þess að svíkja Meg eða víkja frá sannleikanum.

„Hm ... ha ... jæja, ef drengurinn þagði vegna loforðs, en ekki af þrjósku, skal ég fyrirgefa honum. Hann er þrjóskur náungi og erfiður í taumi," sagði herra Laurence og strauk hárið upp, svo það stóð út í allar áttir, og sléttaði hrukkuna af enni sínu með léttum létti."

„Það geri ég líka, en eitt vingjarnlegt orð stjórnar mér, þegar allir hestar konungs og allir menn konungs gætu það ekki," sagði Jo og reyndi að mæla vini sínum bót, sem virtist sleppa úr einni klípu aðeins til að lenda í annarri.

„Helldurðu, að ég sé ekki góður við hann, ha?" var hvass svarað.

„Ó, nei, herra. Þér eruð stundum fremur of góður og svo örlítið bráðlyndur, þegar hann reynir þolinmæði yðar. Haldið þér ekki, að svo sé?"

Jo var staðráðin í að ljúka þessu nú og reyndi að líta fullkomlega róleg út, þótt hún skalf lítið eitt eftir djörf orð sín. Til mikillar léttis og undrunar kastaði gamli herrann aðeins gleraugunum skröltandi á borðið og hrópaði hreinskilnislega: „Þú hefur rétt fyrir þér, stúlka mín, svo er það! Ég elska drenginn, en hann reynir þolinmæði mína fram yfir það, sem bærilegt er, og ég veit, hvernig fer, ef við höldum svona áfram."

„Ég skal segja yður það, hann mun hlaupa burt." Jo sá eftir þessum orðum um leið og hún mælti þau. Hún ætlaði að vara hann við, að Laurie þyldi ekki miklar hömlur, og vonaði, að hann yrði umburðarlyndari við drenginn.

Rjóðleitt andlit herra Laurence breyttist skyndilega, og hann settist niður og leit áhyggjufullur á mynd myndarlegs manns, sem hékk yfir borði hans. Það var faðir Laurie, sem hafði hlaupið burt á æskuárum sínum og gengið að eiga gegn vilja hins ráðríka gamla manns. Jo hugsaði, að hann minntist fortíðarinnar og sæi eftir henni, og hún óskaði, að hún hefði þagað.

„Hann gerir það ekki, nema honum sé mjög misboðið, og hann hótar því aðeins stundum, þegar hann þreytist á náminu. Mér dettur oft í hug, að mig langi til þess líka, einkum síðan hárið mitt var klippt, svo ef þér saknið okkar einhvern tíma, getið þér auglýst eftir tveimur drengjum og leitað meðal skipa, sem sigla til Indlands."

Hún hló, þegar hún mælti þetta, og herra Laurence virtist léttast í lund og tók greinilega allt sem gaman.

„Ósvífna stelpa, hvernig dirfistu að tala svona? Hvar er virðing þín við mig og uppeldið, sem þú hefur hlotið? Guð blessi drengi og stúlkur! Þau eru sannarlega kvöl, og samt getum við ekki verið án þeirra," sagði hann og klípti hana góðlátlega í kinnarnar. „Farðu og náðu í drenginn niður í mat, segðu honum, að allt sé í lagi, og ráðleggðu honum að taka ekki upp harmleikjatilburði gagnvart afa sínum. Ég þoli það ekki."

„Hann kemur ekki, herra. Honum sárnaði, að þér trúðuð honum ekki, þegar hann sagði, að hann gæti ekki sagt frá. Ég held, að hristingin hafi sært tilfinningar hans mjög."

Jo reyndi að líta harmþrungin út, en hlýtur að hafa mistekist, því herra Laurence tók að hlæja, og hún vissi, að sigurinn var unninn.

„Mér þykir það leitt og ætti líklega að þakka honum fyrir að hafa ekki hrist mig. Hvað í ósköpunum ætlast drengurinn til?" og gamli herrann leit dálítið vandræðalegur út yfir eigin bráðlyndi.

„Væri ég í yðar sporum, myndi ég skrifa honum afsökunarbeiðni, herra. Hann segir, að hann komi ekki niður, fyrr en hann hafi fengið hana, og talar um Washington og heldur áfram með fáránlegum hætti. Formleg afsökun mun láta hann sjá, hve heimskur hann er, og færa hann niður í sátt. Reynið það. Honum líkar glettni, og þessi leið er betri en að tala. Ég skal bera hana upp og kenna honum skyldu sína."

Herra Laurence horfði hvössum augum á hana og setti á sig gleraugun og sagði hægt: „Þú ert slæg kisa, en mér er sama, þótt þú og Beth stýrið mér. Hér, réttu mér pappírsblað, og látum þessu bulli lokið."

Miðinn var skrifaður með þeim orðum, sem einn herramaður myndi nota við annan eftir að hafa veitt honum djúpa móðgun. Jo lagði koss á sköllóttan koll herra Laurence og hljóp upp til að renna afsökunarbeiðninni undir dyr Laurie og ráðlagði honum gegnum lykilholið að vera undirgefinn, siðprúður og ýmislegt annað, sem var næsta óframkvæmanlegt. Þegar hún fann dyrnar aftur læstar, lét hún miðann vinna sitt verk og ætlaði hljóðlega að ganga burt, þegar ungi herrann renndi sér niður handriðið og beið hennar við neðri stigann og sagði með hinum dyggðugasta svip: „Hvað þú ert góður félagi, Jo! Fékkstu á baukinn?" bætti hann við og hló.

„Nei, hann var fremur mildur, þegar á heildina er litið."

„Æ, ég fékk það úr öllum áttum. Jafnvel þú snerist gegn mér þarna áðan, og ég var rétt við það að fara til fjandans," hóf hann afsakandi.

„Ekki tala svona. Snúðu við blaðinu og byrjaðu á ný, Teddy, sonur minn."

„Ég sný sífellt nýju blaði og klúðra því, eins og ég gerði með skrifbækurnar mínar, og ég geri svo margar byrjanir, að það verður aldrei neinn endir," sagði hann dapurlega.

„Farðu og borðaðu kvöldmatinn, þér mun líða betur eftir það. Menn nöldra alltaf, þegar þeir eru svangir," og að svo mæltu sveif Jo út um útidyrnar.

„Þetta er ‚miði' á ‚flokkinn' minn," svaraði Laurie og vitnaði í Amy, þegar hann fór hlýðinn að snæða auðmýkingarbrauð með afa sínum, sem var þann daginn sem dýrlingur í skapferli og yfirþyrmandi kurteis í framkomu það sem eftir lifði dags.

Allir töldu málinu lokið og litla skýinu hafa feykst burt, en óhappið var þó skeð, því þótt aðrir gleymdu, mundi Meg. Hún minntist aldrei á tiltekinn mann, en hún hugsaði mikið til hans, dreymdi meira en nokkru sinni fyrr, og eitt sinn fann Jo, þegar hún var að gramsa í skrifborði systur sinnar eftir frímerkjum, blaðsnepil, sem krotað var á: „Frú John Brooke", og stundi þá harmleikjalega og kastaði honum í eldinn, því henni fannst hrekkur Laurie hafa flýtt hinum örlagaríka degi fyrir hana."

TUTTUGASTI OG ANNAR KAFLI

YNDISLEGT ENGI

Eins og sólskin eftir storm voru friðsælar vikurnar, sem fylgdu í kjölfarið. Sjúklingarnir tóku skjótum framförum, og herra March fór að tala um að snúa heim snemma á nýju ári. Beth gat brátt legið á legubekknum í skrifstofunni allan daginn og skemmt sér fyrst með ástkærum köttunum og síðar við dúkkusaum, sem hafði setið sorglega á hakanum. Útlimir hennar, sem áður voru kvikir, voru svo stirðir og máttvana, að Jo bar hana daglega um húsið í sterkum örmum sínum, svo hún fengi dálitla hreyfingu. Meg svarti og brenndi glaðlega hvítar hendur sínar við að elda ljúffenga smárétti handa „hinni elsku", en Amy, trú þjónustukona hringsins, fagnaði endurkomu hennar með því að gefa sem flesta af fjársjóðum sínum, sem hún gat fengið systur sínar til að þiggja.

Þegar jólin nálguðust, tóku hinar venjulegu leyndardómsfullu ráðagerðir að svífa um húsið, og Jo vakti fjölskylduna hvað eftir annað til krampakennds hláturs með því að leggja til gjörsamlega óframkvæmanlegar eða stórkostlega fáránlegar athafnir til heiðurs þessum óvenju gleðilegu jólum. Laurie var engu síður óraunsær og hefði kveikt varðelda, skotið upp flugeldum og reist sigurboga, ef hann hefði ráðið einn. Eftir margar orðasennur og ávítanir voru hinn metnaðarfulli tvíeyki talin fullkomlega slökkt og gengu um með raunaleg andlit, sem þó voru lítt trúverðug, þegar sprengihlátrar brutust út, er þau tvö komu saman.

Nokkrir dagar óvenju milds veðurs buðu veglega jólahátíð velkomna. Hannah „fann það í beinunum", að dagurinn yrði sérlega fagur, og hún reyndist sannspá kona, því allir og allt virtist stefna að glæsilegum árangri. Fyrst skrifaði herra March, að hann yrði brátt hjá þeim, síðan leið Beth óvenju vel þann morgun og, klædd í gjöf móður sinnar, mjúkan purpurarauðan merínóslopp, var hún borin í sigurför að glugganum til að sjá gjöf Jo og Laurie. Hinir Óslökkvandi höfðu lagt sig fram um að verða nafni sínu samkvæmir, því eins og álfar höfðu þau unnið um nætur og töfrað fram skoplega óvænta sýn. Úti í garðinum stóð tignarleg snjómey, krýnd hulstri, með körfu af ávöxtum og blómum í annarri hendi, stóra nótnarúllu í hinni, regnbogalitaðan afgansjal um kaldar herðar sér og jólasöng flæðandi af vörum hennar á bleikum pappírsborða.

JUNGFRAU TIL BETH

Guð blessi þig, kæra drottning Bess!
Láttu ekkert þér angra,
en heilsa, friður og hamingja
séu þín á þessum jóladegi.
Hér er ávöxtur handa duglegri býflugu,
og blóm fyrir nef hennar.
Hér er tónlist fyrir píanóið hennar,
afgansjal fyrir tærnar,
mynd af Jóhönnu, sjáðu,
eftir Rafael númer tvö,
sem lagði sig allan fram
að gera hana fagra og sanna.
Þiggðu rauðan borða, bið ég,
fyrir hala frú Purrrar,
og ís búinn til af fögru Peg,
Mont Blanc í fötu.
Sína kærustu ást lögðu höfundar mínir
í snjóbrjóst mitt.
Þiggðu hana og alpamærina
frá Laurie og frá Jo.

Hvernig hló Beth, þegar hún sá þetta, hvernig Laurie hljóp fram og aftur með gjafirnar, og hvílíkar fáránlegar ræður Jo flutti, þegar hún afhenti þær.

„Ég er svo full af hamingju, að væri pabbi aðeins hér, gæti ég ekki borið einn dropa í viðbót," sagði Beth og andvarpaði af sælu, þegar Jo bar hana inn í skrifstofuna til að hvílast eftir æsinginn og hressa sig við með nokkrum af hinum dásamlegu vínberjum, sem „Jungfrau" hafði sent henni.

„Ég líka," bætti Jo við og sló á vasann, þar sem hvíldu hinar langþráðu Undine og Sintram.

„Ég vissulega," tók Amy undir og hallaði sér yfir grafið eintak af Madonnu og barninu, sem móðir hennar hafði gefið henni í fallegum ramma.

„Auðvitað er ég það!" hrópaði Meg og sléttaði silfurljósar fellingar fyrsta silkikjóls síns, því herra Laurence hafði heimtað að gefa hana. „Hvernig gæti ég annað?" sagði frú March þakklát, þegar augu hennar færðust frá bréfi eiginmanns síns að brosandi andliti Beth og hönd hennar strauk brjóstnál, gerða úr gráu og gullnu, kastaníubrúnu og dökkbrúnu hári, sem stúlkurnar höfðu nýlega fest á brjóst hennar.

Stundum, í þessum hversdagslega heimi, gerast hlutir á yndislegan hátt sögubókarinnar, og hvílík huggun það er. Hálfri klukkustund eftir að allir höfðu sagt, að þeir væru svo hamingjusamir, að þeir gætu aðeins borið einn dropa í viðbót, kom dropinn. Laurie opnaði stofudyrnar og stakk höfðinu hljóðlega inn. Hann hefði allt eins getað stokkið kollhnís og látið frá sér stríðsóp indíána, því andlit hans var fullt af bældri æsing og rödd hans svo sviksamlega gleðileg, að allir stukku á fætur, þótt hann segði aðeins með undarlegri, andstuttri rödd: „Hér er önnur jólagjöf handa March-fjölskyldunni."

Áður en orðin voru fullkomlega komin af vörum hans, var hann horfinn á braut, og í hans stað birtist hávaxinn maður, sveipaður upp að augum, styðjandi sig við handlegg annars hávaxins manns, sem reyndi að segja eitthvað en gat það ekki. Að sjálfsögðu varð almennur hamagangur, og í nokkrar mínútur virtust allir missa vitið, því undarlegustu hlutir gerðust og enginn sagði orð.

Herra March hvarf í faðmi fjögurra ástarfullra arma. Jo gerði sjálfri sér til skammar með því að vera nærri fallin í yfirlið og þurfti Laurie að hjúkra henni í postulínsskápnum. Herra Brooke kyssti Meg algerlega fyrir mistök, eins og hann útskýrði með hálfgerðu rugli. Og Amy, hin virðulega, féll um koll og án þess að rísa upp faðmaði og grét yfir stígvélum föður síns á svo hjartnæman hátt. Frú March náði fyrst aftur stjórn á sér og lyfti hendi með viðvörun: „Hljótt! Munið Beth.“

En það var um seinan. Dyr skrifstofunnar þeyttust upp, litli rauði sloppurinn birtist á þröskuldinum, gleðin gaf veikum útlimum styrk, og Beth hljóp beint í faðm föður síns. Skiptir engu, hvað gerðist næst, því full hjörtu flæddu yfir og þvoðu burt beiskju fortíðarinnar og skildu eftir aðeins sætleika líðandi stundar.

Það var alls ekki rómantískt, en hlýlegur hlátur færði alla aftur í jafnvægi, því Hannah fannst bak við dyrnar, þar sem hún snökti yfir feitum kalkúninum, sem hún hafði gleymt að leggja frá sér, þegar hún þaut upp úr eldhúsinu. Þegar hláturinn hljóðnaði, tók frú March að þakka herra Brooke fyrir trúfasta umönnun eiginmanns síns, og þá mundi herra Brooke skyndilega, að herra March þyrfti hvíld, og greip Laurie og dró hann með sér í skyndi á brott. Þá var hinum tveimur sjúklingum skipað að hvíla sig, sem þeir gerðu með því að sitja saman í einum stórum stól og tala ákaflega.

Herra March sagði, hvernig hann hefði þráð að koma þeim á óvart, og hvernig honum hefði, þegar góða veðrið kom, verið leyft af lækni sínum að notfæra sér það, hversu alúðlegur Brooke hefði verið og að hann væri í alla staði hinn mætasti og ráðvandasti ungi maður. Hvers vegna herra March þagnaði augnablik á þeim stað og, eftir að hafa litið á Meg, sem stakk eldinum ákaflega, leit á eiginkonu sína með spyrjandi lyftingu augabrúna, læt ég lesandann ímynda sér. Einnig hvers vegna frú March kinkaði blíðlega kolli og spurði fremur snögglega, hvort hann vildi ekki fá sér eitthvað að borða. Jo sá svipinn og skildi hann og gekk hranalega burt til að sækja vín og kjötsoð og tautaði með sjálfri sér, þegar hún skellti hurðinni: „Ég hata mæta unga menn með brún augu!“

Aldrei hafði verið slíkur jólamatur sem þann dag. Feiti kalkúnninn var sjón að sjá, þegar Hannah sendi hann upp, fylltan, brúnaðan og skreyttan. Sömuleiðis plómubúðingurinn, sem bráðnaði í munni, og einnig hlaupin, sem Amy naut eins og fluga í hunangspotti. Allt tókst vel, sem var náðargáfa, sagði Hannah, „því hugur minn var svo uppnámi, frú, að það er kraftaverk, að ég steikti ekki búðinginn og fyllti kalkúninn með rúsínum, svo ekki sé minnst á að sjóða hann í klút."

Herra Laurence og barnabarn hans snæddu með þeim, svo og herra Brooke, sem Jo sendi dimmar augngotur til, Laurie til mikillar skemmtunar. Tveir hægindastólar stóðu hlið við hlið við borðendann, og í þeim sátu Beth og faðir hennar og nutu hóflega kjúklings og nokkurra ávaxta. Þau drukku heilsudrykki, sögðu sögur, sungu lög, minntust liðinna daga, eins og hinir eldri segja, og skemmtu sér af heilum hug. Sleðaferð hafði verið ráðgerð, en stúlkurnar vildu ekki yfirgefa föður sinn, svo gestirnir fóru snemma, og þegar rökkrið safnaðist, sat hin hamingjusama fjölskylda saman við eldinn.

„Fyrir einu ári stunum við yfir þeim dapurlegu jólum, sem við bjuggumst við að hafa. Munið þið það?" spurði Jo og rauf stutta þögn, sem fylgdi löngu samtali um margvísleg efni.

„Frekar ánægjulegt ár, þegar á heildina er litið," sagði Meg og brosti til eldsins og óskaði sjálfri sér til hamingju með að hafa komið fram við herra Brooke af reisn.

„Mér finnst það hafa verið fremur erfitt," mælti Amy og horfði hugsi á ljósið glitra á hring sínum.

„Ég er fegin, að það er liðið, því við höfum fengið þig aftur," hvíslaði Beth, sem sat á kné föður síns.

„Frekar hrjúfur vegur fyrir ykkur að fara, litlu pílagrímar mínir, einkum síðari hluti hans. En þið hafið staðið ykkur vel, og ég held, að byrðarnar séu á góðri leið með að falla brátt af," sagði herra March og horfði með föðurlegri ánægju á hin fjögur ungu andlit, sem voru samankomin kringum hann.

„Hvernig vitið þér það? Sagði mamma yður það?" spurði Jo.

„Ekki mikið. Strá sýna, hvert vindurinn blæs, og ég hef gert nokkrar uppgötvanir í dag.“

„Ó, segið okkur, hverjar þær eru!“ hrópaði Meg, sem sat við hlið hans.

„Hér er ein.“ Og hann tók upp höndina, sem lá á armi stólsins, og benti á hrjúfan vísifingur, bruna á handarbakinu og tvö eða þrjú lítil hert svæði í lófanum. „Ég man þann tíma, þegar þessi hönd var hvít og mjúk, og fyrsta umhyggja þín var að halda henni þannig. Hún var mjög falleg þá, en mér er hún miklu fallegri nú, því í þessum, að því er virðist, lýtum les ég litla sögu. Brennifórn hefur verið færð hégómanum, þessi hert lófi hefur unnið sér eitthvað betra en blöðrur, og ég er viss um, að saumurinn, sem þessir stungnu fingur hafa unnið, mun endast lengi, því svo mikill vilji til góðs fór í sporin. Meg, elskan mín, ég met þá kvenlegu kunnáttu, sem heldur heimilinu hamingjusömu, meira en hvítar hendur eða tískulegar listir. Ég er stoltur af að taka í þessa góðu og iðjusömu litlu hönd og vona, að mér verði ekki bráðlega falið að láta hana af hendi.“

Ef Meg hafði þráð umbun fyrir langar stundir þolinmóðrar vinnu, fékk hún hana í hlýlegu handtaki föður síns og samþykkjandi brosi hans.

„Hvað um Jo? Segið eitthvað fallegt, því hún hefur reynt svo mikið og verið mér svo, svo góð,“ sagði Beth í eyra föður síns.

Hann hló og leit yfir að hávöxnu stúlkunni, sem sat á móti, með óvenju mildan svip á andlitinu.

„Þrátt fyrir krulluklippt höfuðið sé ég ekki ‚son Jo‘, sem ég yfirgaf fyrir ári,“ sagði herra March. „Ég sé unga konu, sem festir kragann beint, reimar stígvélin snyrtilega og hvorki flautar né talar slangur né liggur á mottunni, eins og hún gerði áður. Andlit hennar er nú nokkuð mjótt og föl af vökum og áhyggjum, en mér þykir vænt um að líta á það, því það hefur mildast og rödd hennar er dýpri. Hún hoppar ekki lengur, heldur hreyfir sig hljóðlega og annast ákveðna litla manneskju á móðurlegan hátt, sem gleður mig. Ég sakna dálítið villtu stúlkunnar minnar, en ef ég fæ í hennar stað sterka, hjálpsama og hjartahlýja konu, skal ég vera fullkomlega sáttur. Ég veit ekki, hvort klippingin stillti svarta sauðinn okkar, en ég veit, að í allri Washington fann ég ekkert nógu fallegt til að kaupa fyrir þá tuttugu og fimm dali, sem góða stúlkan mín sendi mér.“

Skörp augu Jo urðu augnablik dálítið dimm, og mjóa andlit hennar roðnaði í eldbirtunni, þegar hún tók við lofi föður síns og fann, að hún átti það að nokkru leyti skilið.

„Nú, Beth,“ sagði Amy og þráði sinn hlut, en var reiðubúin að bíða.

„Hún er svo lítil, að ég óttast að segja of mikið, af því að hún kynni að renna alveg frá mér, þótt hún sé ekki jafn feimin og áður,“ hóf faðir þeirra glaðlega. En er hann minntist þess, hve nærri hann hafði verið að missa hana, þrýsti hann henni að sér og sagði blíðlega, með kinn hennar við sína: „Ég hef þig nú örugga, mín Beth, og ég mun halda þér þannig, svo Guð hjálpi mér.“

Eftir augnabliks þögn leit hann niður til Amy, sem sat á litlum kolli við fætur hans, og sagði, um leið og hann strauk gljáandi hárið:

„Ég tók eftir því, að Amy tók kjötlærin við matinn, hljóp erinda fyrir móður sína allan eftirmiðdaginn, gaf Meg sæti sitt í kvöld og hefur þjónað öllum með þolinmæði og góðu geði. Ég sé einnig, að hún kvartar ekki mikið né horfir í spegilinn og hefur ekki einu sinni minnst á hinn mjög fallega hring, sem hún ber, svo ég álykta, að hún hafi lært að hugsa meira um aðra og minna um sjálfa sig og hafi ákveðið að móta skapgerð sína jafn vandlega og hún mótar litlu leirfígúrurnar sínar. Ég fagna því, því þótt ég yrði mjög stoltur af fagra styttu, sem hún gerði, yrði ég óendanlega stoltari af elskulegri dóttur, sem hefur hæfileika til að gera lífið fagurt fyrir sjálfa sig og aðra.“

„Hvað ert þú að hugsa um, Beth?“ spurði Jo, þegar Amy hafði þakkað föður sínum og sagt frá hringnum.

„Ég las í För pílagrímsins í dag, hvernig Christian og Hopeful komu, eftir margar raunir, að yndislegri grænni engi, þar sem liljur blómstruðu allt árið, og þar hvíldust þeir glaðir, eins og við nú, áður en þeir héldu áfram til ferðar sinnar enda,“ svaraði Beth og bætti við, er hún rann úr faðmi föður síns og gekk að hljóðfærinu: „Nú er söngtími, og mig langar að vera á mínum gamla stað. Ég ætla að reyna að syngja söng smaladrengsins, sem pílagrímarnir heyrðu. Ég samdi lagið fyrir pabba, því honum þykja vísurnar góðar.“

Svo settist Beth við hið kæra litla píanó, snerti hljóðlátlega lyklana og söng, með sinni eigin undirleik og þeirri mildu rödd, sem þau höfðu aldrei búist við að heyra aftur, hina fornu sálmaversu, sem átti svo undur vel við hana.

Sá, sem lágur er, þarf ei að óttast fall,
sá, sem er lítill, eigi hroka.
Sá, sem er auðmjúkur, mun ætíð allur
Guð hafa sér að leiðsögn fljóta.
Ég er sátt við það, sem ég hef,
lítið sé það eða mikið.
Og, Drottinn, sátt ég ætíð kref,
því slíka frelsar Þú hiklaust.
Gnægð er þeim byrði þung,
sem ganga pílagrímsleið.
Hér lítið, en síðar sæla ung,
er best um aldur og ævi skeið.

TUTTUGASTI OG ÞRIÐJI KAFLI
FRÆNKA MARCH ÚTKLJÁIR MÁLIÐ

Eins og býflugur, sem sveima um drottningu sína, svifu móðir og dætur um herra March daginn eftir og vanræktu allt til að horfa á, þjóna og hlýða á hinn nýja sjúkling, sem var á góðri leið með að verða ofdekraður af góðvild. Þar sem hann sat studdur í stórum stól við legubekk Beth, með hinar þrjár nærri, og Hannah stakk öðru hvoru höfðinu inn „til að gægjast á kæra manninn", virtist ekkert vanta til að fullkomna hamingju þeirra. En eitthvað vantaði, og þær eldri fundu það, þótt engin játaði það. Herra og frú March litu hvort á annað með áhyggjusvip, þegar augu þeirra fylgdu Meg. Jo fékk skyndilegar alvöruköst og sást hrista hnefann að regnhlíf herra Brooke, sem hafði verið skilin eftir í forstofunni. Meg var utan við sig, feimin og þögul, hrökk við, þegar bjallan hringdi, og roðnaði, þegar nafn Johns var nefnt. Amy sagði, að „allir virtust bíða einhvers og gætu ekki fest sig við neitt, sem væri undarlegt, þar sem pabbi væri kominn heill heim", og Beth undraðist sakleysislega, hvers vegna nágrannarnir kæmu ekki hlaupandi yfir eins og vant var.

Laurie gekk þar hjá síðdegis og, þegar hann sá Meg við gluggann, greip hann skyndilega harmleikjakast, því hann féll á annað kné í snjónum, barði sér á brjóst, reif í hárið og fléttaði saman höndum í bæn, eins og hann bæðist mikillar náðar. Og þegar Meg sagði honum að haga sér og fara burt, kreisti hann ímynduð tár úr vasaklút sínum og staulaðist fyrir hornið eins og í algjörri örvæntingu.

„Hvað meinar þessi gæs?" sagði Meg og hló og reyndi að líta saklaus út.

„Hann sýnir þér, hvernig þinn John mun haga sér brátt. Hjartnæmt, er það ekki?" svaraði Jo háðslega.

„Ekki segja minn John, það er hvorki viðeigandi né satt," en rödd Meg dvaldi við orðin, eins og þau væru henni ljúf. „Vinsamlegast angraðu mig ekki, Jo. Ég hef sagt þér, að mér þyki ekki svo mjög vænt um hann, og ekkert á að gerast, heldur eigum við öll að vera vingjarnleg og halda áfram sem áður.“

„Við getum það ekki, því eitthvað hefur verið sagt, og hrekkur Laurie hefur spillt þér fyrir mér. Ég sé það og mamma sér það líka. Þú ert ekki hið sama og áður og virðist svo fjarlæg mér. Ég ætla ekki að angra þig og skal bera það eins og maður, en ég óska, að þetta væri allt afgreitt. Ég hata að bíða, svo ef þú ætlar einhvern tíma að gera það, flýttu þér og láttu það ganga fljótt yfir,“ sagði Jo pirruð.

„Ég get ekkert sagt, fyrr en hann talar, og hann talar ekki, því pabbi sagði, að ég væri of ung,“ hóf Meg og laut yfir vinnu sína með undarlegu litlu brosi, sem gaf til kynna, að hún væri ekki alveg sammála föður sínum um það atriði.

„Ef hann talaði, myndirðu ekki vita, hvað þú ættir að segja, heldur myndirðu gráta eða roðna eða leyfa honum að ráða, í stað þess að segja ákveðið nei.“

„Ég er ekki jafn heimsk og veik og þú heldur. Ég veit nákvæmlega, hvað ég myndi segja, því ég hef skipulagt það allt, svo ég verði ekki gripin óvör. Enginn veit, hvað kann að gerast, og mig langaði að vera undirbúin.“

Jo gat ekki annað en brosað að þeirri mikilvægu reisn, sem Meg hafði ómeðvitað tekið á sig og sem fór henni jafnt vel og fallegi roðinn á kinnunum.

„Myndirðu vilja segja mér, hvað þú myndir segja?“ spurði Jo með meiri virðingu.

„Alls ekki. Þú ert sextán ára núna, fullorðin nóg til að vera trúnaðarvinur minn, og reynsla mín kann að nýtast þér síðar, ef til vill, í þínum eigin málum af þessu tagi.“

„Ég ætla mér engin slík mál. Það er skemmtilegt að horfa á aðra daðra, en mér fyndist ég vera kjáni, ef ég gerði það sjálf," sagði Jo og leit hrædd út við tilhugsunina.

„Ég held ekki, ef þér þætti einhver mjög vænt um og honum um þig." Meg talaði eins og við sjálfa sig og leit út á stíginn, þar sem hún hafði oft séð elskendur ganga saman í sumarrökkri.

„Ég hélt, að þú ætlaðir að segja ræðuna þína við þann mann," sagði Jo og batt enda á litla dagdrauma systur sinnar.

„Ó, ég myndi einfaldlega segja, rólega og ákveðið: ‚Þakka yður, herra Brooke, þér eruð mjög vingjarnlegur, en ég er sammála föður mínum um, að ég sé of ung til að ganga til nokkurrar trúlofunar að svo stöddu, svo vinsamlegast segið ekki meira, heldur verum vinir eins og áður.'"

„Hm, það er nógu stíft og kalt! Ég trúi ekki, að þú segjir það nokkurn tíma, og ég veit, að hann verður ekki sáttur, þótt þú gerir það. Ef hann heldur áfram eins og hafnaðir elskendur í bókum, muntu láta undan, fremur en særa tilfinningar hans."

„Nei, það mun ég ekki. Ég mun segja honum, að ég hafi gert upp hug minn, og ganga út úr herberginu með reisn."

Meg stóð upp, er hún mælti þetta, og ætlaði einmitt að æfa hina reisnarmiklu brottför, þegar fótatak í forstofunni lét hana fleygja sér í sætið og byrja að sauma af ákafa, eins og líf hennar lægi við að ljúka einmitt þeirri saumaspennu á tilsettum tíma. Jo kæfði hlátur yfir hinni skyndilegu breytingu og, þegar einhver bankaði hógværlega, opnaði hún dyrnar með óblíðum svip, sem var fjarri gestrisni.

„Góðan dag. Ég kom til að sækja regnhlífina mína, það er að segja, til að spyrja, hvernig föður yðar líði í dag," sagði herra Brooke og varð lítið eitt ringlaður, þegar augu hans færðust frá einu svikula andlitinu til annars.

„Honum líður mjög vel, hann er í grindinni. Ég skal sækja hann og segja því, að þér séuð hér." Og þar sem hún ruglaði saman föður sínum og regnhlífinni í svari sínu, læddist Jo út úr herberginu til að gefa Meg tækifæri til að flytja ræðu sína og sýna reisn sína. En um leið og hún hvarf, fór Meg að mjaka sér að dyrunum og tautaði:

„Mamma vill gjarnan sjá yður. Vinsamlegast setjist, ég skal kalla á hana."

„Farið ekki. Eruð þér hrædd við mig, Margaret?" Og herra Brooke leit svo sár, að Meg hélt, að hún hlyti að hafa gert eitthvað mjög ókurteist. Hún roðnaði upp í litlu krullurnar á enni sínu, því hann hafði aldrei áður kallað hana Margaret, og hún undraðist, hve eðlilegt og ljúft það hljómaði af vörum hans. Í viðleitni til að vera vingjarnleg og örugg, rétti hún fram höndina með trausti og sagði þakklát:

„Hvernig gæti ég verið hrædd, þegar þér hafið verið svo góður við pabba? Ég óska aðeins, að ég gæti þakkað yður fyrir það."

„Á ég að segja þér, hvernig?" spurði herra Brooke og hélt litlu hendinni fast í báðum sínum og horfði niður á Meg með svo mikilli ást í brúnum augunum, að hjarta hennar tók að flögra, og hana langaði bæði að hlaupa burt og að staldra við og hlusta.

„Ó nei, gerið það ekki, ég vil það helst ekki," sagði hún og reyndi að draga höndina til sín, en leit hrædd út þrátt fyrir afneitun sína.

„Ég skal ekki angra yður. Ég vil aðeins vita, hvort yður þyki dálítið vænt um mig, Meg. Ég elska yður svo heitt, kæra mín," bætti herra Brooke blíðlega við.

Þetta var augnablikið fyrir hina rólegu og viðeigandi ræðu, en Meg flutti hana ekki. Hún gleymdi hverju orði hennar, laut höfði og svaraði: „Ég veit það ekki," svo lágt, að John varð að beygja sig niður til að heyra þetta fávíslega litla svar.

Hann virtist telja það erfiðisins vert, því hann brosti út í annað eins og fullkomlega ánægður, þrýsti mjúku hendinni þakklátlega og sagði í sínu sannfærandi tóni: „Viltu reyna að komast að því? Mig langar svo mjög að vita það, því ég get ekki unnið af heilum hug, fyrr en ég veit, hvort mér muni hlotnast laun mín að lokum eða ekki.“

„Ég er of ung,“ tautaði Meg og undraðist, hvers vegna hún væri svona óróleg, en naut þess þó að nokkru.

„Ég skal bíða, og á meðan gætirðu verið að læra að þykja vænt um mig. Væri það mjög erfið lexía, kæra mín?“

„Ekki, ef ég kysi að læra hana, en ...“

„Vinsamlegast veldu að læra hana, Meg. Mér þykir vænt um að kenna, og þetta er auðveldara en þýska,“ greip John fram í og náði hinni hendinni einnig, svo hún átti enga leið til að fela andlit sitt, þegar hann laut til að horfa í það.

Rödd hans var hæfilega bænfús, en þegar Meg stalst til að líta feimnislega á hann, sá hún, að augun voru bæði glettin og blíð og að á vörum hans lék hinn öruggi sigur-bros sá, sem ekki efaðist um árangur sinn. Það særði hégóma hennar. Fávíslegar kennslustundir Annie Moffat í daðri komu henni í hug, og valdafýsnin, sem sefur í brjósti jafnvel hinna bestu litlu kvenna, vaknaði skyndilega og tók völdin. Hún fann til æsingar og undarleika og, þar sem hún vissi ekki, hvað annað hún ætti að gera, fylgdi hún duttlungi og dró hendur sínar að sér og sagði fýlulega: „Ég vel það ekki. Farið burt og látið mig í friði!“

Aumingja herra Brooke leit út eins og fagra loftkastalinn hans væri að hrynja um eyrun á honum, því hann hafði aldrei séð Meg í slíku skapi áður, og það ruglaði hann mjög.

„Meinið þér þetta í alvöru?“ spurði hann áhyggjufullur og fylgdi henni, er hún gekk burt.

„Já, það geri ég. Ég vil ekki vera angrað um slíka hluti. Pabbi segir, að ég þurfi þess ekki; það sé of snemmt, og ég vil það heldur ekki."

„Má ég þá ekki vona, að þér skiptið um skoðun síðar? Ég skal bíða og ekkert segja, fyrr en þér hafið haft meiri tíma. Leikið ekki við mig, Meg. Ég hélt það ekki um yður."

„Hugsið alls ekki um mig. Ég vildi helst, að þér gerðuð það ekki," sagði Meg og fann nokkra óþekka ánægju í því að reyna þolinmæði elskhugans og mátt sinn sjálfrar.

Nú var hann alvarlegur og fölur og líktist miklu fremur hetjum skáldsagnanna, sem hún dáði, en hann sló hvorki ennið né tróðst um gólfið eins og þær gerðu. Hann stóð aðeins og horfði á hana svo angurværlega og svo blíðlega, að hjarta hennar tók að mýkjast þrátt fyrir sjálfa hana. Hvað hefði gerst næst, get ég ekki sagt, ef March-frænka hefði ekki komið haltandi inn einmitt á þessari athyglisverðu stundu.

Gamla konan gat ekki staðist löngun sína til að sjá bróðurson sinn, því hún hafði mætt Laurie, þegar hún var á akstri, og, er hún heyrði, að herra March væri kominn heim, lét hún aka sér beint þangað. Fjölskyldan var öll önnum kafin aftast í húsinu, og hún hafði laumast hljóðlega inn í von um að koma þeim á óvart. Hún kom tveimur þeirra svo mjög á óvart, að Meg brá sem hún sæi vofu, og herra Brooke hvarf inn í vinnuherbergið.

„Blessaður sé, hvað er hér á seyði?" hrópaði gamla konan og sló staf sínum í gólfið, er hún leit frá fölum unga herranum til hinnar skarlatsrauðu ungu stúlku.

„Þetta er vinur pabba. Ég er svo hissa að sjá yður!" stamaði Meg og fann, að hún ætti von á áminningu.

„Það sést," svaraði March-frænka og settist. „En hvað er vinur pabba að segja, sem fær þig til að roðna eins og bóndarós? Hér er eitthvað bfallað, og ég krefst þess að fá að vita, hvað það er," bætti hún við og sló aftur með stafnum.

„Við vorum aðeins að tala saman. Herra Brooke kom eftir regnhlífinni sinni," hóf Meg og óskaði þess innilega, að herra Brooke og regnhlífin væru bæði komin úr húsinu.

„Brooke? Kennari þess drengs? Æ! Nú skil ég. Ég veit allt um þetta. Jo klúðraði skilaboðum í einu af bréfum föður yðar, og ég lét hana segja mér frá því. Þú hefur þó ekki gengið og samþykkt hann, barnið mitt?" hrópaði March-frænka og leit hneyksluð út.

„Hljótt! Hann heyrir. Á ég að kalla á mömmu?" sagði Meg og varð mjög óróleg.

„Ekki enn. Ég hef eitthvað að segja við þig og verð að létta af mér strax. Segðu mér, ætlarðu að giftast þessum Cook? Ef svo er, færðu ekki einn einasta eyri af peningum mínum. Mundu það og vertu skynsöm stúlka," sagði gamla konan með þunga í röddinni.

Nú hafði March-frænka til fullkomnunar náð þeirri list að vekja andófsanda jafnvel í hinum mýkstu skapgerðum, og naut þess að beita henni. Hið besta í okkur öllum ber keim af þverúð, einkum þegar við erum ung og ástfangin. Hefði March-frænka beðið Meg að taka John Brooke að sér, hefði hún að öllum líkindum lýst því yfir, að slíkt kæmi ekki til greina. En þar sem henni var með harðri hendi bannað að þykja vænt um hann, gerði hún þegar upp hug sinn um, að hún skyldi gera það. Bæði tilhneiging og þverúð auðvelduðu ákvörðunina, og þar sem Meg var þegar mjög uppnumin, mælti hún gegn gömlu konunni af óvenjulegum krafti.

„Ég mun giftast þeim, sem mér sýnist, March-frænka, og þér getið látið fé yðar renna til hvers sem yður þóknast," sagði hún og kinkaði kolli með einbeittum svip.

„Svei mér þá! Er þetta, hvernig þú tekur ráðum mínum, ungfrú? Þú munt sjá eftir því síðar, þegar þú hefur reynt ást í kotbýli og komist að raun um, að hún bregst.“

„Hún getur varla brugðist verr en sumum í stórhýsum,“ svaraði Meg snúðugt.

March-frænka setti upp gleraugun og virti stúlkuna fyrir sér, því hún þekkti hana ekki í þessum nýja ham. Meg þekkti sjálfa sig varla; hún fann til slíks hugrekkis og sjálfstæðis, var svo glöð að verja John og halda fram rétti sínum til að elska hann, ef hún vildi. March-frænka sá, að hún hafði byrjað á röngum nótum, og eftir stutta þögn hóf hún mál sitt á ný og sagði eins mildilega og henni var unnt: „Nú, Meg mín, vertu skynsöm og taktu ráðum mínum. Ég meina þetta vel og vil ekki, að þú spillir allri ævi þinni með því að gera mistök í upphafi. Þú ættir að giftast vel og hjálpa fjölskyldu þinni. Það er skylda þín að gera gott ráðahag, og það ætti að brýna fyrir þér.“

„Pabbi og mamma telja það ekki. Þeim líkar John, þótt hann sé fátækur.“

„Foreldrar þínir, barnið mitt, hafa ekki meiri veraldarvisku en tvö ungbörn.“

„Mér þykir vænt um það,“ hrópaði Meg ákveðin.

March-frænka lét það sem vind um eyru þjóta og hélt áfram ræðunni. „Þessi Brooke er fátækur og á enga auðuga ættingja, er það ekki?“

„Nei, en hann á marga hlýja vini.“

„Ekki er hægt að lifa á vinum; reyndu það og sjáðu, hve fljótt þeir kólna. Hann hefur ekkert embætti, er það?“

„Ekki enn. Herra Laurence ætlar að hjálpa honum.“

„Það varir ekki lengi. James Laurence er sérvitur gamalmenni og ekki treystandi. Svo þú ætlar að giftast manni án fjár, stöðu eða atvinnu og halda áfram að vinna harðar en nú, þegar þú gætir lifað í þægindum alla ævi með því að hlýða mér og gera betur? Ég hélt, að þú hefðir meira vit, Meg.“

„Ég gæti ekki gert betur, þótt ég biði hálfa ævi! John er góður og vitr, hann hefur mikla hæfileika, hann er fús til vinnu og mun vissulega komast áfram; hann er svo duglegur og hugrakkur. Allir kunna að meta hann og bera virðingu fyrir honum, og ég er stolt af því að hann skuli láta sér annt um mig, þótt ég sé svona fátæk, ung og fávís,“ sagði Meg og var fegurri en nokkru sinni í einlægni sinni.

„Hann veit, að þú átt auðuga ættingja, barnið mitt. Þar liggur leyndarmál geðþótta hans, hygg ég.“

„March-frænka, hvernig dirfist þér að segja slíkt? John er hafinn yfir slíka smásálarskap, og ég hlusta ekki á yður eina mínútu, ef þér talið svona,“ hrópaði Meg reið og gleymdi öllu nema ranglæti gruns gömlu konunnar. „Minn John myndi ekki giftast fyrir fé, ekki frekar en ég. Við erum fús að vinna og ætlum að bíða. Ég hræðist ekki fátækt, því ég hef verið hamingjusöm hingað til, og ég veit, að ég mun verða það með honum, af því að hann elskar mig, og ég ...“

Meg þagnaði þar og minntist skyndilega þess, að hún hafði ekki gert upp hug sinn, að hún hafði sagt „honum John“ að fara burt og að hann kynni að heyra ósamræmi í orðum hennar.

March-frænka varð ævareið, því hún hafði bundið vonir sínar við að fallega frænkan gerði gott ráðahag, og eitthvað í hinu glaða unga andliti stúlkunnar lét hina einmana gömlu konu finna bæði sárindi og súrleika.

„Jæja, ég þvæ hendur mínar af þessu öllu! Þú ert þrjósk barn, og þú hefur glatað meira en þú gerir þér grein fyrir með þessari heimsku. Nei, ég staldra ekki við. Ég er vonsvikin af þér og hef ekki geð til að hitta föður þinn núna.

Væntu einskis af mér, þegar þú ert gift. Vinir herra Brooke verða að sjá um þig. Ég er búin að hafa nóg af þér að eilífu."

Og með því að skella hurðinni fyrir framan Meg ók March-frænka burt í mikilli gremju. Hún virtist taka með sér allt hugrekki stúlkunnar, því þegar Meg stóð ein eftir, var hún augnablik óviss, hvort hún ætti að hlæja eða gráta. Áður en hún náði að gera upp hug sinn, greip herra Brooke hana og sagði í einni andrá: „Ég gat ekki annað en heyrt, Meg. Þakka þér fyrir að verja mig, og March-frænku fyrir að sanna, að þér þyki dálítið vænt um mig."

„Ég vissi ekki, hve mikið, fyrr en hún lastaði yður," hóf Meg.

„Og ég þarf þá ekki að fara burt, heldur má vera og vera hamingjusamur, má ég það, kæra mín?"

Hér gafst enn eitt tækifæri til að flytja hina nístandi ræðu og ganga brott með reisn, en Meg hugsaði hvorki um annað né hitt og vanvirti sig að eilífu í augum Jo með því að hvísla hógværlega: „Já, John," og fela andlit sitt við vesti herra Brooke.

Fimmtán mínútum eftir brottför March-frænku læddist Jo hljóðlega niður stigann, nam staðar andartak við stofudyrnar og, er hún heyrði ekkert hljóð innan frá, kinkaði kolli og brosti með ánægjusvip og sagði við sjálfa sig: „Hún hefur fylgt honum út eins og við ráðgerðum, og það mál er afgreitt. Ég fer og heyri, hvað gerðist, og hlæ dátt að því."

En aumingja Jo fékk aldrei hláturinn sinn, því hún stóð sem negld á þröskuldinum við sjón, sem hélt henni þar kyrrri, starandi með munninn næstum jafn galopinn og augun. Hún hafði ætlað að fagna falli óvinar og hrósa staðfastri systur fyrir að hafa vísað óæskilegum biðli á dyr, en það var sannarlega áfall að sjá hinn umrædda „óvin" sitja í rólegheitum á sófanum, með hina staðföstu systur trónandi á kné sér og með svip djúprar undirgefni í andliti. Jo gaf frá sér hálft andvarp, eins og köld steypiregnsskraut hefði skollið á henni, því þessi óvænta viðsnúningur tók hana bókstaflega andann.

Við hið undarlega hljóð sneru elskendurnir sér við og sáu hana. Meg spratt á fætur, bæði stolt og feimin á svip, en „þessi maður“, eins og Jo kallaði hann, hló beinlínis og sagði rólega, um leið og hann kyssti hina forviða nýkomnu: „Systir Jo, óskaðu okkur til hamingju!“

Það var að bæta gráu ofan á svart; það var með öllu of mikið, og með einhverjum villtum handahreyfingum hvarf Jo orðalaus á braut. Hún þaut upp stigann og hræddi sjúklingana með því að hrópa með harmrænni röddu, er hún ruddist inn í herbergið: „Ó, látið einhvern fara strax niður! John Brooke hegðar sér hræðilega, og Meg hefur ánægju af því!“

Herra og frú March flýttu sér út úr herberginu, og Jo kastaði sér á rúmið og grét og skammaðist stormandi, er hún sagði Beth og Amy hin skelfilegu tíðindi. Litlu stúlkurnar töldu þetta þó hið ánægjulegasta og áhugaverðasta atvik, og Jo fékk litla huggun hjá þeim. Hún fór því upp í athvarf sitt á háaloftinu og trúði rottunum fyrir harmi sínum.

Enginn vissi nokkru sinni, hvað fór fram í stofunni síðdegis það, en mikið var talað, og hinn kyrrláti herra Brooke kom vinum sínum á óvart með mælsku og krafti, er hann bar upp mál sitt, sagði frá áformum sínum og sannfærði þau um að haga öllu nákvæmlega eins og hann óskaði.

Tebjallan hringdi áður en hann hafði lokið við að lýsa þeirri paradís, sem hann ætlaði að afla Meg, og hann leiddi hana stoltur til kvöldverðar. Bæði litu þau svo hamingjusöm út, að Jo hafði ekki hjarta til að vera afbrýðisöm né dapur. Amy var mjög hrifin af hollustu Johns og reisn Meg, Beth brosti til þeirra úr fjarlægð, en herra og frú March horfðu á unga parið með svo blíðri ánægju, að augljóst var, að March-frænka hafði haft rétt fyrir sér, er hún kallaði þau „veraldlega fákunnandi eins og tvö ungbörn“. Enginn borðaði mikið, en allir litu glaðir út, og gamla herbergið virtist lýsast undursamlega, þegar fyrsta ástarsaga fjölskyldunnar hófst þar.

„Þú getur ekki sagt lengur, að ekkert gleðilegt gerist, er það, Meg?“ sagði Amy og reyndi að ákveða, hvernig hún ætti að skipa elskendunum í teikningu, sem hún ætlaði að gera.

„Nei, það get ég sannarlega ekki. Hve margt hefur ekki gerst síðan ég sagði það! Mér finnst það vera ár síðan,“ svaraði Meg, sem svífði í sælu ofar hversdagslegum hlutum eins og brauði og smjöri.

„Gleðin fylgir sorginni fast að þessu sinni, og ég held næstum, að breytingarnar séu hafnar,“ sagði frú March. „Í flestum fjölskyldum kemur öðru hvoru ár fullt af atburðum. Þetta hefur verið slíkt ár, en það endar þó vel að lokum.“

„Vonandi endar næsta ár betur,“ tautaði Jo, sem átti erfitt með að sjá Meg upptekna af ókunnugum manni beint fyrir framan sig, því Jo elskaði fáa mjög heitt og óttaðist að missa eða sjá minnka ást þeirra á nokkurn hátt.

„Ég vona, að þriðja árið héðan í frá endi enn betur. Ég ætla að sjá til þess, ef ég lifi til að framkvæma áform mín,“ sagði herra Brooke og brosti til Meg, eins og allt væri honum nú mögulegt.

„Virðist ykkur ekki langur tími að bíða?“ spurði Amy, sem var óþolinmóð eftir brúðkaupinu.

„Ég á svo margt ólært, áður en ég verð tilbúin, að mér finnst tíminn stuttur,“ svaraði Meg með ljúfri alvöru í andlitinu, sem aldrei hafði sést þar áður.

„Þú þarft aðeins að bíða; ég á að vinna verkið,“ sagði John og hóf störf sín með því að taka upp servíettu Meg með svip, sem lét Jo hrista höfuðið og síðan segja við sjálfa sig með létti, þegar útidyrahurðin skall: „Hér kemur Laurie. Nú fáum við eitthvað skynsamlegt tal.“

En Jo skjátlaðist, því Laurie kom stökkvandi inn, fullur lífsgleði, með mikinn, brúðlegan blómvönd handa „frú John Brooke“, og virtist sannfærður um, að allt þetta hefði orðið að veruleika fyrir hans ágætu stjórn.

„Ég vissi, að Brooke myndi ná sínu fram; það gerir hann alltaf, því þegar hann ákveður að framkvæma eitthvað, þá verður það gert, þótt himinn hrynji," sagði Laurie, er hann hafði afhent gjöf sína og heillaóskir.

„Þakka yður fyrir það meðmæli. Ég tek það sem góðan fyrirboða um framtíðina og býð yður hér með í brúðkaup mitt," svaraði herra Brooke, sem var í sátt við allan heiminn, jafnvel hinn hrekkjótta lærisvein sinn.

„Ég kem, þótt ég sé á heimsenda, því andlit Jo eitt á þeirri stundu væri ferðina virði. Þú lítur ekki hátíðlega út, ungfrú, hvað er að?" spurði Laurie og fylgdi henni í horn stofunnar, þangað sem allir höfðu safnast til að heilsa herra Laurence.

„Ég samþykki ekki þetta ráðahag, en ég hef gert upp hug minn um að þola hann og mun ekki mæla orð gegn honum," sagði Jo hátíðlega. „Þú getur ekki vitað, hve erfitt mér er að láta Meg frá mér," bætti hún við og röddin titraði lítillega.

„Þú lætur hana ekki frá þér. Þið skiptið henni bara á milli ykkar," sagði Laurie huggandi.

„Það verður aldrei hið sama aftur. Ég hef misst kærustu vinkonu mína," andvarpaði Jo.

„Þú hefur þó mig. Ég er ekki mikils virði, það veit ég, en ég mun standa með þér, Jo, alla ævi mína, það lofa ég heiðarlega," sagði Laurie, og hann meinti það.

„Ég veit það, og ég er þér afar þakklát. Þú ert mér alltaf mikil huggun, Teddy," svaraði Jo og tók í hönd hans með þakklæti.

„Jæja, vertu nú ekki dapur, góði félagi. Allt er í lagi, sérðu. Meg er hamingjusöm, Brooke mun flýta sér að koma sér fyrir, afi mun annast hann, og það verður afar gaman að sjá Meg í litla heimilinu sínu. Við eigum eftir að hafa prýðilegar stundir, þegar hún er farin, því ég verð brátt búinn í háskólanum, og þá förum við utan í einhverja skemmtilega ferð. Myndi það ekki hugga þig?"

„Ég held næstum, að það myndi gera það, en enginn veit, hvað kann að gerast á þremur árum," sagði Jo hugsi.

„Það er satt. Vildirðu ekki geta litið fram í tímann og séð, hvar við verðum þá öll? Ég vildi það," sagði Laurie.

„Ég held ekki, því ég kynni að sjá eitthvað sorglegt, og nú líta allir svo hamingjusamir út, að mér finnst varla hægt að bæta það mikið." Og augu Jo fóru hægt um herbergið og ljómuðu, er hún horfði, því útsýnið var fögur sýn.

Faðir og móðir sátu saman og lifðu í hljóði upphafskafla þeirrar ástarsögu, sem hófst fyrir þau fyrir um tuttugu árum. Amy teiknaði elskendurna, sem sátu afsíðis í fallegum heimi sínum, þar sem ljósið snerti andlit þeirra með fegurð, sem litla listakonan gat ekki fangað. Beth lá á legubekk sínum og talaði glaðlega við gamla vin sinn, sem hélt litlu hendi hennar, eins og hann fyndi, að hún hefði þann mátt að leiða hann eftir hinni friðsælu braut, sem hún gekk. Jo lá í uppáhaldssætinu sínu lágu með þann alvarlega, kyrrláta svip, sem henni fór best, og Laurie hallaði sér á bak stóls hennar, með hökuna á jafnsléttu við krullað höfuð hennar, brosti með sínum vingjarnlegasta svip og kinkaði til hennar í langa speglinum, sem endurvarpaði þeim báðum.

Svo fellur tjaldið yfir Meg, Jo, Beth og Amy. Hvort það rís aftur, ræðst af þeim viðtökum, sem fyrsti þáttur heimilisleikritsins Litlar konur hlýtur.

2. hluti

TUTTUGASTI OG FJÓRÐI KAFLI
SLÚÐUR

Til þess að við getum hafið frásögnina að nýju og farið til brúðkaups Meg með óbundnum hug, er rétt að byrja á litlu slúðri um March-fjölskylduna. Og hér leyfi ég mér að taka það fram, að ef einhverjir hinna eldri telja, að of mikið sé um „ástamál" í sögunni, eins og ég óttast, að þeir kunni að gera (ég hræðist ekki, að hin unga kynslóð geri þá athugasemd), þá get ég aðeins svarað með orðum frú March: „Við hverju má búast, þegar ég hef fjórar glaðar stúlkur í húsinu og fjörugan ungan nágranna handan götunnar?"

Þau þrjú ár, sem liðin eru, hafa fært fáar breytingar í hina kyrrláta fjölskyldu. Stríðinu er lokið, og herra March er heill heim kominn, upptekinn við bækur sínar og hið litla safnaðarstarf, sem fann í honum prest af eðlisfari jafnt sem af náð, kyrrlátan og fræðilegan mann, auðugan að þeirri visku, sem er betri en bókvit, þeirri kærleiksríku mannúð, sem kallar allt mannkyn „bróður", og þeirri guðrækni, sem blómgast í skapgerð og gerir hana göfuga og fagra.

Þessir eiginleikar, þrátt fyrir fátækt og þá ströngu ráðvendni, sem útilokaði hann frá hinum veraldlegri frama, drógu að honum marga ágæta menn og konur, jafn náttúrlega og ilmandi jurtir laða að sér býflugur, og jafn sjálfsagt gaf hann þeim hunangið, sem fimmtíu ára erfið reynsla hafði eimað án þess að ein einasta beiskudropa blandaðist í það. Einlægir ungir menn fundu í gráhærða fræðimanninum jafn ungt hjarta og sitt eigið; hugsandi eða áhyggjufullar konur báru eðlislægt efasemdir sínar til hans, fullvissar um að finna þar mildustu samúð og vitrasta ráðgjöf. Syndarar játuðu syndir sínar fyrir hinum hreinhjarta gamla manni og voru bæði ávíttir og frelsaðir. Hæfileikaríkir menn fundu í honum félaga. Metnaðargjarnir menn fengu svipmynd af göfugri metnaði en sínum eigin, og jafnvel veraldarsinnaðir menn viðurkenndu, að trú hans væri fögur og sönn, þótt hún „borgaði sig ekki“.

Utan frá séð virtust hinar fimm ötulu konur stjórna heimilinu, og það gerðu þær í mörgu. En hinn kyrrláti fræðimaður, sem sat meðal bóka sinna, var enn höfuð fjölskyldunnar, samviska heimilisins, akkeri og huggari, því til hans sneru hinar iðnu og áhyggjufullu konur jafnan í erfiðum stundum og fundu í honum, í sannasta skilningi þeirra helgu orða, eiginmann og föður.

Stúlkurnar lögðu hjörtu sín í hendur móður sinnar og sálir sínar í hendur föður síns, og báðum foreldrum, sem lifðu og störfuðu svo trúfastlega fyrir þær, veittu þær ást, sem óx með vexti þeirra og batt þær blíðlega saman með hinni sætustu tengingu, sem blessar lífið og lifir dauðann af.

Frú March er jafnhress og glaðvær og áður, þótt nokkuð gráari, og um þessar mundir svo upptekin af málefnum Meg, að sjúkrahúsin og heimilin, sem enn eru full af særðum „drengjum“ og hermannsekkjum, sakna sannarlega heimsókna hinnar móðurlegu líknarkonu.

John Brooke gegndi skyldu sinni drengilega í eitt ár, særðist, var sendur heim og fékk ekki að snúa aftur. Hann hlaut hvorki stjörnur né rendur, en hann átti þær skildar, því hann lagði fúslega allt í sölurnar, og líf og ást eru dýrmæt, þegar hvort tveggja stendur í fullum blóma. Hann sætti sig fullkomlega við lausn sína úr þjónustu og helgaði sig því að ná heilsu, búa sig undir viðskipti og afla Meg heimilis. Með þeirri hyggindum og traustu sjálfstæði, sem einkenndu hann, hafnaði hann rausnarlegri tilboðum herra Laurence og tók við stöðu bókara, því honum fannst betra að hefja störf með heiðarlega unninni launagreiðslu en að taka nokkra áhættu með lánsfé.

Meg hafði varið tímanum bæði í vinnu og bið, þroskast í skapgerð, orðið ráðvís í heimilisstörfum og fegurri en nokkru sinni, því ástin er mikil fegrunarmáttur. Hún átti sér stúlkuóskir og vonir og fann til nokkurrar vonbrigða yfir því, hve látlaust hið nýja líf skyldi hefjast. Ned Moffat hafði nýlega kvænst Sallie Gardiner, og Meg gat ekki annað en borið saman hið glæsilega hús þeirra og vagn, hinar fjölmörgu gjafir og ríkulega útbúnað við sitt eigið og óskað þess í laumi, að hún gæti notið hins sama. En einhvern veginn hurfu öfund og óánægja brátt, þegar hún hugsaði um alla hina þolinmóðu ást og erfiði, sem John hafði lagt í litla heimilið, sem beið hennar, og þegar þau sátu saman í rökkrinu og ræddu smáu áform sín, varð framtíðin ætíð svo fögur og björt, að hún gleymdi glæsibrag Sallie og fann sig hina ríkustu og hamingjusömustu stúlku í kristinni veröld.

Jo fór aldrei aftur til March-frænku, því gamla konan tók svo mikla ástfóstri við Amy, að hún tældi hana með því að bjóða henni teiknikennslu hjá einum hinna bestu kennara sem völ var á, og fyrir slíkan ávinning hefði Amy þjónað enn strangari húsfreyju. Hún helgaði því morgnana skyldu sinni og síðdegisstundirnar ánægju og dafnaði vel. Jo helgaði sig meanwhile bókmenntum og Beth, sem var viðkvæm löngu eftir að hitasóttin var liðin hjá. Hún var ekki beinlínis sjúklingur, en varð aldrei aftur sú rjóðleita og hrausta vera sem áður; þó var hún ætíð vonrík, hamingjusöm og rólynd og önnum kafin við hin kyrrlátu störf, sem hún elskaði, vinur allra og engill á heimilinu, löngu áður en þeir, sem elskuðu hana mest, lærðu að skilja það.

Meðan The Spread Eagle greiddi henni einn dal fyrir dálkinn af „rusli", eins og hún kallaði það, taldi Jo sig efnaða konu og spann smásögur sínar af kappi. En stór áform gerjuðu í iðnu heila hennar og metnaðarfullum huga, og í gömlu blikkseldhúsi á háaloftinu safnaðist smám saman vaxandi stafli af blettóttu handriti, sem átti einhvern daginn að færa nafni March sess á lista frægðarinnar.

Laurie, sem hafði af skyldurækni farið í háskóla til að þóknast afa sínum, var nú að ljúka námi sínu með sem minnstu fyrirhöfn til að þóknast sjálfum sér. Almennt eftirlæti, fyrir tilstilli auðs, siðprýði, mikilla hæfileika og hins ljúfasta hjarta, sem nokkru sinni kom eiganda sínum í vandræði með því að reyna að koma öðrum úr þeim, stóð hann í mikilli hættu á að spillast, og líklega hefði það orðið hlutskipti hans, eins og margra annarra efnilegra pilta, ef hann hefði ekki átt verndargrip gegn illu í minningu hins góða gamla manns, sem tengdi vonir sínar við velgengni hans, hinnar móðurlegu vinkonu, sem vakti yfir honum eins og væri hann sonur hennar, og síðast en alls ekki síst vitneskjuna um, að fjórar saklausar stúlkur elskuðu hann, dáðu og trúðu á hann af öllu hjarta.

Þar sem hann var aðeins „dýrlegur mannlegur drengur", lék hann sér auðvitað og daðraði, varð til skiptis fínt klæddur, sjóelskur, tilfinningaríkur eða fimleikamaður, eins og tískustraumur háskólans bauð, tók þátt í nýliðaglettum og varð sjálfur fyrir þeim, talaði slangur og komst oftar en einu sinni hættulega nærri því að vera settur í leyfi eða vísað úr skóla. En þar sem fjör og gleðihneigð voru orsök þessara hrekkja, tókst honum jafnan að bjarga sér með hreinskilinni játningu, heiðarlegri iðrun eða þeirri ómótstæðilegu sannfæringargáfu, sem hann bjó yfir í ríkum mæli. Hann var raunar nokkuð stoltur af því að sleppa naumlega og naut þess að hrífa stúlkurnar með lifandi frásögnum af sigrum sínum yfir reiðum kennurum, virðulegum prófessorum og sigruðum andstæðingum. „Mennirnir í mínum bekk" voru hetjur í augum þeirra, sem aldrei þreyttust á hetjudáðum „okkar manna" og fengu stundum að njóta bross hinna miklu kappa, þegar Laurie leiddi þá heim með sér.

Amy naut þessa heiðurs sérstaklega og varð sjálf lítil drottning meðal þeirra, því hún fann snemma og lærði að beita þeim töfrum, sem henni voru í vöggugjöf. Meg var of upptekin af sínum einkaeignar-John til að gefa öðrum herrum sköpunarinnar gaum, og Beth of feimin til annars en að gægjast á þá og undrast, hvernig Amy dirfðist að stjórna þeim svo. En Jo var í sínu rétta umhverfi og átti erfitt með að stilla sig um að herma eftir herramannslegum stellingum, orðfæri og afrekum, sem henni þóttu eðlilegri en þær kurteisisreglur, sem ungum stúlkum voru settar. Þeir höfðu allir miklar mætur á Jo, en enginn varð ástfanginn af henni, þótt fáir slyppu án þess að greiða Amy einhvern tilfinningaríkan andvarpaskatt við altar hennar. Og þar sem minnst er á tilfinningar, leiðir það okkur eðlilega að „Dúfuhúsinu".

Svo nefndist litla brúna húsið, sem herra Brooke hafði undirbúið sem fyrsta heimili Meg. Laurie hafði skírt það og sagt nafnið hæfa hinum blíðu elskendum, sem „héldu saman eins og par af turtildúfum, fyrst nef við nef og síðan kú“. Það var örlítið hús með litlum garði að baki og grasflöt að framan, varla stærri en vasaklútur. Þar ætlaði Meg að hafa gosbrunn, runnabeð og gnægð fagra blóma, þótt gosbrunnurinn væri enn sem komið var forvitnilega veðurbarið ker, líkast niðurníddu þvottabala, runnarnir nokkrir ungir lerkitré, sem virtust óákveðin, hvort þau ætluðu að lifa eða deyja, og blómgnægðin aðeins táknuð með herfylkingum af prik-um, sem sýndu hvar fræ voru sáð. En innan dyra var allt hið yndislegasta, og hin hamingjusama brúður sá engan galla frá háalofti til kjallara. Að vísu var forstofan svo mjó, að það var lán, að þau áttu ekkert píanó, því slíkt hefði aldrei komist heilt inn; borðstofan svo lítil, að sex manns voru þar naumlega fyrir; og eldhúströppurnar virtust beinlínis byggðar til að steypa bæði vinnufólki og postulíni kollhnís ofan í kolakassann. En þegar menn höfðu vanist þessum smávægilegu göllum, gat ekkert verið fullkomnara, því skynsemi og smekkvísi höfðu ráðið innréttingunni, og árangurinn var hið ánægjulegasta. Engin marmarabrun borð, engir langir speglar né blúndugardínur voru í litlu stofunni, heldur einföld húsgögn, gnægð bóka, eitt eða tvö falleg málverk, blómastandur í útskotsglugganum og víða um herbergið fallegar gjafir, sem vinahendur höfðu sent og voru þeim mun fegurri fyrir kærleiksskilaboðin, sem þær báru.

Ég held ekki, að parískar Psyche-styttan, sem Laurie gaf, hafi misst nokkuð af fegurð sinni af því að John setti upp hilluna, sem hún stóð á; né að nokkur húsgagnasali hefði getað lagt einföldu múslíngluggatjöldin með meiri þokka en listræn hönd Amy; né að nokkurt búr hafi nokkru sinni verið betur birgt góðum óskum, gleðiorðum og hamingjuvonum en það, sem Jo og móðir hennar fylltu, þegar þær komu fyrir fáeinum kössum, tunnum og bögglum Meg; og ég er siðferðilega fullviss um, að hinn gljáandi nýi eldhúsbúnaður hefði aldrei litið svo notalega og snyrtilega út, ef Hannah hefði ekki raðað hverjum potti og pönnu tugum sinnum og lagt eldinn tilbúinn til að kveikja á honum um leið og „frú Brooke kæmi heim“. Ég efast einnig um, að nokkur ung húsfreyja hafi nokkru sinni hafið búskap með svo ríkulegum birgðum af rykskúfum, pottaleppum og bútapokum, því Beth saumaði nóg til að endast fram að silfurbrúðkaupi og fann upp þrjár gerðir af diskklútum sérstaklega fyrir brúðkaupspostulínið.

Þeir, sem láta aðra vinna allt slíkt fyrir sig, vita aldrei, hvers þeir fara á mis, því jafnvel hin hversdagslegustu störf fegrast, þegar kærleiksríkar hendur vinna þau, og Meg fann svo mörg merki þess, að allt í litla hreiðrinu hennar, frá kökukeflinu í eldhúsinu til silfurvassans á stofuborðinu, talaði um heimilisást og hlýja fyrirhyggju.

Hvílík gleðistundir áttu þau við að skipuleggja saman, hvílík hátíðleg verslunarferðir, hvílíkar skondnar mistök og hvílíkur hlátur, þegar Laurie gerði sín fáránlegu kaupfynd. Í ást sinni á hrekkjum var þessi ungi maður, þótt nær lokið væri háskólanámi hans, engu síður drengur en áður. Síðasta duttlung hans hafði verið að færa með sér í vikulegum heimsóknum nýjan, gagnlegan og snjallan hlut handa ungu húsfreyjunni. Nú poki af furðulegum þvottaklemmum; næst undarleg múskatrasp, sem féll í sundur við fyrstu tilraun; hnífahreinsari, sem spillti öllum hnífunum; eða gólfhreinsari, sem tók aðeins upp teppisflosið og skildi óhreinindin eftir; vinnusparandi sápa, sem tók húðina af höndum manns; óskeikul lím, sem festust einungis við fingur hins blekktu kaupanda; og alls kyns blikkílát, frá leikfangasparibauk fyrir smámynt til furðulegs ketils, sem átti að þvo í eigin gufu og virtist líklegur til að springa í leiðinni.

Meg bað hann árangurslaust að hætta. John hló að honum, og Jo kallaði hann „herra Toodles". Hann var heltekinn af því að styðja bandaríska hugvitssemi og sjá vini sína vel búna. Svo hver vika færði nýja fáránleika.

Allt var að lokum fullgert, jafnvel að því marki að Amy hafði raðað sápum í mismunandi litum til að hæfa litum herbergjanna, og Beth lagt á borð fyrir fyrstu máltíðina.

„Ertu ánægð? Virðist þetta vera heimili, og finnst þér þú muni verða hamingjusöm hér?" spurði frú March, er hún og dóttir hennar gengu arm í arm um hið nýja ríki, því á þeirri stundu virtust þær halda enn blíðlegar saman en nokkru sinni fyrr.

„Já, mamma, fullkomlega ánægð, þökk sé ykkur öllum, og svo hamingjusöm, að ég get ekki talað um það,“ sagði Meg og augnaráð hennar var betra en orð.

„Ef hún hefði aðeins einn eða tvo þjónustufólk væri allt í lagi,“ sagði Amy og kom út úr stofunni, þar sem hún hafði verið að velta fyrir sér, hvort brons-Merkúríusinn liti betur út á litla hillusettinu eða á arinhillunni.

„Mamma og ég höfum rætt það, og ég hef ákveðið að reyna hennar leið fyrst. Það verður svo lítið að gera, að með Lotty til að sinna sendiferðum og hjálpa mér hér og þar mun ég aðeins hafa næga vinnu til að halda mér frá leti og heimþrá,“ svaraði Meg rólega.

„Sallie Moffat hefur fjóra,“ hóf Amy.

„Ef Meg hefði fjóra, rúmaði húsið þá ekki, og húsbóndi og húsfreyja yrðu að tjalda í garðinum,“ greip Jo fram í, þar sem hún, vafin í stóra bláa svuntu, var að leggja síðustu hönd á fægingu hurðarhúnanna.

„Sallie er ekki eiginkona fátæks manns, og margar vinnukonur hæfa hennar fína heimili. Meg og John hefja búskap sinn í lítillæti, en ég hef á tilfinningunni, að jafn mikil hamingja muni ríkja í litla húsinu og hinu stóra. Það er mikill misskilningur hjá ungum stúlkum eins og Meg, að skilja sjálfar sig ekkert eftir að gera nema klæða sig, gefa skipanir og slúðra. Þegar ég var nýgift, þráði ég oft að nýju fötin mín slitnuðu eða rifnuðu, svo ég gæti notið þess að gera við þau, því ég varð innilega leið á fíngerðri hannyrðavinnu og því að hirða um vasaklútana mína.“

„Hvers vegna fórstu þá ekki í eldhúsið og gerðir óreiðu, eins og Sallie segir, að hún geri sér til skemmtunar, þótt það takist aldrei vel og vinnukonurnar hlæi að henni?“ spurði Meg.

„Það gerði ég að lokum, ekki til að ‚gera óreiðu‘ heldur til að læra af Hannah, hvernig hlutirnir ættu að vera gerðir, svo að vinnukonurnar mínar þyrftu ekki að hlæja að mér. Þá var það leikur, en sá tími kom, að ég var sannarlega þakklát fyrir, að ég hafði ekki aðeins vilja, heldur einnig getu til að elda hollan mat handa litlu stúlkunum mínum og bjarga mér sjálf, þegar ég hafði ekki lengur efni á að ráða hjálp. Þú byrjar á hinum endanum, elsku Meg, en þær lexíur, sem þú lærir nú, munu koma þér að notum síðar, þegar John verður efnaðri maður, því húsfreyja, hversu glæsileg sem hún kann að vera, ætti að vita, hvernig verk eiga að vera unnin, ef hún vill njóta góðrar og heiðarlegrar þjónustu."

„Já, mamma, ég er sannfærð um það," sagði Meg og hlustaði með virðingu á litlu ræðuna, því jafnvel hin besta kona lætur að sér kveða um það alltumlykjandi viðfangsefni, sem heimilishaldið er. „Veistu, að mér þykir þetta herbergi best af öllum í litla húsinu mínu?" bætti hún við augnabliki síðar, er þær gengu upp stigann og hún leit inn í vel búið línskápinn.

Beth var þar og lagði snjóhvítu staflana slétt á hillurnar og fagnaði hinu ríkulega safni. Allar þrjár hlógu, þegar Meg mælti svo, því línskápurinn var hálfgerð brandari. Eins og kunnugt var, hafði frænka March sagt, að ef Meg giftist „þessum Brooke" skyldi hún ekki fá einn eyri af fé sínu. Þegar tíminn hafði mildað reiði hennar og fengið hana til að sjá eftir heitinu, lenti hún í nokkurri vandræðastöðu. Hún braut aldrei orð sín og var mjög hugsandi um, hvernig hún gæti komist hjá því, þar til hún hugsaði upp ráð, sem fullnægði samvisku hennar. Frú Carrol, móðir Florence, var skipuð að kaupa, láta sauma og merkja rausnarlegt magn af heimilis- og borðlíni og senda það sem gjöf sína. Það var trúlega framkvæmt, en leyndarmálið lak út og fjölskyldan skemmti sér hið besta yfir því, því frænka March lét sem hún vissi ekkert og hélt því fast fram, að hún gæti ekki gefið annað en gömlu perlurnar, sem hún hafði lengi heitið fyrstu brúðinni.

„Þetta er húsfreyjulegur smekkur, sem mér þykir vænt um að sjá. Ég átti unga vinkonu, sem hóf búskap með sex rúmlökum, en hún hafði fingraskálar fyrir gesti, og það nægði henni," sagði frú March og strauk damaskdúkana með sönnum kvenlegum skilningi á gæðum þeirra.

„Ég á ekki eina einustu fingraskál, en þetta er útbúnaður, sem mun endast mér ævina út, segir Hannah." Og Meg leit fullkomlega ánægð út, eins og henni bar.

Hávaxinn, herðabreiður ungur maður með stuttklippt hár, filtshatt, sem líktist skál, og frakka, sem flaksandi var, kom þrammandi niður veginn með miklum hraða, gekk yfir lága girðinguna án þess að opna hliðið, beint til frú March með báðar hendur útréttar og hjartanlega:

„Hér er ég, mamma! Já, allt er í lagi."

Síðustu orðin voru svar við augnaráði eldri konunnar, hlýju og spyrjandi augnaráði, sem hin fögru augu hans mættu svo hreinskilnislega, að litla athöfnin lauk, sem jafnan, með móðurlegum kossi.

„Handa frú John Brooke, með hamingjuóskum og kveðju frá framleiðandanum. Guð blessi þig, Beth! Þú ert hrein endurnæring, Jo. Amy, þú ert að verða alltof fögur fyrir ógifta stúlku."

Meðan Laurie mælti þetta, rétti hann Meg brúnt pappírspakka, kippti í hárband Bethar, starði á stóru svuntuna hennar Jo og tók sér stöðu í uppgerðar hrifningu fyrir framan Amy. Síðan tók hann í hendur allra, og samtalið hófst.

„Hvar er John?" spurði Meg kvíðin.

„Hann staldraði við til að sækja leyfið fyrir morgundaginn, frú mín."

„Hvorir unnu síðasta leikinn, Teddy?" spurði Jo, sem hélt enn áhuga á karlmannlegum íþróttum þrátt fyrir nítján ár sín.

„Við auðvitað. Hefðir átt að vera þar og sjá það."

„Hvernig líður hinni yndislegu ungfrú Randal?" spurði Amy með merkingarbæru brosi.

„Grimmari en nokkru sinni fyrr. Sérðu ekki, hvernig ég visna af harmi?“ Og Laurie sló sér á breiða bringuna og andvarpaði með melódramatískum hætti.

„Hver er nýjasta glettnin? Opnaðu pakkann og sjáðu, Meg,“ sagði Beth og horfði forvitin á hnútótta böggulinn.

„Þetta er nytsamlegt að eiga í húsinu ef eldur kemur upp eða þjófar laumast að,“ sagði Laurie, þegar vaktmannsskrölt birtist við hlátur stúlknanna.

„Hvenær sem John er fjarverandi og þú verður hrædd, frú Meg, þá skaltu sveifla þessu út um fremri gluggann, og það vekur nágrennið á augabragði. Laglegur gripur, er það ekki?“ Og Laurie sýndi þeim mátt þess með hljóði, sem fékk þær til að halda fyrir eyrun.

„Sjáið nú þakklætið! Og talandi um þakklæti minnir mig á, að þið getið þakkað Hannah fyrir að hafa bjargað brúðartertunni ykkar frá tortímingu. Ég sá hana borna inn í húsið ykkar, þegar ég gekk hjá, og hefði hún ekki varið hana vasklega, hefði ég stungið mér á hana, því hún leit út fyrir að vera einkar rík af plómum.“

„Ég velti því fyrir mér, hvort þú verðir nokkurn tíma fullorðinn, Laurie,“ sagði Meg í húsmóðurlegum tón.

„Ég geri mitt besta, frú mín, en óttast, að ég komist ekki mikið hærra, því sex fet eru um það bil það mesta, sem menn ná á þessum úrkynjuðu tímum,“ svaraði ungi herramaðurinn, en höfuð hans var nær því í hæð við litla ljósakrónuna.

„Ég geri ráð fyrir, að það væri vanhelgun að borða nokkuð í þessari tandurhreinu lystigarði. Þar sem ég er ægilega svangur, legg ég til, að við frestum þessu,“ bætti hann við litlu síðar.

„Mamma og ég ætlum að bíða eftir John. Það eru nokkur síðustu atriði, sem þarf að ganga frá,“ sagði Meg og flýtti sér burt.

„Beth og ég ætlum yfir til Kitty Bryant til að ná í fleiri blóm fyrir morgundaginn,“ bætti Amy við og batt smekklegan hatt yfir smekklegu liðina sína og naut áhrifanna eigi síður en aðrir.

„Komdu, Jo, yfirgefðu ekki félaga. Ég er svo örmagna, að ég kemst ekki heim án aðstoðar. Taktu ekki svuntuna af þér, hvað sem þú gerir; hún fer þér sérlega vel,“ sagði Laurie, er Jo stakk hans sérstöku andúð í rúmgóðan vasa sinn og bauð honum arminn til stuðnings veikburða skrefum hans.

„Nú, Teddy, mig langar að tala alvarlega við þig um morgundaginn,“ hóf Jo máls, er þau gengu saman á brott. „Þú verður að lofa að hegða þér vel og gera enga hrekki, sem spilla áætlunum okkar.“

„Engan hrekk.“

„Og segðu ekki fyndna hluti, þegar við eigum að vera hátíðleg.“

„Ég geri það aldrei. Það ert þú, sem gerir það.“

„Og ég bið þig innilega, að horfa ekki á mig meðan athöfnin fer fram. Ég mun vissulega hlæja, ef þú gerir það.“

„Þú munt ekki sjá mig, því þú verður að gráta svo ákaflega, að þykk þokan umhverfis þig skyggir á útsýnið.“

„Ég græt aldrei nema vegna mikillar sorgar.“

„Svo sem þegar piltar fara í háskóla, ha?“ greip Laurie fram í með merkingarbæru hlátri.

„Vertu ekki drambsamur eins og páfugl. Ég kveinaði aðeins lítillega til að halda stelpunum félagsskap.“

„Einmitt. Segðu mér, Jo, hvernig er afi þessa vikuna? Fremur ljúfur?“

„Mjög. Hvers vegna, ertu kominn í vandræði og vilt vita, hvernig hann taki því?“ spurði Jo nokkuð hvasslega.

„Nú, Jo, heldurðu, að ég myndi horfa móður þinni í augu og segja: ‚Allt er í lagi‘, ef það væri ekki svo?“ Og Laurie nam staðar með móðgaðan svip.

„Nei, það geri ég ekki.“

„Vertu þá ekki tortryggin. Mig vantar aðeins peninga,“ sagði Laurie og gekk áfram, sættur við einlægan tón hennar.

„Þú eyðir miklu, Teddy.“

„Guð blessi þig, ég eyði þeim ekki; þeir eyða sjálfum sér einhvern veginn og eru horfnir áður en ég veit af.“

„Þú ert svo örlátur og góðhjartaður, að þú lánar fólki og getur ekki sagt ‚nei‘ við nokkurn mann. Við heyrðum um Henshaw og allt, sem þú gerðir fyrir hann. Ef þú eyddir ætíð peningum þannig, myndi enginn ásaka þig,“ sagði Jo hlýlega.

„Ó, hann gerði fjall úr þúfu. Vildir þú, að ég léti þann ágæta pilt vinna sig til dauða af skorti á örlitilli hjálp, þegar hann er verðugur tugi okkar letingjanna?“

„Auðvitað ekki, en ég skil ekki, hvers vegna þú þarft að eiga sautján vesti, óteljandi hálstau og nýjan hatt í hvert sinn sem þú kemur heim. Ég hélt, að þú værir kominn yfir fínu-tímabilið, en annað veifið blossar það upp á nýjum stað. Nú er það í tísku að vera ljótur, láta höfuðið líkjast skrúbbbursta, ganga í þröngum jakka, appelsínugulum hönskum og þungum, ferköntuðum skóm. Væri þetta ódýr ljótleiki, segði ég ekkert, en það kostar jafnmikið og hitt, og ég fæ enga ánægju af því.“

Laurie kastaði höfðinu aftur og hló svo hjartanlega að þessari atlögu, að filthatturinn féll af honum, og Jo steig á hann. Sú móðgun gaf honum aðeins tilefni til að þylja um kosti einfalds og harðgerðs klæðnaðar, meðan hann braut saman hinn illa farna hatt og stakk honum í vasann.

„Hættu nú að prédika, góða sál! Ég fæ nóg af því alla vikuna og vil njóta mín, þegar ég kem heim. Ég skal klæða mig án tillits til kostnaðar á morgun og verða vinum mínum til ánægju."

„Ég læt þig í friði, ef þú leyfir hárinu að vaxa. Ég er ekki aðalsinna, en ég mótmæli því að sjást með manni, sem lítur út eins og ungur hnefaleikamaður," sagði Jo alvarlega.

„Þessi látlausi stíll stuðlar að námi; þess vegna tökum við hann upp," svaraði Laurie, sem var vissulega ekki sakaður um hégómagirnd, þar sem hann hafði sjálfviljugur fórnað fögru, liðaðu hárinu sínu fyrir kröfuna um stuttan stubba.

„Við the veginn, Jo, mér sýnist, að litli Parker sé orðinn býsna örvæntingarfullur yfir Amy. Hann talar sífellt um hana, skrifar ljóð og hangir um með afar grunsamlegum hætti. Hann ætti að klippa litlu ástina sína í bruminu, ætti hann ekki?" bætti Laurie við í trúnaðarfullum, eldri-bróðurlegum tón eftir stutta þögn.

„Auðvitað ætti hann það. Við viljum ekki fleiri giftingar í þessari fjölskyldu næstu árin. Guð minn góður, hvað eru börnin að hugsa?" Og Jo leit út fyrir að vera hneyksluð, eins og Amy og litli Parker væru ekki enn á unglingsárum.

„Tímarnir eru hraðir, og ég veit ekki, hvert stefnir, frú mín. Þú ert varla nema barn, en þú ferð næst, Jo, og við sitjum eftir harmþrungin," sagði Laurie og hristi höfuðið yfir úrkynjun tímanna.

„Vertu óhræddur. Ég er ekki af þeirri geðþekku gerð. Enginn mun vilja mig, og það er miskunn, því það ætti ætíð að vera ein gömul piparmey í fjölskyldu.“

„Þú gefur engum tækifæri,“ sagði Laurie og leit á hana út undan sér, með örlítið meiri roða en áður á sólbrúnu andlitinu. „Þú sýnir ekki hina mjúku hlið eðlis þíns, og ef piltur fær óvart innsýn í hana og getur ekki annað en sýnt, að honum líki það, þá ferðu með hann eins og frú Gummidge fór með ástmög sinn, hellir köldu vatni yfir hann og verður svo stingandi, að enginn þorir að snerta þig né líta á þig.“

„Mér líkar ekki slíkt. Ég er of upptekin til að láta trufla mig með vitleysu, og mér finnst hræðilegt að rjúfa fjölskyldur þannig. Segðu nú ekkert meira um það. Brúðkaup Meg hefur snúið höfðinu á okkur öllum, og við tölum um ekkert nema elskhuga og slíkar fáránlegar hugmyndir. Ég vil ekki verða reið, svo skulum við skipta um umræðuefni.“ Og Jo leit út fyrir að vera reiðubúin að hella köldu vatni yfir hvern þann, sem freistaði hennar.

Hverjar sem tilfinningar hans kunna að hafa verið, fann Laurie útrás fyrir þær í löngu, lágu flauti og þeirri uggvænlegu spá, er þau skildu við hliðið: „Taktu mark á orðum mínum, Jo, þú ferð næst.“

TUTTUGASTI OG FIMMTI KAFLI

FYRSTA BRÚÐKAUPIÐ

Júnírósirnar yfir veröndinni voru vaknaðar snemma og glaðar þann morgun og fögnuðu af heilum hug í skýlausu sólskininu, líkt og vingjarnlegir litlir nágrannar, sem þær voru. Rjóðar andlit þeirra voru heit af eftirvæntingu, þar sem þær sveifluðust í golunni og hvísluðu hver að annarri því, sem þær höfðu séð, því sumar gægjast inn um borðstofugluggana, þar sem veislan var búin, aðrar klifruðu upp til að hneigja sig og brosa til systranna, meðan þær bjuggu brúðina, enn aðrar veifuðu kveðju til þeirra, sem komu og fóru í ýmsum erindagjörðum um garð, verönd og forstofu, og allar, frá hinni rjóðustu fullblómguðu rós til hins fölasta ungbarnsbrums, færðu blíðu húsfreyjunni, sem hafði elskað þær og annast svo lengi, sinn skatt fegurðar og ilms.

Meg líktist sjálf rós, því allt hið besta og sætasta í hjarta hennar og sál virtist þenna dag blómstra í andlit hennar og gera það fagurt og milt, með töfrum fegurri en fegurð sjálf. Hvorki silki, blúndur né appelsínublóm vildi hún bera. „Ég vil ekki tískulegt brúðkaup, heldur aðeins þá í kringum mig, sem ég elska, og þeim vil ég birtast og vera mitt kunnuglega sjálf."

Því saumaði hún brúðarkjólinn sjálf og fléttaði í hann viðkvæmar vonir og saklausar rómantískar draumsýnir stúlkunnar. Systur hennar fléttuðu fallega hárið, og einu skrautmunirnir, sem hún bar, voru dalaliljur, sem „hennar John" unni mest allra blóma, sem uxu.

„Þú lítur alveg út eins og okkar eigin kæra Meg, aðeins svo ósegjanlega sæt og yndisleg, að ég myndi faðma þig, ef það krumpaði ekki kjólinn," hrópaði Amy og horfði á hana með fögnuði, þegar öllu var lokið.

„Þá er ég ánægð. En vinsamlegast faðmið mig og kyssið, öll, og hugsið ekki um kjólinn. Ég vil, að hann fái margar krumpur af þessu tagi í dag," og

Meg opnaði faðminn, og systurnar þrjár lögðust að henni með aprílandlit í svip um stund, og fundu, að ný ást hafði ekki breytt hinni gömlu.

„Nú ætla ég að binda hálstauið hans Johns og síðan að sitja fáeinar mínútur hljóðlega hjá pabba í vinnustofunni,“ og Meg hljóp niður til að inna þessar litlu athafnir af hendi og fylgdi síðan móður sinni hvert sem hún fór, meðvitað um, að þrátt fyrir brosið á móðurlegu andlitinu bjó leynd sorg í móðurhjartanu yfir flugi fyrsta fuglsins úr hreiðrinu.

Meðan yngri stúlkurnar standa saman og leggja síðustu hönd á einfaldan búning sinn, er rétt að segja frá nokkrum breytingum, sem þrjú ár hafa valdið á útliti þeirra, því allar líta nú út fyrir að vera sem best.

Hvassar línur Jo hafa mýkst, og hún hefur lært að bera sig með léttleika, ef ekki náðugleika. Hið liðaða stutta hár hefur lengst í þéttan vönd, sem hæfir betur smáa höfðinu á hinni hávöxnu líkamsbyggingu. Brúnar kinnar hennar bera ferskan roða, mjúk birta leikur í augunum, og einungis mild orð falla í dag af hvössu tungunni.

Beth hefur grennst, fölnað og orðið hljóðlátari en nokkru sinni fyrr. Fagur og góð augu hennar eru stærri, og í þeim býr svipur, sem vekur trega, þótt hann sé ekki sorglegur í sjálfu sér. Það er skuggi sársauka, sem snertir unga andlitið með slíkri þolinmæði, að hjartað hreyfist, en Beth kvartar sjaldan og talar jafnan vonrík um að „verða brátt betri“.

Amy er með sanni talin „blóm fjölskyldunnar“, því sextán ára hefur hún yfirbragð fullorðinnar konu, ekki beinlínis fagrar, en gæddrar þeim ólýsanlegu töfrum, sem nefnast þokki. Maður sá það í línum líkama hennar, gerð og hreyfingum handanna, falli kjólsins og mjúkri hneigð hársins, ómeðvitað en samræmt, og jafn aðlaðandi mörgum og fegurð sjálf. Nef Amy angraði hana enn, því það vildi aldrei verða grískt, og munnurinn sömuleiðis, þar sem hann var of breiður og hakan ákveðin. Þessi „gallar“ veittu andlitinu svipmót, en hún sá það aldrei og huggaði sig við undrafagra hörundslit, hvöss blá augu og gullnari og ríkulegri liði en nokkru sinni fyrr.

Allar þrjár klæddust léttum silfurgráum kjólum, sínum bestu sumarklæðum, með ljósrauðar rósir í hári og á brjósti, og allar þrjár litu út eins og þær voru, ferskar í ásýnd og glaðar í hjarta, og stöldruðu augnablik í annríki lífs síns til að lesa með dreymnum augum sætasta kafla í ævintýri kvenleikans.

Engar hátíðlegar sýningar áttu að fara fram; allt skyldi vera sem eðlilegast og heimilislegast. Þegar frænka March kom, varð hún því hneyksluð að sjá brúðina hlaupa á móti sér til að bjóða velkomna og leiða hana inn, að finna brúðgumann festa upp krans, sem hafði fallið niður, og að sjá föðurlega prestinn ganga upp stigann með alvarlegan svip og vínflösku undir hvorum handlegg.

„Sannarlega, hér er ástand!" hrópaði gamla konan og settist í heiðurssætið, sem henni var ætlað, og lagaði faldana á lavenderlituðu moiré-klæðinu með miklu skrjáfi. „Þú ættir ekki að sjást fyrr en á síðustu stundu, barnið mitt."

„Ég er ekki sýning, frænka, og enginn kemur til að stara á mig, gagnrýna kjólinn minn eða telja kostnaðinn við veitingarnar. Ég er of hamingjusöm til að láta mig varða, hvað nokkur segir eða hugsar, og ég ætla að hafa mitt litla brúðkaup nákvæmlega eins og mér líkar. John, elsku, hér er hamarinn þinn." Og Meg hljóp á brott til að aðstoða „þennan mann" í hinu afar óviðeigandi verki.

Herra Brooke sagði ekki einu sinni „þakka þér", en þegar hann laut eftir hinum órómantíska verkfæri kyssti hann litlu brúðina sína bak við fellihurðina með augnaráði, sem fékk frænku March til að draga snöggt upp vasaklútinn, því dögg brá í hvöss, gömul augu hennar.

Brak, óp og hlátur frá Laurie, ásamt óviðeigandi upphrópuninni: „Júpíter Ammon! Jo hefur aftur steypt kökunni!" ollu skammvinnum æsingi, sem var varla afstaðinn, þegar hópur frænda og frænkna bar að, og „samkvæmið kom inn", eins og Beth sagði gjarnan í æsku.

„Látið þann unga risa ekki koma nærri mér; hann angrar mig meira en mýflugur,“ hvíslaði gamla konan að Amy, þegar herbergin fylltust og svart hár Lauris gnæfði yfir öðrum.

„Hann hefur lofað að vera afar prúður í dag, og hann getur verið fullkomlega fágaður, ef hann vill,“ svaraði Amy og svifaði burt til að vara Herkúles við drekanum, sem varð til þess, að hann elti gömlu konuna með slíkri hollustu, að hún var nærri því frá sér numin.

Engin brúðarganga fór fram, en skyndileg þögn lagðist yfir herbergið, þegar herra March og unga parið tóku sér stöðu undir græna boganum. Móðirin og systurnar söfnuðust þétt að, eins og þær tregðuðust við að láta Meg af hendi. Föðurlega röddin brast oftar en einu sinni, sem gerði athöfnina aðeins fegurri og hátíðlegri. Hönd brúðgumans titraði sýnilega, og enginn heyrði svör hans. En Meg horfði beint upp í augu eiginmanns síns og sagði: „Ég vil!“ með svo blíðu trausti í svip og rödd, að hjarta móður hennar fagnaði og frænka March snýtti sér heyranlega.

Jo grét ekki, þótt hún væri einu sinni nærri því, og var aðeins bjargað frá tilfinningaútbroti af þeirri meðvitund, að Laurie starði fast á hana með kátlegri blöndu glettni og geðshræringar í hinum svörtu, stríðnu augum sínum. Beth faldi andlitið á öxl móður sinnar, en Amy stóð eins og þokkafull stytta, og sólargeisli lék svo vel um hvíta ennið og blómið í hári hennar, að það fór henni einkar vel.

Það var kannski ekki samkvæmt sið, en um leið og hún var orðin gift hrópaði Meg: „Fyrsti kossinn er handa Marmee!“ og sneri sér að og gaf hann af öllu hjarta. Næstu fimmtán mínútur líktist hún rós meir en nokkru sinni fyrr, því allir nýttu sér rétt sinn til hins ýtrasta, allt frá herra Laurence til gömlu Hannah, sem, prýdd höfuðbúnaði furðulega og ógnarlega gerðum, réðst að henni í forstofunni og hrópaði hálfgrátandi og hálfhlæjandi: „Guð blessi þig, elskan mín, hundrað sinnum! Kakan hefur ekki laskast hið minnsta, og allt lítur dásamlega út.“

Eftir það slakaði á öllum, og hver sagði eitthvað snjallt eða reyndi það, sem dugði jafnt, því hláturinn er á næsta leiti, þegar hjörtun eru létt. Engin gjafasýning fór fram, því gjafirnar voru þegar í litla húsinu, né heldur var nokkur íburðarmikill morgunverður, heldur rausnarlegur snarlréttur af köku og ávöxtum, skreyttur blómum. Herra Laurence og frænka March ypptu öxlum og brostu hvort að öðru, þegar í ljós kom, að vatn, límonaði og kaffi voru einu tegundirnar af nektar, sem hinar þrjár Hebur báru um. Enginn mælti orð, þar til Laurie, sem krafðist þess að þjóna brúðinni, birtist fyrir framan hana með hlaðinn bakka í hendi og ráðvilltan svip á andlitinu.

„Hefur Jo óvart brotið allar flöskurnar?“ hvíslaði hann. „Eða er ég aðeins haldinn þeirri blekkingu, að ég hafi séð nokkrar liggja hér og þar í morgun?“

„Nei. Afi þinn bauð okkur vinsamlega sitt besta, og frænka March sendi meira að segja nokkuð, en pabbi lagði lítið eitt til hliðar fyrir Beth og sendi hitt til heimilis hermannanna. Þú veist, að hann telur, að vín eigi aðeins að nota í veikindum, og mamma segir, að hvorki hún né dætur hennar muni nokkru sinni bjóða ungum manni vín undir þaki sínu.“

Meg mælti þetta alvarlega og bjóst við að sjá Laurie annaðhvort brosa eða hnykkja brún, en hann gerði hvorugt, því eftir snögga svip að henni sagði hann með ákefð sinni: „Mér líkar þetta! Ég hef séð nógu mikinn skaða verða til þess að óska, að fleiri konur hugsuðu eins og þú.“

„Þú ert vonandi ekki orðinn vitur af biturri reynslu?“ og áhyggjutónn heyrðist í rödd Meg.

„Nei. Ég gef þér orð mitt um það. Hugsaðu ekki of vel um mig heldur; þetta er ekki ein af mínum freistingum. Þar sem ég ólst upp, þar sem vín er jafnalmennt og vatn og næstum jafn saklaust, læt ég mig það litlu varða, en þegar falleg stúlka býður það, er ekki auðvelt að neita, skilurðu.“

„En þú munt neita, annarra vegna, ef ekki þinna eigin. Komdu, Laurie, lofaðu því og gefðu mér eina ástæðu enn til að kalla þetta hamingjusamasta dag lífs míns.“

Beiðni svo skyndileg og svo alvarleg lét unga manninn hiksta um stund, því háðið er oft erfiðara að þola en sjálfsafneitun. Meg vissi, að ef hann gæfi heitið, myndi hann standa við það hvað sem það kostaði, og meðvitað um mátt sinn beitti hún honum eins og kona má gera til góðs fyrir vin sinn. Hún mælti ekki orð, heldur leit upp til hans með andliti, sem hamingjan gerði mælskara en orð, og brosi, sem sagði: „Enginn getur neitað mér neinu í dag."

Laurie gat það vissulega ekki, og með svarbrosi rétti hann henni höndina og sagði af heilum hug: „Ég lofa því, frú Brooke!"

„Ég þakka þér innilega, innilega."

„Og ég drekk ‚langt líf heiti þínu', Teddy," hrópaði Jo og skírði hann með slettu af límonaði, meðan hún veifaði glasi sínu og brosti samþykkjandi til hans.

Svo var skálin drukkin, heitið gefið og trúfastlega haldið þrátt fyrir margar freistingar, því með innsæi greip stúlkurnar hið gleðilega augnablik til að gera vini sínum greiða, sem hann þakkaði þeim alla ævi.

Eftir snarl gengu menn tveir og tveir eða þrír og þrír um hús og garð og nutu sólskinsins úti sem inni. Meg og John stóðu fyrir tilviljun saman á miðri grasflötinni, þegar Laurie fékk hugljómun, sem setti lokahnykkinn á þetta ótískulega brúðkaup.

„Allt gift fólk taki í hendur og dansi í kringum nýgifta parið, eins og Þjóðverjar gera, meðan við piparsveinar og piparmeyjar stökkvum í pörum fyrir utan!" hrópaði Laurie og gekk um stíginn með Amy með svo smitandi fjöri og leikni, að allir aðrir fylgdu fordæmi þeirra án mótmæla. Herra og frú March, frændi og frænka Carrol hófu leikinn, aðrir bættust fljótt í hópinn, jafnvel Sallie Moffat, sem eftir stutta hik stakk skotinu upp á handlegginn og kippti Ned inn í hringinn. En hápunktur glettninnar var herra Laurence og frænka March, því þegar hinn virðulegi öldungur skassaði hátíðlega upp að gömlu konunni, stakk hún stafnum undir handlegginn og hoppaði léttilega til að taka í hendur við hina og dansa um brúðhjónin, meðan unga fólkið flögraði um garðinn eins og fiðrildi á miðsumarsdegi.

Mæðin batt endi á hinn óundirbúna dansleik, og þá fór fólk að kveðja.

„Ég óska þér alls góðs, elskan mín, af heilum hug óska ég þér alls góðs, en ég held, að þú munir sjá eftir því,“ sagði frænka March við Meg og bætti við brúðgumann, er hann leiddi hana að vagninum: „Þú hefur fengið dýrgrip, ungi maður; sjáðu til, að þú sért þess verður.“

„Þetta var fallegasta brúðkaup, sem ég hef verið við lengi, Ned, og ég skil ekki hvers vegna, því þar var enginn stíll,“ sagði frú Moffat við eiginmann sinn, þegar þau óku burt.

„Laurie, drengurinn minn, ef þig langar einhvern tíma til að ganga í þetta heilaga band, fáðu eina af þessum litlu stúlkum til að hjálpa þér, og ég verð fullkomlega sáttur,“ sagði herra Laurence og settist í hægindastólinn sinn til að hvíla sig eftir morgunæsingu.

„Ég skal gera mitt besta til að þóknast yður, herra minn,“ var óvenju hlýðinleg svar Lauris, er hann losaði vandlega blómvöndinn, sem Jo hafði fest í hnappagat hans.

Litla húsið var ekki langt undan, og eina brúðkaupsferðin, sem Meg átti, var hin kyrrláta ganga með John frá gamla heimilinu til hins nýja. Þegar hún kom niður, líkt og falleg kvekarakona í dúfugráum búningi og stráhatti, bundnum hvítu bandi, söfnuðust þau öll um hana til að segja „vertu sæl“, jafn blíðlega og væri hún að leggja upp í mikla heimsreisu.

„Finnist ykkur ekki, að ég sé aðskilin frá ykkur, elsku Marmee, né að ég elski ykkur minna fyrir að elska John svo heitt,“ sagði hún og hélt fast um móður sína með tár í augum um stund. „Ég kem á hverjum degi, pabbi, og vænti þess að halda mínum gamla sessi í hjörtum ykkar allra, þótt ég sé gift. Beth verður mikið hjá mér, og hinar stúlkurnar koma við öðru hvoru til að hlæja að heimilisbaráttu minni. Þakka ykkur öllum fyrir minn hamingjusama brúðkaupsdag. Verið sæl, verið sæl!“

Þau stóðu og horfðu á eftir henni með andlit full af ást, von og blíðu stolti, þar sem hún gekk burt, hallandi sér að armi eiginmanns síns, með hendur fullar af blómum og júní-sólinni, sem lýsti upp hamingjusamt andlit hennar – og þannig hófst hjónaband Meg.

TUTTUGASTI OG SJÖTTI KAFLI
LISTRÆNAR TILRAUNIR

Það tekur fólk langan tíma að læra muninn á hæfileikum og snilld, einkum metnaðarfullt ungt fólk. Amy var að læra þann greinarmun með miklum þrautum, því hún ruglaði saman eldmóði og innblæstri og réðst með æskulegri dirfsku í hverja listgreinina af annarri. Um hríð ríkti hlé á „leirbökubransanum", og hún helgaði sig hinni fínustu penna- og blekteikningu, þar sem hún sýndi slíkan smekk og lagni, að lipur handavinna hennar reyndist bæði ánægjuleg og arðbær. En ofreynsla augna varð til þess, að penni og blek voru lögð til hliðar og djörf tilraun gerð með glóðarteikningu. Meðan sú sókn stóð yfir lifði fjölskyldan í stöðugum ótta við eldsvoða, því brenndur viðarlykt lá yfir húsinu á öllum stundum, reykur steig ógnvekjandi oft upp úr háalofti og skúr, rauðglóandi eldstengur lágu á víð og dreif, og Hannah fór aldrei til rekkju án fötu af vatni og matar-bjöllunnar við dyrnar, ef eldur brytist út. Andlit Rafaels fannst djörflega teiknað á neðri hlið mótaborðsins og Bakkus á höfði bjórtunnu. Syngjandi kerúb prýddi lok sykurfötunnar, og tilraunir til að mynda Rómeó og Júlíu urðu um hríð að eldiviði.

Frá eldi yfir í olíu var eðlilegt framhald fyrir brennda fingur, og Amy tók til við olíumálun með óskertu kappi. Listamaður, sem var vinur hennar, útvegaði henni notaðar litatöflur sínar, pensla og liti, og hún klessti ákaft, og fram komu sveita- og sjávarmyndir, sem hvorki höfðu sést á landi né legi. Skrímsli hennar í nautgripamyndum hefðu hlotið verðlaun á landbúnaðarsýningu, og hættulegt velting skipa hennar hefði valdið sjóveiki hjá hinum sjóvönustu, ef algert skeytingarleysi um allar þekktar reglur skipasmíði og reiða hefði ekki þegar við fyrstu sýn komið þeim í hláturskrampa. Dökkleitir drengir og dökkeygðar Madonnur, sem störðu á mann úr horni vinnustofunnar, minntu á Murillo; olíubrúnt skuggamyrkur andlita með glóandi rák á röngum stað átti að vera Rembrandt; holdmiklar konur og vatnssjúkleg ungbörn, Rubens; og Turner birtist í stormum af bláum þrumum, appelsínugulum eldingum, brúnu regni og fjólubláum skýjum, með tómatlituðum bletti í miðju, sem mátti vera sól eða bauja, sjómannsskyrta eða konungsskikkja, eftir geðþótta áhorfandans.

Næst komu kolaportrett, og öll fjölskyldan hékk í röð og leit út eins og villt og kolskítug vera, sem nýlega hefði verið kölluð fram úr kolakassa. Mýkt í krítarteikningum reyndist betri, því líkneskin voru góð, og hár Amy, nef Jo, munnur Meg og augu Lauris voru sögð „furðu fín". Síðan sneri hún aftur að leir og gifsi, og draugaleg mót af kunningjum hennar reimuðu í hornum hússins eða féllu af skápshillum á höfuð fólks. Börn voru lokkuð inn sem fyrirmyndir, uns samhengislausar frásagnir þeirra af dularfullum athöfnum hennar urðu til þess, að ungfrú Amy var talin eins konar ung tröllkona. Tilraunir hennar á þessu sviði tóku þó skyndilega enda með óhappi, sem slökkti eldinn í brjósti hennar. Þar sem fyrirmyndir brustu um sinn, ákvað hún að taka mót af eigin fallega fæti, og fjölskyldan brá við ógnarlegt skark og öskur og hljóp til hjálpar og fann unga eldhugann stökkva æpandi um skúrinn með fótinn fastan í fati fullu af gifsi, sem hafði harðnað óvænt hratt. Með mikilli fyrirhöfn og nokkurri hættu var hún losuð, því Jo var svo yfirkomin af hlátri við uppgröftinn, að hnífur hennar fór of langt, skar fátæka fótinn og skildi eftir varanlegt minnismerki um að minnsta kosti eina listræna tilraun.

Eftir þetta róaðist Amy um hríð, uns náttúruteiknimóð greip hana, og hún fór að halda sig við á, akra og skóga í leit að myndrænum viðfangsefnum og andvarpaði eftir rústum til að afrita. Hún fékk ótal kvefköst við að sitja á röku grasi til að bókfæra „yndislegt smáatriði", sem samanstóð af steini, stubbi, einum sveppi og brotnum kóngulóarfæti, eða „himneska skýjamergð", sem líktist úrvali fjaðrarúma, þegar henni var lokið. Hún fórnaði hörundslit sínum við að fljóta á ánni í miðsumarsól til að rannsaka ljós og skugga og fékk hrukku yfir nefið við að elta „sjónarhorn", eða hvað sem sú hnykkja-og-strengja iðja kallast.

Ef „snilld er eilíf þolinmæði", eins og Mík-el-anjeló fullyrðir, átti Amy nokkurn rétt til þess guðlega eiginleika, því hún þraukaði þrátt fyrir allar hindranir, mistök og vonbrigði og trúði fastlega, að hún myndi með tíð og tíma skapa eitthvað, sem verðugt væri að kallast „hálist".

Á sama tíma var hún að læra, starfa og njóta annarra hluta, því hún hafði einsett sér að verða aðlaðandi og vel menntuð kona, jafnvel þótt hún yrði aldrei mikill listamaður. Þar náði hún betri árangri, því hún var ein af þeim hamingjusamlega sköpuðu verum, sem þóknast án fyrirhafnar, eignast vini hvarvetna og taka lífinu svo þokkafullt og létt, að síður heppnuð sál freistast til að trúa, að slíkar manneskjur séu fæddar undir heppnistjörnu. Allir líkaði við hana, því meðal góðra kosta hennar var lagni í mannlegum samskiptum. Hún hafði meðfædda tilfinningu fyrir því, sem var þóknanlegt og viðeigandi, sagði ætíð rétt orð við réttan aðila, gerði það, sem hæfði tíma og stað, og var svo örugg í fasi, að systur hennar sögðu gjarnan: „Ef Amy færi fyrir hirð án nokkurrar æfingar, vissi hún nákvæmlega, hvað hún ætti að gera.“

Ein af veikleikum hennar var löngunin til að hreyfa sig í „bestu kreðsum okkar“, án þess að vera fyllilega viss um, hvað hið besta væri í raun. Auður, staða, tískuleg kunnátta og fágaðir siðir voru í hennar augum eftirsóknarverðir hlutir, og hún naut samvista við þá, sem slíkum gæðum bjuggu, og ruglaði stundum saman hinu fölsku og hinu sanna og dáðist að því, sem ekki var aðdáunarvert. Aldrei gleymdi hún því, að hún var að ætt göfug kona, og hún ræktaði aðalslegan smekk sinn og tilfinningar, svo að hún væri tilbúin að taka þann sess, sem fátæktin útilokaði hana nú frá, þegar tækifærið byðist.

„Frúin“, eins og vinir hennar kölluðu hana, óskaði einlæglega að vera sannkölluð dama og var það í hjarta sínu, en átti enn eftir að læra, að peningar kaupa ekki eðlisfágun, að tign veitir ekki ætíð göfgi og að sönn uppeldi lætur finna fyrir sér þrátt fyrir ytri annmarka.

„Mig langar að biðja þig um greiða, mamma,“ sagði Amy einn dag og kom inn með alvarlegum svip.

„Jæja, litla stúlkan mín, hvað er það?“ svaraði móðir hennar, í augum hennar var hin tignarlega unga kona enn „barnið“.

„Teikniflokkurinn minn lýkur í næstu viku, og áður en stúlkurnar skilja að fyrir sumarið vil ég bjóða þeim hingað út í einn dag. Þær eru óðar í að sjá ána, teikna brotnu brúna og afrita nokkra hluti, sem þær dá í bókinni minni. Þær hafa verið mér mjög góðar á margan hátt, og ég er þakklát, því þær eru allar ríkar, og ég veit, að ég er fátæk, en þær hafa aldrei gert neinn greinarmun."

„Hvers vegna ættu þær að gera það?" og frú March bar fram spurninguna með því, sem stúlkurnar kölluðu „Maríu Teresu-svipinn" hennar.

„Þú veist eins vel og ég, að það skiptir máli hjá næstum öllum, svo vertu ekki að fjaðra upp eins og ástúðleg móðurhæna, þegar ungar þínir eru goggaðir af snjallari fuglum. Ljóti andarunginn varð að svani, þú veist." Og Amy brosti án beiskju, því hún var gædd ljúfu lundarfari og vonríkum anda.

Frú March hló og slétti úr móðurlegu stolti sínu og spurði: „Jæja, svanurinn minn, hver er áætlunin?"

„Mig langar að bjóða stúlkunum hingað út í hádegisverð í næstu viku, aka með þær á staðina, sem þær vilja sjá, fara kannski í róður á ánni og halda litla listræna hátíð þeim til heiðurs."

„Það virðist framkvæmanlegt. Hvað ætlarðu að hafa í hádeginu? Köku, samlokur, ávexti og kaffi, geri ég ráð fyrir, að nægi?"

„Ó, nei, mamma! Við verðum að hafa kalt nautstungu og kjúkling, franskt súkkulaði og ís að auki. Stúlkurnar eru vanar slíku, og ég vil, að máltíð mín sé viðeigandi og fáguð, þótt ég vinni fyrir lífi mínu."

„Hve margar ungar stúlkur eru í bekknum?" spurði móðir hennar og varð alvarlegri.

„Tólf eða fjórtán, en ég geri ráð fyrir, að þær komi ekki allar."

„Guð minn góður, barnið mitt, þú verður þá að leigja vagnaflota til að flytja þær.“

„Mamma, hvernig dettur þér slíkt í hug? Líklega koma ekki fleiri en sex eða átta, svo ég leigi strandvagn og fæ lánaðan kirsuberjalíkjörsvagn herra Laurence.“

„Allt þetta verður kostnaðarsamt, Amy.“

„Ekki mjög. Ég hef reiknað út kostnaðinn, og ég greiði það sjálf.“

„Heldurðu ekki, elskan mín, að þar sem þessar stúlkur eru vanar slíku, og það besta, sem við getum boðið, verður þeim ekkert nýtt, að einfaldari áætlun væri þeim ánægjulegri, ef ekki annað til tilbreytingar, og miklu heppilegri fyrir okkur en að kaupa eða fá lánað það, sem við þurfum ekki, og reyna tilburði, sem samræmast ekki aðstæðum okkar?“

„Ef ég fæ ekki að hafa þetta eins og ég vil, þá vil ég það alls ekki. Ég veit, að ég get framkvæmt það fullkomlega, ef þú og stúlkurnar hjálpið dálítið, og ég sé ekki, hvers vegna ég ætti ekki að gera það, ef ég er tilbúin að borga fyrir það,“ sagði Amy með þeirri ákveðni, sem andstaða breytti gjarnan í þrjósku.

Frú March vissi, að reynslan er ágætur kennari, og þegar það var unnt lét hún börn sín læra sjálf þær lexíur, sem hún hefði gjarnan gert auðveldari, ef þau hefðu ekki haft jafn mikla andúð á ráðum og á salti og senna.

„Jæja þá, Amy, ef hjarta þitt er fast við þetta og þú sérð fram á að komast í gegnum það án of mikils útgjalda í fé, tíma og geðslagi, segi ég ekkert frekar. Ræddu þetta við stúlkurnar, og hvernig sem þið ákveðið, mun ég gera mitt besta til að styðja þig.“

„Þakka þér, mamma, þú ert alltaf svo góð.“ Og Amy fór þegar til að leggja áætlun sína fyrir systur sínar.

Meg féllst strax á það og hét aðstoð sinni, og bauð fúslega allt, sem hún átti, allt frá litla húsinu sínu til bestu saltsskeiðanna. En Jo glotti yfir öllu fyrirtækinu og vildi fyrst í stað ekkert af því vita.

„Hvers vegna í ósköpunum ættir þú að eyða peningum þínum, angra fjölskylduna og umturna húsinu fyrir hóp stúlkna, sem láta sig þig engu varða? Ég hélt, að þú hefðir of mikið stolt og skynsemi til að sleikja upp við nokkra dauðlega konu, bara af því að hún gengur í frönskum stígvélum og ekur í vagninum sínum," sagði Jo, sem var kölluð frá hörmulegum hápunkti skáldsögu sinnar og var því ekki í besta skapi til félagslegra athafna.

„Ég sleiki ekki upp, og ég hata að láta líta niður á mig eins og þú!" svaraði Amy móðguð, því þær tvær sköruðu enn stundum í slíkum málum. „Stúlkurnar láta sig mig varða, og ég læt mig þær varða, og meðal þeirra er mikil góðvild, skynsemi og hæfileiki, þrátt fyrir það, sem þú kallar tískulegt bull. Þér er sama um að gera fólk hrifnara af þér, fara í betri félagsskap og rækta framkomu þína og smekk. Mér er það ekki sama, og ég ætla að nýta hvert tækifæri, sem mér býðst. Þú mátt fara um heiminn með olnbogana út og nefið upp í loftið og kalla það sjálfstæði, ef þú vilt. Það er ekki mín leið."

Þegar Amy hafði hert tunguna og létt á huga sínum fékk hún oftast yfirhöndina, því sjaldan brást henni heilbrigð skynsemi, meðan Jo leiddi ást sína á frelsi og hatur á venjum svo langt, að hún laut eðlilega í lægra haldi í rökdeilu. Skilgreining Amy á hugmynd Jo um sjálfstæði var svo beinskeytt, að báðar sprungu úr hlátri, og umræðan tók vingjarnlegri stefnu. Þvert gegn vilja sínum féllst Jo að lokum á að fórna degi í þágu frú Grundy og aðstoða systur sína í því, sem hún taldi „vitleysislegt fyrirtæki".

Boðsmiðar voru sendir, nær allir samþykktir, og næsti mánudagur ákveðinn fyrir hinn mikla atburð. Hannah var óánægð, því vikuverk hennar raskaðist, og spáði því, að „ef þvottur og straujun færu ekki reglulega fram, gengi ekkert vel nokkurs staðar". Þessi hnútur í aðalfjöðrinni á heimilismaskínunni hafði slæm áhrif á allt fyrirtækið, en kjörorð Amy var „Nil desperandum", og þegar hún hafði ákveðið, hvað gera skyldi, hélt hún því fram þrátt fyrir allar hindranir. Til að byrja með tókst matargerð

Hannah ekki vel. Kjúklingurinn var seigur, tungan of sölt, og súkkulaðið vildi ekki freyða sem skyldi. Síðan kostuðu kakan og ísinn meira en Amy hafði gert ráð fyrir, svo og vagninn og ýmis önnur útgjöld, sem virtust lítil í upphafi, en reyndust síðar fremur ógnvekjandi í heild. Beth fékk kvef og lagðist í rúmið. Meg hafði óvenju marga gesti og varð að vera heima, og Jo var í svo sundurleitri hugarástandi, að brot hennar, óhöpp og mistök urðu óvenju mörg, alvarleg og þreytandi.

Ef veðrið yrði ekki gott á mánudag áttu ungu stúlkurnar að koma á þriðjudag, ráðstöfun sem ergði Jo og Hannah til hins ýtrasta. Á mánudagsmorgni var veðrið í þeirri óákveðnu stöðu, sem er meira ertandi en stöðug rigning. Það úðaði dálítið, birti til um stund, blés lítillega og gerði ekki upp hug sinn fyrr en of seint var fyrir aðra að gera það. Amy var á fótum við dögun og rak fólk úr rúmum og í gegnum morgunverðinn, svo húsið mætti verða tekið í gegn. Stofan þótti henni óvenju snjáð, en án þess að staldra við til að andvarpa yfir því, sem hún átti ekki, gerði hún af lagni það besta úr því, sem hún hafði, raðaði stólum yfir slitna bletti í teppinu og huldi bletti á veggjunum með heimagerðum styttum, sem veittu herberginu listrænan svip, líkt og fögru blómavasarnir, sem Jo dreifði um.

Hádegisverðurinn leit heillandi út, og þegar hún skoðaði hann vonaði hún einlæglega, að hann smakkaðist vel og að lánaða glerið, postulínið og silfrið kæmust heilu og höldnu heim aftur. Vagnarnir höfðu verið lofaðir, Meg og móðir hennar voru tilbúnar að taka á móti gestum, Beth gat hjálpað Hannah á bak við tjöldin, Jo hafði lofað að vera eins lífleg og vingjarnleg og fjarverandi hugur, höfuðverkur og eindregin óánægja með alla og allt leyfðu, og meðan hún klæddi sig þreytt huggaði Amy sig við tilhugsunina um hamingjustundina, þegar hádegisverðinum væri lokið og hún gæti ekið burt með vinkonum sínum til síðdegis ánægjulegra listrænna una, því „kirsuberjalíkjörinn“ og brotna brúin voru hennar sterkustu atriði.

Þá komu biðstundirnar, þar sem hún sveiflaðist milli stofu og veröndar, meðan almenningsálitið breyttist eins og veðurhaninn. Snögg skúra klukkan ellefu hafði augljóslega kæft eldmóð ungu stúlknanna, sem áttu að mæta klukkan tólf, því engin kom, og klukkan tvö settist örmagna fjölskyldan í glampandi sólskini til að neyta þess, sem spillanlegt var af veislunni, svo ekkert færi til spillis.

„Enginn vafi er á veðrinu í dag, þær munu vissulega koma, svo við verðum að vera á verði og tilbúin," sagði Amy, þegar sólin vakti hana næsta morgun. Hún mælti brisklega, en í leyndum hjarta sínu óskaði hún þess, að hún hefði ekki nefnt þriðjudag, því áhugi hennar, líkt og kakan, var farinn að verða lítið eitt gamall.

„Ég fæ enga humra, svo þið verðið að vera án salats í dag," sagði herra March hálfri klukkustund síðar og bar með sér svip rólegrar örvæntingar.

„Notaðu kjúklinginn þá, seigjan skiptir ekki máli í salati," ráðlagði kona hans.

„Hannah skildi hann eftir á eldhúsborðinu andartak, og kettlingarnir komust í hann. Mér þykir það leitt, Amy," bætti Beth við, sem enn var verndari katta.

„Þá verð ég að fá humar, því tungan ein dugir ekki," sagði Amy ákveðin.

„Á ég að þjóta í bæinn og krefjast eins?" spurði Jo með fórnfýsi píslarvotts.

„Þú kæmir heim með hann undir handleggnum án nokkurs pappírs, bara til að reyna mig. Ég fer sjálf," svaraði Amy, og skap hennar var farið að bresta.

Hulin þykkum slæður og vopnuð virðulegri ferðatösku lagði hún af stað og taldi svalandi akstur róa ókyrrð hennar og undirbúa hana fyrir störf dagsins. Eftir nokkra töf var hlutur óskanna fenginn, og einnig flaska af sósu, svo ekki tapaðist frekari tími heima, og hún ók á ný af stað, ánægð með forsjálni sína.

Þar sem alfaravagninn hafði aðeins einn annan farþega, syfjaða gamla konu, lagði Amy slæðuna í vasann og stytti sér leið með því að reyna að komast að því, hvert peningar hennar hefðu horfið. Hún var svo niðursokkin í kortið sitt fullt af þrjóskum tölum, að hún varð ekki vör við nýjan farþega, sem steig inn án þess að vagninum væri stöðvað, fyrr en karlmannsrödd sagði: „Góðan daginn, ungfrú March," og þegar hún leit upp sá hún einn af hinum glæsilegustu háskólavinum Lauris. Hún vonaði heitt, að hann færi út áður en hún gerði það, og hunsaði algerlega körfuna við fætur sér og gladdist yfir því, að hún klæddist nýja ferðakjólnum sínum, og svaraði kveðju unga mannsins með sinni venjulegu lipurð og fjöri.

Þau töluðust vel við, því helsta áhyggjuefni Amy var brátt sefað, þegar hún frétti, að herramaðurinn færi út á undan henni, og hún var farin að tala með einkennilega háleitum hætti, þegar gamla konan fór út. Við að hrasa að dyrunum velti hún körfunni, og - ó hryllingur! - humarinn, í allri sinni dónalegu stærð og skærleika, birtist háborinni sjón Tudors!

„Við Júpíter, hún hefur gleymt kvöldverðinum sínum!" hrópaði hinn saklausi ungi maður og ýtti skarlatsrauða skrímslinu aftur á sinn stað með staf sínum og bjóst til að rétta körfuna út eftir gömlu konunni.

„Vinsamlegast - ekki - hún er - mín," hvíslaði Amy með andlit nærri því jafn rautt og fiskurinn.

„Ó, fyrirgefðu mér. Þetta er óvenju fallegur humar, er það ekki?" sagði Tudor af mikilli nærveru hugar og með alvarlegum áhuga, sem gerði uppeldi hans heiður.

Amy náði sér á svipstundu, setti körfuna ákveðið á sætið og sagði hlæjandi: „Vildirðu ekki gjarnan fá að smakka salatið, sem hann á að verða hluti af, og sjá heillandi ungu stúlkurnar, sem eiga að neyta þess?"

Það var lagni, því hún snerti tvö ráðandi veikleika karlmannshugans. Humarinn var þegar umvafinn geislabaug ánægjulegra minninga, og forvitni um „heillandi ungu stúlkurnar" leiddi hug hans frá hinu broslega óhappi.

„Hann mun líklega hlæja og gera gys að þessu með Laurie, en ég mun ekki sjá þá, það er huggun," hugsaði Amy, þegar Tudor hneigði sig og fór.

Hún minntist ekki á þennan fund heima fyrir (þótt hún uppgötvaði, að vegna veltunnar hafði nýi kjóllinn hennar skemmst verulega af sósulækjum, sem liðaðist niður eftir faldinum), heldur hélt áfram undirbúningnum, sem nú virtist henni erfiðari en áður, og klukkan tólf var allt aftur tilbúið. Þar sem henni fannst nágrannarnir fylgjast með ferðum hennar, vildi hún þurrka út minningu gær-dagsins með glæsilegum sigri í dag, og hún lét kalla „kirsuberjalíkjörsvagninn" og ók með viðhöfn af stað til að mæta og fylgja gestum sínum til veislunnar.

„Þarna heyrist skröltið, þær koma! Ég fer út á veröndina og tek á móti þeim. Það lítur gestrisnara út, og ég vil, að veslings barnið njóti sín eftir alla þessa fyrirhöfn," sagði frú March og lét verkin fylgja orðunum. En eftir eitt augnaráð hörfaði hún inn með ólýsanlegan svip, því þar sat Amy, lítil og einmana í hinum stóra vagni, ásamt einni ungri stúlku.

„Hlauptu, Beth, og hjálpaðu Hannah að taka helminginn af hlutunum af borðinu. Það er allt of hlægilegt að bera fram hádegisverð fyrir tólf handa einni stúlku," hrópaði Jo og hljóp niður, of æst til að nema staðar, jafnvel til að hlæja.

Amy kom inn, fullkomlega róleg og yndislega hlý í viðmóti við eina gestinn, sem staðið hafði við loforð sitt. Hinar fjölskyldumeðlimir, sem höfðu dálæti á leikrænum tilburðum, léku hlutverk sín ekki síður vel, og ungfrú Eliott fann þau óvenju glaðvær, því ómögulegt var að halda algerlega aftur af kátínu, sem gagntók þau. Hið endurskipulagða hádegisverð var tekið með fjöri, vinnustofan og garðurinn skoðuð, og rætt var um list af eldmóði. Amy lét síðan kalla til léttan vagn (ó, hin glæsilegi kirsuberjalíkjörsvagn!) og ók með vinkonu sinni hljóðlega um nágrennið fram að sólarlagi, þegar „samkvæmið fór".

Þegar hún gekk inn, þreytt að sjá en jafn stillt og jafnan, tók hún eftir, að hver einasta vísbending um hina misheppnuðu hátíð var horfin, nema grunsamlegur titringur í munnvikum Jo.

„Þú hefur haft yndislegt síðdegi til aksturs, elskan mín," sagði móðir hennar með jafn mikilli virðingu og hefðu allar tólf komið.

„Ungfrú Eliott er mjög ljúf stúlka og virtist njóta sín, að ég held," sagði Beth með óvenjulegri hlýju.

„Gætirðu sparað mér dálítið af kökunni þinni? Ég þarf hana raunverulega, því ég hef svo mikinn gestagang, og ég get ekki bakað jafn ljúffenga köku og þú," sagði Meg alvörugefin.

„Taktu hana alla. Ég er sú eina hér, sem hefur gaman af sætindum, og hún myglar áður en ég get lokið við hana," svaraði Amy og hugsaði með andvarpi til rausnarlegs forðans, sem hún hafði safnað til slíks endis sem þessa.

„Það er synd, að Laurie skuli ekki vera hér til að hjálpa okkur," hóf Jo máls, er þær settust í annað sinn á tveimur dögum að ís og salati.

Viðvörunaraugngot frá móður hennar stöðvaði frekari ummæli, og öll fjölskyldan neytti matarins í hetjulegri þögn, uns herra March mælti mildilega: „Salat var ein af uppáhaldsréttum hinna fornu, og Evelyn..." Hér sprakk upp almennur hlátur, sem batt enda á „sögu salatsins", við mikla undrun hins lærða manns.

„Setjið allt í körfu og sendið það til Hummel-fjölskyldunnar. Þjóðverjar eru hrifnir af slíkum réttum. Ég er orðin leið á að horfa á þetta, og engin ástæða er til þess, að þið drepist öll af ofáti, af því að ég hef verið heimsk," hrópaði Amy og þurrkaði augun.

„Ég hélt, að ég myndi deyja, þegar ég sá ykkur tvær skrölta um í hinum - hvað-sem-hann-heitir - eins og tvö litil korn í afar stórri hnetuskel, og móður bíða í viðhöfn eftir mannfjöldanum,“ andvarpaði Jo, örmagna af hlátri.

„Mér þykir leitt, elskan mín, að þú skyldir verða fyrir vonbrigðum, en við gerðum öll okkar besta til að fullnægja þér,“ sagði frú March með móðurlegum hryggðartón.

„Ég er sátt. Ég hef gert það, sem ég tók mér fyrir hendur, og það er ekki mér að kenna, að það mistókst. Það huggar mig,“ sagði Amy með örlitlum titringi í rödd. „Ég þakka ykkur öllum innilega fyrir hjálpina, og ég mun þakka ykkur enn meira, ef þið minnist ekki á þetta í að minnsta kosti mánuð.“

Enginn gerði það í nokkra mánuði, en orðið „hátíð“ vakti ætíð almennan brosvip, og afmælisgjöf Lauris til Amy var lítill kóralhumar í laginu sem skraut á úrkeðju hennar.

TUTTUGASTI OG SJÖUNDI KAFLI

BÓKMENNTAKENNSLUSTUNDIR

Gæfan brosti skyndilega við Jo og lagði gæfupening í veg hennar. Ekki gullpening, reyndar, en ég efast um, að hálf milljón hefði veitt henni meiri sanna hamingju en sú litla upphæð, sem henni barst á þennan hátt.

Á nokkurra vikna fresti lokaði hún sig inni í herbergi sínu, fór í skriffötin og „féll í hvirfil", eins og hún orðaði það, og skrifaði að skáldsögu sinni af öllu hjarta og allri sálu, því fyrr en henni var lokið fann hún enga ró. „Skriffötin" hennar voru svört ullarsvunta, sem hún mátti þurrka pennann á að vild, og húfa úr sama efni, prýdd glaðlegri rauðri slaufu, sem hún tróð hárinu inn í, þegar allt var gert klárt til atlögu. Húfan var eins konar leiðarljós forvitnum augum fjölskyldunnar, sem á þessum tímum hélt sig í hæfilegri fjarlægð og stakk aðeins stöku sinnum höfðinu inn til að spyrja með áhuga: „Brennur snilldin, Jo?" Þau þorðu ekki ávallt einu sinni að bera fram þessa spurningu, heldur könnuðu stöðu húfunnar og dæmdu eftir því. Ef þessi svipmikli klæðnaður var dreginn lágt niður á ennið, var það merki um mikla vinnu; á æsandi augnablikum var honum skeytt skálmótta á skakk, og þegar örvænting greip höfundinn var hann rifinn alveg af og kastað á gólfið. Á slíkum stundum dró sá, sem hafði truflað, sig hljóðlega í hlé, og ekki fyrr en rauða slaufan sást aftur glaðlega upprétt á hinu gáfaða enni, þorði nokkur að ávarpa Jo.

Hún taldi sig engan veginn snilling, en þegar skriftarfárið greip hana, gaf hún sig því algerlega á vald og lifði sæluríku lífi, ómeðvituð um skort, áhyggjur eða óveður, meðan hún sat örugg og hamingjusöm í ímynduðum heimi, fullum vina, sem voru henni næstum jafn raunverulegir og kærir og þeir, sem lifðu í holdi. Svefn vék frá augum hennar, máltíðir stóðu ósnertar, dagur og nótt voru allt of stutt til að njóta þeirrar hamingju, sem blessaði hana aðeins á slíkum stundum og gerði þessar klukkustundir lífsins virði, jafnvel þótt þær bæru engan annan ávöxt. Hinn guðlegi andblær stóð jafnan í eina eða tvær vikur, og síðan reis hún upp úr „hvirflinum", svöng, syfjuð, geðvond eða niðurdregin.

Hún var rétt að jafna sig eftir eitt slíkt kast, þegar hún lét undan beiðni um að fylgja ungfrú Crocker á fyrirlestur og hlaut fyrir dyggð sína nýja hugmynd í laun. Um var að ræða fyrirlestarröð fyrir almenning, og fjallaði þessi um pýramídana. Jo undraðist nokkuð slíkt efnisval fyrir slíkan áheyrendahóp, en gerði ráð fyrir, að eitthvert stórt samfélagsmein yrði bætt eða mikilvægri þörf fullnægt með því að leiða dýrð faraóanna fyrir augu fólks, sem hafði hugann upptekinn af kolaverði og mjölverði og eyddi lífi sínu í að leysa erfiðari gátur en þá, sem sfinxinn bar í sér.

Þær komu snemma, og meðan ungfrú Crocker lagði við hælinn á sokki sínum, skemmti Jo sér við að virða fyrir sér andlit fólksins, sem sat í kringum þær. Vinstra megin sátu tvær húsmæður með mikil enni og samsvarandi hatta, ræddu réttindi kvenna og hnýttu knipling. Þar fyrir utan sat par lítillátra elskenda, sem héldust sakleysislega í hendur, alvöruþrungin piparmey, sem saup piparmyntukonfekt úr pappírspoka, og gamall herramaður, sem tók forblund sinn bak við gult bómullarbandana. Hægra megin var eini nágranni hennar námsfúslegur piltur, niðursokkinn í dagblað.

Það var myndskreytt blað, og Jo virti fyrir sér þá mynd, sem næst henni var, og velti lauslega fyrir sér, hvaða tilviljanakennda atburðarás krefðist slíkrar melódramatískrar myndar: Indíáni í fullum stríðsbúnaði, sem féll fram af hengiflugi með úlf við háls sér, meðan tveir æfir ungir menn með óeðlilega smá fætur og stór augu stungu hvor annan nærri, og ógreidd kona flúði í baksýn með opinn munn. Þegar pilturinn nam staðar við að fletta blaðinu, sá hann hana horfa og bauð henni með drengilegri alúð helming þess, og sagði blátt áfram: „Viltu lesa? Þetta er fyrsta flokks saga."

Jo tók við því brosandi, því hún hafði aldrei vaxið upp úr dálæti sínu á piltum, og brátt fann hún sig flækta í hinum kunnuglega völundarhúsi ástar, leyndardóma og morða, því sagan tilheyrði þeirri tegund léttlestrarbókmennta, þar sem ástríður fá frí, og þegar hugmyndaflug höfundar bregst, hreinsar stórkostleg hörmung sviðið af helmingi persónanna, svo hinn helmingurinn megi fagna falli þeirra.

„Frábær, er það ekki?“ spurði pilturinn, þegar augu hennar runnu yfir síðustu málsgreinina í þeim hluta, sem hún hafði.

„Ég held, að við gætum gert þetta ekki síður vel, ef við reyndum,“ svaraði Jo og skemmti sér yfir aðdáun hans á ruslinu.

„Ég teldi mig heppinn náungi, ef ég gæti það. Hún hefur gott lífsviðurværi af svona sögum, segja menn.“ Og hann benti á nafn frú S. L. A. N. G. Northbury undir heiti sögunnar.

„Þekkirðu hana?“ spurði Jo með skyndilegum áhuga.

„Nei, en ég les allt, sem hún skrifar, og ég þekki mann, sem vinnur á skrifstofunni, þar sem þetta blað er prentað.“

„Segirðu, að hún hafi gott lífsviðurværi af sögum sem þessari?“ Og Jo leit nú með meiri virðingu á hinn æsta hóp og þétt dreifð upphrópunarmerkin, sem prýddu síðuna.

„Ég geri ráð fyrir því! Hún veit nákvæmlega, hvað fólki líkar, og fær vel borgað fyrir að skrifa það.“

Hér hófst fyrirlesturinn, en Jo heyrði lítið af honum, því meðan prófessor Sands talaði langdregið um Belzoni, Cheops, skarabæur og myndletur, var hún í laumi að skrá niður heimilisfang blaðsins og ákvað af djörfung að reyna fyrir sér um hundrað dala verðlaunin, sem auglýst voru í dálkum þess fyrir áhrifamikla frásögn. Þegar fyrirlestrinum lauk og áheyrendur vöknuðu, hafði hún reist sér glæsilega auðæfi (ekki í fyrsta sinn á pappír) og var þegar komin á kaf í samsetningu sögunnar, ófær um að ákveða, hvort einvígið skyldi koma á undan strokunni eða eftir morðið.

Hún minntist ekki orðs á áætlun sína heima fyrir, heldur hófst handa næsta dag, móður sinni til nokkurrar ókyrrðar, því hún varð jafnan dálítið áhyggjufull, þegar „snilldin tók að brenna“. Jo hafði aldrei reynt þennan stíl áður, heldur látið sér nægja fremur hógværar ástarsögur fyrir The Spread Eagle. Reynslan og sundurleit lestur hennar komu henni nú að gagni, því það veitti henni nokkra hugmynd um leikrænan áhrifamátt og lagði henni til söguþráð, orðfæri og búninga. Saga hennar var eins full örvæntingar og örþrifa og takmörkuð kynni hennar af þeim óþægilegu tilfinningum leyfðu, og þar sem hún hafði staðsett hana í Lissabon, lauk hún henni með jarðskjálfta sem áhrifamikilli og viðeigandi lausn. Handritið var sent af stað í kyrrþey, ásamt miða, þar sem hún sagði með hógværð, að fengi sagan ekki verðlaunin, sem höfundurinn þorði varla að vænta, yrði hún afar þakklát fyrir hverja þá upphæð, sem hún teldist verðskulda.

Sex vikur eru langur tími að bíða og enn lengri tími fyrir stúlku að geyma leyndarmál, en hvort tveggja gerði Jo, og var rétt farin að gefa upp alla von um að sjá handrit sitt nokkru sinni aftur, þegar bréf barst, sem nærri tók andann frá henni, því er hún opnaði það, féll ávísun upp á hundrað dali í kjöltu hennar. Um stund starði hún á hana, eins og hún hefði verið snákur, síðan las hún bréfið og fór að gráta. Hefði hinn vingjarnlegi herramaður, sem ritaði þennan hlýlega miða, vitað, hvílíka djúpa hamingju hann veitti meðbróður sínum, hygg ég, að hann myndi verja frístundum sínum, ef hann á slíkar, til þeirrar iðju, því Jo mat bréfið meira en peningana, þar sem það var hvetjandi, og eftir margra ára viðleitni var svo unaðslegt að komast að raun um, að hún hefði lært að gera eitthvað, þótt það væri aðeins að skrifa áhrifasögu.

Sjaldan sást stoltari ung kona en hún, þegar hún hafði náð sér og kom fjölskyldunni í opna skjöldu með því að birtast fyrir framan hana með bréfið í annarri hendi og ávísunina í hinni og tilkynna, að hún hefði unnið verðlaunin. Að sjálfsögðu varð mikil fagnaðarhátíð, og þegar sagan barst, lásu allir hana og lofuðu, þótt faðir hennar, eftir að hafa sagt henni, að málið væri gott, ástarsagan fersk og einlæg og harmleikurinn afar áhrifamikill, hristi höfuðið og mælti á sinn óveraldlega hátt:

„Þú getur gert betur en þetta, Jo. Stefndu að hinu hæsta og láttu peningana ekki ráða.“

„Mér finnst peningarnir vera besti hluti málsins. Hvað ætlarðu að gera við slík auðæfi?“ spurði Amy og virti hinn töfrandi pappírsmiða fyrir sér með lotningaraugum.

„Senda Beth og mömmu til sjávar í mánuð eða tvo,“ svaraði Jo tafarlaust.

Til sjávar fóru þær eftir miklar umræður, og þótt Beth kæmi ekki heim eins þybbin og rjóð og óskað hefði verið, var hún þó miklu betri, og frú March lýsti því yfir, að hún fyndi sig tíu árum yngri. Var Jo því sátt við ráðstöfun verðlaunapeninganna og hófst handa af glaðlegum hug, staðráðin í að afla sér fleiri slíkra yndislegra ávísana. Nokkrar vann hún það ár og fór að finna til áhrifa sinna á heimilinu, því fyrir töfra penna hennar breyttist „ruslið“ í þægindi fyrir þau öll. Hertogadóttirin greiddi reikning slátrarans, Draugahönd lagði nýtt teppi á gólfið, og Bölvun Coventry-ættarinnar varð March-fjölskyldunni til blessunar í formi matvöru og kjóla.

Auðæfi eru vissulega eftirsóknarverð, en fátækt á sínar sólbjörtu hliðar, og ein af ljúfum nytjum mótlætisins er hin sanna ánægja, sem fæst af heilshugar starfi hugar eða handa, og nauðsynin hefur orðið kveikja að helmingi þeirra vitru, fögru og nytsömu gæða, sem heimurinn nýtur. Jo naut smábliks af þessari ánægju og hætti að öfunda ríkari stúlkur, því hún fann mikla huggun í þeirri vitneskju, að hún gæti fullnægt eigin þörfum og þyrfti ekki að biðja neinn um eina einustu krónu.

Litla athygli vöktu sögur hennar, en þær fundu sér markað, og hvött af þeirri staðreynd ákvað hún að leggja djarft til atlögu við frægð og frama. Eftir að hafa skrifað skáldsögu sína upp í fjórða sinn, lesið hana fyrir alla trúnaðarmenn sína og lagt hana fram með ótta og titringi hjá þremur útgefendum, tókst henni loks að selja hana með því skilyrði, að hún stytti hana um þriðjung og sleppti öllum þeim köflum, sem henni þóttu sérstaklega vel heppnaðir.

„Nú verð ég annaðhvort að pakka henni aftur niður í blikkeldhúsið mitt til að mótast þar, greiða sjálf fyrir prentunina eða höggva hana niður að smekk kaupenda og fá það, sem fæst fyrir hana. Frægð er góð að hafa á heimilinu, en reiðufé er handhægara, og því óska ég álits fundarins um þetta mikilvæga mál," sagði Jo og kallaði saman fjölskylduráð.

„Ekki spilla bókinni þinni, barnið mitt, því í henni er meira en þú gerir þér grein fyrir, og hugmyndin er vel unnin. Láttu hana bíða og þroskast," ráðlagði faðir hennar og breytti í samræmi við orð sín, þar sem hann hafði sjálfur beðið þolinmóður í þrjátíu ár eftir að ávöxtur verks síns þroskaðist og hafði enga flýti, þótt hann væri nú orðinn sætur og mjúkur.

„Mér virðist Jo hagnast meira á að láta á reyna en að bíða," sagði frú March. „Gagnrýni er besta prófsteinn slíks verks, því hún mun sýna henni bæði óvænta kosti og galla og hjálpa henni að gera betur næst. Við erum of hlutdræg, en lof og ámæli utanaðkomandi munu reynast gagnleg, jafnvel þótt hún fái lítið fé."

„Já," sagði Jo og gretti sig lítillega, „það er einmitt málið. Ég hef verið að basla við þetta svo lengi, að ég veit í raun ekki, hvort það er gott, slæmt eða miðlungsgott. Það verður mér mikil hjálp, að óhlutdrægt og yfirvegað fólk líti á það og segi mér, hvað því finnst."

„Ég myndi ekki fella eitt einasta orð brott. Þú spillir því, ef þú gerir það, því áhugi sögunnar liggur fremur í huga persónanna en í athöfnum þeirra, og allt verður í óreiðu, ef þú skýrir ekki jafnóðum frá," sagði Meg, sem trúði því staðfastlega, að þessi bók væri merkilegasta skáldsaga, sem nokkru sinni hefði verið rituð.

„En herra Allen segir: ‚Slepptu skýringunum, hafðu hana stutta og leikræna og láttu persónurnar segja söguna'," greip Jo fram í og sneri sér að athugasemd útgefandans.

„Gerðu eins og hann segir. Hann veit, hvað selst, en við ekki. Gerðu góða, vinsæla bók og aflaðu þér sem mestra tekna. Seinna meir, þegar þú hefur öðlast nafn, hefurðu efni á að víkja út af leið og hafa heimspekilegt og frumspekilegt fólk í skáldsögum þínum," sagði Amy, sem leit á málið af hreinni raunsæi.

„Jæja," sagði Jo og hló, „ef persónurnar mínar eru ‚heimspekilegar og frumspekilegar', þá er það ekki mér að kenna, því ég veit ekkert um slíkt, nema það, sem ég heyri föður segja stöku sinnum. Ef einhverjar af viturlegum hugmyndum hans hafa flækst saman við ástarsöguna mína, er það mér aðeins til framdráttar. Nú, Beth, hvað segir þú?"

„Mig langar svo að sjá hana prentaða bráðlega," sagði Beth aðeins og brosti um leið. En á síðasta orðinu hvíldi ómeðvituð áhersla og í augunum, sem aldrei misstu barnslega einlægni sína, var söknuðarsinnað blik, sem lagði kulda um hjarta Jo um stund með fyrirboða óljóss ótta og fékk hana til að ákveða, að hið litla átak skyldi gerast „bráðlega".

Þannig lagði unga höfundarkonan, með spartverskri festu, frumburð sinn á borðið og hjó hann í sundur jafn miskunnarlaust og hver annar jötunn. Í von um að þóknast öllum fylgdi hún ráðum allra og, líkt og gamli maðurinn og asninn í dæmisögunni, þóknaðist hún engum.

Föður hennar þótti frumspekilegi blærinn, sem óafvitandi hafði slæðst inn í verkið, góður, og því var hann látinn halda sér, þótt hún efaðist um hann. Móðir hennar taldi lýsingarnar ögn of miklar. Þær voru því skornar burt og með þeim mörg nauðsynleg tengsl í sögunni. Meg dáði harmleikinn, og því hrúgaði Jo upp kvalinni til að þóknast henni, en Amy mótmælti glettninni, og með bestu fyrirætlunum kæfði Jo þau léttu atriði, sem höfðu mildað hinn alvarlega svip sögunnar. Til að fullkomna glötunina stytti hún hana um þriðjung og sendi svo fátæku litlu ástarsöguna, líkt og nýtíndan þröst, út í hinn stóra og iðandi heim til að reyna gæfu sína.

Hún var prentuð, og fyrir hana fékk Jo þrjú hundruð dali, auk mikils lofs og ámælis, hvort tveggja svo miklu meira en hún hafði búist við, að hún féll í ráðleysi, sem hún þurfti nokkurn tíma til að jafna sig á.

„Þú sagðir, mamma, að gagnrýni myndi hjálpa mér. En hvernig getur hún það, þegar hún er svo mótsagnakennd, að ég veit ekki, hvort ég hef ritað efnilega bók eða brotið öll boðorðin tíu?“ hrópaði veslings Jo og fletti hrúgu umsagna, sem fylltu hana á einni stundu stolti og gleði, en á þeirri næstu reiði og skelfingu. „Þessi maður segir: ‚Forkunnarfögur bók, full af sannleika, fegurð og alvöru.‘ ‚Allt er ljúft, hreint og heilnæmt.‘“ hélt hin ráðvillta höfundarkona áfram. „Sá næsti segir: ‚Kenning bókarinnar er röng, full af sjúklegum hugmyndum, andatrúarlegum skoðunum og óeðlilegum persónum.‘ Þar sem ég hafði enga kenningu af neinu tagi, trúi ekki á andatrú og tók persónur mínar úr raunveruleikanum, sé ég ekki, hvernig þessi gagnrýnandi getur haft rétt fyrir sér. Annar segir: ‚Hún er ein af bestu bandarísku skáldsögum, sem birst hafa um árabil.‘ (Ég veit betur en það.) Og sá næsti fullyrðir, að ‚þótt hún sé frumleg og rituð af miklum krafti og tilfinningu, sé hún hættuleg bók.‘ Hún er það ekki! Sumir gera gys að henni, aðrir oflofa, og nær allir halda því fram, að ég hafi haft djúpa kenningu fram að færa, þegar ég skrifaði hana aðeins mér til ánægju og til að afla mér peninga. Ég vildi óska, að ég hefði annaðhvort látið hana halda sér óskerta eða alls ekki gefið hana út, því mér er það mjög í nöp við að vera svo ranglega metin.“

Fjölskylda hennar og vinir veittu henni huggun og lof af rausn. Samt var þetta erfiður tími fyrir viðkvæma og skapmikla Jo, sem ætlaði sér svo gott og hafði að því er virtist gert svo illa. En það varð henni til góðs, því þeir, sem höfðu raunverulegt gildi í áliti sínu, veittu henni þá gagnrýni, sem er höfundinum besta menntun, og þegar fyrsta sviðinn var liðinn, gat hún hlegið að fátæklegu litlu bókinni sinni og þó enn trúað á hana og fundið sig vitrari og sterkari eftir þau högg, sem hún hafði orðið fyrir.

„Þar sem ég er ekki snillingur eins og Keats, drepur þetta mig ekki,“ sagði hún einbeitt, „og ég hef að lokum húmorinn mín megin, því þeir hlutar, sem teknir voru beint úr raunveruleikanum, eru fordæmdir sem ómögulegir og fáránlegir, en atriðin, sem ég bjó til úr eigin heimskulegu höfði, eru kölluð ‚heillandi náttúruleg, blíð og sönn‘. Svo ég hugga mig við það, og þegar ég er tilbúin, rís ég á ný og geri aðra atlögu.“

TUTTUGASTI OG ÁTTUNDI KAFLI

HEIMILISLÍF

Eins og flestar aðrar ungar eiginkonur hóf Meg hjónalíf sitt með þeirri einbeittu ákvörðun að vera fyrirmyndarhúsmóðir. John skyldi finna heimilið vera paradís, hann skyldi ætíð mæta brosandi andliti, njóta ríkulegs matar dag hvern og aldrei sakna hnapps. Hún lagði svo mikla ást, elju og glaðværð í verkið, að henni hlaut að takast það, þrátt fyrir ýmsar hindranir. Paradís hennar var þó ekki kyrrlát, því litla konan óð og uppvægðist, var of ákaflega fús til að þóknast og þaut um eins og sönn Marta, þrúguð af margvíslegum áhyggjum. Stundum var hún jafnvel of þreytt til að brosa, og John varð óvær í maga eftir ofgnótt fínlegra rétta og krafðist með óþökk einfaldari matar. Hvað hnappana snerti, lærði hún brátt að furða sig á, hvert þeir hyrfu, hrista höfuðið yfir kæruleysi karla og hóta að láta hann sauma þá á sjálfur og sjá, hvort verk hans stæðist óþolinmóðar og klunnalegar fingur betur en hennar.

Þau voru mjög hamingjusöm, jafnvel eftir að þau komust að raun um, að ekki var unnt að lifa á ástinni einni saman. John fann ekki, að fegurð Megar dofnaði, þótt hún ljómaði til hans bak við kunnuglega kaffikönnuna. Meg saknaði heldur engrar rómantíkur úr hinni daglegu kveðju, þegar eiginmaður hennar fylgdi kossi sínum eftir með hlýlegri spurningu: „Á ég að senda eftir kálfakjöti eða kindakjöti í kvöldmatinn, elskan mín?“ Litla húsið hætti að vera upphafinn unaðslundur, en það varð heimili, og unga parið fann brátt, að sú breyting var til hins betra. Í fyrstu léku þau að heimilishaldi og ærðust yfir því eins og börn. Síðan sneri John sér stöðugt að viðskiptum sínum og fann ábyrgð fjölskylduföðurins hvíla á herðum sér, en Meg lagði frá sér fíngerðar morgunkjólsklæði, fór í stóran svuntu og hófst handa, eins og áður var sagt, af meiri eldmóði en hyggindum.

Meðan eldunaræðið stóð yfir fór hún í gegnum Uppskriftabók frú Cornelius eins og hún væri stærðfræðilegt dæmi og leysti verkefnin með þolinmæði og nákvæmni. Stundum var fjölskyldunni boðið að hjálpa til við að eta upp ofgnótt vel heppnaðra rétta, eða Lotty var send í kyrrþey með heilan skammt af misheppnuðum tilraunum, sem fela skyldi öllum augum í hentugum maga litlu Hummel-barnanna. Kvöldstund með John yfir reikningsbókunum leiddi jafnan til tímabundinnar hlés í eldamennskuhitanum, og þá tók við sparsemi, þar sem veslings maðurinn var látinn þola brauðbúðing, hakk og upphitað kaffi, sem reyndi á sálu hans, þótt hann bæri það með lofsverðri þrautseigju. Áður en gullni meðalvegurinn fannst, bætti Meg þó við heimilishaldi sitt því, sem ungt fólk fær sjaldan lengi án, fjölskylduerju.

Knúin af húsfreyjuþrá eftir að sjá búr sitt fullt af heimagerðum sultum, tók hún sér fyrir hendur að búa til rifsberjahlaup. John var beðinn að láta senda heim tugi eða svo af litlum krukkum og aukið magn af sykri, því rifsberin þeirra voru orðin þroskuð og skyldi annast þau þegar í stað. Þar sem John trúði staðfastlega, að „konan mín" væri hverju verki vaxin og bar eðlilegt stolt í brjósti yfir kunnáttu hennar, ákvað hann, að hún skyldi fá ánægju sína og eini ávöxtur þeirra lagður til hliðar í sem fegurstu formi til vetrarnota. Heim bárust fjórir tugir yndislegra lítilla krukka, hálf tunna af sykri og lítill drengur til að tína rifsberin fyrir hana. Með fallega hárið stungið upp í litla húfu, ermarnar upp að olnboga og köflótta svuntu, sem bar keim af kvenlegri glettni þrátt fyrir brjósthlífina, hófst unga húsmóðirin handa, fullviss um árangur, því hafði hún ekki séð Hönnu gera þetta hundruðum sinnum? Röðin af krukkum kom henni í fyrstu nokkuð á óvart, en John var svo hrifinn af hlaupi, og litlu krukkurnar myndu líta svo vel út á efstu hillunni, að Meg ákvað að fylla þær allar og eyddi löngum degi í að tína, sjóða, sía og dunda við hlaupið sitt. Hún gerði sitt besta, leitaði ráða hjá frú Cornelius, reyndi að muna, hvað Hanna gerði, sem hún hafði látið ógert, hún endursjóðaði, bætti sykri við og síaði á ný, en þetta hræðilega efni vildi ekki hlaupa.

Hún þráði að hlaupa heim, svuntuklædd og allt, og biðja móður sína að rétta sér hjálparhönd, en John og hún höfðu komið sér saman um, að þau skyldu aldrei angra neinn með einkamálum sínum, tilraunum eða deilum. Þau höfðu hlegið að síðasta orðinu, eins og hugmyndin, sem það vakti, væri hin fáránlegasta, en þau héldu fast við ákvörðun sína, og hvenær sem þau gátu komist af án hjálpar, gerðu þau það, og enginn skipti sér af, því frú March hafði ráðlagt þessa skipan. Þannig glímdi Meg ein við hin þrjósku sætindi allan þann heita sumardag, og klukkan fimm settist hún niður í eldhúsi sínu, sem var í algerri óreiðu, kreisti útklístruð hendur sínar, hóf upp raust sína og grét.

Á fyrstu dögum hins nýja lífs hafði hún oft sagt: „Eiginmaður minn skal ætíð finna sig frjálsan að bjóða vini heim, hvenær sem honum þóknast. Ég skal ætíð vera viðbúin. Engin ókyrrð, engin ávítun, engin óþægindi, heldur snyrtilegt hús, glaðleg eiginkona og góður kvöldverður. John, elskan mín, spurðu mig aldrei leyfis, bjóddu hverjum sem þú vilt, og vertu viss um hlýjar móttökur af minni hálfu."

Hversu heillandi var það ekki! John ljómaði af stolti, þegar hann heyrði hana segja þetta, og fann, hvílík blessun það væri að eiga svo framúrskarandi eiginkonu. En þótt þau hefðu fengið gesti af og til, var það aldrei óvænt, og Meg hafði aldrei fengið tækifæri til að skara fram úr fyrr en nú. Svo fer það jafnan í þessum táradal; slíkir atburðir virðast fylgja einhvers konar óhjákvæmilegu lögmáli, sem vér getum aðeins furðað oss á, harmnað og borið eftir föngum.

Hefði John ekki gleymt öllu um hlaupið, hefði það í raun verið ófyrirgefanlegt af honum að velja einmitt þann dag, allra daga ársins, til að koma óvænt með vin heim í kvöldverð. Í þeirri sannfæringu, að vegleg máltíð hefði verið pöntuð um morguninn, fullviss um, að hún yrði tilbúin á mínútunni, og látandi sér í hug koma hina yndislegu áhrif, sem það myndi hafa, þegar fallega eiginkona hans kæmi hlaupandi út til móts við hann, fylgdi hann vini sínum að húsi sínu með óviðráðanlegri ánægju ungs gestgjafa og eiginmanns.

Heimurinn er fullur vonbrigða, eins og John komst að raun um, þegar hann kom að Dúfnakofanum. Útidyrnar stóðu venjulega opnar og buðu velkominn. Nú voru þær ekki aðeins lokaðar, heldur læstar, og leðja gærdagsins prýddi enn tröppurnar. Gluggarnir á stofunni voru lokaðir og tjöld dregin fyrir, engin mynd af fallegu eiginkonunni, sem saumaði á veröndinni í hvítum klæðum með heillandi litla slaufu í hárinu, engin björt augu húsmóður, sem brosti feimnislegu brosi við móttöku gesta. Ekkert slíkt sást, því engin sála birtist nema blóðugur drengur, sem svaf undir rifsberjarunnunum.

„Ég óttast, að eitthvað hafi komið fyrir. Farðu út í garðinn, Scott, meðan ég leita uppi frú Brooke," sagði John, skelkaður yfir kyrrðinni og einsemdinni.

Hann hraðaði sér kringum húsið, leiddur af stingandi lykt af brenndum sykri, og herra Scott rölti á eftir með undarlegan svip á andlitinu. Hann nam staðar af nærgætni í hæfilegri fjarlægð, þegar Brooke hvarf, en hann gat bæði séð og heyrt, og þar sem hann var piparsveinn, naut hann sjónarinnar í ríkum mæli.

Í eldhúsinu ríkti ringulreið og örvænting. Ein útgáfa hlaupsins rann úr potti í pott, önnur lá á gólfinu og sú þriðja sauð og brann glatt á eldavélinni. Lotty sat með þýskri rósemi og át brauð og rifsberjavín, því hlaupið var enn í vonlaust fljótandi ástandi, en frú Brooke sat með svuntuna yfir höfðinu og hágrét aumkunarlega.

„Elsku stúlkan mín, hvað hefur komið fyrir?" hrópaði John og ruddist inn með skelfilegar sýnir um sviðnar hendur, skyndifréttir um ólán og dulda angist yfir gestinum í garðinum.

„Ó, John, ég er svo þreytt og heit og skapvond og áhyggjufull! Ég hef verið að þessu þar til ég er alveg uppurin. Komdu og hjálpaðu mér, annars dey ég!" Og örmagna húsmóðirin kastaði sér í fang hans og veitti honum ljúfa kveðju í orðsins fyllstu merkingu, því svunta hennar hafði verið skírð á sama hátt og gólfið.

„Hvað veldur þér áhyggjum, elskan mín? Hefur eitthvað hræðilegt gerst?“ spurði áhyggjufullur John og kyssti blíðlega koll litlu húfunnar, sem sat skakkt.

„Já,“ sobbaði Meg örvæntingarfull.

„Segðu mér það þá fljótt. Ekki gráta. Ég þoli allt fremur en það. Segðu mér, ástin mín.“

„Hl... hlaupið vill ekki hlaupa, og ég veit ekki, hvað ég á að gera!“

Þá hló John Brooke eins og hann þorði aldrei síðar að hlæja, og hinn háðslegi Scott brosti ósjálfrátt, er hann heyrði hinn hjartanlega hlátur, sem batt endi á sorg veslings Megar.

„Er það allt og sumt? Hentu því út um gluggann og hafðu ekki fleiri áhyggjur af því. Ég kaupi handa þér heila potta, ef þú vilt, en fyrir alla muni fáðu ekki móðursýkiskast, því ég hef komið með Jack Scott heim í kvöldverð, og...“

John komst ekki lengra, því Meg ýtti honum frá sér og greip saman höndum með harmrænum tilburði, er hún féll í stól og hrópaði í tón, þar sem reiði, ávítun og skelfing blönduðust:

„Mann í kvöldverð, og allt í óreiðu! John Brooke, hvernig gastu gert slíkt?“

„Hljótt, hann er í garðinum! Ég gleymdi bölvuðu hlaupinu, en það verður ekki aftur tekið,“ sagði John og virti ástandið fyrir sér með áhyggjufullum augum.

„Þú hefðir átt að senda boð eða segja mér það í morgun, og þú hefðir átt að muna, hve upptekin ég var,“ hélt Meg áfram og varð nöldrandi, því jafnvel turtildúfur gogga, þegar þær eru æstar.

„Ég vissi það ekki í morgun, og það var enginn tími til að senda boð, því ég mætti honum á leiðinni út. Mér datt aldrei í hug að biðja leyfis, þegar þú hefur ætíð sagt mér að gera eins og mér sýndist. Ég hef aldrei reynt það áður, og megi ég hanga, ef ég geri það nokkru sinni aftur!“ bætti John við og var sár.

„Ég vona sannarlega ekki! Farðu með hann burt tafarlaust. Ég get ekki hitt hann, og það er enginn kvöldverður.“

„Jæja, það var nú skrítið! Hvar er nautakjötið og grænmetið, sem ég lét senda heim, og búðingurinn, sem þú lofaðir?“ hrópaði John og hljóp að búrinu.

„Ég hafði engan tíma til að elda neitt. Ég ætlaði að borða hjá mömmu. Mér þykir það leitt, en ég var svo upptekin,“ og tár Megar tóku að renna á ný.

John var ljúfur maður, en hann var mannlegur, og eftir langan vinnudag að koma heim þreyttur, svangur og vonarglaður og finna hús í óreiðu, borð tómt og eiginkonu í vondu skapi var ekki beinlínis til þess fallið að veita hugarró. Hann stillti sig þó, og lítið skúrið hefði gengið yfir, ef ekki hefði eitt óheppilegt orð sloppið fram.

„Þetta er klípa, viðurkenni ég, en ef þú réttir mér hjálparhönd komumst við út úr henni og eigum enn góða stund. Ekki gráta, elskan mín, heldur taktu þig aðeins á og lagaðu eitthvað handa okkur að eta. Við erum báðir glorhungraðir, svo okkur er sama, hvað það er. Gefðu okkur kalt kjöt og brauð og ost. Við biðjum ekki um hlaup.“

Hann ætlaði það sem góðlátlegan brandara, en þetta eina orð innsiglaði örlög hans. Meg þótti það of grimmt að vísa til sárs misheppnunar sinnar, og síðasti leifur þolinmæði hennar hvarf, er hann mælti það.

„Þú verður að bjarga þér úr klípunni, eins og þú best getur. Ég er of uppgefin til að ‚taka mig á‘ fyrir nokkurn mann. Það er einmitt eins og karlmaður að leggja til bein og gróft brauð og ost fyrir gest. Ég vil ekkert slíkt á mínu heimili. Farðu með þennan Scott til mömmu og segðu honum, að ég sé fjarverandi, veik, dáin, hvað sem er. Ég vil ekki sjá hann, og þið getið hlegið að mér og hlaupinu mínu eins og ykkur lystir. Hér fáið þið ekkert annað.“ Og að lokinni þessari ögrandi ræðu í einni andrá kastaði Meg svuntunni frá sér og yfirgaf vígvöllinn í skyndi til að gráta í herbergi sínu.

Hvað þeir tveir gerðu í fjarveru hennar vissi hún aldrei, en herra Scott var ekki leiddur „til mömmu“, og þegar Meg kom niður, eftir að þeir höfðu rölt á brott saman, fann hún leifar af handahófskenndri máltíð, sem fyllti hana skelfingu. Lotty skýrði frá því, að þeir hefðu „étið heilmikið og hlegið mikið, og húsbóndinn sagt henni að henda öllu sætu draslinu og fela krukkurnar.“

Meg langaði til að fara og segja móður sinni allt, en tilfinning um skömm yfir eigin brestum og hollusta við John, „sem mátti vera harður, en enginn skyldi vita það“, héldu aftur af henni, og eftir snöggan frágang klæddi hún sig fallega og settist niður til að bíða þess, að John kæmi og fengi fyrirgefningu.

Því miður kom John ekki, þar sem hann leit ekki á málið í því ljósi. Hann bar það fram sem góðlátlegt gamanmál við Scott, afsakaði litlu eiginkonu sína eftir bestu getu og gegndi hlutverki gestgjafa svo rausnarlega, að vinur hans naut hins óundirbúna kvöldverðar og lofaði að koma aftur. En John var reiður, þótt hann sýndi það ekki; honum fannst Meg hafa yfirgefið sig á neyðarstundu. „Það var ekki sanngjarnt að segja manni að hann mætti færa heim gesti hvenær sem væri, með fullu frelsi, og þegar hann tæki orð hennar bókstaflega, þá brynni hún upp og ávítaði hann og léti hann sitja uppi með skömmina, til að vera hlegið að eða vorkennt. Nei, við Guð, það var það ekki! Og Meg hlýtur að vita það.“

Hann hafði kraumað innra með sér meðan á veislunni stóð, en þegar umstanginu lauk og hann rölti heim eftir að hafa fylgt Scott úr hlaði, rann yfir hann mildari hugur. „Aumingja litla konan! Það var hart að henni, þegar hún lagði sig svo fram af heilum hug til að gleðja mig. Hún hafði rangt fyrir sér, auðvitað, en hún er ung. Ég verð að vera þolinmóður og kenna henni." Hann vonaði, að hún hefði ekki farið heim til móður sinnar - hann hataði slúður og afskipti. Andartak urðu skapbrestirnir á ný við þá tilhugsun eina, en síðan mýkti óttinn um, að Meg kynni að gráta sig veika, hjarta hans og hraðaði skrefum hans, staðráðinn í að vera rólegur og blíður, en staðfastur, afar staðfastur, og sýna henni, hvar hún hefði brugðist skyldu sinni við eiginmann sinn.

Meg einsetti sér sömuleiðis að vera „róleg og blíð, en staðföst" og sýna honum skyldu hans. Hana langaði til að hlaupa til móts við hann og biðjast fyrirgefningar og fá koss og huggun, sem hún var viss um að henni yrði veitt, en auðvitað gerði hún ekkert slíkt. Þegar hún sá John koma, fór hún að raula eðlilega, þar sem hún sat og ruggaði sér og saumaði, eins og iðjulaus frú í fínustu stofu sinni.

John varð lítillega vonsvikinn að finna ekki tárvota Níóbíu, en þar sem virðing hans krafðist þess, að fyrsta afsökunin kæmi frá henni, bar hann enga fram, heldur gekk rólega inn og lagðist á sófann með hinni einkennilega viðeigandi athugasemd: „Við munum fá nýtt tungl, elskan mín."

„Ég hef ekkert á móti því," svaraði Meg jafn rólega. Nokkur önnur almenn umræðuefni voru tekin upp af herra Brooke og kæfð af frú Brooke, og samtalið fjaraði út. John gekk að öðrum glugganum, breiddi úr blaði sínu og huldi sig í því, svo að segja. Meg settist við hinn gluggann og saumaði eins og nýjar slaufur á inniskó væru meðal lífsnauðsynja. Hvorugt mælti orð. Bæði virtust „róleg og staðföst", og bæði fundu til sárra óþæginda.

„Æ, elsku," hugsaði Meg, „hjónabandið er sannarlega reynsluríkt og krefst óendanlegrar þolinmæði jafnt sem kærleika, eins og mamma segir." Orðið „mamma" vakti í huga hennar önnur móðurleg ráð, sem henni höfðu verið gefin fyrir löngu og hún þá tekið með vantrúuðum mótmælum.

„John er góður maður, en hann hefur sína galla, og þú verður að læra að sjá þá og umbera, með því að muna eftir þínum eigin. Hann er ákveðinn, en verður aldrei þver, ef þú ræðir málin blíðlega, en ekki andmælir óþolinmóð. Hann er nákvæmur og vandur um sannleikann - góður eiginleiki, þótt þú kallir hann ‚smámunasaman'. Aldrei blekkja hann með svip eða orði, Meg, og þá mun hann veita þér það traust, sem þú átt skilið, og þann stuðning, sem þú þarfnast. Hann hefur skap, ekki eins og okkar - eitt bloss og svo liðið hjá - heldur hvítan, hljóðan reiðianda, sem sjaldan er vakinn, en er erfiður að slökkva, þegar hann logar. Gættu þín, gættu þín vel, að vekja ekki reiði hans gegn þér, því friður og hamingja byggjast á því, að þú haldir virðingu hans. Fylgstu með sjálfri þér, vertu fyrst til að biðjast fyrirgefningar, ef þið báðar misgjörðust, og varastu smásárindi, misskilning og hvatvís orð, sem oft ryðja braut biturri sorg og iðrun."

Þessi orð komu aftur til Megar, þar sem hún sat og saumaði í kvöldroðanum, einkum þau síðustu. Þetta var fyrsta alvarlega ósamkomulagið; hvatvís orð hennar sjálfrar hljómuðu bæði kjánaleg og óblíð, þegar hún rifjaði þau upp; reiði hennar virtist nú barnsleg, og tilhugsunin um aumingja John, sem kæmi heim að slíkri sviðsmynd, bræddi hjarta hennar. Hún leit til hans með tár í augum, en hann sá þau ekki. Hún lagði frá sér saumaskapinn og stóð upp, hugsaði: „Ég skal verða fyrst til að segja: ‚Fyrirgefðu mér',“ en hann virtist ekki heyra til hennar. Hún gekk mjög hægt yfir herbergið, því stoltið var þungt að kyngja, og nam staðar við hlið hans, en hann sneri ekki höfði. Andartak fannst henni hún ekki geta það, en þá kom hugsunin: „Þetta er upphafið. Ég geri mitt, og þá hef ég engu að ásaka sjálfa mig,“ og hún laut niður og kyssti mann sinn mjúklega á ennið. Auðvitað batt það endi á allt. Iðrunarkossinn var betri en ótal orð, og innan andartaks sat hún á kné Johns, og hann mælti blíðlega:

„Það var ljótt að hlæja að vesælu litlu hlaupkrukkunum. Fyrirgefðu mér, elskan mín. Ég geri það aldrei aftur!“

En það gerði hann - já, blessuð vertu - hundruð sinnum, og það gerði Meg líka, og bæði héldu því fram, að það væri hið sætasta hlaup, sem þau hefðu nokkru sinni búið til, því heimilisfriðurinn var varðveittur í þeirri litlu krukku.

Eftir þetta bauð Meg herra Scott í kvöldverð með sérstakri boðun og bar honum fram ánægjulega máltíð án þess, að soðin eiginkona væri fyrsta rétturinn. Við það tækifæri var hún svo kát og viðmótsþýð og lét allt ganga svo snurðulaust, að herra Scott sagði John vera lánsaman mann og hristi höfuðið yfir erfiðleikum piparsveinalífsins alla leið heim.

Um haustið komu nýjar raunir og reynsla í líf Megar. Sallie Moffat endurnýjaði vináttuna, hljóp sífellt yfir til litla hússins til að fá sér skammt af slúðri eða bauð „þessari aumu elsku" að koma og dvelja daglangt í stóra húsinu. Það var ánægjulegt, því í daufu veðri fannst Meg oft einmanaleg. Allir voru önnum kafnir heima, John fjarverandi fram á kvöld, og ekkert að gera nema sauma eða lesa eða dunda sér við smáverk. Þannig bar það eðlilega við, að Meg komst í vana að fara á flakk og slúðra með vinkonu sinni. Þegar hún sá fallegu eigur Sallie, vaknaði löngun hennar eftir slíku og hún vorkenndi sjálfri sér, að eiga það ekki. Sallie var mjög góð og bauð henni oft hin eftirsóttu smámuni, en Meg hafnaði þeim, því hún vissi, að John myndi ekki una því. Þá fór þessi heimskulega litla kona og gerði það, sem John líkaði enn verr.

Hún þekkti tekjur manns síns og henni þótti vænt um að finna, að hann treysti henni ekki aðeins fyrir hamingju sinni, heldur einnig því, sem sumir menn virðast meta enn meir - fé sínu. Hún vissi, hvar það var geymt, mátti taka það, sem henni sýndist, og allt, sem hann bað um, var að hún héldi reikning yfir hverjum eyri, greiddi reikninga einu sinni í mánuði og minntist þess, að hún væri kona fátæks manns. Fram að þessu hafði hún staðið sig vel, verið ráðvönd og nákvæm, haldið litlu reikningsbókunum sínum snyrtilega og sýnt honum þær mánaðarlega án ótta. En um haustið læddist höggormurinn inn í paradís Megar og freistaði hennar, líkt og svo margra nútíma Evu, ekki með eplum, heldur með klæðnaði. Meg vildi hvorki vera vorkennd né látin finna til fátæktar sinnar. Það gramdist henni, en hún skammaðist sín fyrir að játa það, og öðru hvoru reyndi hún að hugga sig með því að kaupa sér eitthvað fallegt, svo að Sallie þyrfti ekki að halda, að hún yrði að spara í hvívetna. Hún fann ætíð til sektar á eftir, því fallegu hlutirnir voru sjaldnast nauðsynjar, en þar sem þeir kostuðu svo lítið, taldi hún ekki ástæðu til að hafa áhyggjur. Þannig jukust smámunirnir óafvitandi, og í verslunarferðum var hún ekki lengur hlutlaus áhorfandi.

En smámunirnir kostuðu meira en ætla mætti, og þegar hún lagði saman reikningana í lok mánaðarins, brá henni við heildartöluna. John var önnum kafinn þann mánuð og fól henni reikningana, næsta mánuð var hann fjarverandi, en þann þriðja gerði hann upp fjórðungsreikninginn með sérstakri nákvæmni, og Meg gleymdi því aldrei. Nokkrum dögum áður hafði hún gert hræðilegt verk, og það lá þungt á samvisku hennar. Sallie hafði verið að kaupa silki, og Meg þráði nýtt - aðeins fallegt, ljósleitt silkiklæði til samkvæma; svarta silkið hennar var svo hversdagslegt, og þunn efni til kvöldklæða þóttu aðeins hæfa ungum stúlkum. Frænka March gaf systrunum að jafnaði tuttugu og fimm dali hverri á nýársdag. Aðeins mánuður var til stefnu, og hér var dásamlegt fjólublátt silki á kostakjörum, og hún átti peningana, ef hún þyrði að taka þá. John sagði jafnan, að það, sem væri hans, væri hennar, en myndi honum þykja rétt að verja ekki aðeins væntanlegum tuttugu og fimm dölum, heldur einnig öðrum tuttugu og fimm úr heimilissjóðnum? Þar lá spurningin. Sallie hafði hvatt hana til þess, boðist til að lána henni féð og með hinum bestu ásetningi freistað Megar umfram styrk hennar. Á illri stundu lyfti verslunarmaðurinn upp hinum glitrandi, mjúku fellingum og sagði: „Kostakaup, ég fullvissa yður, frú mín.“ Hún svaraði: „Ég tek það,“ og efnið var mælt og greitt, og Sallie fagnaði, og Meg hló eins og það væri smávægilegt, og ók á brott, með þá tilfinningu, að hún hefði stolið einhverju og lögreglan væri á hælum hennar.

Þegar hún kom heim, reyndi hún að milda iðrun sína með því að breiða út hið fagra silki, en það virtist nú síður silfrað, fór henni ekki eins vel og hún hafði ímyndað sér, og orðin „fimmtíu dalir“ virtust stimpluð í hverja breidd. Hún lagði það frá sér, en það sótti á hana, ekki yndislega, eins og nýr kjóll ætti að gera, heldur ógnvekjandi, líkt og draugur heimsku, sem ekki varð auðveldlega kveðinn niður. Þegar John tók fram reikningsbækur sínar um kvöldið, sökk hjarta Megar, og í fyrsta sinn á hjúskaparárum sínum óttaðist hún mann sinn. Hin góðu, brúnu augu gátu litið ströng út, og þótt hann væri óvenju glaður, ímyndaði hún sér, að hann hefði komist að leyndarmálinu, en ætlaði ekki að láta hana vita það. Heimilisreikningarnir voru greiddir, bækurnar í lagi. John hafði hrósað henni og var að opna gamla buddu, sem þau kölluðu „bankann“, þegar Meg, vitandi að hún var tóm, stöðvaði hönd hans og sagði taugaóstyrk:

„Þú hefur ekki enn séð minn einkareikning.“

John bað hana aldrei að sýna hann, en hún hafði ávallt lagt áherslu á það og haft ánægju af karlmannlegri undrun hans yfir undarlegum hlutum, sem konur þörfnuðust, látið hann giska á, hvað pípur væru, heimta reiðilega skýringu á því, hvað þéttur kvenbolur þýddi, eða furða sig á því, hvernig lítið fyrirbæri úr þremur rósaknöppum, smávegis flaueli og tveimur borðum gæti verið hattur og kostað sex dali. Þetta kvöld leit hann út fyrir að ætla sér að skemmta sér við að hæðast að tölunum hennar og þykjast skelfdur yfir eyðslusemi hennar, eins og hann gerði oft, þar sem hann var sérlega stoltur af ráðvöndri eiginkonu sinni.

Litla bókin var dregin fram hægt og lögð fyrir framan hann. Meg staðnæmdist bak við stól hans undir því yfirskini að slétta úr hrukkum á þreyttu enni hans og sagði, þar sem óttinn jókst með hverju orði:

„John, elskan mín, ég skammast mín fyrir að sýna þér bókina, því ég hef sannarlega verið of eyðslusöm að undanförnu. Ég er svo mikið á ferli, að ég verð að hafa hitt og þetta, þú veist, og Sallie ráðlagði mér að kaupa það, svo ég gerði það. Nýárspeningarnir mínir munu greiða hluta þess, en mér leið illa eftir á, því ég vissi, að þú myndir telja það rangt af mér.“

John hló og dró hana að sér með góðlátlegu viðmóti:

„Ekki fara að fela þig. Ég ber þig ekki, þótt þú hafir keypt þér par af glæsilegum stígvélum. Ég er raunar stoltur af fótum konunnar minnar og læt mér ekki illa líka, þótt hún greiði átta eða níu dali fyrir stígvél, ef þau eru vönduð.“

Þau höfðu verið eitt af síðustu „smámununum", og auga Johns hafði fallið á það, er hann mælti þetta. „Ó, hvað mun hann segja, þegar hann kemur að þessum hræðilegu fimmtíu dölum!" hugsaði Meg og skalf.

„Það er verra en stígvél; það er silkikjóll," sagði hún með ró örvæntingarinnar, því hún vildi fá hið versta afstaðið.

„Jæja, elskan mín, hver er þá ‚andskotans heildartalan', eins og herra Mantalini segir?"

Þetta hljómaði ekki eins og John, og hún vissi, að hann horfði upp til hennar með þeim hreinskilna svip, sem hún hafði ætíð mætt og svarað af sama hreinskilni - þar til nú. Hún sneri blaðinu og höfðinu samtímis og benti á upphæðina, sem hefði verið nógu slæm án fimmtíu dalanna, en varð skelfileg í hennar augum með þeim viðbættum. Andartak ríkti djúp þögn í herberginu. Þá sagði John hægt - og hún fann, að það kostaði hann átak að láta enga óánægju í ljós -:

„Jæja, ég veit ekki, hvort fimmtíu dalir séu mikið fyrir kjól, með öllum þeim bryddum og smáhlutum, sem þið verðið að hafa til að fullgera hann nú á tímum."

„Hann er hvorki saumaður né bryddaður," andvarpaði Meg dauflega, því skyndileg minning um þann kostnað, sem enn var ógreiddur, lagðist yfir hana eins og byrði.

„Tuttugu og fimm álnir af silki virðast talsvert til að hylja eina litla konu, en ég efast ekki um, að konan mín muni líta jafn glæsilega út og frú Ned Moffat, þegar hún fer í hann," sagði John þurrlega.

„Ég veit, að þú ert reiður, John, en ég get ekki að því gert. Ég ætlaði mér ekki að sóa peningunum þínum, og mér datt ekki í hug, að þessir smámunir legðust svona saman. Ég get ekki staðist þá, þegar ég sé Sallie kaupa allt, sem hana langar í, og vorkenna mér, af því að ég geri það ekki. Ég reyni að vera sátt, en það er erfitt, og ég er orðin þreytt á að vera fátæk."

Síðustu orðin voru sögð svo lágt, að hún hélt, að hann heyrði þau ekki, en hann heyrði þau og þau særðu hann djúpt, því hann hafði neitað sér um margvíslegar nautnir vegna Megar. Hún hefði getað bitið af sér tunguna um leið og hún hafði mælt þau, því John ýtti bókunum frá sér og reis á fætur og sagði, með örlitlum titringi í röddinni: „Ég óttaðist þetta. Ég geri mitt besta, Meg.“ Hefði hann skammað hana, eða jafnvel hrist hana, hefði það ekki brotið hjarta hennar eins og þessi fáu orð. Hún hljóp til hans og faðmaði hann fast og grét iðrunartárum: „Ó, John, elskan mín, góði, vinnusami drengurinn minn! Ég meinti það ekki! Það var svo illt, svo ósatt og vanþakklátt - hvernig gat ég sagt það? Ó, hvernig gat ég sagt það!“

Hann var henni afar blíður, fyrirgaf henni greiðlega og lét ekki eitt ávítandi orð falla, en Meg vissi, að hún hafði gert og sagt það, sem ekki gleymdist brátt, þótt hann nefndi það ef til vill aldrei aftur. Hún hafði heitið að elska hann í blíðu og stríðu, og síðan hafði hún, eiginkona hans, borið fátækt hans upp á hann, eftir að hafa sjálf eytt launum hans gáleysislega. Það var hræðilegt, og hið versta var, að John hélt áfram svo hljóðlega á eftir, rétt eins og ekkert hefði gerst, nema hvað hann dvaldi lengur í bænum og vann á kvöldin, þegar hún hafði farið að gráta sig í svefn. Heill vika iðrunar gerði Meg næstum veika, og þegar hún uppgötvaði, að John hafði afturkallað pöntun sína á nýjum frakka, sökk hún í slíkt örvæntingarástand, að það var aumkunarvert að sjá. Hann hafði aðeins sagt, þegar hún spurði undrandi um breytinguna: „Ég hef ekki efni á því, elskan mín.“

Meg sagði ekkert, en nokkrum mínútum síðar fann hann hana frammi í forstofu, þar sem hún hafði grafið andlitið í gamla frakkann og grét eins og hjarta hennar ætlaði að springa.

Þau töluðu lengi saman það kvöld, og Meg lærði að elska mann sinn enn meir fyrir fátækt hans, því hún virtist hafa gert hann að manni, veitt honum styrk og hugrekki til að berjast sína eigin leið og kennt honum þá blíðu þolinmæði, sem gerði honum kleift að bera og hugga náttúrlegar þrár og bresti þeirra, sem hann elskaði.

Daginn eftir stakk hún stolti sínu í vasann, fór til Sallie, sagði sannleikann og bað hana að kaupa silkið sem greiða. Hin góðlátlega frú Moffat gerði það fúslega og sýndi þá nærgætni að gefa henni það ekki samstundis að gjöf. Síðan lét Meg sækja frakkann, og þegar John kom heim, klæddi hún hann í hann og spurði, hvernig honum líkaði nýi silkikjóllinn hennar. Lesandinn getur ímyndað sér, hvaða svar hann gaf, hvernig hann tók við gjöfinni og hve sællegt ástand ríkti að því loknu. John kom snemma heim, Meg fór ekki lengur á flakk, og sá frakki var dreginn á herðar sérlega hamingjusömum eiginmanni á morgnana og tekinn af honum á kvöldin af hinni ástúðlegustu litlu eiginkonu. Þannig leið árið, og um hásumar hlaut Meg nýja reynslu, hina dýpstu og blíðustu í lífi konu.

Laurie læddist inn í eldhúsið í Dúfuhreiðrinu einn laugardag, með æstan svip, og var tekið á móti honum með cymbalahljómi, því Hannah klappaði saman höndum með pott í annarri og lok í hinni.

„Hvernig hefur litla mamma það? Hvar eru allir? Hvers vegna var mér ekki sagt frá þessu áður en ég kom heim?“ hvíslaði Laurie hátt.

„Hamingjusöm sem drottning, blessunin! Hver einasti er uppi og tilbiður. Við vildum engan hvassviðri hér inni. Farðu nú inn í stofu, og ég sendi þau niður til þín,“ svaraði Hannah með nokkuð flóknu orðalagi og hvarf, hlæjandi af fögnuði.

Skömmu síðar birtist Jo, stolt með flónelsbúnt, sem lá á stórum kodda. Andlit Jo var alvarlegt, en augun tindruðu, og undarlegur titringur bældrar tilfinningar hljómaði í rödd hennar.

„Lokaðu augunum og réttu fram handleggina,“ sagði hún hvetjandi.

Laurie hoppaði aftur á bak í horn og faldi hendur sínar á bak við sig með bænarblæ. „Nei, takk. Ég vil það helst ekki. Ég mun sleppa því eða kremja það, eins víst og örlögin ráða.“

„Þá færðu ekki að sjá frænda þinn,“ sagði Jo ákveðin og sneri sér við eins og hún ætlaði að fara.

„Ég vil, ég vil! En þú verður að bera ábyrgð á tjóninu.“ Og hlýðinn skipuninni lokaði Laurie hetjulega augunum, meðan eitthvað var lagt í fang hans. Hlátursssprengja frá Jo, Amy, frú March, Hannah og John varð til þess, að hann opnaði þau næsta andartak og fann sig ekki með eitt barn, heldur tvö í fanginu.

Engin furða, að þau hlógu, því svipur hans var svo kostulegur, að hann hefði getað hreyft sjálfan kvækarann, þar sem hann stóð og starði villt frá saklausum smáunum til hinna kátlegu áhorfenda með slíku skelfingarsvip, að Jo settist á gólfið og öskraði af hlátri.

„Tvíburar, við Júpíter!“ var allt, sem hann sagði um stund. Síðan sneri hann sér að konunum með áleitnum, broslega aumkunarverðum svip og bætti við: „Takið þau fljótt, einhver! Ég er að fara að hlæja, og þá missi ég þau.“

Jo bjargaði börnunum sínum og gekk fram og aftur með eitt á hvorum handlegg, eins og hún væri þegar vígð í leyndardóma ungbarnagæslu, meðan Laurie hló svo, að tár runnu niður kinnar hans.

„Er þetta ekki besta skemmtunin á vertíðinni? Ég ætlaði ekki að segja þér frá því, því ég lagði mig allan fram um að koma þér á óvart, og ég leyfi mér að halda, að mér hafi tekist það,“ sagði Jo, þegar hún náði andanum.

„Aldrei á ævi minni hef ég orðið jafn forviða. Er þetta ekki dásamlegt? Eru þetta drengir? Hvað ætlið þið að nefna þau? Leyfið mér að líta aftur. Styðjið mig, Jo, því satt að segja er þetta einu barni of mikið fyrir mig,“ svaraði Laurie og horfði á ungana með svip stórs, góðlátlegs Nýfundnalands-hunds, sem lítur á par af kettlingum.

„Drengur og stúlka. Eru þau ekki dýrleg?“ sagði hinn stolti faðir og ljómaði yfir litlu, rauðleitu kvikindunum eins og þau væru óvængjaðir englar.

„Merkustu börn, sem ég hef nokkru sinni séð. Hvort er hvað?“ Og Laurie laut eins og brunnstöng til að skoða undrabörnin.

„Amy batt blátt band á drenginn og bleikt á stúlkuna, að frönskum sið, svo að þú getir alltaf greint þau í sundur. Auk þess er annað með blá augu og hitt brún. Kysstu þau, frændi Teddy,“ sagði Jo með stríðnislegum tón.

„Ég óttast, að þeim líki það ekki,“ hóf Laurie með óvenjulegri feimni í slíkum málum.

„Auðvitað líkar þeim það; þau eru vön því nú þegar. Gerðu það samstundis, herra minn!“ skipaði Jo, óttandi, að hann kynni að leita staðgengils.

Laurie herpti andlitið og hlýddi með varfærnislegum kossi á hvora litlu kinn, sem vakti enn meiri hlátur og lét börnin skríkja.

„Þarna sérðu, ég vissi, að þeim líkaði það ekki! Þetta er drengurinn, sjáðu hvernig hann sparkar; hann slær frá sér með hnefunum eins og vaskur kappi. Jæja þá, ungi Brooke, reyndu þig við mann á þinni eigin stærð, hvað?“ hrópaði Laurie, hinn ánægðasti, þegar lítill hnefi sló hann ómarkvisst í andlitið.

„Hann á að heita John Laurence, og stúlkan Margaret, eftir móður og ömmu. Við köllum hana Daisey, svo að ekki verði tvær Meg, og líklega verður litli maðurinn kallaður Jack, nema við finnum betra nafn,“ sagði Amy með frænkulegum áhuga.

„Nefnið hann Demijohn og kallið hann Demi til styttingar,“ sagði Laurie.

„Daisy og Demi - einmitt það rétta! Ég vissi, að Teddy myndi finna það," hrópaði Jo og klappaði saman höndum.

Teddy hafði sannarlega fundið nafnið í þetta sinn, því börnin voru „Daisy" og „Demi" allt til loka kaflans.

TUTTUGASTI OG NÍUNDI KAFLI
HEIMSÓKNIR

„Komdu, Jo, tími er kominn."

„Til hvers?"

„Þú meinar þó ekki, að þú hafir gleymt, að þú lofaðir að fara með mér í hálfan tug heimsókna í dag?"

„Ég hef gert margt óyfirvegað og heimskulegt um ævina, en ég held ekki, að ég hafi nokkru sinni verið svo galin, að ég lofaði að fara í sex heimsóknir á einum degi, þegar ein einasta raskar mér heila viku."

„Jú, það gerðir þú; það var samningur milli okkar. Ég átti að ljúka við krítarmyndina af Beth fyrir þig, og þú áttir að fara með mér með viðeigandi hætti og endurgjalda heimsóknir nágrannanna."

„Ef það var sanngjarnt, þá stendur það í skuldabréfinu, og ég held mig við orðalag þess, Shylock. Skýjabakki rís í austri; það er ekki sanngjarnt, og ég fer ekki."

„Nú ertu að skirrast. Dagurinn er yndislegur, engin von um rigningu, og þú státar af því að halda loforð, svo vertu heiðarleg, komdu og ræktaðu skyldu þína, og þá máttu vera í friði næstu sex mánuði."

Á þeirri stundu var Jo einkar niðursokkin í saumaskap, því hún var almennur kjólameistari fjölskyldunnar og lagði sérstakt metnað í, að hún gæti beitt nálinni jafnt sem pennanum. Það var henni afar ertandi að vera stöðvuð mitt í fyrstu mátun og skipuð út til að fara í heimsóknir í sínum fínasta búningi á heitum júlídegi. Hún hataði formlegar heimsóknir og fór aldrei í þær, nema Amy knúði hana til þess með samningi, mútum eða loforði. Í þetta sinn var engin undankoma, og eftir að hafa skellt skærunum uppreisnarfull, meðan hún mótmælti og sagðist finna þrumulykt, lét hún undan, lagði verkið frá sér og tók hatt sinn og hanska með uppgefnu yfirbragði og tilkynnti Amy, að fórnarlambið væri tilbúið.

„Jo March, þú ert nógu þver til að æsa heilagan mann! Þú ætlar þó ekki að fara í heimsóknir í þessu ástandi, vona ég," hrópaði Amy og mældi hana augum fullum undrunar.

„Hvers vegna ekki? Ég er snyrtileg og svöl og mér líður vel, fullkomlega viðeigandi fyrir rykuga göngu á hlýjum degi. Ef fólki þykir meira um klæðnað minn en mig sjálfa, þá óska ég ekki eftir að sjá það. Þú mátt klæðast fyrir bæði og vera eins glæsileg og þér sýnist. Það borgar sig fyrir þig að vera fín. Fyrir mig borgar það sig ekki, og prjál gerir mig aðeins ókyrrða."

„Æ, elsku!" andvarpaði Amy. „Nú er hún komin í mótþróakast og mun gera mig ráðþrota, áður en ég fæ hana sómasamlega tilbúna. Ég hef enga ánægju af því að fara í dag, en þetta er skuld, sem við eigum samfélaginu, og enginn annar getur greitt hana en þú og ég. Ég geri hvað sem er fyrir þig, Jo, ef þú vilt aðeins klæða þig fallega og koma og hjálpa mér að sýna kurteisi. Þú talar svo vel, lítur svo aðalsmannlega út í þínum bestu fötum og hagar þér svo fallega, ef þú reynir, að ég er stolt af þér. Ég hræðist að fara ein; komdu og gættu mín."

„Þú ert slóttug lítil læða að smjaðra og mjólka þvera, gamla systur þína með þessum hætti. Hugmyndin um að ég sé aðalsmannleg og vel upp alin, og þú hrædd við að fara nokkurs staðar ein! Ég veit ekki, hvað er fáránlegra. Jæja, ég fer, ef ég verð að, og geri mitt besta. Þú skalt vera foringi leiðangursins, og ég hlýði blint; nægir það þér?" sagði Jo og skipti skyndilega úr þrákelkni yfir í lambshógværa undirgefni.

„Þú ert sannkallaður kerúb! Nú skaltu fara í allt þitt besta, og ég segi þér, hvernig þú átt að haga þér á hverjum stað, svo að þú gerir góða mynd. Ég vil, að fólki líki við þig, og það myndi gera það, ef þú reyndir aðeins að vera dálítið þóknanlegri. Gerðu hárið á þér á fallega háttinn og settu bleiku rósina í hattinn. Hún klæðir þig, og þú lítur of alvöruþrungin út í einfalda búningnum þínum. Taktu léttu hanskana og útsaumaða vasaklútinn. Við komum við hjá Meg og fáum lánaðan hvíta sólhlífina hennar, og þá máttu hafa mína dúfugráu.“

Meðan Amy klæddist, gaf hún fyrirmæli sín, og Jo hlýddi þeim, þó ekki án mótmæla, því hún andvarpaði, þegar hún skrjáfaði í nýju organdíkjólnum sínum, hnykkti dökklega brúnunum að sjálfri sér, þegar hún batt hattborðana í óaðfinnanlegan slaufu, glímdi óblíðlega við nælurnar, þegar hún festi kragann, gretti sig almennt, þegar hún hristi út vasaklútinn, sem útsaumurinn kitlaði nef hennar jafnmikið og erindið kitlaði tilfinningar hennar, og þegar hún hafði þrengt höndum sínum í þrönga hanska með þremur hnöppum og skúfi, sem síðasta fínheit, sneri hún sér að Amy með heimskulegum svip og sagði hógværlega:

„Ég er fullkomlega óhamingjusöm, en ef þú telur mig frambærilega, dey ég sátt.“

„Þú ert fullkomlega viðunandi. Snúðu þér hægt í hring og leyfðu mér að líta vandlega á þig.“ Jo snerist í hring, og Amy lagfærði hér og þar, steig síðan aftur á bak með höfuðið á skakka og mælti náðuglega: „Já, þú dugar. Höfuðið er allt, sem ég gat óskað mér, því hvítur hatturinn með rósinni er hreint heillandi. Haltu öxlunum aftur og berðu hendurnar léttilega, þótt hanskarnir klemmu. Eitt kanntu vel, Jo, og það er að bera sjal. Ég get það ekki, en það er afar fallegt að sjá þig, og ég er svo glöð, að frænka March gaf þér þetta yndislega. Það er einfalt, en virðulegt, og fellingarnar yfir handleggnum eru sannarlega listfengnar. Er oddurinn á slánni minni í miðju, og hef ég fest kjólinn jafnt? Mér þykir vænt um að sýna stígvélin mín, því fætur mínir eru fallegir, þótt nefið sé það ekki.“

„Þú ert fegurð og gleði um aldur og ævi,“ sagði Jo og leit í gegnum hönd sína með yfirbragði kunnáttumanns á bláa fjöðrina við gullna hárið. „Á ég að draga minn besta kjól í rykinu eða halda honum uppi, ef þér leyfist, frú mín?“

„Haltu honum uppi, þegar þú gengur, en láttu hann falla í húsinu. Sveipandi stíll klæðir þig best, og þú verður að læra að láta faldana liggja tignarlega á eftir þér. Þú hefur ekki einu sinni hneppt annan ermina til hálfs; gerðu það samstundis. Þú munt aldrei líta fullkomin út, ef þú ert ekki nákvæm í smáatriðunum, því þau mynda hið þóknanlega heildaryfirbragð.“

Jo andvarpaði og reif hnappana af hanskanum, þegar hún hneppti ermina, en loks voru báðar tilbúnar og svifu á brott, „eins fallegar og myndir“, eins og Hannah sagði, þar sem hún hallaði sér út um efri gluggann til að fylgjast með þeim.

„Nú, Jo mín, Chester-fólkið telur sig mjög fágað, svo ég vil, að þú takir upp þinn besta framgang. Gerðu engar snöggar athugasemdir og ekkert undarlegt, viltu það? Vertu aðeins róleg, svöl og hljóðlát; það er öruggt og kvenlegt, og þú getur auðveldlega gert það í fimmtán mínútur,“ sagði Amy, þegar þær nálguðust fyrsta húsið, eftir að hafa fengið lánaða hvítu sólhlífina og verið skoðaðar af Meg, með eitt barn á hvorum handlegg.

„Látum sjá. ‚Róleg, svöl og hljóðlát‘, já, ég held, að ég geti lofað því. Ég hef leikið hlutverk prúðrar ungrar stúlku á sviði, og ég skal reyna það. Hæfileikar mínir eru miklir, eins og þú munt sjá, svo vertu róleg í huga, barnið mitt.“

Amy leit léttari út, en óþekka Jo tók hana á orðinu, því í fyrstu heimsókninni sat hún með hverja útlimi þokkafullt stillta, hverja fellingu rétt draperaða, róleg eins og sumarhaf, svöl eins og snjóskafl og jafn þögul og sfinxinn. Til einskis vísaði frú Chester til „heillandi skáldsögunnar“ hennar, og ungfrúrnar Chester minntust á samkvæmi, útisamkomur, óperuna og tískuna. Öllu var svarað með brosi, hneigingu og hófstilltu „já“ eða „nei“ með kuldalegu yfirbragði. Til einskis sendi Amy merki um „talaðu“, reyndi að draga hana út og stakk henni laumulega með fætinum. Jo sat sem hún væri blíðlega ómeðvituð um allt saman, með framgöngu, sem var, líkt og andlit Maud, „íslega reglubundin og stórfenglega tóm.“

„Hvílík yfirlætisleg og leiðinleg vera þessi elsta ungfrú March er!“ heyrðist því miður of skýrt frá einni kvennanna, þegar dyrnar lokuðust á eftir gestunum. Jo hló hljóðlaust alla leiðina út ganginn, en Amy varð sýnilega óánægð yfir misheppnuðum leiðbeiningum sínum og lagði, að eðlilegum hætti, sökina á Jo.

„Hvernig gastu misskilið mig svona? Ég átti aðeins við, að þú ættir að vera virðuleg og yfirveguð, en þú gerðir þig að hreinum stokk og steini. Reyndu að vera félagslynd hjá Lamb-fólkinu. Slúðraðu eins og aðrar stúlkur og sýndu áhuga á klæðnaði og daðri og hverju því tómi, sem ber á góma. Þau hrærast í bestu kreðsum, eru okkur verðmæt kynni, og ég myndi ekki fyrir nokkurn mun bregðast því að gera góða mynd þar.“

„Ég skal vera þóknanleg. Ég skal slúðra og skríkja og fyllast skelfingu og hrifningu yfir hverju smáræði, sem þér þóknast. Þetta hefur reyndar sína skemmtun, og nú ætla ég að leika það, sem kallað er ‚heillandi stúlka‘. Ég get það, því ég hef May Chester að fyrirmynd og mun bæta hana. Sjáðu, hvort Lamb-fólkið segir ekki: ‚Hvílík lífleg og ljúf vera þessi Jo March er!‘“

Amy varð kvíðin, eins og eðlilegt var, því þegar Jo tók upp á sprelli var ógerlegt að vita, hvar hún staðnæmdist. Svipur Amy var sannkallað rannsóknarefni, þegar hún sá systur sína svífa inn í næstu stofu, kyssa allar ungu stúlkurnar af ákefð, brosa náðuglega til ungu herranna og taka þátt í samræðunum með þeim eldmóði, að áhorfendum brá í brún. Amy var tekin í hald af frú Lamb, sem hafði mætur á henni, og neydd til að hlýða á langa frásögn af síðasta veikindakasti Lucretiu, meðan þrír yndislegir ungir herrar svifu nærri og biðu eftir andartaki, þegar þeir gætu stokkið fram og bjargað henni. Í þeirri stöðu var hún máttlaus til að hemja Jo, sem virtist haldin prakkaraskap og talaði jafn óstöðvandi og konan. Hópur hneigðra höfuða safnaðist um hana, og Amy sperrti eyrun til að heyra, hvað fram færi, því sundurlaus setningabrot vöktu forvitni hennar, og sífelld hláturköst gerðu hana æsta af löngun til að taka þátt í gamaninu. Auðvelt er að ímynda sér kvöl hennar, þegar hún greip brot af samræðum sem þessum.

„Hún ríður stórkostlega. Hver kenndi henni?“

„Enginn. Hún æfði sig í að fara á bak, halda taumum og sitja beint á gömlum hnakk í tré. Nú ríður hún hverju sem er, því hún þekkir ekki ótta, og hesthúsvörðurinn lætur hana fá hesta ódýrt, því hún temur þá svo vel til að bera konur. Hún hefur slíka ástríðu fyrir þessu, að ég segi henni oft, að ef allt annað bregst, geti hún orðið hestatemjari og haft lífsviðurværi sitt af því."

Við þessa skelfilegu ræðu hélt Amy varla aftur af sér, því verið var að gefa í skyn, að hún væri nokkuð lauslát ung dama, sem var henni hið mesta andstyggðarefni. En hvað gat hún gert? Frúin var mitt í frásögn sinni, og löngu áður en henni lauk var Jo á ný farin að opinbera fleiri skopleg leyndarmál og fremja enn óhugnanlegri axarsköft.

„Já, Amy var í örvæntingu þann dag, því allir góðu gripirnir voru farnir, og af þremur sem eftir stóðu var einn haltur, annar blindur og sá þriðji svo tregur, að setja varð mold í munn honum áður en hann vildi leggja af stað. Fínt reiðskjóti fyrir skemmtiferð, var það ekki?"

„Hvern valdi hún?" spurði einn hlæjandi herranna, sem hafði yndi af umræðuefninu.

„Engan þeirra. Hún frétti af ungum hesti á býli hinum megin árinnar, og þótt engin dama hefði riðið honum, ákvað hún að reyna, því hann var fríður og fjörugur. Barátta hennar var hreint átakanleg. Enginn var til að færa hestinn að hnakknum, svo hún færði hnakkinn að hestinum. Elsku skepnan, hún reri honum yfir ána, bar hann á höfði sér og marséraði upp að hlöðunni, til ómældrar undrunar gamla mannsins!"

„Reið hún hestinum?"

„Auðvitað gerði hún það og hafði ágætan dag. Ég bjóst við að sjá hana borna heim í brotum, en hún hafði fullkomin tök á honum og var líf og sál samkvæmisins."

„Það kalla ég kjark!“ sagði ungi herra Lamb og sendi Amy samþykkisglampa, undrandi á því, hvað móðir hans gæti verið að segja, sem gerði stúlkuna svo rauða og vandræðalega.

Hún varð enn rauðari og enn vandræðalegri andartaki síðar, þegar skyndileg beygja í samræðunum leiddi að umræðu um klæðnað. Ein ungu stúlknanna spurði Jo, hvar hún hefði fengið hinn fallega drapplitaða hatt, sem hún bar í útisamkomunni, og heimsk Jo gat ekki látið nægja að nefna staðinn, þar sem hann var keyptur fyrir tveimur árum, heldur svaraði með óþarflega hreinskilnum hætti: „Ó, Amy málaði hann. Maður getur ekki keypt þessa mjúku tóna, svo við málum okkar í hvaða lit sem okkur þóknast. Það er mikill huggun að eiga listræna systur.“

„Er þetta ekki frumleg hugmynd?“ hrópaði ungfrú Lamb, sem hafði hið mesta gaman af Jo.

„Það er ekkert í samanburði við sum af snilldarverkum hennar. Það er ekkert, sem barnið getur ekki gert. Hún vildi fá sér par af bláum stígvélum fyrir veislu Sallie, svo hún málaði einfaldlega hvítu, skítugu stígvélin sín í yndislegasta himinbláa lit, sem þið hafið séð, og þau litu út eins og satín,“ bætti Jo við með stolti yfir hæfileikum systur sinnar, sem gerði Amy svo æsta, að henni fannst það myndi létta sér lund að kasta nafnspjaldahulstrinu í hana.

„Við lásum sögu eftir þig um daginn og höfðum mikið yndi af henni,“ mælti eldri ungfrú Lamb og vildi gera bókmenntakonunni hrós, sem að vísu bar ekki með sér það yfirbragð á þeirri stundu.

Allt tal um „verk“ hennar hafði ætíð slæm áhrif á Jo, sem annaðhvort stirðnaði og leit móðguð út eða skipti um umræðuefni með snöggri athugasemd, eins og nú. „Leitt, að þér skylduð ekki finna neitt betra til lestrar. Ég skrifa þetta rusl, af því að það selst, og venjulegt fólk hefur yndi af því. Farið þér til New York í vetur?“

Þar sem ungfrú Lamb hafði haft „yndi" af sögunni, var þessi athugasemd hvorki þakklát né kurteis. Um leið og hún féll, sá Jo mistök sín, en óttaðist að gera illt verra og minntist skyndilega þess, að það var hennar að taka fyrsta skrefið til brottfarar, og gerði það með þeirri snöggu festu, að þrír menn sátu eftir með hálfkláruð orð á vörum.

„Amy, við verðum að fara. Vertu sæl, elsku; komdu endilega að heimsækja okkur. Við þráum heimsókn. Ég þori ekki að bjóða yður, herra Lamb, en ef þér skylduð koma, held ég, að ég hefði ekki hjarta til að senda yður burt."

Jo sagði þetta með svo skoplegri eftirlíkingu af gusuhætti May Chester, að Amy komst út úr stofunni eins fljótt og auðið var, með sterka löngun til að hlæja og gráta í senn.

„Stóð ég mig ekki vel?" spurði Jo með ánægðarsvip, þegar þær gengu á brott.

„Ekkert gat verið verra," svaraði Amy og sló þar með allt í kaf. „Hvað kom yfir þig, að segja þessar sögur um hnakkinn minn og hattana og stígvélin og allt hitt?"

„Af því að það er fyndið og skemmtir fólki. Það veit, að við erum fátækar, svo það er tilgangslaust að láta sem við höfum hesthúspilta, kaupum þrjá eða fjóra hatta á vertíð og höfum hlutina jafn auðvelda og fína og þau."

„Þú þarft ekki að fara og segja þeim frá öllum okkar litlu bjargaráðum og afhjúpa fátækt okkar á þennan fullkomlega óþarfa hátt. Þú hefur ekki snefil af viðeigandi stolti og munt aldrei læra, hvenær þú átt að þegja og hvenær að tala," sagði Amy örvæntingarfull.

Aumingja Jo leit niðurlút út og nuddaði hljóðlega nefbroddinn með stífa vasaklútnum, eins og hún væri að iðrast misgjörða sinna.

„Hvernig á ég að haga mér hér?“ spurði hún, þegar þær nálguðust þriðja húsið.

„Alveg eins og þér þóknast. Ég þvæ hendur mínar af þér,“ svaraði Amy stuttlega.

„Þá ætla ég að skemmta mér. Drengirnir eru heima, og við eigum eftir að eiga notalega stund. Guð einn veit, að ég þarfnast dálítillar tilbreytingar, því fínheit hafa slæm áhrif á líkamsástand mitt,“ svaraði Jo hranalega, sár yfir því að hafa ekki tekist að þóknast.

Ákafleg móttaka frá þremur stóreflis drengjum og nokkrum fallegum börnum róaði fljótt hruflaðar tilfinningar hennar, og meðan Amy skemmti húsmóðurinni og herra Tudor, sem einnig hafði komið í heimsókn, helgaði Jo sig unga fólkinu og fann breytinguna hressandi. Hún hlustaði af djúpum áhuga á háskólasögum, klappaði veiðihundum og kjölturökkum án þess að kvarta, tók heilshugar undir, að „Tom Brown væri mesti kappi“, óháð hinni óviðeigandi orðnotkun, og þegar einn piltanna stakk upp á að fara og skoða skjaldbökutankinn sinn, fylgdi hún með slíkri ákefð, að móðirin brosti til hennar, þar sem hún lagaði húfuna, sem lá í rúst eftir faðmlög sonarlegra handa, bjarnleg en ástrík, og henni kærari en hin fullkomnasta hárgreiðsla úr höndum innblásinnar franskrar konu.

Amy lét systur sína eiga sig og naut sjálf samverunnar af heilum hug. Föðurbróðir herra Tudor hafði kvænst enskri konu, sem var þriðja frænka lifandi lávarðar, og Amy bar mikla virðingu fyrir allri fjölskyldunni, því þrátt fyrir bandarískan uppruna og uppeldi bjó hún yfir þeirri lotningu fyrir titlum, sem sækir jafnvel á hina bestu okkar - þeirri óviðurkenndu hollustu við hina fornu trú á konunga, sem setti hina lýðræðislegustu þjóð undir sólinni í uppnám við komu konunglegs, ljóshærðs drengs fyrir nokkrum árum, og sem enn á sinn þátt í þeirri ást, sem unga landið ber til hins gamla, líkt og stór sonur til ráðríkra lítillar móður, sem hélt honum meðan hún gat og lét hann fara með ávítun að skilnaði, þegar hann reis upp. En jafnvel ánægjan af því að tala við fjarskyldan ættingja bresks aðals gerði Amy ekki gleymska á tímanum, og þegar hæfilegur fjöldi mínútna var liðinn, sleit hún sig treglega frá þessu aðalsfólki og leitaði Jo, heitt vonandi, að óbótasama systirin fyndist ekki í neinni stöðu, sem gæti varpað smán á nafn March.

Það hefði getað verið verra, en Amy taldi það nógu slæmt. Jo sat í grasinu, umkringd herbúðum drengja, og óhreinfættur hundur lá á faldinum á hátíðarkjólnum hennar, meðan hún sagði áheyrendum sínum eina prakkarasögu af Laurie. Eitt lítið barn var að pota í skjaldbökur með ástsælu sólhlíf Amy, annað var að borða piparkökur yfir besta hatt Jo, og þriðja kasta bolta með hönskunum hennar, en öll skemmtu sér hið besta, og þegar Jo safnaði saman skemmdum eigum sínum til brottfarar, fylgdi fylgdarlið hennar henni og bað hana að koma aftur, „það væri svo skemmtilegt að heyra um strik Laurie."

„Frábærir drengir, er það ekki? Ég finn mig alveg unga og spræka aftur eftir þetta," sagði Jo og gekk með hendur fyrir aftan bak, að hluta af vana, að hluta til að fela sullaða sólhlífina.

„Hvers vegna forðast þú alltaf herra Tudor?" spurði Amy og lét skynsamlega hjá líða að gera athugasemd við hraklegt útlit Jo.

„Mér líkar hann ekki. Hann er yfirlætisfullur, lítur niður á systur sínar, angrar föður sinn og talar ekki með virðingu um móður sína. Laurie segir, að hann sé lauslátur, og ég tel hann ekki eftirsóknarverð kynni, svo ég læt hann í friði."

„Þú gætir að minnsta kosti sýnt honum kurteisi. Þú kinkaðir til hans kuldalega og rétt áðan hneigðir þú þig og brostir á hinn kurteisasta hátt til Tommy Chamberlain, sem á föður með matvöruverslun. Hefðir þú aðeins snúið við kinki og hneigingu, hefði það verið rétt," sagði Amy ávítandi.

„Nei, það hefði það ekki," svaraði Jo. „Ég hvorki kann að meta, virði né dái Tudor, þótt föðurafi föðurbróður frænda frænku hans væri þriðji frændi lávarðar. Tommy er fátækur og feiminn og góður og mjög gáfaður. Ég met hann mikils og vil sýna það, því hann er herramaður þrátt fyrir brúnu pappírsumbúðirnar."

„Það er gagnslaust að reyna að rökræða við þig,“ hóf Amy.

„Alls ekki, elskan mín,“ greip Jo fram í, „svo látum okkur líta vingjarnlegar út og skilja eftir nafnspjald hér, þar sem King-fólkið er augljóslega ekki heima, sem ég er innilega þakklát fyrir.“

Þegar nafnspjald fjölskyldunnar hafði gegnt hlutverki sínu, gengu stúlkurnar áfram, og Jo lét í ljós enn eitt þakkarbænarandvarp, þegar þær komu að fimmta húsinu og fengu að vita, að ungu stúlkurnar væru uppteknar.

„Nú skulum við fara heim og láta frænku March eiga sig í dag. Við getum hlaupið þangað hvenær sem er, og það er hreint synd að draga bestu fötin okkar í rykinu, þegar við erum þreyttar og þverar.“

„Talaðu fyrir sjálfa þig, ef þú vilt. Frænku March þykir vænt um, að við sýnum henni þann heiður að koma með stíl og í formlegri heimsókn. Það er lítið verk, en það veitir henni ánægju, og ég trúi ekki, að það skaði fötin þín nærri eins mikið og að leyfa óhreinum hundum og traðkandi drengjum að eyðileggja þau. Beygðu þig, og leyfðu mér að bursta mola af hattinum þínum.“

„Hvílík góð stúlka þú ert, Amy!“ sagði Jo og leit iðrandi frá skemmdum klæðnaði sínum til hins ferska og óflekkaða búnaðar systur sinnar. „Ég óska, að mér væri jafn auðvelt og þér að gera smámuni til að gleðja fólk. Ég hugsa um þá, en það tekur of langan tíma að framkvæma þá, svo ég bíð eftir tækifæri til að gera mikinn greiða og læt þá smáu fara fram hjá mér, en ég held, að þeir vegi þyngra að lokum.“

Amy brosti og mildaðist samstundis og sagði með móðurlegu yfirbragði: „Konur ættu að læra að vera þóknanlegar, einkum fátækar konur, því þær hafa enga aðra leið til að endurgjalda velgjörðir, sem þær njóta. Ef þú myndir muna það og iðka það, yrði þér betur líkað en mér, því þú hefur meira af sjálfri þér.“

„Ég er þrjósk gömul skepna og verð það alltaf, en ég er reiðubúin að viðurkenna, að þú hefur rétt fyrir þér. Það er aðeins auðveldara fyrir mig að leggja líf mitt í sölurnar fyrir einhvern en að vera vingjarnleg við hann, þegar ég finn ekki til þess. Það er mikil ógæfa að hafa svo sterkar mætur og andúð, er það ekki?“

„Það er enn meiri ógæfa að geta ekki leynt þeim. Ég segi óhikað, að ég samþykki Tudor ekki frekar en þú, en ég er ekki kölluð til að segja honum það. Þú ert það ekki heldur, og það er engin ástæða til að gera sjálfa þig óþægilega af því að hann er það.“

„En mér finnst stúlkur eiga að sýna, þegar þær eru ósáttar við unga menn, og hvernig geta þær gert það nema með framkomu sinni? Prédikanir bera engan árangur, eins og ég veit mér til sorgar, þar sem ég hef haft Teddy á minni könnu. En það eru margar litlar leiðir, sem ég get haft áhrif á hann án orða, og ég segi, að við eigum að gera það við aðra, ef við getum.“

„Teddy er sérstakur drengur og ekki hægt að taka hann sem mælikvarða á aðra drengi,“ sagði Amy með hátíðlegri sannfæringu, sem hefði gert hinn „sérstaka dreng“ óðan af hlátri, hefði hann heyrt hana. „Værum við fegurðardísir eða konur með auð og stöðu, gætum við ef til vill haft einhver áhrif, en að við hryggjum eitt sett ungra herramanna, af því að við samþykkjum þá ekki, og brosum til annars, af því að við gerum það, hefði ekki minnsta áhrif og við yrðum aðeins taldar sérviskulegar og siðavandar.“

„Eigum við þá að sýna hlutum og fólki velvild, sem við fyrirlítum, einungis af því að við erum hvorki fegurðardísir né milljónamæringar? Það er falleg siðfræði.“

„Ég get ekki rökrætt það; ég veit aðeins, að þetta er gangur heimsins, og þeir, sem rísa gegn honum, fá aðeins hæðni fyrir erfiði sitt. Mér líkar ekki umbótamenn, og ég vona, að þú reynir aldrei að verða ein þeirra.“

„Mér líkar við þá, og ég mun verða ein, ef ég get, því þrátt fyrir hláturinn myndi heimurinn aldrei komast áfram án þeirra. Við getum ekki verið sammála um það, því þú tilheyrir hinu gamla liði, en ég hinu nýja. Þér mun ganga best, en ég mun hafa líflegastan tíma. Ég hygg, að ég myndi jafnvel njóta grjótkasts og úthrópana.“

„Stilltu þig nú og angraðu ekki frænku með nýju hugmyndunum þínum.“

„Ég skal reyna það, en ég er alltaf haldin hvöt til að brjótast fram með einhverju sérlega berorðu eða byltingarkenndu orðalagi í návist hennar. Það er örlög mín, og ég get ekki að því gert.“

Þær fundu frænku Carrol hjá gömlu konunni, báðar niðursokknar í eitthvert afar áhugavert umræðuefni, en þær slepptu því, þegar stúlkurnar komu inn, með meðvituðu augnaráði, sem gaf til kynna, að þær hefðu verið að tala um frænkur sínar. Jo var ekki í góðu skapi, og þverúðarkastið sneri aftur, en Amy, sem hafði dyggilega rækt skyldu sína, hélt stillingu sinni og þóknað öllum og var í hinu englalíkasta hugarástandi. Þessi ljúfa lund fannst samstundis, og báðar frænkur kölluðu hana „elskan mín“ með ástúð, og litu út eins og þær segðu síðar með áherslu: „Það barn batnar með hverjum degi.“

„Ætlarðu að hjálpa við basarinn, elskan mín?“ spurði frú Carrol, þegar Amy settist við hlið hennar með þeirri trúnaðarfyllstu framkomu, sem eldra fólk kann svo vel að meta hjá hinu unga.

„Já, frænka. Frú Chester spurði mig, hvort ég vildi, og ég bauðst til að standa við borð, þar sem ég hef ekkert annað en tímann minn að leggja fram.“

„Ég geri það ekki,“ skaut Jo ákveðið inn í. „Mér þykir ekki vænt um að vera niðurlægjandi styrkþegi, og Chester-fólkið heldur, að það sé mikill greiði að leyfa okkur að hjálpa við hinn tignarlega basar sinn. Ég furða mig á, að þú samþykktir það, Amy; þau vilja aðeins, að þú vinnir.“

„Ég er fús að vinna. Það er fyrir frelsaða þræla jafnt sem Chester-fólkið, og mér þykir það mjög vinsamlegt af þeim að leyfa mér að deila bæði erfiði og gleði. Yfirburðarviðhorf angra mig ekki, þegar það er vel meint."

„Alveg rétt og viðeigandi. Mér líkar þakklátt hugarfar þitt, elskan mín. Það er ánægjulegt að hjálpa fólki, sem kann að meta viðleitni okkar. Sumir gera það ekki, og það er þreytandi," sagði frænka March og leit yfir gleraugun á Jo, sem sat til hliðar og vaggaði sér með dálítið súru yfirbragði.

Hefði Jo aðeins vitað, hvílík hamingja sveiflaðist á vogarskálinni fyrir eina þeirra, hefði hún breyst í dúfuhógværa veru á augabragði, en því miður höfum við ekki glugga í brjóstum okkar og getum ekki séð, hvað fram fer í huga vina okkar. Yfirleitt er það okkur til góðs, að svo sé ekki, en öðru hverju væri það slík huggun og slíkur sparnaður á tíma og skapraun. Með næstu setningu sinni svipti Jo sjálfa sig nokkrum árum af ánægju og fékk tímanlega lexíu í listinni að halda tungu sinni.

„Mér líkar ekki greiðar; þeir kúga og láta mig finna til eins og þræls. Ég vil frekar gera allt sjálf og vera fullkomlega sjálfstæð."

„Ahem!" hóstaði frænka Carrol lágt og leit til frænku March.

„Ég sagði þér það," mælti frænka March og kinkaði ákveðið kolli til frænku Carrol.

Jo, miskunnsamlega ómeðvituð um, hvað hún hafði gert, sat með nefið á lofti og byltingarsvip, sem var allt annað en aðlaðandi.

„Talarðu frönsku, elskan mín?" spurði frú Carrol og lagði hönd á Amy.

„Nokkuð vel, þökk sé frænku March, sem leyfir Esther að tala við mig eins oft og mér sýnist," svaraði Amy með þakklátu augnaráði, sem fékk gömlu konuna til að brosa vingjarnlega.

„Hvernig stendur þú að vígi í tungumálum?" spurði frú Carrol Jo.

„Kann ekki orð. Ég er mjög treg til að læra nokkuð; ég þoli ekki frönsku, hún er svo sleip og heimskuleg málsgrein,“ var snubbótt svarið.

Enn eitt augnaráð fór á milli kvennanna, og frænka March sagði við Amy: „Þú ert nú orðin sterk og hraust, elskan mín, held ég? Augun angra þig ekki lengur, er það?“

„Alls ekki, þakka yður, frú. Mér líður mjög vel og ætla að gera stórvirki næsta vetur, svo ég verði tilbúin fyrir Róm, hvenær sem sú gleðistund rennur upp.“

„Góð stúlka! Þú átt það skilið að fara, og ég er viss um, að þú munt gera það einhvern daginn,“ sagði frænka March og klappaði henni samþykkjandi á höfuðið, þegar Amy tók upp bandkúluna fyrir hana.

„Þrjóskupottur, dregðu slag,

sestu við eld og spann,“

skrækti Polly og beygði sig niður af setustað sínum á stólbakinu til að gægjast í andlit Jo með svo skoplegu og freku rannsóknarsniði, að ógerlegt var að halda niðri hlátri.

„Sérlega athugull fugl,“ sagði gamla konan.

„Komdu og taktu þér göngu, elskan mín?“ hrópaði Polly og hoppaði í átt að postulínsskápnum með svip, sem gaf til kynna sykurmola.

„Þakka þér, ég skal gera það. Komdu, Amy.“ Og Jo batt enda á heimsóknina, sannfærðari en nokkru sinni um, að heimsóknir hefðu sannarlega slæm áhrif á líkamsástand hennar. Hún tók í hendur með herramannlegum hætti, en Amy kyssti báðar frænkurnar, og stúlkurnar fóru, skiljandi eftir sig svipmót skugga og sólskins, sem varð til þess, að frænka March sagði, þegar þær hurfu:

„Þú ættir að gera það, Mary. Ég legg til fjármagnið.“

og frænka Carrol svaraði ákveðið: „Það geri ég sannarlega, ef faðir hennar og móðir samþykkja.“

ÞRÍTUGASTI KAFLI
AFLEIÐINGAR

Basar frú Chester var svo einkar glæsilegur og útvalinn, að það var talið mikill heiður meðal ungu stúlknanna í nágrenninu að vera boðin til að standa við borð, og allir sýndu málinu mikinn áhuga. Amy var boðið, en Jo ekki, sem var heppilegt fyrir alla aðila, því olnbogar hennar stóðu ákveðið út í loftið á þessu skeiði ævinnar, og þurfti marga harða árekstra til að kenna henni að umgangast aðra lipurlega. „Yfirlætislega og leiðinlega veran" var látin í friði, en hæfileikar og smekkur Amy voru viðurkennd með boði um listaborðið, og hún lagði sig alla fram um að undirbúa og afla viðeigandi og verðmætra framlaga til þess.

Allt gekk snurðulaust til dagsins áður en basarinn skyldi hefjast, en þá varð eitt af þeim litlu árekstrum, sem nær ómögulegt er að forðast, þegar um fimm og tuttugu konur, ungar og gamlar, með allar sínar einkar gremjur og fordóma, reyna að vinna saman.

May Chester var nokkuð öfundsjúk út í Amy, því sú síðarnefnda var vinsælli en hún sjálf, og einmitt á þessum tíma áttu sér stað nokkur smávægileg atvik, sem juku tilfinninguna. Fíngerð penna- og blekvinnsla Amy skyggði algjörlega á máluðu vasa May – það var fyrsti þyrnirinn. Þá hafði hinn allsigrandi Tudor dansað fjórum sinnum við Amy í nýlegu samkvæmi og aðeins einu sinni við May – það var þyrnir númer tvö. En helsta gremjan, sem kraumaði í sál hennar og gaf henni tilefni til óvinveittrar framkomu, var orðrómur, sem einhver liðug slúðrari hafði hvíslað að henni, að March-stúlkurnar hefðu gert grín að henni hjá Lamb-fólkinu. Öll sökin hefði átt að falla á Jo, því óþekka eftirlíking hennar hafði verið svo lifandi, að hún slapp ekki óuppgötvuð, og hin glettnu Lamb-börn höfðu leyft brandaranum að sleppa út. Engin vísbending um þetta hafði þó náð til hinna seku, og má ímynda sér skelfingu Amy, þegar, einmitt kvöldið fyrir opnun basarsins, meðan hún lagði síðustu hönd á fallega borðið sitt, frú

Chester, sem að sjálfsögðu var móðguð vegna hins meinta háðs í garð dóttur sinnar, sagði í blíðum tón, en með köldu augnaráði:

„Ég hef komist að því, elskan mín, að nokkur óánægja er meðal ungu stúlknanna yfir því, að ég skyldi fela þetta borð öðrum en dætrum mínum. Þar sem þetta er hið mest áberandi og sumir segja hið aðlaðandi borð allra, og þær eru helstu skipuleggjendur basarsins, þykir best, að þær taki þennan stað. Mér þykir það leitt, en ég veit, að þú ert of einlæg í áhuga þínum á málefninu til að láta smá persónuleg vonbrigði hafa áhrif á þig, og þú skalt fá annað borð, ef þú vilt."

Frú Chester hafði fyrirfram talið auðvelt að flytja þessa litlu ræðu, en þegar að því kom, reyndist henni erfitt að láta hana hljóma eðlilega, meðan óskeikul augu Amy horfðu beint á hana, full undrunar og angistar.

Amy fann, að eitthvað lægi að baki, en gat ekki giskað á hvað, og sagði hljóðlega, sár og sýndi það:

„Kannski vilduð þér frekar, að ég tæki ekkert borð yfirleitt?"

„Nei, elskan mín, ekki taka þessu illa, bið ég þig. Þetta er einungis spurning um hagkvæmni; sjáðu til, stúlkur mínar munu eðlilega taka forystu, og þetta borð er talið þeirra rétti staður. Mér finnst það afar viðeigandi fyrir þig, og ég er þér mjög þakklát fyrir viðleitni þína til að gera það svo fallegt, en við verðum auðvitað að láta persónulegar óskir víkja, og ég mun sjá til þess, að þú fáir góðan stað annars staðar. Vildirðu ekki taka blómaborðið? Litlu stúlkurnar tóku það að sér, en þær eru orðnar kjarklausar. Þú gætir gert það afar heillandi, og blómaborðið er alltaf aðlaðandi, eins og þú veist."

„Sérstaklega fyrir herramenn," bætti May við með augnaráði, sem upplýsti Amy um eina orsök skyndilegs óvinsældafalls hennar. Hún roðnaði af reiði, en lét ekki á sér bera vegna þessa barnslega háðs og svaraði með óvæntri ljúfmennsku:

„Það verður eins og yður þóknast, frú Chester. Ég læt strax af hendi stað minn hér og annast blómin, ef þér viljið.“

„Þú getur sett þína hluti á þitt eigið borð, ef þú kýst,“ hóf May og fann fyrir smávægilegri samviskubiti, þegar hún horfði á fallegu grindurnar, máluðu skeljarnar og sérkennilegu skreytingarnar, sem Amy hafði svo vandlega unnið og svo smekklega raðað. Hún átti það vel meint, en Amy misskildi ásetning hennar og sagði snöggt:

„Ó, auðvitað, ef þau eru ykkur til trafala,“ og sópaði framlögum sínum saman í svuntu sína, í óreiðu, og gekk burt, sannfærð um, að bæði hún sjálf og listaverk hennar hefðu verið móðguð umfram fyrirgefningu.

„Nú er hún reið. Æ, ég vildi, að ég hefði ekki beðið þig að tala, mamma,“ sagði May og horfði niðurlút á auðu blettina á borðinu sínu.

„Deilur stúlkna líða fljótt hjá,“ svaraði móðir hennar og fann lítillega til skammar yfir eigin hlut í málinu, eins og hún hefði mátt.

Litlu stúlkurnar fögnuðu Amy og gersemum hennar með gleði, og sú hlýja móttaka mildaði dálítið órólegt hugarástand hennar, og hún tók til starfa, ákveðin í að ná árangri á blómasviðinu, ef hún gæti ekki gert það á listasviðinu. En allt virtist snúast gegn henni. Það var orðið seint, og hún var þreytt. Allir voru of uppteknir af eigin málum til að hjálpa henni, og litlu stúlkurnar voru fremur til trafala, því þær æddu og kvökuðu eins og hópur skarkalakra og sköpuðu mikla ringulreið í saklausri viðleitni sinni til að halda fullkomnu lagi. Sígræni boginn stóð ekki fastur, þegar hún hafði loks reist hann, heldur vaggaði og hótaði að hrynja yfir höfuð hennar, þegar hengikörfurnar voru fylltar. Besta flísin hennar fékk vatnsslettu, sem skildi eftir sepíublett á kinn Kúpíðs. Hún marði hendur sínar við hamarslátt og fékk kvef við að vinna í trekk, sem síðasta raun fyllti hana ugg um næsta dag. Sérhver stúlka, sem hefur mátt þola slíkar raunir, mun finna til samúðar með aumingja Amy og óska henni velfarnaðar í verkinu.

Heima varð mikil gremja, þegar hún sagði sögu sína um kvöldið. Móðir hennar sagði það skömm, en bætti við, að hún hefði gert rétt. Beth lýsti því yfir, að hún myndi alls ekki fara á basarinn, og Jo spurði, hvers vegna hún tæki ekki alla fallegu hluti sína og léti þetta smásálarfólk sjá um sig án hennar.

„Þótt þau séu smásálarleg, er það engin ástæða til að ég sé það. Ég fyrirlít slíkt, og þótt ég telji mig hafa rétt til að vera sár, ætla ég ekki að láta það sjást. Þau munu finna það meira en reið orð eða fýlusvip, er það ekki, Marmee?“

„Það er réttur andi, elskan mín. Koss fyrir högg er ávallt best, þótt það sé ekki alltaf auðvelt að gefa hann,“ sagði móðir hennar með svip þess, sem hefur lært muninn á prédikun og framkvæmd.

Þrátt fyrir ýmsar eðlilegar freistingar til að svara í sömu mynt og hefna sín, hélt Amy fast við ásetning sinn allan næsta dag, ákveðin í að sigrast á andstæðingi sínum með góðvild. Hún hóf vel, þökk sé hljóðlátum áminningu, sem kom henni óvænt, en á heppilegum tíma. Þegar hún raðaði borði sínu um morguninn, meðan litlu stúlkurnar voru í forstofunni að fylla körfurnar, tók hún upp eftirlætisverk sitt, litla bók, sem faðir hennar hafði fundið meðal fjársjóða sinna, og í henni hafði hún á skinnblöðum listilega skreytt ýmis ritningarorð. Þegar hún fletti blöðunum, ríkum af fíngerðum myndskreytingum, með fullkomlega skiljanlegu stolti, hvíldi auga hennar á einu versi, sem fékk hana til að staldra við og hugsa. Innrammað í ljómandi fléttum rauðs, blás og gulls, með litlum góðvildarvættum, sem hjálpuðu hver annarri upp og niður meðal þyrna og blóma, stóðu orðin: „Þú skalt elska náunga þinn eins og sjálfan þig.“

„Ég ætti að gera það, en geri það ekki,“ hugsaði Amy, þegar auga hennar færðist frá björtu síðunni að óánægðum svip May handan við stóru vasana, sem gátu ekki hulið auðu blettina, er fallega handverkið hennar hafði áður fyllt. Amy stóð andartak og fletti blöðunum í hendi sér, las á hverju þeirra ljúfa áminningu gegn öllum gremju og ókærleika í hjarta. Margir vitrir og sannir predikanir eru fluttir okkur dag hvern af ómeðvituðum prédikurum á götu, í skóla, á skrifstofu eða heima. Jafnvel basarborð getur orðið prédikunarstóll, ef það býður fram góð og hjálpleg orð, sem aldrei eru úr tíma. Samviska Amy flutti henni litla predikun út frá þessu versi, þar og þá, og hún gerði það, sem mörg okkar gerum ekki ávallt: tók hana til hjarta og framkvæmdi hana þegar í stað.

Hópur stúlkna stóð við borð May, dáðist að fallegu hlutunum og ræddi breytinguna á sölukonunum. Þær lækkuðu raddir sínar, en Amy vissi, að þær töluðu um hana, heyrðu aðeins aðra hlið málsins og dæmdu eftir því. Það var ekki ánægjulegt, en betri andi hafði gripið hana, og brátt gafst tækifæri til að sanna það. Hún heyrði May segja dapurlega:

„Þetta er leiðinlegt, því það er enginn tími til að búa til annað, og mig langar ekki að fylla upp með alls konar smáhlutum. Borðið var einmitt fullkomið þá. Nú er það eyðilagt."

„Ég efast ekki um, að hún setti þá aftur, ef þú bæðir hana," stakk einhver upp á.

„Hvernig gæti ég það eftir allt fjaðrafokið?" hóf May, en lauk ekki máli sínu, því rödd Amy barst yfir salinn og sagði vingjarnlega:

„Þú mátt fá þá og velkomin, án þess að biðja, ef þú vilt. Ég var einmitt að hugsa um að bjóða mér að setja þá aftur, því þeir eiga frekar heima á þínu borði en mínu. Hér eru þeir; gerðu svo vel og taktu þá og fyrirgefðu mér, ef ég var of fljót að taka þá með mér í gærkvöld."

Meðan hún mælti þetta, skilaði Amy framlögum sínum með kollhnakki og brosi og flýtti sér á brott aftur, með þá tilfinningu, að auðveldara væri að gera vingjarnlegt verk en að dvelja og taka við þökkum fyrir það.

„Nú kalla ég það yndislegt af henni, er það ekki?" hrópaði ein stúlkan.

Svar May var ógreinanlegt, en önnur ung dama, sem greinilega hafði súrt skap eftir að hafa búið til sítrónudrykk, bætti við með óþægilegum hlátri:

„Mjög yndislegt, því hún vissi, að hún myndi ekki selja þá við sitt eigið borð.“

Þetta var hart. Þegar við færum litlar fórnir viljum við að minnsta kosti, að þær séu metnar, og andartak sá Amy eftir því að hafa gert það, með þeirri tilfinningu, að dyggðin væri ekki ætíð laun sín sjálf. En svo er þó, eins og hún uppgötvaði brátt, því hugur hennar tók að léttast, og borð hennar blómstraði undir kunnáttusömum höndum hennar; stúlkurnar voru henni mjög vinsamlegar, og þetta eina litla verk virtist hafa hreinsað andrúmsloftið undursamlega.

Dagurinn var langur og erfiður fyrir Amy, þar sem hún sat við borð sitt, oft alveg ein, því litlu stúlkurnar hurfu fljótt á brott. Fáir vildu kaupa blóm að sumarlagi, og blómvönd hennar tóku að fölna löngu fyrir kvöld.

Listaborðið var hið aðlaðandi í salnum. Þar var þyrping allan daginn, og aðstoðarkonurnar hlupu stöðugt fram og til baka með mikilvæg andlit og klingjandi peningakassa. Amy leit oft löngunarfull yfir þangað, þráði að vera þar, þar sem hún fann sig heima og hamingjusama, í stað þess að sitja í horni með ekkert að gera. Sumum okkar kann það að virðast lítil raun, en fyrir fallega og glaðlynda unga stúlku var það ekki aðeins leiðigjarnt, heldur mjög þreytandi, og tilhugsunin um Laurie og vini hans gerði það að sönnu píslarvætti.

Hún fór ekki heim fyrr en um kvöldið, og þá var hún svo föl og hljóðlát, að þau vissu, að dagurinn hafði verið henni erfiður, þótt hún kvartaði ekki og sagði ekki einu sinni frá því, sem hún hafði gert. Móðir hennar gaf henni aukalega styrkjandi tebolla. Beth hjálpaði henni að klæðast og bjó til fallega litla krans í hár hennar, meðan Jo kom fjölskyldunni á óvart með því að gera sér óvenjulega mikið til og gefa í skyn með dularfullum hætti, að nú væri komið að því að snúa taflinu við.

„Gerðu ekkert ókurteist, ég bið þig, Jo; ég vil engan darraðardans, svo láttu þetta ganga yfir og hagaðu þér,“ bað Amy, þegar hún fór snemma af stað, í von um að finna styrkingu af blómum til að hressa litla borðið sitt.

„Ég ætla aðeins að vera ómótstæðilega þóknanleg við alla, sem ég þekki, og halda þeim í horninu þínu eins lengi og mögulegt er. Teddy og drengirnir hans munu leggja hönd á plóg, og við eigum eftir að hafa góða stund enn," svaraði Jo og hallaði sér yfir hliðið til að bíða eftir Laurie. Brátt heyrðist kunnuglegt fótatak í rökkrinu, og hún hljóp út á móti honum.

„Er það drengurinn minn?"

„Jafn vissulega og þetta er stúlkan mín!" Og Laurie smeygði hönd hennar undir handlegg sinn með svip manns, sem hafði fengið allar óskir sínar uppfylltar.

„Ó, Teddy, hvílíkir atburðir!" Og Jo sagði frá rangindum Amy af systurlegum ákafa.

„Heill hópur félaga okkar ætlar að aka hingað á eftir, og ég sver, að ég læt þá kaupa hvert einasta blóm, sem hún á, og setjast síðan að við borðið hennar," sagði Laurie og tók málstað hennar af eldmóði.

„Blómin eru alls ekki falleg, segir Amy, og fersku blómin koma ef til vill ekki í tæka tíð. Ég vil ekki vera ósanngjörn eða tortryggin, en ég yrði ekki undrandi, þótt þau kæmu alls ekki. Þegar fólk gerir eitt smáttlegt verk, er það líklegt til að gera annað," sagði Jo með viðbjóðstón.

„Gaf Hayes þér ekki það besta úr görðum okkar? Ég sagði honum að gera það."

„Ég vissi það ekki; hann hefur líklega gleymt, og þar sem afi þinn var lasinn, vildi ég ekki angra hann með því að spyrja, þótt mig langaði í nokkur."

„Nú, Jo, hvernig gastu haldið, að þörf væri á að spyrja? Þau eru alveg jafn mikið þín og mín. Deilum við ekki alltaf öllu til helminga?" hóf Laurie í þeim tón, sem jafnan gerði Jo að þyrnum.

„Guð minn góður, ég vona ekki! Helmingur af sumu, sem þú átt, myndi alls ekki henta mér. En við megum ekki standa hér og daðra. Ég þarf að hjálpa Amy, svo farðu og gerðu þig glæsilegan, og ef þú vilt vera svo einkar vinsamlegur að láta Hayes senda nokkur falleg blóm upp í salinn, skal ég blessa þig að eilífu.“

„Gætirðu ekki gert það nú þegar?“ spurði Laurie með svo áleitnum blæ, að Jo lokaði hliðinu fyrir framan andlit hans með óvenjulegri skyndi og kallaði í gegnum rimlana: „Farðu burt, Teddy, ég er upptekin.“

Þökk sé samsærismönnunum var taflinu snúið við um kvöldið, því Hayes sendi upp heilan blómaskóg, með yndislegri körfu, sem hann hafði skreytt með sinni bestu list til að vera miðpunktur. Þá mætti March-fjölskyldan í heild sinni, og Jo lagði sig fram af einlægni, því fólk kom ekki aðeins, heldur dvaldi, hló að glensi hennar, dáðist að smekk Amy og virtist njóta sín hið besta. Laurie og félagar hans köstuðu sér riddaralega í skarðið, keyptu upp blómvendi, settust að við borðið og gerðu það horn að líflegasta stað salarkynna. Amy var nú í sínu rétta umhverfi og, af þakklæti ef ekki öðru, var hún eins spræk og náðug og auðið var og komst að þeirri niðurstöðu um það leyti, að dyggðin væri þó laun sín sjálf, þegar allt kæmi til alls.

Jo hagaði sér með fyrirmyndarprýði, og þegar Amy var hamingjusamlega umkringd heiðursvörðinum sínum, gekk Jo um salinn og tíndi upp ýmis slúðurmál, sem upplýstu hana um orsök breytingarinnar hjá Chester-fólkinu. Hún ávítaði sjálfa sig fyrir sinn þátt í óvildinni og ákvað að hreinsa nafn Amy sem fyrst. Hún komst einnig að því, hvað Amy hafði gert um morguninn varðandi hlutina, og taldi hana fyrirmynd göfuglyndis. Þegar hún gekk fram hjá listaborðinu, leit hún yfir það í leit að hlutum systur sinnar, en sá engin merki þeirra. „Þeir hafa líklega verið settir til hliðar,“ hugsaði Jo, sem gat fyrirgefið rangindi gegn sjálfri sér, en brást heitt við hverri móðgun gagnvart fjölskyldu sinni.

„Gott kvöld, ungfrú Jo. Hvernig gengur Amy?“ spurði May með sáttfúsum blæ, því hún vildi sýna, að hún gæti einnig verið örlát.

„Hún hefur selt allt, sem var þess virði að selja, og nýtur nú stundarinnar. Blómaborðið er alltaf aðlaðandi, eins og þú veist, ‚sérstaklega fyrir herramenn‘." Jo gat ekki stillt sig um þessa litlu sneið, en May tók henni svo hógværlega, að Jo sá eftir því andartaki síðar og fór að hrósa stóru vösunum, sem enn höfðu ekki selst.

„Er lýsing Amy einhvers staðar hér? Mig langar að kaupa hana handa föður," sagði Jo, ákaflega fús að vita örlög verks systur sinnar.

„Allt frá Amy seldist fyrir löngu. Ég sá til þess, að rétt fólk sæi það, og þau færðu okkur fallega upphæð," svaraði May, sem hafði sigrast á nokkrum smávægilegum freistingum þann dag, rétt eins og Amy.

Mjög ánægð hljóp Jo aftur til að færa góðu tíðindin, og Amy varð bæði snortin og undrandi yfir frásögninni af orðum og framkomu May.

„Nú, herrar mínir, ég vil, að þið farið og gerið skyldu ykkar við hin borðin eins rausnarlega og þið hafið gert við mitt, einkum listaborðið," sagði hún og skipaði út „sveit Teddy", eins og stúlkurnar kölluðu háskólafélagana.

„‚Áfram, Chester, áfram!‘ er kjörorð þess borðs, en gerið skyldu ykkar eins og menn, og þið fáið peningana ykkar virði af list í hverjum skilningi orðsins," sagði hin óbælandi Jo, þegar hinn trúfasti fylkingarlið var að gera sig kláran.

„Að hlýða er að heyra, en March er miklu fegurri en May," sagði litli Parker og reyndi af örvæntingu að vera bæði fyndinn og blíður, en var þegar kæfður af Laurie, sem sagði:

„Vel gert, sonur minn, fyrir lítinn dreng!" og leiddi hann burt með föðurlegu klappi á höfuðið.

„Kauptu vasana," hvíslaði Amy að Laurie, sem síðasta glóð á höfuð andstæðings síns.

May varð yfir sig glöð, þegar herra Laurence keypti ekki aðeins vasana, heldur gekk um salinn með einn undir hvorum handlegg. Hinir herrarnir fjárfestu með álíka dirfsku í alls kyns brothættum smáhlutum og ráfuðu síðan um, byrðaðir vaxblómum, máluðum vifum, fíngerðum mappum og öðrum gagnlegum og viðeigandi innkaupum.

Frænka Carrol var viðstödd, heyrði söguna, leit ánægð út og sagði eitthvað við frú March í horni, sem fékk hina síðarnefndu til að ljóma af ánægju og horfa á Amy með svip, fullan bæði stolts og kvíða, þótt hún léti ekki uppi orsök gleði sinnar fyrr en nokkrum dögum síðar.

Basarinn var talinn takast vel, og þegar May kvaddi Amy góða nótt, gusaði hún ekki að venju, heldur gaf henni ástúðlegan koss og augnaráð, sem sagði: „fyrirgefum og gleymum“. Það nægði Amy, og þegar hún kom heim, fann hún vasana prýða arininn í stofunni, með stórum blómvendi í hvorum. „Laun verðleika fyrir göfuga March,“ eins og Laurie tilkynnti með tilþrifum.

„Þú býrð yfir miklu meiri prinsippfestu, rausn og göfuglyndi en ég hef nokkru sinni ætlað þér, Amy. Þú hefur hagað þér yndislega, og ég ber virðingu fyrir þér af öllu hjarta,“ sagði Jo innilega, þegar þær greiddu hár sitt saman seint um kvöldið.

„Já, við gerum það allar og elskum hana fyrir að vera svo fús til að fyrirgefa. Það hlýtur að hafa verið hræðilega erfitt, eftir að hafa unnið svo lengi og bundið hjarta sitt við að selja eigin fallegu hluti. Ég trúi ekki, að ég hefði getað gert það jafn vingjarnlega og þú,“ bætti Beth við úr kodda sínum.

„Æ, stúlkur mínar, þið þurfið ekki að hrósa mér svona. Ég gerði aðeins eins og ég vildi, að gert væri við mig. Þið hlæið að mér, þegar ég segi, að mig langi að vera dama, en ég á við sanna aðalskonu í huga og háttum, og ég reyni að haga mér þannig eftir því sem ég kann. Ég get ekki útskýrt það nákvæmlega, en mig langar að vera hafin yfir smámuni, heimsku og galla, sem spilla svo mörgum konum. Ég er langt frá því enn, en geri mitt besta og vona, að ég verði með tímanum það, sem móðir er.“

Amy mælti þetta af einlægni, og Jo sagði með hjartanlegu faðmlagi: „Nú skil ég, hvað þú átt við, og ég mun aldrei hlæja að þér aftur. Þú ert að ná lengra en þú heldur, og ég mun taka kennslustundir hjá þér í sannri kurteisi, því þú hefur, held ég, lært leyndardóminn. Haltu áfram, elskan mín, þú færð laun þín einhvern daginn, og enginn mun gleðjast meira en ég."

Viku síðar fékk Amy laun sín, og aumingja Jo átti erfitt með að gleðjast. Bréf barst frá frænku Carrol, og andlit frú March ljómaði svo, þegar hún las það, að Jo og Beth, sem voru hjá henni, kröfðust þess að fá að vita hin gleðilegu tíðindi.

„Frænka Carrol fer utan næsta mánuð og vill..."

„Mig til að fara með henni!" hrópaði Jo og stökk upp úr stólnum í óviðráðanlegri gleði.

„Nei, elskan mín, ekki þig. Það er Amy."

„Ó, mamma! Hún er of ung, það er minn tími fyrst. Mig hefur langað svo lengi. Það myndi gera mér svo gott og vera svo dásamlegt í alla staði. Ég verð að fara!"

„Ég óttast, að það sé ómögulegt, Jo. Frænka segir Amy, afdráttarlaust, og það er ekki okkar að setja skilyrði, þegar hún býður slíkan greiða."

„Það er alltaf svona. Amy fær alla skemmtunina og ég allt erfiðið. Það er ekki sanngjarnt, ó, það er ekki sanngjarnt!" hrópaði Jo ástríðufull.

„Ég óttast, að það sé að hluta til þinni eigin sök, elskan mín. Þegar frænka talaði við mig um daginn, iðraðist hún hinnar berorðu framkomu þinnar og of sjálfstæðs anda, og hér skrifar hún, eins og hún vitni í eitthvað, sem þú hafir sagt: ‚Ég hugðist fyrst biðja Jo, en þar sem „greiðar íþyngja henni", og hún „hatar frönsku", tel ég ekki rétt að bjóða henni. Amy er liprari, mun verða góður félagi fyrir Flo og taka með þakklæti hverri hjálp, sem ferðin kann að veita henni.'"

„Ó, tungan mín, þessi andstyggilega tunga! Hvers vegna get ég ekki lært að halda henni kyrri?“ stundi Jo og minntist orðanna, sem höfðu orðið henni að falli. Þegar hún hafði heyrt skýringuna á hinum tilvitnuðu orðum, sagði frú March hrygg í bragði:

„Ég vildi, að þú hefðir getað farið, en engin von er um það að þessu sinni, svo reyndu að bera þetta með glaðværð og gerðu ekki gleði Amy minni með ásökunum eða eftirsjá.“

„Ég skal reyna,“ sagði Jo og deplaði augunum fast, þegar hún kraup niður til að taka upp körfuna, sem hún hafði kollvarpað í fögnuði. „Ég tek mér hana til fyrirmyndar og reyni ekki aðeins að sýnast glöð, heldur að vera það, og ekki öfunda hana eina einustu mínútu af hamingju hennar. En það verður ekki auðvelt, því þetta eru hræðileg vonbrigði,“ og veslings Jo vætti litla, bústna nálapúðann, sem hún hélt á, með nokkrum beiskum tárum.

„Jo, elskan mín, ég er mjög eigingjörn, en ég gat ekki af þér séð, og ég er glöð, að þú ferð ekki alveg strax,“ hvíslaði Beth og faðmaði hana, körfuna og allt, með svo fastheldnum og ástúðlegum svip, að Jo fann huggun, þrátt fyrir þann sára söknuð, sem lét hana langa til að hirta sjálfa sig og biðja frænku Carrol auðmjúklega að leggja þessa velgjörð á herðar sér og sjá, hve þakklátlega hún bæri hana.

Þegar Amy kom inn, gat Jo tekið þátt í fögnuði fjölskyldunnar, ekki alveg eins heils hugar og venjulega ef til vill, en án þess að kvarta yfir gæfu Amy. Ungfrúin sjálf tók tíðindunum sem miklum gleðiboðum, gekk um í hálfgerðri hátíðlegri sælu og hóf að flokka liti sína og pakka blýöntum sínum um kvöldið, en lét slíkt smáræði sem föt, peninga og vegabréf í hendur þeirra, sem síður voru uppteknar af listadraumum en hún sjálf.

„Þetta er ekki einungis skemmtiferð fyrir mig, stelpur,“ sagði hún með alvöru, um leið og hún skafði bestu litatöfluna sína. „Hún mun ráða örlögum mínum, því ef ég hef nokkurt snilligáfuefni, mun ég komast að því í Róm og gera eitthvað til að sanna það.“

„Segjum svo, að þú hafir það ekki?“ sagði Jo og saumaði með rauðum augum nýju kragana, sem afhenda átti Amy.

„Þá kem ég heim og kenni teikningu mér til framfærslu,“ svaraði frægðarþráin með heimspekilegri ró. En hún setti þó upp skeifu við tilhugsunina og skrapaði litatöfluna af ákefð, eins og hún hygðist grípa til kröftugra ráða, áður en hún gæfi vonir sínar upp á bátinn.

„Nei, það gerirðu ekki. Þú hatar erfiða vinnu og giftist einhverjum ríkum manni og kemur heim til að sitja í munaðinum alla ævi,“ sagði Jo.

„Spár þínar rætast stundum, en ég trúi ekki, að þessi geri það. Ég vildi þó, að svo yrði, því ef ég get ekki sjálf orðið listamaður, langar mig að geta stutt þá, sem það geta,“ sagði Amy og brosti, eins og hlutverk rausnarkonunnar hæfði henni betur en hlutverk fátæks teiknikennara.

„Hm!“ sagði Jo með andvarpi. „Ef þú óskar þess, færðu það, því óskir þínar rætast ætíð - mínar aldrei.“

„Langar þig að fara?“ spurði Amy og strauk hugsi nefið með hnífnum.

„Heldur betur!“

„Jæja, eftir eitt eða tvö ár sendi ég eftir þér, og þá gröfum við í Forum eftir minjum og framkvæmum allar áætlanirnar, sem við höfum svo oft gert.“

„Þakka þér. Ég mun minna þig á loforðið, þegar sá gleðidagur rennur upp, ef hann gerir það nokkru sinni,“ svaraði Jo og tók hinu óljósa en stórbrotna tilboði eins þakklátlega og hún gat.

Undirbúningstíminn var skammur, og húsið var í uppnámi, þar til Amy lagði af stað. Jo bar sig vel fram að síðasta bláa slaufan hvarf sjónum, en þá leitaði hún í athvarf sitt á háaloftinu og grét, þar til hún gat ekki grátið lengur. Amy hélt einnig reisn sinni þar til gufuskipið sigldi. En rétt í þann mund, sem landgöngubrúin átti að vera dregin að landi, rann það skyndilega upp fyrir henni, að heilt úthaf myndi brátt velta milli hennar og þeirra, sem elskuðu hana mest, og hún klamraði sig að Laurie, hinum síðasta, sem dvaldist eftir, og sagði með ekka:

„Ó, gættu þeirra fyrir mig, og ef eitthvað skyldi koma fyrir...“

„Það skal ég, elskan mín, það skal ég, og ef eitthvað kemur fyrir, kem ég og hugga þig,“ hvíslaði Laurie, án þess að gera sér í hugarlund, að hann yrði kallaður til að standa við orð sín.

Þannig sigldi Amy á brott til að finna hina gömlu heimsálfu, sem er ætíð ný og fögur í augum æskunnar, meðan faðir hennar og vinur fylgdust með henni frá ströndinni og vonuðu af einlægni, að engin önnur en mild örlög biðu hinnar glaðlyndu stúlku, sem veifaði þeim hendi sinni, uns þeir sáu ekkert nema sumarblikið tindra á hafinu.

ÞRÍTUGASTI OG FYRSTI KAFLI
ERLENDI FRÉTTARITARI OKKAR

London

Elskuð þið öll. Hér sit ég í alvöru við framglugga á Bath-hótelinu við Piccadilly. Það er ekki í tísku, en frændi gisti hér fyrir mörgum árum og vill hvergi annars staðar vera. Við ætlum þó ekki að dvelja lengi, svo það skiptir ekki miklu. Ó, ég get ekki byrjað að lýsa því, hve mjög ég nýt alls þessa! Ég get það aldrei, svo ég sendi ykkur aðeins brot úr minnisbókinni minni, því síðan ég lagði af stað hef ég ekkert annað gert en að teikna og krota.

Ég sendi ykkur línu frá Halifax, þegar mér leið fremur illa, en eftir það gekk allt dásamlega. Ég varð sjaldan veik, var á þilfarinu allan daginn og hafði nóg af ánægjulegu fólki til að stytta mér stundir. Allir voru mér góðir, einkum yfirmennirnir. Ekki hlæja, Jo, herramenn eru sannarlega nauðsynlegir um borð í skipi, til að styðja sig við eða láta þjóna sér, og þar sem þeir hafa lítið að gera er það hrein miskunn að gera þá nytsamlega, ella myndu þeir líklega reykja sig í hel.

Frænka og Flo voru heilsuveilar alla leiðina og vildu vera látnar í friði, svo þegar ég hafði gert það, sem ég gat fyrir þær, fór ég og naut mín. Þvílíkar göngur á þilfarinu, þvílík sólarlög, þvílíkt stórkostlegt loft og bylgjur! Það var næstum jafn æsandi og að ríða hröðum hesti, þegar við þutum áfram með svo tignarlegum hraða. Ég vildi, að Beth hefði getað komið, það hefði gert henni svo gott. Hvað Jo varðar, hefði hún klifrað upp og sest á eitthvert hæsta segl, hvað sem það heitir, gert verkfræðingunum að vinum sínum og blásið í kalllúður skipstjórans. Hún hefði verið í algleymingi.

Allt var sem himneskt, en ég gladdist þó yfir að sjá strendur Írlands og fannst þær afar fagrar, svo grænar og sólbjartar, með brúnum kofum hér og þar, rústum á sumum hæðum og sveitasetrum herramanna í dölunum, þar sem hjartar gengu á beit í görðunum. Það var snemma morguns, en ég sá ekki eftir því að hafa farið á fætur til að sjá þetta, því flóinn var fullur af litlum bátum, ströndin svo myndræn og rósrauður himinn yfir öllu. Ég mun aldrei gleyma því.

Í Queenstown kvaddi einn af nýju kunningjum mínum okkur, herra Lennox, og þegar ég nefndi Vötnin í Killarney, andvarpaði hann og söng með augnaráði til mín: „Ó, hefurðu heyrt um Kate Kearney? Hún býr við bakka Killarney. Forðastu hættuna og flýðu, við augnaráð hennar, því banvænt er augnaráð Kate Kearney.“ Var það ekki hálfgerð vitleysa?

Við dvöldum aðeins nokkrar klukkustundir í Liverpool. Þar er óhreint og hávaðasamt, og ég gladdist yfir að fara þaðan. Frændi þaut út og keypti sér hundaskinnshanska, ljóta, þykka skó og regnhlíf og lét raka sig með svonefndum sauðakótilettum, það fyrsta. Síðan taldi hann sig líta út eins og sannur Breti, en þegar skósvertan burstaði leðjuna af skónum hans í fyrsta sinn, vissi litli drengurinn þegar, að Bandaríkjamaður stæði í þeim, og sagði glottandi: „Hér hafið þér, herra minn. Ég gaf þeim nýjasta jankaljómann.“ Það skemmti frænda ósegjanlega. Ó, ég verð að segja ykkur, hvað þessi fáránlegi Lennox gerði! Hann fékk vin sinn Ward, sem ferðaðist með okkur, til að panta handa mér blómvönd, og það fyrsta, sem ég sá í herberginu mínu, var dásamlegur vöndur með spjaldinu: „Með kveðju frá Robert Lennox.“ Var það ekki skemmtilegt, stelpur? Mér líkar ferðalög.

Ég kemst aldrei til London, ef ég hraða mér ekki. Ferðin var eins og að aka í gegnum langa myndasafnssal, fullan af yndislegum landslagsmyndum. Bændabæirnir heilluðu mig mest, með stráþökum, klifurjurtum upp að þakskegginu, grindargluggum og gildvöxnum konum með rjóð börn við dyrnar. Jafnvel nautgripirnir virtust rólegri en okkar, þar sem þeir stóðu hnésokknir í smára, og hænurnar glöðust með sælum klið, eins og þær yrðu aldrei taugaóstyrkar eins og jankahænur. Slíkir litir hef ég aldrei séð, grasið svo grænt, himinninn svo blár, kornið svo gullið, skógarnir svo dimmir. Ég var í alsælu alla leiðina. Flo var það einnig, og við hoppuðum frá einni hlið vagnsins til annarrar og reyndum að sjá allt, meðan við þutum áfram með sextíu mílna hraða á klukkustund. Frænka var þreytt og sofnaði, en frændi las leiðarvísinn sinn og lét ekkert koma sér á óvart. Svona gekk þetta fyrir sig. Amy, þýtur upp: „Ó, þetta hlýtur að vera Kenilworth, þessi gráa bygging meðal trjánna!“ Flo, hleypur að glugganum mínum: „Hve yndislegt! Við verðum að fara þangað einhvern tíma, er það ekki, pabbi?“ Frændi, skoðar skó sína með ró: „Nei, elskan mín, ekki nema þú viljir öl. Þetta er brugghús.“

Stutt þögn, og þá hrópar Flo: „Miskunn, þarna er gálgi og maður á leið upp.“ „Hvar, hvar?“ skrækir Amy og starir út á tvo háa staura með þverbita og hangandi keðjum. „Kolanáma,“ segir frændi og glottir í kampinn. „Hér er fallegur hópur lamba, öll liggjandi,“ segir Amy. „Sjáðu, pabbi, eru þau ekki falleg?“ bætir Flo við með tilfinningablæ. „Gæsir, ungfrúr,“ svarar frændi í tón, sem fær okkur til að þagna, þar til Flo sekkur aftur niður og nýtur þess að lesa *Ævintýri kapteins Cavendish*, og ég hef landslagið fyrir sjálfa mig.

Auðvitað rigndi, þegar við komum til London, og ekkert var sjáanlegt nema þoka og regnhlífar. Við hvíldum okkur, tókum upp farangurinn og fórum örlítið í verslanir milli skúra. Frænka Mary keypti mér nokkra nýja hluti, því ég fór af stað í svo miklum flýti, að ég var alls ekki nægilega búin. Hvítan hatt með blárri fjöður, múslínskjól í stíl og yndislegustu yfirhöfn, sem þið hafið séð. Það er dásamlegt að versla við Regent-stræti. Allt virðist svo ódýrt, falleg bönd aðeins sex pens fyrir yardið. Ég safnaði nokkru, en hanskana ætla ég að kaupa í París. Hljómar það ekki dálítið glæsilega og ríkmannlega?

Flo og ég pöntuðum okkur til gamans hestvagn, meðan frænka og frændi voru úti, og fórum í ökuferð, þótt við kæmumst síðar að því, að það þætti ekki viðeigandi fyrir ungar stúlkur að aka einar í slíkum vagni. Það var svo skoplegt! Þegar við vorum lokaðar inni bak við tréspjaldið, ók vagnstjórinn svo hratt, að Flo varð hrædd og bað mig að láta hann stöðva, en hann sat einhvers staðar uppi fyrir aftan, og ég náði ekki til hans. Hann heyrði mig hvorki kalla né sá, þegar ég veifaði sólhlífinni fram fyrir mig, og þar sátum við, algerlega hjálparlausar, skröltandi áfram og sveigðum fyrir horn á lífshættulegum hraða. Loks, í örvæntingu minni, sá ég litlar dyr í þakinu, og þegar ég ýtti þeim upp, birtist rautt auga og bjórblandinn rödd sagði: „Jæja þá, frú?"

Ég gaf fyrirmæli mín eins yfirvegað og ég gat, og þegar ég skellti hurðinni aftur með „Já, já, frú", lét maðurinn hestinn ganga, eins og hann væri á leið til jarðarfarar. Ég potaði aftur upp og sagði: „Ögn hraðar," og þá þaut hann af stað með sama galsa og áður, og við sættum okkur við örlög okkar.

Í dag var bjart veður, og við fórum í Hyde Park, sem er hér rétt hjá, því við erum aðalslegri en við lítum út fyrir að vera. Hertoginn af Devonshire býr í grenndinni. Ég sé oft þjónana hans slóra við bakhliðshliðið, og hús hertogans af Wellington er ekki langt undan. Þvílík sjón sem ég sá, elskurnar mínar! Það var eins og að horfa á skrípaleik, því þar voru gildvaxnar ekkjufrúar veltandi sér um í rauðum og gulum vögnum sínum, með glæsilegum þjónum í silkisokkum og flauelsfrökkum uppi aftan á, og púðruðum vagnstjórum fremst. Fínar barnfóstrur með rjóðustu börn, sem ég hef séð, fallegar stúlkur hálfsofandi á svip, tískukarlar í einkennilegum enskum höttum og ljósfjólubláum hanskum slórandi um, og háir hermenn í stuttum rauðum jökkum og smákollum skökkum á höfði, svo skoplegir að mig langaði að teikna þá.

Rotten Row merkir „Route du Roi“, eða leið konungsins, en nú er hún fremur reiðskóli en nokkuð annað. Hestarnir eru stórkostlegir, og mennirnir, einkum hesthúsasveinarnir, ríða vel, en konurnar eru stirðar og skoppa í hnakknum, sem er ekki samkvæmt okkar reglum. Mig langaði að sýna þeim ærandi amerískt skeið, því þær brokkuðu hátíðlega upp og niður í þröngum reiðkjólum og háum höttum og litu út eins og konurnar í leikfangaörk Nóa. Allir ríða, gamlir menn, gildar konur, lítil börn, og ungviðið daðrar mikið hér. Ég sá þar skiptast á rósahnöppum, því það þykir við hæfi að bera slíkan í hnappagatinu, og mér fannst það fremur snotur siður.

Síðdegis fórum við í Westminster-klaustur, en ætlist ekki til að ég lýsi því, það er ógerlegt, svo ég segi aðeins, að það var tignarlegt! Í kvöld ætlum við að sjá Fechter, sem verður viðeigandi endir á hamingjusamasta degi ævi minnar.

Það er orðið mjög framorðið, en ég get ekki látið bréfið fara í fyrramálið án þess að segja ykkur, hvað gerðist í gærkvöldi. Hverjir haldið þið að hafi gengið inn, þegar við sátum yfir teinu? Enskir vinir Laurie, þeir Fred og Frank Vaughn! Ég varð afar undrandi, því ég hefði ekki þekkt þá nema af nafnspjöldunum. Báðir eru hávaxnir menn með skeggjaðar kinnbarða, Fred laglegur í enskum stíl, en Frank enn betur, því hann haltrar aðeins lítillega og notar enga hækjur. Þeir höfðu frétt frá Laurie hvar við værum og komu til að bjóða okkur heim til sín, en frændi vill ekki fara, svo við munum skila heimsókninni og hitta þá, þegar færi gefst. Þeir fóru með okkur í leikhús, og við skemmtum okkur ákaflega vel, því Frank sinnti Flo af alúð, og við Fred ræddum liðna, núverandi og ókomna gleði, eins og við hefðum þekkst alla ævi. Segðu Beth, að Frank spurði eftir henni og harmaði að heyra um vanheilsu hennar. Fred hló, þegar ég nefndi Jo, og sendi henni „virðingarfyllstu kveðjur til stóra hattsins“. Hvorugur þeirra hafði gleymt Camp Laurence né gleðinni, sem við nutum þar. Það virðist svo óralangt síðan, er það ekki?

Frænka bankar nú á vegginn í þriðja sinn, svo ég verð að hætta. Mér finnst ég sannarlega vera eyðslusöm og fín Lundúnakona, sitjandi hér svo seint, með herbergið fullt af fallegum hlutum og höfuðið í iðandi ringulreið af görðum, leikhúsum, nýjum kjólum og riddaralegum mönnum, sem segja „Ah!“ og snúa ljóshærðum yfirskeggjum sínum með sannri enskri aðalsmennsku. Mig langar svo að sjá ykkur öll og er, þrátt fyrir allt mitt bull, sem fyrr, ykkar ástúðlega

AMY

PARÍS

Kæru stelpur,

Í síðasta bréfi mínu sagði ég ykkur frá dvöl okkar í London, hve góðir Vaughn-bræðurnir voru og hve skemmtilegar samkomur þeir héldu fyrir okkur. Ferðirnar til Hampton Court og Kensington-safnsins nutu ég mest allra, því í Hampton sá ég teikningar Rafaels, og í safninu heilu salina fulla af myndum eftir Turner, Lawrence, Reynolds, Hogarth og aðra mikla meistara. Dagurinn í Richmond-garði var heillandi, því þar áttum við sanna enska útisamveru, og ég sá fleiri stórfengleg eikartré og hjörð dádýra en ég gat teiknað, heyrði næturgala og sá lævirkja svífa upp. Við „tókum út“ London að vild, þökk sé Fred og Frank, og kvöddum með eftirsjá, því þótt Englendingar séu seinir að taka mann í sátt, þá verða þeir óviðjafnanlegir í gestrisni, þegar þeir hafa einu sinni ákveðið sig, að mér finnst. Vaughn-bræðurnir vona að hitta okkur í Róm næsta vetur, og ég verð sárlega vonsvikin, ef það rætist ekki, því Grace og ég erum miklar vinkonur, og drengirnir hið besta fólk, einkum Fred.

Við vorum varla sest að hér, þegar hann birtist á ný og sagði, að hann hefði komið í frí og hygðist fara til Sviss. Frænka varð alvarleg á svip fyrst í stað, en hann var svo rólegur yfir þessu, að hún gat engu mótmælt. Nú gengur allt vel, og við erum fegnar, að hann kom, því hann talar frönsku eins og innfæddur, og ég veit ekki, hvað við gerðum án hans. Frændi kann ekki tíu orð og talar ensku ákaflega hátt, eins og það fái fólk til að skilja sig. Frænka ber málið fram á gamaldags hátt, og við Flo, þótt við héldum, að við kynnum töluvert, komumst að raun um, að svo er ekki, og erum afar þakklátar fyrir, að Fred annist „parlevú"-málin, eins og frændi kallar það.

Slíkir yndislegir dagar, sem við eigum hér! Við skoðum borgina frá morgni til kvölds, stöldrum við í glaðværum kaffihúsum til að snæða góðan hádegisverð og lendum í alls konar skoplegum ævintýrum. Á rigningardögum dvel ég í Louvre og gleypi í mig myndirnar. Jo myndi hrukka frekjulega nefið yfir sumum hinna bestu, því hún hefur enga sál fyrir list, en ég hef hana og rækta augað og smekkinn eins hratt og ég get. Henni þættu minjar mikilla manna skemmtilegri, því ég hef séð tvíhyrndan hatt Napóleons og gráa frakka hans, vöggu barns hans og gamla tannburstann, einnig litla skó Maríu Antoinette, hring heilags

Denis, sverð Karlamagnúsar og marga aðra athyglisverða gripi. Ég mun tala tímunum saman um þetta, þegar ég kem heim, en hef ekki tíma til að skrifa meira nú.

Palais Royal er sem himneskur staður, svo fullur af skartgripum og yndislegum munum, að ég verð næstum frá mér, því ég get ekki keypt þá. Fred vildi gefa mér eitthvað, en auðvitað leyfði ég það ekki. Síðan eru Bois og Champs-Élysées hreint stórfengleg. Ég hef séð keisarafjölskylduna nokkrum sinnum, keisarann ljótan og harðsvipaðan, keisaraynju fölva og fallega, en illa klædda að mínu mati, í fjólubláum kjól, grænum hatti og gulum hönskum. Litli Napóleon er laglegur drengur, sem situr og spjallar við kennara sinn og kastar handarkossi til fólksins, þegar hann ekur hjá í fjögurra hesta vagni sínum, með reiðsveina í rauðum satínjökkum og riddaravörð fyrir framan og aftan.

Við göngum oft í Tuileries-görðunum, því þeir eru fagrir, þótt hinn forni Lúxemborgargarður höfði meira til mín. Père-Lachaise er einkennilegur staður, því margar grafirnar eru eins og litlar stofur, og þegar litið er inn sér maður borð með myndum eða líkum hinna látnu og stóla fyrir syrgjendur, þegar þeir koma til að harma. Það er svo franskt.

Herbergin okkar eru við Rue de Rivoli, og sitjandi á svölunum horfum við upp og niður hið langa og ljómandi stræti. Það er svo notalegt, að við sitjum þar á kvöldin og tölum saman, þegar við erum of þreyttar af dagsins annríki til að fara út. Fred er mjög skemmtilegur og í heild hinn viðkunnanlegasti ungi maður, sem ég hef kynnst, að Laurie undanskildum, því siðir hans eru heillandi. Ég vildi, að Fred væri dökkhærður, því mér geðjast ekki að ljóshærðum mönnum. Vaughn-bræðurnir eru þó mjög auðugir og af góðu fólki komnir, svo ég skal ekki amast við gulleitu hári þeirra, enda er mitt eigið enn gulara.

Í næstu viku höldum við til Þýskalands og Sviss, og þar sem við munum ferðast hratt get ég aðeins sent ykkur stutt og fljótfærnisleg bréf. Ég held dagbók og reyni að „muna rétt og lýsa skýrt öllu því, sem ég sé og dáist að", eins og faðir minn ráðlagði. Það er mér góð æfing, og ásamt teiknibókinni minni mun hún gefa ykkur betri mynd af ferð minni en þetta krotskrif.

Verið þið sæl. Ég faðma ykkur blíðlega. „Votre Amie."

HEIDELBERG

Elsku mamma mín,

Þar sem ég á kyrrláta stund, áður en við förum til Bern, ætla ég að reyna að segja þér, hvað gerst hefur, því sumt af því er mjög mikilvægt, eins og þú munt sjá.

Siglingin upp Rín var fullkomin, og ég sat og naut hennar af öllum mætti. Taktu gömlu leiðarvísana föður og lestu um hana. Ég hef ekki nægilega fögur orð til að lýsa henni. Í Koblenz áttum við dásamlegan tíma, því nokkrir stúdentar frá Bonn, sem Fred kynntist um borð, færðu okkur nætursöng. Það var tunglsljósnótt, og um eittleytið vöknuðum við Flo við unaðslegan söng undir gluggunum. Við hlupum á fætur og földumst bak við tjöldin, en með laumulegum gægjum sáum við Fred og stúdentana syngja þar niðri. Það var hið rómantískasta, sem ég hef séð, áin, brúin yfir bátunum, hin mikla virki á móti, tunglsljósið alls staðar og tónlist, sem gat brætt hjarta úr steini.

Þegar þeir luku söngnum köstuðum við niður blómum og sáum þá slást um þau, senda ósýnilegum dömunum handarkossa og ganga hlæjandi burt til að reykja og drekka öl, að ég hygg. Morguninn eftir sýndi Fred mér eitt krumpað blómið úr vasa sínum og leit mjög tilfinningaríkur út. Ég hló að honum og sagði, að ég hefði ekki kastað því, heldur Flo, sem virtist hryggja hann, því hann kastaði því út um gluggann og varð aftur skynsamur. Ég óttast, að ég muni lenda í vandræðum með þennan dreng, það lítur út fyrir það.

Baðstaðirnir í Nassau voru mjög líflegir, og svo einnig Baden-Baden, þar sem Fred tapaði nokkru fé, og ég skammaði hann fyrir það. Hann þarfnast einhvers, sem hefur auga með honum, þegar Frank er ekki með honum.

Kate sagði eitt sinn, að hún vonaði, að hann giftist brátt, og ég er henni sammála um, að það væri honum til góðs. Frankfurt var dásamleg. Ég sá hús Goethes, styttu Schillers og hina frægu „Ariadne“ Danneckers. Hún var mjög fögur, en ég hefði notið hennar enn betur, ef ég hefði þekkt söguna til hlítar. Ég þorði ekki að spyrja, því allir vissu hana, eða létust vita hana. Ég vildi, að Jo segði mér hana alla. Ég hefði átt að lesa meira, því ég kemst að raun um, að ég veit ekkert, og það sárnar mér.

Nú kemur hinn alvarlegi hluti, því hann gerðist hér, og Fred er nýfarinn. Hann hefur verið svo góður og glaðvær, að okkur öllum þykir mjög vænt um hann. Ég hugsaði aldrei um annað en ferðavináttu, allt fram að nætursöngnum. Síðan hef ég farið að finna, að tunglsljósgöngurnar, svalaspjöllin og daglegu ævintýrin voru honum meira en einungis skemmtun. Ég hef ekki daðrað, mamma, sannarlega ekki, heldur munað það, sem þú sagðir mér, og gert mitt ýtrasta. Ég fæ ekki ráðið því, ef fólki líkar við mig. Ég reyni ekki að knýja það fram, og mér þykir það þungbært, ef mér er ekki sama um það, þótt Jo segi, að ég hafi ekkert hjarta. Nú veit ég, að mamma mun hrista höfuðið, og stúlkurnar segja: „Ó, þessi fégráðuga litla ónytjungur!“, en ég hef tekið ákvörðun, og ef Fred biður mín, mun ég taka honum, þótt ég sé ekki brjálæðislega ástfangin. Mér líkar vel við hann, og okkur semur þægilega saman. Hann er laglegur, ungur, nægilega greindur og mjög auðugur, miklu auðugri en Laurence-fjölskyldan. Ég held ekki, að fjölskylda hans andmæli, og ég yrði mjög hamingjusöm, því þau eru öll góð, vel upp alin og rausnarleg og hafa mætur á mér. Fred, sem elsti tvíburinn, mun erfa setrið, að ég hygg, og það er stórkostlegt! Borgarhús á fínni götu, ekki eins skrautlegt og stórhýsi okkar, en tvöfalt þægilegra og fullt af traustum munaði, eins og Englendingar kunna að meta. Mér líkar það, því það er ósvikið. Ég hef séð silfrið, fjölskylduskartið, hina gömlu þjóna og myndir af sveitasetrinu, með garðinum, hinu mikla húsi, fögru landi og ágætum hestum. Ó, það væri allt, sem ég gæti óskað mér! Og ég vildi heldur hafa það en nokkurn titil, sem stúlkur grípa svo fúslega, en finna ekkert að baki. Ég kann að vera fégráðug, en ég hata fátækt og ætla ekki að bera hana einni mínútu lengur en ég get komist hjá því. Ein okkar verður að giftast vel. Meg gerði það ekki, Jo mun ekki gera það, Beth getur það ekki enn, svo ég mun gera það og koma öllu í lag. Ég myndi ekki giftast manni, sem ég hataði eða fyrirliti. Þú mátt vera viss um það. Og þótt Fred sé ekki hetjan mín, þá dugir hann vel, og með tímanum myndi mér þykja nægilega vænt um hann, ef honum þætti mjög vænt um mig og leyfði mér að gera, sem mér sýndist.

Svo hef ég velt þessu fyrir mér síðustu viku, því ekki var unnt að komast hjá því að sjá, að Fred hafði mætur á mér. Hann sagði ekkert, en smáatriði sýndu það. Hann fer aldrei með Flo, sest ávallt mín megin í vagni, við borð eða á göngu, lítur tilfinningaríkur út, þegar við erum ein, og ygglir sig, ef einhver annar dirfist að tala við mig. Í gærkvöldi við kvöldverð, þegar austurrískur liðsforingi starði á okkur og sagði síðan eitthvað við vin sinn, heldur ósvífinn barón, um „ein wunderschönes Blondchen“, varð Fred svo æstur, að hann skar kjötið sitt svo harkalega, að það var nærri því fokið af diskinum. Hann er ekki einn af þessum köldu og stirðu Englendingum, heldur dálítið bráðlyndur, því í honum rennur skoskt blóð, eins og sjá má af fögru bláu augunum hans.

Jæja, í gærkvöldi fórum við upp að kastalanum um sólarlag, að minnsta kosti við öll nema Fred, sem átti að hitta okkur þar eftir að hafa sótt bréf á pósthúsið. Við áttum yndislega stund meðal rústanna, í hvelfingunum, þar sem hið mikla vínker stendur, og í fögru görðunum, sem kjörfurstinn lét gera fyrir ensku konu sína forðum. Mér þótti mest til veröndinnar koma, því útsýnið var guðdómlegt, og meðan hin fóru að skoða herbergin innandyra, sat ég þar og reyndi að teikna gráa steinljónshöfuðið á veggnum, með skarlatsrauðum klifurjurtum hangandi umhverfis. Mér fannst ég vera komin inn í ástarsögu, sitjandi þar og horfandi á Neckar-fljótið liðast um dalinn, hlustandi á tónlist austurrísku hljómsveitarinnar niðri fyrir og bíða elskhuga míns eins og stúlka í sögubók. Ég hafði á tilfinningunni, að eitthvað myndi gerast, og var tilbúin. Ég fann hvorki roða né skjálfta, heldur var ég róleg og aðeins dálítið spennt.

Litlu síðar heyrði ég rödd Freds, og þá kom hann hlaupandi gegnum hina miklu bogagöng til að finna mig. Hann leit svo áhyggjufullur út, að ég gleymdi sjálfri mér og spurði, hvað að væri. Hann sagði, að hann hefði nýfengið bréf, þar sem hann var beðinn að koma heim, því Frank væri alvarlega veikur. Svo hann færi þegar með næturlestinni og hefði aðeins tíma til að kveðja. Mér þótti sárt fyrir hans hönd og varð sjálf fyrir vonbrigðum, en aðeins í svip, því þegar hann tók í hönd mína og sagði á þann hátt, að ég gat ekki misskilið: „Ég kem brátt aftur. Þú gleymir mér ekki, Amy?“, þá skildi ég hann vel.

Ég lofaði engu, en leit á hann, og hann virtist ánægður, og ekki gafst tími til annars en skilaboða og kveðju, því hann fór innan klukkustundar, og við söknum hans öll mjög. Ég veit, að hann vildi tala, en ég held, af því sem hann gaf einu sinni í skyn, að hann hafi lofað föður sínum að gera ekkert slíkt enn um sinn, því hann er bráðlyndur drengur, og hinn gamli herra óttast útlenda tengdadóttur. Við hittumst brátt í Róm, og þá, ef ég hef ekki skipt um skoðun, mun ég segja: „Já, þakka þér“, þegar hann segir: „Viltu, gjörðu svo vel?“

Auðvitað er þetta allt mjög einkamál, en ég vildi, að þú vissir, hvað er í gangi. Vertu ekki kvíðin mín vegna, mundu, að ég er „hugsýn Amy“ þín, og vertu viss um, að ég geri ekkert af óyfirlögðu ráði. Sendu mér eins mörg ráð og þú vilt. Ég mun nota þau, ef ég get. Ég vildi, að ég gæti séð þig og rætt þetta vel og lengi, Marmee. Elskaðu mig og treystu mér.

Ævinlega þín

AMY

ÞRÍTUGASTI OG ANNAR KAFLI

VIÐKVÆM VANDRÆÐI

„Jo, ég hef áhyggjur af Beth.“

„Hvers vegna, mamma? Hún hefur virst óvenju hress síðan börnin komu.“

„Það er ekki heilsan, sem veldur mér nú áhyggjum, heldur hugur hennar. Ég er viss um, að eitthvað hvílir á henni, og ég vil, að þú komist að því, hvað það er.“

„Hvað fær þig til að halda það, mamma?“

„Hún situr mikið ein og talar ekki við föður sinn eins og hún var vön. Ég fann hana grátandi yfir börnunum um daginn. Þegar hún syngur, velur hún ávallt sorgleg lög, og öðru hverju sé ég svip í andliti hennar, sem ég skil ekki. Þetta er ekki líkt Beth, og það veldur mér áhyggjum.“

„Hefurðu spurt hana um það?“

„Ég hef reynt það einu sinni eða tvisvar, en hún annaðhvort sneiddi hjá spurningunum eða leit svo angistarlega út, að ég hætti. Ég neyði aldrei börnin mín til trúnaðar, og ég þarf sjaldan að bíða lengi eftir honum.“

Frú March leit til Jo, þegar hún sagði þetta, en andlitið á móti virtist ómeðvitað um nokkra leynda óró, nema þá, sem sneri að Beth, og eftir að hafa saumað hugsi um stund sagði Jo: „Ég held, að hún sé að vaxa úr grasi og fari því að dreyma drauma og bera vonir og ótta og óútskýrða óróa í brjósti, án þess að vita hvers vegna eða geta skýrt það. Hvers vegna, mamma, Beth er átján ára, en við gerum okkur ekki grein fyrir því og komum fram við hana eins og barn, gleymum því, að hún er kona.“

„Svo er það. Elsku hjarta, hve fljótt þið vaxið úr grasi,“ svaraði móðirin með andvarpi og brosi.

„Það verður ekki umflúið, Marmee, svo þú verður að sætta þig við alls kyns áhyggjur og leyfa fuglunum þínum að hoppa úr hreiðrinu, einum af öðrum. Ég lofa að hoppa aldrei mjög langt, ef það veitir þér nokkra huggun.“

„Það veitir mér mikla huggun, Jo. Ég finn alltaf til styrks, þegar þú ert heima, nú þegar Meg er farin. Beth er of veikburða og Amy of ung til að reiða sig á, en þegar á reynir, ert þú ætíð reiðubúin.“

„Þú veist, að ég amast ekki við erfið verk, og það þarf alltaf einn dugnaðarmann í fjölskyldu. Amy er frábær í fínu verkunum, en ekki ég, en ég er í mínu element, þegar taka þarf upp öll teppin eða hálf fjölskyldan veikist í einu. Amy aflar sér frægðar erlendis, en ef eitthvað bjátar á heima, þá er ég maðurinn þinn.“

„Ég fel Beth þá í þínar hendur, því hún mun opna sitt blíða litla hjarta fyrr fyrir Jo sinni en nokkrum öðrum. Vertu mjög góð við hana og láttu hana ekki halda, að nokkur fylgist með henni eða tali um hana. Ef hún yrði aðeins aftur alheil og glaðlynd, ætti ég enga ósk í heiminum.“

„Hamingjusöm kona! Ég á þær í hrönnum.“

„Elsku barn, hverjar eru þær?“

„Ég leysi vanda Bethy og segi þér svo frá mínum. Þær eru ekki mjög þreytandi, svo þær bíða.“ Og Jo saumaði áfram með vitandi kinki, sem róaði hjarta móður hennar að minnsta kosti um sinn.

Þótt Jo virtist upptekin af eigin málum, fylgdist hún með Beth og komst, eftir margar misvísandi tilgátur, að lokum að niðurstöðu, sem virtist skýra breytinguna á henni. Lítið atvik gaf Jo, að hennar mati, lykil að leyndardómnum, og lífleg ímyndun og ástríkt hjarta bættu við afganginum.

Hún þóttist skrifa af miklum móði eitt laugardagseftirmiðdegi, þegar hún og Beth voru einar saman. En meðan hún krotaði, hafði hún auga á systur sinni, sem virtist óvenju hljóðlát. Sitjandi við gluggann lét Beth handavinnuna oft falla í kjöltu sér og studdi höfuðið á hendinni í dapurlegri stellingu, meðan augun hvíldu á drungalegu haustlandslaginu. Skyndilega gekk einhver framhjá niðri og flautaði eins og óperusvartþröstur, og rödd kallaði: „Allt í lagi! Kem í kvöld."

Beth kipptist við, hallaði sér fram, brosti og kinkaði kolli, fylgdi gangandi manninum með augunum, uns snöggt fótatak hans fjaraði út, og sagði síðan lágt, eins og við sjálfa sig: „Hve hraustur og glaðlyndur þessi elskulegi drengur lítur út."

„Hm!" sagði Jo og beindi enn athyglinni að andliti systur sinnar, því bjarti roðinn hvarf jafnskjótt og hann kom, brosið leið út, og brátt lá tár glitrandi á gluggasyllunni. Beth strauk það burt, og í hálfsnúinni ásjónu hennar las Jo blíða sorg, sem fyllti hennar eigin augu tárum. Hún óttaðist að svíkja sig og laumaðist burt, muldrandi eitthvað um að sækja meira pappír.

„Guð minn góður, Beth elskar Laurie!" sagði hún og settist í herbergi sitt, föl af þeirri uppgötvun, sem hún taldi sig nýlega hafa gert. „Ég hef aldrei dreymt um slíkt. Hvað mun mamma segja? Ég velti því fyrir mér, hvort hún ..." Þar þagnaði Jo og roðnaði skyndilega djúpt. „Ef hann elskaði hana ekki á móti, hve hræðilegt væri það. Hann hlýtur að gera það. Ég skal láta hann!" Og hún hristi höfuðið ógnandi að myndinni af hrekkjóttlegum drengnum, sem brosti til hennar af veggnum. „Ó, kæri minn, við erum sannarlega að vaxa úr grasi. Meg er gift og orðin móðir, Amy dafnar í París, og Beth er ástfangin. Ég ein hef nægilega skynsemi til að halda mér frá vandræðum." Jo hugsaði ákaflega um stund með augun föst á myndinni, sléttaði síðan hrukkótta ennið og sagði með ákveðnu kinki til andlitsins á móti: „Nei, þakka þér, herra minn, þú ert mjög heillandi, en þú ert ekki stöðugri en veðurhani. Þú þarft því ekki að skrifa tilfinningaþrungin bréf og brosa með þeim innsmjúga hætti, því það gagnar ekkert, og ég leyfi það ekki."

Síðan andvarpaði hún og féll í hugsanir, uns dauf rökkrinu var farið að síga og hún fór niður til að fylgjast betur með, og það staðfesti aðeins grun hennar. Þótt Laurie daðraði við Amy og gerði að gamni sínu með Jo, hafði framkoma hans gagnvart Beth ætíð verið sérlega blíð og mild, en það átti þó einnig við um alla aðra. Því datt engum í hug, að hann bæri meiri hlýhug til hennar en hinna. Raunar hafði sú skoðun á síðari tímum náð fótfestu í fjölskyldunni, að „strákurinn okkar" hefði enn meiri mætur á Jo en áður, en hún vildi ekki heyra orð um það og skammaði heiftarlega, ef nokkur dirfðist að gefa slíkt í skyn. Hefðu þau vitað um hin ýmsu blíðu tilvik, sem höfðu verið stöðvuð í fæðingu, hefðu þau haft hina miklu ánægju af að segja: „Við sögðum það." En Jo hataði slíkt ástarfikt og leyfði það ekki, hafði ætíð brandara eða bros á takteinum við minnsta vott um yfirvofandi hættu.

Þegar Laurie fór fyrst í háskóla, varð hann ástfanginn um það bil einu sinni í mánuði, en þessir litlu logar voru jafnstuttir og ákafir, ollu engu tjóni og skemmtu Jo mjög, því hún fylgdist af áhuga með víxlun vonar, örvæntingar og uppgjafar, sem honum var trúað fyrir í vikulegum samræðum þeirra. En svo kom sá tími, að Laurie hætti að dýrka við mörg hof, gaf í skyn eina alltumlykjandi ástríðu og fékk öðru hverju byronska þunglyndiskippi. Þá forðaðist hann allt slíkt tal, skrifaði heimspekileg bréf til Jo, varð námfús og lét í veðri vaka, að hann hygðist „grafa" af kappi og útskrifast með glæsibrag. Það féll unga konunni betur í geð en kvöldrökkursamtöl, blíð handtök og mælsk augnaráð, því hjá Jo þroskaðist hugurinn fyrr en hjartað, og hún kaus sér fremur ímyndaðar hetjur en raunverulegar, því þegar hún þreyttist á hinum fyrri mátti loka þær inni í blikkeldhúsinu, uns þeirra var þörf, en hinir síðari reyndust síður viðráðanlegir.

Málin stóðu þannig, þegar hin mikla uppgötvun var gerð, og Jo fylgdist með Laurie það kvöld, eins og hún hafði aldrei gert fyrr. Hefði hin nýja hugmynd ekki tekið sér bólfestu í huga hennar, hefði hún ekkert óvenjulegt séð í því, að Beth var mjög hljóðlát og Laurie afar blíður við hana. En þar sem hún hafði gefið líflegu ímyndunarafli sínu lausan tauminn, þaut það áfram með hana af miklum hraða, og heilbrigð skynsemi, sem veikst hafði nokkuð af löngu ástarsagnaskrifum, kom ekki til bjargar. Að venju lá Beth á sófanum og Laurie sat í lágum stól við hlið hennar og skemmti henni með alls konar slúðri, því hún reiddi sig á vikulega „hringferð“ hans, og hann brást henni aldrei. En þetta kvöld þótti Jo augun hvíla með sérkennilegri ánægju á hinu fjöruga, dökka andliti við hliðina á henni, og hún hlýða með ákafri athygli frásögn af spennandi krikketleik, þótt orð eins og „gripinn af skoti“, „sleginn út af velli“ og „leggurinn þrír“ væru henni jafnskiljanleg og sanskrít. Hún ímyndaði sér einnig, þar sem hún hafði ákveðið að sjá það, að hún sæi aukna mildi í framkomu Laurie, að hann lækkaði stundum röddina, hló sjaldnar en venjulega, væri dálítið fjarverandi og breiddi ábreiðuna yfir fætur Beth með nærri því blíðri natni.

„Hver veit? Undarlegri hlutir hafa gerst,“ hugsaði Jo, meðan hún stússaði um herbergið. „Hún mun gera hann að sannkölluðum engli, og hann mun gera lífið yndislega auðvelt og ánægjulegt fyrir þá elskulegu, ef þau elska aðeins hvort annað. Ég sé ekki, hvernig hann gæti annað, og ég trúi því, að hann myndi gera það, ef við hinar værum úr vegi.“

Þar sem allir voru úr vegi nema hún sjálf, fór Jo að finna, að hún ætti að koma sér sem fyrst fyrir í burtu. En hvert skyldi hún fara? Og brennandi af löngun til að færa sig sjálfa sem fórn á altari systurlegs kærleika, settist hún niður til að útkljá það mál.

Gamli sófinn var sannkallaður ættfaðir sófa, langur, breiður, vel bólstraður og lágur, dálítið slitinn, enda höfðu stúlkurnar sofið og legið á honum sem börn, veitt yfir bakinu, riðið á örmunum og haft dýrasöfn undir honum í æsku, og síðar hvílt þreytt höfuð, dreymt drauma og hlustað á blítt tal sem ungar konur. Þær elskuðu hann allar, því hann var athvarf fjölskyldunnar, og eitt horn hans hafði ætíð verið uppáhalds hvíldarstaður Jo. Meðal margra púða, sem prýddu hinn virðulega legubekk, var einn harður og kringlóttur, klæddur strýju úr hrosshári og með hnöppum á báðum endum. Þessi fráhrindandi púði var hennar sérlega eign, notaður sem varnarvopn, víggirðing eða harður varnarmúr gegn of miklum svefni.

Laurie þekkti þennan púða vel og hafði fulla ástæðu til að líta á hann með djúpri andúð, því hann hafði í fyrri tíð verið miskunnarlaust barinn með honum, þegar ærsl voru leyfð, og nú var honum oft meinað að sitja í því sæti, sem hann þráði mest, við hlið Jo í sófahorninu. Ef „pylsan“, eins og þau kölluðu hann, stóð á endanum, var það merki um, að hann mætti nálgast og hvílast, en lægi hún þversum yfir sófanum, þá væri vá fyrir mann, konu eða barni, sem dirfðist að raska henni! Það kvöld gleymdi Jo að víggirða hornið sitt, og hún hafði ekki setið þar í fimm mínútur, þegar mikill skuggi birtist við hlið hennar, og með báða handleggina breidda yfir bak sófans og báða langa fætur teygða fram fyrir sig, sagði Laurie með ánægjuandvarpi: „Nú er þetta verðug fylling.“

„Enginn slangur,“ snaraði Jo og skellti púðanum niður. En það var of seint, þar var ekkert pláss fyrir hann, og hann rann á gólfið og hvarf með dularfullum hætti.

„Komdu nú, Jo, vertu ekki þyrnum stráð. Eftir að hafa lesið sig í beinagrind alla vikuna á maður skilið dálítinn dekur og ætti að fá hann.“

„Beth getur dekrað við þig. Ég er upptekin.“

„Nei, hún á ekki að vera plöguð af mér, en þú kannt vel við slíkt, nema þú hafir skyndilega misst smekkinn fyrir því. Hefurðu það? Hatarðu drenginn þinn og vilt kasta púðum í hann?“

Sjaldan heyrðist nokkuð meira lokkandi en þessi blíða áköllun, en Jo kæfði „drenginn sinn“ með því að snúa sér að honum og spyrja hörkulega: „Hve marga blómvendi hefurðu sent ungfrú Randal í þessari viku?“

„Ekki einn, sver það. Hún er trúlofuð. Svona þá.“

„Ég er fegin, það er ein af þínum heimskulegu eyðslusemi, að senda blóm og annað slíkt til stúlkna, sem þér er sama um,“ hélt Jo áfram ávítandi.

„Skynsamar stúlkur, sem mér þykir heilmikið vænt um, leyfa mér ekki að senda sér ‚blóm og annað slíkt‘, svo hvað á ég að gera? Tilfinningar mínar þurfa útrás.“

„Mamma samþykkir ekki daður, jafnvel þótt það sé í gamni, og þú daðrar ógurlega, Teddy.“

„Ég gæfi hvað sem er fyrir að geta svarað: ‚Það gerir þú líka.‘ Þar sem ég get það ekki, segi ég aðeins, að ég sé enga skaðsemi í þessu skemmtilega litla leikriti, ef allir aðilar skilja, að það sé aðeins leikur.“

„Jú, það lítur skemmtilega út, en ég get ekki lært, hvernig það er gert. Ég hef reynt, því manni finnst óþægilegt í félagsskap að gera ekki eins og aðrir, en mér gengur það ekki,“ sagði Jo og gleymdi að vera leiðbeinandi.

„Taktu kennslu hjá Amy, hún hefur meðfædda hæfileika til þess.“

„Já, hún gerir það mjög fallega og fer aldrei of langt. Ég hygg, að sumum sé það eðlislægt að þóknast án þess að reyna, en aðrir segi og geri ávallt hið ranga á röngum stað.“

„Ég er feginn, að þú kannt ekki að daðra. Það er sannarlega hressandi að sjá skynsama og hreinskilna stúlku, sem getur verið glaðvær og góðhjörtuð án þess að gera sig að fífli. Milli okkar sagt, Jo, ganga sumar stúlkur, sem ég þekki, svo langt, að mér verður beinlínis til skammar. Þær meina ekkert illt, það er ég viss um, en ef þær vissu, hvernig við strákarnir tölum um þær á eftir, myndu þær líklega bæta ráð sitt.“

„Þær gera hið sama, og þar sem tungur þeirra eru hvassastar, koma þið strákarnir verr út úr því, því þið eruð jafnfávísir og þær, hvergi betri. Ef þið hegðuðuð ykkur sómasamlega, myndu þær gera það einnig, en þar sem þið kunnið vel að meta vitleysuna, halda þær henni áfram, og síðan kennið þið þeim um.“

„Lítið veistu um það, ungfrú,“ sagði Laurie í yfirburðartón. „Við höfum ekki mætur á ærslum og daðri, þótt við látum stundum eins og svo sé. Fallegar og hógværar stúlkur eru aldrei ræddar nema með virðingu meðal herramanna. Blessuð sakleysissál! Værir þú í mínum sporum í mánuð, myndirðu sjá sitthvað, sem kæmi þér dálítið á óvart. Satt að segja, þegar ég sé eina af þessum ótemju stúlkum, langar mig ávallt að segja með vini okkar, Cock Robin:

,Út með þig, skömm með þig,

djarfa og dónalega stúlka!'"

Það var ógerlegt að hlæja ekki að hinu skoplega misræmi milli riddaralegrar tregðu Laurie til að mæla illa um kvenfólk og hins eðlilega óþols hans gagnvart þeirri ókvenlegu heimsku, sem hann sá svo mörg dæmi um í tískusamfélaginu. Jo vissi, að „ungi Laurence" var talinn afar eftirsóknarverður kvonfang meðal veraldarvana mæðra, að dætur þeirra brostu mikið til hans, og að hann var nægilega smjaðraður af konum á öllum aldri til að gera hann hégómlegan. Því fylgdist hún nokkuð öfundsjúk með honum, óttaðist að hann spilltist, og gladdist meira en hún lét í ljós, þegar hún sá, að hann trúði enn á hógværar stúlkur. Hún sneri sér skyndilega aftur að áminningartóninum, lækkaði röddina og sagði: „Ef þú þarft útrás, Teddy, þá farðu og helgaðu þig einni af þessum ,fallegu og hógværu stúlkum', sem þú berð virðingu fyrir, en eyðsl ekki tíma þínum með þeim fávísu."

„Ráðleggurðu það í alvöru?" Og Laurie leit á hana með einkennilegri blöndu kvíða og glettni í svipnum.

„Já, það geri ég, en þú ættir að bíða þar til þú hefur lokið námi, og undirbúa þig meantime fyrir það hlutverk. Þú ert ekki nærri því nógu góður fyrir - ja, hver sem hin hógværa stúlka kann að vera." Og Jo leit einnig dálítið undarlega út, því nafn hafði næstum sloppið fram af vörum hennar.

„Það er ég sannarlega ekki!" játaði Laurie með auðmýkt, sem var honum ný, og lét augun síga, meðan hann vafði óafvitandi skúfi á svuntu Jo um fingur sér.

„Guð minn góður, þetta gengur ekki," hugsaði Jo og bætti upphátt við: „Farðu og syngdu fyrir mig. Ég er að deyja úr tónlistarþorsta og hef alltaf mætur á söngnum þínum."

„Ég vil heldur vera hér, þakka þér."

„Það geturðu ekki, hér er ekkert pláss. Farðu og gerðu þig nytsamlegan, þar sem þú ert of stór til að vera skraut. Hélt ég ekki, að þú hataðir að vera bundinn við svuntuband konu?" svaraði Jo og vitnaði í uppreisnargjörn orð hans sjálfs.

„Já, það veltur á því, hver ber svuntuna!" og Laurie kippti djarflega í skúfinn.

„Ferðu?" spurði Jo og kastaði sér að púðanum.

Hann flýði samstundis, og um leið og heyrðist „Upp með hatta hins hrausta Dundee," laumaðist hún burt og kom ekki aftur fyrr en ungi herramaðurinn hafði farið í talsverðu fýlukasti.

Jo lá lengi vakandi það kvöld og var rétt að sofna, þegar bældur hljóð af gráti lét hana stökkva að rúmi Beth með kvíðafullri spurningu: „Hvað er það, elskan mín?"

„Ég hélt, að þú værir sofnuð," sobbaði Beth.

„Er það gamli verkurinn, dýrmæta mín?"

„Nei, það er nýr, en ég get borið hann," og Beth reyndi að hemja tárin.

„Segðu mér allt um hann og leyfðu mér að lækna hann, eins og ég gerði svo oft við hinn."

„Þú getur það ekki, það er engin lækning." Þar brast rödd Beth, og hún klamraði sig að systur sinni og grét svo örvæntingarfullt, að Jo varð hrædd.

„Hvar er hann? Á ég að kalla á mömmu?“

„Nei, nei, kallaðu ekki á hana, segðu henni það ekki. Mér batnar bráðum. Leggstu hér og strjúktu höfuðið mitt. Ég skal vera róleg og sofna, það geri ég sannarlega.“

Jo hlýddi, en meðan hönd hennar strauk mjúklega fram og aftur yfir heitt enni Beth og vot augnlok hennar, var hjarta hennar fullt, og hana langaði að tala. En þótt Jo væri ung hafði hún lært, að hjörtu, líkt og blóm, má ekki meðhöndla harkalega, heldur verða þau að opnast af sjálfu sér. Þótt hún teldi sig vita orsök hins nýja sárs Beth, sagði hún því aðeins í blíðasta tóni sínum: „Er eitthvað, sem kvelur þig, elskan mín?“

„Já, Jo,“ eftir langa þögn.

„Myndi það ekki hugga þig að segja mér, hvað það er?“

„Ekki núna, ekki enn.“

„Þá spyr ég ekki, en mundu, Bethy, að mamma og Jo eru ávallt reiðubúnar að hlusta og hjálpa þér, ef þær geta.“

„Ég veit það. Ég segi þér frá því síðar.“

„Er verkurinn minni núna?“

„Ó já, miklu betri. Þú ert svo hughreystandi, Jo.“

„Sofnaðu, elskan mín. Ég verð hjá þér.“

Þannig sofnuðu þær kinn við kinn, og morguninn eftir var Beth aftur orðin hún sjálf, því átján ára gömul hvorki höfuð né hjörtu þjást lengi, og ástúðlegt orð getur læknað flest mein.

En Jo hafði tekið ákvörðun, og eftir að hafa velt áætlun fyrir sér um nokkra daga, trúði hún móður sinni fyrir henni.

„Þú spurðir mig um daginn hverjar óskir mínar væru. Ég skal segja þér eina þeirra, Marmee," byrjaði hún, þar sem þær sátu saman. „Mig langar að fara burt eitthvert í vetur til tilbreytingar."

„Hvers vegna, Jo?" Og móðirin leit snöggt upp, eins og orðin gætu haft tvíþætta merkingu.

Með augun á handavinnunni svaraði Jo alvarlega: „Mig langar í eitthvað nýtt. Ég er óróleg og þrái að sjá, gera og læra meira en ég geri nú. Ég hugsa of mikið um mín eigin smámál og þarf að hristast upp, svo þar sem hægt er að vera án mín í vetur, langar mig að hoppa dálítið og reyna vængina."

„Hvert ætlarðu að hoppa?"

„Til New York. Mér datt góð hugmynd í hug í gær, og hún er þessi. Þú veist, að frú Kirke skrifaði þér og bað um virðulega unga manneskju til að kenna börnunum sínum og sauma. Það er dálítið erfitt að finna réttu manneskjuna, en ég held, að ég gæti hentað, ef ég reyndi."

„Elsku barn, að fara í vist í því stóra gistiheimili!" og frú March leit undrandi út, þó ekki óánægð.

„Það er ekki beinlínis að fara í vist, því frú Kirke er vinkona þín, hin besta sál, sem lifað hefur, og hún myndi gera dvölina ánægjulega fyrir mig, það veit ég. Fjölskylda hennar er aðskilin frá hinum, og enginn þekkir mig þar. Mér er sama, þótt þeir geri það. Þetta er heiðarleg vinna, og ég skammast mín ekki fyrir hana."

„Það geri ég heldur ekki. En skrifin þín?"

„Þau njóta góðs af tilbreytingunni. Ég mun sjá og heyra nýja hluti, fá nýjar hugmyndir, og jafnvel þótt ég hafi ekki mikinn tíma þar, mun ég færa heim heilmikið efni í ruslið mitt."

„Ég efast ekki um það, en eru þetta einu ástæðurnar fyrir þessari skyndilegu hugmynd?“

„Nei, mamma.“

„Má ég vita hinar?“

Jo leit upp og Jo leit niður, sagði síðan hægt, með roða í kinnum: „Það kann að vera hégómlegt og rangt að segja það, en ég óttast, að Laurie sé að verða of hrifinn af mér.“

„Þá þykir þér ekki vænt um hann á þann hátt, sem augljóst er, að hann fer að bera til þín?“ Og frú March leit áhyggjufull á hana, þegar hún spurði.

„Guð minn góður, nei! Ég elska þennan kæra dreng eins og ég hef ætíð gert og er ósegjanlega stolt af honum, en hvað annað varðar, þá kemur það ekki til greina.“

„Ég er fegin að heyra það, Jo.“

„Hvers vegna, má ég spyrja?“

„Því, elskan mín, mér finnst þið ekki henta hvort öðru. Sem vinir eruð þið mjög hamingjusöm, og deilur ykkar ganga fljótt yfir, en ég óttast, að þið mynduð bæði rísa upp í andstöðu, ef þið væruð bundin ævilangt saman. Þið eruð of lík og of frelsiselskandi, svo ekki sé minnst á skaplyndi og sterkan vilja, til að lifa hamingjusamlega saman í sambandi, sem krefst óendanlegrar þolinmæði og umburðarlyndis, ekki síður en ástar.“

„Það var einmitt sú tilfinning, sem ég hafði, þótt ég gæti ekki sett hana í orð. Ég er fegin, að þú telur, að hann sé aðeins að byrja að bera til mín slíkar tilfinningar. Það myndi hryggja mig mjög að gera hann óhamingjusaman, því ég gæti ekki orðið ástfangin af þessum kæra gamla vini mínum af einskærri þakklæti, gæti ég?“

„Ertu viss um tilfinningar hans til þín?“

Rjóðinn dýpkaði í kinnum Jo, þegar hún svaraði með svip, þar sem ánægja, stolt og sársauki runnu saman, þann svip sem ungar stúlkur bera, þegar þær tala um fyrsta ástmann sinn: „Ég óttast, að svo sé, mamma. Hann hefur ekkert sagt, en hann horfir mikið. Ég held, að ég fari best af stað áður en þetta leiðir til einhvers.“

„Ég er þér sammála, og ef því verður við komið, skaltu fara.“

Jo leit léttari út og sagði eftir stutta þögn með brosi: „Hvernig frú Moffat myndi furða sig á skorti þínum á stjórnkænsku, ef hún vissi, og hve mjög hún myndi gleðjast yfir því, að Annie megi enn vona.“

„Æ, Jo, mæður kunna að vera ólíkar í stjórnun sinni, en vonin er sú sama hjá þeim öllum – löngunin að sjá börn sín hamingjusöm. Meg er svo, og ég er sátt við hennar farsæld. Þér leyfi ég að njóta frelsis þíns, þar til þú þreytist á því, því aðeins þá munt þú finna, að eitthvað er sætara. Amy er nú mitt helsta áhyggjuefni, en skynsemi hennar mun hjálpa henni. Hvað Beth varðar, geri ég mér engar vonir aðrar en þær, að hún megi halda heilsu. Að því sögðu, þá virðist hún bjartari þessa síðustu daga. Hefur þú talað við hana?“

„Já, hún játaði, að hún bæri áhyggju, og lofaði að segja mér síðar. Ég spurði ekki frekar, því ég held, að ég viti það,“ og Jo sagði móður sinni litlu söguna.

Frú March hristi höfuðið og leit ekki jafn rómantískum augum á málið, heldur varð alvarleg á svip og ítrekaði þá skoðun sína, að Jo ætti að fara um sinn, Laurie til heilla.

„Látum hann ekkert vita, fyrr en áætlunin er ákveðin, og þá hleyp ég burt áður en hann nær að safna hugsunum sínum og verða harmrænn. Beth má halda, að ég fari til að gera mér til geðs, eins og ég geri, því ég get ekki rætt Laurie við hana. En hún getur hlúð að honum og huggað hann, þegar ég er farin, og þannig læknað hann af þessari rómantísku hugmynd. Hann hefur gengið í gegnum svo margar smáprófanir af þessu tagi, að hann er orðinn vanur því og mun brátt ná sér af ástarsorg sinni.“

Jo mælti vonarfull, en gat þó ekki losað sig við þann óljósa ótta, að þessi „smáprófun“ yrði þyngri en hinar, og að Laurie myndi ekki ná sér af „ástarsorginni“ jafn auðveldlega og áður.

Áætlunin var rædd á fjölskylduráði og samþykkt, því frú Kirke tók Jo með gleði og hét því að búa henni notalegt heimili. Kennslan myndi gera hana sjálfstæða, og þann frítíma, sem hún hefði, mætti nýta til ritstarfa, meðan nýjar aðstæður og nýtt samfélag yrðu bæði gagnleg og ánægjuleg. Jo líkaði horfurnar og þráði að leggja af stað, því heimilishreiðrið var farið að verða of þröngt fyrir órólegt eðli hennar og ævintýragjarna lund. Þegar allt var ákveðið sagði hún Laurie frá því með kvíða og titrandi hjarta, en henni til undrunar tók hann því með mikilli ró. Hann hafði verið alvarlegri en endranær upp á síðkastið, en þó mjög ljúfur, og þegar hann var í gamni sakaður um að snúa við nýju blaði, svaraði hann alvarlega: „Það geri ég, og ég ætla, að þetta blað verði snúið áfram.“

Jo varð mjög létt, að eitt af dyggðarköstum hans skyldi koma yfir hann einmitt þá, og bjó sig til fararinnar með léttara hjarta, því Beth virtist glaðari, og hún vonaði, að hún gerði öllum hið besta.

„Eitt skil ég eftir í þinni sérstöku umsjá,“ sagði hún kvöldið áður en hún fór.

„Áttu við handritin þín?“ spurði Beth.

„Nei, drenginn minn. Vertu mjög góð við hann, viltu það?“

„Auðvitað verð ég það, en ég get ekki fyllt þitt sæti, og hann mun sakna þín sárt.“

„Það mun ekki skaða hann. Mundu því, að ég skil hann eftir í þinni vörslu, til að stríða honum, gæla við hann og halda honum í skefjum.“

„Ég mun gera mitt besta, þín vegna,“ lofaði Beth og undraðist, hvers vegna Jo horfði svo einkennilega á hana.

Þegar Laurie kvaddi hvíslaði hann merkingarþrungið: „Það mun ekki gera nokkurt gagn, Jo. Ég hef auga með þér, svo gættu þín á því, hvað þú gerir, ella kem ég og sæki þig heim.“

ÞRÍTUGASTI OG ÞRIÐJI KAFLI
DAGBÓK JO

New York, nóvember

Kæra Marmee og Beth,

Ég ætla að skrifa ykkur heila bók, því ég hef ógrynni að segja, þótt ég sé ekki fín ung dama á ferðalagi um meginlandið. Þegar ég missti sjónar af kæra gamla andliti pabba, varð mér dálítið þungt í skapi, og ég hefði getað látið falla einn eða tvo salta tárdropa, ef írsk kona með fjögur smábörn, sem öll grétu meira eða minna, hefði ekki beint huganum frá því, því ég skemmti mér við að láta piparkökuhnappa detta yfir sætið í hvert sinn sem þau opnuðu munninn til að orga.

Brátt kom sólin fram, og ég tók það sem góðan fyrirboða, hresstist sömuleiðis og naut ferðarinnar af öllu hjarta.

Frú Kirke tók svo vingjarnlega á móti mér, að mér leið þegar sem heima, jafnvel í þessu stóra húsi, sem er fullt af ókunnugu fólki. Hún gaf mér skrítinn lítinn himinstofuherbergiskrók - það eina sem hún átti - en þar er ofn og fallegt borð við sólríkan glugga, svo ég get setið hér og skrifað hvenær sem mér þóknast. Fagurt útsýni og kirkjuturn á móti bæta upp margar tröppurnar, og ég fékk þegar dálæti á bæli mínu. Barnaherbergið, þar sem ég á að kenna og sauma, er notalegt herbergi við hlið einkastofu frú Kirke, og litlu stúlkurnar tvær eru lagleg börn, dálítið spillt, hygg ég, en þær tóku vel við mér eftir að ég sagði þeim söguna um Gyllinbörnin sjö, og ég efast ekki um, að ég verði fyrirmyndar barnakennari.

Ég á að snæða með börnunum, ef ég kýs það fremur en að sitja við stóra borðið, og að sinni geri ég það, því ég er feimin, þótt enginn vilji trúa því.

„Nú, elskan mín, láttu þér líða sem heima," sagði frú K. á sinn móðurlega hátt. „Ég er á þönum frá morgni til kvölds, eins og þú mátt ætla með svo stórt heimili, en mikil áhyggja léttist af huga mér, ef ég veit, að börnin eru örugg hjá þér. Herbergin mín standa þér ætíð opin, og þitt eigið skal verða eins þægilegt og ég get gert það. Hér býr ýmislegt geðugt fólk, ef þig langar í félagsskap, og kvöldin þín eru alltaf frjáls. Komdu til mín, ef eitthvað fer úrskeiðis, og reyndu að vera eins hamingjusöm og þú getur. Þar hringir tebjallan, ég verð að flýta mér og skipta um húfu." Og hún þaut af stað og skildi mig eftir að koma mér fyrir í nýja hreiðrinu.

Þegar ég gekk niður stuttu síðar, sá ég nokkuð sem mér líkaði. Tröppurnar eru mjög langar í þessu háa húsi, og þar sem ég stóð og beið efst á þriðju tröppuröðinni eftir lítilli þjónustustúlku, sem barðist upp stigann, sá ég herramann koma á eftir henni, taka þungan kolakúfinn úr hendi hennar, bera hann alla leið upp, setja hann niður við dyr skammt frá og ganga á brott, og sagði með vingjarnlegu höfuðhneigi og erlendum hreim: „Svo gengur þetta betur. Litla bakið er of ungt til að bera slíkan þunga.“

Var það ekki fallegt af honum? Mér þykja slík smáatriði væn, því eins og pabbi segir, sýna smámunir skapgerðina. Þegar ég nefndi þetta við frú K. um kvöldið, hló hún og sagði: „Það hlýtur að hafa verið prófessor Bhaer; hann er alltaf að gera slíkt.“

Frú K. sagði mér, að hann væri frá Berlín, mjög lærður og góður, en fátækur sem kirkjumús, og gæfi kennslustundir til að framfleyta sér og tveimur litlum munaðarleysingjum, systkinasonum sínum, sem hann menntar hér samkvæmt óskum systur sinnar, sem giftist Bandaríkjamanni. Ekki er það sérlega rómantísk saga, en hún vakti áhuga minn, og mér þótti vænt um að heyra, að frú K. léði honum stofuna sína fyrir suma nemenda hans. Glerhurð er milli hennar og barnaherbergisins, og ég hyggst kíkja á hann og segja ykkur síðan, hvernig hann lítur út. Hann er nærri fertugu, svo það er engin hætta, Marmee.

Eftir te og smá ærsl fyrir svefninn með litlu stúlkunum réðst ég á stóru handavinnukörfuna og átti rólegt kvöld í spjalli við nýja vinkonu mína. Ég mun halda dagbókarbréfi og senda það einu sinni í viku, svo góða nótt að sinni og meira á morgun.

Þriðjudagskvöld

Það var líflegt í litla skólanum mínum í morgun, því börnin létu eins og Sancho, og um tíma hélt ég í alvöru, að ég myndi hrista þau öll til. Einhver góður verndarandi hvíslaði mér að reyna fimleika, og ég hélt því áfram þar til þau voru fegin að setjast og sitja kyrr. Eftir hádegisverð fór stúlkan með þau út að ganga, og ég settist við handavinnuna mína eins og litla Mabel „með fúsum huga". Ég var að þakka forsjóninni fyrir að hafa lært að gera falleg hnappagöt, þegar stofudyrnar opnuðust og lokuðust, og einhver tók að raula „Kennst Du Das Land" eins og stór hunangsfluga. Það var óviðeigandi, ég veit það, en ég gat ekki staðist freistinguna, og lyfti öðrum enda tjaldsins fyrir glerhurðinni og kíkti inn. Prófessor Bhaer var þar, og meðan hann raðaði bókunum sínum, virti ég hann vel fyrir mér.

Hann var sannur Þjóðverji - fremur gildur, með brúnt hár, sem lá í óreiðu um höfuðið, þykkt skegg, gott nef, hin blíðustu augu, sem ég hef nokkru sinni séð, og stórkostlega djúpa rödd, sem gerir eyrunum gott eftir hvassan eða kærulausan klið bandarísks málskrafar. Fötin hans voru snjáð, hendurnar stórar, og hann hafði ekki beinlínis frítt andlit, nema fallegar tennurnar, en mér líkaði hann samt, því höfuðið var myndarlegt, línfötin hrein og falleg, og hann bar sig eins og herramaður, þótt tvo hnappa vantaði á frakkann og bót væri á öðrum skónum.

Hann leit alvöruþrunginn út þrátt fyrir raulið, þar til hann gekk að glugganum til að snúa hyasintulauknum að sólinni og strjúka kettinum, sem tók á móti honum eins og gömlum vini. Þá brosti hann, og þegar barið var að dyrum kallaði hann í háværum og snörpum tón: „Hér inn!“

Ég var rétt að fara að hlaupa burt, þegar ég kom auga á örlítið barn með stóra bók í fanginu, og staðnæmdist til að sjá, hvað væri að gerast.

„Mig vill minn Bhaer,“ sagði krílið og skellti bókinni niður og hljóp á móti honum.

„Þú skalt fá þinn Bhaer. Komdu þá og taktu gott faðmlag frá honum, mín Tina,“ sagði prófessorinn, hlæjandi, og lyfti henni svo hátt yfir höfuð sér, að hún varð að beygja litla andlitið niður til að kyssa hann.

„Nú ég mus læra minn lessin,“ hélt litla skrípið áfram. Þá setti hann hana upp að borðinu, opnaði stóru orðabókina, sem hún hafði með sér, gaf henni blað og blýant, og hún krotaði af ákefð, fletti öðru hverju og lét litla, bústna fingurinn renna niður síðuna, eins og hún væri að finna orð, með svo alvöruþrungnu yfirbragði, að ég var nærri búin að svíkja mig með hlátri, meðan herra Bhaer stóð og strauk fallega hárið hennar með föðurlegum svip, sem lét mig halda, að hún hlyti að vera hans eigið barn, þótt hún liti fremur út fyrir að vera frönsk en þýsk.

Annað bank og innkoma tveggja ungra kvenna sendi mig aftur að verki mínu, og þar sat ég dyggilega, þrátt fyrir allan hávaða og málæðisflóðið í næsta herbergi. Önnur stúlkan hló stöðugt tilgerðarlega og sagði: „Nú, prófessor," í kokkettlegum tón, en hin bar þýskuna sína fram með hreim, sem hlýtur að hafa gert honum erfitt fyrir að halda alvöru.

Báðar reyndu mjög á þolinmæði hans, því oftar en einu sinni heyrði ég hann segja ákveðið: „Nei, nei, það er ekki svo, þú hefir ekki gefið gaum að því, sem ég segi," og einu sinni heyrðist hátt högg, eins og hann slægi bókinni í borðið, og á eftir fylgdi örvæntingarfull upphrópun: „Prut! Allt fer þetta úrskeiðis í dag."

Aumingja maðurinn, ég vorkenndi honum, og þegar stúlkurnar voru farnar, tók ég mér eitt síðasta kíkið til að sjá, hvort hann hefði lifað það af. Hann virtist hafa kastað sér aftur í stólinn, örmagna, og sat þar með lokuð augu þar til klukkan sló tvö; þá stökk hann á fætur, stakk bókunum í vasann, eins og hann væri reiðubúinn í næstu kennslustund, og tók litlu Tinu, sem hafði sofnað á sófanum, í fangið og bar hana hljóðlega á brott. Mér finnst hann eiga erfitt líf.

Frú Kirke spurði mig, hvort ég vildi ekki fara niður í kvöldverðinn klukkan fimm, og þar sem ég fann til dálítillar heimþrár, ákvað ég að gera það, aðeins til að sjá, hvers konar fólk byggi undir sama þaki og ég. Ég gerði mig sem virðulegasta og reyndi að smeygja mér inn á eftir frú Kirke, en þar sem hún er lágvaxin og ég há, mistókst feluleikurinn nokkuð. Hún lét mig sitja hjá sér, og þegar roðinn hvarf af andlitinu, safnaði ég kjarki og leit í kringum mig.

Langt borðið var fullt, og allir önnum kafnir við að koma sér yfir matinn, einkum herrarnir, sem virtust borða eftir klukku, því þeir gleyptu í sig í fyllstu merkingu þess orðs og hurfu jafnskjótt og þeir voru búnir. Þar var hið venjulega safn ungra manna, upptekinna af sjálfum sér, ungra para, upptekinna hvert af öðru, giftra kvenna, upptekinna af börnum sínum, og eldri herramanna, upptekinna af stjórnmálum. Ég held, að ég muni ekki hafa mikið saman við neinn þeirra að sælda, nema eina ljúfa, ógifta konu, sem lítur út fyrir að hafa eitthvað inni fyrir.

Niðri við enda borðsins sat prófessorinn, kallaði svör til forvitins, heyrnardaufs öldungs á annarri hlið og ræddi heimspeki við Frakka á hinni. Hefði Amy verið hér, hefði hún snúið baki við honum að eilífu, því, því miður, hafði hann góða matarlyst og mokaði í sig matnum á þann hátt, sem hefði hryllt „hennar náð“. Mér var sama, því mér þykir vænt um að „sjá fólk borða af lyst“, eins og Hannah segir, og aumingja maðurinn hefur vafalaust þurft á miklum mat að halda eftir að hafa kennt heimskingjum allan daginn.

Þegar ég gekk upp stigann eftir kvöldverð, stóðu tveir ungu mennirnir og löguðu hattana sína fyrir framan spegilinn í forstofunni, og ég heyrði annan segja lágt við hinn: „Hver er þessi nýja manneskja?“

„Barnakennari, eða eitthvað þess háttar.“

„Hvað í ósköpunum er hún að gera við borðið okkar?“

„Vinkona gömlu konunnar.“

„Fallegt höfuð, en engan stíl.“

„Ekki nokkurn. Gefðu mér eld og komdu svo.“

Fyrst varð ég reið, en síðan lét ég það sem vind um eyru þjóta, því barnakennari er jafngildur skrifara, og ég hef vitið, þótt ég hafi ekki „stíl“, sem er meira en sumir hafa, ef marka má athugasemdir hinna glæsilegu vera, sem trömpuðu burt og reyktu eins og lélegir reykháfar. Ég hata venjulegt fólk!

Fimmtudagur

Í gær var rólegur dagur, varið í kennslu, saumaskap og skriftir í litla herberginu mínu, sem er mjög notalegt, bjart og hlýtt. Ég heyrði ýmislegt smávegis og var kynnt prófessornum. Svo virðist sem Tina sé barn frönsku konunnar, sem sér um fína strauið í þvottahúsinu hér. Litla krílið hefur misst hjarta sitt til herra Bhaer og eltir hann um húsið eins og hundur, þegar hann er heima, sem gleður hann, því hann er mjög hrifinn af börnum, þótt hann sé „batselór“.

Kitty og Minnie Kirke bera honum sömuleiðis hlýjan hug og segja alls konar sögur um leikina, sem hann finnur upp, gjafirnar, sem hann færir, og stórbrotnar sögur, sem hann segir. Yngri mennirnir gera góðlátlegt grín að honum, kalla hann Gamla Fritz, Lager-öl, Stóru Björn og spinna alls konar spaugar um nafn hans. En hann tekur því eins og drengur, segir frú Kirke, og sýnir slíkt ljúfmannlegt skap, að allir kunna vel við hann þrátt fyrir erlenda siði hans.

Ógifta konan heitir ungfrú Norton, auðug, menntuð og góð. Hún talaði við mig við kvöldverðinn í dag - því ég fór aftur að borðinu, það er svo skemmtilegt að fylgjast með fólki - og bauð mér að heimsækja sig í herbergi sitt. Hún á fallegar bækur og myndir, þekkir áhugavert fólk og virðist vingjarnleg, svo ég mun reyna að vera viðfelldin, því mig langar sannarlega í góðan félagsskap, þótt hann sé ekki af þeirri tegund, sem Amy kýs.

Ég var í stofunni okkar í gærkvöldi, þegar herra Bhaer kom inn með dagblöð handa frú Kirke. Hún var ekki viðstödd, en Minnie, sem er lítil gömul kona í lund, kynnti mig mjög prúðlega: „Þetta er vinkona mömmu, ungfrú March.“

„Já, og hún er fjörug og okkur líkar afar vel við hana," bætti Kitty við, sem er sannkallað vandræðabarn.

Við hneigðum okkur bæði, og síðan hlógum við, því hin prúða kynning og blátt áfram viðbótin mynduðu nokkuð skoplega andstæðu.

„Já, já, ég heyri að þessi óþekku kríli fara að angra yður, fröken Marsch. Ef það gerist aftur, kallið á mig og ég kem," sagði hann með hótandi grettu, sem gladdi litlu óþekktarormana mjög.

Ég lofaði því og hann kvaddi, en svo virðist sem mér sé ætlað að sjá allmikið af honum, því í dag, þegar ég gekk fram hjá dyrum hans á leið minni út, rak ég óvart regnhlífina í þær. Þær flugu upp, og þar stóð hann í slopp, með stóran bláan sokk á annarri hendi og stoppunál í hinni. Hann virtist alls ekki skammast sín, því þegar ég útskýrði atvikið og hraðaði mér áfram, veifaði hann hendinni - sokknum og öllu - og sagði með háværum og glaðlegum róm:

„Þér hafið ágætan dag til göngu. Bon voyage, Mademoiselle."

Ég hló alla leið niður stigann, en það var líka dálítið sárt að hugsa til þess, að aumingja maðurinn þyrfti sjálfur að gera við föt sín. Ég veit, að þýskir herrar sauma út, en að stoppa sokka er annað mál og ekki jafn snoturt.

Laugardagur

Ekkert hefur gerst, sem vert er að skrifa um, nema heimsókn til ungfrú Norton, sem á herbergi fullt af fallegum munum og var mjög heillandi, því hún sýndi mér alla fjársjóðina sína og spurði, hvort ég vildi stundum fara með sér á fyrirlestra og tónleika sem fylgdarkona hennar, ef ég hefði ánægju af því. Hún bar það fram sem greiða við sig, en ég er viss um, að frú Kirke hafi sagt henni frá okkur, og hún geri þetta af góðvild við mig. Ég er stolt sem Lúsífer, en slíkir greiðar frá slíkum manneskjum eru mér engin byrði, og ég þáði það með þökk.

Þegar ég kom aftur í barnaherbergið var svo mikill hávaði í stofunni, að ég leit inn, og þar var herra Bhaer á höndum og hnjám, með Tinu á bakinu, Kitty leiddi hann með sippubandi, og Minnie mataði tvo litla drengi með frækökum, meðan þeir orguðu og ærðust í búrum, sem reist voru úr stólum.

„Við erum að leika dýragarð,“ útskýrði Kitty.

„Þetta er minn effalunt!“ bætti Tina við og hélt sér í hár prófessorsins.

„Mamma leyfir okkur alltaf að gera það, sem okkur lystir á laugardagseftirmiðdegi, þegar Franz og Emil koma, er það ekki, herra Bhaer?“ sagði Minnie.

„Effaluntinn“ settist upp, jafn alvarlegur og hin, og sagði hátíðlega við mig: „Ég gef yður mitt orð, að svo sé. Ef við gerum of mikinn hávaða, skuluð þér segja: ‚Hljóð!‘ við okkur, og þá verðum við rólegri.“

Ég lofaði því, en lét dyrnar standa opnar og naut leiksins ekki síður en þau, því dásamlegri gleði hef ég sjaldan séð. Þau léku eltingaleik og hermenn, dönsuðu og sungu, og þegar tók að rökkva hrúguðust þau öll upp í sófann umhverfis prófessorinn, meðan hann sagði heillandi ævintýri um storkana á reykháfunum og litlu „koblodana“, sem riðu snjókornunum, þegar þau féllu. Ég vildi, að Bandaríkjamenn væru eins einfaldir og eðlilegir og Þjóðverjar, finnst ykkur það ekki?

Mér þykir svo vænt um að skrifa, að ég myndi halda áfram endalaust, ef sparnaðarsjónarmið stöðvuðu mig ekki, því þótt ég hafi notað þunnt bréf og skrifað smátt, hryllir mig við að hugsa um frímerkin, sem þetta langa bréf mun krefjast. Sendið bréf Amy áfram, um leið og þið getið án þess að skaða ykkur. Smáfréttir mínar munu hljóma flatar eftir glæsileika hennar, en þið munuð þó kunna að meta þær, það veit ég. Er Teddy svo upptekinn við nám, að hann finnur ekki tíma til að skrifa vinum sínum? Gættu hans vel fyrir mig, Beth, og segðu mér allt um börnin og sendu öllum ótal kærar kveðjur.

Ykkar trúfasta

Jo.

Eftirmáli. Þegar ég les yfir bréfið mitt, finnst mér það nokkuð „Bhaerlegt“, en ég hef alltaf áhuga á sérkennilegu fólki, og ég hafði í raun ekkert annað að skrifa um. Guð blessi ykkur!

DESEMBER

Elsku Betsey mín,

Þar sem þetta á að vera krotbréf, beini ég því til þín, því það kann að skemmta þér og gefa þér nokkra hugmynd um daglegt líf mitt, sem þótt kyrrlátt sé, er þó nokkuð skemmtilegt - og fyrir það má gleðjast! Eftir það, sem Amy myndi kalla herkúlesarleg átök á sviði andlegrar og siðferðilegrar ræktunar, eru hugmyndir ungu stúlknanna farnar að spretta og litlu greinarnar að beygjast, eins og ég vildi helst. Þær eru mér ekki jafn áhugaverðar og Tina og drengirnir, en ég rækja skyldu mína gagnvart þeim, og þær eru mér hrifnar.

Franz og Emil eru glaðlyndir litlir drengir, alveg eftir mínu hjarta, því blanda þýskrar og bandarískrar lundar í þeim skapar stöðugt suð og fjör. Laugardagseftirmiðdagar eru ólgutímar, hvort heldur þeir eru varið inni eða úti, því á björtum dögum fara þau öll í göngu eins og heill skóli, með prófessornum og mér til að halda reglu, og þá er sannarlega gaman.

Við erum nú orðnir góðir vinir, og ég hef byrjað að taka kennslustundir. Ég gat í raun ekki annað, og það bar svo skringilega að, að ég verð að segja þér frá því. Til að byrja á byrjuninni: frú Kirke kallaði til mín einn dag, þegar ég gekk fram hjá herbergi herra Bhaer, þar sem hún var að róta.

„Hefurðu nokkurn tíma séð svona bæli, elskan mín? Komdu og hjálpaðu mér að koma þessum bókum í lag, því ég hef snúið öllu á hvolf við að reyna að finna hvað hann hefur gert af sex nýju vasaklútunum, sem ég gaf honum ekki alls fyrir löngu."

Ég gekk inn, og meðan við unnum leit ég í kringum mig, því það var sannarlega „bæli". Bækur og pappírar alls staðar, brotin pípa á arinhillunni ásamt gamalli flautu, sem virtist aflagð, snjáður fugl án hala tísti á öðrum gluggasætinu, og kassi með hvítum músum prýddi hitt. Hálfgerðir bátar og snærisbútar lágu innan um handritin. Óhreinir litlir stígvélar stóðu við eldinn til þerris, og merki hinna hjartanlega elskuðu drengja, sem hann þrælar fyrir, mátti sjá um allt herbergið. Eftir mikla leit fundust þrír af hinum týndu hlutum, einn ofan á fuglabúrinu, annar þakinn bleki og sá þriðji brúnn af sviða, þar sem hann hafði verið notaður sem haldari.

„Svona maður!" hló góðlynd frú K., meðan hún lagði leifarnar í tuskupokann. „Ég geri ráð fyrir, að hinir hafi verið rifnir í sundur til að útbúa skip, binda um skornar fingur eða gera flugdrekahala. Það er hræðilegt, en ég get ekki skammað hann. Hann er svo utan við sig og góðlyndur, að hann leyfir þessum drengjum að vaða yfir sig. Ég lofaði að sjá um þvott og viðgerðir hans, en hann gleymir að afhenda fötin sín og ég gleymi að fara yfir þau, svo hann lendir stundum í vandræðum.“

„Leyfið mér að gera við þau,“ sagði ég. „Mér er það ekkert á móti skapi, og hann þarf ekki að vita það. Mig langar til þess, hann er svo vingjarnlegur við mig með því að færa mér bréfin mín og lána mér bækur.“

Svo ég hef komið fötum hans í lag og prjónað hæla í tvö pör af sokkum, því þeir voru orðnir bjagaðir af undarlegum stoppunum hans. Ekkert var sagt, og ég vonaði, að hann yrði þess ekki var, en einn dag í síðustu viku greip hann mig við verkið. Það hefur bæði vakið áhuga minn og skemmt mér að hlýða á kennslustundirnar, sem hann veitir öðrum, svo mig langaði að læra, því Tina hleypur inn og út og skilur dyrnar opnar, og ég get heyrt. Ég hafði setið nærri þessum dyrum og lokið við síðasta sokkinn, og reynt að skilja það, sem hann sagði við nýjan nemanda, sem er jafn heimskur og ég. Stúlkan var farin, og ég hélt, að hann væri einnig farinn, svo hljótt var, og ég var önnum kafin við að staglast á sögn og rugga mér fram og aftur á hinn fáránlegasta hátt, þegar lítill hlátur lét mig líta upp, og þar stóð herra Bhaer og horfði á mig og hló hljóðlega, meðan hann gaf Tinu merki um að svíkja hann ekki.

„Svo!“ sagði hann, þegar ég staðnæmdist og starði eins og gæs. „Þér kíkið á mig, ég kíki á yður, og það er ekki illt, en sjáið, ég er ekki að gera gaman, þegar ég spyr, hafið þér löngun til að læra þýsku?“

„Já, en þér eruð of upptekinn. Ég er of heimsk til að læra,“ stamaði ég út, rauð sem bóndarós.

„Prut! Við finnum tímann, og við finnum einnig skilninginn. Á kvöldin skal ég með gleði gefa litla kennslustund, því sjáið þér, fröken Marsch, ég á skuld að gjalda.“ Og hann benti á verkið mitt. „Já,“ segja þær hver við aðra, þessar svo góðu konur, „hann er heimskur gamall maður, hann sér ekki, hvað við gerum, hann tekur aldrei eftir því, að sokkahælarnir fara ekki lengur í göt, hann heldur, að hnappar vaxi aftur, þegar þeir detta af, og trúir, að snæri verði til af sjálfu sér.“ „Ah! En ég hef auga og sé margt. Ég hef hjarta og finn þakklæti fyrir þessu. Komið, lítil kennslustund nú þegar, eða – engin fleiri góð álfa-verk fyrir mig og mína.“

Auðvitað gat ég ekkert sagt eftir þetta, og þar sem þetta er í raun stórkostlegt tækifæri, sló ég til, og við hófumst handa. Ég tók fjórar kennslustundir og festist þá í málfræðimýri. Prófessorinn var mjög þolinmóður við mig, en það hlýtur að hafa verið honum kvöl, og öðru hvoru leit hann á mig með svo mildri örvæntingu, að mér var jafnt um það, hvort ég ætti að hlæja eða gráta. Ég reyndi bæði, og þegar kom að snökti og algerri niðurlægingu og eymd, kastaði hann málfræðinni á gólfið og marséraði út úr herberginu.

Mér fannst ég svívirt og yfirgefin að eilífu, en kenndi honum ekki um hið minnsta og var að tína saman pappírana mína, í þann mund að þjóta upp stigann og hrista mig duglega, þegar hann kom aftur inn, sprækur og brosandi eins og ég hefði unnið hetjudáð.

„Nú reynum við nýja leið. Þér og ég lesum þessi yndislegu litlu ævintýri saman og gröfum ekki framar í þeirri þurra bók, sem fer í hornið til að gera okkur ama.“

Hann talaði svo hlýlega og opnaði ævintýri H. C. Andersens svo aðlaðandi fyrir framan mig, að ég skammaðist mín enn meir og tók til við námið af slíku ákafa, að annaðhvort skyldi takast eða farast. Ég gleymdi feimninni og staglaði áfram af öllum mætti, hrasaði um löng orð, bar þau fram eftir skyndilegum innblæstri og gerði mitt allra besta. Þegar ég lauk við fyrstu blaðsíðuna og nam staðar til að ná andanum, klappaði hann saman höndunum og hrópaði af heilum hug: „Das ist gut! Nú gengur vel! Nú er minn leikur. Ég geri það á þýsku, lánið mér eyra.“ Og hann hélt áfram og muldraði orðin með djúpri rödd og slíkri ánægju, að það var jafn yndislegt að sjá sem að heyra.

Sem betur fer var sagan „Staðfasti tindátinn“, sem er svo skopleg, eins og þú veist, svo ég gat hlegið, og það gerði ég, þótt ég skildi ekki helminginn af því, sem hann las, því ég gat ekki að því gert; hann var svo einlægur, ég svo æst, og allt saman svo skondið.

Eftir það gekk betur, og nú les ég lexíurnar mínar allvel, því þessi aðferð hentar mér, og ég sé, að málfræðin smýgur inn í sögurnar og ljóðin, eins og þegar pillur eru gefnar í hlaupi. Mér líkar þetta afar vel, og hann virðist ekki enn orðinn þreyttur á því, sem er honum mjög til hróss, er það ekki? Mig langar að gefa honum eitthvað um jólin, því ég þori ekki að bjóða peninga. Segðu mér eitthvað fallegt, Marmee.

Mér þykir vænt um að heyra, að Laurie virðist svo glaður og iðinn, að hann hefur hætt að reykja og lætur hárið vaxa. Þú sérð, að Beth ræður betur við hann en ég gerði. Ég er ekki afbrýðisöm, elskan, gerðu þitt besta, en gerðu hann ekki að dýrlingi. Ég óttast, að ég gæti ekki haft mætur á honum án örlítils mannlegs óþekktarbragðs. Lestu honum brot úr bréfum mínum. Ég hef ekki tíma til að skrifa mikið, og það dugir alveg eins vel. Guði sé lof, að Beth heldur áfram að vera svo hress.

JANÚAR

Gleðilegt nýtt ár, elsku fjölskylda mín öll, sem að sjálfsögðu nær einnig til herra L. og ungs manns að nafni Teddy. Ég get ekki lýst því, hve mikla ánægju ég hafði af jólapakkanum ykkar, því ég fékk hann ekki fyrr en um kvöldið og hafði þá gefið upp alla von. Bréf ykkar kom um morguninn, en þið sögðuð ekkert um böggulinn, ætluðuð hann sem óvænta gleði, svo ég varð vonsvikin, því ég hafði haft „eins konar tilfinningu“ um, að þið mynduð ekki gleyma mér. Mér var dálítið þungt í skapi, þar sem ég sat uppi í herberginu mínu eftir teið, og þegar stóri, drullugur og lúinn böggullinn var færður mér, faðmaði ég hann og dansaði af gleði. Hann var svo heimilislegur og hressandi, að ég settist á gólfið og las og skoðaði og smakkaði og hló og grét á minn venjulega fáránlega hátt. Hlutirnir voru einmitt það, sem mig langaði í, og því betri fyrir að vera gerðir en keyptir. Nýi „bleksvuntan“ hennar Beth var frábær, og kassi Hönnu með hörðu piparkökunum verður mér dýrmætur. Ég mun vissulega nota hlýju nærfötin, sem þú sendir, Marmee, og lesa vandlega bækurnar, sem pabbi hefur merkt. Þökk sé ykkur öllum, ótal sinnum!

Tal um bækur minnir mig á, að ég er að verða rík á því sviði, því á nýársdag gaf herra Bhaer mér fallegt eintak af Shakespeare. Hann metur það mjög mikils, og ég hef oft dáðst að því, þar sem það stendur á heiðurssess með þýsku Biblíunni hans, Platóni, Hómer og Milton, svo þið getið ímyndað ykkur, hvernig mér leið, þegar hann tók það niður, án hlífar, og sýndi mér mitt eigið nafn í því, „frá vini mínum Friedrich Bhaer“.

„Þér segið oft, að þér óskið yður bókasafns. Hér gef ég yður eitt, því milli þessara spjalda,“ - hann átti við kápurnar - „eru margar bækur í einni. Lesið hana vel, og hún mun hjálpa yður mikið, því rannsókn á skapgerð í þessari bók mun hjálpa yður að lesa hana í heiminum og mála hana með penna yðar.“

Ég þakkaði honum eins og ég best gat og tala nú um „bókasafnið mitt“ eins og ég ætti hundrað bækur. Ég vissi aldrei, hve mikið býr í Shakespeare áður, en þá hafði ég heldur engan Bhaer til að skýra hann fyrir mér. Nú skuluð þið ekki hlæja að hræðilega nafninu hans. Það er hvorki borið fram „Bear“ né „Beer“, eins og fólk vill gera, heldur eitthvað þar á milli, eins og aðeins Þjóðverjar geta sagt það. Mér þykir vænt um, að þið hafið mætur á því, sem ég segi ykkur um hann, og vona, að þið kynnist honum einhvern daginn. Móðir myndi dá heita hjartað hans, faðir hinn vitra huga. Ég dáist að báðu og tel mig ríka af nýjum „vini mínum Friedrich Bhaer“.

Þar sem ég hafði ekki mikið fé og vissi ekki, hvað honum myndi líka, keypti ég nokkra smáhluti og kom þeim fyrir um herbergið, þar sem hann myndi finna þá óvænt. Þeir voru nytsamlegir, snotrir eða skoplegir: nýtt skriffærasett á borðið hans, lítið blómaker fyrir blómið hans - hann hefur alltaf eitt, eða grænan kvist í glasi, til að halda sér ferskum, segir hann - og haldara fyrir blásarann, svo hann þyrfti ekki að brenna það, sem Amy kallar „mouchoirs“. Ég gerði hann eins og þá, sem Beth fann upp, stóran fiðrildi með bústnum bol og svörtum og gulum vængjum, ullarþráðum sem fálmurum og perluaugum.

Honum líkaði hann ákaflega og setti hann á arinhilluna sem dyggðarmerki, svo það varð fremur misheppnað að lokum. Fátækur sem hann er, gleymdi hann hvorki þjón né barni í húsinu, og enginn hér, frá frönsku þvottakonunni til ungfrú Norton, gleymdi honum. Ég varð svo glöð yfir því.

Þau héldu grímuball og skemmtu sér vel á gamlárskvöld. Ég ætlaði ekki að fara niður, þar sem ég átti engan búning. En á síðustu stundu mundi frú Kirke eftir gömlum silkiklæðum, og ungfrú Norton lánaði mér blúndur og fjaðrir. Svo ég klæddist sem frú Malaprop og gekk inn með grímu fyrir andlitinu. Enginn þekkti mig, því ég dulbjó rödd mína, og engan grunaði, að hin hljóða og hrokafulla ungfrú March – því flestir halda, að ég sé mjög stirð og köld, og það er ég gagnvart strákhvolpum – gæti dansað og klæðst svo og látið út úr sér „fallega rugling í grafskriftum, eins og dæmisaga á bökkum Nílar". Ég naut þess mjög, og þegar við tókum grímurnar af var gaman að sjá undrunarsvipina. Ég heyrði einn ungan mann segja öðrum, að hann vissi, að ég hefði verið leikkona; raunar taldi hann sig muna eftir mér í einu af minni leikhúsunum. Meg mun kunna vel að meta þann brandara. Herra Bhaer var Nick Bottom, og Tina var Titanía, fullkomin lítil álfkona í faðmi hans. Að sjá þau dansa var „hreint landslag", svo notað sé orðalag Teddy.

Ég átti í raun mjög gleðilegt nýtt ár, og þegar ég hugleiddi það í herberginu mínu, fannst mér, að ég væri að komast dálítið áfram þrátt fyrir mörg mistök, því ég er nú glöð allan daginn, vinn af heilum hug og sýni öðrum meiri áhuga en áður, sem er ánægjulegt. Guð blessi ykkur öll!

Ævinlega ykkar elskandi

Jo.

ÞRÍTUGASTI OG FJÓRÐI KAFLI
VINUR

Þótt Jo væri afar hamingjusöm í hinu félagslega andrúmslofti, sem ríkti í kringum hana, og önnum kafin við dagleg störf, sem öfluðu henni brauðs og gerðu það sætara fyrir erfiðið, fann hún samt tíma til bókmenntaiðkana. Markmiðið, sem nú greip hana, var eðlilegt fyrir fátæka og metnaðargjarna stúlku, en leiðirnar, sem hún valdi til að ná því, voru ekki þær bestu. Hún sá, að peningar veittu vald; peninga og vald ætlaði hún því að eignast, ekki til að nota handa sjálfri sér einni, heldur þeim, sem hún elskaði heitar en lífið. Draumurinn um að fylla heimilið þægindum, gefa Beth allt, sem hana langaði í, allt frá jarðarberjum að vetri til orgels í svefnherbergið hennar, fara sjálf utan og eiga ávallt meira en nóg, svo hún gæti leyft sér munaðinn að sýna örlæti, hafði um árabil verið hinn ástsælasti loftkastali Jo.

Reynslan af verðlaunasögunni virtist hafa opnað leið, sem eftir langa ferð og mikla bratta göngu gæti leitt til þessa unaðslega Spánarkastala. En skáldsagnahneykslið slökkti kjark hennar um stund, því almenningsálitið er risi, sem hefur hrætt hraustari Jaka á hærri baunastönglum en hennar. Eins og hinn ódauðlegi hetja hvíldi hún sig um stund eftir fyrstu tilraunina, sem endaði með falli og hinum síst girnilegu fjársjóði risans, ef rétt er munað. En andinn, sem segir: „Upp aftur og reyna á ný“, var jafnsterkur í Jo og í Jakki, svo hún klifraði að þessu sinni upp skuggamegin og hreppti meiri feng, en var nærri því búin að skilja eftir það, sem var miklu dýrmætara en peningasekkirnir.

Hún tók að skrifa æsandi sögur, því á þeim dimmu tímum las jafnvel hin fullkomna Ameríka rusl. Hún sagði engum frá því, heldur bruggaði „spennandi frásögn“ og bar hana sjálf djarflega til herra Dashwood, ritstjóra Weekly Volcano. Hún hafði aldrei lesið Sartor Resartus, en hún hafði kvenlegt innsæi um, að klæði hefðu á marga áhrif, sem væru öflugri en persónugildi eða töfrar framkomu. Hún klæddi sig því í sitt besta og, þar sem hún reyndi að sannfæra sjálfa sig um, að hún væri hvorki æst né taugaóstyrk, klifraði hún hugrökk upp tvö myrk og skítug stigapör og fann sig í óreiðukenndu herbergi, í sígarettureykjarmökk og í návist þriggja herra, sem sátu með hælana öllu hærra en hattana, sem enginn þeirra hafði fyrir því að taka ofan við komu hennar. Nokkuð slegin af þessum móttökum hikstaði Jo á þröskuldinum og tautaði í mikilli vandræðalegri vandlætingu:

„Afsakið, ég var að leita að skrifstofu Weekly Volcano. Mig langaði að hitta herra Dashwood."

Niður fóru hæstu hælarnir, upp reis reyksælasti herrann og, þar sem hann hélt sígarettunni varlega milli fingra sér, gekk hann fram með kollhnís og svip, sem lýsti engu nema syfju. Þar sem Jo fann, að hún yrði að ljúka erindinu með einhverjum hætti, dró hún fram handrit sitt og, þar sem hún roðnaði æ meir við hverja setningu, stamaði hún út brotum úr litlu ræðunni, sem hún hafði vandlega undirbúið:

„Vinkona mín bað mig að færa yður - sögu - til reynslu - myndi þiggja álit yðar - og skrifa meira, ef þessi hentar."

Meðan hún roðnaði og stamaði, hafði herra Dashwood tekið handritið og fletti blöðunum með fremur óhreinum fingrum, þar sem hann kastaði gagnrýnum augum upp og niður snyrtilegar síðurnar.

„Ekki fyrsta tilraun, geri ég ráð fyrir?" sagði hann, þar sem hann sá, að síðurnar voru tölusettar, aðeins skrifaðar öðru megin og ekki bundnar saman með slaufu - öruggt merki byrjanda.

„Nei, herra. Hún hefur nokkra reynslu og hlaut verðlaun fyrir sögu í Blarneystone Banner."

„Ó, gerði hún það?" Og herra Dashwood leit snöggt á Jo, eins og hann tæki eftir öllu, sem hún bar, frá slaufunni í hattinum niður að hnöppunum á stígvélunum. „Jæja, þér megið skilja þetta eftir, ef þér viljið. Við höfum meira af slíku efni en við vitum, hvað gera skal við um þessar mundir, en ég mun renna yfir það og gefa yður svar í næstu viku."

Jo var ekki hrifin af því að skilja það eftir, því herra Dashwood féll henni alls ekki í geð, en við þessar aðstæður hafði hún ekkert annað að gera en að hneigja sig og ganga á brott, einkum hávaxin og virðuleg á svip, eins og hún átti til, þegar henni var misboðið eða hún var vandræðaleg. Nú var hún hvort tveggja, því af kunnuglegum augnagotum, sem herrarnir skiptu á milli sín, var auðsætt, að litla uppspuni hennar um „vinkonu mína“ þótti góð brandari, og hlátur, sem vakinn var af ósýnilegri athugasemd ritstjórans, þegar hann lokaði dyrunum, fullkomnaði ófarir hennar. Hún var hálfákveðin í að snúa aldrei aftur, en fór heim og losaði um pirring sinn með því að sauma svuntur af ákefð, og innan klukkustundar eða tveggja var hún orðin svo róleg, að hún gat hlegið að atvikinu og þráð næstu viku.

Þegar hún kom aftur, var herra Dashwood einn, og gladdi það hana. Hann var nú miklu vakandi en áður, sem var þægilegt, og hann var ekki svo niðursokkinn í sígarettuna, að hann gleymdi kurteisi sinni, svo annað viðtalið var mun þægilegra en hið fyrra.

„Við tökum þetta,“ sagði hann í viðskiptalegum tón, „ef þér hafið ekkert á móti nokkrum breytingum. Þetta er of langt, en ef sleppt er köflunum, sem ég hef merkt, verður það í hæfilegri lengd.“

Jo þekkti varla eigið handrit aftur, svo krumpaðar og undirstrikaðar voru síður og málsgreinar þess, en hún fann til líkt og viðkvæm móðir, sem beðin er að stytta fætur barns síns, svo það komist í nýja vöggu, og hún leit á merktu kaflana og varð undrandi, er hún sá, að allar siðferðilegar hugleiðingar - sem hún hafði vandlega sett inn sem kjölfestu fyrir mikla rómantík - höfðu verið strikaðar út.

„En, herra, ég hélt, að hver saga ætti að hafa einhvers konar siðferðilegan lærdóm, svo ég gætti þess að láta nokkra syndara mína iðrast.“

Ritstjórnarleg alvara herra Dashwood linnti í brosi, því Jo hafði gleymt „vinkonu“ sinni og talað eins og aðeins höfundur getur.

„Fólk vill skemmta sér, ekki láta prédika yfir sér. Siðferðisboðskapur selst ekki nú á dögum." Það var þó ekki alveg rétt fullyrðing.

„Þér teljið þá, að sagan dugi með þessum breytingum?"

„Já, söguþráðurinn er nýr og nokkuð vel unninn - málið gott og svo framvegis," svaraði herra Dashwood vinsamlega.

„Hvað fáið þér - það er að segja, hvaða greiðsla -" byrjaði Jo og vissi ekki nákvæmlega, hvernig hún ætti að orða sig.

„Ó já, við greiðum tuttugu og fimm til þrjátíu fyrir slíkt efni. Greitt, þegar það birtist," svaraði herra Dashwood, eins og þetta atriði hefði rétt sloppið hug hans. Slík smáatriði sleppa gjarnan hug ritstjóra, er sagt.

„Mjög gott, þér megið hafa hana," sagði Jo og rétti honum söguna aftur með ánægjusvip, því eftir dálkagreiðsluna þóttu henni jafnvel tuttugu og fimm vera góð laun.

„Má ég segja vinkonu minni, að þér viljið taka aðra, ef hún hefur betri en þessa?" spurði Jo, ómeðvituð um litla málfarsgloppu sína og uppörvuð af árangrinum.

„Jæja, við skulum líta á hana. Ég get ekki lofað að taka hana. Segið henni að hafa hana stutta og kryddaða og láta siðferðisboðskapinn eiga sig. Hvaða nafn hyggst vinkona yðar setja á hana?" sagði hann kæruleysislega.

„Alls ekkert, ef yður sýnist. Hún óskar ekki að nafn hennar birtist og hefur ekkert dulnefni," sagði Jo og roðnaði þrátt fyrir sjálfa sig.

„Alveg eins og henni þóknast, að sjálfsögðu. Sagan kemur út í næstu viku. Viljið þér sækja greiðsluna, eða á ég að senda hana?" spurði herra Dashwood, sem fann eðlilega löngun til að vita, hver hinn nýi framlagsmaður hans kynni að vera.

„Ég kem sjálf. Góða morgun, herra."

Þegar hún var farin, lagði herra Dashwood fæturna upp og mælti með tignarlegu kæruleysi: „Fátæk og stolt, eins og vant er, en hún dugir."

Samkvæmt leiðbeiningum herra Dashwood og með frú Northbury sem fyrirmynd stökk Jo óvarlega út í frauðhaf æsiritanna, en fyrir tilverknað björgunarhrings, sem vinur kastaði til hennar, komst hún upp aftur, ekki miklu verr á sig komin eftir kafið.

Eins og flest ung pennaskáld sótti hún sér persónur og sviðsmyndir út fyrir landsteinana, og ræningjar, greifar, sígaunar, nunnur og hertogaynjur birtust á leiksviði hennar og léku hlutverk sín með þeirri nákvæmni og þeim krafti, sem vænta mátti. Lesendur hennar voru ekki vandlátir á smáatriði á borð við málfræði, greinarmerkjasetningu og líkindi atburða, og herra Dashwood leyfði henni náðarsamlega að fylla dálka sína fyrir lægstu greiðslur, enda taldi hann ekki nauðsynlegt að segja henni, að hin raunverulega ástæða gestrisni hans væri sú, að einn af pennamönnum hans hafði, þegar honum bauðst hærri laun, svikið hann og yfirgefið.

Hún fór brátt að hafa raunverulegan áhuga á starfi sínu, því vesalings buddan hennar þykknaði, og litla sjóðurinn, sem hún safnaði til að fara með Beth til fjalla næsta sumar, óx hægt en örugglega með hverri viku. Eitt skyggði þó á ánægju hennar, og það var, að hún sagði ekkert heima. Hún hafði á tilfinningunni, að faðir hennar og móðir myndu ekki samþykkja þetta, og vildi fremur fá sínu framgengt fyrst og biðja síðan afsökunar. Auðvelt var að halda leyndarmálinu, því ekkert nafn stóð við sögur hennar. Herra Dashwood hafði auðvitað komist að hinu sanna fljótt, en lofaði að þegja, og hélt það loforð, sem var furðu sjaldgæft.

Hún taldi, að henni myndi ekkert mein af hljótast, því hún ætlaði einlæglega að skrifa ekkert, sem hún þyrfti að skammast sín fyrir, og hún þaggaði niður samviskubitið með því að hlakka til þeirrar hamingjustundar, þegar hún gæti sýnt tekjur sínar og hlegið að vel varðveittu leyndarmálinu.

En herra Dashwood hafnaði öllu nema æsandi frásögnum, og þar sem æsingur varð ekki framkallaður nema með því að hræra upp sálir lesendanna, varð að róta í sagnfræði og rómantík, á landi og sjó, í vísindum og listum, í lögregluskýrslum og geðveikrahælum í þeim tilgangi. Jo uppgötvaði brátt, að saklaus reynsla hennar hafði veitt henni fáar glufur inn í hinn harmræna heim, sem liggur undir yfirborði samfélagsins, og þar sem hún leit á þetta sem viðfangsefni atvinnu, tók hún að bæta úr skorti sínum af einkennandi atorku. Fús að finna efni í sögur og staðráðin í að gera söguþráðinn frumlegan, þótt útfærslan væri ekki meistaraleg, leitaði hún í blöðum að slysum, atvikum og glæpum. Hún vakti tortryggni almenningsbókavarða með því að biðja um rit um eitur. Hún rannsakaði andlit á götum úti og skapgerðir, góðar, illar og hlutlausar, allt í kringum sig. Hún gróf í ryki fornra tíma eftir staðreyndum eða skáldskap, svo fornum, að það var sem nýtt, og kynntist heimsku, synd og eymd, eftir því sem takmörkuð tækifæri hennar leyfðu. Hún taldi sig blómstra vel, en óafvitandi var hún að spilla sumum hinna kvenlegustu eiginleika kvenmannseðlisins. Hún lifði í slæmum félagsskap, og þótt hann væri ímyndaður, hafði hann áhrif á hana, því hún nærði hjarta sitt og ímyndunarafl á hættulegri og innihaldslausri fæðu og var óðum að strjúka saklausum blóma úr eðli sínu með ótímabærri kynni af dekkri hlið lífsins, sem kemur þó nógu snemma til okkar allra.

Hún fór fremur að finna þetta en sjá, því sífelld lýsing á ástríðum og tilfinningum annarra varð til þess, að hún tók að rannsaka og velta fyrir sér eigin, sjúklegu skemmtanagildi, sem heilbrigð ung hugarfar leita ekki af fúsum og frjálsum vilja. Rangt athæfi ber ætíð með sér refsingu sína, og þegar Jo þurfti mest á henni að halda, hlaut hún hana.

Hvort lestur hennar á Shakespeare hafi hjálpað henni að lesa í skapgerð manna, eða hið náttúrulega innsæi konu fyrir því, sem er heiðarlegt, hugrakt og sterkt, veit ég ekki, en meðan hún gæddi ímyndaða hetjur sínar öllum fullkomnunum undir sólinni, var Jo að uppgötva lifandi hetju, sem vakti áhuga hennar þrátt fyrir ýmsa mannlega ófullkomleika. Herra Bhaer hafði í einu samtala þeirra ráðlagt henni að nema einfaldar, sannar og fagurlegar skapgerðir, hvar sem hún fyndi þær, sem góða þjálfun fyrir rithöfund. Jo tók hann á orðinu, því hún sneri sér rólega við og tók að nema hann - athæfi, sem hefði mjög komið honum á óvart, hefði hann vitað af því, því hinn verðugi prófessor var hógvær í eigin augum.

Hvers vegna allir töldu hann geðþekkan var það, sem vakti undrun Jo í fyrstu. Hann var hvorki ríkur né mikill, hvorki ungur né fríður, á engan hátt það, sem kallað er heillandi, áhrifamikill eða glæsilegur, og samt var hann jafn aðlaðandi og notalegur arineldur, og fólk virtist safnast að honum eins eðlilega og að hlýjum arni. Hann var fátækur, en virtist ávallt vera að gefa eitthvað frá sér; útlendingur, en samt vinur allra; ekki lengur ungur, en með jafn létt hjarta og drengur; ófríður og sérkennilegur, en andlit hans þótti mörgum fagurt, og sérviska hans var fúslega fyrirgefin hans vegna. Jo fylgdist oft með honum og reyndi að uppgötva töfrana, og komst loks að þeirri niðurstöðu, að það væri velvildin, sem vann þetta kraftaverk. Ef hann bar sorg, þá sat hún „með höfuðið undir væng sínum“, og hann sýndi heiminum aðeins sólríka hlið sína. Rákir voru á enni hans, en tíminn virtist hafa snert hann mildilega, minnugur þess, hve góður hann var öðrum. Hinar hlýju sveigjur um munn hans voru minjar margra vingjarnlegra orða og glaðlegra hláturs, augun voru aldrei köld eða hörð, og stór hönd hans hafði hlýtt og sterkt handtak, sem tjáði meira en orð.

Jafnvel klæði hans virtust taka á sig gestrisni eigandans. Þau litu út fyrir að vera í sátt við sig og vilja honum vel. Rúmgott vesti hans benti til víðs hjarta undir. Slitin kápan bar með sér félagslegt yfirbragð, og víðu vasarnir sönnuðu greinilega, að litlar hendur fóru þar oft inn tómar og komu út fullar. Jafnvel stígvélin voru velviljuð, og kragarnir aldrei stífir og nístingslegir eins og hjá öðrum.

„Þarna er það!“ sagði Jo við sjálfa sig, þegar hún uppgötvaði loks, að einlægur velvilji gagnvart samferðamönnum sínum gat fegrað og göfgað jafnvel gildvaxinn þýskan kennara, sem mokaði í sig kvöldverðinum, stoppaði sjálfur sokka sína og bar nafnið Bhaer.

Jo mat gæsku mikils, en hún bjó einnig yfir hinni kvenlegustu virðingu fyrir vitsmunum, og lítil uppgötvun, sem hún gerði um prófessorinn, jók mjög álit hennar á honum. Hann talaði aldrei um sjálfan sig, og enginn vissi, að í heimaborg hans hafði hann verið maður, sem naut mikillar virðingar og álits fyrir lærdóm og ráðvendni, fyrr en landi hans kom að heimsækja hann. Í samtali við ungfrú Norton kom þessi ánægjulega staðreynd óvart fram. Af henni frétti Jo þetta, og henni þótti því mun meira vænt um það, þar sem herra Bhaer hafði aldrei sjálfur sagt frá því. Hún fann stolti fyrir því að vita, að hann var virtur prófessor í Berlín, þótt hann væri aðeins fátækur tungumálakennari í Ameríku, og hið látlausa og stritandi líf hans varð henni fegurra fyrir þann örlítla rómantíska keim, sem þessi uppgötvun færði því.

Önnur og betri gjöf en vitsmunir birtist henni á hinn óvæntasta hátt. Ungfrú Norton hafði aðgang að hinum helsta samkvæmislífi, sem Jo hefði annars aldrei fengið að kynnast. Einmana konan fann til áhuga á hinni metnaðargjörnu stúlku og veitti henni og prófessornum af góðvild ýmis slík fríðindi. Eitt kvöldið tók hún þau með sér á valið samkvæmi, sem haldið var til heiðurs nokkrum frægum mönnum og konum.

Jo fór þangað tilbúin að hneigja sig og dást að hinum miklu, sem hún hafði dýrkað úr fjarlægð með unglegum eldmóði. En lotning hennar fyrir snilligáfu fékk þungt áfall það kvöld, og það tók hana nokkurn tíma að jafna sig eftir þá uppgötvun, að hinir miklu væru aðeins menn og konur, þegar allt kom til alls. Ímyndið yður vonbrigði hennar, er hún kastaði feimnislegu aðdáunaraugagoti á skáldið, sem ort hafði línur, er bentu til loftkenndrar veru, nærðrar á „anda, eldi og dögg“, og sá hann gleypa kvöldverð sinn af ákefð, sem roðaði hið andlega ásjónu hans. Hún sneri sér frá sem frá fallnu goðalíkneski og gerði fleiri uppgötvanir, sem hrundu hratt rómantískum hugmyndum hennar. Hinn mikli skáldsagnahöfundur sveiflaðist milli tveggja karafla með reglusemi pendúls; hinn frægi guðfræðingur daðraði opinberlega við eina af Madame de Staël samtímans, sem sendi hvasst augnaráð til annarrar Corinnu, er hæðst hafði vingjarnlega að henni, eftir að hafa haft betur í viðleitni sinni til að gleypa hinn djúpsæja heimspeking, sem sötraði te á Johnsonskan hátt og virtist dotta, enda gerði mælgi konunnar honum ókleift að komast að orði. Hinir vísindalegu frægðarmenn, sem gleymdu lindýrum sínum og jökulskeiðum, slúðruðu um listir, meðan þeir gerðu kræklingum og ís rétt skil með einkennandi ákefð; hinn ungi tónlistarmaður, sem heillaði borgina líkt og annar Orfeifur, talaði um hesta; og fulltrúi bresks aðals, sem viðstaddur var, reyndist hinn hversdagslegasti maður samkvæmisins.

Áður en hálft kvöldið var liðið var Jo svo fullkomlega svipt tálsýnum sínum, að hún settist í horn til að ná sér. Herra Bhaer settist brátt hjá henni, fremur utan við sitt eðli í þessu umhverfi, og skömmu síðar komu nokkrir heimspekinganna, hver á sínum hugðarefni á lofti, og tóku sér bólfestu þar til að halda vitsmunalegt mót. Samræðurnar voru Jo langt um ofviða, en hún naut þeirra þó, þótt Kant og Hegel væru henni óþekktir guðir, hið huglæga og hið hlutlæga óskiljanleg hugtök, og hið eina, sem „spratt úr hennar innri vitund", væri slæmur höfuðverkur að öllu loknu. Smám saman rann upp fyrir henni, að heimurinn væri sundurtekinn og settur saman á ný eftir nýjum og, að mati málglaðra, óendanlega betri grundvallarreglum en áður; að trúin væri á góðri leið með að vera rökleidd í burtu; og að vitsmunirnir ættu að verða hinn eini Guð. Jo vissi ekkert um heimspeki né frumspeki, en undarlegur æsingur, hálfur unað og hálf kvöl, kom yfir hana, þar sem hún hlýddi á og fannst sem hún væri rekin út í tíma og rúm líkt og ungur loftbelgur í sumarfríi.

Hún leit til prófessorsins til að sjá, hvernig honum líkaði, og fann hann horfa á sig með hörkulegasta svip, sem hún hafði séð á honum. Hann hristi höfuðið og benti henni að koma, en hún var um stund heilluð af frelsi hugleiðandi heimspeki og sat kyrr, reyndi að átta sig á því, á hverju hinir vitru menn hygðust byggja, þegar þeir hefðu útrýmt öllum gömlum trúarsetningum.

Herra Bhaer var hlédrægur maður og seinn til að bera fram eigin skoðanir, ekki af því að þær væru ómótaðar, heldur af því að þær voru of einlægar og alvarlegar til að vera látnar falla léttilega. Þar sem hann leit frá Jo til annarra ungra manna og kvenna, sem heilluðust af heimspekilegum flugeldum, brá hann brún og langaði til að tala, óttaðist, að einhver eldfim ung sál yrði leidd af leið af eldflaugunum og kæmist síðar að því, að eftir sýninguna stæði aðeins eftir tómur spýtnakylfa eða sviðin hönd.

Hann bar þetta svo lengi sem hann gat, en þegar leitað var álits hans blossaði hann upp af heiðarlegri vandlætingu og varði trúna með allri mælsku sannleikans - mælsku, sem gerði brotakenndа ensku hans hljómmikla og hið látlausa andlit hans fagurt. Hann átti í harðri baráttu, því hinir vitru menn rökræddu vel, en hann vissi ekki, hvenær hann væri sigraður, og stóð við lit sína sem karlmenni. Einhvern veginn færðist heimurinn aftur í rétt horf í huga Jo, meðan hann talaði. Hinar gömlu trúarsetningar, sem höfðu staðið svo lengi, virtust betri en hinar nýju. Guð var ekki blindur kraftur, og ódauðleikinn var ekki falleg saga, heldur blessaður veruleiki. Hún fann sem hún stæði á föstu landi á ný, og þegar herra Bhaer þagnaði, orðinn ofmældur en ekki hið minnsta sannfærður, langaði Jo til að klappa lófum og þakka honum.

Hún gerði hvorugt, en hún geymdi atburðinn í minni og sýndi prófessornum innilegustu virðingu sína, því hún vissi, að það hafði kostað hann átak að tala þar og þá, þar sem samviska hans leyfði honum ekki að þegja. Hún fór að sjá, að skapgerð er betri eign en peningar, staða, vitsmunir eða fegurð, og að ef mikilleiki er, eins og vitur maður hefur skilgreint hann, „sannleikur, lotning og velvilji", þá var vinur hennar, Friedrich Bhaer, ekki aðeins góður, heldur mikill.

Þessi sannfæring styrktist dag frá degi. Hún mat álit hans, hún sóttist eftir virðingu hans, hún vildi verða verðug vináttu hans, og einmitt þegar sú ósk var einlægust, var hún nærri því búin að glata öllu. Allt spratt það af þríkantshatti, því eitt kvöldið kom prófessorinn inn til að halda Jo kennslustund með pappírshatt hermanns á höfði, sem Tina hafði sett þar og hann gleymt að taka af.

„Það er augljóst, að hann lítur ekki í spegilinn áður en hann kemur niður," hugsaði Jo brosandi, þegar hann sagði: „Goot efening," og settist alvarlegur niður, algerlega ómeðvitaður um hið hlægilega ósamræmi milli efnisins og höfuðbúnaðarins, því hann ætlaði að lesa fyrir hana Dauða Wallensteins.

Hún sagði ekkert í fyrstu, því henni þótti vænt um að heyra hann hlæja sínum djúpa og hjartanlega hlátri, þegar eitthvað fyndið bar að höndum, svo hún lét hann uppgötva það sjálfan, og brátt gleymdi hún öllu um hattinn, því það er nokkuð heillandi að heyra Þjóðverja lesa Schiller. Að lestrinum loknum hófst kennslustundin, sem varð fjörug, því Jo var í léttu skapi það kvöld, og þríkantshatturinn lét augu hennar dansa af kátínu. Prófessorinn vissi ekki, hvað hann ætti að halda, og loks nam hann staðar og spurði með mildum undrunarsvip, sem ómögulegt var að standast:

„Ungfrú Marsch, hvers vegna hlæjið þér í andlit kennara yðar? Hafið þér enga virðingu fyrir mér, að þér haldið svona áfram?"

„Hvernig get ég sýnt virðingu, herra, þegar þér gleymið að taka ofan hattinn?" sagði Jo.

Hann lyfti hendinni að höfðinu, þreifaði alvarlegur og tók hinn litla þríkantshatt af sér, horfði á hann um stund og kastaði síðan höfðinu aftur og hló eins og glaður selló.

„Ah! Nú sé ég hann, það er sú óþekka Tina, sem gerir mig að fífli með hattinum mínum. Jæja, það er ekkert, en sjáið til, ef þessi kennslustund gengur ekki vel, þá skuluð þér líka bera hann."

En kennslustundin gekk alls ekki næstu mínúturnar, því herra Bhaer kom auga á mynd á hattinum, og þar sem hann breiddi úr blaðinu, sagði hann með mikilli ógeðstilfinningu: „Ég vildi, að þessi blöð kæmu ekki inn á heimilið. Þau eru ekki fyrir börn að sjá né ungt fólk að lesa. Þetta er ekki gott, og ég hef enga þolinmæði fyrir þeim, sem valda slíkum skaða."

Jo leit á blaðið og sá mynd, sem sýndi brjálæðing, lík, illmenni og höggorm. Henni líkaði hún ekki, en hvötin, sem fékk hana til að snúa blaðinu við, var ekki ógeð, heldur ótti, því um stund hélt hún, að blaðið væri *Volcano*. Það var það þó ekki, og skelfing hennar hjaðnaði, þegar hún minntist þess, að jafnvel þótt svo hefði verið og ein saga hennar sjálfrar birt þar, hefði ekkert nafn svikið hana. Hún hafði þó svikið sjálfa sig með svip og roða, því þótt prófessorinn væri gleyminn, sá hann meira en margir héldu. Hann vissi, að Jo skrifaði, og hafði oftar en einu sinni hitt hana niðri við ritstjórnarskrifstofur blaðanna, en þar sem hún minntist aldrei á það, spurði hann engra spurninga, þótt hann langaði mjög til að sjá verk hennar. Nú datt honum í hug, að hún gerði eitthvað, sem hún skammaðist sín fyrir að viðurkenna, og það olli honum áhyggjum. Hann sagði ekki við sjálfan sig: „Þetta kemur mér ekki við. Ég hef engan rétt til að segja neitt," eins og margir hefðu gert. Hann minntist aðeins þess, að hún var ung og fátæk, stúlka fjarri ást móður og umhyggju föður, og hann fann til hvatar að hjálpa henni, jafn skjótan og eðlilegan og þann, sem hefði fengið hann til að rétta fram höndina til að bjarga barni úr polli. Allt þetta fór um huga hans á einni andrá, en ekkert sást á andliti hans, og þegar blaðið hafði verið brotið saman og Jo þrædd nálinni, var hann reiðubúinn að segja, eðlilega en alvarlega:

„Já, þér gerið rétt í að leggja þetta frá yður. Ég tel ekki, að góðar ungar stúlkur eigi að sjá slíkt. Sumum finnst það skemmtilegt, en ég myndi frekar gefa drengjunum mínum púður að leika sér með en þetta slæma rusl."

„Ekki þarf allt að vera slæmt, aðeins fánýtt, og ef eftirspurn er fyrir hendi, sé ég ekki skaðann í að fullnægja henni. Margir virðulegir menn og konur afla sér heiðarlegs lífsviðurværis með því, sem kallað er æsandi sögur," sagði Jo og dró saman saumana svo ákaft, að röð lítilla rifa fylgdi nálinni.

„Eftirspurn er líka eftir brennivíni, en ég held, að hvorki þér né ég viljum selja það. Ef hinir virðulegu vissu, hvaða skaða þeir valda, myndu þeir ekki telja lífsviðurværið heiðarlegt. Þeir hafa engan rétt til að setja eitur í sykurmola og láta litlu börnin eta það. Nei, þeir ættu að hugsa sig um og moka leðju á götum úti fremur en að gera slíkt."

Herra Bhaer talaði heitt og gekk að eldinum, þar sem hann krumpaði blaðið í höndum sér. Jo sat kyrr og leit út eins og eldurinn hefði færst til hennar, því kinnar hennar brunnu lengi eftir að þríkantshatturinn hafði orðið að reyk og horfið sakleysislega upp um strompinn.

„Ég vildi gjarnan senda öll hin á eftir honum," tautaði prófessorinn og sneri aftur með léttara yfirbragði.

Jo hugsaði um, hvílíkur blossi yrði úr blaðabunka hennar uppi á lofti, og peningarnir, sem hún hafði unnið fyrir með erfiðismunum, lágu þungt á samvisku hennar þá stundina. Síðan hughreysti hún sig með því að hugsa: „Mínar eru ekki svona; þær eru aðeins fánýtar, aldrei slæmar, svo ég skal ekki hafa áhyggjur," og tók upp bókina sína og sagði með námfúsum svip: „Eigum við að halda áfram, herra? Ég skal vera mjög góð og siðprúð núna."

„Ég skal vona það," var allt, sem hann sagði, en hann átti við meira en hún grunaði, og hinn alvarlegi og góðlegi svipur, sem hann gaf henni, lét hana finna sem orðin *Weekly Volcano* væru prentuð með stórum stöfum á enni hennar.

Um leið og hún kom upp í herbergi sitt tók hún fram blöðin sín og las vandlega yfir hverja einustu sögu. Herra Bhaer var dálítið nærsýnn og notaði stundum gleraugu, og Jo hafði einu sinni prófað þau og brosað að því, hve þau stækkuðu smáa letur bókar hennar. Nú var sem hún bæri andleg eða siðferðileg gleraugu prófessorsins, því gallar þessara vesælu sagna störðu á hana ógnvekjandi og fylltu hana skelfingu.

„Þetta er rusl og verður brátt verra rusl, ef ég held áfram, því hver sagan er æsilegri en sú síðasta. Ég hef farið áfram í blindni og sært sjálfa mig og aðra fyrir peninga sakir. Ég veit, að svo er, því ég get ekki lesið þetta í alvöru án þess að fyllast hryllilegri skömm, og hvað myndi ég gera, ef þetta sæist heima eða herra Bhaer fengi þetta í hendur?"

Jo roðnaði við hina einu hugsun og tróð öllum bunka sínum í ofninn og var nærri því búin að kveikja í strompinum með blossanum.

„Já, það er rétti staðurinn fyrir slíkt eldfimt bull. Ég ætti fremur að brenna húsið, býst ég við, en láta aðra sprengja sig í loft upp með púðrinu mínu," hugsaði hún, þar sem hún horfði á Djöfulinn frá Jura svífa burt sem lítið svart kola með eldglær augu.

En þegar ekkert var eftir af þriggja mánaða vinnu hennar nema öskuhaugur og peningarnir í kjöltu hennar, varð Jo alvörugefin, þar sem hún sat á gólfinu og velti fyrir sér, hvað hún ætti að gera við launin.

„Ég held, að ég hafi ekki valdið miklum skaða enn og megi halda þessu sem greiðslu fyrir tímann minn," sagði hún eftir langa íhugun og bætti óþolinmóð við: „Ég vildi næstum, að ég hefði enga samvisku; hún er svo óþægileg. Ef mér stæði á sama um að gera rétt og fyndi ekki til vanlíðunar, þegar ég geri rangt, myndi mér ganga prýðilega. Ég get stundum ekki stillt mig um að óska þess, að mamma og pabbi hefðu ekki verið svona nákvæm í slíkum efnum."

Æ, Jo, í stað þess að óska þess, þakkaðu Guði fyrir, að „faðir og móðir voru nákvæm", og hryggstu yfir þeim af heilum hug, sem eiga enga slíka verndara til að girða sig með meginreglum, sem kunna að virðast sem fangelsisveggir óþolinmóðri æsku, en reynast traustar undirstöður til að byggja á skapgerð í fullorðinsárum.

Jo skrifaði ekki framar æsandi sögur, því hún ákvað, að peningarnir væru ekki þess virði að borga fyrir sinn hluta æsingarinnar, en þar sem henni var tamt að fara út í öfgar, sneri hún sér að frú Sherwood, ungfrú Edgeworth og Hannah More og samdi síðan frásögn, sem hefði fremur mátt kallast ritgerð eða prédikun, svo ákaflega siðferðisleg var hún. Hún efaðist um hana frá upphafi, því hið lifandi ímyndunarafl hennar og stúlkuleg rómantík fannst jafn óþægilega í nýjum búningi og hún hefði gert í stirðum og fyrirferðarmiklum klæðum liðinnar aldar. Hún sendi þennan fræðandi gimstein á nokkra staði, en enginn keypti, og hún var nærri því sammála herra Dashwood um, að siðferðisboðskapur seldist ekki.

Síðan reyndi hún barnasögu, sem hún hefði auðveldlega getað komið í kring, ef hún hefði ekki verið svo hagsýn að krefjast launa fyrir hana. Sá eini, sem bauð henni nægilegt gjald til að gera henni það þess virði að reyna við barnabókmenntir, var virðulegur herramaður, sem taldi það köllun sína að snúa öllum heiminum til sinnar sérstöku trúar. En þótt henni þætti vænt um að skrifa fyrir börn, gat Jo ekki fallist á að láta alla óþekku drengina sína vera étna af björnum eða kastaða á loft af trylltum nautum fyrir það eitt, að þeir sóttu ekki tiltekinn sunnudagaskóla, né heldur að sýna öll góðu börnin, sem sóttu, launuð með hvers kyns sælu, allt frá gylltum piparkökum til fylgdar engla, þegar þau yfirgáfu þetta líf með sálma eða prédikanir á stamandi vörum. Því varð ekkert úr þessum tilraunum, og Jo tappaði fyrir blekflöskuna og sagði í heilnæmri auðmýkt:

„Ég veit ekkert. Ég skal bíða, þar til ég veit eitthvað, áður en ég reyni aftur, og í millitíðinni skal ég ‚moka leðju á götum úti', ef ég get ekki gert betur; það er að minnsta kosti heiðarlegt." Sú ákvörðun sýndi, að annað fall hennar af baunastönglinum hafði gert henni nokkurt gagn.

Meðan þessar innri byltingar áttu sér stað, hafði ytra líf hennar verið jafnan annasamt og viðburðalítið og áður, og þótt hún liti stundum alvarlega eða dálítið hrygg út, tók enginn eftir því nema prófessor Bhaer. Hann gerði það svo hljóðlega, að Jo vissi aldrei, að hann fylgdist með, hvort hún tæki áminningu hans til sín og bæri árangur af henni, en hún stóðst prófið, og hann var ánægður, því þótt engin orð færu á milli þeirra, vissi hann, að hún hafði hætt að skrifa. Hann sá það ekki aðeins af því, að annar fingur hægri handar hennar var ekki lengur bleksvartur, heldur sat hún nú niðri á kvöldin, sást ekki framar við blaðaskrifstofur og nam með þrautseigju, sem sannfærði hann um, að hún væri staðráðin í að fylla huga sinn einhverju nytsamlegu, þótt það væri ekki endilega skemmtilegt.

Hann hjálpaði henni á margvíslegan hátt og reyndist sannur vinur, og Jo var hamingjusöm, því meðan penninn hennar lá ónotaður, lærði hún aðra hluti en þýsku og lagði grundvöll að hinni eiginlegu æsandi sögu lífs síns.

Það var notalegur vetur og langur, því hún fór ekki frá frú Kirke fyrr en í júní. Allir virtust hryggir, þegar skilnaðarstundin rann upp. Börnin voru óhuggandi, og hár herra Bhaer stóð beint upp í allar áttir, því hann rauf það jafnan ógurlega, þegar hugur hans var órólegur.

„Að fara heim? Ah, þér eruð hamingjusöm, að eiga heimili, sem þér getið farið til," sagði hann, þegar hún sagði honum tíðindin, og sat þögull í horninu og togaði í skeggið, meðan hún tók á móti gestum á síðasta kvöldinu.

Hún átti að fara snemma morguns, svo hún kvaddi alla um kvöldið, og þegar röðin kom að honum, sagði hún hlýlega: „Nú, herra, þér gleymið ekki að koma og heimsækja okkur, ef þér eigið einhvern tíma leið um slóðir okkar, er það ekki? Ég mun aldrei fyrirgefa yður, ef þér gerið það, því mig langar, að þau kynnist öllum vini mínum.“

„Gerið þér það? Á ég að koma?“ spurði hann og leit niður til hennar með ákefðarsvip, sem hún sá ekki.

„Já, komið næsta mánuð. Laurie útskrifast þá, og þér mynduð hafa ánægju af athöfninni sem einhverju nýju.“

„Er það besti vinur yðar, sem þér talið um?“ sagði hann í breyttum tón.

„Já, drengurinn minn Teddy. Ég er mjög stolt af honum og vildi gjarnan, að þér sæjuð hann.“

Jo leit þá upp, algerlega ómeðvituð um annað en eigin gleði yfir að kynna þá hvor öðrum. Eitthvað í svip herra Bhaer minnti hana skyndilega á, að hún kynni að finna Laurie meira en „besta vin“, og einmitt vegna þess, að hún vildi ekki láta líta út fyrir, að nokkuð væri á seyði, tók hún ósjálfrátt að roðna, og því meir sem hún reyndi að hemja sig, þeim mun rauðari varð hún. Hefði Tina ekki setið í kjöltu hennar, vissi hún ekki, hvað hefði orðið um hana. Sem betur fer knúsaði barnið hana, og þannig tókst henni að fela andlit sitt augnablik, í von um, að prófessorinn hefði ekki tekið eftir því. En hann gerði það, og svipur hans breyttist frá þeirri augnabliks kvíða í sitt venjulega horf, þar sem hann sagði hlýlega:

„Ég óttast, að ég muni ekki geta komið þá, en ég óska vini yðar mikils árangurs og ykkur öllum hamingju. Gott blessi yður!“ Og með því tók hann hlýlega í hönd hennar, lyfti Tinu á öxl sér og gekk á brott.

En eftir að drengirnir voru komnir í rúmið sat hann lengi fyrir framan eldinn með þreytusvip á andlitinu og heimþrá, sem lá þung á hjarta hans. Eitt sinn, þegar hann minntist Jo, þar sem hún sat með litla barnið í kjöltu og nýja mýkt í andlitinu, lagði hann höfuðið í hendur sér um stund og gekk síðan um herbergið eins og hann leitaði einhvers, sem hann gat ekki fundið.

„Það er ekki fyrir mig; ég má ekki vona það nú," sagði hann við sjálfan sig með andvarpi, sem var næstum stun. Síðan, eins og hann ávítaði sjálfan sig fyrir þrá, sem hann gat ekki bælt, gekk hann að rúminu og kyssti tvö úfin höfuð á koddanum, tók niður sjaldan notaða merskúmspípuna sína og opnaði Platón.

Hann gerði sitt besta og gerði það karlmannlega, en ég hygg, að hvorki tveir fjörugir drengir, pípa né jafnvel hinn guðdómlegi Platón hafi reynst fullnægjandi staðgenglar fyrir eiginkonu og barn á heimilinu.

Þrátt fyrir snemma morguns var hann á brautarstöðinni næsta dag til að kveðja Jo, og henni að þakka hóf hún einmana ferð sína með ánægjulegri minningu um kunnuglegt andlit, sem brosti kveðju sinni, blómvendi af fjólum til félagsskapar og, það besta af öllu, þeirri glaðlegu hugsun: „Nú, veturinn er liðinn, og ég hef hvorki skrifað bækur né aflað auðs, en ég hef eignast vin, sem vert er að eiga, og ég skal reyna að halda honum alla ævi."

ÞRÍTUGASTI OG FIMMTI KAFLI
HJARTASORG

Hver sem ástæða hans kann að hafa verið, lagði Laurie sig fram við námið það ár, því hann útskrifaðist með heiðri og flutti latneska ræðuna með þeirri reisn, sem minnti á Phillips, og þeirri mælsku, sem minnti á Demóþenes, að því er vinir hans sögðu. Þau voru öll viðstödd: afi hans - ó, svo stoltur - herra og frú March, John og Meg, Jo og Beth, og öll glöddust yfir honum með þeirri einlægu aðdáun, sem piltar gera lítið úr á þeirri stundu, en ná síðar sjaldan að vinna sér af heiminum með neinum sigri.

„Ég verð að sitja þetta bölvaða kvöldverðarboð, en ég kem heim snemma á morgun. Þið komið og takið á móti mér eins og venjulega, stelpur?“ sagði Laurie, þegar hann hjálpaði systrunum upp í vagninn, að gleði dagsins lokinni. Hann sagði „stelpur“, en átti við Jo, því hún ein hélt uppi hinni gömlu venju. Hún hafði ekki hjarta til að neita hinum glæsilega og sigursæla dreng neinu og svaraði hlýlega:

„Ég kem, Teddy, hvort sem rignir eða skín, og geng á undan þér, leikandi ‚Heill sigursæli hetja‘ á gyðingahörpu.“

Laurie þakkaði henni með augnaráði, sem lét hana hugsa í skyndilegri skelfingu: „Æ, góði Guð! Ég veit, að hann mun segja eitthvað, og hvað á ég þá að gera?“

Kvöldhugleiðingar og morgunverk róuðu hana nokkuð, og þar sem hún hafði ákveðið, að hún yrði ekki svo hégómleg að halda, að menn ætluðu að biðja hennar, þegar hún hefði gefið þeim fulla ástæðu til að vita hvert svar hennar yrði, lagði hún af stað á tilsettum tíma og vonaði, að Teddy gerði ekkert, sem neyddi hana til að særa vesalings tilfinningar hans. Viðkoma hjá Meg og hressandi andardráttur og sopa hjá Daisy og Demijohn styrktu hana enn frekar fyrir einkasamtalið, en þegar hún sá gildvaxna mynd teygja sig upp í fjarska, langaði hana mjög til að snúa við og hlaupa burt.

„Hvar er gyðingaharpan, Jo?“ kallaði Laurie, um leið og hann var kominn í heyrnarfæri.

„Ég gleymdi henni.“ Og Jo tók kjark aftur, því þessi kveðja gat varla talist ástarleg.

Hún hafði jafnan tekið undir handlegg hans við slík tækifæri; nú gerði hún það ekki, og hann kvartaði ekki, sem var ekki gott merki, heldur talaði hratt um alls kyns fjarlæg efni, þar til þau beygðu af veginum inn á litla stíginn, sem lá heim um lundinn. Þá hægði hann á sér, hin fagra málruna hans hvarf skyndilega, og öðru hverju féll yfir þau hræðileg þögn. Til að bjarga samtalinu úr einni slíkri þagnarholu, sem það féll sífellt í, sagði Jo í flýti:

„Nú hlýtur þú að fá langt og gott frí!“

„Það ætla ég mér.“

Eitthvað í ákveðnum tón hans fékk Jo til að líta snöggt upp og finna hann horfa á sig með svip, sem fullvissaði hana um, að hin óttaða stund væri runnin upp, og hún rétti fram höndina með bænlegu: „Nei, Teddy. Gerðu það ekki!“

„Ég geri það, og þú verður að hlusta. Það er til einskis, Jo; við verðum að tala þetta út, og því fyrr, því betra fyrir okkur bæði,“ svaraði hann og roðnaði og varð æstur í einni svipan.

„Segðu þá, hvað þú vilt. Ég hlusta,“ sagði Jo með örvæntingarfullri þolinmæði.

Laurie var ungur elskhugi, en hann var alvarlegur og staðráðinn í að „tala þetta út“, þótt hann dæi í tilrauninni, svo hann henti sér út í efnið með einkennandi ákefð og sagði í rödd, sem kafnaði stundum, þrátt fyrir karlmannlega viðleitni til að halda henni stöðugri:

„Ég hef elskað þig frá því ég kynntist þér, Jo; ég gat ekki annað, þú hefur verið svo góð við mig. Ég hef reynt að sýna það, en þú hefur ekki leyft mér það. Nú ætla ég að láta þig heyra og gefa mér svar, því ég get ekki haldið svona áfram lengur.“

„Ég vildi spara þér þetta. Ég hélt, að þú myndir skilja...“ hóf Jo og fann það miklu erfiðara en hún hafði búist við.

„Ég vissi það, en stúlkur eru svo undarlegar; maður veit aldrei, hvað þær meina. Þær segja nei, þegar þær meina já, og gera mann vitlausan bara til gamans,“ svaraði Laurie og skýldi sér bak við óumdeilanlega staðreynd.

„Ég geri það ekki. Ég vildi aldrei, að þú tækir að elska mig svona, og ég fór burt til að reyna að koma í veg fyrir það, ef ég gæti.“

„Ég hélt það. Það var líkt þér, en það dugði ekki. Ég elskaði þig því meir, vann hörðum höndum til að gleðja þig, hætti að spila billjarð og öllu, sem þér líkaði ekki, og beið og kvartaði aldrei, því ég vonaði, að þú myndir elska mig, þótt ég sé ekki hálfur nógu góður...“ Hér kafnaði hann svo, að hann varð að slíta hausinn af fíflablómum, meðan hann hreinsaði „bölvaðan hálsinn“.

„Þú, þú ert það; þú ert miklu of góður fyrir mig, og ég er þér svo þakklát og svo stolt og hrifin af þér, að ég skil ekki, hvers vegna ég get ekki elskað þig eins og þú vilt. Ég hef reynt, en ég get ekki breytt tilfinningunni, og það væri lygi að segja, að ég geri það, þegar ég geri það ekki.“

„Í alvöru, Jo?“

Hann nam staðar og greip báðar hendur hennar, þar sem hann lagði fram spurningu sína með svip, sem hún gleymdi ekki fljótt.

„Í alvöru, kæri vinur.“

Þau voru nú í lundinum, rétt við grindina, og þegar síðustu orðin féllu treglega af vörum Jo, sleppti Laurie höndum hennar og sneri sér eins og hann ætlaði að halda áfram, en í fyrsta sinn á ævi sinni reyndist girðingin honum ofviða. Hann lagði því aðeins höfuðið á mosagróna staurinn og stóð svo kyrr, að Jo varð hrædd.

„Ó, Teddy, mér þykir það svo, svo hræðilega leitt, að ég gæti drepið mig, ef það gerði nokkurt gagn! Ég vildi, að þú tækir þetta ekki svona nærri þér; ég get ekki að því gert. Þú veist, að fólk getur ekki gert sig sjálft ástfangið af öðrum, ef það er það ekki," hrópaði Jo ófínlega, en iðrandi, og klappaði mjúklega á öxl hans og minntist þess, þegar hann hafði hughreyst hana svo löngu áður.

„Það gera sumir," sagði dauf rödd frá staurnum.

„Ég trúi ekki, að það sé rétta tegund ástar, og ég vil heldur ekki reyna það," var ákveðið svar hennar.

Löng þögn fylgdi, meðan svartþröstur söng glatt í víðitrénu við ána og háa grasið hvíslaði í vindinum. Að lokum sagði Jo alvarlega, þar sem hún settist á þrep grindarinnar:

„Laurie, mig langar að segja þér eitt."

Hann kipptist við, eins og hann hefði verið skotinn, kastaði höfðinu aftur og hrópaði í æstum tón: „Segðu mér það ekki, Jo, ég þoli það ekki núna!"

„Segja hvað?" spurði hún og undraðist ofsa hans.

„Að þú elskir þann gamla mann."

„Hvaða gamla mann?" krafðist Jo og hélt, að hann ætti við afa sinn.

„Þennan bölvaða prófessor, sem þú varst alltaf að skrifa um. Ef þú segir, að þú elskir hann, þá veit ég, að ég geri eitthvað örvæntingarfullt," og hann leit út fyrir að standa við orð sín, þar sem hann kreppti hnefana og reiðiglampa leiftraði í augum hans.

Jo langaði til að hlæja, en hún stillti sig og sagði af hlýju, því hún var sjálf að hitna í skapinu við allt þetta: „Sverðu ekki, Teddy! Hann er hvorki gamall né neitt illt, heldur góður og vingjarnlegur og besti vinur minn, næstur þér. Ég bið þig, láttu ekki svona reiðiköst ná tökum á þér. Mig langar að vera góð, en ég veit, að ég verð reið, ef þú lastar prófessorinn minn. Ég hef ekki minnstu hugmynd um að elska hann né nokkurn annan."

„En þú munt gera það brátt, og hvað verður þá um mig?"

„Þú munt líka elska einhvern annan, eins og skynsamur drengur, og gleyma öllum þessum áhyggjum."

„Ég get ekki elskað neinn annan, og ég gleymi þér aldrei, Jo, aldrei! Aldrei!" sagði hann og stappaði í jörðina til að leggja áherslu á ástríðufull orð sín.

„Hvað á ég að gera við hann?" andvarpaði Jo og fann, að tilfinningar voru óviðráðanlegri en hún hafði búist við. „Þú hefur ekki heyrt, hvað ég ætlaði að segja þér. Sestu og hlustaðu, því mig langar sannarlega að gera rétt og gleðja þig," sagði hún og vonaði að geta stillt hann með örlitlu skynsemi, sem sýndi, að hún vissi ekkert um ástina.

Þegar Laurie sá örlitla von í síðustu orðum hennar, kastaði hann sér niður í grasið við fætur hennar, lagði handlegginn á neðra þrepið á grindinni og leit upp til hennar með væntingarfullu andliti. Sú staða var ekki heppileg fyrir rólega ræðu né skýra hugsun af hálfu Jo, því hvernig gat hún sagt hörð orð við drenginn sinn, meðan hann horfði á hana með augum fullum af ást og þrá og augnhárin enn rök af einum eða tveimur beiskum tárdropum, sem hörku hennar hafði knúið fram? Hún sneri höfði hans blíðlega frá sér og sagði, um leið og hún strauk liðað hárið, sem hann hafði látið vaxa hennar vegna - hversu hjartnæmt það var, svo sannarlega: „Ég er sammála mömmu um, að við tvö eigum ekki saman, því skaphiti okkar og sterkur vilji myndu sennilega gera okkur mjög óhamingjusöm, ef við værum svo óvitur að..." Jo hikstaði lítillega við síðasta orðið, en Laurie mælti það með alsælu svip:

„Giftumst - nei, við myndum það ekki! Ef þú elskaðir mig, Jo, þá yrði ég fullkominn dýrlingur, því þú gætir gert mig að hverju sem þú vildir."

„Nei, það get ég ekki. Ég hef reynt og mistekist, og ég ætla ekki að hætta hamingju okkar með svona alvarlegri tilraun. Við eigum ekki saman og munum aldrei gera það, svo við verðum góðir vinir alla ævi, en við skulum ekki fara og gera neitt glannalegt."

„Jú, það gerum við, ef við fáum tækifæri," tautaði Laurie þrjóskulega.

„Vertu nú skynsamur og horfðu raunsæjum augum á þetta mál," bað Jo og var nærri ráðalaus.

„Ég vil ekki vera skynsamur. Ég vil ekki taka það, sem þú kallar ‚raunsæja afstöðu'. Það hjálpar mér ekki og gerir þetta bara erfiðara. Ég trúi því ekki, að þú hafir nokkurt hjarta."

„Ég vildi, að ég hefði það ekki."

Rödd Jo titraði lítillega, og Laurie taldi það góðs viti, sneri sér að henni og beitti allri sannfæringarkunnáttu sinni, þar sem hann sagði í smjaðrandi tón, sem aldrei áður hafði verið jafn hættulega smjaðrandi: „Svikðu okkur ekki, elsku mín! Allir búast við því. Afi hefur bundið vonir sínar við það, fólkið þitt er því hlynnt, og ég kemst ekki af án þín. Segðu já, og við skulum vera hamingjusöm. Gerðu það, gerðu það!"

Ekki fyrr en mánuðum síðar skildi Jo, hvernig hún hafði haft þann sálarstyrk að halda fast við þá ákvörðun, sem hún tók, þegar hún gerði sér ljóst, að hún elskaði ekki drenginn sinn og gæti það aldrei. Það var mjög erfitt, en hún gerði það, vitandi, að bið væri bæði gagnslaus og grimm.

„Ég get ekki sagt ‚já' af einlægni, og því segi ég það alls ekki. Þú munt síðar sjá, að ég hafði rétt fyrir mér, og þakka mér fyrir það..." hóf hún hátíðlega.

„Ég skal hengjast, ef ég geri það!" og Laurie spratt upp af grasinu, brennandi af gremju yfir sjálfri hugmyndinni.

„Jú, það gerirðu!" hélt Jo áfram. „Þú kemst yfir þetta með tímanum og finnur einhverja yndislega, vel menntaða stúlku, sem mun dást að þér og verða glæsileg húsfreyja í glæsilega húsinu þínu. Ég yrði það ekki. Ég er hversdagsleg og klaufaleg og sérkennileg og orðin gömul, og þú myndir skammast þín fyrir mig, og við myndum rífast - við getum það ekki einu sinni nú, sérðu - og mér myndi ekki líka fínt samkvæmislíf, en þér myndi það, og þú myndir hata skriftir mínar, en ég gæti ekki lifað án þeirra, og við yrðum óhamingjusöm og óskuðum, að við hefðum ekki gert það, og allt yrði hræðilegt!"

„Er eitthvað fleira?" spurði Laurie og átti erfitt með að hlusta þolinmóður á þessa spámannlegu úthellingu.

„Ekkert fleira, nema það, að ég trúi því ekki, að ég muni nokkurn tíma giftast. Ég er hamingjusöm eins og ég er og elska frelsi mitt of heitt til að vera fljót að láta það af hendi fyrir nokkurn dauðlegan mann."

„Ég veit betur!" greip Laurie fram í. „Þú heldur það nú, en sá tími mun koma, að þér þyki vænt um einhvern, og þú munt elska hann af öllu hjarta og lifa og deyja fyrir hann. Ég veit, að þú munt gera það, það er þitt eðli, og ég verð að standa hjá og horfa á það," og hinn örvæntingarfulli elskhugi kastaði hattinum til jarðar með handabendingu, sem hefði virst kátleg, ef andlit hans hefði ekki verið svo harmrænt.

„Já, ég mun lifa og deyja fyrir hann, ef hann kemur einhvern tíma og lætur mig elska sig þrátt fyrir sjálfa mig, og þú verður að gera það besta úr því!" hrópaði Jo og missti þolinmæðina við vesalings Teddy. „Ég hef gert mitt besta, en þú vilt ekki vera skynsamur, og það er eigingjarnt af þér að halda áfram að þrýsta á um það, sem ég get ekki gefið. Mér mun ætíð þykja vænt um þig, mjög vænt um þig, sem vin, en ég giftist þér aldrei, og því fyrr sem þú trúir því, því betra fyrir okkur bæði - svo nú!“

Þessi ræða var eins og púður. Laurie horfði á hana augnablik, eins og hann vissi ekki almennilega, hvað hann ætti að gera, sneri sér síðan snöggt frá og sagði í örvæntingarfullum tón: „Þú munt iðrast einhvern daginn, Jo.“

„Ó, hvert ertu að fara?“ hrópaði hún, því andlit hans hræddi hana.

„Til fjandans!“ var huggandi svarið.

Augnablik stóð hjarta Jo kyrrt, þegar hann sveiflaði sér niður bakkann í átt til árinnar, en það þarf mikla heimsku, synd eða eymd til að senda ungan mann í ofbeldisfullan dauða, og Laurie var ekki af þeirri veiku gerð, sem fellur við eitt áfall. Hann hafði enga hugsun um melódramatískt stökk, en einhver blind eðlishvöt knúði hann til að kasta hattinum og frakkanum í bátinn sinn og róa burt af öllum mætti, svo hann náði betri tíma upp eftir ánni en í nokkurri kappróðri áður. Jo andaði djúpt og losaði greipar sínar, þar sem hún horfði á vesalings piltinn reyna að hlaupa af sér angistina, sem hann bar í hjarta sínu.

„Það gerir honum gott, og hann kemur heim í svo blíðu og iðrandi hugarástandi, að ég þori varla að hitta hann,“ sagði hún og bætti við, þegar hún gekk hægt heim, eins og hún hefði myrt eitthvert saklaust líf og grafið það undir laufinu: „Nú verð ég að fara og undirbúa herra Laurence til að vera mjög góður við vesalings drenginn minn. Ég vildi, að hann elskaði Beth; kannski gerir hann það með tímanum, en ég fer að halda, að mér hafi skjátlast um hana. Ó, góði minn! Hvernig geta stúlkur viljað eiga biðla og hafnað þeim? Mér finnst það hræðilegt.“

Þar sem hún var sannfærð um, að enginn gæti gert það jafn vel og hún sjálf, fór hún beint til herra Laurence, sagði hina erfiðu sögu af hugrekki til enda og brast síðan í grát og kveinaði svo sárlega yfir eigin tilfinningaleysi, að hinn góðhjartaði gamli maður, þótt sárlega vonsvikinn væri, mælti ekki eitt ámælisorð. Honum reyndist erfitt að skilja, hvernig nokkur stúlka gæti annað en elskað Laurie, og hann vonaði, að hún skipti um skoðun, en hann vissi jafnvel betur en Jo, að ást verður ekki þvinguð, svo hann hristi höfuðið dapurlega og einsetti sér að koma drengnum sínum úr hættu, því skilnaðarorð ungrar bráðlyndis hans við Jo trufluðu hann meira en hann vildi viðurkenna.

Þegar Laurie kom heim, dauðþreyttur en fullkomlega samstilltur, tók afi hans á móti honum eins og hann vissi ekkert og hélt þeirri blekkingu uppi af mikilli lagni í eina eða tvær klukkustundir. En þegar þeir sátu saman í rökkrinu, þeirri stund sem þeir höfðu áður notið svo mjög, var erfitt fyrir gamla manninn að tala af léttleika sem fyrr og enn erfiðara fyrir hinn unga að hlýða á lof um árangur síðasta árs, sem honum virtist nú eins og ást í ónýtum erfiðleikum. Hann þoldi það eins lengi og hann gat, fór síðan að píanóinu og tók að leika. Gluggarnir voru opnir, og Jo, sem gekk í garðinum með Beth, skildi í þetta sinn tónlistina betur en systir hennar, því hann lék Sónötu í c-moll, Pathetique, og lék hana eins og aldrei fyrr.

„Það er vafalaust mjög fallegt, en nógu dapurt til að fá mann til að gráta. Spilaðu eitthvað glaðlegra, drengur," sagði herra Laurence, en hjarta hans var fullt af samúð, sem hann þráði að sýna en kunni ekki að miðla.

Laurie hóf líflegri laglínu, lék af stormandi krafti í nokkrar mínútur og hefði komist heill á húfi í gegn, ef rödd frú March hefði ekki heyrst í stuttri þögn og kallað: „Jo, elskan mín, komdu inn. Mig vantar þig."

Einmitt það, sem Laurie hafði þráð að segja - en með annarri merkingu. Þegar hann hlustaði, missti hann staðinn, tónlistin endaði í brotnum hljómi, og tónlistarmaðurinn sat þögull í myrkrinu.

„Ég þoli þetta ekki," tautaði gamli maðurinn. Hann reis á fætur, þreifaði sig að píanóinu, lagði blíða hönd á hvora breiðu öxl og sagði með rödd mjúkri sem kvenmannsrödd: „Ég veit það, drengur minn, ég veit það."

Ekkert svar um stund, síðan spurði Laurie hvasslega: „Hver sagði yður það?“

„Jo sjálf.“

„Þá er því lokið!“ Og hann hratt höndum afa síns frá sér með óþolinmóðri hreyfingu, því þótt hann væri þakklátur fyrir samúðina, gat stolt hans sem manns ekki þolað meðaumkun annars manns.

„Ekki alveg. Ég vil segja eitt, og síðan skal því lokið,“ svaraði herra Laurence með óvenjulegri mildi. „Þú vilt kannski ekki vera heima nú?“

„Ég ætla ekki að flýja undan stúlku. Jo getur ekki hindrað mig í að hitta hana, og ég verð hér og geri það svo lengi sem mér sýnist,“ greip Laurie fram í í ögrandi tón.

„Ekki ef þú ert sá herramaður, sem ég tel þig vera. Ég er vonsvikinn, en stúlkan fær ekki að þessu gert, og það eina, sem þú getur gert nú, er að fara burt um tíma. Hvert ætlar þú að fara?“

„Hvert sem er. Mér er sama, hvað verður um mig,“ sagði Laurie og reis á fætur með óðagoti hlátri, sem særði eyru afa hans.

„Taktu þessu eins og maður og gerðu ekkert glannalegt, fyrir Guðs sakir. Hvers vegna ferð þú ekki utan, eins og þú hugðist, og gleymir þessu?“

„Ég get það ekki.“

„En þú hefur þráð það svo mjög, og ég lofaði þér, að þú skyldir fara, þegar þú lyki háskólanámi.“

„Já, en ég ætlaði mér ekki að fara einn!“ og Laurie gekk hratt um herbergið með svip, sem betur fór, að afi hans sá ekki.

„Ég bið þig ekki að fara einn. Það er einhver, sem er reiðubúinn og fús til að fara með þér, hvert sem er í heiminum.“

„Hver, herra?“ spurði hann og nam staðar.

„Ég sjálfur.“

Laurie kom jafn hratt til baka og hann fór og rétti fram hönd sína og sagði hásri röddu: „Ég er eigingjarn skepna, en - þér vitið - afi...“

„Guð hjálpi mér, já, ég veit það, því ég hef gengið í gegnum þetta allt áður, einu sinni í minni eigin æsku og síðan með föður þínum. Nú, kæri drengur minn, sestu rólega og hlustaðu á áætlun mína. Allt er ákveðið og hægt að framkvæma tafarlaust,“ sagði herra Laurence og hélt fast í unga manninn, eins og hann óttaðist, að hann myndi slíta sig lausan, eins og faðir hans hafði gert.

„Jæja, herra, hvað er það?“ spurði Laurie og settist, án nokkurs áhuga í svip né rödd.

„Það eru viðskipti í Lundúnum, sem þarf að sinna. Ég ætlaði, að þú tækir þau að þér, en ég get gert það betur sjálfur, og hér mun allt ganga vel undir stjórn Brooke. Viðskiptafélagar mínir sjá um nær allt; ég held aðeins um stjórnina þar til þú tekur við mínu sæti og get farið hvenær sem er.“

„En yður er ferðalag illa við, herra. Ég get ekki beðið yður um það á þessum aldri,“ hóf Laurie, sem var þakklátur fyrir fórnina, en kaus miklu fremur að fara einn, ef hann færi yfirleitt.

Gamli maðurinn vissi það fullkomlega og vildi einmitt koma í veg fyrir það, því skapið, sem hann fann hjá barnabarni sínu, sannfærði hann um, að ekki væri ráðlegt að skilja hann eftir á eigin forsendum. Því kæfði hann eðlilega eftirsjá við tilhugsunina um heimilisþægindin, sem hann myndi yfirgefa, og sagði ákveðið: „Blessaður vertu, ég er ekki orðinn óhæfur enn. Ég hef beinlínis ánægju af hugmyndinni. Það gerir mér gott, og gömlu beinin mín munu ekki líða, því ferðalög nú á dögum eru næstum eins þægileg og að sitja í hægindastól.“

Óróleg hreyfing hjá Laurie gaf til kynna, að stóll hans væri ekki þægilegur eða að honum líkaði ekki áætlunin, og varð til þess, að gamli maðurinn bætti fljótt við: „Ég ætla ekki að vera dragbítur né byrði. Ég fer, því ég tel, að þér muni líða betur en ef ég yrði eftir. Ég ætla ekki að flakka um með þér, heldur láta þig frjálsan að fara, hvert sem þú vilt, meðan ég skemmti mér á minn hátt. Ég á vini í Lundúnum og París og vil gjarnan heimsækja þá. Á meðan getur þú farið til Ítalíu, Þýskalands, Sviss, hvert sem þú vilt, og notið mynda, tónlistar, landslags og ævintýra að hjartans lyst.“

Á þeirri stundu fann Laurie, að hjarta hans væri algjörlega brotið og heimurinn geispaði sem hrópandi auðn, en þegar hann heyrði tiltekin orð, sem gamli maðurinn hafði af kænsku fellt inn í lokaorð sín, tók hið brotna hjarta óvænt stökk, og eitt eða tvö græn vin skutu skyndilega upp kollinum í hrópandi auðninni. Hann andvarpaði og sagði síðan í máttlausum tón: „Eins og yður líkar, herra. Það skiptir engu máli, hvert ég fer eða hvað ég geri.“

„Það skiptir mig máli, mundu það, drengur minn. Ég gef þér fullt frelsi, en ég treysti þér til að nota það heiðarlega. Lofaðu mér því, Laurie.“

„Hverju sem yður líkar, herra.“

„Gott,“ hugsaði gamli maðurinn. „Þér er það sama nú, en sá tími mun koma, að það loforð heldur þér frá glapræði, ella skjátlast mér stórlega.“

Þar sem herra Laurence var athafnasamur maður, sló hann á meðan járnið var heitt, og áður en hið beygða ungmenni náði að safna nægilegum anda til mótþróa, voru þeir farnir. Á þeim tíma, sem undirbúningur tók, bar Laurie sig eins og ungir herramenn gera venjulega við slíkar aðstæður. Hann var ýmist þunglyndur, skapstór eða hugsi, missti matarlyst, hirti lítt um klæðnað sinn og eyddi löngum stundum í að leika stormandi á píanóið, forðaðist Jo, en huggaði sig með því að stara á hana út um gluggann sinn með harmrænum svip, sem ásótti hana í draumum á nóttunni og lagði þunga sektarkennd á hana að degi til. Ólíkt sumum þjáðum mönnum minntist hann aldrei á óendurgoldna ást sína og leyfði engum, ekki einu sinni frú March, að reyna að hughreysta sig eða sýna samúð. Að sumu leyti var það léttir fyrir vini hans, en vikurnar fyrir brottför hans voru mjög óþægilegar, og allir fögnuðu því, að „vesalings, kæri pilturinn skyldi fara burt til að gleyma sorg sinni og koma heim glaður". Auðvitað brosti hann myrklega að þeirri blekkingu, en lét hana eiga sig með þeirri dapurlegu yfirburðarkennd manns, sem vissi, að trúfesti hans, líkt og ást hans, var óbreytanleg.

Þegar að skilnaðarstundinni kom, sýndist hann í góðu skapi til að hylja tilteknar óþægilegar tilfinningar, sem virtust vilja gera vart við sig. Þessi glaðværð blekkti engan, en allir létust sem svo væri vegna hans, og honum gekk allvel, þar til frú March kyssti hann og hvíslaði orðum, sem voru full af móðurlegri umhyggju. Þá, þegar hann fann, að hann var að missa stjórn, faðmaði hann þær allar í flýti, gleymdi ekki þjáðu Hönnu og hljóp niður stigann eins og hann ætti líf sitt að leysa. Jo fylgdi á eftir mínútu síðar til að veifa honum, ef hann liti um öxl. Hann leit um öxl, kom til baka, lagði armana um hana þar sem hún stóð á þrepinu fyrir ofan hann og leit upp til hennar með svip, sem gerði stutta bæn hans bæði málsnjalla og hjartnæma.

„Ó, Jo, geturðu ekki?"

„Teddy, elsku, ég vildi að ég gæti!"

Það var allt, nema örstutt þögn. Þá rétti Laurie úr sér, sagði: „Það er allt í lagi, látum það eiga sig," og fór án frekari orða. En það var ekki allt í lagi, og Jo lét það ekki eiga sig, því meðan liðaða höfuðið hvíldi á handlegg hennar andartak eftir hið harða svar hennar, fannst henni sem hún hefði stungið dýpstu sárum á kærasta vin sinn, og þegar hann fór án þess að líta aftur, vissi hún, að drengurinn Laurie myndi aldrei snúa aftur.

ÞRÍTUGASTI OG SJÖTTI KAFLI
LEYNDARMÁL BETH

Þegar Jo kom heim um vorið, varð henni ljóst, hve miklar breytingar höfðu orðið á Beth. Enginn minntist á það né virtist taka eftir því, því breytingin hafði komið svo smám saman, að þeir, sem sáu hana daglega, brugðu ekki við, en augum, sem skerpst höfðu af fjarveru, var hún augljós, og þung byrði féll á hjarta Jo, þegar hún leit andlit systur sinnar. Það var ekki fölara og aðeins lítið eitt grennra en um haustið, en yfir því hvíldi undarleg, gagnsæ ásýnd, eins og hið jarðneska væri hægt og rólega hreinsað burt og hið ódauðlega lýsti í gegnum hið viðkvæma hold með ólýsanlegri, hjartnæmri fegurð. Jo sá þetta og fann, en sagði ekkert í bili, og brátt missti fyrsta áhrifin nokkuð af afli sínu, því Beth virtist glöð, enginn efaðist um, að henni færi fram, og innan skamms gleymdi Jo um tíma ótta sínum í öðrum áhyggjum.

En þegar Laurie var farinn og friður ríkti á ný, sneri hin óljósa kvíði aftur og fylgdi henni. Hún hafði játað syndir sínar og fengið fyrirgefningu, en þegar hún sýndi sparifé sitt og lagði til fjallaferð, þakkaði Beth henni af heilum hug, en bað um að fara ekki svo langt frá heimilinu. Önnur stutt heimsókn til sjávar myndi henta henni betur, og þar sem amma lét ekki tilleiðast að yfirgefa börnin, fór Jo með Beth niður á hinn kyrrláta stað, þar sem hún gat dvalið mest úti undir beru lofti og látið ferska hafgola blása dálitlum lit í föl kinnar hennar.

Það var ekki tískustaður, en jafnvel meðal hinna viðkunnanlegu manna þar eignuðust stúlkurnar fáa vini og kusu heldur að lifa hvor fyrir aðra. Beth var of feimin til að njóta samvista og Jo of upptekin af henni til að sinna nokkrum öðrum. Þær voru því allt í öllu hvor annarri, komu og fóru og voru með öllu ómeðvitaðar um þann áhuga, sem þær vöktu hjá þeim, sem fylgdust með með samúðaraugum sterku systurinni og hinni veikluðu, ætíð saman, eins og þær fyndu ósjálfrátt, að langur aðskilnaður væri ekki fjarri.

Þær fundu það, en hvorug nefndi það, því oft ríkir milli okkar og þeirra, sem standa okkur næst og eru okkur kærust, ákveðin fjarlægð, sem er afar erfitt að yfirstíga. Jo fannst sem slæða hefði fallið milli hjarta síns og hjarta Beth, en þegar hún rétti fram höndina til að lyfta henni, virtist þögnin bera í sér eitthvað heilagt, og hún beið þess, að Beth talaði. Hún undraðist, og var jafnframt þakklát, að foreldrar hennar virtust ekki sjá það, sem hún sá, og á hinum kyrrlátu vikum, þegar skuggarnir urðu henni svo ljósir, sagði hún ekkert um það við þau heima, í þeirri trú, að það myndi koma í ljós af sjálfu sér, ef Beth kæmi ekki heim betri. Hún velti því enn fremur fyrir sér, hvort systir hennar gerði sér í raun grein fyrir hinum hörðu sannleika, og hvaða hugsanir liðu um huga hennar á löngum stundum, þegar hún lá á heitum klettunum með höfuðið í kjöltu Jo, meðan vindarnir blésu heilnæmir yfir hana og hafið söng við fætur hennar.

Einn dag sagði Beth henni frá því. Jo hélt, að hún svæfi, svo kyrr lá hún, og lagði bókina frá sér og sat og horfði á hana með þráum augum, reyndi að greina vonarmerki í daufum lit kinnanna. En hún fann ekki nægilega mikið til að sefa sig, því kinnarnar voru mjög grannar og hendur virtust of máttlitlar til að halda jafnvel litlu, rjóðu skeljunum, sem þær höfðu safnað. Þá varð henni enn beiskara ljóst, að Beth var hægt og rólega að reka frá henni, og armar hennar herptust ósjálfrátt fastar um dýrmætasta fjársjóðinn, sem hún átti. Um stund voru augu hennar of dimm til að sjá, og þegar þau skýrðust, leit Beth upp til hennar með svo blíðum svip, að varla þurfti hún að segja: „Jo, elsku, ég er fegin, að þú veist það. Ég hef reynt að segja þér það, en ég gat það ekki.“

Engin svör komu nema kinn systurinnar við hennar eigin, ekki einu sinni tár, því þegar Jo var hvað mest hrærð, grét hún ekki. Hún var hin veikari þá, og Beth reyndi að hugga hana og styðja, með örmum sínum um hana og mildum orðum, sem hún hvíslaði í eyra hennar.

„Ég hef vitað þetta um nokkurt skeið, elsku mín, og nú er ég orðin vön því; það er ekki erfitt að hugsa um það né bera það. Reyndu að sjá það þannig og hafðu ekki áhyggjur af mér, því þetta er fyrir bestu, það er það í raun.“

„Var það þetta, sem gerði þig svo óhamingjusama í haust, Beth? Þú fannst það ekki þá og hélt því fyrir sjálfa þig svo lengi, gerðirðu það?“ spurði Jo og neitaði að sjá eða segja, að það væri fyrir bestu, en var fegin að vita, að Laurie ætti engan þátt í sorg Beth.

„Já, ég gaf upp vonina þá, en mér líkaði ekki að játa það. Ég reyndi að halda, að þetta væri sjúkleg hugmynd og vildi ekki láta það valda neinum áhyggjum. En þegar ég sá ykkur allar svo heilbrigðar og sterkar og fullar af gleðilegum áætlunum, var erfitt að finna, að ég gæti aldrei orðið eins og þið, og þá var ég óhamingjusöm, Jo.“

„Ó, Beth, og þú sagðir mér það ekki, leyfðir mér ekki að hughreysta þig og hjálpa þér? Hvernig gastu útilokað mig og borið þetta allt ein?“

Rödd Jo var full af blíðri áminningu, og hjarta hennar kvaldist við tilhugsunina um hina einmana baráttu, sem hlaut að hafa átt sér stað, meðan Beth lærði að kveðja heilsu, ást og líf og taka upp sinn kross svo glaðlega.

„Kannski var það rangt, en ég reyndi að gera rétt. Ég var ekki viss, enginn sagði neitt, og ég vonaði, að mér skjátlaðist. Það hefði verið eigingjarnt að hræða ykkur öll, þegar Marmee var svo áhyggjufull vegna Meg, og Amy fjarverandi, og þú svo hamingjusöm með Laurie – að minnsta kosti hélt ég það þá.“

„Og ég hélt, að þú elskaðir hann, Beth, og ég fór burt, því ég gat það ekki,“ hrópaði Jo og var fegin að segja allan sannleikann.

Beth leit svo undrandi á hana við þessa hugmynd, að Jo brosti þrátt fyrir sársaukann og bætti blíðlega við: „Þú gerðir það ekki, elsku? Ég var hrædd um, að svo væri, og ímyndaði mér litla, fátæka hjartað þitt fullt af ástarsorg allan þennan tíma.“

„En, Jo, hvernig gat ég, þegar hann var svo hrifinn af þér?“ spurði Beth eins sakleysislega og barn. „Mér þykir vænt um hann af öllu hjarta. Hann er svo góður við mig; hvernig gæti ég annað? En hann gæti aldrei verið mér neitt annað en bróðir. Ég vona, að hann verði það í raun einhvern tíma."

„Ekki fyrir mína tilstilli," sagði Jo ákveðin. „Amy er eftir fyrir hann, og þau myndu henta hvort öðru ágætlega, en ég hef ekki hjarta fyrir slíku nú. Mér er sama, hvað verður um aðra en þig, Beth. Þú verður að ná bata."

„Mig langar til þess, ó, svo mjög! Ég reyni, en á hverjum degi missi ég dálítið og finn æ betur, að ég fæ það aldrei aftur. Þetta er eins og flóðið, Jo; þegar það snýst, gengur það hægt, en það verður ekki stöðvað."

„Það skal stöðvað; flóðið þitt má ekki snúast svo snemma. Nítján ár eru of ungur aldur, Beth. Ég get ekki látið þig fara. Ég mun vinna og biðja og berjast gegn því. Ég mun halda þér þrátt fyrir allt. Það hljóta að vera leiðir; það getur ekki verið of seint. Guð mun ekki vera svo grimmur að taka þig frá mér," hrópaði vesalings Jo uppreisnargjörn, því andi hennar var langtum síður auðmjúkur og guðrækilega undirgefinn en andi Beth.

Einfalt og einlægt fólk talar sjaldan mikið um guðrækni sína. Hún birtist fremur í verkum en orðum og hefur meiri áhrif en prédikanir eða yfirlýsingar. Beth gat hvorki rökrætt né skýrt þá trú, sem gaf henni kjark og þolinmæði til að láta lífið af hendi og bíða dauðans með rólegu hugarfari. Líkt og traust barn spurði hún engra spurninga, heldur fól allt Guði og náttúrunni, Föður og Móður okkar allra, og var sannfærð um, að þau ein gætu kennt og styrkt hjarta og anda fyrir þetta líf og hið komandi. Hún ávítaði Jo ekki með heilaglegrum orðum, heldur elskaði hana enn heitar fyrir ástríðufulla ást hennar og hélt fastar í hina dýru mannlegu ást, sem Faðir okkar ætlar okkur aldrei að venjast af, heldur notar til að draga okkur nær sér. Hún gat ekki sagt: „Ég er fegin að fara," því lífið var henni mjög ljúft. Hún gat aðeins grátið: „Ég reyni að vera fús," meðan hún hélt sér fast að Jo, þegar fyrsta beiska aldan af þessari miklu sorg reið yfir þær báðar.

Eftir stund sagði Beth með endurheimtri ró: „Þú segir þeim þetta, þegar við komum heim?"

„Ég held, að þau muni sjá það án orða," andvarpaði Jo, því nú fannst henni, að Beth breyttist með hverjum degi.

„Kannski ekki. Ég hef heyrt, að þeir, sem elska mest, séu oft blindastir á slíkt. Ef þau sjá það ekki, munt þú segja þeim það fyrir mig. Ég vil engin leyndarmál, og það er mildara að undirbúa þau. Meg hefur John og börnin til að hugga sig, en þú verður að standa með föður og móður, ekki satt, Jo?"

„Ef ég get. En, Beth, ég gefst ekki upp enn. Ég ætla að trúa, að þetta sé sjúkleg hugmynd og leyfa þér ekki að halda, að þetta sé satt," sagði Jo og reyndi að tala glaðlega.

Beth lá augnablik hugsandi og sagði síðan með sínum rólega hætti: „Ég veit ekki, hvernig ég á að orða þetta, og ég myndi ekki reyna það við neinn nema þig, því ég get ekki talað opinskátt nema við mína Jo. Ég meina aðeins, að ég hef þá tilfinningu, að mér hafi aldrei verið ætlað að lifa lengi. Ég er ekki eins og þið hinar. Ég gerði aldrei áætlanir um, hvað ég myndi gera, þegar ég yrði fullorðin. Ég hugsaði aldrei um að giftast, eins og þið gerðuð allar. Ég gat ekki ímyndað mér sjálfa mig neitt annað en litla, klunnalega Beth, sem skokkaði um heima og var hvergi að gagni nema þar. Mig langaði aldrei að fara burt, og það er hið erfiða nú, að yfirgefa ykkur öll. Ég er ekki hrædd, en mér finnst eins og ég yrði heimþrá jafnvel á himnum."

Jo gat ekki talað, og í nokkrar mínútur heyrðist ekkert nema andvarp vindsins og nið sjávarins. Máfur með hvítum vængjum flaug hjá, og sólskin blikaði á silfurlituðum bringu hans. Beth fylgdi honum með augunum þar til hann hvarf, og augu hennar fylltust sorg. Lítill sandfugl í gráum ham kom tiplandi yfir ströndina og „típaði" lágt fyrir sjálfan sig, eins og hann nyti sólar og sjávar. Hann kom alveg að Beth, leit á hana vingjarnlega og settist á heitan stein og lagaði vota fiðrið sitt, eins og hann ætti þar heima. Beth brosti og fann huggun, því litla veran virtist bjóða henni smáa vináttu sína og minna hana á, að enn væri til yndislegur heimur að njóta.

„Elsku litli fugl! Sjáðu, Jo, hvað hann er spakur. Mér líkar betur við sandfuglana en mávana. Þeir eru ekki jafn villtir og glæsilegir, en þeir virðast glaðir og traustir litlir fuglar. Ég kallaði þá fuglana mína síðasta sumar, og mamma sagði, að þeir minntu hana á mig - iðnir, í hóflegum litum, ætíð nærri ströndinni og sífellt kvakandi sinn ánægjulega litla söng. Þú ert máfurinn, Jo, sterk og villt, hrifin af stormi og vindi, fljúgandi langt út á haf og hamingjusöm ein. Meg er turtildúfan, og Amy líkist lævirkjanum, sem hún skrifar um, að reyna að hefjast upp meðal skýjanna, en falla ávallt aftur niður í hreiðrið sitt. Elsku litla stúlkan! Hún er svo metnaðarfull, en hjarta hennar er gott og blítt, og hversu hátt sem hún flýgur, mun hún aldrei gleyma heimilinu. Ég vona, að ég fái að sjá hana aftur, en hún virðist svo langt í burtu.“

„Hún kemur í vor, og ég ætla að sjá til þess, að þú verðir fullkomlega tilbúin að sjá hana og njóta hennar. Ég ætla að hafa þig hrausta og rjóða þá,“ hóf Jo og fann, að af öllum breytingum á Beth var hin talandi breyting mest, því nú virtist henni það kosta ekkert erfiði að tala og hún hugsaði upphátt á hátt, sem var ólíkur hinni feimnu Beth.

„Jo, elsku, vona ekki lengur. Það gerir ekkert gagn. Ég er viss um það. Við verðum ekki óhamingjusamar, heldur njótum þess að vera saman meðan við bíðum. Við munum eiga gleðistundir, því ég þjáist ekki mikið, og ég held, að flóðið muni ganga rólega út, ef þú hjálpar mér.“

Jo laut niður og kyssti rólega andlitið, og með þeirri hljóðu kossi helgaði hún sig Beth með sál og líkama.

Hún hafði rétt fyrir sér. Engin orð voru nauðsynleg, þegar þær komu heim, því faðir og móðir sáu nú skýrt það, sem þau höfðu beðið um að vera hlíft við að sjá. Þreytt eftir stutta ferð sína fór Beth þegar í rúmið og sagði, hve fegin hún væri að vera komin heim, og þegar Jo fór niður, fann hún, að hún yrði hlíft við erfiða verkinu að segja leyndarmál Beth. Faðir hennar stóð með höfuðið hneigt að arinbríkinni og sneri sér ekki við, þegar hún kom inn, en móðir hennar rétti út armana eins og hún þyrfti hjálp, og Jo gekk til hennar og huggaði hana án orða.

ÞRÍTUGASTI OG SJÖUNDI KAFLI

NÝ ÁHRIF

Klukkan þrjú síðdegis má sjá allan hinn tískumeðvitaða heim í Nice á Promenade des Anglais - yndislegum stað, því hin breiða gönguleið, sem er skreytt pálmum, blómum og suðrænum runnum, liggur með sjónum öðrum megin, en hinum megin við hana er hin mikla akbraut, sem er röðuð hótelum og villum, og handan þeirra liggja appelsínugarðar og hæðir. Þar eru margar þjóðir fulltrúaðar, mörg tungumál töluð og margvíslegir búningar bornir, og á sólríkum degi er sjónin jafn glæsileg og litrík og karnival. Hrokafullir Englendingar, lífsglaðir Frakkar, alvöruþrungnir Þjóðverjar, glæsilegir Spánverjar, ófríðir Rússar, hógværir Gyðingar og frjálslyndir Bandaríkjamenn aka þar, sitja eða ganga um, ræða nýjustu fréttir og gagnrýna síðasta fræga gestinn, sem komið hefur - Ristori eða Dickens, Viktor Emanúel eða drottningu Sandwich-eyjanna. Vagnarnir eru jafnmargvíslegir og fólkið og vekja ekki síður athygli, einkum lágu körfuvagnarnir, sem dömur aka sjálfar, með tvö spræk smáhross fyrir, litrík net til að halda víðfeðmum faldinum innan hins smáa vagns og litla vagnþjóna sitjandi aftan á.

Þennan jóladag gekk hár ungur maður hægt eftir þessari gönguleið, með hendurnar fyrir aftan bak og nokkuð fjarverandi svip á andlitinu. Hann líktist Ítala, var klæddur sem Englendingur og bar með sér sjálfstæða ásýnd Bandaríkjamanns - sambland, sem varð til þess, að ýmis kvenaugu fylgdu honum með velþóknun, og nokkrir skrautklæddir snobbar í svörtum flauelsfötum, með rósrauð bindi, ljósleitum hanskum og appelsínublóm í hnappagatinu, ypptu öxlum og öfunduðu hann síðan af hæð hans. Þar voru mörg falleg andlit til að dást að, en hinn ungi maður veitti þeim litla athygli, nema hann leit öðru hverju á ljóshærða stúlku í bláu. Brátt rölti hann út af gönguleiðinni og nam staðar við gatnamót, eins og hann væri í vafa, hvort hann ætti að fara og hlýða á hljómsveitina í Jardin Publique eða ganga meðfram ströndinni í átt að Hæð kastalans. Skjótt fótatak smáhrossa varð til þess, að hann leit upp, þegar einn litlu vagnanna, með einni ungri konu innanborðs, kom hratt niður götuna. Konan var ung, ljóshærð og klædd í blátt. Hann starði augnablik, þá lifnaði andlit hans allt, og veifandi hattinum eins og drengur flýtti hann sér til móts við hana.

„Ó, Laurie, ert það í raun þú? Ég hélt, að þú kæmir aldrei!“ hrópaði Amy, sleppti taumnum og rétti fram báðar hendur, til mikillar hneykslunar franskrar móður, sem flýtti dóttur sinni áfram, svo hún spilltist ekki af því að sjá frjálslega framkomu þessara „brjáluðu Englendinga“.

„Ég tafðist á leiðinni, en ég lofaði að verja jólunum með þér, og hér er ég.“

„Hvernig hefur afi þinn það? Hvenær komst þú? Hvar dvelur þú?“

„Vel - í gærkvöld - á Chauvain. Ég kom við á hótelinu ykkar, en þið voruð úti.“

„Ég hef svo margt að segja, að ég veit ekki, hvar ég á að byrja! Komdu upp í, og við getum talað í rólegheitum. Ég var að fara í akstur og þráði félagsskap. Flo sparar sig fyrir kvöldið.“

„Hvað verður þá, dansleikur?“

„Jólaskemmtun á hótelinu okkar. Þar eru margir Bandaríkjamenn, og þeir halda hana til heiðurs deginum. Þú kemur með okkur, auðvitað? Frænka verður yfir sig ánægð.“

„Þakka þér. Hvert nú?“ spurði Laurie, hallaði sér aftur og lagði handleggina yfir brjóstið, sem hentaði Amy vel, því hún kaus að aka sjálf; sólhlífarsvipan og bláu taumnir yfir baki hvítu hestanna veittu henni óblandna ánægju.

„Ég fer fyrst til bankans eftir bréfum og síðan upp á Hæð kastalans. Útsýnið er svo yndislegt, og mér finnst gaman að gefa páfuglunum. Hefur þú verið þar?“

„Oft, fyrir árum, en mér er ekki á móti skapi að líta á það aftur."

„Nú segirðu mér allt um þig. Síðast heyrði ég, að afi þinn ætti von á þér frá Berlín."

„Já, ég dvaldi þar í mánuð og gekk síðan til hans í París, þar sem hann hefur sest að yfir veturinn. Hann á þar vini og finnur sér næga afþreyingu, svo ég fer og kem, og við komumst ágætlega af."

„Það er félagslynt fyrirkomulag," sagði Amy og fann, að eitthvað vantaði í framkomu Lauris, þótt hún gæti ekki sagt hvað.

„Sjáðu til, hann hatar ferðalög, og ég hata að sitja kyrr, svo við látum hvort annað njóta sín og ekkert vandamál skapast. Ég er oft hjá honum, og hann nýtur ævintýra minna, en mér þykir gott að vita, að einhver gleðst yfir að sjá mig, þegar ég kem heim úr flakki mínu. Skítug gömul hola, er það ekki?" bætti hann við með viðbjóðssvip, þegar þau óku meðfram breiðgötunni að Place Napoleon í gamla bænum.

„Óhreinindin eru myndræn, svo mér stendur á sama. Áin og hæðirnar eru yndislegar, og þessi svipmynd af þröngum hliðargötum er mér ánægja. Nú verðum við að bíða eftir að þessi skrúðganga fari hjá. Hún er á leið til Jóhanneskirkju."

Meðan Laurie horfði áhugalítill á skrúðgöngu presta undir tjöldum sínum, nunna í hvítum slæðum með logandi kerti og einhvers konar bræðralag í bláu, sem söng á göngu, horfði Amy á hann og fann nýja feimni læðast að sér, því hann var breyttur, og hún gat ekki fundið hinn glaðlynda dreng, sem hún hafði skilið eftir, í hinum þunglyndislega manni við hlið sér. Hann var fríðari en nokkru sinni fyrr og stórbættur, að hennar mati, en þegar gleðiroðinn við að hitta hana var liðinn hjá, leit hann þreyttur og þróttlaus út - ekki veikur né beinlínis óhamingjusamur, heldur eldri og alvarlegri en eitt eða tvö ár af farsælu lífi hefðu átt að gera hann. Hún skildi það ekki og þorði ekki að spyrja, svo hún hristi höfuðið og hvatti hestana áfram, meðan skrúðgangan liðaðist yfir boga Paglioni-brúarinnar og hvarf inn í kirkjuna.

„Que pensez-vous?“ sagði hún og sýndi frönsku sína, sem hafði aukist að magni, ef ekki að gæðum, síðan hún fór utan.

„Að ungfrúin hafi nýtt tímann vel, og árangurinn er heillandi,“ svaraði Laurie og hneigði sig með hönd á hjarta og aðdáunarsvip.

Hún roðnaði af ánægju, en einhvern veginn fullnægði hrósið henni ekki eins og beinskeytt lof hans heima, þegar hann gekk í kringum hana á hátíðisdögum og sagði, að hún væri „hreint út sagt prýðileg“, með innilegu brosi og samþykkjandi klappi á kollinn. Henni líkaði ekki hinn nýi tónn, því þótt hann væri ekki þreyttur af lífinu, hljómaði hann kærulaus þrátt fyrir svipinn.

„Ef þetta er sá maður, sem hann verður, vildi ég, að hann héldi áfram að vera drengur,“ hugsaði hún með einkennilegri tilfinningu vonbrigða og ónotakennd, en reyndi um leið að sýnast fullkomlega róleg og glaðvær.

Hjá Avigdor fékk hún hin dýrmætu bréf að heiman og las þau með nautn, meðan þau óku upp skuggalegan veg milli grænna limgerða, þar sem tesrósir blómstruðu jafnferskar og í júní.

„Beth er mjög veik, segir mamma. Ég hugsa oft, að ég ætti að fara heim, en þau segja öll: ‚Vertu kyrr.‘ Svo ég geri það, því ég fæ aldrei annað tækifæri eins og þetta,“ sagði Amy alvarleg og leit upp úr einu bréfinu.

„Ég held, að þú hafir rétt fyrir þér. Þú gætir ekkert gert heima, og það er þeim mikil huggun að vita, að þú ert hraust og glöð og nýtur svo mikils, elskan mín.“

Hann færði sig lítið eitt nær og líktist meira sínu gamla sjálfi, þegar hann sagði það, og óttinn, sem stundum lagðist þungt á hjarta Amy, léttist, því svipurinn, hreyfingin og hinn bróðurlegi „elskuleg mín“ virtust fullvissa hana um, að ef nokkur vandi kæmi upp, yrði hún ekki ein í framandi landi. Brátt hló hún og sýndi honum litla teikningu af Jo í skriftarfötum sínum, með slaufuna herfilega upprétta á húfunni og orðin „Snilligáfan logar!“ fljúgandi út úr munni hennar.

Laurie brosti, tók myndina, stakk henni í vestisvasann „svo hún fjúki ekki burt“ og hlýddi með áhuga á hið líflega bréf, sem Amy las fyrir hann.

„Þetta verður sannarlega gleðileg jól hjá mér, með gjafir að morgni, þér og bréfum síðdegis og veislu í kvöld,“ sagði Amy, þegar þau stigu úr vagninum meðal rústanna af gamla virkinu, og hópur glæsilegra páfugla kom stoltur til þeirra og beið spakur eftir fóðri. Meðan Amy stóð hlæjandi á bakkanum ofan við hann og kastaði mola til hinna litskrúðugu fugla, horfði Laurie á hana eins og hún hafði horft á hann, með eðlilegri forvitni um, hvaða breytingar tími og fjarvera hefðu valdið. Hann fann ekkert, sem ruglaði hann eða olli vonbrigðum, heldur margt, sem vert var að dást að og samþykkja, því þótt hann sæi fram hjá nokkrum smávægilegum tilgerðum í máli og framkomu, var hún jafnlífleg og þokkafull og fyrr, með þeirri ólýsanlegu viðbót í klæðnaði og fasi, sem við köllum glæsileika. Alltaf þroskuð umfram aldur hafði hún öðlast ákveðna öryggistilfinningu í göngulagi og samræðum, sem lét hana virðast meiri veraldarkonu en hún var, en gömul geðshræring hennar skaut öðru hverju upp kollinum, sterkur vilji hennar hélt sínu, og meðfædd hreinskilni hennar var óspjölluð af erlendu fágaði.

Laurie las ekki allt þetta úr henni, meðan hann horfði á hana gefa páfuglunum, en hann sá nóg til að vera bæði sáttur og áhugasamur og bar með sér fallega mynd af bjartandlitaðri stúlku í sólskini, sem dró fram mjúkan lit kjóls hennar, ferskan roða kinnanna og gullinn gljáa hársins og gerði hana að aðalpersónu í hinu yndislega umhverfi.

Þegar þau komu upp á steinlagða sléttuna, sem krýnir hæðina, veifaði Amy hendinni eins og hún byði hann velkominn á sinn uppáhaldsstað og sagði, benti hér og þar: „Manstu dómkirkjuna og Corso-götuna, sjómennina, sem draga net sín í flóanum, og hina yndislegu leið til

Villefranche, Turn Schuberts rétt fyrir neðan og - best af öllu - þennan litla blett þarna langt úti á hafi, sem þeir segja, að sé Korsíka?"

„Ég man það. Það hefur lítið breyst," svaraði hann án mikillar eldmóðs.

„Hvað Jo myndi ekki gefa fyrir að sjá þennan fræga blett!" sagði Amy í góðu skapi og vildi gjarnan sjá hann eins.

„Já," var allt, sem hann sagði, en hann sneri sér og beindi augum sínum af ákefð að eyjunni, sem meiri valdhafi en jafnvel Napóleon gerði honum nú áhugaverða.

„Líttu vel á hana hennar vegna og komdu svo og segðu mér, hvað þú hefur haft fyrir stafni allan þennan tíma," sagði Amy og settist, tilbúin í gott samtal.

En hún fékk það ekki, því þótt hann settist hjá henni og svaraði öllum spurningum hennar greiðlega, komst hún aðeins að því, að hann hefði ferðast um meginlandið og verið í Grikklandi. Eftir að hafa dvalið þar í klukkustund óku þau aftur heim, og eftir að hafa heilsað frú Carrol fór Laurie og lofaði að koma aftur um kvöldið.

Þess verður að geta um Amy, að hún skreytti sig af ásettu ráði þetta kvöld. Tími og fjarvera höfðu haft áhrif á bæði unga fólkið. Hún hafði séð gamla vin sinn í nýju ljósi, ekki sem „drenginn okkar", heldur sem fríðan og geðþekkan mann, og hún fann eðlilega löngun til að öðlast hylli í augum hans. Amy þekkti kosti sína og nýtti þá til fulls með þeim smekk og þeirri kunnáttu, sem eru auður fátækrar og fallegrar konu.

Tarlatan og tyl voru ódýr í Nice, svo hún vafði sig í þau við slík tækifæri og fylgdi hinni skynsamlegu ensku tísku um einfaldan klæðnað fyrir ungar stúlkur og bjó sér heillandi búninga með ferskum blómum, fáeinum skartgripum og alls konar fíngerðum tilþrifum, sem voru bæði ódýr og áhrifamikil. Viðurkenna verður, að listakonan tók stundum völdin yfir konunni og leyfði sér fornleg hárgreiðslubrögð, styttulegar stellingar og klassísk fellingaföt. En, elsku hjarta, við eigum öll okkar smáu veikleika og fyrirgefum slíkum ungu fólki auðveldlega, þegar fegurð þeirra gleður augu okkar og saklaus hégómi þeirra léttir hjarta okkar.

„Mig langar svo, að hann haldi, að ég líti vel út, og segi það heima," sagði Amy við sjálfa sig, þegar hún fór í gamla hvíta silkiballkjól Flo og huldi hann léttu slæðu af fersku neti, þaðan sem hvítar axlir hennar og gullið höfuð risu upp með hinum listilegasta svip. Hárið hafði hún vit á að láta í friði, eftir að hafa safnað þykkum bylgjum og krullum í Hebu-líkan hnút aftan á höfðinu.

„Það er ekki í tísku, en það fer mér vel, og ég hef ekki efni á að gera mig hlægilega," pf sagði hún jafnan, þegar henni var ráðlagt að krulla, blása upp eða flétta, eins og nýjasta tískan bauð.

Þar sem hún átti enga nægilega fína skartgripi fyrir þetta mikilvæga tilefni, festi Amy léttar faldir sínar upp með rósrauðum asaleaklösum og rammaði hvítar axlirnar inn með fíngerðum grænum vínviði. Minnug máluðu stígvélanna leit hún á hvítu satínskóna sína með stúlkulegri ánægju og dansaði um herbergið og dáðist að aðalslegum fótum sínum alein.

„Nýi viftan mín passar nákvæmlega við blómin, hanskarnir sitja eins og sniðnir og ekta blúndan á vasaklútnum hennar frænku gefur allri klæðnaðinum reisn. Ef ég hefði bara klassískt nef og munn, væri ég fullkomlega hamingjusöm," sagði hún og skoðaði sig gagnrýnum augum með kerti í hvorri hendi.

Þrátt fyrir þessa meinlegu ágalla leit hún óvenju glaðlega og þokkafulllega út, þegar hún svifaði burt. Hún hljóp sjaldan – það þótti henni ekki samrýmast sínum stíl, því þar sem hún var hávaxin, þótti henni hið tignarlega og júnóníska hæfa betur en hið leikandi eða kitlandi. Hún gekk fram og aftur um langan salinn meðan hún beið eftir Laurie og stillti sér eitt sinn upp undir ljósakrónunni, sem fór vel við hár hennar, en hugsaði sig um og gekk svo að hinum enda herbergisins, eins og hún skammaðist sín fyrir stúlkulegan vilja til að hafa fyrstu sýnina sem hagstæðasta. Svo vildi til, að hún gat ekki gert betur, því Laurie kom svo hljóðlega inn, að hún heyrði ekki til hans, og þar sem hún stóð við fjarlægan gluggann, með höfuðið hálfsnúið og aðra höndina safnandi kjólnum, var hin granna, hvíta mynd gegn rauðu fortjöldunum jafn áhrifamikil og vel staðsett stytta.

„Gott kvöld, Díana!" sagði Laurie með þeim ánægjusvip, sem henni þótti vænt um að sjá í augum hans, þegar þau hvíldu á henni.

„Gott kvöld, Apolló!" svaraði hún og brosti á móti, því hann leit einnig óvenju glæsilegur út, og tilhugsunin um að ganga inn í danssalinn við arm svo fríðs manns vakti með Amy innilega meðaumkun með hinum fjórum ófríðu ungfrúum Davis.

„Hér eru blómin þín. Ég raðaði þeim sjálfur og mundi, að þér líkaði ekki það, sem Hanna kallar ‚hrúgubúkett',“ sagði Laurie og rétti henni fíngert blómvendi í hulstri, sem hún hafði lengi girnst, þegar hún daglega gekk fram hjá glugga Cardiglia.

„Hversu góður þú ert!" hrópaði hún þakklát. „Ef ég hefði vitað, að þú kæmir, hefði ég haft eitthvað tilbúið handa þér í dag, þótt það hefði ekki verið jafn fallegt og þetta, er ég hrædd um."

„Þakka þér. Það er ekki eins og það ætti að vera, en þú hefur bætt það," bætti hann við, þegar hún smellti silfurarmbandinu á úlnliðinn.

„Vinsamlegast gerðu það ekki."

„Ég hélt, að þér líkaði slíkt."

„Ekki frá þér; það hljómar ekki eðlilega, og mér þykir vænt um gamla, beinskeytta máta þinn."

„Það gleður mig," svaraði hann og létti yfir honum, síðan hneppti hann hanska hennar og spurði, hvort bindið sitt væri beint, eins og hann hafði jafnan gert, þegar þau fóru saman í veislur heima.

Gestirnir, sem söfnuðust saman í hinni löngu matsal, voru slíkt safn, sem vart sést annars staðar en á meginlandinu. Hinn gestrisni bandaríski hópur hafði boðið öllum kunningjum sínum í Nice, og þar sem hann bar enga fordóma gagnvart titlum, hafði hann tryggt sér nokkra slíka til að auka ljóma jólaballsins.

Rússneskur prins sýndi þá náð að sitja í horni í klukkustund og tala við mikla konu, klædda sem móðir Hamlets í svörtu flaueli með perluband undir höku. Pólskur greifi, átján ára að aldri, helgaði sig dömunum, sem kölluðu hann „heillandi elsku", og þýskur Tignarherra-eitthvað, sem kom einn til kvöldverðar, ráfaði um og leitaði að einhverju, sem hann gæti neytt. Einkaritari baróns Rothschild, gyðingur með stórt nef og þrönga skó, geislaði vingjarnlega yfir heiminn, eins og nafn húsbónda hans krýndi hann gullnu ljóma. Digur Frakki, sem þekkti keisarann, kom til að fullnægja dansástríðu sinni, og frú de Jones, bresk húsmóðir, prýddi sviðið með litlu fjölskyldu sinni, átta talsins. Auðvitað voru þar margar léttfættar og skærar bandarískar stúlkur, fríðar en sviplitlar enskar slíkar og nokkrar ófríðar en fjörugar franskar ungfrúr, auk hins venjulega hóps ferðandi ungra herramanna, sem létu sér vel líka, meðan mæður allra þjóða sátu við veggina og brostu góðlátlega, þegar þeir dönsuðu við dætur þeirra.

Sérhver ung stúlka getur ímyndað sér hugarástand Amy, þegar hún „sté á sviðið" þetta kvöld, hvílandi á armi Laurie. Hún vissi, að hún leit vel út, hún elskaði að dansa, henni fannst hún vera á eigin heimavelli í danssal og naut þess yndislega valdatilfinningar, sem fylgir því, þegar ungar stúlkur uppgötva fyrst hið nýja og fagra ríki, sem þeim er ætlað að ríkja yfir fyrir tilstilli fegurðar, æsku og kvenleika. Hún fann sannarlega til með ungfrúum Davis, sem voru klaufalegar, ófríðar og fylgdarlausar, nema af stirðum föður og þremur enn stirðari frænkum, og hún hneigði sig vingjarnlega til þeirra, þegar hún gekk fram hjá, sem var vel af sér gert, því það leyfði þeim að sjá kjól hennar og brenna af forvitni um, hver hinn tignarlegi vinur hennar kynni að vera. Við fyrsta hljómburð hljómsveitarinnar jókst roði Amy, augu hennar tóku að glitra og fætur hennar slógu óþolinmóðir í gólfið, því hún dansaði vel og vildi, að Laurie vissi það. Því má frekar ímynda sér en lýsa þeirri hnykkju, sem hún varð fyrir, þegar hann sagði í fullkomlega rólegum tón:

„Langar þig að dansa?“

„Það gerir maður venjulega á balli.“

Undrandi svipur hennar og snöggt svar varð til þess, að Laurie leiðrétti mistök sín eins fljótt og auðið var.

„Ég átti við fyrsta dansinn. Má ég eiga þann heiður?“

„Ég get gefið þér einn, ef ég fresta greifanum. Hann dansar guðdómlega, en hann mun afsaka mig, þar sem þú ert gamall vinur,“ sagði Amy og vonaði, að nafnið hefði góð áhrif og sýndi Laurie, að ekki væri með hana að leika.

„Fallegur lítill piltur, en heldur lágvaxinn Pólverji til að styðja...

dóttur guðanna,

guðdómlega háa og enn guðdómlegar fríða,“

var þó allt, sem hún fékk í staðinn.

Hópurinn, sem þau lentu í, var enskur, og Amy varð að ganga með sæmilegri prúðmennsku í gegnum kótilljón, meðan henni fannst hún geta dansað tarantellu af sannri nautn. Laurie afhenti hana „fallega litla piltinum“ og fór að sinna skyldu sinni við Flo, án þess að tryggja sér Amy fyrir komandi gleði, sem sú ámælisverða skortur á fyrirhyggju var réttilega refsaður fyrir, því hún lofaði sig þegar fram til kvöldverðar og hugðist láta undan, ef hann sýndi nokkur merki iðrunar þá. Hún sýndi honum danskort sitt með daufum fögnuði, þegar hann rölti – í stað þess að þjóta – að henni til að heimta næsta dans, hina glæsilegu polku-redovu. En kurteislegar afsakanir hans blekktu hana ekki, og þegar hún þaut burt með greifanum, sá hún Laurie setjast við hlið frænku hennar með raunverulegan léttisvip á andlitinu.

Það var ófyrirgefanlegt, og Amy veitti honum engin frekari eftirtekt um stund, nema eitt og eitt orð, þegar hún kom til fylgdarkonu sinnar milli dansa til að laga nælu eða hvíla sig augnablik. Reiði hennar hafði þó góð áhrif, því hún faldi hana bak við brosandi andlit og virtist óvenju kát og glæsileg. Augu Laurie fylgdu henni með ánægju, því hún hvorki ærðist né ráfaði, heldur dansaði af fjöri og þokka og gerði hinn yndislega leik að því, sem hann átti að vera. Hann tók eðlilega að skoða hana frá þessu nýja sjónarhorni og hafði áður en kvöldið var hálfnað komist að þeirri niðurstöðu, að „litla Amy myndi verða afar heillandi kona".

Það var líflegt sjónarspil, því brátt greip andi félagslífsins alla, og jólagleðin lét andlit ljóma, hjörtu gleðjast og hæla verða létta. Hljóðfæraleikararnir fiðluðu, blésu og börðu eins og þeir nytu þess, allir dönsuðu sem gátu, og þeir sem ekki gátu, dáðust að náunganum með óvenjulegri hlýju. Loftið var myrkt af Davisum, og margir Jonesar sprikluðu eins og hjörð ungra gíraffa. Gullni ritari þaut um salinn eins og loftsteinn með spræka franskt konu, sem þakti gólfið með rósrauðum satínfaldinum. Hinn tignarlegi Þjóðverji fann kvöldverðarborðið og var sæll, borðaði stöðugt af matseðlinum og skelfdi þjónana með hernaði sínum. En vinur keisarans huldi sig frægð, því hann dansaði allt, hvort sem hann kunni það eða ekki, og skaut inn spunasnúningum, þegar dansatriðin rugluðu hann. Hið drengilega yfirbragð þess digra manns var heillandi, því þótt hann „bæri þunga", dansaði hann eins og gúmmíkúla. Hann hljóp, flaug, hoppaði, andlit hans roðnaði, skalli hans glansaði, frakkaskörtin blöktu villt, skórnir blikkuðu beinlínis í loftinu, og þegar tónlistin þagnaði, þurrkaði hann svitann af enni sér og brosti til samferðamanna sinna eins og franskur Pickwick án gleraugna.

Amy og Pólverji hennar skáru sig úr með jafnmikilli ákefð en meiri lipurð, og Laurie fann sig ósjálfrátt halda takti við hrynjandi upp- og niðurhreyfingu hvítu skónna, sem þutu hjá jafn óþreytandi og væru vængjaðir. Þegar litli Vladimir sleppti henni loks, með fullvissu um, að hann væri „í sárum yfir að fara svona snemma“, var hún tilbúin að hvíla sig og sjá, hvernig hinn afræki riddari hennar hefði borið refsingu sína.

Hún hafði tekist vel, því á tuttugu og þriggja ára aldri finna sárar ástir smyrsl í vinalegu samfélagi, og ungar taugar titra, ungt blóð dansar og heilbrigður andi rís, þegar hann verður fyrir töfrum fegurðar, ljóss, tónlistar og hreyfingar. Laurie hafði vaknað svip, þegar hann reis til að gefa henni sæti sitt, og þegar hann flýtti sér að sækja henni kvöldverð, sagði hún við sjálfa sig með ánægðarbrosi: „Ég vissi, að þetta myndi gera honum gott!“

„Þú lítur út eins og kona Balzacs, ‚Femme Peinte Par Elle-Meme‘,“ sagði hann og viftaði hana með annarri hendinni, meðan hann hélt á kaffibolla hennar með hinni.

„Rauðinn minn fer ekki af.“ Og Amy nuddaði glitrandi kinn sína og sýndi honum hvítan hanskann með alvöru einfaldleika, sem fékk hann til að hlæja upphátt.

„Hvað kallarðu þetta efni?“ spurði hann og snerti fellingu kjóls hennar, sem hafði feykst yfir hné hans.

„Illusion.“

„Gott nafn. Það er mjög fallegt - nýtt, er það ekki?“

„Það er jafngamalt og hæðirnar. Þú hefur séð það á tugum stúlkna, og þú uppgötvaðir ekki, að það væri fallegt fyrr en nú - heimskingi!“

„Ég hef aldrei séð það á þér áður, og það skýrir mistökin, skilurðu.“

„Ekkert af þessu; það er bannað. Ég vil heldur kaffi en hrós núna. Nei, hallaðu þér ekki svona; það gerir mig taugaóstyrka.“

Laurie settist beint upp og tók hógvær disk hennar, fann óvenjulega ánægju í því að láta „litlu Amy“ skipa sér fyrir, því hún hafði misst feimnina og fann ómótstæðilega löngun til að traðka á honum, eins og stúlkur gera gjarnan, þegar drottnar sköpunarinnar sýna merki um undirgefni.

„Hvar lærðir þú allt þetta?“ spurði hann með glettnisvip.

„Þar sem ‚allt þetta‘ er heldur óljós orðasamband, viltu vera svo vænn að útskýra?“ svaraði Amy og vissi fullvel, hvað hann átti við, en lét hann af hrekk gera tilraun til að lýsa hinu ólýsanlega.

„Jæja - hinn almenni svipur, stíllinn, sjálfsöryggið, það - það - illusion - þú skilur,“ hló Laurie og leysti sig úr vandanum með nýja orðinu.

Amy var glöð, en sýndi það auðvitað ekki og svaraði hógværlega: „Erlent líf fægir mann, hvort sem maður vill eða ekki. Ég stunda nám jafnt sem skemmtun, og hvað þetta varðar“ - með litlum handabendingu að kjólnum - „þá er tyl ódýrt, blóm fáanleg fyrir lítið sem ekkert, og ég er vön að gera sem mest úr mínum litlu efnum.“

Amy sá eftir síðustu setningunni og óttaðist, að hún væri ekki smekkleg, en Laurie kunni henni enn betur fyrir hana og fann sig bæði dást að og virða hið hugrakka þolgæði, sem nýtti sér tækifærin, og glaða andann, sem huldi fátækt með blómum. Amy vissi ekki, hvers vegna hann leit á hana svo blíðlega, né hvers vegna hann fyllti danskort hennar með nafni sínu og helgaði sig henni það sem eftir lifði kvöldsins á hinn yndislegasta hátt; en hvötin, sem olli þessari ánægjulegu breytingu, var afleiðing einnar hinna nýju tilfinninga, sem þau bæði, án þess að gera sér grein fyrir því, veittu og tóku á móti.

ÞRÍTUGASTI OG ÁTTUNDI KAFLI
SETT Á HILLUNA

Í Frakklandi eiga ungar stúlkur fremur dauflegt líf þar til þær giftast, en þá verður „Vive la liberté!“ kjörorð þeirra. Í Ameríku, eins og öllum er kunnugt, undirrita stúlkur snemma sjálfstæðisyfirlýsinguna og njóta frelsis síns með lýðræðislegum eldmóði, en ungar húsmæður afsala sér yfirleitt völdum við fæðingu fyrsta erfingjans og hverfa í einangrun, sem er næstum jafn ströng og í frönsku klaustri, þó engan veginn jafn hljóðlát. Hvort sem þær kjósa það eða ekki, eru þær í raun settar á hilluna um leið og brúðkaupsæsinn dvínaði, og flestar þeirra gætu tekið undir með einstaklega fallegri konu, sem sagði nýlega: „Ég er jafn myndarleg og áður, en enginn veitir mér eftirtekt, af því að ég er gift.“

Þar sem Meg var hvorki tildurrós né tískudama, varð hún ekki fyrir þessari raun fyrr en börn hennar voru orðin eins árs, því í litla heimi hennar ríktu frumstæðir siðir, og hún fann sig dáðari og elskaðri en nokkru sinni fyrr.

Þar sem hún var kvenleg lítil kona, var móðureðlið henni afar sterkt, og hún sökkti sér algerlega í börnin sín, svo að allt annað og allir aðrir hurfu úr huga hennar. Dag og nótt sveimaði hún yfir þeim með óþreytandi alúð og áhyggjum og lét John í hendur þjónustunnar, því írsk kona hafði nú tekið við stjórn eldhússins. Þar sem John var heimilisfastur maður, saknaði hann greinilega þeirrar umhyggju eiginkonunnar, sem hann hafði vanist, en þar sem hann dýrkaði börnin sín, lét hann þægindi sín fúslega víkja um sinn og gerði sér í karlmannlegri vanþekkingu vonir um, að friður yrði brátt endurreistur. En þrír mánuðir liðu, og engin hvíld sneri aftur. Meg leit út fyrir að vera þreytt og taugaóstyrk, börnin tóku hverja mínútu tíma hennar, húsið var vanrækt, og Kitty, matsveinninn, sem tók lífinu með rólegheitum, hélt honum við knappan kost.

Þegar hann fór út á morgnana, var hann ruglaður af litlum erindum fyrir hina „fangelsuðu“ móður; kæmi hann glaður heim að kvöldi, fús til að faðma fjölskyldu sína, var honum mætt með: „Suss! Þau eru nýsofnuð eftir að hafa verið óróleg allan daginn.“ Legði hann til smá skemmtun heima, var svarað: „Nei, það myndi trufla börnin.“ Minnist hann á fyrirlestur eða hljómleika, fékk hann ámælislegt augnaráð og ákveðið: „Yfirgefa börnin mín fyrir skemmtun? Aldrei!“ Svefn hans var rofinn af barnagráti og sýnum af draugalegri veru, sem gekk hljóðlaust fram og aftur um næturvökurnar. Máltíðir hans truflaðust af sífelldum flótta húsfreyjunnar, sem yfirgaf hann hálfþjónuðum, ef dempað hljóð heyrðist úr hreiðrinu uppi. Og þegar hann las blað sitt á kvöldin, blandaðist magakrampi Demis inn í skipafréttirnar og fall Daisy hafði áhrif á hlutabréfaverð, því frú Brooke hafði einungis áhuga á heimilisfréttum.

Aumingja maðurinn var mjög ólánsamur, því börnin höfðu rænt hann eiginkonunni, heimilið var orðið að einni barnastofu, og sífelld „suss“-köllin létu hann finna til þess, að hann væri grimmur boðflenna, hvenær sem hann steig inn á hið helga svæði Barnalandsins. Í sex mánuði bar hann þetta með mikilli þolinmæði, og þegar engin merki um batnandi ástand sáust, gerði hann það, sem aðrir feður í útlegð gera - reyndi að afla sér nokkurrar huggunar annars staðar. Scott hafði kvænst og stofnað heimili skammt frá, og John tók upp þann sið að skreppa þangað um klukkustund eða tvær á kvöldin, þegar stofa hans sjálfs var tóm og eiginkona hans söng vögguvísur, sem virtust engan enda taka. Frú Scott var fjörug og lagleg ung kona, sem hafði ekkert annað að gera en að vera þóknanleg, og það hlutverk rækti hún með miklum sóma. Stofan var ætíð björt og aðlaðandi, taflborðið tilbúið, píanóið stillt, nóg af léttum slúðurfréttum og smekkleg kvöldmáltíð fram borin á girnilegan hátt.

John hefði kosið sinn eigin arin, ef hann hefði ekki verið svo einmana, en eins og á stóð, þáði hann með þakklæti næstbesta kostinn og naut félagsskapar nágrannans.

Meg var fyrst um sinn fremur sátt við hið nýja fyrirkomulag og fann létti í því að vita, að John skemmti sér vel í stað þess að dotta í stofunni eða ganga um húsið og vekja börnin. En smám saman, þegar tanntökuþrautinni lauk og goðin litlu fóru að sofa á réttum tíma og skildu móðurina eftir með stund til hvíldar, fór hún að sakna Johns og fann handavinnukörfuna dapurlegan félaga, þegar hann sat ekki á móti henni í gamla sloppnum sínum og ylti inniskónum sínum notalega við arinbrúnina. Hún bað hann ekki að vera heima, en fann til sárinda, af því að hann vissi ekki, að hún óskaði þess án þess að hún segði það, og gleymdi algerlega hinum mörgu kvöldum, þegar hann hafði beðið hennar til einskis. Hún var taugaóstyrk og uppgefin af vökunum og áhyggjunum og í því óskynsamlega hugarástandi, sem jafnvel bestu mæður upplifa stundum, þegar heimilisáhyggjur leggjast þungt á þær. Skortur á hreyfingu rænir þær glaðværð, og of mikil lotning við hið ameríska skurðgoð kvenna, teketilinn, lætur þær finna til þess, að þær séu allar taugar en engir vöðvar.

„Já," sagði hún og horfði í spegilinn, „ég er að eldast og verða ljót. John finnur mig ekki lengur áhugaverða, svo hann yfirgefur fölnaða eiginkonu sína og fer að hitta fallegu nágrannakonuna, sem hefur engar byrðar. Jæja, börnin elska mig, þeim er sama, þótt ég sé grönn og föl og hafi engan tíma til að liðka hárið. Þau eru huggun mín, og einhvern daginn mun John sjá, hverju ég hef fúslega fórnað fyrir þau, er það ekki, dýrgripir mínir?"

Við þessari harmþrungnu ávarpi svaraði Daisy með gutli eða Demi með hlátri, og Meg lagði kvartanir sínar til hliðar um stund og naut móðurlegrar sælu, sem mildaði einsemd hennar. En sársaukinn jókst, þegar stjórnmálin tóku John æ meir til sín, og hann hljóp stöðugt yfir til Scott til að ræða áhugaverð málefni, algjörlega ómeðvitaður um, að Meg saknaði hans. Ekki orð lét hún falla, fyrr en móðir hennar fann hana einn daginn grátandi og krafðist þess að fá að vita, hvað amaði að, því dapurlegt hugarfar Meg hafði ekki farið fram hjá henni.

„Ég myndi ekki segja neinum nema þér þetta, mamma, en ég þarfnast raunverulega ráðs, því ef John heldur þessu svona áfram, má ég eins vera orðin ekkja," svaraði frú Brooke og þurrkaði tárin á smekk Daisy með sárindasvip.

„Heldur áfram með hvað, elskan mín?“ spurði móðirin áhyggjufull.

„Hann er fjarri allan daginn, og á kvöldin, þegar mig langar að vera með honum, fer hann stöðugt yfir til Scott-hjónanna. Það er ekki sanngjarnt, að ég beri þyngsta starfið og fái aldrei neina skemmtun. Menn eru mjög eigingjarnir, jafnvel þeir bestu.“

„Konur eru það einnig. Kenndu ekki John um, fyrr en þú sérð, hvar þú sjálf hefur farið á mis.“

„En það getur ekki verið rétt af honum að vanrækja mig.“

„Vanrækirðu hann ekki sjálf?“

„En mamma, ég hélt, að þú myndir taka minn málstað!“

„Það geri ég að því leyti, að ég samhryggist þér, en ég held, að sökin sé þín, Meg.“

„Ég sé ekki, hvernig það getur verið.“

„Leyfðu mér að sýna þér það. Vanrækti John þig nokkurn tíma, eins og þú kallar það, meðan þú lagðir þig fram um að veita honum félagsskap þinn á kvöldin, sem var eini frítími hans?“

„Nei, en ég get það ekki núna, með tvö börn til að annast.“

„Ég held, að þú gætir það, elskan mín, og ég held, að þú ættir það. Má ég tala alveg hreinskilnislega, og munt þú muna, að það er móðirin, sem ávítar, jafnt sem móðirin, sem samhryggist?“

„Vissulega mun ég það! Talaðu við mig eins og ég væri litla Meg aftur. Mér finnst ég oft þurfa leiðsögn meira en nokkru sinni, síðan þessi börn treysta á mig í öllu.“

Meg dró lágan stól sinn nær móður sinni, og með lítið barn í hvoru fangi sátu þær og rugguðu og ræddu ástúðlega saman og fundu, að móðurhlutverkið tengdi þær nánar en nokkru sinni fyrr.

„Þú hefur aðeins gert þau mistök, sem flestar ungar eiginkonur gera - gleymt skyldu þinni við eiginmann þinn í ást þinni til barnanna. Það eru mjög eðlileg og fyrirgefanleg mistök, Meg, en þau er betra að leiðrétta áður en þið farið að feta sundurleiðir, því börn eiga að færa ykkur nær hvort öðru en nokkru sinni fyrr, ekki skilja ykkur að, eins og þau væru eingöngu þín og John hefði ekkert annað hlutverk en að sjá þeim fyrir framfærslu. Ég hef séð þetta í nokkrar vikur, en ekki sagt neitt, þar sem ég var viss um, að þetta myndi lagast með tímanum.“

„Ég óttast, að það geri það ekki. Ef ég bið hann að vera heima, mun hann halda, að ég sé afbrýðisöm, og ég vil ekki móðga hann með slíkri hugmynd. Hann sér ekki, að ég þarfnast hans, og ég veit ekki, hvernig ég á að láta hann skilja það án orða.“

„Gerðu heimilið svo notalegt, að hann vilji ekki fara þaðan. Elskan mín, hann þráir litla heimilið sitt, en það er ekki heimili án þín, og þú ert alltaf í barnaherberginu.“

„Ætti ég ekki að vera þar?“

„Ekki allan tímann. Of mikil innilokun gerir þig taugaóstyrka og þá verður þú óhæf til alls. Auk þess skuldarðu John eitthvað, ekki síður en börnunum. Vanræktu ekki eiginmanninn vegna barnanna, lokaðu hann ekki úti úr barnaherberginu, heldur kenndu honum, hvernig hann geti hjálpað þar. Staður hans er þar jafnt sem þinn, og börnin þarfnast hans. Lát hann finna, að hann hafi hlutverk að gegna, og hann mun gegna því fúslega og trúfastlega, og það verður ykkur öllum til heilla.“

„Heldurðu það í alvöru, mamma?“

„Ég veit það, Meg, því ég hef reynt það, og ég gef sjaldan ráð nema ég hafi sannreynt, að þau séu framkvæmanleg. Þegar þú og Jo voruð litlar, hélt ég áfram á sama hátt og þú gerir nú, og fannst ég ekki rækja skyldu mína nema ég helgaði ykkur mig algerlega. Aumingja faðir ykkar sneri sér að bókum sínum, eftir að ég hafði hafnað allri aðstoð, og lét mig eina um að gera tilraun mína. Ég barðist áfram eins og ég gat, en Jo var mér ofviða. Ég var næstum búin að spilla henni með eftirlæti. Þú varst veikluleg, og ég hafði svo miklar áhyggjur af þér, að ég féll sjálf í veikindi. Þá kom faðir ykkar mér til bjargar, stjórnaði öllu hljóðlega og gerði sig svo hjálplegan, að ég sá mistök mín og hef aldrei getað verið án hans síðan. Þar liggur leyndarmál heimilishamingju okkar. Hann lætur ekki störf sín draga sig frá litlu umhyggjunni og skyldunum, sem snerta okkur öll, og ég reyni að láta ekki heimilisáhyggjur eyða áhuga mínum á viðfangsefnum hans. Við vinnum hvort sitt í mörgu, en heima vinnum við alltaf saman.“

„Svo er, mamma, og heitasta ósk mín er að vera eiginmanni mínum og börnum það, sem þú hefur verið þínum. Sýndu mér hvernig, og ég geri allt, sem þú segir.“

„Þú varst ætíð hlýðin dóttir mín. Jæja, elskan, ef ég væri þú, myndi ég láta John hafa meira að gera með uppeldi Demis, því drengurinn þarfnast aga, og það er alls ekki of snemmt að hefja hann. Síðan myndi ég gera það, sem ég hef oft lagt til, að láta Hönnu koma og hjálpa þér. Hún er framúrskarandi barnfóstra, og þú mátt treysta henni fyrir dýrmætu börnunum, meðan þú sinnir meiri heimilisstörfum. Þú þarfnast hreyfingar, Hanna myndi njóta hvíldarinnar, og John myndi finna eiginkonu sína á ný. Farðu oftar út, vertu glaðlynd jafnt sem iðin, því þú ert sólskinið á heimilinu, og ef þú verður dapur, er engin heiðríkja. Síðan myndi ég reyna að sýna áhuga á því, sem John þykir vænt um – ræða við hann, láta hann lesa fyrir þig, skiptast á skoðunum og hjálpa hvort öðru á þann hátt. Lokaðu þig ekki inni í kistli af því að þú ert kona, heldur reyndu að skilja, hvað er að gerast, og mennta þig til að taka þátt í verki heimsins, því það snertir þig og þína.“

„John er svo skynsamur, að ég óttast, að hann haldi mig heimskulega, ef ég spyr um stjórnmál og slíkt.“

„Ég trúi því ekki. Kærleikurinn hylur fjölda synda, og af hverjum gætirðu spurt frjálslegar en honum? Reyndu það og sjáðu, hvort hann finni ekki félagsskap þinn miklu ánægjulegri en kvöldverði frú Scott.“

„Ég mun gera það. Aumingja John! Ég óttast, að ég hafi vanrækt hann mjög, en mér fannst ég gera rétt, og hann sagði aldrei neitt.“

„Hann reyndi að vera ekki eigingjarn, en mér sýnist hann hafa fundið til einsemdar. Þetta er einmitt sá tími, Meg, þegar ungt hjónaband er hætt við að gliðna, og jafnframt sá tími, þegar þau ættu helst að vera saman, því fyrstu blíðan dvínar fljótt, nema henni sé viðhaldið af alúð. Og enginn tími er foreldrum jafn fagur og dýrmætur og fyrstu árin, sem þeim eru falin til að móta. Láttu John ekki verða ókunnugan börnunum, því þau munu gera meira til að halda honum öruggum og hamingjusömum í þessum heimi prófrauna og freistinga en nokkuð annað, og fyrir þeirra tilstilli munt þú læra að þekkja og elska hvort annað, eins og ykkur ber. Nú, elskan mín, vertu sæl. Hugleiddu prédikun móður þinnar, breyttu eftir henni, ef hún sýnist góð, og Guð blessi ykkur öll.“

Meg hugleiddi þetta, fann það gott og breytti samkvæmt því, þótt fyrsta tilraunin yrði ekki nákvæmlega eins og hún hafði ætlað. Börnin kúguðu hana auðvitað og réðu húsinu um leið og þau komust að því, að spark og óp færðu þeim allt, sem þau vildu. Mamma var auðsveipur þræll geðþótta þeirra, en pabbi lét ekki svo auðveldlega undirokast og hryggði stundum viðkvæma eiginkonu sína með tilraun til föðurlegs aga gagnvart óstýrilátum syni sínum. Demi hafði nefnilega erft dálítið af festu föður síns – við skulum ekki kalla það þrjósku – og þegar hann hafði ákveðið í litla huga sínum að fá eða gera eitthvað, þá gátu hvorki konungshestar né konungsmenn breytt þeirri staðföstu ákvörðun. Mamma taldi elskuna of unga til að læra að sigrast á geðþóttum sínum, en pabbi taldi aldrei of snemmt að nema hlýðni. Þannig uppgötvaði meistari Demi snemma, að þegar hann tók upp á því að „glíma“ við „Pabba“, þá beið hann jafnan lægri hlut, en líkt og Englendingur virti barnið þann mann, sem sigraði það, og elskaði föðurinn, sem með alvöruþrungnu „Nei, nei,“ hafði meiri áhrif en allar ástúðarklappanir mömmu.

Nokkrum dögum eftir samtalið við móður sína ákvað Meg að reyna félagslegt kvöld með John. Hún pantaði því góða kvöldmáltíð, tók stofuna til, klæddi sig fallega og lagði börnin snemma í rúmið, svo ekkert skyldi trufla tilraun hennar. En því miður var sú ósigrandi andstaða Demis einmitt gegn því að fara í rúmið, og það kvöldið ákvað hann að gera uppreisn. Svo söng og ruggaði aumingja Meg, sagði sögur og beitti öllum þeim svefnbrögðum, sem hún kunni, en allt kom fyrir ekki; stóru augun vildu ekki lokast, og löngu eftir að Daisy var sofnuð, eins og litli hnöttur góðlyndis, sem hún var, lá hinn óþekki Demi og starði á ljósið með hinum mest letjandi vökusvip.

„Ætlar Demi að liggja kyrr eins og góður drengur, meðan mamma hleypur niður og gefur aumingja pabba teið sitt?“ spurði Meg, þegar forstofudyrnar lokuðust hljóðlega og hið kunnuglega fótatak læddist inn í borðstofuna.

„Ég fá te!“ sagði Demi og bjó sig undir að taka þátt í gleðinni.

„Nei, en ég geymi handa þér litlar kökur í morgunmat, ef þú ferð að sofa eins og Daisy. Gerirðu það, elskan mín?“

„Iss!“ og Demi lokaði augunum fast, eins og hann ætlaði að grípa svefninn og flýta hinum eftirsótta degi.

Meg notfærði sér hið hagstæða augnablik, laumaðist burt og hljóp niður til að heilsa eiginmanni sínum brosandi, með litla bláa slaufu í hárinu, sem hann dáði sérstaklega. Hann sá hana þegar í stað og sagði með ánægðri undrun: „Hví, litla mamma, hvað við erum kát í kvöld. Áttu von á gestum?“

„Aðeins þér, elskan mín.“

„Er afmæli, brúðkaupsdagur eða eitthvað slíkt?“

„Nei, ég er orðin þreytt á að vera ótilhöfð, svo ég skreytti mig til tilbreytingar. Þú gerir þig alltaf snyrtilegan við borðið, hversu þreyttur sem þú ert, svo hvers vegna ætti ég ekki að gera það, þegar ég hef tíma?“

„Ég geri það af virðingu við þig, elskan mín,“ sagði gamaldags John.

„Sama hér, herra Brooke,“ hló Meg og leit aftur ung og falleg út, þegar hún kinkaði kolli til hans yfir tekaninum.

„Þetta er alveg yndislegt og minnir á gamla daga. Þetta smakkast rétt. Ég drekk heilsu þína, elskan mín.“ Og John sötraði teið sitt með rólegu sæluyfirbragði, sem þó varaði skamma stund, því um leið og hann setti bollann frá sér skrölti hurðarhúnninn á dularfullan hátt, og lítil rödd heyrðist segja óþolinmóð:

„Opna dyr. Ég tummin!“

„Þetta er þessi óþekki drengur. Ég sagði honum að fara að sofa einn, og hér er hann kominn niður, að fá sér kvef með því að trampa um á striganum,“ sagði Meg og svaraði kallinu.

„Mornin’ núna,“ tilkynnti Demi gleðilega, þegar hann kom inn, með langan náttkjólinn snoturlega hengdan yfir handlegginn og hverja lokk sveiflandi glaðlega, þar sem hann skoppaði um borðið og horfði á „kökurnar“ með ástúðlegu augnaráði.

„Nei, það er ekki morgunn enn. Þú verður að fara í rúmið og ekki angra aumingja mömmu. Þá færðu litlu kökuna með sykrinum á.“

„Ég elska Pabba,“ sagði hinn kæni og bjó sig undir að klifra upp á föðurhnéð og njóta hinna bönnuðu unaðsstunda. En John hristi höfuðið og sagði við Meg:

„Ef þú sagðir honum að vera uppi og fara að sofa einn, þá skaltu láta hann gera það, annars lærir hann aldrei að hlýða þér.“

„Já, auðvitað. Komdu, Demi." Og Meg leiddi son sinn burt og fann hjá sér sterka löngun til að rassskella litla óþokkann, sem hoppaði við hlið hennar í þeirri blekkingu, að mútan yrði afhent um leið og þau kæmu í barnaherbergið.

Hann varð ekki fyrir vonbrigðum, því þessi skammsýna kona gaf honum í raun og veru sykurmola, breiddi yfir hann í rúminu og bannaði allar frekari göngur til morguns.

„Iss!" sagði Demi hinn meinsæri, sogaði sykurinn sæll og leit á fyrstu tilraun sína sem fullkomlega heppnaða.

Meg sneri aftur til sætis síns, og kvöldmáltíðin gekk vel, þegar litli draugurinn birtist á ný og opinberaði móðurlega brestinn með því að krefjast djarflega: „Meira sykur, mamma."

„Nú gengur þetta ekki lengur," sagði John og herðaði hjarta sitt gagnvart heillandi litla syndaranum. „Við fáum aldrei frið, fyrr en barnið lærir að fara rétt að sofa. Þú hefur gert þig að þræli nógu lengi. Gefðu honum eina lexíu, og þá er þessu lokið. Leggðu hann í rúmið og farðu frá honum, Meg."

„Hann verður ekki þar, hann gerir það aldrei nema ég sitji hjá honum."

„Ég skal ráða við hann. Demi, farðu upp og leggstu í rúmið þitt, eins og mamma býður þér."

„Sant!" svaraði hinn ungi uppreisnarmaður, tók sér hina eftirsóttu „köku" og hóf að eta hana með rólegri ósvífni.

„Þú mátt aldrei segja það við pabba. Ég mun bera þig, ef þú ferð ekki sjálfur."

„Farðu burt, ég elska ekki Pabba." Og Demi leitaði skjóls við pils móður sinnar.

En jafnvel það skjól reyndist gagnslaust, því hann var afhentur óvininum með orðunum: „Vertu mildur við hann, John," sem fylltu hinn seka skelfingu, því þegar mamma yfirgaf hann, þá var dómsdagur runninn upp. Sviptur kökunni, svikinn um gleðina og borinn af sterkri hendi að hinu andstyggilega rúmi, gat aumingja Demi ekki haldið aftur af reiði sinni, heldur skoraði opinskátt á pabba og sparkaði og öskraði af öllum mætti alla leiðina upp stigann. Um leið og honum var lagt í rúmið öðrum megin, valt hann út hinum megin og stefndi að dyrunum, aðeins til að vera niðurlægilega gripinn í hala litlu náttskikkjunnar og lagður aftur í rúmið. Þetta líflega atferli hélt áfram þar til kraftar unga mannsins þraut, og þá sneri hann sér að því að orga af fullum hálsi. Sú raddæfing sigraði Meg yfirleitt, en John sat óhagganlegur eins og staur sá, sem almennt er talinn heyrnarlaus. Hvorki fortölur né sykur né vögguvísa né saga dugðu; jafnvel var ljósið slökkt, og aðeins rauður bjarminn frá eldinum lýsti upp „stóra myrkrið", sem Demi virti fremur af forvitni en ótta. Þessi nýja skipan gramdist honum, og hann gólaði aumkunarlega á „Mömmu", þegar reiðin dvínaði og minningin um hina blíðu ambátt hans sneri aftur í huga hins herteknu einvalds. Hinn angurværi grátur, sem fylgdi hinni ofsafengnu orgu, snerti hjarta Meg, og hún hljóp upp og sagði biðjandi:

„Leyfðu mér að vera hjá honum; hann verður góður núna, John."

„Nei, elskan mín. Ég hef sagt honum, að hann verði að fara að sofa, eins og þú bauðst honum, og það skal hann gera, þótt ég sitji hér alla nóttina."

„En hann grætur sig veikan," bað Meg og ásakaði sjálfa sig fyrir að hafa yfirgefið drenginn.

„Nei, það gerir hann ekki; hann er svo þreyttur, að hann sofnar brátt, og þá er málið útkljáð, því hann mun skilja, að hann verður að hlýða. Skiptu þér ekki af; ég mun ráða við hann."

„Hann er barnið mitt, og ég get ekki þolað, að andi hans sé brotinn með hörku."

„Hann er barnið mitt, og ég vil ekki, að skap hans sé spillt með eftirlæti. Farðu niður, elskan mín, og láttu drenginn eftir hjá mér.“

Þegar John talaði með þeim valdsmannslega tón, hlýddi Meg ætíð og sá aldrei eftir hlýðni sinni.

„Viltu leyfa mér að kyssa hann einu sinni, John?“

„Auðvitað. Demi, segðu góða nótt við mömmu og leyfðu henni að fara og hvíla sig, því hún er mjög þreytt eftir að hafa annast þig allan daginn.“

Meg hélt ávallt fram, að kossinn hefði unnið sigurinn, því eftir að hann var gefinn, snökti Demi hljóðlegar og lá kyrr í rúmbotninum, þangað sem hann hafði skriðið í angist sinni.

„Aumingja litli maður, hann er uppgefinn af svefni og gráti. Ég skal breiða yfir hann og fara svo og róa hjarta Meg,“ hugsaði John og læddist að rúminu í von um að finna hinn uppreisnarsinnaða erfingja sofandi.

En svo var ekki, því um leið og faðir hans leit á hann, opnuðust augu Demis, litla hakan tók að titra, og hann rétti upp handleggina og sagði með iðrunarhiksta: „Ég góður núna.“

Meg sat á stiganum fyrir utan og undraðist hina löngu þögn, sem fylgdi uppþotinu, og eftir að hafa ímyndað sér alls kyns ómöguleg slys, laumaðist hún inn í herbergið til að stilla ótta sinn. Demi lá fast sofandi, ekki í sinni venjulegu útbreiddu stellingu, heldur í samankrulluðum hnút, kúrtur þétt að föðurarmleggnum og hélt í fingur hans, eins og hann fyndi, að réttlætið væri mildað af miskunn, og hefði sofnað daprari en vitrari drengur. Þannig hélt John á honum og beið með kvenlegri þolinmæði, þar til litla höndin slakaði á taki sínu, og meðan hann beið sofnaði hann sjálfur, þreyttari eftir þá glímu við son sinn en eftir allan daginn sinn.

Þegar Meg stóð og horfði á andlitin tvö á koddanum, brosti hún með sjálfri sér og laumaðist síðan burt á ný og sagði með ánægðum rómi: „Ég þarf aldrei að óttast, að John verði of harður við börnin mín. Hann kann að fara með þau og mun verða mér mikill stuðningur, því Demi er farinn að reynast mér ofviða."

Þegar John kom loks niður, og bjóst við að finna hugsi eða ávítandi eiginkonu, varð hann notalega hissa að sjá Meg sitja rólega og prýða hatt og taka á móti honum með beiðni um, að hann læsi eitthvað um kosningarnar, ef hann væri ekki of þreyttur. John sá þegar, að einhvers konar bylting var í aðsigi, en spurði viturlega engra spurninga, þar sem hann vissi, að Meg var svo gegnsæ manneskja, að hún gæti ekki haldið leyndarmáli, þótt líf hennar lægi við, og því myndi vísbendingin brátt koma í ljós. Hann las langa umræðu með hinni mesta ljúfmennsku og útskýrði hana síðan með skýrustu hætti, meðan Meg reyndi að sýna djúpan áhuga, spyrja skynsamlegra spurninga og halda hugsunum sínum frá ástandi þjóðarinnar og að ástandi hattarins. Í leynilegri sál sinni komst hún þó að þeirri niðurstöðu, að stjórnmál væru jafn slæm og stærðfræði og að hlutverk stjórnmálamanna virtist einkum felast í því að kalla hver annan nöfnum, en þessar kvenlegu hugmyndir hélt hún fyrir sjálfa sig og þegar John þagnaði, hristi hún höfuðið og sagði með því, sem hún taldi diplómatíska tvíræðni: „Ja, ég sé nú í raun ekki, hvert stefnir."

John hló og horfði á hana um stund, þar sem hún hélt á litlu og fallegu verki úr blúndu og blómum og virti það fyrir sér með einlægum áhuga, sem ræða hans hafði ekki vakið.

„Hún reynir að hafa áhuga á stjórnmálum mín vegna, svo ég skal reyna að hafa áhuga á hattagerð hennar vegna. Það er aðeins sanngjarnt," hugsaði hinn réttláti John og bætti upphátt við: „Þetta er mjög fallegt. Er þetta það, sem þú kallar morgunhettu?"

„Elsku maður minn, þetta er hattur! Minn allra fínasti tónleika- og leikhúshattur."

„Fyrirgefðu mér, hann var svo lítill, að ég hélt eðlilega, að þetta væri eitthvert af þessum léttu smádóti, sem þú berð stundum. Hvernig heldurðu honum á höfðinu?“

„Þessar blúndur eru festar undir hökuna með rósaknappi, svona.“ Og Meg sýndi það með því að setja hattinn á sig og líta á hann með rólegu ánægjuyfirbragði, sem var ómótstæðilegt.

„Þetta er yndislegur hattur, en ég kýs andlitið innan í honum, því það lítur aftur út fyrir að vera ungt og hamingjusamt.“ Og John kyssti brosandi andlitið, svo rósaknappurinn undir hökunni beið talsverðan hnekki.

„Ég er glöð, að þér líkar hann, því mig langar, að þú takir mig á einhverja af nýju tónleikunum eitt kvöldið. Ég þarf í raun á tónlist að halda til að stilla mig. Viltu það, vinsamlegast?“

„Auðvitað vil ég það, af öllu hjarta, eða hvert sem þú vilt fara. Þú hefur verið svo lengi innilokuð, að það mun gera þér ósegjanlega gott, og ég mun njóta þess af öllu. Hvað kom þessu í hug þinn, litla mamma?“

„Ég talaði við Marmee um daginn og sagði henni, hve taugaóstyrk, geðill og úr jafnvægi ég væri, og hún sagði, að ég þyrfti tilbreytingu og minni umönnun, svo Hanna á að hjálpa mér með börnin, og ég á að sinna heimilinu meira sjálf og hafa öðru hverju dálitla skemmtun, til að forða mér frá því að verða óróleg og uppgefin gömul kona fyrir aldur fram. Þetta er aðeins tilraun, John, og mig langar að reyna hana bæði þín vegna og mín, því ég hef vanrækt þig skammarlega upp á síðkastið, og ég ætla að gera heimilið að því, sem það var áður, ef ég get. Þú ert ekki mótfallinn því, vona ég?“

Skiptir ekki máli, hvað John sagði né hversu naumlega litli hatturinn slapp við algjöra tortímingu. Það eina, sem okkur ber að vita, er, að John virtist ekki vera mótfallinn, eins og sjá mátti af þeim breytingum, sem smám saman urðu á heimilinu og íbúum þess. Þetta var alls ekki paradís í hvívetna, en öllum reyndist verkaskiptingin til góðs. Börnin dafnuðu undir föðurlegri stjórn, því hinn nákvæmi og staðfasti John færði reglu og hlýðni inn í Barnalandið, meðan Meg endurheimti glaðværð sína og styrkti taugar sínar með heilnæmri hreyfingu, dálítilli skemmtun og mörgum trúnaðarlegum samræðum við skynsaman eiginmann sinn. Heimilið varð aftur heimilislegt, og John hafði enga löngun til að yfirgefa það, nema hann tæki Meg með sér. Scott-hjónin komu nú til Brooke-hjónanna, og öllum þótti litla húsið vera glaðlegt og notalegt, fullt af hamingju, nægjusemi og fjölskylduást. Jafnvel Sallie Moffatt hafði yndi af að koma þangað.

„Það er alltaf svo kyrrlátt og notalegt hér, það gerir mér gott, Meg," sagði hún gjarnan og leit um sig með þráandi augum, eins og hún reyndi að uppgötva töfrana, svo hún gæti notað þá í stóra húsinu sínu, sem var fullt af glæsilegri einsemd, því þar voru engin ærslafull, sólskinsbjört börn, og Ned lifði í eigin heimi, þar sem hún átti engan sess.

Þessi heimilishamingja kom ekki allt í einu, en John og Meg höfðu fundið lykilinn að henni, og hvert ár í hjónabandi kenndi þeim, hvernig nota skyldi hann og opna fjársjóði sannrar heimilisástar og gagnkvæmrar hjálpsemi, sem hinir fátækustu geta átt og hinir ríkustu ekki keypt. Þetta er sú hilla, sem ungar eiginkonur og mæður mega sætta sig við að vera lagðar á, öruggar fyrir óróleika og hitasótt heimsins, finna trúfasta unnendur í litlu sonunum og dætrunum, sem halda sér fast við þær, óhaggaðar af sorg, fátækt eða elli, ganga hlið við hlið, í blíðu og stríðu, með tryggum vini, sem í sannri merkingu hins gamla góða saxneska orðs er „húsbóndinn", og læra, eins og Meg lærði, að hamingjuríkasta ríki konu er heimilið og æðsti heiður hennar sú list að stjórna því ekki sem drottning, heldur sem vitur eiginkona og móðir.

ÞRÍTUGASTI OG NÍUNDI KAFLI
LETI LAURENCE

Laurie fór til Nice með það í huga að dvelja þar í viku, en varð þar mánuð. Hann var orðinn þreyttur á að ráfa einn um, og hin kunnuglega nærvera Amy gaf erlendu umhverfi heimilislegan blæ, þar sem hún átti hlut að máli. Hann saknaði nokkuð þeirrar „dekurs", sem hann hafði áður notið, og naut þess að smakka á því á ný, því engin athygli, hversu smjaðrandi sem hún var, frá ókunnugum, var hálfu jafn notaleg og systurleg aðdáun stúlknanna heima. Amy dekraði aldrei við hann eins og hinar, en hún var mjög glöð að sjá hann nú og hélt sig fast að honum, því hún fann, að hann var fulltrúi hinnar elskuðu fjölskyldu, sem hún þráði meira en hún vildi viðurkenna. Þau leituðu eðlilega huggunar í félagsskap hvors annars og voru mikið saman, riðu, gengu, dönsuðu eða slökuðu á, því í Nice getur enginn verið sérlega iðinn á hinum glaðværa árstíma. En þótt þau virtust skemmta sér á hinn kærulausasta hátt, voru þau hálfmeðvituð að gera uppgötvanir og mynda sér skoðanir hvort á öðru. Amy hækkaði dag frá degi í áliti vinar síns, en hann lækkaði í hennar, og hvort um sig fann sannleikann, áður en orð var mælt. Amy reyndi að þóknast og tókst það, því hún var þakklát fyrir hinar mörgu ánægjur, sem hann veitti henni, og endurgalt honum með þeim litlu þjónustum, sem kvenlegar konur kunna að ljá ólýsanlegan yndisþokka. Laurie lagði ekkert á sig, heldur lét reka á reiðanum eins þægilega og hann gat, reyndi að gleyma og fann, að allar konur skulduðu honum vingjarnlegt orð, af því að ein hafði verið honum köld. Það kostaði hann ekkert að vera örlátur, og hann hefði gefið Amy alla smágripi Nice, ef hún hefði þegið þá, en jafnframt fann hann, að hann gat ekki breytt þeirri skoðun, sem hún var að mynda sér um hann, og hann kveið dálítið hinum skörpu bláu augum, sem virtust fylgjast með honum með hálf-sorgmæddri, hálf-hæðnislegri undrun.

„Hin hafa öll farið til Mónakó í dag. Ég kaus heldur að vera heima og skrifa bréf. Nú er þeim lokið, og ég ætla til Valrosa að teikna; viltu koma?"

sagði Amy, þegar hún hitti Laurie einn fagran dag um hádegi, þar sem hann lá að vanda og iðjuleysi í sólinni.

„Jú, ef til vill, en er ekki heldur heitt fyrir svo langa göngu?" svaraði hann dræmt, því svalur setustofan virtist lokkandi eftir glampann úti.

„Ég tek litla vagninn, og Baptiste getur ekið, svo þú þarft ekkert annað að gera en halda á regnhlífinni og gæta þess að hanskarnir haldist hreinir," svaraði Amy og kastaði kaldhæðnislegu augnaráði á hina óaðfinnanlegu skinnhanska, sem voru veikur blettur Lauris.

„Þá fer ég með ánægju." Og hann rétti höndina eftir teiknibók hennar. En hún stakk henni undir handlegginn með snörpum orðum:

„Gerðu þér ekki ómak. Þetta er mér engin fyrirhöfn, en þú lítur ekki út fyrir að vera fær um það."

Laurie lyfti brúnum og fylgdi henni rólega, þar sem hún hljóp niður stigann, en þegar þau komu í vagninn, tók hann sjálfur í taumana og lét litla Baptiste ekkert annað að gera en leggja saman hendur og sofna á sætinu.

Þau rifust aldrei. Amy var of vel upp alin, og Laurie var nú um stund of latur, svo hann laut fljótlega undir hattbarminn hennar með spyrjandi svip. Hún svaraði með brosi, og þau héldu áfram í hinni mestu sátt.

Aksturinn var dásamlegur eftir bugðóttum vegum, ríkum af myndrænum svipmyndum, sem gleðja augu þeirra, sem unna fegurð. Hér reis forn klausturbygging, og hátíðlegur söngur munkanna barst niður til þeirra. Þar sat berfættur hirðir, í tréskóm, með oddhúfu og hrjúfan jakka kastaðan yfir aðra öxl, og lék á flautu á steini, meðan geitur hans stukku um klettana eða lágu við fætur hans. Hógværir, músgráir asnar, hlaðnir körfum af nýslegnu grasi, gengu hjá, með fallega stúlku í breiðbrýndum hatt sitjandi milli grænu hauganna eða gamla konu, sem spann á rokk, meðan hún gekk. Brún, mjúkeyg börn hlupu út úr sérkennilegum steinkofum til að bjóða blómvendi eða appelsínuknippi enn á grein. Hnúðóttir ólífutré huldu hæðirnar dökkum laufkrónum, ávextir héngu gullnir í aldingarðinum, og stór, skarlatsrauð blóm breiddu úr sér við vegkantinn, meðan handan við grænar hlíðar og klettótta tinda risu Sæalparnir hvítir og hvassir gegn bláum ítölskum himni.

Valrosa átti nafn sitt fyllilega skilið, því í þeirri eilífu sumarloftslagi blómstruðu rósir alls staðar. Þær héngu yfir bogagöngunum, þrýstu sér milli rimla stórra hliðanna með ilmandi kveðju til vegfarenda og röðuðu sér meðfram trjágöngunum, sem liðaðist milli sítrónutrjáa og fjaðurpálma upp að villunni á hæðinni. Hver skuggsæll krókur, þar sem bekkir buðu til hvíldar, var blómahaf; hver köld grotta hafði marmaranymfu brosandi úr blómahjúp, og hver gosbrunnur speglaði purpuralitaðar, hvítar eða fölbleikar rósir, sem beygðu sig niður til að brosa að eigin fegurð. Rósir klæddu veggi hússins, prýddu þakskegg, klifruðu upp súlur og flæddu yfir handrið víðáttumikillar svalar, þaðan sem horft var niður á sólbjartan Miðjarðarhafið og hvítmálaða borgina við ströndina.

„Þetta er sannkallað brúðkaupsferðaparadís, er það ekki? Hefurðu nokkurn tíma séð slíkar rósir?“ spurði Amy og nam staðar á svölunum til að njóta útsýnisins og hins ilmríka andvara, sem barst til þeirra.

„Nei, né fundið slíka þyrna,“ svaraði Laurie og stakk þumlinum í munn sér eftir árangurslausa tilraun til að ná einni einmana skarlatsrós, sem óx rétt utan seilingar hans.

„Reyndu neðar og tíndu þær, sem enga þyrna hafa,“ sagði Amy og safnaði þremur litlum rjómableikum rósum, sem stjörnuðu vegginn að baki hennar. Hún setti þær í hnappagat hans sem sáttargjöf, og hann stóð augnablik og horfði niður á þær með undarlegu svipbrigði, því í ítalska hluta eðlis hans bjó örlítið hjátrúarfullt ívaf, og hann var þá í þeirri hálf-sætu, hálf-bitru melankólíu, þegar ímyndunarafl ungra manna finnur merkingu í smámunum og rómantík í hverju horni. Hann hafði hugsað til Jo, þegar hann teygði sig eftir þyrnóttu rauðu rósinni, því skær blóm klæddu hana vel, og hún hafði oft borið slík úr gróðurhúsinu heima. Fölbleiku rósirnar, sem Amy gaf honum, voru af þeirri gerð, sem Ítalir leggja í hendur hinna látnu, aldrei í brúðarsveiga, og um stund velti hann fyrir sér, hvort fyrirboðið ætti við Jo eða sjálfan hann, en næsta augnablik hafði bandarísk heilbrigð skynsemi hans betur en tilfinningasemi, og hann hló hjartanlegar en Amy hafði heyrt síðan hann kom.

„Þetta eru góð ráð; þú ættir að fara eftir þeim og hlífa fingrunum," sagði hún og hélt, að orð sín hefðu vakið hláturinn.

„Þakka þér, ég skal gera það," svaraði hann í gamni, og nokkrum mánuðum síðar gerði hann það í fullri alvöru.

„Laurie, hvenær ætlar þú til afa þíns?" spurði hún brátt, þar sem hún kom sér fyrir á sveitastólnum.

„Mjög bráðlega."

„Þú hefur sagt það tugi sinnum síðustu þrjár vikurnar."

„Það má vera; stutt svör spara fyrirhöfn."

„Hann væntir þín, og þú ættir í raun og veru að fara."

„Hvílík gestrisin vera! Ég veit það."

„Hvers vegna gerirðu það þá ekki?"

„Meðfædd spilling, geri ég ráð fyrir."

„Meðfædd leti, áttu við. Það er sannarlega hryllilegt!" og Amy horfði á hann alvöruþrungnum augum.

„Ekki eins slæmt og það virðist, því ég myndi aðeins angra hann, ef ég færi, svo ég get allt eins dvalið og angrað þig dálítið lengur. Þú þolir það betur; raunar held ég, að það fari þér einkar vel," og Laurie bjó sig undir að teygja úr sér á breiðum brún handriðsins.

Amy hristi höfuðið og opnaði teiknibók sína með uppgefnum svip, en hún hafði ákveðið að ávíta ‚þennan dreng', og eftir andartak hóf hún aftur mál.

„Hvað ertu að gera um þessar mundir?"

„Að horfa á eðlur."

„Nei, nei. Ég á við, hvað ætlarðu og óskar þér að gera?"

„Að reykja sígarettu, ef þú leyfir mér."

„Hvað þú getur verið hvimleiður! Ég samþykki ekki vindla og leyfi það aðeins með því skilyrði, að ég megi setja þig í teikninguna mína. Mig vantar mannveru."

„Með mestu ánægju. Hvernig viltu hafa mig, í fullri lengd eða þrír fjórðu, á höfði eða hælum? Ég leyfi mér auðmjúklega að stinga upp á liggjandi stellingu; settu svo sjálfa þig með og nefndu það ‚Dolce far niente'."

„Vertu eins og þú ert og sofnaðu, ef þú vilt. Ég ætla að vinna af kappi," sagði Amy í sínum ákveðnasta tón.

„Hvílík yndisleg eldmóður!" og hann hallaði sér upp að háum skrautkeri með fullkominni ánægju.

„Hvað myndi Jo segja, ef hún sæi þig nú?" spurði Amy óþolinmóð og vonaðist til að hreyfa við honum með því að nefna nafn enn athafnasamari systur sinnar.

„Eins og venjulega: ‚Farðu burt, Teddy. Ég er upptekin!'" Hann hló, þegar hann sagði þetta, en hláturinn var ekki eðlilegur, og skuggi færðist yfir andlit hans, því hið kunnuglega nafn snerti sár, sem enn var ekki gróið. Bæði tónninn og skugginn urðu Amy ljós, því hún hafði séð og heyrt það áður, og nú leit hún upp í tæka tíð til að nema nýja svipbrigði á andliti Lauris

- harðan og beiskan svip, fullan af sársauka, óánægju og eftirsjá. Hann hvarf áður en hún gat grandskoðað hann, og hinn sinnuleysi svipur kom aftur. Hún fylgdist með honum um stund með listrænni ánægju og hugsaði, hve líkur Ítala hann væri, þar sem hann lá í sólbaði með beran höfuð og augu full af suðrænum draumum, því hann virtist hafa gleymt henni og fallið í hugleiðslu.

„Þú lítur út eins og líkneski ungs riddara, sem sefur á gröf sinni," sagði hún og dró vandlega upp vel mótaðan svipinn, sem afmarkaðist skýrt gegn dökkum steininum.

„Væri ég það!"

„Það er heimskuleg ósk, nema þú hafir spillt lífi þínu. Þú ert svo breyttur, að mér finnst stundum -" þar þagnaði Amy með hálf-feimnum, hálf-þráandi svip, sem sagði meira en ólokin setning hennar.

Laurie sá og skildi þá ástúðlegu umhyggju, sem hún hikaði við að láta í ljós, og leit beint í augu hennar og sagði, eins og hann hafði áður sagt við móður hennar: „Það er allt í lagi, frú mín."

Það fullnægði henni og sefaði þær efasemdir, sem höfðu nýlega farið að angra hana. Það hrærði hana einnig, og hún sýndi það með þeirri hlýju röddu, sem hún notaði, þegar hún sagði:

„Ég er fegin að heyra það! Ég hélt ekki, að þú hefðir verið mjög ódæll drengur, en mér datt í hug, að þú hefðir eytt fé í þeirri spilltu Baden-Baden, glatað hjarta þínu einhverri heillandi franskri konu með eiginmann, eða lent í einhverjum þeim vandræðum, sem ungir menn virðast telja óhjákvæmilegan hluta af utanlandsferð. Ekki liggja þarna í sólinni; komdu og leggstu hér í grasið og ‚verum vinir', eins og Jo pflegði að segja, þegar við sátum í sófahorninu og sögðum leyndarmál."

Laurie kastaði sér hlýðinn niður í grasið og fór að skemmta sér með því að stinga baldursbrám í borða hattar Amy, sem lá þar.

„Ég er tilbúinn fyrir leyndarmálin," og hann leit upp með ákveðnum áhugasvip í augum.

„Ég hef engin að segja. Þú mátt byrja."

„Ég hef ekkert, sem ég get blessað mig með. Ég hélt, að ef til vill hefðir þú fengið einhverjar fréttir að heiman."

„Þú hefur heyrt allt, sem nýlega hefur borist. Heyrir þú ekki oft? Mér fannst Jo myndi senda þér heilu bindin."

„Hún er mjög upptekin. Ég er svo á ferð og flugi, að það er ómögulegt að vera reglulegur, eins og þú veist. Hvenær byrjarðu á hinu mikla listaverki þínu, Raphaella?" spurði hann og skipti snögglega um umræðuefni eftir aðra þögn, þar sem hann hafði verið að velta fyrir sér, hvort Amy vissi leyndarmál hans og vildi ræða það.

„Aldrei," svaraði hún með þunglyndislegum en ákveðnum svip. „Róm tók alla hégómagirnd úr mér, því eftir að hafa séð undrin þar fannst mér ég of ómerkileg til að lifa og gaf upp allar heimskulegar vonir mínar í örvæntingu."

„Hvers vegna ættir þú að gera það, með svo miklum eldmóði og hæfileikum?"

„Einmitt þess vegna, því hæfileikar eru ekki snilld, og enginn eldmóður getur breytt því. Ég vil verða mikil, eða ekkert. Ég ætla ekki að vera hversdagsleg klessumálari, og því ætla ég ekki að reyna lengur."

„Og hvað ætlarðu þá að gera við sjálfa þig nú, ef ég má spyrja?"

„Fága aðra hæfileika mína og verða samfélaginu til skrauts, ef mér gefst kostur."

Það var einkennandi ræða og hljómaði djarflega, en dirfska fer ungu fólki vel, og metnaður Amy hafði traustan grundvöll. Laurie brosti, en honum líkaði sá andi, sem hún sýndi, þegar hún tók upp nýtt markmið, um leið og hið langþráða féll frá, og eyddi engum tíma í harm.

„Gott! Og hér kemur Fred Vaughn við sögu, hygg ég."

Amy þagði skynsamlega, en meðvitaður svipur á niðurlægðu andliti hennar varð til þess, að Laurie settist upp og sagði alvarlega: „Nú ætla ég að leika bróður og spyrja spurninga. Má ég?"

„Ég lofa ekki að svara."

„Andlit þitt mun svara, ef tungan gerir það ekki. Þú ert enn ekki nógu veraldarvön, elskan mín, til að leyna tilfinningum þínum. Ég heyrði sögusagnir um þig og Fred í fyrra, og mín persónulega skoðun er sú, að ef hann hefði ekki verið kallaður heim svo skyndilega og tafist svo lengi, hefði eitthvað orðið úr því, ekki satt?"

„Það er ekki mitt að segja," svaraði Amy kuldalega, en varir hennar vildu brosa, og svikull glampi í auganu gaf til kynna, að hún vissi af áhrifamætti sínum og naut þeirrar vitundar.

„Þú ert ekki trúlofuð, vona ég?" og Laurie tók á sig alvarlegan svip eldri bróður.

„Nei."

„En þú verður það, ef hann kemur aftur og fer tilhlýðilega á kné, er það ekki?"

„Mjög líklega."

„Þá þykir þér vænt um gamla Fred?"

„Ég gæti það, ef ég reyndi."

„En þú ætlar ekki að reyna fyrr en rétta stundin kemur? Guð minn góður, hvílík ójarðnesk varfærni! Hann er góður drengur, Amy, en ekki sá maður, sem ég hugði, að þú myndir velja."

„Hann er ríkur, heiðursmaður og með yndislega siði," hóf Amy og reyndi að vera köld og virðuleg, en fann þó lítillega til skammar, þrátt fyrir einlægni áforma sinna.

„Ég skil. Drottningar samfélagsins komast ekki af án fjár, svo þú hyggst gera gott hjónaband og hefja feril þinn á þann hátt? Fullkomlega rétt og eðlilegt, eins og heimurinn er, en það hljómar undarlega af vörum einnar af dætrum móður þinnar."

„Satt er það engu að síður."

Stutt ræða, en hin rólega festan, sem hún var mælt með, myndaði einkennilega andstæðu við unga mælandann. Laurie skynjaði það ósjálfrátt og lagðist aftur niður með óljósri vonbrigðatilfinningu, sem hann gat ekki útskýrt. Svipur hans og þögn, ásamt innri sjálfsásökun, óróaði Amy og varð til þess, að hún ákvað að flytja áminningu sína tafarlaust.

„Ég vildi óska, að þú gerðir mér þann greiða að hrista þig dálítið upp," sagði hún snögglega.

„Gerðu það fyrir mig, góða mín."

„Ég gæti það, ef ég reyndi," og hún leit út fyrir að vilja gera það með sem skjótustum hætti.

„Reyndu þá. Ég gef þér leyfi," svaraði Laurie, sem naut þess að hafa einhvern til að stríða eftir langa bindindi frá uppáhalds dægradvölinni.

„Þú yrðir reiður innan fimm mínútna."

„Ég verð aldrei reiður við þig. Það þarf tvo steina til að kveikja eld. Þú ert jafn köld og mjúk og snjór.“

„Þú veist ekki, hvað ég get. Snjór veldur sviða og kitli, ef honum er beitt rétt. Sinnuleysi þitt er hálfgerð uppgerð, og góð upphristing myndi sanna það.“

„Hristu þá; það mun ekki skaða mig og gæti skemmt þér, eins og stóri maðurinn sagði, þegar litla konan hans barði hann. Líttu á mig sem eiginmann eða teppi og berðu, þar til þú þreytist, ef slík líkamsrækt hentar þér.“

Þar sem Amy var sjálf töluvert ergileg og þráði að sjá hann varpa af sér þeirri deyfð, sem hafði breytt honum svo, hvassaði hún bæði tungu og blýant og hóf mál sitt.

„Flo og ég höfum fundið nýtt nafn á þig. Það er Leti-Laurence. Hvernig líkar þér það?“

Hún hugði, að það myndi ergja hann, en hann lagði aðeins hendur undir höfuðið og sagði óhreyfanlegur: „Það er ekki alslæmt. Þökk, dömur.“

„Viltu vita, hvað mér finnst í alvöru um þig?“

„Ég brenn af löngun til að heyra það.“

„Jæja, ég fyrirlít þig.“

Hefði hún jafnvel sagt „Ég hata þig“ í þrætugjörnu eða kokkettlegu tóni, hefði hann hlegið og jafnvel haft dálítið gaman af því, en hinn alvarlegi, næstum dapri hreimur í rödd hennar varð til þess, að hann opnaði augun og spurði skyndilega:

„Hvers vegna, ef ég má spyrja?“

„Vegna þess, að þrátt fyrir öll tækifæri til að vera góður, nýtur og hamingjusamur, ert þú breyskur, latur og vansæll.“

„Sterk orð, mademoiselle.“

„Ef þér líkar þau, held ég áfram.“

„Gerðu svo vel; þetta er harla áhugavert.“

„Ég hélt, að þú myndir finna það svo. Eigingjarnt fólk hefur ætíð gaman af að tala um sjálft sig.“

„Er ég eigingjarn?“ spurði hann ósjálfrátt og í undrunartóni, því sú eina dyggð, sem hann var stoltur af, var örlæti.

„Já, mjög eigingjarn,“ hélt Amy áfram með rólegri, köldri rödd, sem var tvöfalt áhrifameiri en reiðitónn hefði verið. „Ég skal sýna þér hvernig, því ég hef fylgst með þér, meðan við höfum verið í gleði, og ég er alls ekki ánægð með þig. Hér hefur þú verið erlendis nærri sex mánuði og ekkert gert annað en eytt tíma og fé og valdið vinum þínum vonbrigðum.“

„Á maður ekki að mega njóta sín eftir fjögurra ára puð?“

„Þú lítur ekki út fyrir, að þú hafir haft mikla ánægju. Að minnsta kosti ertu ekki orðinn betri fyrir hana, eftir því sem ég fæ séð. Ég sagði, þegar við hittumst fyrst, að þú hefðir batnað. Nú tek ég það allt aftur, því mér finnst þú ekki hálfu eins geðþekkur og þegar ég kvaddi þig heima. Þú ert orðinn afskaplega latur, hefur gaman af slúðri og eyðir tíma í fánýta hluti; þú ert sáttur við að láta dekra við þig og dást að þér af heimskum manneskjum, í stað þess að vera elskaður og virtur af vitrum. Með fé, hæfileika, stöðu, heilsu og fegurð - já, þér líkar við það, gamli hégómi! - en það er sannleikurinn, og því get ég ekki annað en sagt hann. Með öll þessi ágætu gæði til að nota og njóta finnur þú ekkert að gera nema draga lappirnar, og í stað þess að vera sá maður, sem þú ættir að vera, ert þú aðeins ...“ þar þagnaði hún með svip, þar sem bæði sársauki og samúð mátti lesa.

„Heilagur Laurentius á ristinni,“ bætti Laurie við og lauk setningunni blíðlega. En áminningin fór að hafa áhrif, því nú glampaði vakandi neisti í augum hans, og hálf-reiður, hálf-særður svipur tók við af fyrri sinnuleysi.

„Ég bjóst við, að þú myndir taka þessu þannig. Þið mennirnir segið, að við séum englar og að við getum gert ykkur að því, sem við viljum, en um leið og við reynum heiðarlega að gera ykkur gott, hlæið þið að okkur og viljið ekki hlusta, og það sýnir, hvers virði smjaðrið er.“ Amy mælti biturlega og sneri baki við hinum ertandi píslarvotti við fætur sér.

Eftir andartak lagðist hönd yfir blaðið, svo hún gat ekki teiknað, og rödd Lauris sagði í spaugilegri eftirlíkingu iðrandi barns: „Ég skal vera góður, ó, ég skal vera góður!“

En Amy hló ekki, því henni var alvara, og hún bankaði á útbreidda höndina með blýantinum og sagði alvarlega: „Skammastu þín ekki fyrir slíka hönd? Hún er jafn mjúk og hvít og kona hefði og lítur út fyrir, að hún hafi aldrei gert annað en að bera bestu Jouvin-hanskana og tína blóm handa dömum. Þú ert ekki dandy, guði sé lof, svo ég er fegin að sjá, að þar eru hvorki demantar né stór innsiglishringur, aðeins litli gamli hringurinn, sem Jo gaf þér fyrir löngu. Elsku sál, ég vildi, að hún væri hér til að hjálpa mér!“

„Það vildi ég líka!“

Höndin hvarf jafn snögglega og hún kom, og í bergmáli óska hennar var næg orka til að fullnægja jafnvel Amy. Hún leit niður til hans með nýja hugsun í huga, en hann lá með hattinn hálfan yfir andlitinu, eins og til skjóls, og yfirskeggið huldi munninn. Hún sá aðeins brjóstið rísa og falla með löngum andardrætti, sem gæti hafa verið andvarp, og höndina, sem bar hringinn, hvíla í grasinu, eins og hún vildi fela eitthvað of dýrmætt eða of viðkvæmt til að orð væri á fest. Á einni svipan tóku ýmis vísbending og smáatriði á sig mynd og merkingu í huga Amy og sögðu henni það, sem systir hennar hafði aldrei trúað henni fyrir. Hún minntist þess, að Laurie talaði aldrei af fúsum og frjálsum vilja um Jo; hún rifjaði upp skuggann á andliti hans rétt áðan, breytinguna á skapgerð hans og það, að hann bar enn litla gamla hringinn, sem var engin prýði á svo fögrum hendi. Stúlkur eru fljótar að lesa slík merki og skynja mælsku þeirra. Amy hafði ímyndað sér, að ef til vill lægi ástarsorg að baki breytingunni, og nú var hún þess fullviss. Skörp augu hennar fylltust tárum, og þegar hún talaði aftur, var rödd hennar mjúk og hlý, eins og hún gat gert hana, þegar henni bauð svo við að horfa.

„Ég veit, að ég hef engan rétt til að tala svona við þig, Laurie, og ef þú værir ekki blíðlyndasti drengur í heimi, yrðir þú mjög reiður við mig. En við erum öll svo hrifin af þér og stolt af þér, að ég gat ekki afborið tilhugsunina um, að þau yrðu fyrir vonbrigðum heima, eins og ég hef orðið, þótt þau skildu breytinguna ef til vill betur en ég.“

„Ég held, að þau myndu skilja,“ kom undan hattinum í dimmum hreim, sem var jafn snertandi og brostin rödd hefði verið.

„Þau hefðu átt að segja mér það og ekki láta mig fara á villigötur og ávíta, þegar ég hefði átt að vera mildari og þolinmóðari en nokkru sinni. Mér líkaði aldrei við þessa fröken Randal, og nú hata ég hana!“ sagði klóka Amy og vildi vera viss um staðreyndirnar í þetta sinn.

„Fari fröken Randal!“ og Laurie sló hattinum af andliti sínu með svip, sem lét engan vafa leika á tilfinningum hans til þeirrar ungu konu.

„Ég bið afsökunar, ég hélt ...“ og þar þagnaði hún diplómatískt.

„Nei, það gerðirðu ekki; þú vissir fullvel, að mér þótti aldrei vænt um neina nema Jo,“ sagði Laurie í sínum gamla, ákafa tón og sneri andlitinu frá.

„Ég hélt það líka, en þar sem aldrei var talað um það og þú fórst burt, hélt ég, að mér hefði skjátlast. Og Jo vildi ekki vera góð við þig? Ég var viss um, að henni þætti innilega vænt um þig.“

„Hún var góð, en ekki á réttan hátt, og það er henni til happs, að hún elskaði mig ekki, ef ég er sá ónýti maður, sem þú telur mig. En það er hennar sök, og þú mátt segja henni það."

Hinn harði, beiski svipur kom aftur, og það hryggði Amy, því hún vissi ekki, hvaða smyrsl hún ætti að bera á sárið.

„Ég hafði rangt fyrir mér; ég vissi ekki. Mér þykir mjög leitt, að ég var svona hvöss, en ég get ekki annað en óskað þess, að þú tækir þessu betur, Teddy, elskan."

„Ekki - það er nafn hennar á mér!" og Laurie lyfti hendinni snöggt, til að stöðva orðin, sem voru mælt í hálf-mildum, hálf-ávíta-andi tón Jo. „Bíddu þar til þú reynir það sjálf," bætti hann lágt við og reif upp gras í hnefum.

„Ég myndi taka því með karlmennsku og vera virt, þótt ég yrði ekki elskuð," sagði Amy ákveðin, eins og sú, sem vissi ekkert um slíkt.

Laurie taldi sig hafa borið þetta einkar vel, án kveins, án þess að leita samúðar og með því að taka sorg sína með sér til að lifa hana niður einn. Áminning Amy varpaði nýju ljósi á málið, og í fyrsta sinn virtist það veiklulegt og eigingjarnt að missa kjark við fyrstu höfnun og loka sig inni í skapþrungnu sinnuleysi. Honum leið eins og hann hefði skyndilega verið vakinn úr þunglyndri draumsýn og fyndi ómögulegt að sofna aftur. Loks settist hann upp og spurði hægt: „Helduröu, að Jo myndi fyrirlíta mig eins og þú gerir?"

„Já, ef hún sæi þig nú. Hún hatar lata menn. Hvers vegna gerirðu ekki eitthvað stórfenglegt og lætur hana elska þig?"

„Ég gerði mitt besta, en það dugði ekki."

„Þú átt við, að þú hafir lokið námi með sóma? Það var ekkert annað en það, sem þér bar að gera vegna afa þíns. Það hefði verið skammarlegt að falla, eftir að svo miklum tíma og fé hafði verið varið, þegar allir vissu, að þú gætir staðið þig vel.“

„Ég féll samt, segðu hvað sem þú vilt, því Jo vildi ekki elska mig,“ hóf Laurie og studdi höfuðið í hönd sér í örvæntingarfullri stellingu.

„Nei, þú féllst ekki, og þú munt viðurkenna það að lokum, því það gerði þér gott og sýndi, að þú gætir gert eitthvað, ef þú reyndir. Ef þú aðeins tækir þig til við eitthvert annað verkefni, yrðir þú brátt hinn glaði og lífsglaði sjálfur aftur og gleymdir áhyggjum þínum.“

„Það er ómögulegt.“

„Reyndu það og sjáðu. Þú þarft ekki að yppta öxlum og hugsa: ‚Hvað veit hún um slíkt?‘ Ég þykist ekki vera vitur, en ég fylgist með og sé miklu meira en þú myndir ætla. Ég hef áhuga á reynslu annarra og ósamkvæmni þeirra, og þótt ég geti ekki alltaf skýrt hana, man ég hana og nota mér til gagns. Elskaðu Jo alla ævi, ef þú kýst, en láttu það ekki spilla þér, því það er rangt að kasta frá sér svo mörgum góðum gáfum, af því að þú getur ekki fengið það eina, sem þú þráir. Nú ætla ég ekki að prédika framar, því ég veit, að þú munt vakna og verða maður, þrátt fyrir þá harðhjörtuðu stúlku.“

Hvorugt mælti orð um nokkrar mínútur. Laurie sat og sneri litla hringnum á fingri sér, en Amy lagði síðustu hönd á flýtimeðferð teikningarinnar, sem hún hafði unnið að meðan hún talaði. Að vörmu spori lagði hún hana á hné hans og sagði aðeins: „Hvernig líst þér á þetta?“

Hann leit á og brosti síðan, enda gat hann vart annað, því myndin var frábærlega gerð: hin langa, lata mynd á grasinu, með sinnulausu andliti, hálflokuð augu og aðra höndina, sem hélt á vindli, en úr honum liðaðist lítill reykkrans um höfuð draumóramannsins.

„Hve vel þú teiknar!“ sagði hann með einlægri undrun og ánægju yfir kunnáttu hennar og bætti við hálfhlæjandi: „Já, þetta er ég.“

„Eins og þú ert. Þetta varstu." Og Amy lagði aðra teikningu við hlið þeirrar, sem hann hélt á.

Hún var ekki nærri því jafn vel unnin, en í henni var líf og þróttur, sem bætti upp marga galla, og hún vakti fortíðina svo skýrt til lífs, að snögg breyting fór yfir andlit unga mannsins, þegar hann horfði á hana. Það var aðeins lausleg skissa af Laurie að temja hest. Hattur og kápa voru fjarri, og hver lína í hinni virku mynd, ákveðna andlitinu og yfirráðamiklu stellingunni var full af orku og merkingu. Hinn fríði folinn, nýlega beislaður, stóð með boginn háls undir ströngum taum, annar fóturinn óþolinmóður að klóra jörðina og eyrun sperrt, eins og hann hlustaði eftir röddinni, sem hafði sigrað hann. Í úfnu faxinu, vindbarinni hárprýði knapans og uppréttri stellingu hans lá fólgin vísbending um skyndilega stöðvaða hreyfingu, um styrk, hugrekki og æskulegan léttleika, sem stóð í skörpum andstæðum við linlega þokka „Sæta iðjuleysisins".

Laurie sagði ekkert, en þegar auga hans færðist frá annarri myndinni til hinnar, sá Amy hann roðna og herða varirnar, eins og hann læsi og tæki til sín þá litlu lexíu, sem hún hafði gefið honum. Það nægði henni, og án þess að bíða eftir orðum hans mælti hún létt í bragði:

„Manstu ekki daginn, þegar þú lékst Rarey við Puck og við horfðum öll á? Meg og Beth urðu hræddar, en Jo klappaði og spratt um, og ég sat á girðingunni og teiknaði þig. Ég fann þá teikningu um daginn í möppunni minni, lagaði hana lítillega og geymdi til að sýna þér."

„Kærar þakkir. Þú hefur tekið miklum framförum síðan þá, og ég óska þér til hamingju. Má ég leyfa mér að benda á, í þessu ‚brúðkaupsparadísarlandi', að klukkan fimm er kvöldverðartími á hótelinu þínu?"

Laurie reis á fætur, þegar hann sagði þetta, skilaði myndunum með brosi og hneigingu og leit á úrið sitt, eins og til að minna hana á, að jafnvel siðferðislegar ræður ættu sér endi. Hann reyndi að taka upp fyrri léttleikann og sinnuleysið, en það var nú aðeins uppgerð, því áminningin hafði haft meiri áhrif en hann vildi játa. Amy skynjaði kuldablæinn í framkomu hans og sagði við sjálfa sig:

„Nú hef ég móðgað hann. Jæja, ef það gerir honum gott, er ég glöð; ef það lætur hann hata mig, þykir mér það leitt. En þetta er sannleikur, og ég get ekki tekið aftur eitt einasta orð."

Þau hlógu og spjölluðu alla leiðina heim, og litli Baptiste, sem sat fyrir aftan, taldi herra og ungfrú vera í hinum besta anda. En bæði fundu til óþæginda. Hin vinalega hreinskilni hafði raskast, sólskinið bar skugga yfir sér, og þrátt fyrir sýnilega kátínu bjó leynd óánægja í hjarta hvors um sig.

„Sjáum við þig í kvöld, mon frere?" spurði Amy, þegar þau skildu við dyr frænku hennar.

„Því miður er ég bundinn loforði. Au revoir, madamoiselle." Og Laurie laut, eins og hann ætlaði að kyssa hönd hennar að erlendum sið, sem fór honum betur en mörgum öðrum.

Eitthvað í svip hans varð til þess, að Amy mælti snöggt og hlýlega:

„Nei, vertu þú sjálfur við mig, Laurie, og skiljumst á gamla góða háttinn. Ég vil heldur fá fast og einlægt handtak en allar tilfinningaþrungnar kveðjur Frakklands."

„Vertu sæl, kæra," og með þessum orðum, mæltum í þeim tón, sem hún kunni að meta, kvaddi Laurie hana með handabandi, sem var nær sársaukafullt í einlægni sinni.

Morguninn eftir, í stað hins venjulega heimsóknar, fékk Amy bréf, sem lét hana brosa í upphafi og andvarpa í lokin.

„Kæri leiðbeinandi minn.

Vinsamlegast færðu frænku þinni kveðjur mínar og gleðstu í hljóði, því ‚Leti-Laurence' er farinn til afa síns, eins og hinn besti drengur. Ég óska þér ánægjulegs vetrar og megi guðirnir veita þér sæluríka brúðkaupsferð í Valrosa! Ég held, að Fred hefði gott af uppörvun. Segðu honum það, ásamt heillaóskum mínum.

Þinn þakkláti,

Telemachus"

„Góður drengur! Ég er glöð, að hann er farinn," sagði Amy og brosti samþykkjandi. Næsta andartak dökknaði svipur hennar, þegar hún leit um hið auða herbergi og bætti við, með ósjálfráðu andvarpi: „Já, ég er glöð, en hve ég mun sakna hans."

FERTUGASTI KAFLI
DALUR SKUGGANS

Þegar fyrstu beiskjunni lauk, tók fjölskyldan hinu óumflýjanlega og reyndi að bera það með glaðværð, styrkja hvert annað með aukinni ástúð, sem bindur heimili blíðum böndum á tímum þrenginga. Þau lögðu sorgina til hliðar og hvert og eitt lagði sitt af mörkum til að gera síðasta árið hamingjuríkt.

Notalegasta herbergi hússins var helgað Beth, og þar var safnað öllu því, sem henni þótti vænst um: blómum, myndum, píanóinu hennar, litla handavinnuborðinu og elsku kisunum. Bestu bækur föðurins fundu þangað leið sína, hægindastóll móðurinnar, skrifborð Jo, fegurstu teikningar Amy, og dag hvern færði Meg börnin sín í kærleiksríka pílagrímsferð, til að varpa sólskini yfir frænku Beth. John lagði hljóðlega til hliðar litla fjárhæð, svo hann gæti notið þeirrar gleði að sjá hinni veiku fyrir þeim ávöxtum, sem hún elskaði og þráði. Gamla Hannah þreyttist aldrei á að laga lystugar smárétti til að freista breytilegrar matarlystar, og tár féllu á meðan hún starfaði, og handan hafsins bárust litlar gjafir og glaðleg bréf, sem virtust flytja með sér andvara yljar og ilm frá löndum, sem engan vetur þekkja.

Hér sat Beth, varðveitt sem heimilisdýrlingur í sínum helgidómi, róleg og iðin sem fyrr, því ekkert gat breytt hinu ljúfa, óeigingjarna eðli hennar. Jafnvel meðan hún bjó sig undir að kveðja lífið, reyndi hún að gera það bjartara fyrir þau, sem eftir skyldu sitja. Veiku fingurnir voru aldrei iðjulausir, og eitt af hennar yndum var að gera smáhluti fyrir skólabörnin, sem daglega fóru fram og aftur, láta vettlingapar falla út um gluggann til fjólublárra handa, nálabók handa lítilli móður margra dúkkna, pennapússur handa ungum rithöndum, sem ruddu sér braut gegnum króka- og lykkjuskóga, myndaalbúm handa augum, sem elskuðu myndir, og alls konar litlar gleðigjafir, uns tregir stigendur lærdómsstigans fundu leið sína sem stráða blómum og litu á hina blíðu gjafmildi sem einhvers konar ævintýraguðmóður, sem sæti þar uppi og lét gjafir rigna niður, furðulega sniðnar að smekk og þörfum þeirra. Hefði Beth óskað sér umbunar, fann hún hana í björtu andlitunum, sem ætíð snerust upp að glugga hennar með hneigingum og brosum, og í skrýtnu litlu bréfunum, sem bárust henni, fullum af blettum og þakklæti.

Fyrstu mánuðirnir voru afar hamingjuríkir, og oft leit Beth um sig og sagði: „Hve fagurt þetta er!“ þegar þau sátu öll saman í sólríku herberginu hennar, börnin spörkuðu og kölluðu á gólfinu, móðir og systur unnu þar nærri, og faðirinn las með ljúfri rödd úr hinum vitru, gömlu bókum, sem virtust auðugar af góðum og hughreystandi orðum, jafngild nú og þegar þau voru rituð fyrir öldum, lítið kapelluherbergi, þar sem föðurlegur prestur kenndi söfnuði sínum hinar erfiðu lexíur, sem allir verða að nema, og reyndi að sýna þeim, að vonin gæti huggað ástina og trúin gert auðmýkt mögulega. Einfaldar prédikanir, sem fóru beint til sálar þeirra, er hlýddu, því hjarta föðurins bjó í trú hans, og hin tíðuga hik í röddinni veitti orðum hans tvöfalda mælsku.

Það var öllum til heilla, að þessi friðsæla stund var þeim veitt sem undirbúningur að hinum sorglegu stundum, sem fram undan voru, því smám saman sagði Beth, að nálin væri „orðin svo þung“, og lagði hana frá sér að eilífu. Tal þreytti hana, andlit gerðu hana órólega, sársaukinn krafðist hennar, og hinn rólegi andi hennar var hryggilega raskaður af kvölum, sem herjuðu á veikt hold hennar. Ó, hvílíkir þungir dagar, hvílíkar langar, langar nætur, hvílíkir verkjandi hjartslættir og áköf bænaköll, þegar þeir, sem elskuðu hana mest, urðu að sjá mjóu hendurnar rétta sig til sín í beiðni, heyra bitra hrópið: „Hjálpið mér, hjálpið mér!“ og finna, að engin hjálp var til. Sorgleg sólmyrkvi yfir hinni heiðu sál, snörp barátta ungs lífs við dauðann, en hvorugt varði lengi, og þegar náttúrlegri uppreisn lauk, sneri hinn forni friður aftur fegurri en nokkru sinni. Með hruni hins veikburða líkama styrktist sál Beth, og þótt hún segði fátt, fundu þau, sem um hana voru, að hún var reiðubúin, sáu, að fyrsti pílagrímurinn, sem kallaður var, var jafnframt hinn hæfasti, og biðu með henni á ströndinni, reyndu að sjá hina Skínandi koma til að taka á móti henni, þegar hún færi yfir ána.

Jo yfirgaf hana ekki eina stund síðan Beth hafði sagt: „Ég finn mig sterkari, þegar þú ert hér." Hún svaf á legubekk í herberginu, vaknaði oft til að glæða eldinn, gefa henni, lyfta henni eða hjúkra hinni þolinmóðu veru, sem sjaldan bað um nokkuð og „reyndi að vera engum til ama". Allan daginn dvaldi hún þar, afbrýðisöm á aðra hjúkrara og stoltari af því að vera valin en af nokkurri þeirri heiður, sem líf hennar hafði fært henni. Dýrmætar og gagnlegar stundir fyrir Jo, því nú tók hjarta hennar við þeirri fræðslu, sem það þurfti. Þolinmæðislexíur voru henni svo ljúflega kenndar, að hún gat ekki annað en lært þær, kærleikur til allra, hinn fagra andi, sem getur fyrirgefið og sannarlega gleymt meiðslum, hollusta við skyldu, sem gerir hið erfiðasta létt, og einlæg trú, sem óttast ekkert, heldur treystir hiklaust.

Oft, þegar hún vaknaði, fann Jo Beth lesa í hinni slitnu litlu bók sinni, heyrði hana syngja lágt til að stytta svefnlausar nætur eða sá hana halla andlitinu í hendur sér, meðan hæg tár féllu gegnum gegnsæja fingurna. Þá lá Jo og fylgdist með henni með hugsunum, sem voru of djúpar til tára, og fann, að Beth var á sinn einfalda, óeigingjarna hátt að reyna að venja sig af hinu kæra, gamla lífi og búa sig undir það, sem koma skyldi, með helgum huggunarorðum, kyrrum bænum og tónlistinni, sem hún elskaði svo heitt.

Að sjá þetta gerði meira fyrir Jo en vitrastar prédikanir, heilagastir sálmar og ákafastar bænir, sem nokkur rödd gat flutt. Því með augum, sem mörg tár höfðu skýrt, og hjarta, sem hin mildasta sorg hafði mýkt, þekkti hún fegurð lífs systur sinnar - viðburðalaust, án metnaðar, en fullt af sönnum dyggðum, sem „ilmast ljúft og blómgast í moldinni", þeirri sjálfsafneitun, sem gerir hina auðmjúkustu á jörðu minnstu seint í himni, og hinum sanna árangri, sem öllum er auðið að ná.

Eitt kvöld, þegar Beth leitaði meðal bókanna á borði sínu að einhverju, sem gæti látið hana gleyma hinni jarðnesku þreytu, sem var nær jafn þungbær og sársaukinn, og fletti gömlu uppáhaldsbók sinni, För pílagrímsins, fann hún lítið blað, þakið kroti í hendi Jo. Nafnið vakti athygli hennar, og hin útflosnuðu leturmerki sögðu henni, að tár höfðu fallið á það.

„Aumingja Jo! Hún sefur fast, svo ég vek hana ekki til að biðja um leyfi. Hún sýnir mér alla hluti sína, og ég held, að hún muni ekki láta sér mislíka, þótt ég líti á þetta," hugsaði Beth og leit til systur sinnar, sem lá á mottunni með eldtöngina sér við hlið, reiðubúin að vakna, um leið og kubburinn félli í sundur.

„BETH MÍN"

Situr þolinmóð í skugganum, uns hin
blessaða birta rís, friðsæl og heilög nærvera,
sem helgar heim vort í raunum.

Jarðnesk gleði, von og hryggð brotna sem
bárur við strönd hinnar djúpu og alvöruþungu
ár, þar sem fúsir fætur hennar nú standa.

Ó systir mín, sem hverfur frá mér úr
áhyggjum og átökum lífsins, skil mér eftir að
gjöf þær dyggðir, sem líf þitt hafa fegrað.

Kæra, arfleifðu mér þá miklu þolinmæði,
sem megnar að halda uppi glaðværum,
ókvartandi anda í fangelsi sársaukans.

Gef mér, því ég þarfnast þess sárlega, af því
hugrekki, vitru og mildu, sem hefur gert
skyldustíginn grænan undir fúsum fótum
þínum.

Gef mér hið óeigingjarna eðli, sem með
guðlegri miskunn getur fyrirgefið rangt sakir
kærleikans - hógværa hjarta, fyrirgef mér
mitt.

Þannig dvínar skilnaður okkar dag frá degi að
nokkru af beiskju sinni, og meðan ég nem
þessa erfiðu lexíu verður mitt mikla tap mér
að ávinningi.

Því snerting sorgarinnar mun gera mitt ótemja
eðli kyrrara, veita lífinu nýjan metnað og nýtt
traust til hins ósýnilega.

Héðan í frá, örugg hinum megin árinnar,
mun ég að eilífu sjá ástkæran heimilisanda
bíða mín á ströndinni.

Von og trú, fæddar af sorg minni, munu
verða mér verndarenglar, og systirin, sem fór
á undan, mun með þeirra höndum leiða mig
heim.

Þótt línurnar væru útflosnaðar og blettaðar, gallakenndar og veikburða, færðu þær svip ósegjanlegrar huggunar yfir andlit Beth, því eini harmur hennar hafði verið sá, að hún hefði gert svo lítið, og þetta virtist fullvissa hana um, að líf hennar hefði ekki verið gagnslaust og að dauði hennar myndi ekki færa þá örvæntingu, sem hún óttaðist. Meðan hún sat með blaðið samanbrotið milli handa sér, féll sviðinn kubburinn í sundur. Jo spratt upp, glæddi eldinn og læddist að rúminu í von um, að Beth svæfi.

„Ekki sofandi, en svo hamingjusöm, elskan mín. Sjáðu, ég fann þetta og las. Ég vissi, að þú myndir ekki láta þér mislíka það. Hef ég verið þér allt þetta, Jo?" spurði hún með einlægri, auðmjúkri löngun.

„Ó, Beth, svo miklu meira, svo miklu meira!" Og höfuð Jo féll niður á koddann við hlið systur hennar.

„Þá finnst mér ekki, að ég hafi sóað lífi mínu. Ég er ekki eins góð og þú gerir mig, en ég hef reynt að gera rétt. Og nú, þegar of seint er að byrja jafnvel að gera betur, er það svo mikill huggun að vita, að einhver elskar mig svona heitt og finnur, að ég hafi hjálpað sér.“

„Meira en nokkur annar í heiminum, Beth. Ég hélt áður, að ég gæti ekki látið þig fara, en ég er að læra að finna, að ég missi þig ekki, að þú verður mér meira en nokkru sinni, og dauðinn getur ekki skilið okkur að, þótt svo virðist.“

„Ég veit, að hann getur það ekki, og ég óttast hann ekki framar, því ég er viss um, að ég mun vera þín Beth enn, til að elska þig og hjálpa þér meira en nokkru sinni. Þú verður að taka minn stað, Jo, og vera allt fyrir föður og móður, þegar ég er farin. Þau munu leita til þín; bregð þeim ekki, og þótt erfitt sé að starfa ein, skaltu muna, að ég gleymi þér ekki, og að þú munt verða hamingjusamari við það en við að rita stórfenglegar bækur eða sjá allan heiminn, því kærleikurinn er það eina, sem við getum borið með okkur, þegar við förum, og hann gerir endinn svo léttan.“

„Ég skal reyna, Beth.“ Og þar og þá afsalaði Jo sér gömlum metnaði sínum, hét nýjum og betri, játaði fátækt annarra óska og fann hina blessaða huggun í trúnni á ódauðleika kærleikans.

Svo komu og liðu vordagarnir, himinninn varð tærari, jörðin grænni, blómin spruttu snemma, og fuglarnir sneru aftur í tæka tíð til að kveðja Beth, sem, líkt og þreytt en trúgjörn barn, hélt fast í hendurnar, sem höfðu leitt hana allt hennar líf, meðan faðir og móðir leiddu hana blíðlega um Skuggadalinn og færðu hana Guði.

Sjaldan, nema í bókum, mæla deyjandi menn eftirminnileg orð, sjá sýnir eða kveðja með ljóma yfir andliti, og þeir, sem hafa fylgt mörgum sálum á leið, vita, að hjá flestum kemur endirinn jafn náttúrlega og einfaldlega og svefn. Eins og Beth hafði vonað, „fór straumurinn auðveldlega út“, og í myrkri stundinni fyrir dögun, á brjósti því, þar sem hún hafði dregið sinn fyrsta andardrátt, dró hún sinn síðasta hljóðlega, án kveðju nema einnar ástríkrar augnagots og eins lítils andvarps.

Með tárum og bænum og blíðum höndum bjuggu móðir og systur hana til hinnar löngu hvíldar, sem sársauki myndi aldrei framar raska, sáu með þakklátum augum hina fögru kyrrð, sem brátt leysti af hólmi hina hryggilegu þolinmæði, er hafði kvalið hjörtu þeirra svo lengi, og fundu með lotningarfullri gleði, að dauðinn var elskunni þeirra góðviljaður engill, ekki skelfilegur vofa.

Þegar morgunn rann upp, var eldurinn í fyrsta sinn í marga mánuði slokknaður, sæti Jo var autt, og herbergið var mjög kyrrt. En fugl söng glaðlega á brumgæddri grein rétt hjá, snjódropinn blómstraði ferskur við gluggann, og vorsólin streymdi inn sem blessun yfir hið friðsæla andlit á koddanum, andlit svo fullt sársaukalauss friðar, að þeir, sem elskuðu það mest, brostu gegnum tárin og þökkuðu Guði, að Beth var loks heil.

FERTUGASTI OG FYRSTI KAFLI

AÐ LÆRA AÐ GLEYMA

Áminning Amy gerði Laurie gott, þótt hann viðurkenndi það auðvitað ekki fyrr en löngu síðar. Karlar gera það sjaldan, því þegar konur eru ráðgjafar, taka drottnar sköpunarinnar ekki ráðum fyrr en þeir hafa sannfært sjálfa sig um, að það sé einmitt það, sem þeir ætluðu sér að gera. Þá framkvæma þeir það, og ef vel tekst til, veita þeir hinu veikara íláti hálfa heiðurinn. Ef illa fer, gefa þeir henni örlátlega allan.

Laurie sneri aftur til afa síns og var svo skylduræikinn og umhyggjusamur um nokkurra vikna skeið, að gamli herrann lýsti því yfir, að loftslagið í Nice hefði bætt hann stórkostlega og að hann ætti að reyna það aftur. Ekkert hefði unga manninum verið kærara, en jafnvel fílar hefðu ekki getað dregið hann þangað aftur eftir þá ávítun, sem hann hafði hlotið. Stoltið bannaði það, og þegar söknuðurinn varð sterkur, styrkti hann ákvörðun sína með því að endurtaka þau orð, sem höfðu markað hann dýpst: „Ég fyrirlít þig." „Farðu og gerðu eitthvað stórkostlegt, sem lætur hana elska þig."

Laurie velti þessu svo oft fyrir sér, að hann komst brátt að þeirri niðurstöðu, að hann hefði verið eigingjarn og latur. En þegar maður ber mikla sorg, ætti honum að vera leyft að láta ýmislegt ganga yfir sig, uns hann hefur lifað hana niður. Honum fannst ástir sínar, sem höfðu visnað, nú vera með öllu liðnar, og þótt hann myndi aldrei hætta að vera trúfastur syrgjandi, var engin ástæða til að bera sorgarbúning sinn áberandi. Jo vildi ekki elska hann, en hann gæti látið hana bera virðingu og aðdáun fyrir sér með því að vinna eitthvað, sem sannaði, að „nei" stúlku hefði ekki spillt lífi hans. Hann hafði ætíð ætlað sér að gera eitthvað, og ráð Amy var því algerlega óþörf. Hann hafði aðeins beðið þess, að hin fyrrnefndu, visnuðu ástir yrðu sæmilega grafnar. Þegar það var gert, fann hann sig reiðubúinn að „hylja slegið hjarta sitt og halda áfram að erfiða".

Eins og Goethe setti gleði sína og sorg í ljóð, ákvað Laurie að varðveita ástarsorg sína í tónlist og semja Requiem, sem skyldi hrífa sál Jo og bræða hjörtu allra, sem hlýddu. Þegar gamli herrann varð næst var við ókyrrð hans og skapbrigði og sendi hann burt, hélt hann til Vínarborgar, þar sem hann átti tónlistarvini, og hóf störf með þeirri föstu ákvörðun að gera sig frægan. En hvort sem sorgin var of víðfeðm til að fanga í tónum eða tónlistin of himnesk til að lyfta jarðneskri kvöl, komst hann brátt að raun um, að Requiemið var honum um megn að sinni. Ljóst var, að hugurinn var enn ekki í vinnufæru ástandi, og hugmyndir hans þurftu skýringu, því oft, mitt í harmþrungnum tóni, fann hann sig raula danslag, sem minnti lifandi á jólaballið í Nice, einkum hinn gildvaxna Frakka, og setti með því skyndilega stopp á hina harmrænu tónsmíð.

Þá reyndi hann við óperu, því í upphafi virtist ekkert ómögulegt, en enn urðu ófyrirséðar hindranir á vegi hans. Hann vildi hafa Jo sem kvenhetju sína og kallaði fram úr minni sínu blíðar minningar og rómantískar sýnir af ást sinni. En minnið reyndist svikari og, líkt og það væri haldið þrjóskuanda stúlkunnar sjálfrar, minnti hann aðeins á sérvisku hennar, galla og sérkennilegar uppátæki, sýndi hana í hinum ósentímentallegustu myndum - að berja dregla með höfuðið bundið í slæðu, víggirða sig bak við sófapúða eða slökkva eldheitan ástríðu hans með köldu vatni að hætti frú Gummidge - og óstöðvandi hlátur eyðilagði hina íhugulu mynd, sem hann reyndi að skapa. Jo lét sig ekki setja í óperu fyrir nokkurt verð, og hann varð að gefa hana upp með orðunum: „Blessuð sú stúlka, hvílík kvöl hún er!“ og hárreyfandi hreyfingu, sem hæfði ringluðum tónskáldi.

Þegar hann leit í kringum sig eftir annarri og þjálli mey til að ódauðleggera í laglínu, bauð minnið honum slíka með hinni mestu lipurð. Þessi sviphula bar mörg andlit, en átti ávallt gullið hár, var umlukin gegnsæju skýi og sveif létt fyrir hugskotssjónum hans í heillandi óreiðu rósa, páfugla, hvítra hesta og blárra borða. Hann gaf þessari sjálfumglöðu vofu ekkert nafn, en tók hana sér sem kvenhetju og fór að þykja vænt um hana, enda veitti hann henni allar gjafir og kosti undir sólinni og leiddi hana óskaddaða í gegnum raunir, sem hefðu grandað hverri jarðneskri konu.

Með þessari innblástursgjöf gekk honum vel um hríð, en smám saman missti verkið aðdráttarafl sitt, og hann gleymdi að semja, meðan hann sat hugsi með penna í hendi eða reikaði um hina glaðværu borg til að afla sér nýrra hugmynda og hressa hugann, sem virtist vera í nokkuð óstöðugu ástandi þann vetur. Hann gerði ekki margt, en hugsaði mikið og var meðvitaður um einhvers konar breytingu, sem átti sér stað, honum þvert um geð. „Kannski er þetta snilligáfan, sem mallar. Ég læt hana malla og sé, hvað úr verður," sagði hann, með leynilegum grun um, að það væri ekki snilligáfa, heldur eitthvað mun algengara. Hvað sem það var, mallaði það til einhvers gagns, því hann varð æ óánægðari með sundurlaust líf sitt, fór að þrá raunverulegt og einlægt starf, sem hann gæti lagt sig allan í, og komst loks að þeirri viturlegu niðurstöðu, að hver sá, sem elskaði tónlist, væri ekki þar með tónskáld. Eftir að hafa hlýtt á eina stóróperu Mozarts, glæsilega flutta í Konunglega leikhúsinu, fór hann yfir sína eigin, lék nokkra bestu kaflana, sat síðan og starði á brjóstmyndir Mendelssohns, Beethovens og Bachs, sem störðu góðlátlega til baka. Þá reif hann skyndilega nótnablöð sín í sundur, eitt af öðru, og þegar hið síðasta flökti úr hendi hans, mælti hann alvarlega við sjálfan sig:

„Hún hefur rétt fyrir sér! Hæfileiki er ekki snilligáfa, og ekki verður hann það. Þessi tónlist hefur tekið hégómann úr mér, eins og Róm tók hann úr henni, og ég ætla ekki lengur að vera hégómi. Hvað á ég nú að gera?"

Það reyndist erfið spurning, og Laurie fór að óska þess, að hann þyrfti að vinna fyrir daglegu brauði sínu. Nú, ef nokkru sinni, gafst honum hæfilegt tækifæri til að „fara til fjandans", eins og hann hafði eitt sinn orðað það, því hann hafði nægt fé og ekkert að gera, og Satan er alþekktur fyrir að útvega iðjulausum og fullum höndum verkefni. Aumingja pilturinn átti nægar freistingar bæði utan frá og innan, en hann stóðst þær furðuvel, því þótt hann mat frelsi sitt mikils, mat hann trúmennsku og traust enn meira. Loforð hans við afa sinn og löngun hans til að geta horft heiðarlega í augu kvennanna, sem elskuðu hann, og sagt: „Allt er í lagi," héldu honum öruggum og staðföstum.

Mjög líklegt er, að einhver frú Grundy muni segja: „Ég trúi því ekki; drengir verða að vera drengir, ungir menn verða að sá villihafra sínum, og konur mega ekki vænta kraftaverka.“ Ég efast ekki um það, frú Grundy, en það er samt sem áður satt. Konur vinna ófá kraftaverk, og ég hef þá sannfæringu, að þær geti jafnvel unnið það að hækka mælikvarða karlmennskunnar með því að neita að taka undir slík orð. Látum drengi vera drengi, sem lengst, og látum unga menn sá villihafra sínum, ef þeir verða að því. En mæður, systur og vinkonur geta hjálpað til við að gera uppskeruna litla og halda mörgum illgresisstönglum frá því að spilla akrinum með því að trúa og sýna, að þær trúi, á möguleikann á trúmennsku við þær dyggðir, sem gera menn karlmannlegasta í augum góðra kvenna. Ef þetta er kvenleg blekking, leyfið okkur að njóta hennar, meðan við megum, því án hennar glatast helmingur fegurðar og rómantíkur lífsins, og daprar forboðanir myndu beiskja allar vonir okkar um hina hugprúðu, blíðhjörtuðu litlu piltana, sem enn elska mæður sínar meira en sjálfa sig og skammast sín ekki fyrir að játa það.

Laurie taldi, að það að gleyma ást sinni á Jo myndi taka alla krafta hans um árabil, en honum til mikillar undrunar komst hann að því, að það varð auðveldara með hverjum degi. Í fyrstu neitaði hann að trúa því, varð reiður sjálfum sér og skildi það ekki, en þessi hjörtu okkar eru undarleg og mótsagnakennd, og tími og náttúra ráða sínum vilja þrátt fyrir okkur. Hjarta Laurie vildi ekki lengur sárna. Sárið hélt áfram að gróa með hraða, sem undraði hann, og í stað þess að reyna að gleyma, fann hann sig reyna að muna. Hann hafði ekki séð þetta fyrir og var óviðbúinn. Hann fylltist viðbjóði á sjálfum sér, undraðist eigin hverfulleika og var fullur af einkennilegri blöndu vonbrigða og léttis yfir því, að hann skyldi jafna sig svo fljótt af svo miklu höggi. Hann reyndi vandlega að hræra upp í glóðum hinnar glötuðu ástar, en þær neituðu að blossa upp. Aðeins mildur ylur var eftir, sem hitaði og gerði honum gott án þess að kveikja í honum hitasótt, og hann varð treglega að játa, að hin æskulega ástríða væri hægt og rólega að dvína í kyrrlátari tilfinningu, mjög blíðri, dálítið sorgmæddri og enn örlítið sárri, en sú myndi vissulega líða hjá með tímanum og skilja eftir bróðurlega ástúð, sem héldi sér órofin allt til enda.

Þegar orðið „bróðurleg“ rann í gegnum huga hans í einni dagdraumastundinni, brosti hann og leit upp á myndina af Mozart, sem var fyrir framan hann.

„Jæja, hann var mikill maður, og þegar hann gat ekki fengið eina systur, tók hann hina og var hamingjusamur.“

Laurie mælti ekki orðin, en hann hugsaði þau, og næstu andrá kyssti hann litla, gamla hringinn og sagði við sjálfan sig: „Nei, ég geri það ekki! Ég hef ekki gleymt, og ég get það aldrei. Ég reyni aftur, og ef það mistekst, þá ...“

Hann lauk ekki setningunni, heldur greip penna og blað og skrifaði Jo, sagði henni, að hann gæti ekki fest sig við neitt, meðan minnstu von væri um, að hún breytti skoðun sinni. Gæti hún ekki, vildi hún ekki – og leyfði honum að koma heim og vera hamingjusamur? Meðan hann beið svars gerði hann ekkert, en hann gerði það af ákefð, því hann var í hitafárri óþreyju. Svarið kom loks og festi huga hans ákveðið við eitt atriði, því Jo gat það ekki og vildi það ekki. Hún var algerlega upptekin af Beth og vildi aldrei framar heyra orðið ást nefnt. Síðan bað hún hann að verða hamingjusaman með einhverri annarri, en halda þó ætíð litlu horni í hjarta sínu fyrir elsku systurina Jo. Í eftirskrift bað hún hann að segja Amy ekki, að Beth væri verri; hún kæmi heim um vorið og engin þörf væri á að skyggja á síðustu dvöl hennar. Tíminn myndi koma, ef Guð vildi, en Laurie yrði að skrifa henni oft og láta hana ekki finna til einsemdar, heimþrár eða kvíða.

„Það skal ég gera þegar í stað. Aumingja litla stúlkan, ég óttast, að heimferðin verði henni sorgleg,“ sagði Laurie og opnaði skrifborðið sitt, eins og það að skrifa Amy væri eðlilegt framhald setningarinnar, sem hann hafði látið ólokið nokkrum vikum fyrr.

En hann skrifaði ekki bréfið þann dag, því þegar hann leitaði að besta bréfapappírnum sínum, rakst hann á eitthvað, sem breytti ásetningi hans. Í einu hólfi skrifborðsins lágu bréf Jo á víð og dreif meðal reikninga, vegabréfa og ýmissa skjala, og í öðru hólfi voru þrjú bréf frá Amy, vandlega bundin saman með einni af bláu borðunum hennar og ljúflega minntu á litlu, dauðu rósirnar, sem geymdar höfðu verið innan í. Með hálf-iðrandi, hálf-brosandi svip safnaði Laurie saman öllum bréfum Jo, sléttaði þau, braut saman og lagði snyrtilega í litla skúffu í skrifborðinu, stóð andartak og sneri hringnum hugsi á fingri sér, dró hann síðan hægt af, lagði hann hjá bréfunum, læsti skúffunni og fór út til að hlýða á hámesse í Sankti Stefans kirkju, með þá tilfinningu, að jarðarför hefði farið fram, og þótt hann væri ekki yfirbugaður af sorg, þótti honum það viðeigandi að verja restinni af deginum þannig fremur en að skrifa bréf til heillandi ungra kvenna.

Bréfið var þó sent skömmu síðar og svarað tafarlaust, því Amy var heimþrá og játaði það með hinni yndislegustu hreinskilni. Bréfaskiptin blómstruðu, og bréf flugu fram og aftur með óbrigðulli reglusemi allan fyrri hluta vorsins. Laurie seldi brjóstmyndir sínar, gerði eldspýtur úr óperunni sinni og sneri aftur til Parísar í von um, að einhver kæmi brátt. Hann þráði sárlega að fara til Nice, en gerði það ekki fyrr en hann yrði boðinn, og Amy bauð honum ekki, því einmitt þá átti hún sínar eigin litlu reynslur, sem urðu til þess, að hún vildi fremur forðast hin glottandi augu „drengsins okkar".

Fred Vaughn var kominn aftur og lagði fram spurninguna, sem hún hafði eitt sinn ákveðið að svara: „Já, þakka þér fyrir." En nú sagði hún: „Nei, þakka þér fyrir," blíðlega en staðfastlega, því þegar stundin rann upp brást hugrekki hennar, og hún fann, að meira en fé og staða þurfti til að fullnægja hinni nýju þrá, sem fyllti hjarta hennar af blíðum vonum og kvíða. Orðin: „Fred er góður drengur, en alls ekki sá maður, sem ég hélt, að þú myndir nokkurn tíma unna," og svipur Lauris, þegar hann mælti þau, sneru sífellt aftur til hennar, jafn áleitinn og hennar eigin svipur hafði verið, þegar hún sagði með augunum, ef ekki í orðum: „Ég mun giftast fyrir peninga." Það angraði hana nú að minnast þess; hún óskaði, að hún gæti tekið það aftur, því það hljómaði svo ókvenlega. Hún vildi ekki, að Laurie héldi, að hún væri hjartalaus og veraldleg vera. Hún kærði sig nú helmingi minna um að vera drottning samkvæmislífsins en að vera elskuleg kona. Hún var svo fegin, að hann hataði hana ekki fyrir hin hræðilegu orð, sem hún hafði látið falla, heldur tók þau svo göfuglega og var jafnvel blíðari en áður. Bréf hans voru henni mikill styrkur, því heimabréfin komu óreglulega og voru ekki nærri því eins hughreystandi og hans, þegar þau bárust. Það var ekki aðeins ánægja, heldur skylda, að svara þeim, því aumingja pilturinn var einmana og þurfti á hlýju að halda, þar sem Jo hélt áfram að vera steinhjörtuð. Hún hefði átt að gera tilraun og reyna að elska hann. Það gat ekki verið mjög erfitt; margir hefðu verið stoltir og glaðir að eiga slíkan elskulegan pilt, sem bæri umhyggju fyrir þeim. En Jo ætlaði aldrei að haga sér eins og aðrar stúlkur, svo ekkert var annað að gera en að vera honum mjög góð og koma fram við hann sem bróður.

Ef allir bræður væru jafn vel meðhöndlaðir og Laurie á þessum tíma, væru þeir mun hamingjusamari verur en þeir eru. Amy prédikaði aldrei framar. Hún leitaði álits hans á öllum málum, sýndi áhuga á öllu, sem hann gerði, útbjó handa honum heillandi litlar gjafir og sendi honum tvö bréf á viku, full af líflegu slúðri, systurlegum trúnaðarorðum og hrífandi skissum af hinum fögru stöðum í kringum hana. Þar sem fáir bræður hljóta þann heiður, að bréf þeirra séu borin í vösum systra sinna, lesin og endurlesin af kostgæfni, tárfelld yfir, ef þau eru stutt, kysst, ef þau eru löng, og varðveitt vandlega, skulum við ekki gefa í skyn, að Amy hafi gert neitt af þessum ástúðlegu og barnalegu hlutum. En víst er, að hún varð dálítið föl og íhugul það vor, missti mikið af lyst sinni á samkvæmislífi og fór oft ein út að teikna. Hún hafði sjaldan mikið að sýna, þegar hún kom heim, en ef til vill nam hún náttúruna, meðan hún sat klukkustundum saman með hendur í skauti á veröndinni í Valrosa eða krotaði hugsunarlaust upp eitthvert hugboð, sterkan riddara höggvinn á legstein, ungan mann sofandi í grasinu með hattinn yfir augunum eða krullhærða stúlku í glæsilegum skrúða ganga um danssal í armi hás herramanns, andlitin bæði skilin eftir óljós í samræmi við nýjustu tísku listarinnar, sem var örugg en ekki fullnægjandi.

Frænka hennar taldi, að hún sæi eftir svari sínu við Fred, og þar sem neitanir voru árangurslausar og skýringar ómögulegar, lét Amy hana halda, hvað sem henni sýndist, en gætti þess, að Laurie vissi, að Fred væri farinn til Egyptalands. Það var allt og sumt, en hann skildi það og virtist léttur, þegar hann sagði við sjálfan sig með virðulegum svip:

„Ég var viss um, að hún myndi hugsa sig um aftur. Aumingja gamli félagi! Ég hef gengið í gegnum þetta allt og get haft samúð.“

Með því andvarpaði hann djúpt og, eins og hann hefði þannig lokið skyldu sinni við fortíðina, lagði hann fætur upp á sófann og naut bréfs Amy með unaði.

Meðan þessar breytingar áttu sér stað erlendis, hafði sorg knúið dyra heima. En bréfið, sem sagði frá því, að Beth væri að dvína, náði aldrei til Amy, og þegar hið næsta fann hana, var grasið grænt yfir systur hennar. Hin sorglega fregn mætti henni í Vevey, því hitinn hafði rekið þau frá Nice í maí, og þau höfðu ferðast hægt til Sviss um Genúa og ítölsku vötnin. Hún bar það vel og laut hljóðlega þeirri ákvörðun fjölskyldunnar, að hún skyldi ekki stytta dvöl sína, því þar sem of seint var að kveðja Beth, væri betra að hún dveldi áfram og léti fjarveruna milda sorgina. En hjarta hennar var þungt, hún þráði heim, og dag hvern leit hún með söknuði yfir vatnið og beið eftir, að Laurie kæmi og huggaði hana.

Hann kom mjög fljótt, því sami póstur færði þeim báðum bréf, en hann var þá í Þýskalandi, og nokkrir dagar liðu, áður en hann náði til hans. Um leið og hann las það, pakkaði hann bakpoka sínum, kvaddi ferðafélaga sína og lagði af stað til að efna loforð sitt, með hjarta fullt af gleði og sorg, von og óvissu.

Hann þekkti Vevey vel, og um leið og báturinn lagðist að litla bryggjunni, flýtti hann sér meðfram ströndinni til La Tour, þar sem Carrol-fjölskyldan bjó á gistihúsi. Þjónninn var í örvæntingu yfir því, að öll fjölskyldan væri farin í siglingu á vatninu, en nei, hin ljóshærða ungfrú kynni að vera í kastalagarðinum. Ef herra vildi sýna sér þann sársauka að setjast niður, skyldi hún birtast á augabragði. En herra gat ekki beðið jafnvel „augabragðs“, og í miðri ræðunni lagði hann af stað að leita ungfrúarinnar sjálfur.

Gamall og notalegur garður við hið fagra vatn, kastaníutré suðu yfir höfði, bergflettur klifruðu um veggi, og svarti skuggi turnsins lá langt yfir sólbjart vatnið. Í einu horni hins breiða, lága múrs var bekkur, og hér kom Amy oft til að lesa eða vinna eða hugga sig við fegurðina allt í kring. Hún sat þar þennan dag, studdi höfuð í hönd með heimþrárfullu hjarta og þungum augum, hugsaði til Beth og undraðist, hvers vegna Laurie kæmi ekki. Hún heyrði hann ekki ganga yfir garðinn handan við og sá hann ekki nema hann staðnæmdist í bogagöngunum, sem lágu frá jarðgöngunum inn í garðinn. Hann stóð andartak og horfði á hana með nýjum augum og sá það, sem enginn hafði áður séð, hina blíðu hlið á eðli Amy. Allt við hana benti hljóðlega til ástar og sorgar: blettuðu bréfin í kjöltu hennar, svarta borðið, sem batt upp hár hennar, hinn kvenlegi sársauki og þolinmæði í svipnum, jafnvel litli íbenholtskrossinn við háls hennar virtist snortinn í augum Lauris, því hann hafði gefið henni hann, og hún bar hann sem eina skrautið sitt. Ef hann hafði haft nokkra efasemdir um viðtökurnar, sem hún myndi veita honum, hurfu þær um leið og hún leit upp og sá hann, því hún lét allt falla og hljóp til hans og hrópaði í tóni, sem ómögulegt var að misskilja:

„Ó, Laurie, Laurie, ég vissi, að þú myndir koma til mín!“

Ég held, að allt hafi verið sagt og ráðið þá, því meðan þau stóðu saman hljóð um stund, þar sem dökka höfuðið laut verndandi yfir hinu ljósa, fann Amy, að enginn gæti huggað hana og stutt jafn vel og Laurie, og Laurie komst að þeirri niðurstöðu, að Amy væri eina konan í heiminum, sem gæti fyllt það sæti, er Jo hafði skipað, og gert hann hamingjusaman. Hann sagði henni það ekki, en hún varð ekki fyrir vonbrigðum, því bæði fundu sannleikann, voru sátt og létu hið ónefnda hvíla í þögninni.

Að vörmu spori sneri Amy aftur á bekkinn, og meðan hún þerraði tár sín, safnaði Laurie saman dreifðum blöðum og fann í sýn ýmissa vel slitinna bréfa og hugboðakenndra skissa góð fyrirboða um framtíðina. Þegar hann settist við hlið hennar, varð Amy aftur feimin og roðnaði við minninguna um hvatvísa kveðju sína.

„Ég gat ekki að því gert; ég var svo einmana og hrygg og svo ósegjanlega glöð að sjá þig. Það var slík undrun að líta upp og finna þig, einmitt þegar ég var farin að óttast, að þú myndir ekki koma," sagði hún og reyndi árangurslaust að tala með fullkomlega eðlilegum hætti.

„Ég kom um leið og ég frétti það. Ég vildi, að ég gæti sagt eitthvað, sem gæti huggað þig vegna missis kæru, litlu Beth, en ég get aðeins fundið til og ..." Hann komst ekki lengra, því hann varð allt í einu vandræðalegur og vissi ekki fyllilega, hvað hann ætti að segja. Hann þráði að hvíla höfuð Amyar á öxl sér og segja henni að gráta óhindrað, en hann dirfðist þess ekki, heldur tók í hönd hennar og þrýsti hana hlýlega, og var það betra en orð.

„Þú þarft ekki að segja neitt; þetta huggar mig," sagði hún lágt. „Beth er heil og hamingjusöm, og ég má ekki óska hennar aftur, en ég kvíði heimförinni, þótt mig langi svo að sjá þau öll. Við skulum ekki tala um það nú, því það fær mig til að gráta, og ég vil njóta samvista við þig, meðan þú dvelur. Þú þarft ekki að fara tafarlaust aftur, er það?"

„Ekki, ef þú vilt hafa mig hér, kæra mín."

„Það vil ég svo mjög. Frænka og Flo eru mér mjög góðar, en þú ert eins og einn af fjölskyldunni, og það væri svo hughreystandi að hafa þig hér um hríð."

Amy mælti þetta og leit út eins og heimþrárfullt barn, sem bæri hjarta sitt í augunum, og þá gleymdi Laurie feimni sinni með öllu og veitti henni það, sem hún þurfti - þá umhyggju, sem hún var vön, og hið glaða tal, sem hún þarfnast.

„Aumingja litla sál, þú lítur út fyrir að hafa syrgt þig hálfsjúka! Ég ætla að annast þig, svo grát ekki meira, heldur komdu og gakk með mér; vindurinn er of svalur til að þú sitjir kyrr," sagði hann í hálf-blíðum, hálf-stjórnandi tón, sem Amy kunni vel að meta, meðan hann batt hatt hennar, lagði handlegg hennar undir sinn og gekk fram og aftur um sólbjarta stíginn undir nýlaufuðum kastaníutrjánum. Honum leið betur á fótum sér, og Amy fannst notalegt að styðjast við sterkan arm, brosa til kunnuglegs andlits og hlýða á vingjarnlega rödd, sem talaði einvörðungu til hennar.

Hinn forni og sérkennilegi garður hafði skýlt mörgum elskendapörum og virtist beinlínis skapaður þeim, svo sólríkur og afskekktur var hann, að ekkert annað en turninn gat litið yfir þau, og víðáttumikið vatnið borið brott bergmál orða þeirra, þar sem það glitraði niðri fyrir. Í heila klukkustund gengu þessi nýju tvö saman og töluðu, eða hvíldu sig á múrnum og nutu hinna ljúfu áhrifa, sem veittu tíma og stað slíkri töfrandi dýpt. Þegar óljóðræn kvöldmatarbjalla kallaði þau á brott, fann Amy, að hún skildi byrði einmanaleika og sorgar eftir í kastalagarðinum.

Um leið og frú Carrol sá breyttan svip stúlkunnar, ljómaði hún af nýrri hugmynd og mælti með sjálfri sér: „Nú skil ég þetta allt – barnið hefur saknað unga Laurence. Blessað hjarta mitt, mér datt slíkt aldrei í hug!“

Með lofsverðri nærgætni sagði hin góða kona ekkert og lét ekki bera á skilningi sínum, heldur hvatti Laurie hlýlega til að dvelja áfram og bað Amy að njóta samvista hans, því þau myndu gera henni meira gagn en löng einvera. Amy var fyrirmynd hlýðni, og þar sem frænka hennar var mikið upptekin við Flo, var henni falin sú skylda að skemmta vini sínum, og hún leysti hana af hendi með meiri snilli en áður.

Í Nice hafði Laurie látið reka á reiðanum og Amy ávítað hann. Í Vevey var Laurie aldrei iðjulaus, heldur á sífelldri göngu, á hestbaki, í bátsferðum eða við nám með hinni mestu einurð, meðan Amy dáðist að öllu, sem hann gerði, og fylgdi fordæmi hans, svo langt og hratt sem hún mátti. Hann sagði, að breytingin stafaði af loftslaginu, og hún mótmælti því ekki, fegin að hafa svipaða skýringu á eigin endurheimtri heilsu og hressleika.

Hið styrkjandi loftslag gerði þeim báðum gott, og mikil hreyfing hafði heilnæm áhrif á huga jafnt sem líkama. Þau virtust öðlast skýrari sýn á líf og skyldu uppi meðal hinna eilífu fjalla. Hreinir vindar blésu burtu örvæntingarfullum efasemdum, tálmyndum og drungalegri móðu. Hlý vorsólin vakti hvers kyns háleit áform, blíðar vonir og gleðilegar hugsanir. Vatnið virtist þvo burt áhyggjur liðins tíma, og hin stórbrotnu, gömlu fjöll horfðu mildum augum niður á þau og sögðu: „Litlu börn, elskið hvert annað.“

Þrátt fyrir hinn nýja harm var þetta afar hamingjuríkur tími, svo hamingjuríkur, að Laurie gat ekki afborið að raska honum með einu einasta orði. Það tók hann nokkurn tíma að jafna sig af undrun sinni yfir því, að hann skyldi hafa læknast af fyrstu ást sinni, sem hann hafði staðfastlega talið hina síðustu og einu sönnu. Hann huggaði sig við þá sýndarmisloyalitet með þeirri hugsun, að systir Jo væri næstum hið sama og Jo sjálf, og með þeirri sannfæringu, að honum hefði verið ómögulegt að elska nokkra aðra konu en Amy svo fljótt og svo heitt. Fyrsta bónorð hans hafði verið af stormasömum toga, og hann leit nú til baka yfir það eins og í gegnum langa áraraðir með tilfinningu samúðar, blandinni eftirsjá. Hann skammaðist sín ekki fyrir það, en lagði það til hliðar sem eina af beisk-sætu reynslunum lífs síns, sem hann gat verið þakklátur fyrir, þegar sársaukinn var liðinn. Hitt bónorðið einsetti hann sér að skyldi vera eins rólegt og einfalt og kostur væri. Engin þörf var á að gera neina senu, varla einu sinni að segja Amy, að hann elskaði hana; hún vissi það orðalaust og hafði löngu veitt honum svar sitt. Allt bar svo eðlilega að höndum, að enginn gat kvartað, og hann vissi, að öllum myndi þykja það gleðiefni, jafnvel Jo. En þegar fyrsta litla ástríða okkar hefur verið kramin, verðum við gjarnan varkár og seinlát til annarrar tilraunar, og því lét Laurie dagana líða, naut hverrar stundar og lét tilviljun ráða því, hvenær hið orð yrði mælt, sem setja skyldi endapunktinn við fyrsta og sætasta hluta nýrrar ástar sinnar.

Hann hafði fremur ímyndað sér, að úrslitin myndu ráðast í kastalagarðinum í tunglsljósi og með hinni mestu prýði og kurteisi, en allt fór á þveröfugan veg, því málið var afgreitt á vatninu um hábjartan dag í fáeinum berorðum setningum. Þau höfðu flotið um allt morguninn, frá hinum skuggalega St. Gingolf til hins sólríka Montreux, með Savoy-Alpana öðrum megin, Mont St. Bernard og Dent du Midi hinum megin, fallega Vevey í dalnum og Lausanne á hæðinni handan, heiðbláan himin yfir höfði sér og enn blárra vatn undir sér, stráð hinum fagurlega bátum, sem líktust hvítvængjuðum mávum.

Þau höfðu rætt um Bonnivard, meðan þau liðu fram hjá Chillon, og um Rousseau, er þau litu upp til Clarens, þar sem hann ritaði Héloïse sína. Hvorugt hafði lesið hana, en bæði vissu, að hún var ástarsaga, og hvort um sig velti því í hljóði fyrir sér, hvort hún væri hálfu áhugaverðari en þeirra eigin saga. Amy hafði dýft hendi sinni í vatnið í þeirri stuttu þögn, sem féll á milli þeirra, og þegar hún leit upp, hvíldi Laurie á árum sínum með svip í augum, sem varð til þess, að hún mælti í flýti, einungis til að segja eitthvað:

„Þú hlýtur að vera orðinn þreyttur. Hvíldu þig dálítið og leyfðu mér að róa. Það mun gera mér gott, því síðan þú komst hef ég verið alltof iðjulaus og munaðarsöm.“

„Ég er ekki þreyttur, en þú mátt taka eina ár, ef þú vilt. Hér er nægt rúm, þótt ég verði að sitja nær miðjunni, ella liggur báturinn ekki rétt í sjónum,“ svaraði Laurie, eins og honum líkaði fremur þetta fyrirkomulag.

Amy fann, að hún hafði ekki bætt úr miklu, tók við þriðjungi sætisins, sem henni var boðinn, lét hárið falla yfir andlitið og greip árina. Hún reri eins vel og hún gerði margt annað, og þótt hún notaði báðar hendur en Laurie aðeins aðra, héldu árarnar takti og báturinn rann mjúklega um vatnið.

„Hve vel við róum saman, er það ekki?“ sagði Amy, sem þoldi ekki þögnina á þeirri stundu.

„Svo vel, að ég óska, að við mættum ætíð róa í sama báti. Viltu það, Amy?“ mælti hann blíðlega.

„Já, Laurie,“ svaraði hún lágt.

Þá hættu þau bæði að róa og bættu, án þess að gera sér grein fyrir því, fallegri lítilli mynd mannlegrar ástar og hamingju við þær hverfulu svipmyndir, sem spegluðust í vatninu.

FERTUGASTI OG ANNAR KAFLI
ALVEG EIN

Auðvelt var að heita sjálfsafneitun, þegar sjálfið var umlukt öðru, og hjarta og sál hreinsuð af ljúfu fordæmi. En þegar hin hjálpsama rödd þagnaði, daglegi lærdómurinn var á enda, ástkæra nærveran horfin og ekkert eftir nema einsemd og sorg, þá reyndist Jo heitið sitt afar erfitt að halda. Hvernig átti hún að „hugga föður og móður", þegar eigið hjarta kvaldist af sífelldri söknuði eftir systur sinni? Hvernig átti hún að „gera heimilið glaðlegt", þegar allt ljós þess, ylur og fegurð virtust hafa yfirgefið það, er Beth kvaddi gamla heimilið og hélt til hins nýja? Og hvar í veröldinni gat hún „fundið eitthvert nytsamlegt og gleðilegt verk", sem tæki við af þeirri kærleiksþjónustu, sem hafði verið sjálfri sér næg umbun? Hún reyndi í blindni og vonleysi að rækja skyldu sína, en barðist leynilega gegn henni allan tímann, því henni þótti ósanngjarnt, að fáeinar gleðistundir hennar skyldu styttast, byrðar hennar þyngjast og lífið verða sífellt erfiðara, eftir því sem hún stritaði áfram. Sumir virtust fá allt sólskin, aðrir allt skugga. Það var ekki réttlátt, því hún reyndi meir en Amy að vera góð, en hlaut aldrei umbun, aðeins vonbrigði, erfiðleika og strit.

Aumingja Jo, þetta voru henni dimmir dagar, því eitthvað, sem líktist örvæntingu, lagðist yfir hana, þegar hún hugsaði til þess að eyða öllu lífi sínu í því hljóða húsi, helguð hversdagslegum áhyggjum, fáeinum smágleðistundum og skyldu, sem virtist aldrei verða léttari. „Ég get það ekki. Ég er ekki sköpuð fyrir slíkt líf, og ég veit, að ég mun slíta mig lausa og gera eitthvað örvæntingarfullt, ef enginn kemur og hjálpar mér," sagði hún við sjálfa sig, þegar fyrstu tilraunir hennar brugðust og hún féll í þann þunglynda og hryggilega hugarástand, sem oft sækir að, þegar sterkur vilji verður að lúta hinu óumflýjanlega.

En einhver kom og hjálpaði henni, þótt Jo þekkti ekki góðu verndarengla sína í fyrstu, því þeir báru kunnugleg svipmót og beittu einföldum töfrum, sem hæfðu best fátækri mannlegri náttúru. Oft hrökk hún upp um nætur og hélt, að Beth kallaði á sig, og þegar sýn litla, tóma rúmsins fékk hana til að gráta beiskum gráti ósveigjanlegrar sorgar: „Ó, Beth, komdu aftur! Komdu aftur!“, þá rétti hún ekki út þráandi arma sína til einskis. Því jafnskjótt og hún hafði áður heyrt minnsta hvísl systur sinnar, heyrði móðir hennar nú hikst hennar og kom til að hugga hana, ekki aðeins með orðum, heldur með þolinmóðri blíðu, sem sefar með snertingu, tárum, sem voru þöglar áminningar um meiri sorg en Jo bar, og brotnum hvíslum, mælskari en bænir, því vonarrík auðmýkt gekk hönd í hönd með eðlilegri sorg. Heilagar stundir, þegar hjarta talaði við hjarta í þögn næturinnar og breytti þraut í blessun, sem mildaði harm og styrkti kærleik. Þegar Jo fann þetta, varð byrði hennar léttari, skylda hennar sætari og lífið bærilegra, séð úr öruggu skjóli arma móður hennar.

Þegar sárhjartað hafði fengið nokkra huggun, fann órótt hugurinn einnig hjálp, því einn dag gekk hún inn í vinnuherbergið og laut yfir hið góða, gráa höfuð, sem lyftist henni til móts með rólegu brosi, og mælti af djúpri auðmýkt: „Pabbi, talaðu við mig eins og þú talaðir við Beth. Ég þarfnast þess meir en hún, því ég er öll á rangri leið.“

„Elsku barn, ekkert huggar mig eins og þetta,“ svaraði hann með titrandi rödd og vafði báðum örmum um hana, eins og hann þyrfti sjálfur hjálp og óttaðist ekki að biðja um hana.

Þá settist Jo í litla stól Beth við hlið hans og sagði honum frá erfiðleikum sínum, gremjufullri sorg yfir missinum, árangurslausum tilraunum, sem hugföllnuðu hana, trúarskorti, sem lét lífið virðast svo dimmt, og allri þeirri dapurlegu ráðaleysu, sem við köllum örvæntingu. Hún treysti honum algjörlega, hann veitti henni þá hjálp, sem hún þarfnast, og bæði fundu huggun í þeirri stund. Því nú var kominn sá tími, að þau gátu talað saman ekki aðeins sem faðir og dóttir, heldur sem maður og kona, reiðubúin og fús að þjóna hvort öðru með gagnkvæmri samúð jafnt sem gagnkvæmum kærleik. Hamingjuríkar og íhugular stundir liðu þar í gamla vinnuherberginu, sem Jo nefndi „kirkju eins safnaðarmanns“, og þaðan kom hún út með nýtt hugrekki, endurheimta gleði og undirgefnari anda. Foreldrarnir, sem höfðu kennt einu barni að mæta dauðanum óttalaust, reyndu nú að kenna öðru að taka lífinu án vonleysis og tortryggni og að nota fegurð tækifæra þess með þakklæti og krafti.

Aðrar hjálpir átti Jo - lágvær og heilnæm störf og gleðistundir, sem neituðu að láta hlut sinn ónotaðan í þjónustu hennar og sem hún lærði smám saman að sjá og meta. Sópar og uppþvottatuskur gátu aldrei framar verið jafn ógeðfelldar og áður, því Beth hafði haft umsjón með hvoru tveggja, og eitthvað af húsmóðuranda hennar virtist dvelja umhverfis litla moppu og gamla burstann, sem aldrei var fleygt. Þegar Jo notaði þau, fann hún sig raula þau lög, sem Beth hafði raulað, líkja eftir reglusemi hennar og gefa hér og þar litlar snertingar, sem héldu öllu fersku og notalegu, og það var fyrsta skrefið til að gera heimilið hamingjusamt, þótt hún vissi það ekki, fyrr en Hannah sagði með samþykkjandi handtaki:

„Þú hugulsama vera, þú ert ákveðin í að við skulum ekki sakna þess litla lambs, ef þú getur ráðið því. Við segjum ekki mikið, en við sjáum það, og Drottinn mun blessa þig fyrir það, sjáðu til, ef hann gerir það ekki."

Þegar þær sátu og saumuðu saman, uppgötvaði Jo, hve systir hennar Meg hafði þroskast, hve vel hún gat talað, hve mikið hún vissi um góðar og kvenlegar hvötir, hugsanir og tilfinningar, hve hamingjusöm hún var með eiginmanni sínum og börnum og hve mikið þau gerðu hvert fyrir annað.

„Hjónaband er ágætur hlutur, þegar öllu er á botninn hvolft. Ég velti því fyrir mér, hvort ég myndi blómstra hálfu eins vel og þú, ef ég reyndi það - að því gefnu, að ég gæti," sagði Jo, meðan hún smíðaði flugdreka handa Demi í ringulreiðinni í barnaherberginu.

„Það er einmitt það, sem þú þarfnast til að draga fram hina blíðu, kvenlegu hlið eðlis þíns, Jo. Þú ert eins og kastaníubola, stingandi að utan en silkimjúk innan og með sætan kjarna, ef aðeins tekst að ná til hans. Kærleikur mun einn dag láta þig sýna hjarta þitt, og þá fellur hin hrjúfa skel af."

„Frostið opnar kastaníubelgi, frú mín, og það þarf góðan hristing til að fella þá til jarðar. Drengir fara að tína hnetur, og mér þykir ekki eftirsóknarvert að vera sett í poka af þeim," svaraði Jo og límdi áfram flugdrekann, sem enginn vindur, hversu sterkur sem væri, mundi nokkru sinni bera á loft, því Daisy hafði bundið sig við hann sem hala.

Meg hló, því hún gladdist yfir að sjá örlitla birtu af gömlum anda Jo blika á ný, en hún taldi sér skylt að styðja skoðun sína með hverju því rökfæri, sem hún hafði á valdi sínu, og systurlegar samræður þeirra fóru ekki til spillis, einkum þar sem tvö áhrifamestu rök Meg voru börnin, sem Jo elskaði af innileika. Sorg er besti lykill að sumum hjörtum, og hjarta Jo var næstum orðið þroskað til uppskeru. Lítið eitt sólskin enn til að þroska hnetuna, og þá var það ekki óþolinmóður hristingur drengs, heldur hönd manns, sem rétti sig upp og tíndi hana varlega úr skelinni og fann kjarnann heilan og sætan. Hefði hún grunað þetta, hefði hún lokað sér þétt og orðið hrjúfari en nokkru sinni fyrr; sem betur fór hugsaði hún ekki um sjálfa sig, og þegar stundin rann upp, féll hún af sjálfu sér.

Nú, ef hún hefði verið hetja siðabókar, hefði hún á þessu skeiði ævi sinnar átt að verða nær heilög, afneita heiminum og ganga um og gera gott í niðurlægingarhatti með trúarrit í vasanum. En, sjáðu til, Jo var engin hetja; hún var aðeins baráttuglöð mannleg stúlka, eins og hundruð annarra, og hún fylgdi einfaldlega eðli sínu, var döpur, skapvond, sljó eða kraftmikil, eftir því sem skaplyndi hennar bauð. Það er afar dyggðugt að segja, að við ætlum að vera góð, en við getum það ekki í einu vetfangi, og það þarf langt tak, fast tak og samstillt tak, áður en sum okkar ná jafnvel að festa fætur sína á réttri leið. Jo var komin svo langt, að hún var að læra að rækja skyldu sína og finna til óhamingju, ef hún gerði það ekki, en að gera það glaðlega – það var allt annað mál! Hún hafði oft sagt, að hún þráði að vinna eitthvað stórfenglegt, hversu erfitt sem það yrði, og nú hafði hún fengið ósk sína uppfyllta, því hvað gat verið fegurra en að helga líf sitt föður og móður og leitast við að gera heimilið þeim jafn hamingjuríkt og þau höfðu gert henni? Og ef erfiðleikar voru nauðsynlegir til að auka glæsileika slíkrar viðleitni, hvað gat verið harðara fyrir órólega og metnaðarfulla stúlku en að leggja niður eigin vonir, áform og langanir og lifa glaðlega fyrir aðra?

Forlögin höfðu tekið hana á orðinu. Hér var verkefnið, ekki það sem hún hafði vænst, en betra, því sjálfið átti þar engan hlut. Nú, gat hún unnið það? Hún ákvað að reyna, og í fyrstu tilraun sinni fann hún þær hjálpir, sem áður hafa verið nefndar. Enn ein var henni veitt, og hún tók við henni, ekki sem umbun, heldur sem huggun, líkt og Christian þáði hvíldina í litla laufskálanum, þar sem hann nam staðar á leið sinni upp hæðina, sem nefnd var Erfiðleiki.

„Hvers vegna skrifar þú ekki? Það gladdi þig ætíð áður," sagði móðir hennar eitt sinn, þegar þunglyndiskast lagðist yfir Jo.

„Ég hef ekkert hjarta til að skrifa, og þótt ég hefði það, þá kærir enginn sig um það, sem ég sem."

„Við gerum það. Skrifaðu eitthvað fyrir okkur og láttu heiminn eiga sig. Reyndu það, elskan mín. Ég er viss um, að það myndi gera þér gott og gleðja okkur mjög."

„Ég trúi ekki, að ég geti það." En Jo tók fram skrifborðið sitt og fór að fletta hálfkláruðum handritum sínum.

Klukkustund síðar kíkti móðir hennar inn, og þar sat hún, í svörtu svuntunni sinni, rispandi af ákefð og með einbeittan svip, sem fékk frú March til að brosa og laumast burt, ánægða með árangur tillögu sinnar. Jo vissi aldrei, hvernig það gerðist, en eitthvað fann sér stað í þeirri sögu, sem fór beint til hjarta þeirra, er hana lásu, því þegar fjölskylda hennar hafði hlegið og grátið yfir henni, sendi faðir hennar hana, mjög gegn vilja hennar, til eins hinna vinsælu tímarita, og henni til algerrar undrunar var ekki aðeins greitt fyrir hana, heldur var óskað eftir fleiru. Bréf frá ýmsum, sem voru heiður að fá lof frá, fylgdu birtingu litlu sögunnar; blöð tóku hana upp, og ókunnugir jafnt sem vinir dáðu hana. Fyrir smátt verk var þetta mikill árangur, og Jo varð enn undrandi en þegar skáldsaga hennar hafði verið bæði lofuð og lastuð í senn.

„Ég skil það ekki. Hvað getur verið í svona einfaldri, lítilli sögu, sem fær fólk til að hrósa henni svona?“ sagði hún ráðvillt.

„Það er sannleikur í henni, Jo; það er leyndarmálið. Kímni og meinfýsi gera hana lifandi, og þú hefur loks fundið þinn stíl. Þú skrifaðir án hugsunar um frægð eða fé og lagðir hjarta þitt í verkið, dóttir mín. Þú hefur smakkað hið beiska; nú kemur hið sæta. Gerðu þitt besta og vertu jafnhamingjusöm og við erum yfir velgengni þinni.“

„Ef eitthvað er gott eða satt í því, sem ég skrifa, þá er það ekki mitt. Ég á ykkur og mömmu og Beth allt að þakka,“ sagði Jo, snortnari af orðum föður síns en nokkru lofi heimsins.

Svo lærði Jo af kærleika og sorg og skrifaði litlu sögurnar sínar og sendi þær út í heim til að vinna sér og henni vini, og hún komst að raun um, að heimurinn er kærleiksríkur slíkum lítillátum ferðalöngum, því þeim var vel tekið og þær sendu heim hlýleg merki til móður sinnar, líkt og hlýðin börn, sem gæfan hefur brosað við.

Þegar Amy og Laurie skrifuðu um trúlofun sína, óttaðist frú March, að Jo ætti erfitt með að gleðjast yfir því, en ótti hennar reyndist ástæðulaus, því þótt Jo liti alvarleg út í fyrstu, tók hún því með stillingu og var full af vonum og áætlunum fyrir „börnin“ áður en hún hafði lesið bréfið tvisvar. Það var eins konar skrifaður dúett, þar sem hvort lofaði annað á ástfanginn hátt, mjög ánægjulegt að lesa og fullnægjandi að hugleiða, því enginn hafði neina athugasemd að gera.

„Líkar þér það, mamma?“ spurði Jo, þegar þær lögðu frá sér þéttskrifuðu blöðin og litu hvor á aðra.

„Já, ég vonaði, að svo yrði, allt frá því Amy skrifaði, að hún hefði hafnað Fred. Þá fann ég, að eitthvað betra en það, sem þú kallar ‚féhyggju‘, hefði náð yfirhöndinni hjá henni, og ýmsar bendingar í bréfum hennar létu mig gruna, að kærleikur og Laurie myndu bera sigur úr býtum.“

„Hve glögg þú ert, Marmee, og hve þögul! Þú sagðir mér aldrei orð.“

„Mæður þurfa bæði skörp augu og varfærnar tungur, þegar þær ala upp dætur. Ég var hálfhrædd við að vekja hugmyndina hjá þér, af ótta við að þú myndir skrifa og óska þeim til hamingju áður en málið væri afráðið.“

„Ég er ekki lengur hin gáleysislega manneskja, sem ég var. Þú mátt treysta mér. Ég er nægilega alvörugefin og skynsöm nú til að vera trúnaðarvinur hvers sem er.“

„Það ert þú, elskan mín, og ég hefði gert þig að minni, nema ég héldi, að það gæti sært þig að vita, að Teddy elskaði aðra.“

„Nú, mamma, héltstu í alvöru, að ég gæti verið svo heimsk og eigingjörn, eftir að ég hafnaði ást hans, þegar hún var ferskust, þótt hún væri ekki sú besta?“

„Ég vissi, að þú varst einlæg þá, Jo, en upp á síðkastið hef ég hugsað, að ef hann kæmi aftur og bæði þig á ný, gætir þú ef til vill fundið hjá þér löngun til að svara á annan veg. Fyrirgefðu mér, elskan mín, ég get ekki annað en séð, að þú ert mjög einmana, og stundum er svipur í augum þínum, sem minnir á svengd, og hann snertir hjarta mitt. Því datt mér í hug, að drengurinn þinn gæti fyllt tóma rýmið, ef hann reyndi nú.“

„Nei, mamma, betra er, að allt sé eins og það er, og ég gleðst yfir því, að Amy hefur lært að elska hann. En í einu hefurðu rétt fyrir þér. Ég er einmana, og ef Teddy hefði reynt aftur, kynni ég ef til vill að hafa sagt ‚já‘, ekki vegna þess, að ég elskaði hann meira, heldur vegna þess, að mér þykir nú vænna um að vera elskuð en þegar hann fór.“

„Það gleður mig, Jo, því það sýnir, að þú ert að þroskast. Margir elska þig, svo reyndu að láta þér nægja föður og móður, systur og bræður, vini og börn, þar til hinn besti elskhugi allra kemur og veitir þér laun þín.“

„Mæður eru bestu elskhugar í heimi, en ég geri ekkert af því að hvísla því að Marmee, að mig langi til að reyna allar tegundir. Það er undarlegt, en því meir sem ég reyni að seðja mig á hvers konar eðlilegum ástúðartengslum, því meir virðist mig langa. Ég hafði enga hugmynd um, að hjarta gæti rúmað svo margt. Mitt er svo teygjanlegt, að það virðist aldrei fullt nú, og áður fyrr var ég alveg sátt við fjölskyldu mína. Ég skil það ekki.“

„Ég skil það,“ og frú March brosti hinu vitra brosi sínu, meðan Jo fletti aftur blöðunum til að lesa, hvað Amy sagði um Laurie.

„Það er svo fagurt að vera elskuð eins og Laurie elskar mig. Hann er ekki væminn og talar lítið um það, en ég sé það og finn í öllu, sem hann segir og gerir, og það gerir mig svo hamingjusama og svo auðmjúka, að ég virðist ekki lengur vera sama stúlkan og ég var. Ég vissi aldrei, hve góður, örlátur og blíður hann er, fyrr en nú, því hann leyfir mér að lesa hjarta sitt, og ég finn það fullt af göfugum hvötum, vonum og áformum, og ég er svo stolt að vita, að það er mitt. Hann segir, að honum finnist sem hann ‚gæti nú siglt farsæla ferð, með mig um borð sem stýrimann og nægan kærleika sem kjölfestu‘. Ég bið, að svo megi verða, og reyni að vera allt það, sem hann trúir, að ég sé, því ég elska minn hrausta skipstjóra af öllu hjarta og sál og mætti og mun aldrei yfirgefa hann, meðan Guð leyfir okkur að vera saman. Ó, mamma, ég vissi aldrei, hve mjög þessi heimur getur líkst himni, þegar tveir elska og lifa hvor fyrir annan!“

„Og þetta er okkar rólega, hlédræga og veraldarvanda Amy! Sannarlega vinnur kærleikurinn kraftaverk. Hve ákaflega, ákaflega hamingjusöm þau hljóta að vera!“ Og Jo lagði hvíslblöðin varlega saman, líkt og maður lokar bókarkápum fallegs ástarsagna, sem heldur lesandanum föngnum, uns endirinn kemur og hann stendur aftur einn í hversdagsheiminum.

Litlu síðar ráfaði Jo upp á loft, því það rigndi og hún gat ekki gengið út. Ókyrr andi sótti að henni, og hin gamla tilfinning vaknaði á ný, ekki beisk sem áður, heldur sorglega þolinmóð undrun yfir því, hvers vegna önnur systirin skyldi fá allt, sem hún óskaði, en hin ekkert. Hún vissi, að það var ekki satt, og reyndi að bæla það niður, en eðlileg þrá eftir ástúð var sterk, og hamingja Amy vakti svanga löngun eftir einhverjum, sem hún gæti „elskað af hjarta og sál og haldið fast við, meðan Guð leyfði þeim að vera saman“. Uppi á háaloftinu, þar sem órólegar ráfanir Jo enduðu, stóðu fjórir litlir trékistlar í röð, hver merktur nafni eiganda síns og hver fullur af minjum úr bernsku og stúlkualdri, sem nú var liðinn öllum. Jo leit í þá, og þegar hún kom að sínum, lagði hún hökuna á brúnina og starði hugsi á óreglulega safnið, þar til bundið knippi gamalla æfingabóka vakti athygli hennar. Hún dró þær fram, fletti þeim og lifði á ný hinn ánægjulega vetur hjá hinni góðu frú Kirke. Hún brosti fyrst, varð síðan hugsi, næst dapur, og þegar hún kom að litlum skilaboðum, skrifuðum með hendi prófessorsins, fóru varir hennar að titra, bækurnar runnu úr kjöltu hennar, og hún sat og horfði á vingjarnlegu orðin, er þau tóku á sig nýja merkingu og snertu viðkvæman stað í hjarta hennar.

„Bíddu mín, vinkona mín. Ég kann að tefjast nokkuð, en ég mun vissulega koma.“

„Ó, ef hann vildi aðeins! Svo góður, svo ljúfur, svo þolinmóður við mig ætíð, minn kæri gamli Fritz. Ég kunni ekki að meta hann sem skyldi, meðan ég hafði hann, en nú - hve gjarnan ég vildi sjá hann, því allir virðast hverfa frá mér, og ég er alveg ein.“

Og Jo hélt litla blaðinu fast, eins og það væri loforð, sem enn ætti eftir að rætast, lagði höfuðið niður á þægilegan tuskupoka og grét, eins og hún keppdist við regnið, sem barði á þakinu.

Var þetta allt sjálfsvorkunn, einsemd eða þunglyndi? Eða var það vakning þeirrar tilfinningar, sem beðið hafði stundar sinnar jafn þolinmóð og sá, sem henni hafði blásið líf? Hver getur sagt?

FERTUGASTI OG ÞRIÐJI KAFLI
ÓVÆNTAR UPPÁKOMUR

Jo var ein í rökkrinu, lá á gamla sófanum, horfði á eldinn og hugsaði. Þetta var hennar eftirlætisleið til að verja rökkurstundinni. Enginn truflaði hana, og hún var vön að liggja þar á litla rauða kodda Beth, semja sögur, dreyma drauma eða hugsa blíðar hugsanir um systurina, sem aldrei virtist langt í burtu. Andlit hennar var þreytulegt, alvarlegt og nokkuð dapurt, því á morgun átti hún afmæli, og hún hugsaði, hve fljótt árin liðu, hve gömul hún væri að verða og hve lítið henni virtist hafa áorkast. Næstum tuttugu og fimm ára - og ekkert að sýna fyrir það. Jo hafði rangt fyrir sér í því. Margt var til að sýna, og smám saman sá hún það og varð þakklát fyrir.

„Gömul piparmey - það er það, sem ég verð. Bókfús piparmey með penna sem maka, sögur sem börn og kannski örlitla frægð eftir tuttugu ár, þegar ég, eins og aumingja Johnson, er orðin gömul og get ekki notið hennar, einmana og get ekki deilt henni, sjálfstæð og þarfnast hennar ekki. Jæja, ég þarf hvorki að verða beisk heilög né eigingjörn syndari, og ég geri ráð fyrir, að piparmeyjar hafi það prýðilega, þegar þær venjast því, en ..." og þar andvarpaði Jo, eins og framtíðarsýnin væri ekki sérlega aðlaðandi.

Sjaldnast er hún það í fyrstu, og þrjátíu ára aldur virðist endalok alls, þegar maður er tuttugu og fimm. En það er ekki eins slæmt og það sýnist, og hægt er að lifa vel og glaðlega, ef maður hefur eitthvað innra með sér til að styðjast við. Tuttugu og fimm ára stúlkur tala um að verða piparmeyjar, en heita því í hljóði, að þær verði það aldrei. Þrjátíu ára segja þær ekkert um það, en taka staðreyndinni hljóðlega og, ef þær eru skynsamar, hugga sig við, að þær eigi enn tuttugu gagnleg og hamingjurík ár fram undan, þar sem þær megi læra að eldast með reisn. Hlæið ekki að piparmeyjunum, elsku stúlkur, því oft leynast í þeim hjörtum, sem slá svo hljóðlega undir látlausum kjólum, viðkvæmar og harmrænar ástarsögur, og margar þöglar fórnir æsku, heilsu, metnaðar og jafnvel kærleika sjálfs gera föl andlit fagur í augum Guðs. Jafnvel hinar dapru og súru systur eiga rétt á góðvild, ef ekki af annarri ástæðu en þeirri, að þær hafa misst sætasta hluta lífsins. Og þær, sem eru í blóma æskunnar, skulu horfa á þær með samúð, en ekki fyrirlitningu, og minnast þess, að þær sjálfar kunna einnig að missa blómatímann; að rósrauðar kinnar vara ekki að eilífu, að silfurþræðir munu birtast í fögru brúnu hári og að með tímanum verði góðvild og virðing jafn ljúf og ást og aðdáun eru nú.

Heiðruðu herrar - sem þýðir drengir - verið kurteisir við piparmeyjarnar, hversu fátækar, ófríðar eða stirðar sem þær kunna að vera, því sú riddaramennska ein er nokkurs virði, sem er fúsust að sýna hinum öldnu virðingu, vernda hina veikburða og þjóna kvenfólki, án tillits til stéttar, aldurs eða litarháttar. Minnist hinna góðu frænkna, sem ekki aðeins hafa áminnt og fussað, heldur einnig hjúkrað og dekrað, oft án þakklætis; klúðranna, sem þær hafa hjálpað ykkur út úr; smápeninganna, sem þær hafa rétt úr litlum sjóði sínum; sporanna, sem þolinmóðir gamlir fingur hafa lagt fyrir ykkur; skrefanna, sem viljugir gamlir fætur hafa stigið, og endurgjaldið hinum elsku gömlu dömum með þeim litlu athygli, sem konur kunna að meta alla ævi. Hinar bjart-eygu stúlkur taka fljótt eftir slíkum kostum og munu meta ykkur þeim mun meir fyrir þá, og ef dauðinn - nær eini mátturinn, sem getur skilið móður og son - sviptir ykkur ykkar móður, þá munuð þið örugglega finna hlýtt móttak og móðurlega umhyggju hjá einhverri frænku Priscillu, sem hefur varðveitt hlýjasta hornið í einmana hjarta sínu fyrir „besta frænda í heimi“.

Jo hlýtur að hafa sofnað (eins og ég geri ráð fyrir, að lesandi minn hafi gert á meðan á þessari litlu áminningu stóð), því skyndilega virtist vofa Laurie standa frammi fyrir henni - áþreifanleg og lifandi vofa, sem laut yfir hana með einmitt þeim svip, sem hann bar, þegar honum lá mikið á hjarta og vildi ekki sýna það. En, eins og Jenny í vísunni, „gat hún ekki trúað, að það væri hann“, og lá og starði upp á hann í undrandi þögn, uns hann laut niður og kyssti hana. Þá þekkti hún hann og spratt upp og hrópaði gleðilega:

„Ó, Teddy minn! Ó, Teddy minn!“

„Elsku Jo, gleður það þig þá að sjá mig?“

„Gleður! Blessaður drengurinn minn, orð fá ekki lýst gleði minni. Hvar er Amy?"

„Mamma þín hefur fengið hana niður til Meg. Við komum við þar á leiðinni, og ekki var hægt að ná konunni minni úr greipum þeirra."

„Konunni þinni?" hrópaði Jo, því Laurie bar þessi tvö orð fram með ósjálfráðri stolti og ánægju, sem sviku hann.

„Ó, bölvaður! Nú hef ég gert það," og hann leit svo sekur út, að Jo var komin yfir hann á augabragði.

„Þú ert farinn og búinn að gifta þig!"

„Já, endilega, en ég geri það aldrei aftur," og hann féll á kné, greip saman hendur með iðrunarsvip og andlit fullt af glettni, kátínu og sigri.

„Í alvöru giftur?"

„Alveg svo, þakka þér fyrir."

„Guð minn góður! Hvaða ósköp gerirðu næst?" og Jo féll aftur í sæti sitt með andköf.

„Sérkennileg, en ekki beinlínis smjaðurleg hamingjuósk," svaraði Laurie, enn í undirgefnu stellingunni, en ljómandi af ánægju.

„Við hverju býstu, þegar þú tekur andann frá manni, læðist inn eins og innbrotsþjófur og sleppir svona köttinum úr pokanum? Stattu upp, þú fáránlegi drengur, og segðu mér allt saman."

„Ekki orð, nema þú leyfir mér að fá gamla sætið mitt og lofar að reisa ekki varnarvegg."

Jo hló þá eins og hún hafði ekki gert lengi, lengi, og klappaði á sófann, eins og hún byði hann velkominn, og sagði í hlýjum tón: „Gamli koddinn er uppi á lofti, og við þurfum hann ekki lengur. Komdu nú og játaðu, Teddy."

„Hve gott það hljómar að heyra þig segja ‚Teddy'! Enginn kallar mig því nafni nema þú," og Laurie settist niður með svip mikillar sældar.

„Hvað kallar Amy þig?"

„Herra minn."

„Það er líkt henni. Jæja, þú lítur út fyrir það," og auga Jo sýndi glöggt, að henni fannst drengurinn sinn fríðari en nokkru sinni fyrr.

Koddinn var horfinn, en samt var þar varnarveggur - eðlilegur veggur, reistur af tíma, fjarveru og breyttum hjartslagi. Bæði fundu hann og litu hvort á annað um stund, eins og þessi ósýnilegi múr varpaði örlitlum skugga yfir þau. Hann hvarf þó brátt, því Laurie sagði með hálfgerðu tilgerðarlegu reisn:

„Lít ég ekki út eins og kvæntur maður og fjölskyldufaðir?"

„Ekki hið minnsta, og þú munt aldrei gera það. Þú ert orðinn stærri og laglegri, en ert sami óþekkti strákurinn og áður."

„Nú, Jo, þú ættir sannarlega að sýna mér meiri virðingu," hóf Laurie máls, og naut alls þessa af hjarta.

„Hvernig á ég að geta það, þegar sjálf hugmyndin um þig, giftan og ráðsettan, er svo ómótstæðilega fyndin, að ég get ekki haldið alvöru minni!" svaraði Jo og brosti svo um allt andlitið, svo smitandi, að þau hlógu aftur og settust síðan niður til að eiga gott samtal, alveg í hinum gamla, ánægjulega anda.

„Það er tilgangslaust að fara út í kuldann að sækja Amy, því þau koma öll upp á eftir. Ég gat ekki beðið. Ég vildi vera sá, sem segði þér hina miklu frétt fyrstur og fá ‚fyrsta undanrenninginn', eins og við sögðum, þegar við rifumst um rjómann."

„Auðvitað vildirðu það og eyðilagðir söguna með því að byrja á röngum enda. Byrjaðu nú rétt og segðu mér, hvernig þetta allt bar að. Ég dey úr forvitni."

„Jæja, ég gerði það til að gleðja Amy," hóf Laurie máls með blik í augum, sem fékk Jo til að hrópa:

„Lygi númer eitt. Amy gerði það til að gleðja þig. Haltu áfram og segðu sannleikann, ef þú getur, herra minn."

„Nú byrjar hún að taka á sig móðurhlutverkið. Er ekki yndislegt að heyra hana?" sagði Laurie við eldinn, og eldurinn glóðaði og glitraði, eins og hann væri honum sammála. „Það er hvort sem er hið sama, við tvö erum eitt, þú veist. Við ætluðum að koma heim með Carrol-fólkinu fyrir mánuði eða meira, en þau skiptu skyndilega um skoðun og ákváðu að verja öðrum vetri í París. En afi vildi heim. Hann fór til að þóknast mér, og ég gat ekki leyft honum að fara einum. Ég gat heldur ekki yfirgefið Amy, og frú Carrol hafði fengið enskar hugmyndir um fylgdarkonur og slíkt bull og vildi ekki leyfa Amy að koma með okkur. Þá leysti ég vandann einfaldlega með því að segja: ‚Giftum okkur, og þá getum við gert, sem okkur sýnist.'"

„Auðvitað gerðirðu það. Þú hefur alltaf hlutina þér í hag."

„Ekki alltaf," og eitthvað í rödd Laurie varð til þess, að Jo spurði fljótt:

„Hvernig fékkstu frænku til að samþykkja þetta?"

„Það kostaði sitt, en við töluðum hana til, því við höfðum mörg góð rök okkur í hag. Ekki gafst tími til að skrifa og biðja um leyfi, en þið hefðuð öll verið samþykk síðar, og þetta var aðeins að ‚taka tímann í taglið', eins og konan mín segir."

„Erum við ekki stolt af þessum tveimur orðum og finnst okkur ekki yndislegt að segja þau?“ greip Jo fram í og ávarpaði nú eldinn sjálf og fylgdist með gleði með því, hve hamingjusamur ljómi kviknaði í augum, sem höfðu verið svo dapurleg síðast, er hún sá þau.

„Kannski örlítið; hún er svo heillandi lítil kona, að ég get ekki annað en verið stoltur af henni. Jæja, þá voru frændi og frænka þar til að halda uppi viðeigandi siðsemi. Við vorum svo upptekin hvort af öðru, að við vorum gagnslaus hvort í sínu lagi, og þessi yndislega ráðstöfun gerði allt auðvelt fyrir alla, svo við gerðum það.“

„Hvenær, hvar, hvernig?“ spurði Jo, brennandi af kvenlegri forvitni og áhuga, því hún gat alls ekki gert sér þetta ljóst.

„Fyrir sex vikum, hjá bandaríska ræðismanninum í París; mjög hljóðlát brúðkaup, auðvitað, því jafnvel í hamingju okkar gleymdum við ekki elsku litlu Beth.“

Jo lagði hönd sína í hans, þegar hann sagði þetta, og Laurie strauk varlega litla rauða koddann, sem hann mundi svo vel.

„Hvers vegna létuð þið okkur ekki vita síðar?“ spurði Jo í rólegri tón, eftir að þau höfðu setið kyrr um stund.

„Við vildum koma ykkur á óvart. Í fyrstu héldum við, að við kæmum beint heim, en elskulegi gamli herrann fann, um leið og við vorum gift, að hann gæti ekki orðið tilbúinn fyrr en eftir að minnsta kosti mánuð og sendi okkur þá af stað í brúðkaupsferð, hvert sem við vildum. Amy hafði einu sinni kallað Valrosa sannkallað brúðkaupsheimili, svo við fórum þangað og vorum eins hamingjusöm og fólk er aðeins einu sinni á ævinni. Trú mín! Var það ekki ást meðal rósanna!“

Laurie virtist gleyma Jo um stund, og Jo gladdist yfir því, því sú staðreynd, að hann sagði henni þetta svo frjálslega og eðlilega, fullvissaði hana um, að hann hafði fullkomlega fyrirgefið og gleymt. Hún reyndi að draga hönd sína að sér, en eins og hann hefði giskað á hugsunina, sem knúði þessa hálfósjálfráðu hreyfingu, hélt Laurie henni fast og sagði með alvöru, sem hún hafði aldrei áður séð í honum:

„Jo, elsku, ég vil segja eitt, og síðan leggjum við það til hliðar að eilífu. Eins og ég skrifaði þér í bréfi mínu, þegar ég sagði, hve góð Amy hefði verið mér, mun ég aldrei hætta að elska þig, en ástin hefur breyst, og ég hef lært að sjá, að hún er betri svona. Amy og þú skiptuð um stað í hjarta mínu, það er allt og sumt. Ég held, að svo hafi átt að vera, og það hefði gerst af sjálfu sér, ef ég hefði beðið, eins og þú reyndir að fá mig til, en ég gat aldrei verið þolinmóður og fékk því hjartasár. Ég var drengur þá, þrjóskur og ofsalegur, og það þurfti harða lexíu til að sýna mér mistök mín. Því það voru mistök, Jo, eins og þú sagðir, og ég uppgötvaði það eftir að hafa gert mig að fífli. Satt að segja var ég um tíma svo ringlaður í huganum, að ég vissi ekki, hvora ég elskaði meira, þig eða Amy, og reyndi að elska ykkur báðar jafnt. En það gat ég ekki, og þegar ég sá hana í Sviss, varð allt skýrt í einu vetfangi. Þið funduð báðar rétta staðinn í hjarta mínu, og ég fann, að hið gamla yrði að vera úti, áður en hið nýja tæki við; að ég gæti heiðarlega skipt hjarta mínu milli systur Jo og eiginkonu Amy og elskað þær báðar heitt. Viltu trúa því og snúa aftur til hinna gömlu, hamingjuríku daga, þegar við kynntumst fyrst?“

„Ég skal trúa því af öllu hjarta, en, Teddy, við getum aldrei orðið drengur og stúlka á ný. Hinar gömlu, hamingjuríku stundir koma ekki aftur, og við megum ekki búast við því. Við erum nú maður og kona, með alvöruverk að vinna, því leiktíminn er liðinn, og við verðum að leggja gleðskapinn til hliðar. Ég er viss um, að þú finnur það sjálfur. Ég sé breytinguna á þér, og þú munt finna hana á mér. Ég mun sakna drengsins míns, en ég mun elska manninn jafnmikið og dá hann meir, því hann ætlar sér að verða sá, sem ég vonaði, að hann yrði. Við getum ekki lengur verið litlir leikfélagar, en við verðum bróðir og systir, til að elska og hjálpa hvort öðru alla ævi, er það ekki, Laurie?“

Hann sagði ekki orð, heldur tók höndina, sem hún rétti honum, og lagði andlit sitt niður á hana um stund, því hann fann, að úr gröf drengjalegrar ástríðu hafði risið fögur og sterk vinátta, sem skyldi blessa þau bæði. Eftir stutta þögn mælti Jo glaðlega, því hún vildi ekki, að heimkoman yrði dapurleg: „Ég get ekki gert það raunverulegt, að þið börnin séuð í alvöru gift og ætlið að stofna heimili. Það virðist eins og í gær, að ég hafi verið að hneppa svuntu Amy og toga í hárið á þér, þegar þú stríddir. Guð minn góður, hve tíminn flýgur!“

„Þar sem annað barnið er eldra en þú, þarftu ekki að tala svona eins og amma. Ég tel mig vera ‚uppvaxinn herramann‘, eins og Peggotty sagði um David, og þegar þú sérð Amy, muntu finna, að hún er heldur bráðþroska ungviði,“ sagði Laurie og leit skemmtilega á móðurlegan svip hennar.

„Þú ert kannski eldri að árum, en ég er miklu eldri að tilfinningu, Teddy. Konur eru það ætíð, og þetta síðasta ár hefur verið svo erfitt, að mér finnst ég vera fertug.“

„Aumingja Jo! Við skildum þig eftir að bera þetta ein, meðan við fórum í skemmtiferð. Þú ert eldri. Hér er lína og þar önnur. Ef þú brosir ekki, eru augun þín döpur, og þegar ég snerti koddann áðan, fann ég tár á honum. Þú hefur haft mikið að bera og þurft að bera það ein. Hve eigingjarn skepna ég hef verið!“ og Laurie togaði í hárið á sér með iðrunarsvip.

En Jo sneri aðeins sviksama koddanum við og svaraði í tón, sem hún reyndi að gera glaðlegri: „Nei, ég hafði pabba og mömmu til að hjálpa mér og elsku börnin til að hugga mig, og hugsunina um, að þú og Amy væruð örugg og hamingjusöm, til að gera erfiðleikana hér léttari. Ég er stundum einmana, en ég geri ráð fyrir, að það sé mér til góðs, og ...“

„Þú verður það aldrei framar,“ greip Laurie fram í og lagði arm sinn um hana, eins og hann vildi halda öllum mannlegum meinum í skefjum. „Amy og ég getum ekki verið án þín, svo þú verður að koma og kenna ‚börnunum‘ að halda heimili og deila öllu til helminga, eins og við gerðum áður, og leyfa okkur að dekra við þig, og vera öll ósegjanlega hamingjusöm og vinveitt saman.“

„Ef ég yrði ekki fyrir, væri það mjög ánægjulegt. Mér finnst ég þegar vera orðin ung á ný, því einhvern veginn hurfu allar áhyggjur mínar, þegar þú komst. Þú varst alltaf huggun, Teddy," og Jo lagði höfuðið á öxl hans, rétt eins og hún gerði fyrir árum, þegar Beth lá veik og Laurie bað hana að halda sér fast.

Hann leit niður á hana og velti fyrir sér, hvort hún minntist þessarar stundar, en Jo brosti með sjálfri sér, eins og raunverulega hefðu allar áhyggjur hennar horfið við komu hans.

„Þú ert enn hin sama Jo, fellir tár eina stundina og hlær þá næstu. Þú lítur dálítið stríðnislega út núna. Hvað er það, amma?"

„Ég var að velta því fyrir mér, hvernig þér og Amy gengur saman."

„Eins og englum!"

„Já, auðvitað, en hvor ræður?"

„Ég geri ekkert úr því að segja þér, að hún gerir það nú, að minnsta kosti læt ég hana halda, að svo sé; það gleður hana, skilurðu. Með tímanum skiptum við um, því hjónabandið, segja menn, helmingar réttindi manns og tvöfaldar skyldur hans."

„Þú munt halda áfram eins og þú byrjar, og Amy mun ráða yfir þér alla ævi."

„Jæja, hún gerir það svo ómerkjanlega, að ég held, að mér muni ekki mislíka það. Hún er sú kona, sem kann að ráða vel. Í rauninni líkar mér það fremur, því hún vefur mann um fingur sér jafn mjúklega og fallega og silkihnoðra og lætur mann finna, að hún sé að gera manni greiða allan tímann."

„Að ég skuli lifa það að sjá þig undir hæl konu og njóta þess!" hrópaði Jo og lyfti höndum.

Gott var að sjá Laurie rétta úr öxlum og brosa með karlmannlegri fyrirlitningu að slíkri ásökun, er hann svaraði með hinum „háa og volduga“ svip sínum: „Amy er of vel upp alin til þess, og ég er ekki sú tegund manns, sem lætur slíkt yfir sig ganga. Konan mín og ég virðum sjálf okkur og hvort annað of mikið til að harðstýra eða rífast.“

Jo líkaði þetta og fann nýju reisnina honum vel sæma, en drengurinn virtist breytast hratt í mann, og eftirsjá blandaðist ánægju hennar.

„Ég er viss um það. Þið Amy rifust aldrei eins og við gerðum. Hún er sólin og ég vindurinn í sögunni, og sólin náði manninum best, manstu.“

„Hún getur líka feykt honum upp jafnt sem skinið á hann,“ hló Laurie. „Sú predikun, sem ég fékk í Nice! Ég sver, hún var miklu verri en nokkurt skammaryrði frá þér, sannkallað vakningarræðukast. Ég skal segja þér allt um það einhvern tíma; hún mun aldrei gera það, því eftir að hafa sagt mér, að hún fyrirliti mig og skammaðist sín fyrir mig, missti hún hjartað til hins fyrirlitlega aðila og giftist þessum einskisnýta.“

„Hvílík lágkúra! Jæja, ef hún misþyrmir þér, komdu til mín, og ég mun verja þig.“

„Lít ég út fyrir að þurfa þess?“ sagði Laurie og reis á fætur og tók sér stöðu, sem breyttist skyndilega úr hátign í gleði, þegar rödd Amy heyrðist kalla: „Hvar er hún? Hvar er elsku gamla Jo mín?“

Innrásaðist öll fjölskyldan, og allir föðmuðust og kysstust að nýju, og eftir nokkrar árangurslausar tilraunir voru hinir þrír ferðalangar settir niður til að vera skoðaðir og dáðir. Herra Laurence, hraustur og heilsuhraustur sem ætíð, hafði bætt sig ekki síður en hinir með utanlandsferðinni, því stirðleiki hans virtist nær horfinn, og hin gamaldags kurteisi hafði fengið slíkan ljóma, að hún var hlýrri en nokkru sinni. Gott var að sjá hann ljóma yfir „börnunum mínum“, eins og hann kallaði unga parið. Enn betra var að sjá Amy sýna honum dótturlega skyldurækni og ástúð, sem sigruðu algjörlega gamla hjarta hans, og best af öllu var að fylgjast með Laurie snúast í kringum þau tvö, eins og hann yrði aldrei þreyttur á að njóta hinnar fallegu myndar, sem þau mynduðu.

Um leið og Meg beindi augum sínum að Amy varð hún þess meðvituð, að kjóll hennar sjálfrar bar ekki svip Parísar, að unga frú Moffat yrði algerlega skyggð af ungu frú Laurence og að „hennar tign“ væri yfirleitt hin glæsilegasta og þokkafyllsta kona. Jo hugsaði, meðan hún fylgdist með parinu: „Hve vel þau fara saman! Ég hafði rétt fyrir mér, og Laurie hefur fundið hina fögru og vel menntuðu stúlku, sem mun verða honum heimili fremur en klaufalega gamla Jo og verða honum stolt en ekki kvöl.“ Frú March og eiginmaður hennar brostu og kinkuðu kolli hvort til annars með hamingjusvip, því þau sáu, að yngsta dóttir þeirra hafði gert vel, ekki aðeins í veraldlegum efnum, heldur í hinum betri auði kærleika, trausts og hamingju.

Andlit Amy var fullt af þeirri mjúku birtu, sem vitnar um friðsælt hjarta; rödd hennar hafði öðlast nýja mýkt, og hin svala og fágaða framkoma hafði breyst í blíða reisn, bæði kvenlega og aðlaðandi. Engin smágerð tilgerð spillti henni, og hlý einlægni í framkomu hennar var enn heillandi en ný fegurð eða gömul þokki, því hún merkti hana þegar í stað með ótvíræðu merki þeirrar sönnu hefðarkonu, sem hún hafði vonast til að verða.

„Kærleikurinn hefur gert mikið fyrir litlu stúlkuna okkar,“ sagði móðir hennar lágt.

„Hún hefur haft gott fordæmi fyrir augum sér alla ævi, elskan mín,“ hvíslaði herra March til baka og leit ástúðlega á slitna andlitið og gráa höfuðið við hlið sér.

Daisy gat ekki aftrað augum sínum frá „fallegu frænkunni“, en festi sig eins og kjölturakki við hina undursamlegu húsfreyju, fulla af heillandi töfrum. Demi nam staðar til að íhuga hið nýja skyldleikatengsl, áður en hann stefndi í hættu með óvarkárri móttöku mútugjafar, sem tók á sig freistandi mynd fjölskyldu trésbjarnar frá Bern. Hliðarsókn leiddi þó til skilyrðislausrar uppgjafar, því Laurie vissi, hvar hann skyldi hafa hann.

„Ungi maður, þegar ég hafði fyrst þann heiður að kynnast þér, slóstu mig í andlitið. Nú krefst ég fullnægingar heiðurs manns," og með því hóf hinn hávaxni frændi að kasta og klappa litla frænda sínum á þann hátt, að heimspekileg reisn hans beið hnekki, en drengshjarta hans fylltist unaði.

„Blessuð sé, hún er í silki frá toppi til táar; er það ekki unaðslegt að sjá hana sitja þarna, fína sem fiðla, og heyra fólk kalla litlu Amy ‚frú Laurence'!" tautaði gamla Hannah, sem gat ekki stillt sig um að líta öðru hverju inn um opið, meðan hún lagði á borðið á fremur tilviljanakenndan hátt.

Guð minn góður, hvað þau töluðu! Fyrst eitt, svo annað, og síðan brutust öll út í einu - reyndu að segja sögu þriggja ára á hálfri klukkustund. Það var heppilegt, að teið var tilbúið, til að skapa hlé og veita hressingu - því þau hefðu orðið hás og máttlaus, ef þau hefðu haldið áfram lengur. Hvílík hamingjufylking, sem hélt inn í litla borðstofuna! Herra March leiddi stoltur frú Laurence. Frú March hallaði sér jafn stolt á arm „sonar míns". Gamli herrann tók Jo og hvíslaði: „Þú verður nú stúlkan mín," og leit á tóma hornið við arininn, sem fékk Jo til að hvísla á móti: „Ég skal reyna að fylla sæti hennar, herra minn."

Tvíburarnir sprönguðu á eftir, fullvissir um, að þúsaldarríkið væri runnið upp, því allir voru svo uppteknir af hinum nýkomnu, að þau voru látin njóta sín að vild, og má vera viss um, að þau nýttu sér það. Soguðu þau ekki sopa af tei, tróðu í sig piparkökum að vild, fengu hvort sinn heita bollu og - sem hámark glæpsins - laumuðu hvort um sig heillandi lítilli tertu í smáa vasa sína, þar sem hún átti eftir að festast og molna sviksamlega og kenna þeim, að bæði mannlegt eðli og smákökur eru brothætt? Hlaðin sektarkennd yfir hinum leyndu tertum og óttaslegin um, að skörp augu Dodo myndu skyggnast í gegnum þunna dulargervi kambríks og merínó, sem huldi herfangið, festu litlu syndararnir sig við „afa", sem hafði ekki gleraugun á sér. Amy, sem var færð milli manna líkt og veitingar, sneri aftur í stofuna á armi föður Laurence. Hin pörin mynduðust á ný eins og áður, og sú skipan lét Jo eftir án fylgdar.

Hún lét það ekki á sig fá í fyrstu, því hún dvaldi við að svara ákafri fyrirspurn Hannah.

„Mun fröken Amy aka í vagninum sínum og nota öll þessi fallegu silfurílát, sem geymd eru þarna yfir?"

„Það kæmi mér ekki á óvart, þótt hún færi á sex hvítum hestum, æti af gullborðum og bæri demanta og oddablúndur daglega. Teddy telur ekkert of gott handa henni," svaraði Jo með óendanlegri ánægju.

„Ekki síður! Viltu fá hakk eða fiskbollur í morgunmat?" spurði Hannah, sem blandaði skynsamlega ljóðrænu og veraldlegu.

„Mér er sama," og Jo lokaði dyrunum, því henni fannst matur ekki viðeigandi umræðuefni á þeirri stundu. Hún stóð augnablik og horfði á hópinn hverfa upp stigann, og þegar stuttar skoskar buxur Demi bárust upp síðasta þrepið, greip hana skyndileg einsemd svo sterklega, að hún leit í kringum sig með dimmum augum, eins og hún leitaði sér stoðar, því jafnvel Teddy hafði yfirgefið hana. Hefði hún vitað, hvaða afmælisgjöf nálgaðist með hverri mínútu, hefði hún ekki sagt við sjálfa sig: „Ég græt lítið eitt, þegar ég fer að sofa. Það dugir ekki að vera döpur nú."

Þá strauk hún hendi yfir augun, því einn af drengjalegum siðum hennar var að vita aldrei, hvar vasaklúturinn var, og hafði rétt náð að kalla fram bros, þegar barið var á veröndardyrnar.

Hún opnaði með gestrisnum flýti og hrökk við, eins og önnur vofa hefði komið til að koma henni á óvart, því þar stóð hár, skeggjaður herra og ljómaði á hana úr myrkrinu eins og miðnætursól.

„Ó, herra Bhaer, ég er svo glöð að sjá yður!" hrópaði Jo og greip í hann, eins og hún óttaðist, að nóttin myndi gleypa hann, áður en hún næði honum inn.

„Og ég að sjá ungfrú March, en nei, þér hafið gestaboð," og prófessorinn nam staðar, þegar raddir og dansandi fótatak bárust niður til þeirra.

„Nei, við höfum enga aðra en fjölskylduna. Systir mín og vinir eru nýkomnir heim, og við erum öll afar glöð. Komið inn og verðið einn af okkur."

Þótt herra Bhaer væri mjög félagslyndur maður, hygg ég, að hann hefði farið siðsamlega burt og komið aftur annan dag, en hvernig gat hann það, þegar Jo lokaði dyrunum á eftir honum og svipti hann hattinum? Vera má, að andlit hennar hafi ráðið nokkru, því hún gleymdi að dylja gleði sína yfir að sjá hann og sýndi hana af slíkri einlægni, að hún varð ómótstæðileg hinum einmana manni, sem hlaut móttöku langt umfram djarfustu vonir sínar.

„Ef ég verð ekki Monsieur de Trop, mun ég með gleði sjá þau öll. Hafið þér verið veik, vinkona mín?"

Hann bar fram spurninguna snöggt, því þegar Jo hengdi upp frakka hans féll ljósið á andlit hennar og hann sá breytingu á því.

„Ekki veik, heldur þreytt og sorgmædd. Við höfum átt í erfiðleikum síðan ég sá yður síðast."

„Æ, já, ég veit það. Hjarta mitt var sárt yðar vegna, þegar ég heyrði það," og hann tók aftur í hönd hennar með svo samúðarfullum svip, að Jo fannst engin huggun jafnast á við blik hinna góðu augna og takið á hinni stóru, hlýju hendi.

„Faðir, móðir, þetta er vinur minn, prófessor Bhaer," sagði hún með slíkum stolti og gleði í svip og rómi, að hún hefði eins getað blásið í lúður og opnað dyrnar með viðhöfn.

Ef gesturinn hafði haft nokkrar efasemdir um móttökurnar, hurfu þær á augabragði við hið hjartanlega fagn, sem hann hlaut. Allir tóku honum vingjarnlega, fyrst fyrir sakir Jo, en brátt tóku þeir að meta hann fyrir hann sjálfan. Þeir gátu ekki annað, því hann bar með sér þann töfragrip, sem opnar öll hjörtu, og þetta einfalda fólk hlýnaði honum samstundis og fann til enn meiri vináttu, af því að hann var fátækur. Fátækt auðgar þá, sem lifa yfir henni, og er örugg vegabréf að sönnum gestrisnum hugum. Herra Bhaer sat og leit í kringum sig með svip ferðamanns, sem knýr á ókunna hurð og finnur sig heima, þegar hún opnast. Börnin flykktust að honum eins og býflugur að hunangskrukku og settust á hvort kné hans, og hófu að heilla hann með því að gramsa í vösum hans, toga í skeggið og rannsaka úrið með barnslegri dirfsku. Konurnar sendu hver annarri samþykkismerki með augum, og herra March, sem fann, að hann hafði mætt sálufélaga, opnaði sín dýrmætustu fræðasjóð fyrir gestinum, meðan hinn hljóði John hlustaði og naut samtalsins, en mælti ekki orð, og herra Laurence reyndist ófær um að sofna.

Hefði Jo ekki verið annars hugar, hefði hegðun Laurie skemmt henni, því dauf stingur - ekki af afbrýði, heldur fremur eins og grunur - varð til þess, að hann stóð fyrst um sinn til hliðar og virti hinn nýkomna fyrir sér með bróðurlegri varfærni. En það entist skammt. Hann tók óhjákvæmilega að hafa áhuga og áður en hann vissi af var hann dreginn inn í hringinn. Herra Bhaer talaði vel í þessari hlýju stemningu og naut sín til fulls. Hann ávarpaði sjaldan Laurie, en leit oft til hans, og skuggi leið yfir andlit hans, sem væri hann að sakna eigin glataðrar æsku, er hann fylgdist með unga manninum á blómaskeiði sínu. Þá beindust augu hans til Jo með svo þráum svip, að hún hefði vafalaust svarað hinni hljóðu spurningu, hefði hún séð hana. En Jo varð að gæta eigin augna og fann, að þeim var ekki treystandi, og hélt þeim því skynsamlega á litla sokknum, sem hún prjónaði, líkt og fyrirmyndar frænka.

Leifturglampi af og til hressti hana eins og sopar af fersku vatni eftir rykugan göngutúr, því hliðarsýn hennar sýndi ýmis heillamerki. Andlit herra Bhaers hafði misst fjarverandi svip sinn og ljómaði af lifandi áhuga á líðandi stundu, svo hann virtist ungur og jafnvel fríður, hugsaði hún og gleymdi að bera hann saman við Laurie, eins og hún var vön að gera við ókunnuga menn, þeim jafnan í óhag. Hann virtist jafnvel innblásinn, þótt grafarsiðir hinna fornu, sem samtalið hafði vikið að, væru vart taldir uppörvandi umræðuefni. Jo ljómaði af sigri, þegar Teddy þagnaði í rökfærslu, og hugsaði með sér, er hún sá föður sinn niðursokkinn í umræðuna: „Hve hann myndi njóta þess að eiga slíkan mann sem prófessor minn að daglegum viðmælanda!“ Að síðustu var herra Bhaer klæddur í nýjan svartan búning, sem gerði hann herramannslegri en nokkru sinni fyrr. Þykkt hár hans hafði verið klippt og sléttað, en hélt sér ekki lengi í lagi, því í æstum augnablikum ruflaði hann það á sinn spaugilega hátt, og Jo þótti það betur rísa en liggja flatt, því hún taldi, að það gæfi hinu fagra enni hans Júpíterslegan svip. Veslings Jo, hve hún upphóf þann látlausa mann, meðan hún sat kyrr og prjónaði, en lét þó ekkert fram hjá sér fara, ekki einu sinni það, að herra Bhaer bar gullhnappa á óaðfinnanlegum ermalínum sínum.

„Kæri gamli vinur! Hann hefði ekki getað lagt sig betur fram, þótt hann væri á biðilsferð,“ sagði Jo við sjálfa sig, og skyndileg hugsun, sprottin af þessum orðum, lét hana roðna svo mjög, að hún varð að láta hnykilinn falla og fara niður eftir honum til að fela andlitið.

Bragðið heppnaðist þó ekki sem skyldi, því þótt prófessorinn væri rétt í þann mund að kveikja bálköst, lagði hann kyndil sinn frá sér - í yfirfærðri merkingu - og steypti sér á eftir litla bláa hnyklinum. Auðvitað rákust þau saman með höfðunum, sáu stjörnur og komu bæði upp roðandi og hlæjandi, án hnykilsins, og settust aftur í sæti sín, óska þess, að þau hefðu ekki yfirgefið þau.

Enginn vissi, hvert kvöldið hvarf, því Hannah fjarlægði börnin fimlega snemma, hneigð eins og tvö rjóð valmúablóm, og herra Laurence fór heim að hvílast. Hin sátu við eldinn og töluðu ótrauð, algerlega ómeðvituð um líðandi stund, þar til Meg, sem móðurhjarta hennar sannfærði um, að Daisy hefði fallið úr rúmi og Demi kveikt í næturtreyjunni við rannsókn á eðli eldspýtna, reis á fætur.

„Við verðum að syngja, eins og í gamla daga, því nú erum við öll saman á ný,“ sagði Jo og fann, að kröftugt lag væri örugg og ánægjuleg útrás fyrir hina sigursælu gleði sálar hennar.

Þau voru ekki öll þar. En enginn taldi orðin hugsunarlaus né ósönn, því Beth virtist enn meðal þeirra, friðsæl nærvera, ósýnileg, en kærari en nokkru sinni fyrr, þar sem dauðinn gat ekki rofið það heimilisband, sem kærleikurinn hafði gert óleysanlegt. Litli stóllinn stóð á sínum gamla stað. Snyrtilega körfan, með handavinnunni, sem hún skildi eftir ólokna, þegar nálin varð „svo þung", var enn á sínum vana hillu. Hið ástkæra hljóðfæri, sem nú var sjaldan snert, hafði ekki verið fært, og yfir því leit andlit Beth niður til þeirra, rólegt og brosandi sem fyrr á árum, og virtist segja: „Verið hamingjusöm. Ég er hér."

„Spilaðu eitthvað, Amy. Leyfðu þeim að heyra, hve mikið þér hefur farið fram," sagði Laurie með fyrirgefanlegu stolti yfir efnilegum nemanda sínum.

En Amy hvíslaði með tárvot augu, meðan hún snéri fölnaða kollinum: „Ekki í kvöld, elsku. Ég get ekki sýnt mig í kvöld."

En hún sýndi þó eitthvað betra en glæsileik eða færni, því hún söng lög Beth með slíkri blíðu í rödd sinni, að besti kennari hefði ekki getað kennt hana slíkt, og hrærði hjörtu áheyrenda með sætari mætti en nokkur önnur innblástur hefði veitt henni. Herbergið var mjög hljótt, þegar tær röddin brást skyndilega á síðustu línu uppáhaldssálms Beth. Það var erfitt að segja:

„Jörðin á enga sorg, sem himinninn getur ekki læknað;"

og Amy hallaði sér að eiginmanni sínum, sem stóð á bak við hana, og fann, að heimkoma hennar var ekki fullkomin án koss Beth.

„Nú verðum við að ljúka með söng Mignons, því herra Bhaer syngur hann," sagði Jo, áður en þögnin yrði sársaukafull. Og herra Bhaer hreinsaði röddina með ánægðu „hem!" er hann steig í hornið, þar sem Jo stóð, og mælti:

„Viljið þér syngja með mér? Við förum einkar vel saman."

Þetta var að vísu hugþekk skáldsaga, því Jo hafði ekki meiri skilning á tónlist en engispretta. En hún hefði samþykkt, þótt hann hefði lagt til að syngja heila óperu, og trillti af stað, alsæl og algerlega óháð takti og tón. Það skipti ekki miklu máli, því herra Bhaer söng sem sannur Þjóðverji, af heilum hug og vel, og Jo lækkaði brátt í lágum nið, svo hún gæti hlýtt á hinn mjúka róma, sem virtist syngja fyrir hana eina.

„Kannast þú við landið, þar sem sítrónan blómgast?“

var áður eftirlætislína prófessorsins, því „das Land“ merkti honum Þýskaland, en nú dvaldi hann með sérstakri hlýju og söngblíðu við orðin:

„Þar, ó þar, mætti ég með þér,

ó, mín ástkæra, fara.“

Og ein hlustandi varð svo snortin af hinni blíðu boðun, að hana langaði til að segja, að hún þekkti landið og færi þangað með gleði, hvenær sem hann óskaði þess.

Söngurinn var talinn hinn mesti sigur, og söngvarinn dró sig í hlé krýndur lárviðum. En fáeinum mínútum síðar gleymdi hann siðvenjum sínum með öllu og starði á Amy, þegar hún setti upp hattinn, því hún hafði aðeins verið kynnt sem „systir mín“, og enginn hafði nefnt nýtt nafn hennar síðan hann kom. Hann gleymdi sér enn frekar, þegar Laurie sagði með hinni náðugustu kurteisi við kveðju:

„Konan mín og ég erum mjög glöð að kynnast yður, herra minn. Minnist þess, að yður bíður ávallt velkominn bekkur handan götunnar.“

Þá þakkaði prófessorinn honum svo innilega og ljómaði svo skyndilega af ánægju, að Laurie taldi hann hinn yndislegasta og tilfinningaríkasta eldri mann, sem hann hefði nokkru sinni mætt.

„Ég fer einnig, en ég kem með gleði aftur, ef þér leyfið mér það, kæra frú, því lítið erindi í borginni heldur mér hér nokkra daga.“

Hann talaði til frú March, en horfði á Jo, og rödd móðurinnar veitti jafn hjartanlegt samþykki og augu dótturinnar, því frú March var ekki svo blind fyrir hag barna sinna sem frú Moffat hafði haldið.

„Mig grunar, að þar fari vitur maður,“ mælti herra March með rólegri ánægju af arinbreiðunni, þegar síðasti gesturinn var farinn.

„Ég veit, að hann er góður maður,“ bætti frú March við með ákveðinni velþóknun, meðan hún dró klukkuna upp.

„Ég hélt, að ykkur myndi líka hann,“ var allt, sem Jo sagði, er hún læddist til rekkju sinnar.

Hún velti því fyrir sér, hvert erindið væri, sem leiddi herra Bhaer til borgarinnar, og komst loks að þeirri niðurstöðu, að hann hefði verið skipaður í eitthvert mikið embætti einhvers staðar, en hefði verið of hógvær til að geta þess. Hefði hún séð svip hans, þegar hann, öruggur í eigin herbergi, leit á mynd af ströngu og stífu ungu kvenfólki með mikinn hárflaum, sem virtist horfa dimmum augum út í framtíðina, hefði það ef til vill varpað ljósi á málið, einkum þegar hann slökkti á gasinu og kyssti myndina í myrkrinu.

FERTUGASTI OG FJÓRÐI KAFLI

HERRA OG FRÚ

„Góð móðir mín, mætti ég fá að láni eiginkonu mína í hálfa stund? Farangurinn er kominn, og ég hef verið að róta í Parísarfínheitum Amy, í leit að nokkrum hlutum, sem mig vantar," sagði Laurie næsta dag, er hann kom inn og fann frú Laurence sitja í fangi móður sinnar, líkt og hún væri gerð að „barninu" á ný.

„Auðvitað. Farðu, elskan mín. Ég gleymdi, að þú átt annað heimili en þetta," og frú March þrýsti hvítu hendinni, sem bar giftingarhringinn, eins og hún bæði fyrirgefningar á móðurlegri ágirnd sinni.

„Ég hefði ekki komið yfir, ef ég hefði getað komist hjá því, en ég get ekki án litlu konunnar minnar frekar en ..."

„Vindhani án vinds," lagði Jo til, þegar hann nam staðar í leit að líkingu. Jo var orðin alveg sitt gamla gáskafulla sjálf á ný, síðan Teddy kom heim.

„Einmitt, því Amy heldur mér mestan hluta tímans beint í vestur, með aðeins stöku sveiflu til suðurs, og ég hef ekki haft austanátt síðan ég kvæntist. Um norður veit ég ekkert, en ég er að öllu leyti heilnæmur og mildur, er það ekki, frú mín?"

„Veðrið er yndislegt hingað til. Ég veit ekki, hve lengi það varir, en ég óttast ekki storma, því ég er að læra að sigla skipinu mínu. Komdu heim, elskan, og ég skal finna stígvélakrækjuna þína. Ég geri ráð fyrir, að það sé hún, sem þú ert að leita að í dótinu mínu. Menn eru svo ráðalausir, móðir," sagði Amy með húsfreyjulegum svip, sem gladdi eiginmann hennar mjög.

„Hvað ætlið þið að gera við ykkur sjálf, þegar þið eruð komin fyrir?" spurði Jo og hneppti að Amy skikkjunni, eins og hún hafði áður hneppt svuntunum hennar.

„Við höfum áætlanir okkar. Við ætlum ekki að tala mikið um þær enn, því við erum svo nýir sópar, en við ætlum ekki að vera iðjulaus. Ég geng í viðskipti með slíkri elju, að afi mun gleðjast og sjá, að ég er ekki spilltur. Ég þarfnast einhvers slíks til að halda mér stöðugum. Ég er orðinn þreyttur á að dunda mér og hyggst vinna eins og maður.“

„Og Amy, hvað ætlar hún að gera?“ spurði frú March, ánægð með ákvörðun Laurie og þann þrótt, sem hann sýndi.

„Eftir að hafa sýnt kurteisi í allar áttir og loftað besta hattinum okkar, munum við koma ykkur á óvart með glæsilegri gestrisni herragarðsins okkar, hinu ljómandi samkvæmislífi, sem við drögum að okkur, og hinum gagnlegu áhrifum, sem við munum hafa á heiminn í heild. Er það ekki svo, frú Récamier?“ spurði Laurie og leit stríðnislega á Amy.

„Tíminn mun leiða það í ljós. Komdu nú, Ókurteisi, og ekki hneyksla fjölskyldu mína með því að kalla mig nöfnum frammi fyrir þeim,“ svaraði Amy og einsetti sér, að heimili með góðri húsfreyju skyldi rísa áður en hún setti á stofu sem drottning samkvæmislífsins.

„Hve hamingjusöm þessi börn virðast saman!“ mælti herra March og átti erfitt með að sökkva sér ofan í Aristóteles sinn, þegar unga parið var farið.

„Já, og ég hygg, að það muni vara,“ bætti frú March við með hinni rólegu ásýnd stýrimanns, sem hefur fært skip örugglega í höfn.

„Ég veit, að það mun gera það. Hamingjusama Amy!“ andvarpaði Jo, en brosti svo skært, þegar prófessor Bhaer ýtti hliðinu upp með óþolinmóðu handtaki.

Seinna um kvöldið, þegar hugur hans hafði róast varðandi stígvélakrækjuna, sagði Laurie skyndilega við eiginkonu sína: „Frú Laurence.“

„Herra minn!“

„Sá maður hyggst kvænast Jo okkar!“

„Ég vona það. Gerir þú það ekki, elskan?“

„Jú, hjarta mitt, ég tel hann ágætismann í fyllstu merkingu þess orðs, en ég vildi óska, að hann væri örlítið yngri og töluvert ríkari.“

„Nú, Laurie, vertu ekki of vandlátur og veraldarsinnaður. Ef þau elska hvort annað skiptir engu máli, hve gömul þau eru né hve fátæk. Konur ættu aldrei að giftast fyrir peninga ...“ Amy þagnaði snögglega, er orðin sluppu út úr munni hennar, og leit á eiginmann sinn, sem svaraði með illkvittnislegri alvöru:

„Vissulega ekki, þótt maður heyri yndislegar stúlkur stundum segjast ætla að gera það. Ef mig misminnir ekki, taldir þú einu sinni skyldu þína að gera ríkt hjónaband. Það útskýrir ef til vill, að þú kvæntist ónýtu kvikindi eins og mér.“

„Ó, elsku drengurinn minn, ekki, ekki segja slíkt! Ég gleymdi auði þínum, þegar ég sagði ‚já‘. Ég hefði giftst þér, þótt þú ættir ekki eyri, og stundum óska ég þess, að þú værir fátækur, svo ég gæti sýnt, hve heitt ég elska þig.“ Og Amy, sem var mjög virðuleg opinberlega en afar ástrík í einkalífi, sannaði orð sín með óyggjandi hætti.

„Heldurðu í alvöru, að ég sé svo peningagirnd skepna, sem ég reyndi einu sinni að vera? Það bryti hjarta mitt, ef þú trýðir því ekki, að ég myndi með gleði róa í sama báti og þú, jafnvel þótt þú þyrftir að afla þér lífsviðurværis með árinni á vatninu.“

„Er ég heimskingi og ruddi? Hvernig gæti ég haldið það, þegar þú hafnaðir ríkari manni mín vegna og leyfir mér ekki að gefa þér helming þess, sem ég vil nú, þegar ég hef rétt til þess? Stúlkur gera það daglega, vesalings, og eru látnar halda, að það sé þeirra eina hjálpræði, en þú hlautst betri fræðslu, og þótt ég hafi eitt sinn kviðið fyrir þér, varð ég ekki fyrir vonbrigðum, því dóttirin var trú kennslu móður sinnar. Ég sagði Mamma það í gær, og hún leit út eins og ég hefði fært henni ávísun upp á milljón til að verja í góðgerð. Þú hlustar ekki á siðferðisræðu mína, frú Laurence," og Laurie þagnaði, því augu Amy höfðu fjarlægan svip, þótt þau væru beint að andliti hans.

„Jú, ég hlusta, og dáist um leið að mólinu á höku þinni. Ég vil ekki gera þig hégómlegan, en ég verð að játa, að ég er stoltari af hinum fríða eiginmanni mínum en af öllum auði hans. Hlæðu ekki, en nefið þitt er mér slík huggun," og Amy strauk mjúklega hinn vel mótaða andlitsdrátt með listfengi og ánægju.

Laurie hafði hlotið margar viðurkenningar um ævina, en aldrei neina, sem féll honum betur í geð, eins og hann sýndi berlega, þótt hann hlægi að sérkennilegum smekk eiginkonu sinnar, meðan hún mælti hægt: „Má ég spyrja þig einnar spurningar, elskan mín?"

„Auðvitað máttu það."

„Myndirðu taka það nærri þér, ef Jo giftist herra Bhaer?"

„Er það þá áhyggjuefnið? Ég hélt, að eitthvað í dældinni þinni benti til þess, að þér væri ekki alveg sama. Þar sem ég er hvorki hundur í jötunni né annað en hinn hamingjusamasti maður, fullvissa ég þig um, að ég get dansað í brúðkaupi Jo með hjarta jafn léttu og hæla mína. Efastu um það, elskan mín?"

Amy leit upp til hans og var fullvissuð. Smávægilegur afbrýðisótti hennar hvarf að eilífu, og hún þakkaði honum með svip fullum af ást og trausti.

„Ég vildi óska, að við gætum gert eitthvað fyrir þann ágæta gamla prófessor. Gætum við ekki fundið upp auðugan ættingja, sem andaðist kurteislega einhvers staðar í Þýskalandi og léti honum eftir snotra fjárhæð?" sagði Laurie, er þau tóku að ganga upp og niður langa stofuna, arminn í arm, eins og þau höfðu yndi af, til minningar um kastalagarðinn.

„Jo myndi komast að því og eyðileggja allt. Hún er mjög stolt af honum eins og hann er, og sagði í gær, að henni þætti fátækt vera fallegur hlutur."

„Blessað hjartað hennar! Hún mun ekki hugsa svo, þegar hún á bókmenntamann að eiginmanni og tylft lítilla prófessora og prófessorína að framfleyta. Við skulum ekki skipta okkur af nú, heldur bíða færis og gera þeim greiða, þrátt fyrir þau sjálf. Ég á Jo að þakka hluta af menntun minni, og hún trúir á að menn greiði heiðarlegar skuldir sínar, svo ég kemst að henni með þeim hætti."

„Hve yndislegt er að geta hjálpað öðrum, er það ekki? Það var alltaf einn af draumum mínum, að hafa mátt til að gefa af frjálsum vilja, og þér sé að þakka, að sá draumur hefur ræst."

„Já, við munum gera ótal góðverk, er það ekki? Það er ein tegund fátæktar, sem mér þykir sérlega vænt um að hjálpa. Algjörir betlarar eru jafnan teknir í vernd, en fátækt heiðursfólk fer illa, því það vill ekki biðja, og menn þora ekki að bjóða ölmusu. Samt eru þúsund leiðir til að hjálpa, ef menn kunna að gera það af næmni, svo það móðgi ekki. Ég verð að játa, að mér þykir betra að þjóna hnignuðum herramanni en málglaðri betlara. Það er ef til vill rangt, en svo er, þótt það sé erfiðara."

„Af því að það krefst herramanns að gera það," bætti hinn meðlimur heimilislega aðdáunarfélagsins við.

„Þakka þér, ég óttast, að ég eigi ekki skilið svo fallega viðurkenningu. En ég ætlaði að segja, að meðan ég dundaði mér erlendis sá ég marga hæfileikaríka unga menn færa alls konar fórnir og þola raunverulegar þrengingar, til að geta látið drauma sína rætast. Glæsilegir menn, sumir hverjir, unnu eins og hetjur, fátækir og vina-lausir, en svo fullir af hugrekki, þolinmæði og metnaði, að ég skammaðist mín og þráði að veita þeim raunverulegan stuðning. Slíkum mönnum er ánægjulegt að hjálpa, því ef þeir hafa snilligáfu, er það heiður að mega þjóna þeim og láta hana ekki glatast eða tefjast vegna skorts á eldsneyti til að halda pottinum sjóðandi. Ef þeir hafa hana ekki, er það engu síður ánægjulegt að hugga þá og forða þeim frá örvæntingu, þegar þeir uppgötva það."

„Já, sannarlega, og það er annar hópur, sem getur ekki beðið og þjáist í hljóði. Ég veit nokkuð um það, því ég tilheyrði honum, áður en þú gerðir mig að prinsessu, eins og konungurinn gerir betlarastúlkuna í gömlu sögunni. Metnaðarfullar stúlkur eiga oft erfitt, Laurie, og verða stundum að sjá æsku, heilsu og dýrmæt tækifæri líða hjá, einfaldlega vegna þess að lítil hjálp barst ekki á réttri stundu. Fólk hefur verið mér mjög gott, og þegar ég sé stúlkur berjast áfram eins og við gerðum, langar mig að rétta út hönd og hjálpa þeim, eins og mér var hjálpað."

„Og það skaltu gera, eins og engillinn sem þú ert!" hrópaði Laurie og einsetti sér með glóandi góðgerðaráhuga að stofna og styrkja stofnun til sérstakrar aðstoðar ungra kvenna með listræna hæfileika. „Ríkir menn hafa engan rétt til að sitja og njóta sín eða láta fé sitt safnast, svo aðrir sói því. Það er ekki nærri því eins skynsamlegt að skilja eftir arf, þegar maður deyr, og að nota féð viturlega meðan maður lifir og njóta þess að gleðja samferðafólk sitt með því. Við skulum sjálf njóta lífsins og auka bragð þess með því að veita öðrum ríkulegan hlut. Viltu vera lítil Dórkas, ganga um og tæma stóra körfu af huggunum og fylla hana aftur af góðverkum?"

„Af öllu hjarta, ef þú vilt vera hugrakki heilagur Marteinn, sem nemur staðar, meðan þú ríður göfuglega um heiminn, og deilir skikkju þinni með betlaranum."

„Samkomulag, og við höfum betur úr því!"

Þannig tók unga parið höndum saman um það og gekk svo glaðlega áfram, og fann, að notalegt heimili þeirra varð enn notalegra af þeirri von, að þau gætu glatt önnur heimili, trúði því, að fætur þeirra gengju uppréttari um blómstrandi veginn fram undan, ef þau sléttuðu hrjúfa stigu fyrir aðra, og fann, að hjörtu þeirra tengdust enn fastar með þeirri ást, sem gat minnst með blíðu þeirra, sem minna voru blessaðir en þau.

FERTUGASTI OG FIMMTI KAFLI
DAISY OG DEMI

Ég get ekki talið, að ég hafi rækt skyldu mína sem auðmjúkur sagnaritari March-fjölskyldunnar, nema ég helgi að minnsta kosti einn kafla tveimur hinum dýrmætustu og mikilvægustu meðlimum hennar. Daisy og Demi höfðu nú náð vitsmunaaldri, því á þessum hraðfara tímum halda börn þriggja eða fjögurra ára fram rétti sínum og ná honum einnig, sem er meira en margir eldri gera. Ef nokkur tvíburapör voru í hættu á að spillast algerlega af aðdáun, voru það þessi málglöðu Brooke-börn. Auðvitað voru þau hin merkilegustu börn, sem nokkru sinni höfðu fæðst, eins og sjá má, þegar ég nefni, að þau gengu átta mánaða, töluðu reiprennandi tólf mánaða og tveggja ára settust þau að borði og hegðuðu sér með slíkri prýði, að allir, sem sáu, urðu heillaðir. Þriggja ára krafðist Daisy „nálar“ og saumaði í raun poka með fjórum sporum. Hún stofnaði jafnframt heimili í skenknum og stjórnaði örsmáum eldavél með þeirri lagni, að tár stolts komu í augu Hannah, meðan Demi lærði stafina með afa sínum, sem fann upp nýja aðferð til að kenna stafrófið með því að mynda stafina með handleggjum og fótleggjum og sameina þannig leikfimi fyrir höfuð og hæla. Drengurinn sýndi snemma vélræna snilligáfu, sem gladdi föður hans og gerði móður hans ráðþrota, því hann reyndi að líkja eftir hverri vél, sem hann sá, og hélt barnaherberginu í óreiðu með „saumvélinni“ sinni, dularfullri smíð úr snæri, stólum, þvottaklemmum og keflum, sem áttu að vera hjól og fara „vund og vund“. Einnig hékk karfa yfir bakinu á stól, og í hana reyndi hann árangurslaust að hífa of trausta systur sína, sem af kvenlegri tryggð leyfði litla höfðinu að rekast í, uns henni var bjargað, og þá mælti hinn ungi uppfinningamaður með móðgunarfullum tóni: „En, mamma, þetta er lyftan mín, og ég er að draga hana upp.“

Þótt tvíburarnir væru gjörólík að skapferli, komu þau furðuvel saman og rifust sjaldan oftar en þrisvar á dag. Auðvitað drottnaði Demi yfir Daisy og var riddaralegur verndari hennar gegn öllum öðrum, meðan Daisy gerði sig að ambátt hans og dáði bróður sinn sem hina fullkomnu veru í heimi. Daisy var rjóð og bústin og sólrík lítil sál, sem rataði leið sína inn í hjörtu allra og hreiðraði þar um sig. Hún var ein af þeim heillandi börnum, sem virðast sköpuð til að kyssa og knúsa, prýða og dýrka sem litlar gyðjur og sýna almenningi til yndis á öllum hátíðardögum. Litlu dyggðir hennar voru svo ljúfar, að hún hefði verið nær engilleg, ef ekki hefðu nokkur smá prakkarastrik haldið henni yndislega mannlegri. Í heimi hennar ríkti ávallt bjart veður, og á hverjum morgni klifraði hún upp að glugganum í litlu náttfötunum sínum, leit út og sagði, hvort sem rigndi eða sól skein: „Ó, fallegur dagur, ó, fallegur dagur!“ Allir voru vinir hennar, og hún bauð ókunnugum kossa með svo barnalegu trausti, að jafnvel staðfastasti piparsveinn lét undan, og barnavinir urðu trúir dýrkendur.

„Ég elska alla,“ sagði hún eitt sinn og opnaði faðm sinn, með skeið í annarri hendi og bolla í hinni, sem væri hún fús að faðma og næra allan heiminn.

Eftir því sem hún óx, fann móðir hennar, að dúfnakofanum yrði blessun að slíkri íbúð, jafn friðsælli og ástríkri og sú, sem hafði hjálpað til við að gera gamla húsið að heimili, og bað þess, að hún yrði hlíft við missi eins og þeim, sem nýlega hafði kennt þeim, hve lengi þau höfðu hýst engil án þess að vita það. Afi hennar kallaði hana oft „Beth“, og amma hennar vakaði yfir henni með þrotlausri alúð, sem væri hún að bæta fyrir einhver fyrri mistök, sem engin augu nema hennar eigin sáu.

Demi var, sem sannur Bandaríkjamaður, forvitinn að eðlisfari, vildi vita allt og varð oft mjög órólegur, þegar hann fékk ekki fullnægjandi svör við sífelldu „hvers vegna?“ sínu.

Hann hafði einnig heimspekilega hneigð, föðurafa sínum til mikillar ánægju, og þeir áttu í sókratískum samræðum, þar sem hinn bráðþroska nemandi lagði stundum kennara sinn að velli, konunum til bersýnilegrar gleði.

„Hvað lætur fæturna mína fara, afi?“ spurði hinn ungi heimspekingur og virti þessa virku limi sína fyrir sér með hugleiðslusvip, meðan hann hvíldi sig eftir kvöldkátínu eitt sinn.

„Það er litli hugur þinn, Demi,“ svaraði hinn vitri og strauk gulleitt höfuðið með virðingu.

„Hvað er litli hugur?“

„Hann er það, sem lætur líkamann hreyfast, eins og fjöðrin lét hjólin snúast í úrinu mínu, þegar ég sýndi þér það.“

„Opnaðu mig. Ég vil sjá hann fara vund.“

„Ég get það ekki fremur en þú gætir opnað úrið. Guð dregur þig upp, og þú ferð, uns hann stöðvar þig.“

„Gerir hann?“ Og brún augu Demi urðu stór og björt, er hann tók við hinni nýju hugsun. „Er ég dreginn upp eins og úrið?“

„Já, en ég get ekki sýnt þér hvernig, því það gerist, þegar við sjáum það ekki.“

Demi þreifaði á bakinu á sér, sem hann ætti von á að finna það eins og bak úrins, og sagði síðan alvarlega: „Ég held, að Guð geri það, þegar ég sef.“

Nákvæm skýring fylgdi, sem hann hlýddi á með slíkri athygli, að áhyggjufull amma hans sagði: „Elsku minn, heldurðu, að það sé skynsamlegt að ræða slík mál við þetta barn? Hann er farinn að fá miklar bungur yfir augunum og lærir að spyrja hinna ómögulegustu spurninga.“

„Ef hann er nógu gamall til að spyrja, er hann nógu gamall til að fá sann svör. Ég set ekki hugsanir í höfuð hans, heldur hjálpa honum að opna þær, sem þar eru fyrir. Þessi börn eru vitrari en við, og ég efast ekki um, að drengurinn skilji hvert orð, sem ég hef sagt honum. Nú, Demi, segðu mér, hvar þú geymir hug þinn.“

Ef drengurinn hefði svarað eins og Alkibíades: „Við guðina, Sókrates, ég get það ekki sagt,“ hefði afi hans ekki orðið undrandi, en þegar hann, eftir að hafa staðið andartak á öðrum fæti eins og hugleiðandi ungt storkabarn, svaraði með rólegri sannfæringu: „Í litla maganum mínum,“ gat hinn aldni heiðursmaður aðeins tekið undir hlátur ömmunnar og leyst upp bekkinn í frumspeki.

Móðir hans hefði haft ástæðu til áhyggna, ef Demi hefði ekki sýnt sannfærandi merki þess, að hann væri sannur drengur jafnt sem verðandi heimspekingur, því oft, eftir umræðu, sem fékk Hannah til að spá með þungum höfuðhreyfingum: „Þetta barn lifir ekki lengi í þessum heimi,“ sneri hann sér við og róaði ótta hennar með einhverju af þeim uppátækjum, sem kæru, skítugu og óþekku litlu strákarnir finna upp á til að bæði angra og gleðja foreldrahjörtu sín.

Meg setti sér margar siðferðisreglur og reyndi að fylgja þeim, en hvaða móðir hefur nokkru sinni verið ónæm fyrir sjarma, hugkvæmum undanbrögðum eða rólegri dirfsku þessara smáu manna og kvenna, sem svo snemma sýna sig sem fullnuma bragðarefi?

„Engar fleiri rúsínur, Demi. Þær gera þig veikan,“ segir mamma við unga manninn, sem býður fram þjónustu sína í eldhúsinu með óbilandi reglusemi á plómubúðingsdegi.

„Mér líkar að vera veikur.“

„Ég vil ekki hafa þig veikan, svo farðu og hjálpaðu Daisy að baka smákökur.“

Hann fer treglega, en ranglætið liggur þungt á anda hans, og þegar tækifæri gefst til að bæta úr því, leikur hann á mömmu með snjöllu samkomulagi.

„Nú hafið þið verið góð börn, og ég skal leika hvað sem þið viljið," segir Meg og leiðir litlu aðstoðarkokkana upp, þegar búðingurinn er kominn örugglega í suðu.

„Í alvöru, mamma?" spyr Demi með ljómandi hugmynd í vel púðruðu höfðinu.

„Já, í alvöru. Hvað sem þú segir," svarar skammsýna móðirin og býr sig undir að syngja „Kettlingarnir þrír" hálfan tylft sinnum eða fara með fjölskylduna í „Að kaupa eina bollu", óháð veðri eða vindum. En Demi króar hana af með rólegu svari:

„Þá förum við og étum allar rúsínurnar."

Frænka Dodo var helsti leikfélagi og trúnaðarmaður beggja barnanna, og þremenningarnir sneru litla húsinu á hvolf. Frænka Amy var þeim enn aðeins nafn, frænka Beth dofnaði brátt í ljúfri en óljósri minningu, en frænka Dodo var lifandi veruleiki, og þau nutu hennar til fulls, sem hún var þeim djúpt þakklát fyrir. En þegar herra Bhaer kom, vanrækti Jo leikfélaga sína, og hryggð og eyðileiki féllu yfir litlu sálirnar. Daisy, sem hafði yndi af að ganga um og selja kossa, missti besta viðskiptavin sinn og varð gjaldþrota. Demi, með barnslegri innsýn, uppgötvaði brátt, að Dodo lék sér fremur við „bjarnarmanninn" en við hann, en þótt honum væri sárt, faldi hann angist sína, því hann hafði ekki hjarta til að móðga keppinaut, sem bar í vasanum námu af súkkulaðidropum og úr, sem mátti taka úr hulstrinu og hrista að vild af ákafum aðdáendum.

Sumir hefðu ef til vill talið þessar þægilegu fríðindi vera mútur, en Demi leit ekki svo á málið og hélt áfram að veita „bjarnarmanninum" vernd sína með hugsandi góðvild, meðan Daisy veitti honum litlu ást sína við þriðju kalli og taldi öxl hans hásæti sitt, arm hans athvarf og gjafir hans ómetanlega fjársjóði.

Stundum grípur skyndileg aðdáun herramenn fyrir ungum ættingjum þeirra kvenna, sem þeir heiðra með áhuga sínum, en þessi tilbúna barnakærleikur situr illa á þeim og blekkir engan. Hollusta herra Bhaers var þó einlæg og því árangursrík, því heiðarleiki er besta leiðin í ást jafnt sem í lögum. Hann var einn af þeim mönnum, sem eru heima hjá börnum, og leit sérlega vel út, þegar litlu andlitin mynduðu blíða andstæðu við hið karlmannlega hans. Erindi hans, hvað sem það var, tafði hann dag frá degi, en kvöldið brást sjaldan að færa hann út til að sjá - ja, hann spurði ávallt eftir herra March, svo ég geri ráð fyrir, að hann hafi verið aðdráttaraflið. Hinn ágæti faðir lifði í þeirri blekkingu, að svo væri, og naut langra umræðna við sálufélagann, uns tilviljunarkennd athugasemd hins athugula sonarsonar opnaði honum skyndilega augun.

Herra Bhaer kom eitt kvöldið og nam staðar á þröskuldi vinnustofunnar, undrandi yfir sjóninni, sem mætti honum. Á maganum á gólfinu lá herra March, með virðulega fætur sína upp í loft, og við hlið hans lá Demi sömuleiðis á maganum og reyndi að herma stellinguna með stuttum, rauðsokkóttum fótum sínum, báðir svo niðursokknir í athöfnina, að þeir vissu ekki af áhorfendum, fyrr en herra Bhaer hló hljómmiklum hlátri og Jo hrópaði upp með hneykslunarsvip ...

„Faðir, faðir, hér er prófessorinn!“

Niður féllu svörtu fótleggirnir og upp reis gráa höfuðið, og kennarinn mælti með óbifaðri reisn: „Gott kvöld, herra Bhaer. Afsakið augnablik. Við erum að ljúka kennslustundinni. Nú, Demi, myndaðu stafinn og segðu nafn hans.“

„Ég þekki hann!“ Og eftir nokkrar krampakenndar tilraunir tóku rauðsokkóttu fótleggirnir á sig lögun hringfara, og hinn greindi nemandi hrópaði sigri hrósandi: „Það er W, afi, það er W!“

„Hann er fæddur Weller,“ hló Jo, meðan faðir hennar reis á fætur og frændi hennar reyndi að standa á höfði, sem eina leiðin til að tjá gleði sína yfir því, að skólinn var búinn.

„Hvað hefurðu verið að gera í dag, bubchen?“ spurði herra Bhaer og tók fimleikastrákinn upp.

„Ég fór að sjá litlu Mary.“

„Og hvað gerðir þú þar?“

„Ég kyssti hana,“ hóf Demi með saklausri einlægni.

„Prútt! Þú byrjar snemma. Hvað sagði litla Mary við því?“ spurði herra Bhaer og hélt áfram að yfirheyra hinn unga syndara, sem stóð á hné hans og rannsakaði vestisvasann.

„Ó, henni líkaði það, og hún kyssti mig, og mér líkaði það. Líkar litlum drengjum ekki litlar stúlkur?“ spurði Demi með fullan munn og yfirbragð sællar ánægju.

„Þú bráðþroska unga hæna! Hver setti þetta í höfuðið á þér?“ sagði Jo og naut sakleysislegrar opinberunarinnar engu síður en prófessorinn.

„Það er ekki í höfðinu á mér, það er í munninum á mér,“ svaraði orðheldni Demi og rétti út tunguna með súkkulaðidroppa á henni, í þeirri trú, að hún ætti við sælgæti en ekki hugsanir.

„Þú ættir að spara nokkuð handa litlu vinkonunni. Sælgæti handa hinni sætu, mannlingur,“ sagði herra Bhaer og bauð Jo bita með augnaráði, sem lét hana velta því fyrir sér, hvort súkkulaði væri ekki hinn himneski drykkur guðanna. Demi sá einnig brosið, varð fyrir áhrifum þess og spurði sakleysislega:

„Líkar stórum drengjum líka stórar stúlkur, prófessor?“

Eins og ungi Washington gat herra Bhaer ekki sagt ósatt, og gaf því nokkuð óljóst svar, að hann teldi, að svo væri stundum, í tón, sem fékk herra March til að leggja frá sér klæðaburstann, líta á andlit Jo, sem dró sig í hlé, og sökkva síðan aftur í stólinn, eins og hinn „bráðþroska unga hæna“ hefði sett í huga hans hugsun, sem var bæði sæt og súr.

Hvers vegna Dodo, þegar hún greip hann inni í postulínsskápnum hálfri klukkustund síðar, kreisti næstum andann úr litla líkamanum með ástríkum faðmlögum í stað þess að hrista hann fyrir að vera þar, og hvers vegna hún fylgdi þessari nýstárlegu athöfn eftir með óvæntri gjöf stórs brauðsneiðar með hlaupi, varð eitt þeirra vandamála, sem Demi velti fyrir sér með litlu vitsmunum sínum og varð að skilja eftir óleyst að eilífu.

FERTUGASTI OG SJÖTTI KAFLI
UNDIR REGNHLÍFINNI

Meðan Laurie og Amy gengu í hjúskapargöngur um flauelsmjúk teppi, þar sem þau komu heimili sínu í lag og skipulögðu sæla framtíð, nutu herra Bhaer og Jo gönguferða af öðrum toga, um auruga vegi og vot engi.

„Ég fer alltaf í göngutúr undir kvöld, og ég sé ekki, hvers vegna ég ætti að hætta því, þótt ég rekist fyrir tilviljun á prófessorinn á leið hans út," sagði Jo við sjálfa sig eftir tvær eða þrjár slíkar uppákomur, því þótt tvær leiðir lægju til Meg var hún viss um að mæta honum, hvora sem hún valdi, annaðhvort á leið þangað eða heim. Hann gekk ætíð rösklega og virtist aldrei taka eftir henni fyrr en þau voru komin nærri hvort öðru, og þá leit hann út eins og nærsýnin augu hans hefðu ekki þekkt nálæga dömuna fyrr en á því augnabliki. Ef hún var á leið til Meg hafði hann ávallt eitthvað handa börnunum. Ef hún sneri heim á leið, hafði hann aðeins gengið niður að ánni og var einmitt að snúa til baka, nema ef þau væru orðin leið á tíðum heimsóknum hans.

Við þessar aðstæður, hvað gat Jo annað en heilsað kurteislega og boðið honum inn? Ef hún var orðin þreytt á komu hans, faldi hún það af fullkominni lagni og gætti þess, að kaffi væri haft með kvöldverði, „því Friedrich - ég meina herra Bhaer - drekkur ekki te."

Eftir aðra vikuna vissu allir fullkomlega, hvað í vændum var, og þó reyndu allir að láta sem þeir væru steinblindir á breytingarnar í andliti Jo. Enginn spurði, hvers vegna hún söng yfir verkum sínum, gerði hárið þrisvar á dag og varð svo rjóð af kvöldgöngum sínum. Og enginn virtist hafa minnsta grun um, að prófessorinn, meðan hann ræddi heimspeki við föðurinn, kenndi dótturinni lexíur í ástinni.

Jo gat ekki einu sinni glatað hjarta sínu með siðlegum hætti, heldur reyndi hún staðfastlega að kæfa tilfinningar sínar, og þegar það tókst ekki, lifði hún nokkuð órólegu lífi. Hún óttaðist mjög að verða hæðst að fyrir að gefast upp, eftir allar hinar heitu yfirlýsingar um sjálfstæði sitt. Laurie var henni sérstök áhyggja, en þökk sé hinum nýja stjórnanda hagaði hann sér með lofsverðri prúðmennsku, kallaði herra Bhaer aldrei „ágætan gamlan félaga" opinberlega, vísaði aldrei, jafnvel ekki óbeint, til bættrar ásýndar Jo og sýndi ekki minnstu undrun yfir því að sjá hatt prófessorsins á borði March-fjölskyldunnar nær hvert einasta kvöld. En í einkalífi sínu fagnaði hann og þráði þann dag, er hann gæti gefið Jo silfurskildi með björn og staf á sem viðeigandi skjaldarmerki.

Í hálfan mánuð kom prófessorinn og fór með reglusemi elskhugans. Síðan lét hann ekki sjá sig í heila þrjá daga og gaf ekkert merki um sig, sem olli því, að allir urðu alvarlegir á svip og Jo hugsi í fyrstu og síðan - því miður fyrir rómantíkina - allmjög stygg.

„Hann hefur líklega fengið nóg og farið heim jafn snögglega og hann kom. Það kemur mér að sjálfsögðu ekki við, en ég skyldi halda, að hann hefði komið og kvatt eins og herramaður," sagði hún við sjálfa sig með örvæntingarfullu augnaráði að hliðinu, er hún fór í yfirhöfn sína fyrir venjubundna göngu einn dimman síðdegisdag.

„Þú ættir að taka litlu regnhlífina, elskan mín. Það lítur út fyrir rigningu," sagði móðir hennar og tók eftir nýja hattinum, án þess þó að nefna það.

„Já, Marmee, þarftu eitthvað í bænum? Ég þarf að skjótast inn og kaupa pappír," svaraði Jo og lagaði slaufuna undir hökunni fyrir framan spegilinn, til að þurfa ekki að líta á móður sína.

„Já, ég þarf rósóttan silungdúk, pakka af númer níu prjónum og tvær álnir af mjóu fjólubláu borða. Ertu í þykkum stígvélum og með eitthvað hlýtt undir skikkjunni?"

„Ég held það," svaraði Jo fjarverandi.

„Ef þú skyldir mæta herra Bhaer, þá færðu hann með þér heim í te. Mig langar svo að sjá þennan kæra mann,“ bætti frú March við.

Jo heyrði það, en svaraði engu, nema að kyssa móður sína og ganga rösklega af stað, og hugsaði með hlýju þakklæti, þrátt fyrir hjartasorg sína: „Hve hún er mér góð! Hvað gera stúlkur, sem eiga enga móður til að leiða sig í gegnum erfiðleika sína?“

Vefnaðarvöruverslanirnar voru ekki meðal bókhaldsstofanna, bankanna og heildsöluhúsanna, þar sem herramennirnir safnast saman, en Jo fann sig samt í þeim hluta borgarinnar, áður en hún hafði lokið einu einasta erindi, og ráfaði þar um eins og hún biði einhvers, skoðaði verkfræðitæki í einum glugga og ullarsýni í öðrum með fremur ókvenlegum áhuga, hrasaði um tunnur, var nær kæfð af fallandi bögglum og hrakin til hliðar af önnum köfnum mönnum, sem virtust undrast „hvernig í ósköpunum hún hefði ratað þangað“. Regndropi á kinn hennar vakti hana af vonbrigðum yfir glötuðum vonum til áhyggja af eyðilögðum borðum. Því droparnir féllu áfram, og þar sem hún var kona jafnt sem ástfangin, fann hún, að þótt of seint væri að bjarga hjarta sínu, mætti enn bjarga hattinum. Nú mundi hún eftir litlu regnhlífinni, sem hún hafði gleymt í flýti sínum, en iðrunin var gagnslaus, og ekkert var annað að gera en fá lánaða hlíf eða láta rigna á sig. Hún leit upp til þungbúins himins, niður á rauða slaufuna, sem þegar var flekkótt af svörtum blettum, fram eftir aurugri götu og svo einu löngu, dvölugu augnaráði aftur að ákveðnu skítugu vöruhúsi, með „Hoffmann, Swartz & Co.“ yfir dyrunum, og mælti við sjálfa sig með hörðum sjálfsásökunarsvip:

„Þetta er mér maklegt! Hvað kom mér til að klæðast öllu mínu fínasta og koma hingað flandrandi í þeirri von að sjá prófessorinn? Jo, ég skammast mín fyrir þig! Nei, þú skalt ekki fara þangað að fá lánaða regnhlíf eða spyrjast fyrir um hann hjá vinum hans. Þú skalt ganga áfram og gera erindin í rigningunni, og ef þú færð dauðann í þig og eyðileggur hattinn, þá er það ekki meira en þú átt skilið. Nú þá!“

Með þeim orðum rauk hún yfir götuna svo óðfluga, að hún slapp naumlega við að verða undir vagnhjóli fráfljúgandi flutningavagns og henti sér beint í arma virðulegs gamals herramanns, sem sagði: „Afsakið, frú," og leit banvænlega móðgaður út. Nokkuð dauf í dálkinn rétti Jo sig af, breiddi vasaklútinn yfir hinar fórnfúsu slaufur og, með freistinguna að baki, hraðaði sér áfram, með vaxandi vætu um ökkla og miklu regnhlífaslagi yfir höfði sér. Það vakti athygli hennar, að nokkuð hrörleg blá regnhlíf hélst kyrr yfir óvarða hattinum, og þegar hún leit upp, sá hún herra Bhaer líta niður á sig.

„Mig langar að vita, hver sú sterka kona er, sem gengur svo hugrökk undir mörg hestanef og svo rösklega í gegnum mikinn aur. Hvað gjörið þér hér niðri, vinkona mín?"

„Ég er að versla."

Herra Bhaer brosti, þegar hann leit frá súrsuðuverksmiðjunni öðrum megin til heildverslunar með húðir og leður hinum megin, en sagði aðeins kurteislega: „Þér hafið enga regnhlíf. Má ég ganga með og bera fyrir yður bögglana?"

„Já, þakka yður."

Kinnar Jo voru jafnrjóðar og slaufan hennar, og hún velti fyrir sér, hvað hann hugsaði um hana, en henni var sama, því innan stundar gekk hún arminn í arm við prófessor sinn og fann, sem sólin hefði skyndilega brotist fram með óvenjulegri birtu, heimurinn væri aftur í lagi og ein fullkomlega hamingjusöm kona vaðaði í vætunni þann dag.

„Við héldum, að þér hefðuð farið," sagði Jo fljótt, því hún vissi, að hann horfði á hana. Hatturinn hennar var ekki nógu stór til að hylja andlitið, og hún óttaðist, að hann kynni að telja gleðina, sem það sýndi, ósæmilega.

„Trúðuð þér, að ég færi án þess að kveðja þá, sem hafa verið mér svo himnesklega góðir?" spurði hann svo ámælislega, að henni fannst hún hafa móðgað hann með þeirri tilgátu og svaraði af einlægni:

„Nei, það gerði ég ekki. Ég vissi, að þér væruð önnum kafnir við eigin erindi, en við söknuðum yðar dálítið, faðir og móðir einkum.“

„Og þér?“

„Ég er ávallt glöð að sjá yður, herra minn.“

Í viðleitni sinni til að halda röddinni kyrrri gerði Jo hana fremur kuldalega, og hið stutta, stífa orð í lokin virtist kæla prófessorinn, því bros hans hvarf, er hann mælti alvarlega:

„Ég þakka yður og kem einu sinni enn, áður en ég fer.“

„Þér farið þá?“

„Ég á ekki lengur neitt erindi hér, því það er lokið.“

„Með góðum árangri, vona ég?“ sagði Jo, því beiskja vonbrigða lá í þessu stutta svari hans.

„Ég hygg það, því mér hefur opnast leið, sem gerir mér kleift að vinna fyrir brauði mínu og veita Junglings mínum mikla hjálp.“

„Segið mér, endilega! Mér þykir svo vænt um að vita allt um – drengina,“ sagði Jo ákaflega.

„Það er svo vinsamlegt, ég segi yður með gleði. Vinir mínir hafa útvegað mér stöðu við háskóla, þar sem ég kenni sem heima og afla nægilegs til að gera leiðina greiða fyrir Franz og Emil. Fyrir það ætti ég að vera þakklátur, er það ekki?“

„Sannarlega. Hve stórkostlegt verður að sjá yður starfa við það, sem yður er kærast, og geta séð yður oft, og drengina!“ hrópaði Jo og greip til drengjanna sem yfirvarp fyrir þeirri ánægju, sem hún gat ekki dulist.

„Æ! En við munum ekki hittast oft, því miður, því þessi staður er í Vesturlöndum.“

„Svo langt í burtu!“ Og Jo lét faldana ráða sér sjálfum, eins og það skipti ekki lengur máli, hvað yrði um föt hennar né hana sjálfa.

Herra Bhaer kunni að lesa mörg tungumál, en hann hafði enn ekki lært að lesa konur. Hann taldi sig þekkja Jo allvel og varð því mjög undrandi yfir mótsögnum í rödd, svip og framkomu, sem hún sýndi honum í skjótum sviptingum þann dag, því á hálfri klukkustund var hún í hálfum tylft skapbrigða. Þegar hún mætti honum leit hún undrandi út, þótt óhjákvæmilegt væri að ætla, að hún hefði komið beinlínis í því skyni. Þegar hann bauð henni arm sinn tók hún hann með svip, sem fyllti hann gleði, en þegar hann spurði, hvort hún hefði saknað hans, svaraði hún svo kuldalega og formlega, að örvænting greip hann. Þegar hún heyrði af góðu gengi hans, klappaði hún nær höndum. Var gleðin öll vegna drengjanna? En þegar hún heyrði, hvert hann færi, sagði hún: „Svo langt í burtu!“ í slíkum örvæntingartóni, að hann reis upp á tind vonar, en næstu andartök steypti hún honum niður aftur með því að segja, eins og hún væri algerlega upptekin af erindinu:

„Hér er búðin, sem ég þarf í. Viljið þér koma inn? Það tekur ekki langan tíma.“

Jo var nokkuð stolt af verslunarfærni sinni og vildi einkum sýna fylgdarmanni sínum, hve snyrtilega og hratt hún gæti lokið erindinu. En vegna óróans, sem hún var í, fór allt úrskeiðis. Hún velti um koll bakka með prjónum, gleymdi, að silungdúkurinn átti að vera rósóttur, þar til búið var að klippa hann, gaf rangt til baka og gerði sig að athlægi með því að biðja um fjólublátt borða við bómullarborðið. Herra Bhaer stóð hjá og horfði á hana roðna og gera mistök, og meðan hann horfði virtist ringulreið hans sjálfs linna, því hann var farinn að skilja, að konur, líkt og draumar, fara stundum öfugt að.

Þegar þau komu út, lagði hann böggulinn undir arm sér með glaðari svip og skvettist í pollunum, eins og honum þætti það fremur skemmtilegt.

„Ættum við ekki að kaupa svolítið, sem þér kallið innkaup, handa börnunum og hafa kveðjuveislu í kvöld, ef ég kem í síðustu heimsókn mína í yðar svo notalega heimili?“ spurði hann og nam staðar við glugga fullan af ávöxtum og blómum.

„Hvað kaupum við?“ spurði Jo og lét eins og hún heyrði ekki síðari hluta ræðu hans og andaði að sér blönduðum ilmi með tilgerðarlegri ánægju, er þau gengu inn.

„Mega þau fá appelsínur og fíkjur?“ spurði herra Bhaer með föðurlegum svip.

„Þau borða þær, þegar þau fá þær.“

„Finnst yður hnetur góðar?“

„Eins og íkorna.“

„Hamborgarvínber. Já, við skulum skála fyrir föðurlandinu með þeim?“

Jo gretti sig við þessum eyðslusemi og spurði, hvers vegna hann keypti ekki heila körfu af döðlum, tunnu af rúsínum og poka af möndlum og gerði þar með út um málið. Við það tók herra Bhaer buddu hennar, dró fram sína eigin og lauk innkaupunum með því að kaupa nokkur pund af vínberjum, pott af rjóðum dagdraumum og fallega hunangskrukku, sem líta skyldi á sem hálfa flösku. Síðan fyllti hann vasa sína af hnútóttum bögglum, fékk henni blómin til að halda á, lagði saman gömlu regnhlífina og þau héldu áfram leiðar sinnar.

„Fröken March, ég hef mikla bón að bera fram við yður,“ hóf prófessorinn, eftir rakan göngutúr um hálfa húsalengju.

„Já, herra minn?“ og hjarta Jo tók að slá svo hart, að hún óttaðist, að hann heyrði það.

„Ég dirfist að segja það þrátt fyrir rigninguna, því svo stuttur tími er mér eftir.“

„Já, herra minn,“ og Jo kramdi nær litla blómapottinn í skyndilegri þrýstingu sinni.

„Mig langar að kaupa litla kjól handa Tinu minni, og ég er of heimskur til að fara einn. Viljið þér góðfúslega veita mér ráð um smekk og aðstoð?“

„Já, herra minn,“ og Jo fann sig skyndilega jafn rólega og svala og hefði hún stigið inn í ískæli.

„Kannski einnig sjal handa móður Tinu; hún er svo fátæk og veik, og eiginmaðurinn er henni þung byrði. Já, já, þykkt og hlýtt sjal væri vingjarnleg gjöf handa litlu móðurinni.“

„Ég geri það með ánægju, herra Bhaer.“ „Ég er að ganga mjög hratt, og hann verður mér kærari með hverri mínútu,“ bætti Jo við í hljóði og hristi síðan hug sinn og tók til starfa með þeirri orku, sem var ánægjulegt að sjá.

Herra Bhaer fól henni allt, og hún valdi fallegan kjól handa Tinu og bað síðan um að sjá sjölin. Afgreiðslumaðurinn, sem var kvæntur maður, sýndi parinu nokkurn áhuga, þar sem þau virtust versla fyrir fjölskyldu sína.

„Frúin yðar kynni að kjósa þetta. Það er vönduð vara, mjög æskilegur litur, prúður og smekklegur,“ sagði hann og breiddi hlýlegt grátt sjal yfir herðar Jo.

„Líkar yður þetta, herra Bhaer?“ spurði hún og sneri baki að honum, djúpt þakklát fyrir tækifærið til að fela andlit sitt.

„Það hentar ágætlega, við tökum það," svaraði prófessorinn og brosti fyrir munni sér, er hann greiddi fyrir það, meðan Jo hélt áfram að róta í borðunum eins og sannur afsláttarleitari.

„Nú förum við heim?" spurði hann, eins og orðin væru honum sérlega kær.

„Já, það er orðið áliðið, og ég er svo þreytt." Rödd Jo var sárari en hún vissi sjálf. Því nú virtist sólin hafa horfið jafn skyndilega og hún birtist, heimurinn varð aftur aurugur og dapur, og í fyrsta sinn tók hún eftir, að fætur hennar voru kaldir, höfuðið verkjaði, og hjarta hennar var kaldara en hið fyrra og sárara en hið síðara. Herra Bhaer var að fara, hann taldi hana aðeins vin, þetta var allt misskilningur, og því fyrr sem það væri yfirstaðið, því betra. Með þessa hugsun í huga veifaði hún að nálægu almenningsvagni svo snöggt, að dagdrómar flugu úr pottinum og skemmdust illa.

„Þetta er ekki vagninn okkar," sagði prófessorinn og veifaði hlaðna farartækinu frá sér og beygði sig til að taka upp litlu blómin.

„Afsakið. Ég sá ekki nafnið greinilega. Það skiptir ekki máli, ég get gengið. Ég er vön að þramma í aurinum," svaraði Jo og blikkaði fast, því hún hefði frekar dáið en þurrkað opinberlega tár sín.

Herra Bhaer sá dropana á kinnum hennar, þótt hún sneri höfðinu undan. Sjónin snerti hann djúpt, því hann beygði sig skyndilega og spurði í tón, sem bar meira í sér en orðin: „Elsku hjarta, hvers vegna grætur þú?"

Hefði Jo verið vön slíkum atvikum, hefði hún sagt, að hún gréti ekki, hefði kvef í höfðinu eða fundið upp einhverja aðra kvenlega afsökun. Í stað þess svaraði þessi óhátíðlega vera með óstöðvandi ekka: „Af því að þér eruð að fara."

„Ach, minn Guð, það er svo gott!" hrópaði herra Bhaer og náði að klemma hendur sínar saman þrátt fyrir regnhlífina og bögglana. „Jo, ég hef ekkert nema mikla ást að gefa þér. Ég kom til að vita, hvort þú gætir annast hana, og beið til að vera viss um, að ég væri meira en vinur. Er ég það? Geturðu gert litla pláss í hjarta þínu fyrir gamla Fritz?“ bætti hann við í einum andardrætti.

„Ó, já!“ sagði Jo, og hann var fullviss, því hún lagði báðar hendur yfir arm hans og leit upp til hans með svip, sem sýndi skýrt, hve hamingjusöm hún yrði að ganga lífsveginn við hlið hans, jafnvel þótt hún hefði ekki betra skjól en gömlu regnhlífina, ef hann bæri hana.

Það var sannarlega bónorð undir erfiðum kringumstæðum, því jafnvel þótt hann hefði viljað, gat herra Bhaer ekki gengið á kné vegna aursins. Hann gat heldur ekki boðið Jo hönd sína nema í yfirfærðri merkingu, því báðar hendur voru uppteknar. Enn síður gat hann leyft sér blíðleg mótmæli á opinni götu, þótt hann væri nærri því. Svo eina leiðin til að tjá sælu sína var að líta á hana með svip, sem lýsti andlit hans svo mjög, að í raun virtust litlir regnbogar skína í dropunum, sem glitruðu á skeggi hans. Hefði hann ekki elskað Jo heitt, efast ég um, að hann hefði getað gert það þá, því hún leit langt frá því að vera fögur, með faldana í hryggilegu ástandi, gúmmístígvélin skvett upp að ökklum og hattinn nær ónýtan. En sem betur fer taldi herra Bhaer hana fegurstu konu á lífi, og henni þótti hann „Júpíterslegri“ en nokkru sinni fyrr, þótt hattbarminn væri orðinn linur af litlum lækjum, sem runnu þaðan niður á herðar hans – því hann hélt regnhlífinni alfarið yfir Jo – og hver fingur á hönskum hans þyrfti viðgerðar við.

Vegfarendur töldu þau líklega saklausar vitfirringar, því þau gleymdu algjörlega að veifa vagni og gengu rólega áfram, ómeðvituð um dimmandi kvöld og þoku. Þau létu sig engu skipta, hvað nokkur hugsaði, því þau nutu þeirrar sælustundar, sem sjaldan kemur nema einu sinni á ævi, þess töfraaugna-bliks, sem veitir öldruðum æsku, ófögrum fegurð, fátækum auð og gefur mannshjörtum forsmekk himins. Prófessorinn leit út sem hefði hann sigrað konungsríki og heimurinn hefði ekkert meira að bjóða honum af sælu. Og Jo þrammaði við hlið hans og fann, sem staður hennar hefði ætíð verið þar, og undraðist, hvernig hún hefði nokkru sinni getað valið sér annan lífskost. Auðvitað var hún fyrst til að tala – skýrt, það er að segja, því tilfinningaþrungin orð, sem fylgdu hinu ákafa „Ó, já!“ hennar, voru hvorki samhangandi né skrásetjanleg.

„Friedrich, hvers vegna gerðirðu ekki ...“

„Ó, himinn, hún gefur mér það nafn, sem enginn hefur nefnt síðan Minna dó!“ hrópaði prófessorinn og nam staðar í polli til að horfa á hana með þakklátri gleði.

„Ég kalla þig svo alltaf í hljóði – ég gleymdi mér, en ég mun ekki gera það, nema þú viljir.“

„Vilja það? Það er mér sætara en ég get sagt. Segðu einnig ‚þú‘, og þá skal ég segja, að tungumál þitt sé nærri eins fagurt og mitt.“

„Er ‚þú‘ ekki dálítið tilfinningaþrungið?“ spurði Jo og hugsaði með sér, að það væri dásamlegt einatkvæðisorð.

„Tilfinningaþrungið? Já. Guði sé lof, vér Þjóðverjar trúum á tilfinningar og höldum okkur ungum með þeim. Ykkar enska ‚you‘ er svo kalt; segðu ‚þú‘, hjartans elskan, það merkir mér svo mikið,“ bað herra Bhaer og líktist fremur rómantískum stúdent en alvörugefnum prófessor.

„Jæja þá, hvers vegna sagðir þú mér þetta ekki fyrr?“ spurði Jo feimnislega.

„Nú verð ég að sýna þér allt hjarta mitt, og það geri ég með gleði, því þú verður að annast það hér eftir. Sjáðu þá, Jo mín – ah, hið kæra, skoplega litla nafn – ég hafði löngun til að segja eitthvað þann dag, er ég kvaddi í New York, en ég hélt, að hinn fríði vinur væri heitbundinn þér, og því þagði ég. Hefðir þú sagt ‚já‘ þá, ef ég hefði talað?“

„Ég veit það ekki. Ég óttast, að svo hefði ekki verið, því þá átti ég ekkert hjarta.“

„Prútt! Það trúi ég ekki. Það svaf, uns ævintýraprinsinn kom í gegnum skóginn og vakti það. Jæja, ‚Die erste Liebe ist die beste', en þess skyldi ég ekki vænta."

„Já, fyrsta ástin er best, en vertu rólegur, því ég hef aldrei átt aðra. Teddy var aðeins drengur og komst fljótt yfir sína litlu hrifningu," sagði Jo og vildi leiðrétta misskilning prófessorsins.

„Gott! Þá má ég vera öruggur og vita, að þú gefur mér allt. Ég hef beðið svo lengi, að ég er orðinn sjálfselskur, eins og þú munt komast að, prófessorína."

„Mér líkar það," hrópaði Jo og gladdist yfir nýja nafninu sínu. „Nú skaltu segja mér, hvað leiddi þig hingað að lokum, einmitt þegar ég þurfti á þér að halda?"

„Þetta," og herra Bhaer dró lítið, slitið blað úr vestisvasa sínum.

Jo braut það sundur og roðnaði mjög, því það var eitt af eigin framlagi hennar í blað, sem greiddi fyrir ljóð, og skýrði það, hvers vegna hún sendi þangað af og til tilraunir sínar.

„Hvernig gat þetta leitt þig hingað?" spurði hún og undraðist, hvað hann ætti við.

„Ég fann það fyrir tilviljun. Ég þekkti það af nöfnum og upphafsstöfum, og í því var eitt lítið erindi, sem virtist kalla á mig. Lestu og finndu hann. Ég skal gæta þess, að þú blotnir ekki."

Á HÁALOFTINU

Fjórar litlar kistur í röð,
rykslorаðar og slitnar af tíma,
gerðar og fylltar löngu áður

af börnum, sem nú eru á besta aldri.

Fjórir litlir lyklar héngu hlið við hlið,
með fölnuðum borðum, björtum og glaðum,
er bundnir voru þar með barnslegu stolti
löngu áður, á rigningardegi.

Fjögur nöfn, eitt á hverju loki,
skorin með drengjalegri hendi,
og undir þeim liggja falin
sögur hins sæla hóps,
er lék hér eitt sinn og nam oft staðar
að hlýða á sætan hljóm,
sem kom og hvarf yfir þakið,
í fallandi sumarrigningu.

„Meg" á fyrsta lokinu, slétt og fagurt.
Ég lít inn með ástúðlegum augum,
því hér er geymt, með kunnuglegri natni,
ríflegt safn:
skrá um friðsælt líf –
gjafir handa blíðri stúlku og barni,
brúðarkjóll, línur handa eiginkonu,
lítill skór, hárlykkja barns.

Engin leikföng eru lengur í þessari fyrstu kistu,
því þau eru öll borin burt,
til að sameinast á ný í ellinni
í leik annarrar lítillar Meg.
Ó, sæla móðir! Vel veit ég,
að þú heyrir, eins og ljúfan viðlagshljóm,
vögguljóð mjúk og lág
í fallandi sumarrigningu.

„Jo“ á næsta loki, rispað og slitið,
og innan í fjölbreytt safn:
höfuðlausar dúkkur, rifnar skólabækur,
fuglar og dýr, sem tala ekki framar,
herfang úr ævintýralandi,
sem aðeins ungar fætur stigu,
draumar um framtíð, sem aldrei rættist,
minningar um fortíð, sem enn er ljúf,
hálfrituð ljóð, villtar sögur,
aprílbréf, heit og köld,
dagbækur þrjóskrar stúlku,
vísbendingar um konu, snemma gömul,
konu í einmana heimili,
er heyrir, sem dapran viðlagshljóm:
„Vertu verðug, ástin mun koma,“
í fallandi sumarrigningu.

Beth mín! Ryk er ætíð sópað
af lokinu, sem ber nafn þitt,
sem af ástúðlegum augum, er grétu,
og varkárum höndum, er oft komu.
Dauðinn gerði fyrir oss eina dýrling,
sífellt minna mannlega en guðlega,
og enn leggjum vér, með blíðri hryggð,
minjar í þessu heimilishelgi:
silfurbjölluna, svo sjaldan hringda,
litla húfuna, sem hún bar síðast,
hina fögru, dauðu Katrínu, sem hékk
borin af englum yfir dyrum hennar.
Lögin, sem hún söng, án harmagrátar,
í fangelsi sársaukans,
blandast að eilífu sætlega
fallandi sumarrigningu.

Á síðasta lokinu, gljáandi flöt,
goðsögn nú bæði fögur og sönn:
riddari hraustur ber á skildi sínum
„Amy“ í gullnum og bláum stöfum.
Innan liggja hárnet, sem bundu lokka hennar,
skór, sem dansað hafa sinn síðasta dans,
fölnuð blóm lögð þar með natni,
viftur, sem lokið hafa léttum störfum,
glaðleg Valentínusarbréf, logandi af eldmóði,
smámunir, er báru sinn hlut
í vonum, ótta og feimni stúlku,
skrá hjarta meyjar,
sem nú lærir fegurri og sannari galdra,
heyrir, sem glaðan viðlagshljóm,
silfurhljóm brúðarklukkna
í fallandi sumarrigningu.

Fjórar litlar kistur í röð,
rykskloraðar og slitnar af tíma,
fjórar konur, kenndar af gleði og sorg
að elska og starfa á besta aldri.
Fjórar systur, aðskildar um stund,
enginn týndur, ein gengin á undan,
gerðar, með ódauðlegum mætti ástarinnar,
nánastar og kærastar að eilífu.
Ó, þegar þessi faldu safn vor
liggja opin fyrir augum Föðurins,
megi þau vera rík af gullnum stundum,
verkum, er skína fegurri í ljósi,
lífum, sem hugrökk tónlist þeirra hljómar lengi,
sem anda hrífandi streng,
sálum, er fúsar svífa og syngja
í langri sólskininu eftir regn.

„Það er mjög lélegt ljóð, en ég fann það, þegar ég orti það einn dag, er ég var mjög einmana og grét góðan spöl yfir tuskupoka. Ég hugsaði aldrei, að það færi þangað, sem það gæti sagt sögur," sagði Jo og reif í sundur erindin, sem prófessorinn hafði geymt svo lengi.

„Láttu það fara; það hefur gegnt skyldu sinni, og ég mun fá nýtt, þegar ég les alla brúnu bókina, þar sem hún geymir sín litlu leyndarmál," sagði herra Bhaer brosandi, er hann horfði á brotin fjúka í vindinum. „Já," bætti hann alvarlega við, „ég las það og hugsaði með mér: Hún ber sorg, hún er einmana, hún myndi finna huggun í sannri ást. Ég hef hjarta fullt, fullt handa henni. Ætti ég ekki að fara og segja: ‚Ef þetta er ekki of fátækt að gefa fyrir það, sem ég vona að fá, þá taktu það í nafni Guðs?'"

„Og svo komst þú til að komast að því, að það var ekki of fátækt, heldur hið eina dýrmæta, sem ég þurfti," hvíslaði Jo.

„Í fyrstu hafði ég ekki hugrekki til að vona það, svo himnesk sem móttaka þín var mér. En brátt fór ég að vona, og þá sagði ég: ‚Ég mun fá hana, þótt ég deyi fyrir það,' og svo skal það verða!" hrópaði herra Bhaer og kinkaði kolli af einurð, eins og þokumúrarnir, sem lokuðust um þau, væru hindranir, sem hann ætlaði að yfirstíga eða berja niður af hreysti.

Jo fannst það stórfenglegt og ákvað að vera riddara sínum verðug, þótt hann kæmi ekki prýddur og prúður á fák í skrúða.

„Hvað olli því, að þú varst svo lengi í burtu?" spurði hún litlu síðar, því henni fannst svo ljúft að bera fram trúnaðarspurningar og fá yndisleg svör, að hún gat ekki þagað.

„Það var ekki auðvelt, en ég gat ekki fundið í mér að taka þig frá svo hamingjusömu heimili, fyrr en ég hefði von um að geta gefið þér annað, þótt síðar yrði og eftir mikla vinnu. Hvernig gat ég beðið þig að fórna svo miklu fyrir fátækan gamlan mann, sem á enga auðæfi nema litla fræðiþekkingu?"

„Ég er glöð, að þú ert fátækur. Ég gæti ekki þolað ríkan eiginmann," sagði Jo ákveðin og bætti mýkri röddu við: „Óttastu ekki fátækt. Ég hef þekkt hana nógu lengi til að missa ótta minn og vera sæl við að vinna fyrir þá, sem ég elska, og kallaðu þig ekki gamlan - fertugt er blómaskeið lífsins. Ég gæti ekki annað en elskað þig, þótt þú værir sjötugur!"

Prófessorinn fann það svo hrífandi, að hann hefði gjarnan viljað ná í vasaklút sinn, ef hann hefði getað. Þar sem hann gat það ekki, þurrkaði Jo honum um augun og sagði hlæjandi, er hún tók einn eða tvo böggla af honum:

„Ég kann að vera sterklynd, en enginn getur sagt, að ég sé utan míns sviðs nú, því sérstakt hlutverk konu er talið vera að þurrka tár og bera byrðar. Ég skal bera minn hluta, Friedrich, og hjálpa til að afla heimilisins. Gerðu þér það ljóst, annars fer ég aldrei," bætti hún ákveðin við, þegar hann reyndi að taka byrðina aftur.

„Við munum sjá. Hefur þú þolinmæði til að bíða lengi, Jo? Ég verð að fara burt og vinna verk mitt einn. Ég verð að hjálpa drengjunum mínum fyrst, því jafnvel fyrir þig má ég ekki rjúfa orð mitt við Minna. Getur þú fyrirgefið það og verið hamingjusöm meðan við vonum og bíðum?"

„Já, ég veit, að ég get það, því við elskum hvort annað, og það gerir allt hitt léttara að bera. Ég hef einnig skyldu mína og verk mitt. Ég gæti ekki notið mín, ef ég vanrækti þau, jafnvel þín vegna, svo ekki er þörf á flýti né óþolinmæði. Þú getur unnið þitt verk í Vesturlöndum, ég mitt hér, og við getum bæði verið hamingjusöm í von um hið besta og látið framtíðina verða, eins og Guð vill."

„Ó! Þú gefur mér slíka von og hugrekki, og ég hef ekkert að gefa til baka nema fullt hjarta og þessar tómu hendur," hrópaði prófessorinn, djúpt snortinn.

Jo lærði aldrei, aldrei að vera hátíðleg, því þegar hann sagði þetta, er þau stóðu á tröppunum, lagði hún báðar hendur í hans og hvíslaði blíðlega:

„Ekki tómar nú,“ og laut niður og kyssti Friedrich sinn undir regnhlífinni. Það var hræðilegt, en hún hefði gert það, þótt hópur rennblautra spörva á limgerðinni hefðu verið menn, því hún var komin langt út fyrir allt hóf og hugsaði ekkert um annað en sína eigin sælu. Þótt hún kæmi í svo einfaldri mynd, var það krýningarsundur beggja lífa þeirra, er þau sneru frá nótt, stormi og einsemd að heimilisljósi, hlýju og friði, sem beið þeirra, og með glaðlegu „Velkominn heim!“ leiddi Jo elskhuga sinn inn og lokaði dyrunum.

FERTUGASTI OG SJÖUNDI KAFLI
UPPSKERUTÍMI

Í heilt ár unnu Jo og prófessorinn hennar og biðu, vonuðu og elskuðu, hittust öðru hverju og skrifuðu svo langdregin bréf, að hækkun pappírsverðsins var, að sögn Laurie, rakin til þeirra. Annað árið hófst fremur alvarlega, því horfur þeirra björtuðust ekki, og frænka March lést skyndilega. En þegar fyrsti harmurinn var liðinn - því þær elskuðu gömlu konuna þrátt fyrir beitta tungu hennar - kom í ljós, að þær höfðu ástæðu til að gleðjast, því hún hafði arfleitt Jo að Plumfield, og það gerði margvíslega gleðilega hluti mögulega.

„Það er myndarlegur gamall staður og mun gefa góðan arð, því að sjálfsögðu hyggst þú selja hann," sagði Laurie, nokkrum vikum síðar, þegar þau ræddu málið öll saman.

„Nei, það geri ég ekki," svaraði Jo ákveðin, meðan hún klappaði digrum púðlinum, sem hún hafði tekið að sér af virðingu við fyrri húsfreyju hans.

„Þú ætlar þó ekki að búa þar?"

„Jú, það ætla ég."

„En, elsku stúlka, húsið er geysistórt og kostar ógrynni að halda því við. Garðurinn og aldingarðurinn einir þurfa tvo eða þrjá menn, og búskapur er varla á sviði herra Bhaer, ætla ég."

„Hann reynir sig við hann þar, ef ég legg það til."

„Og þú ætlast til að lifa af afurðum staðarins? Jæja, það hljómar eins og paradís, en þú munt komast að raun um, að það er ákaflega erfið vinna."

„Uppskeran, sem við ætlum að rækta, er arðsöm," og Jo hló.

„Úr hverju á þessi fagra uppskera að vera, frú mín?“

„Drengjum. Mig langar að opna skóla fyrir litla pilta - góðan, glaðan og heimilislegan skóla, þar sem ég annast þá og Fritz kennir þeim.“

„Það er sannkallað Jo-legt ráðabrugg! Er það ekki einmitt hún?“ hrópaði Laurie og sneri sér til fjölskyldunnar, sem leit jafnhissa út og hann.

„Mér líst vel á það,“ sagði frú March ákveðin.

„Mér einnig,“ bætti eiginmaður hennar við, sem fagnaði þeirri hugsun að fá tækifæri til að reyna sókratíska kennsluaðferð á nútímaæsku.

„Það verður Jo mikil umsjá,“ sagði Meg og strauk höfði eina sonar síns, sem fyllti allan huga hennar.

„Jo getur þetta og verður hamingjusöm við það. Þetta er stórkostleg hugmynd. Segðu okkur allt um hana,“ hrópaði herra Laurence, sem hafði lengi þráð að rétta elskendunum hjálparhönd, en vissi, að þau myndu hafna aðstoð hans.

„Ég vissi, að þér mynduð styðja mig, herra minn. Amy gerir það líka - ég sé það í augum hennar, þótt hún bíði hyggilega með að velta því fyrir sér, áður en hún talar. Nú, elsku mín,“ hélt Jo áfram af alvöru, „skiljið þið, að þetta er ekki ný hugmynd mín, heldur lengi geymd áætlun. Áður en Fritz minn kom, hugsaði ég oft, að þegar ég hefði aflað mér auðs og enginn þyrfti mín heima, myndi ég leigja stórt hús og taka að mér fáeina fátæka, yfirgefna litla pilta, sem ættu engar mæður, annast þá og gera líf þeirra gleðilegt, áður en það yrði um seinan. Ég sé svo marga glatast fyrir skort á hjálp á réttri stundu. Mér þykir svo vænt um að geta gert eitthvað fyrir þá, mér finnst ég skynja þarfir þeirra og taka þátt í raunum þeirra, og ó, mig langar svo að vera þeim móðir!“

Frú March rétti Jo hönd sína, og hún tók í hana brosandi, með tár í augum, og hélt áfram í gömlu ákefðinni, sem þær höfðu ekki séð lengi.

„Ég sagði Fritz einu sinni frá áætlun minni, og hann kvaðst óska einskis heitar og samþykkti að reyna hana, þegar við yrðum rík. Blessað hjarta hans, hann hefur gert þetta allt sitt líf - hjálpað fátækum drengjum, á ég við, ekki orðið ríkur, það verður hann aldrei. Peningar dvelja ekki nógu lengi í vasa hans til að safnast upp. En nú, þökk sé góðri, gömlu frænku minni, sem elskaði mig betur en ég átti skilið, er ég rík, að minnsta kosti finnst mér það, og við getum lifað vel á Plumfield, ef skólinn dafnar. Þetta er einmitt staðurinn fyrir drengi. Húsið er stórt og húsgögnin sterk og látlaus. Það er nægt rými fyrir tugi innan dyra og glæsileg lóð utan. Þeir gætu hjálpað í garðinum og aldingarðinum. Slík vinna er holl, er það ekki, herra minn? Þá gæti Fritz þjálfað og kennt á sinn hátt, og pabbi myndi styðja hann. Ég get fætt þá og hjúkrað, gælt við þá og áminnt þá, og mamma verður stoð mín. Ég hef ætíð þráð fjölda drengja og aldrei haft nóg. Nú get ég fyllt húsið og notið þessara litlu elskna að hjartans lyst. Hugsið ykkur þann munað - Plumfield mitt eigið og heill skógur drengja til að njóta þess með mér.“

Þegar Jo veifaði höndunum og andvarpaði af sælu, brast fjölskyldan í óstöðvandi hlátur, og herra Laurence hló svo mjög, að þær óttuðust um hann.

„Ég sé ekkert fyndið,“ sagði hún alvarlega, þegar hún fékk orðið. „Ekkert gæti verið eðlilegra eða viðeigandi en að prófessorinn minn opni skóla og að ég kjósi að búa á eigin óðali.“

„Hún er þegar farin að setja upp höfðingssvip,“ sagði Laurie, sem leit á hugmyndina sem hið besta gamanmál. „En má ég spyrja, hvernig þið ætlið að halda heimilinu uppi? Ef allir nemendur eru snauðir drenghnokkar, óttast ég, að uppskeran verði ekki arðsöm í veraldlegum skilningi, frú Bhaer.“

„Nú skaltu ekki vera svartsýnn, Teddy. Auðvitað mun ég einnig hafa efnaða nemendur - jafnvel byrja eingöngu með þeim. Síðan, þegar ég hef náð fótfestu, get ég tekið einn eða tvo snauða með, svona til bragðbætis. Börn efnamanna þarfnast umhyggju og huggunar ekki síður en fátækra. Ég hef séð ógæfusama smádrengi skilja eftir hjá þjónum eða seinþroska pilta knúna áfram, þegar það er beinlínis grimmd. Sumir verða óþekkir af misráðum eða vanrækslu, og sumir missa mæður sínar. Að auki verða hinir bestu að ganga í gegnum unglingsárin, og einmitt þá þurfa þeir mest þolinmæði og góðvild. Menn hlæja að þeim, ýta þeim til og frá, reyna að halda þeim úr augsýn og ætlast til, að þeir breytist allt í einu úr laglegum börnum í glæsilega unga menn. Þeir kvarta lítið - hugrökk litlu hjörtun - en þeir finna það. Ég hef sjálf gengið í gegnum slíkt og veit allt um það. Ég hef sérstakan áhuga á slíkum ungum björnum og vil sýna þeim, að ég sé hlý og heiðarleg drengjahjörtu undir klaufalegum handleggjum og fótum og óreiðukenndum höfðum. Ég hef einnig reynslu, því hef ég ekki alið einn dreng upp, sem er fjölskyldu sinni stolt og heiður?“

„Ég skal votta, að þú reyndir það,“ sagði Laurie og leit til hennar þakklátum augum.

„Og mér hefur tekist það umfram vonir, því hér stendur þú, staðfastur og skynsamur viðskiptamaður, sem gerir ótal góðverk með fé sínu og safnar blessunum fátækra í stað dollara. En þú ert ekki aðeins viðskiptamaður. Þú elskar hið góða og fagra, nýtur þess sjálfur og leyfir öðrum að njóta með þér, eins og þú gerðir ætíð forðum daga. Ég er stolt af þér, Teddy, því þú batnar með hverju ári, og það finna allir, þótt þú leyfir þeim ekki að segja það. Já, og þegar ég hef safnað hjörð minni, mun ég benda á þig og segja: ‚Þar er fyrirmynd ykkar, drengir mínir.‘“

Aumingja Laurie vissi ekki, hvert hann ætti að líta, því þótt hann væri orðinn maður, greip hann nokkur af gömlu feimninni, þegar þessi lofhrina varð til þess, að öll andlit snerust að honum með velþóknun.

„Ég segi nú, Jo, þetta er heldur mikið,“ hóf hann mál sitt á gamla drengjalega háttinn. „Þið hafið öll gert meira fyrir mig en ég fæ nokkru sinni þakkað nema með því að gera mitt besta til að valda ykkur ekki vonbrigðum. Þú hefur dálítið ýtt mér til hliðar upp á síðkastið, Jo, en ég hef engu að síður notið bestu aðstoðar. Svo ef mér hefur miðað eitthvað áfram, megið þið þakka þessum tveimur það,“ og hann lagði aðra höndina mjúklega á höfuð afa síns og hina á gullið höfuð Amy, því þau þrjú voru sjaldan langt hvert frá öðru.

„Mér finnst fjölskyldur vera fegursta fyrirbæri í heimi!" hrópaði Jo, sem var þá í óvenju upplyftu hugarástandi. „Þegar ég eignast mína eigin, vona ég, að hún verði jafn hamingjusöm og þær þrjár, sem ég þekki og elska mest. Ef John og Fritz minn væru aðeins hér, væri þetta lítið himnaríki á jörðu," bætti hún við rólegar. Og um kvöldið, þegar hún gekk til herbergis síns eftir sæluríka kvöldstund fjölskylduráða, vona og áforma, var hjarta hennar svo fullt af hamingju, að hún gat aðeins róað það með því að krjúpa við hlið auða rúmsins, sem jafnan stóð nærri hennar eigin, og hugsa blíðar hugsanir til Beth.

Þetta var í heild afar undraverð ár, því atburðir virtust gerast með óvenju hraðri og yndislegri framvindu. Næstum áður en hún gerði sér grein fyrir því, var Jo orðin gift og sest að á Plumfield. Þá spruttu upp sex eða sjö drengir eins og sveppir og dafnuðu furðu vel, jafnt fátækir sem ríkir, því herra Laurence fann stöðugt einhverja hjartnæma neyðarsögu og bað Bhaer-hjónin að sýna barninu miskunn, og hann greiddi með ánægju lítið framlag til framfærslu þess. Með þessum hætti komst hinn slægi gamli herramaður kringum stolta Jo og útvegaði henni einmitt þá tegund drengja, sem hún unni mest.

Að sjálfsögðu var þetta brött leið í upphafi, og Jo gerði ýmisleg skrítin mistök, en hinn vitri prófessor stýrði henni örugglega á lygnari sjó, og jafnvel hinn taumlausasti drenghnokki laut að lokum. Hve Jo naut þessarar „drengjaeyðimerkur" sinnar, og hve aum, kæra frænka March hefði harmþrungin orðið, ef hún hefði séð hið helga svæði hins prúða og reglufasta Plumfield yfirfullt af Tómum, Dikkum og Harryum! Það var í raun eins konar skáldleg réttlæting í því, því gamla konan hafði verið skelfing drengja víða um slóðir, en nú gæddu útlagarnir sér óhindrað á bönnuðum plómum, spörkuðu mölinni upp með óguðlegum stígvélum án þess að fá áminningu og léku krikket á stóra vellinum, þar sem hin ertnislega „kýr með krumpað horn" hafði áður freistað óvarkárra pilta til að láta kasta sér í loft upp. Þetta varð eins konar drengjaparadís, og Laurie lagði til, að staðurinn yrði kallaður „Bhaer-garðurinn" til heiðurs húsbóndanum og í samræmi við íbúana.

Skólinn varð aldrei tískulegur, og prófessorinn safnaði sér ekki auði, en hann varð nákvæmlega það, sem Jo hafði ætlað honum að vera - „hamingjusamur og heimilislegur staður fyrir drengi, sem þarfnast kennslu, umhyggju og góðvildar". Sérhvert herbergi í stóra húsinu fylltist brátt. Sérhver lítill reitur í garðinum fékk sinn eiganda. Heilt dýrasafn reis í hlöðu og skúr, því gæludýr voru leyfð. Og þrisvar á dag brosti Jo til Fritz síns frá höfði langborðs, sem var skipað á báða vegu röðum glaðra ungra andlita, sem snerust öll að henni með ástúðlegum augum, trúnaðarorðum og þakklátum hjörtum, fullum kærleika til „móður Bhaer". Hún hafði nú næga drengi og þreyttist ekki á þeim, þótt þeir væru alls ekki englar og sumir þeirra yllu bæði prófessornum og prófessorunni miklum áhyggjum og erfiðleikum. En trú hennar á þann góða kjarna, sem býr í hjarta hins óþekkasta, frekasta og mest pirrandi litla drenghnokka, gaf henni þolinmæði, kunnáttu og að lokum árangur, því enginn dauðlegur drengur gat staðist lengi, þegar faðir Bhaer skein á hann eins og sól í velvild sinni og móðir Bhaer fyrirgaf honum sjötíu sinnum sjö. Jo þótti ómetanlegt vináttuband drengjanna, iðrunarsnif þeirra og hvíslandi játningar eftir misgjörðir, kankvísar eða hjartnæmar litlar trúnaðaryfirlýsingar þeirra, ánægjuleg áhugamál, vonir og áform, jafnvel ólán þeirra, því það gerði þá aðeins enn kærari í hennar augum. Þar voru seinir drengir og feimnir drengir, veikburða drengir og háværir drengir, drengir sem löskuðu framburð og drengir sem stömruðu, einn eða tveir haltir og glaðvær lítill fjórðungsblendingur, sem hvergi annars staðar fékk inngöngu, en var velkominn í „Bhaer-garðinn", þótt sumir spáðu, að viðvera hans myndi eyðileggja skólann.

Já, Jo var afar hamingjusöm kona þar, þrátt fyrir mikla vinnu, margvíslegar áhyggjur og stöðugan klið. Hún naut þess af heilum hug og taldi lof drengja sinna meira virði en nokkurt hrós heimsins, því nú sagði hún engar sögur nema hjörð sinni af ákefum trúendum og aðdáendum. Eftir því sem árin liðu, bættust tveir litlir drengir hennar sjálfrar við og juku hamingju hennar - Rob, nefndur eftir afa, og Teddy, glaðlynt barn, sem virtist hafa erft sólskinslund föður síns jafnt sem líflega andann móður sinnar. Hvernig þeir komust lífs af í þeirri iðandi drengjasveit var móðurömmu þeirra og frænkum hulin ráðgáta, en þeir uxu og döfnuðu eins og fíflar á vori, og hrjúfar fóstrur þeirra elskuðu þá og þjónuðu þeim vel.

Margar hátíðir voru haldnar á Plumfield, og ein hin yndislegasta var árlega eplatínslan. Þá komu March-ættin, Laurence-ættin, Brooke-hjónin og Bhaer-hjónin saman af fullum krafti og gerðu sér heilan dag úr því. Fimm árum eftir brúðkaup Jo bar svo við, að ein þessara ávaxtaríku hátíða rann upp, mildur októberdagur, þegar loftið var fullt af hressandi ferskleika, sem lyfti geði og lét blóðið dansa hraustlega í æðum. Gamli aldingarðurinn klæddist hátíðarbúningi sínum. Gullstjarna og stjörnuplöntur römmuðu inn mosagrónu veggina. Engisprettur stukku fimlega í fölna grasinu, og engisprettur sungu eins og álfapíparar við veislu. Íkornar voru önnum kafnir við sína litlu uppskeru. Fuglar kvökuðu kveðjur sínar úr elri við götuna, og hvert tré stóð reiðubúið að senda niður regn af rauðum eða gulum eplum við fyrstu hristingu. Allir voru þar. Allir hlógu og sungu, klifruðu upp og veltust niður. Allir fullyrtu, að aldrei hefði komið svo fullkominn dagur né jafn glaður hópur til að njóta hans, og hver og einn gaf sig einföldum unaði stundarinnar á vald eins og engin sorg né áhyggja væri til í heiminum.

Herra March gekk rólega um og vitnaði í Tusser, Cowley og Columella fyrir herra Laurence, meðan hann naut

hins milda vínsafa eplisins.

Prófessorinn þaut upp og niður grænar trjáröðurnar eins og digur þýskur riddari, með stöng að lansi, í fararbroddi drengjanna, sem mynduðu króka- og stigafélag og unnu undurverk í jarð- og loftfimleikum. Laurie helgaði sig þeim yngstu, reið dóttur sinni í skeppu, lyfti Daisy upp í fuglahreiðrin og hélt ævintýragjörnum Rob frá því að hálsbrjóta sig. Frú March og Meg sátu meðal eplahrúganna eins og tvær Pomónur og flokkuðu það, sem stöðugt barst, meðan Amy, með fagurt móðurlegt yfirbragð á andlitinu, teiknaði hina ýmsu hópa og gætti eins fölleits drengs, sem sat og dýrkaði hana með litlu hækjuna sína sér við hlið.

Jo var í essinu sínu þann dag og þaut um með kjólinn festan upp, hattinn hvar sem var nema á höfðinu og barnið undir hendinni, reiðubúin til hvers kyns fjörugs ævintýris, sem kynni að bregða upp. Litli Teddy lifði eins og undir verndarvæng, því ekkert henti hann nokkru sinni, og Jo fann enga kvíða, þótt einn drengur þeytti honum upp í tré, annar þeytti honum á baki sér, eða hann fengi súr epli hjá eftirlátssömum föður sínum, sem bjó við þá þýsku hugmynd, að ungbörn gætu melt allt, frá súrsuðu káli til hnappa, nagla og eigin smáskóa. Hún vissi, að litli Ted myndi koma aftur í tæka tíð, heill og rjóðleitur, óhreinn og rólegur, og hún tók jafnan á móti honum með hjartanlegu fagnaðarlæti, því Jo elskaði börnin sín af innileik.

Klukkan fjögur varð hlé, og körfurnar stóðu tómar, meðan eplatínslumennirnir hvíldust og báru saman rifur og mar. Þá lögðu Jo og Meg, ásamt sveit stærri drengja, fram kvöldverðinn á grasinu, því útiveisla var ætíð hápunktur dagsins. Landið flaut bókstaflega í mjólk og hunangi við slík tækifæri, því drengirnir þurftu ekki að sitja við borð, heldur máttu neyta veitinga að vild - frelsið var sú sósa, sem drengjasálin unni mest. Þeir nýttu sér þetta sjaldgæfa forréttindi til fulls, því sumir reyndu það ánægjulega tilraunastarf að drekka mjólk á hvolfi, aðrir bættu leikinn „stökk yfir bak“ með því að eta tertu í leikhléum, smákökur dreifðust um völlinn, og eplabökur sátu í trjánum eins og ný tegund fugla. Litlu stúlkurnar héldu sér einkateboð, og Ted reikaði milli krásanna að eigin geðþótta.

Þegar enginn gat borðað meira, lagði prófessorinn til fyrsta reglulega skál, sem ætíð var drukkin við slík tækifæri - „Frænka March, Guð blessi hana!“ Skál, sem hinn góði maður flutti af hjarta, því hann gleymdi aldrei, hve mikið hann átti henni að þakka, og drengirnir drukku hana hljóðlega, enda höfðu þeir verið aldir upp við að halda minningu hennar lifandi.

„Nú - sextugsafmæli ömmu! Langt líf henni, með þreföldu níföldu húrra!“

Sú skál var drukkin af krafti, eins og nærri má geta, og þegar fagnaðarlætin hófust, var erfitt að stöðva þau. Heilsa allra var skáluð, allt frá herra Laurence, sem talinn var sérstakur velgjörðarmaður þeirra, til hinnar undrandi naggrísar, sem hafði villst úr sínu rétta umhverfi í leit að unga húsbónda sínum. Demi, sem elsta barnabarnið, færði síðan drottningu dagsins ýmsar gjafir, svo margar, að þær voru fluttar á hátíðarsvæðið í hjólbörum. Sumt var skrýtið, en það, sem öðrum hefði þótt gallar, voru augnayndi ömmu, því gjafir barnanna voru allar af eigin rammleik. Hver spor, sem þolinmóðir fingur Daisy höfðu saumað í vasaklútana, var frú March dýrmætara en útsaumur. Vélræna undrið hans Demi, þótt lokið lokaðist ekki, fótskamall Rob, sem vaggaði á ójöfnum fótum og hún kvaðst finna róandi, og engin síða í dýru bókinni, sem barn Amy gaf henni, var jafn fögur og sú, þar sem stóð í skjálfandi hástöfum: „Til kæru ömmu, frá litlu Beth.“

Meðan á þessari athöfn stóð, höfðu drengirnir horfið á dularfullan hátt, og þegar frú March reyndi að þakka börnum sínum og brast í grát, meðan Teddy þurrkaði tár hennar á svuntu sinni, hóf prófessorinn skyndilega söng. Þá tóku raddir hver af annarri upp lagið ofan úr trjánum, og frá tré til trés ómaði tónlist hins ósýnilega kórs, er drengirnir sungu af heilum hug litla sönginn, sem Jo hafði ort, Laurie samið lag við og prófessorinn þjálfað þá í að flytja sem best. Þetta var alger nýjung og reyndist mikill sigur, því frú March komst ekki yfir undrun sína og krafðist þess að taka í hönd hvers einasta fiðurlausa fugls, allt frá hávöxnum Franz og Emil til litla fjórðungsblendingins, sem hafði sætustu röddina af öllum.

Að því loknu dreifðust drengirnir til síðustu ærslanna og skildu frú March og dætur hennar eftir undir hátíðartrénu.

„Ég ætti aldrei framar að kalla mig ‚óheppnu Jo‘, þegar mesta ósk mín hefur ræst svo fagurlega,“ sagði frú Bhaer og tók litla hnefa Teddy upp úr mjólkurkönnunni, þar sem hann var í sællegum ham að hræra.

„Og þó er líf þitt mjög ólíkt því, sem þú teiknaðir upp forðum. Manstu eftir loftköstulum okkar?“ spurði Amy brosandi, meðan hún horfði á Laurie og John leika krikket við drengina.

„Elsku drengirnir! Það gleður hjarta mitt að sjá þá gleyma viðskiptum og ærslast einn dag,“ svaraði Jo, sem talaði nú með móðurlegum hætti um allt mannkyn. „Já, ég man það, en lífið, sem ég þráði þá, virðist mér nú eigingjarnt, einmanalegt og kalt. Ég hef ekki gefið upp vonina um að skrifa góða bók enn, en ég get beðið, og ég er viss um, að hún verður þeim mun betri fyrir slíka reynslu og myndir sem þessar,“ og Jo benti frá hinum fjörugu drengjum í fjarska til föður síns, sem studdist við arm prófessorsins, er þeir gengu fram og aftur í sólskininu, djúpt sokknir í eitt af þeim samtölum, sem þeir nutu svo mjög, og síðan til móður sinnar, sem sat eins og drottning meðal dætra sinna, með börn þeirra í kjöltu sér og við fætur sér, eins og allir fyndu hjálp og hamingju í andlitinu, sem aldrei gat elst í augum þeirra.

„Loftkastalinn minn rættist næstum fullkomlega. Ég bað um glæsilega hluti, vissulega, en í hjarta mínu vissi ég, að ég yrði sátt, ef ég ætti lítið heimili, og John, og nokkur elskuð börn eins og þessi. Ég hef fengið það allt, Guði sé lof, og er hamingjusamasta kona í heimi,“ og Meg lagði hönd sína á höfuð hávaxins sonar síns, með andlit fullt af blíðri og guðrækilegri ánægju.

„Loftkastalinn minn er mjög ólíkur því, sem ég hugsaði mér, en ég myndi ekki breyta honum, þótt ég, líkt og Jo, hafi ekki gefið upp allar listvonir mínar né bundið mig eingöngu við að hjálpa öðrum að láta fegurðardrauma sína rætast. Ég hef byrjað að móta líkneski af barninu mínu, og Laurie segir, að það sé það besta, sem ég hef nokkru sinni gert. Ég held það sjálf og hyggst höggva það í marmara, svo að, hvað sem gerist, megi ég að minnsta kosti varðveita mynd litla engilsins míns.“

Meðan Amy talaði, féll stórt tár á gullið hár sofandi barnsins í örmum hennar, því eina, dýrmæta dóttir hennar var veikburða lítil vera, og óttinn við að missa hana var skugginn yfir sólskini Amy. Þessi byrði var að vinna mikið fyrir bæði föður og móður, því ein ást og einn harmur bundu þau fast saman. Eðli Amy varð mýkra, dýpra og blíðara. Laurie varð alvarlegri, sterkari og staðfastari, og bæði lærðu þau, að fegurð, æska, gæfa, jafnvel ástin sjálf, geta ekki haldið áhyggjum og sársauka, missi og sorg frá hinum blessuðustu, því

í hverju lífi hlýtur nokkur rigning að falla,

og sumir dagar verða dimmir, daprir og þungir.

„Hún er að styrkjast, ég er þess viss, elskan mín. Láttu ekki hugfallast, heldur vona og haltu gleðinni," sagði frú March, þegar blíðhjörtu Daisy laut niður úr kjöltu hennar og lagði rjóða kinn sína að fölri kinn litlu frænku sinnar.

„Ég ætti aldrei að gera það, meðan ég hef þig til að hressa mig við, Marmee, og Laurie til að bera meira en helming hvers byrðar," svaraði Amy heitt. „Hann lætur mig aldrei sjá kvíða sinn, heldur er svo ljúfur og þolinmóður við mig, svo umhyggjusamur við Beth og ætíð svo traustur og hughreystandi, að ég get ekki elskað hann nóg. Þannig get ég, þrátt fyrir þessa einu byrði mína, sagt með Meg: ‚Guði sé lof, ég er hamingjusöm kona.'"

„Ég þarf ekki að segja það, því allir sjá, að ég er miklu hamingjusamari en ég á skilið," bætti Jo við og leit frá góða eiginmanni sínum til bústnu barnanna sinna, sem ultu um á grasinu við hlið hennar. „Fritz er að grána og þyngjast. Ég er að verða mjó sem skuggi og er orðin þrítug. Við verðum aldrei rík, og Plumfield gæti brunnið upp hvaða nótt sem er, því þessi ólæknandi Tommy Bangs mun reykja mýrasóleyjarsígara undir sængurfötunum, þótt hann hafi þegar kveikt í sér þrisvar sinnum. En þrátt fyrir þessar órómantísku staðreyndir hef ég engu að kvarta og hef aldrei verið jafn glöð á ævinni. Fyrirgefið orðalagið, en þar sem ég lifi meðal drengja, get ég ekki annað en gripið stundum til orðfæris þeirra."

„Já, Jo, ég held, að uppskeran þín verði góð," hóf frú March og hrakti burt stóran svartan engisprettu, sem glápti á Teddy svo hann missti móðinn.

„Ekki hálfdrjúg á við þína, mamma. Hér er hún, og við getum aldrei þakkað þér nægilega fyrir hina þolinmóðu sáningu og uppskeru, sem þú hefur unnið," hrópaði Jo með þeirri ástúðlegu ákefð, sem hún óx aldrei upp úr.

„Ég vona, að meira hveiti og færra illgresi verði með hverju ári," sagði Amy lágt.

„Stór knippi, en ég veit, að í hjarta þínu er rými fyrir það, elsku Marmee," bætti Meg við með blíðri röddu.

Snortin í hjarta sínu gat frú March aðeins breitt út faðminn, eins og hún vildi safna börnum og barnabörnum að sér, og sagði með andliti og rödd fullri móðurlegrar ástar, þakklætis og auðmýktar:

„Ó, dætur mínar, hversu lengi sem þið lifið, get ég aldrei óskað ykkur meiri hamingju en þessari!"

www.ingramcontent.com/pod-product-compliance
Lightning Source LLC
LaVergne TN
LVHW090209051026
849517LV00001B/15
9798348558697